ஜீவன் லீலா

ஜீவன் லீலா
(அருவிகளின் லீலைகள்)

மூலம்

காகா காலேல்கர்

தமிழாக்கம்

பி.எம்.கிருஷ்ணசாமி

சாகித்திய அகாதெமி

Jeevan Leela: Tamil translation by B.M. Krishnasami of Kaka Kalelkar's Gujarati travelogue, Sahitya Akademi, New Delhi, (Reprint 2024), Rs. 520/-

உரிமை © சாகித்திய அகாதெமி

ஆசிரியர்	:	காகா காலேல்கர்
தமிழாக்கம்	:	பி.எம்.கிருஷ்ணசாமி
பொருள்	:	பயண நூல்
வெளியீடு	:	சாகித்திய அகாதெமி
முதல் பதிப்பு	:	1971
இரண்டாம் பதிப்பு	:	1986
மூன்றாம் பதிப்பு	:	2021
நான்காம் பதிப்பு	:	2024
ISBN	:	978–93–6183–949–8
விலை	:	ரூ. 520/–

All rights reserved. No part of this book may be reproduced or utilized in any form or by any means, electronic or mechanical including photocopying, recording or by any information storage and retrival system, without permission in writing from Sahitya Akademi.

சாகித்திய அகாதெமி

தலைமை அலுவலகம் : இரவீந்திர பவன், 35, பெரோஸ்ஷா சாலை, புது தில்லி 110 001.
secretary@sahitya-akademi.gov.in | 011-23386626/27/28.

விற்பனை அலுவலகம் 'ஸ்வாதி' மந்திர் சாலை, புது தில்லி 110 001
sales@sahitya-akademi.gov.in | 011-23745297, 23364204.

கொல்கத்தா 4, டி.எல். கான் சாலை, கொல்கத்தா 700 025
rs.rok@sahitya-akademi.gov.in | 033-24191683/24191706.

சென்னை குணா வளாகம், 443, இரண்டாம் தளம், அண்ணா சாலை, தேனாம்பேட்டை, சென்னை 600 018.
chennaioffice@sahitya-akademi.gov.in 044-24311741 | 24354815

மும்பை 172, மும்பை மராத்தி கிரந்த சங்கிரகாலய சாலை, தாதர், மும்பை 400 014
rs.rom@sahitya-akademi.gov.in 022-24135744 | 24131948.

பெங்களூரு மத்தியக் கல்லூரி வளாகம், பல்கலைக்கழக நூலக கட்டிடம், டாக்டர் அம்பேத்கர் வீதி, பெங்களூரு 560 001
rs.rob@sahitya-akademi.gov.in. 080-22245152, 22130870.

அட்டை வடிவமைப்பு: Orange Communications, Chennai
ஒளி அச்சு: : Babhura Graphics, Chennai
அச்சகம்: Mani Offset, Chennai
Visit our website at http://www.sahitya-akademi.gov.in

பொருளடக்கம்

ஜீவன் லீலா	9
நதி-நீர்ப் பண்பாடு	18
நின்று கரம் குவித்துத் தொழுதல்	23
ஜீவன் லீலாவின் தமிழ்மொழி பெயர்ப்புக்கான ஆசிரியரின் முன்னுரை	31
1. தோழி மார்க்கண்டி	37
2. கிருஷ்ணாவின் நினைவுகள்	40
3. முலா-மு(ட்)டா சங்கமம்	45
4. கடல் நதி சங்கமம்	49
5. கங்கைத் தாய்	52
6. யமுனா ராணி	56
7. மூல த்ரிவேணி	61
8 ஜீவன தீர்த்தமெனும் ஹரித்துவாரம்	63
9. தக்ஷிண கங்கை கோதாவரி	67
10. வேதங்களை வளர்க்கும் துங்கபத்ரா	76
12. ஜோக் நீர் வீழ்ச்சி	81
13. ஜோக் அருவியின் மறு தரிசனம்	103
14. வறண்ட ஜோக் நீர்வீழ்ச்சி	112
15. குஜராத் அன்னை சாபர்மதி	118
16. இருகுலத் தொடர்புள்ள நர்மதை	125
17. சந்தியாரஸ்	133
18. ரேணுகாவின் சாபம்	137
19. அம்பா அம்பிகா	139
20. லாவண்யபலா லூனீ*	140
21. உஞ்சள்ளி அருவி	142
22. கோகர்ண யாத்திரை	149

23. பரதனின் கண்கள் மூலம்	160
24. வேளகங்கா- சீதையின் நீராடு துறை	162
25. குடியானவ ஆறு கடர்பா	167
26. காஷ்மீரத்து தூத்கங்கா	168
27. ஸ்வர்துனீ விதஸ்தா	169
28. சேவா விரதம் பூண்ட ராவீ	174
29. ஸ்தன்யம் கொடுக்கும் சினாப்	178
30. ஜம்முவின் தவீ	180
31. சிந்துவின் ஏக்கம்	181
32. மஞ்சரின் வாழ்வும் வளமும்	186
33. அலைகளின் தாண்டவயோகம்	192
34. சிந்துவுக்குப் பிறகு கங்கை	198
35. நதியின்மேல் ஒரு கால்வாய்	205
36. நேபாளத்து பாக்மதி	208
37. பிஹாரின் கண்டகி	211
38. கயையின் பல்கு	212
39. கர்ஜிக்கும் சோணபத்ர	213
40. தேர்தாலின் கானல்நீர்	214
41. சர்மண்வதீ (சும்பல் நதி)	217
42. ஆற்றின் ஏரி	218
43. நள்ளிரவு யாத்திரை	222
44. துவாந்தார்	236
45. சிவநாத்தும் ஈயும்	241
46. துர்தைவீ சிவநாத்	245
47. சூர்யா	247
48. அபரீ ஈப்	252
49. தேந்துலாவும் சுகாவும்	254
50. ரிஷிகுல்யாவின் பெருந்தன்மை	258
51. ஸஹஸ்ரதாரா	261
52. குச்சுபானீ	267

53. பெண் நாகம் போன்ற தீஸ்தா 273
54. பரசுராம குண்டம் 278
55. இரு சென்னைச் சகோதரிகள் 282
56. முதல் கடல் தரிசனம் 286
57. ஐம்பத்தாறு ஆண்டுப் பசி 291
58. பாலைவனம் அல்லது ஏரி 300
59. சாந்தீபூர் 302
60. எங்கும் அரசுபுரியும் ஜ்வார் - பாடா* 308
61. அர்ணவத்தின் அறைகூவல்
    (கடலின் அழைப்பு) 310
62. தெற்கு முனையில் 319
63. கராச்சிக்குச் செல்லும் வழியில் 331
64. கடலின் முதுகின் மேல் 334
65. ஸரோவிஹார் 341
66. சுவர்ணதேசத்தின் அன்னை ஐராவதி 343
67. கடல் நடுவில் 349
68. ரேகை தாண்டல் 356
69. நீலோத்ரீ 358
70. மழைப் பாட்டு 367
    அநுபந்தம் 373

ஜீவன் லீலா

எனது பாரத யாத்திரை பற்றிய வர்ணனைகள் வெறும் இலக்கிய இன்பம் தருபவை மட்டுமல்ல, ஆனால் நாட்டுப் பற்றிற்கும் நாட்டிற்கு நாம் செய்யும் பூசனைக்கும் ஒரு எடுத்துக்காட்டாக விளங்குகின்றன. கடவுளின் குணங்களைப் பாடுவது எவ்வாறு ஒன்பது வித பக்தி முறைகளில் ஒன்றாக விளங்குகிறதோ, அதேபோன்று, பாரத நாட்டின் பூமி, அதன் மலைகள், மலைத்தொடர்கள், ஆறுகள், ஏரிகள், கிராமங்கள், நகரங்கள், அவற்றில் வசிக்கும் மக்கள், அவர்களின் திறமை, அவைகளில் வாழும் பறவைகள், விலங்குகள், ஊர் மக்களோடு ஒத்து வாழாது சுதந்திரமாகத் திரியும் வனவிலங்குகள் இவை யாவற்றையும் பற்றி வர்ணித்து, இவற்றை அறிமுகப்படுத்துவது பாரத நாட்டின்பால் பக்தியைத் தெரிவித்துக்கொள்ளும் மிக்க மகிழ்ச்சிதரக்கூடியதொரு முறையாகும். இந்தப் பக்தியைத் தனித்திருந்தும் செய்யலாம், மற்றவர்களோடு சேர்ந்தும் செய்யலாம் - ஏகாந்தமாகவும் செய்யலாம், யோகாந்தமாகவும் செய்யலாம். ஊர் சுற்றி யாத்திரை செய்துவரும் இளைஞர்களின் குழு என்னை எப்போதாவது சந்தித்து 'உங்களுடைய யாத்திரை நூல்களைப் படித்துவிட்டுத்தான் நாங்கள் பாரத யாத்திரைக்காகக் கிளம்பியிருக்கிறோம்' என்று கூறும்போது எனக்கு மட்டற்ற மகிழ்ச்சி ஏற்படுவதுண்டு. நான் அவர்களை நன்றியோடு பார்ப்பேன். எனக்கு உதவி புரியும் பொருட்டே அவர்கள் இவ்வாறு புறப்பட்டிருப்பதாக என் எண்ணம்.

எனது இந்த யாத்திரை வர்ணனைகளில் பாரதத்தின் ஆறுகளுக்கு நான் பக்தி மலர்களாக அஞ்சலி சமர்ப்பித்துள்ளவை களையெல்லாம் தொகுத்து, 'லோகமாதா'[1] என்ற பெயரால் குஜராத்தி, மராட்டி மொழிகளில் வெகு காலத்திற்கு முன்பே மக்கள் முன்னிலையில் வைத்திருக்கிறேன். மஹாபாரத ஆசிரியர் நம் நாட்டு நதிகளை 'விஸ்வஸ்ய மாதர:' (புவியின் அன்னைகள்) எனக் கூறியிருக்கிறார். இந்த ஸ்தன்யம் கொடுக்கும் அன்னைகளை வர்ணிப்பதில் நம் முன்னோர்கள் ஒருபொழுதும் அலுப்பதில்லை.

1. இந்தியில் இவற்றில் ஏழு நதிகளின் வர்ணனைகள் அடங்கிய நூல் 'ஸப்த ஸரிதா' என்ற பெயரில் வெளிவந்துள்ளது. 1374–1

இந்த நதிகளைப்பற்றிய புது முறையான ஸ்தோத்திரங்கள் மக்கள் முன் வைக்கப்பட்டால் அவற்றை இன்றைய மக்களும் அன்புடன் வரவேற்பார்கள் என்பதே என் கருத்து.

ஜனநாயக அரசாங்கத்தின் சார்பில் நிறுவப்பட்ட சாஹித்ய அகாதெமி 'லோகமாதா' வோடு வேறு சில யாத்திரை வர்ணனைகளையும் சேர்த்து ஒரு நூலாக நான் தயார் செய்தால் இந்தியாவின் முக்கியமான மொழிகளில் அதைப் பிரசுரிப்பதாக அறிவித்தது. இவ்வாதரவை ஏற்றுக் கொண்ட, நான், ஏதாவது இடத்தின் (ஊரின்) யாத்திரை வர்ணனையைச் சேர்ப்பதற்குப் பதிலாக அருவி, ஆறு, ஏரி இவைகளோடு சேர்ந்த கடல், கடல்-ஆறு சங்கமம், கடற்கரை இவற்றின் லீலைகளை வர்ணித்தால் ஐம்பெரும் தத்துவங்களில் மிக ஆனந்தமயமான தண்ணீரில் லீலையின் வர்ணனை ஒரே இடத்தில் காணக்கிடைக்கும், இதனால் இந்த நூலும் ஒரு விதத்தில் எல்லாம் அடங்கியதாகக் கருதப்படும் என நினைத்தேன். இந்த எண்ணம் நண்பர்களுக்கும் சாஹித்ய அகாதெமியின் குஜராத்தி ஆலோசகர் குழுவினருக்கும் நிர்வாகிகளுக்கும் பிடித்திருந்தது. ஆதலால் 'லோகமாதா' 'ஜீவன்லீலா' என்ற உருவத்தில் சேவை புரிய வெளிவந்துள்ளது.

'லோகமாதா'வில் ஆறுகளைப்பற்றிய வர்ணனைகள் மட்டும் இருப்பதால் அதன் முகப்புப் பக்கத்தில் மகாபாரதத்தின் 'விஸ்வஸ்ய மாதர:' என்ற சுலோகம் தருவது சரியெனப்பட்டது. இப்பொழுது அது விரிவாக 'ஜீவன் லீலா' என்று உருவெடுத்துள்ளபடியால் அந்த சுலோகத்தைப் பயன்படுத்துவது மிகக் குறைவாகத் தோன்றிய போதிலும் பரம்பரையைக் காப்பாற்றுவதற்காக அந்தச் சுலோகம் இந்த நூலிலும் பக்தி சிரத்தையுடன் சேர்க்கப்பட்டிருக்கிறது.

'ஜீவன் லீலா'வின் குஜராத்திப் பதிப்பு வெளிவந்தவுடனேயே அதை இந்தியில் மொழிபெயர்க்கும் பிரச்சினையும் ஏற்பட்டது. 'நவஜீவன்' பதிப்பகம் தன் கொள்கைக்கேற்ப இந்திப் பதிப்பைக் தானே வெளியிடும் பொறுப்பை ஏற்றுக்கொண்டது. எனது வேண்டுகோளின்படி வர்தாவில் என்னுடன் இருந்து வந்தவரான ரவீந்திர கேல்கருக்கு இந்தி மொழிபெயர்ப்பைத் தயார்செய்யும் பொறுப்பு ஒப்படைக்கப்பட்டது. அவர் மிகவும் திறமையுடனும் அன்புடனும் இந்த மொழி பெயர்ப்பைத் தயார் செய்தார். மொழிபெயர்ப்பு முழுவதையும் நான் பார்த்துவிட்டேன். இதில் எனக்கு திருப்தியே.

குஜராத்திப் பதிப்பிற்கான குறிப்புகள் திரு. நகீன்தாஸ் பாரீக் தயார் செய்தார். அவைகளே இந்தப் பதிப்புக்கும் பயன் படுத்தப்பட்டுள்ளன. நம் நாட்டில் நல்ல நூல் நிலையங்கள் அதிக இடங்களில் இல்லை. ஆராய்ச்சிக்கு உதவும் நல்ல துணை நூல்களும் (Reference books) அதிகம் இல்லை. ஆகவே மாணவர் களுக்கு மட்டுமல்லாமல் சாதாரணமான ரசிகர்களான வாசகர் களுக்குங்கூட இந்தக் குறிப்புகள் பயனுள்ளவையாக இருக்கக் கூடும்.

மொழிபெயர்ப்பு, குறிப்புகள் இவற்றைப் பார்த்துவிட்டு என் நண்பர் திரு. **நரேஷ் மந்திரி** அவர்கள் தம் உற்சாகத்தினால் தூண்டப்பட்டவராய் **'ஜீவன் லீலா'**வின் பெயர்க் குறிப்புப் பட்டியல் தயார் செய்து கொடுத்தார். இந்நாட்களில் இம் மாதிரியான பட்டியல் மிகவும் பயனுள்ளதாகக் கருதப்படுகிறது. இந்த நூலைப் படிப்பவர்கள் இந்தப் பட்டியல் தயாரித்தவருக்கு நன்றி தெரிவிப்பார்கள் என நம்புகிறேன்.

எனது யாத்திரைகள் நடைபெற்று வரும்வரை, எனது பக்தி நிறைந்த நினைவுச்சக்தி நிலைத்திருக்கும்வரை, எனது நூல்களின் உருவம் பெரிதாகிக்கொண்டேதான் இருக்கும். குஜராத்தி 'ஜீவன் லீலா' வெளியான பிறகுங்கூட ஜீவன் லீலாவைப்பற்றி மேற் கொண்டு எட்டுப் பத்துக் கட்டுரைகள் தயாராயின. அவற்றிற்கு இந்த ஹிந்திப் பதிப்பில் இடமளித்து, அமுத நீரிடம் எனக்குள்ள பக்தியை மேலும் விரிவுபடுத்தியிருக்கிறேன். இப்பொழுது இந்த விஷயம்பற்றி எழுத அதிக ஆர்வம் இல்லை. ஆனால் ஆறுகள், கடற்கரைகள், குளங்கள், ஏரிகள், அருவிகள், வெள்ளப்பெருக்குகள், பாலைவனத்துக் கானல் நீர் இவற்றைப்பற்றிய வர்ணனைகளை புதிய உலகத்து, புதிய மேதை படைத்த இளம் எழுத்தாளர்களால் எழுதப்பட்ட கட்டுரைகளில் படிக்க மனம் பெரிதும் விழைகிறது. பண்டிட் பனாரஸீதாஸ்ஜீ ஹிந்தி எழுத்தாளர்களின் கவனத்துக்கு இவ்விஷயத்தைை ஏற்கனவே கொண்டு வந்துள்ளார்.

26-01-1958 **காகா காலேல்கர்**
குடியரசு தினம்

2

உண்மையிலேயே பஞ்ச தத்துவங்களின் சேர்க்கையினால் தான் ஜீவன் உருப்பெறுகிறது. இருந்தபோதிலும் நம் முன்னோர்கள் தண்ணீரைத்தான் ஜீவன் எனக் கூறியிருக்கின்றனர்; இதில் பெரிய ரகசியம் அடங்கியிருக்கிறது. பூமியைச் சுற்றிலும் எவ்வளவு வாயு மண்டலம் சூழ்ந்திருந்தபோதிலும், மேலும் இந்த 'வாதாவரண்' இல்லாமல் (வாதம் - காற்று, ஆவரண் - சூழ்தல், வாதாவரண் - காற்றுச் சூழ்நிலை) நாம் ஒரு கணம்கூட உயிர்வாழமுடியாது என்பது சரிதான் என்றாலும், பூமியின் பெருமை அதைச் சூழ்ந்திருக்கும் உதகாவரணினால்தான் (உதகம் - தண்ணீர்) நீர்ப் பரப்பினால்தான். உதகத்தில் அதாவது தண்ணீரில் புதுமை (freshness) இருக்கிறது - இதுதான் ஜீவன தத்துவம். இது அக்கினியிலும் கிடையாது, காற்று அல்லது புகையிலும் கிடையாது. தண்ணீர் தான் பாயுமிடமெல்லாம் குளிர்ச்சியை அளிக்கிறது. பாலைவனத்தைக்கூட அது சோலைவனமாக மாற்றுகிறது. எல்லா உயிர்ப் பிராணிகளும் பலவிதத்தில் வாழ்க்கையை வகுத்துக் கொள்ள தண்ணீரே வழி புரிகிறது. தண்ணீரின் இயல்பு சஞ்சலமாயிருப்பது - ஓடும் தன்மையாயிருப்பது, அலை நிரம்பியிருப்பது. இவைகளையெல்லாம் விட, அது பேணி வளர்க்கும் குணமுடையது.

இயற்கையைக் கவனமாகப் பார்வையிடுவதிலுள்ள மகிழ்ச்சியை அனுபவித்த வண்ணமே நான் இனிய பொழில்கள், நெடிய வயல்கள், உயர்ந்த மலைகள், பரந்த மேகங்கள் இவற்றின் விழாக்கோலமான சூரியோதயம், சூரியன் மலைவாயில் விழுதல் ஆகியவற்றின் வர்ண ஜாலங்கள் இவைகளையெல்லாம் பார்த் திருக்கிறேன். ஒவ்வொன்றினுடைய அழகும் தனி, ஒவ்வொன்றி னுடைய கவர்ச்சியும் தனி. இருந்த போதிலும் தண்ணீரின் ஓட்டத்திலோ பரப்பிலோ காணப்படும் ஜீவன லீலை நம் மனத்தைக் கவருவதுபோல் வேறு எந்த இயற்கைப் பொருளும் கவரமுடியாது. மலை எத்தனைதான் வானை முட்டுவதாயிருந் தாலும், அதனுடைய பரந்த மார்பின் நடுவே வழி செய்து கொண்டு ஏதாவதொரு அருவி கிளம்பிக்குதித்தோடி வரவில்லையானால் அந்த மலையின் கம்பீரம் கவர்ச்சியற்றதாயிருக்கும்.

சம்ஸ்கிருத மொழியின் 'ஜட$_2$யோ: ஸாவர்ண்யம்' என்ற நியதிப்படி தண்ணீரை ஜடப்பொருளாகவும் மதிப்பார்கள். ஆனால், உண்மை யாதெனில், தண்ணீரை ஜடம் எனக்

கூறுபவனுடைய புத்திதான் ஜடமாயிருக்க வேண்டும். ஜடத் தன்மையே சற்றும் இல்லாத ஒரு பொருள் இருக்குமானால் அது தண்ணீராகத்தான் இருக்கமுடியும்.

மலையைப் பார்த்தவுடன் அதன் உச்சிவரையில் ஏற விருப்பம் உண்டாகும். முடியுமானால், உச்சிவரையில் நம் கால்கள் செல்லவும் செல்லும். தண்ணீரின் விஷயமும் இப்படித் தான். மனிதன் நதியின் உற்பத்தி ஸ்தானத்தைத் தேடிக் கண்டு பிடிக்காத வரையில் அவனுக்குத் திருப்தியேற்படாது. தண்ணீரைப் பார்த்தவுடன் அதன் அருகில் போக விருப்பம் ஏற்படுகிறது. அது அருந்தத்தக்கதாயிருந்தால் தாகம் இல்லாவிட்டாலும் அதை ருசி பார்க்கத் தோன்றுகிறது. நீராடுதல் மூலம் புற உடலையும் நீரருந்துதல் மூலம் உள் உடலையும் பரிசுத்தமாக்கிக் கொள்ளாமல் மனிதனுக்கு மன நிறைவு ஏற்படுவதில்லை. நீராட முடியாவிட்டால் நீரினால் ஆசமனாவது செய்வான். அதுவும் முடியாவிட்டால் இரு துளி நீரைக் கண் இமைகளில் ஒற்றிக்கொள்வான்.

இமயமலையின் குளிர்ந்த பிரதேசங்களில், உடைகளைச் கழற்றுவது சிரமமாயிருக்கும் இடங்களில் நம் நாட்டு தர்ம நெறி-ஆசார சீலரான மக்கள் 'பஞ்சஸ்னானீ' செய்வார்கள்; அதாவது, தண்ணீரில் விரல்களை நனைத்து அவ்விரல்களினால் நெற்றியைத் தொட்டால் ஒரு ஸ்னானம் பூர்த்தியாகிறது; இரு கண்களையும் தொட்டால் மேற்கொண்டு இரண்டு ஸ்னானங்கள்; பிறகு இரு காது மடல்களிலும் ஓரிரு துளித்தண்ணீரைத் தடவிக் கொண்டால் இரு ஸ்னானங்கள்; இவ்வாறு ஐந்து ஸ்னானங்கள் நிறைவடைந்து விடுகின்றன! தண்ணீரைத் தொடாவிட்டால் மனிதன் புனித மடைந்ததாக அவனுக்குத் தோன்றுவதில்லை.

மனிதன் இறந்துவிட்டால் அவனுடைய உடலை அவன் எந்த மண்ணில் பிறந்தானோ அதிலேயே சேர்த்துவிடும் வழக்கம் எங்கும் இருக்கிறது. ஆனால் நாம் இதில் மாறுதல் செய்தோம். அதாவது உடலை அழுக விடுவதற்குப் பதிலாக எரித்து விடுவது மிகவும் நல்லது என்று கருதுகிறோம். அக்கினியை 'பாவக்' என்றும் சொல்லுகிறோம். 'பாவக்' என்றால் 'புனிதமாக்குபவன்' என்று பொருள். ஒரு பொருள் எத்தனை அசுத்தமாயிருப்பினும், அழுகியிருப்பினும் தீயில் இட்ட பிறகு புனிதமாகி விடுகிறது. எனவேதான் நாம் விறகு, சந்தனக் கட்டை, கற்பூரம், தூபம், வரட்டி-போன்ற எரிபொருள்களைக் கொண்டு உடலிற்குத் தீயிடுகிறோம்.

இதுவரை கூறியவை யாவும் சரிதான். ஆனால் வாழ்க்கையில் ஈடுபாடுதான் தலைசிறந்து நிற்கும். பண்பாட்டிற்கு இந்த

அளவோடு திருப்தி ஏற்படுவதில்லை. தீயிலிட்டு எரித்த பின்பு எஞ்சியிருக்கும் அஸ்தி, சாம்பல் முதலியவைகளைச் சேகரித்து அவற்றைப் புனிதமான நீர்த்துறைகளில் கரைத்துவிட்ட பின்பே முழுமையான மனநிறைவு ஏற்படுகிறது.

அண்ணல் மகாத்மாவின் அஸ்திகளையும், சிதையின் சாம்பலையும் நாம் நாடு முழுவதிலுமுள்ள புனித நீர்த்துறைகளில் கரைத்தோம். இமாலயத்திற்கு அப்பால் கைலாயத்திற்குச் செல்லும் பாதையிலுள்ள 'மானஸரோவரில்' கூடச் சிறிது அஸ்தியைக் கரைத்தோம். 'பிரயாகை' போன்றதான யாக சாலைகளில் சேர்த்த பிறகு மேலும் சிறிதளவு அஸ்தியைக் கடற்கரைக்கும் எடுத்துச் சென்றோம். ஈண்டு முக்கியமாகக் கவனிக்கவேண்டிய ஒரு விஷயம் என்னவெனில் மகாத்மா அவர்கள் எந்த ஆப்பிரிக்காக் கண்டத்தில் 'சத்தியாகிரகம்' என்னும் தெய்விக பலத்தை முதன்முதலில் பரீட்சித்துப் பார்த்தாரோ, எங்கு தம் சீரிய வாழ்வின் பணியைத் துவங்கினாரோ அந்த ஆப்பிரிக்காவிலுள்ள நைல் நதியின் ஆரம்ப இடத்திலும் இந்த அஸ்திகள் கரைக்கப்பட்டன. இவ்விதமாகத் தண்ணீரே எல்லாவற்றையும்விட புனிதமானது என்பதை ஒரு மனதாக ஒப்புக்கொண்டோம்.

இவ்வாறான தண்ணீரின் புனிதமான தரிசனத்தால் ததும்பும் இன்பத்தின் வருணனைகளை இந்நூலில் கொடுக்கப்பட்டிருக் கின்றன.

இந்தத் தொகுதியை உருவாக்கும்பொழுது எனது 'ஸ்மரண் யாத்திரை' என்ற நூலிலிருந்து ஒரு சிறு அத்தியாயம் தலையைத் தூக்கிக் கேட்க ஆரம்பித்தது- "நீங்கள் என்னை இந்தத் தொகுதியில் சேர்த்துக்கொள்ள மாட்டீர்களா?" எனது கவனமின்மைக்காக நான் அதனிடம் மன்னிப்புக் கேட்டுக்கொண்டே, "கட்டாயம், 'ஜீவன் லீலா'வில் உனக்கும் இடம் உண்டு" என்று கூறினேன். மானஸீகமான படைப்பு, கற்பனையின் படைப்பு, மாயையின் படைப்பு இவையாவும் கடைசியில் பூவுலக படைப்புக்களோடு சேர்ந்தவைதாமே! ஆதலால் மனிதனின் கண்களுக்கும், மான்களின் கண்களுக்கும் தண்ணீர் போலவே தோற்றமளித்து, இருவரையும் தன்பால் இழுக்கும் கானல்நீரில் பிரவாஹமானது பிராணவாயு, ஜலவாயு இவற்றின் சேர்க்கையால் ஆகாத ஒரு பொருளானாலும் 'ஜீவன் லீலா'வில் அதற்கும் ஓர் இடம் கொடுக்கத்தான் வேண்டும் என நினைத்து, இளமையில் நான் யாத்திரை செய்தபோது கண்ட 'தேராதலின் கானல் நீரின்' வருணனையையும் இதில் சேர்த்திருக்கிறேன்.

ஸஹாரா பாலைவனத்தின் அருகில் நடுப்பகலில் சென்றிருந் தேனாகில் அந்த எல்லையற்ற பாலைவனம், அதன் கானல்நீர் இவற்றின் வருணனையையும் இதில் சேர்த்திருப்பேன். ஆனால் மேற்கு ஆப்பிரிக்காவினின்றும் வடக்கே செல்லும்போது, நேரம், உயிர் இரண்டையும் காப்பாற்றிக் கொள்வதற்காக நான் ஸஹாரா பாலைவனம் முழுவதையும் இரவு நேரத்தில் இருட்டில் கடந்தேன். அதுவும் ஆகாய விமானத்தின் உதவியால்! மேற்கு ஆப்பிரிக்காவின் மத்திய யுகத்தைச்சேர்ந்த 'கானோ' நகரத்தினின்றும் புறப்பட்டு நள்ளிரவுக்குப் பின் 'ட்ரிபோலி' போய்ச் சேர்ந்தேன். அப்பொழுது வழி முழுவதும் இமைகொட்டாமல் ஸஹாரா பாலைவனத்தைப் பார்த்தேன். ஆனால் அன்று இரவு இருட்டைத் தவிர வேறு ஒன்றும் தென்படவில்லை! ஆகாய விமானத்திலிருந்து இறங்கிய பொழுது இந்த வாக்கியம்தான் கூறமுடிந்தது.

லிம்பதீவ தமோங்கா₃நி வர்ஷதீவாம்ஜநம் நம:

நமது வடமொழிக் கவிகளின் ஆற்று வருணனைகள், நதி வழிபாட்டுப் பாடல்கள் ஆகியவற்றைக் கண்டு நான் பரவச மடைகிறேன். இந்தத் தோத்திரங்களில் எல்லாவற்றையும் விட பக்திதான் அதிகமாகத் தென்படுகிறது. அவற்றின் சொல் நயம் மிக உயர்ந்தது. மொழியின் பிரவாஹமோ நதியின் பிரவாஹத் தோடு போட்டியிடுகிறது. எங்காவது ஓரிரு சொற்களில் அல்லது சொற்றொடர்களில் அழகான வருணனையும் காணப்படுகிறது. ஆனால், பொதுவில் இந்த தோத்திரங்கள் வருணனைகள் அல்ல, மஹாத்மியம் மட்டுமேதான்.

இன்று நாம் உண்மையான வர்ணனைகளுக்கும், சொல்லோ வியங்களுக்கும் ஏங்குகிறோம். அவற்றோடு சிறிது காவியமும் இருந்தால் இருக்கட்டும். ஆனால் வர்ணனைகளைப் படிக்கும் போது நதி அல்லது ஏரியின் தோற்றம் கொஞ்சமாவது பிரத்யட்சமாகக் கண்முன் தோன்றினால்தான் திருப்தி ஏற்படுகிறது. இல்லாவிடில் சமணப் புராணங்களில் கொடுக்கப்பட்டுள்ள ஊர்களின் வர்ணனையைப் போன்றுதான் இருக்கும். இந்த வர்ணனைகளை எங்கிருந்து வேண்டுமானாலும் எடுத்து எந்த ஊருடன் வேண்டுமானாலும் சேர்த்து விடுவதால் ஒன்றும் கெட்டுப்போய்விடாது. பெரும்பாலும் ஆசிரியர்கள் ஒருசில வரிகள் வர்ணனை எழுதிவிட்டு, இன்ன கதையில் இன்ன ஊரின் வர்ணனை உள்ளது, அதை இங்கு சேர்த்துவிடவும் எனக் கூறிவிடுகிறார்கள். இம்மாதிரியான வர்ணனைகள் யதார்த்த மானதாகக் கருதப்பட முடியாது.

ஒரு பழைய இந்திக்கவி ஒரு மலைக்கோட்டையை வர்ணித்திருக்கிறார். அதில் குதிரை கட்டுமிடம், யானை கட்டுமிடம் ஆகியவைகளைப் பற்றியும் வர்ணனை வருகிறது. பாவம், அந்தக் கவிக்கு சந்தேகம், மஹாராஷ்டிரத்து மலைகளின் மேல் யானைகள் ஏறமுடியுமா என்று! பிறிதொரு இடத்தில் தோட்ட வர்ணனையில் குளிர்ப்பிரதேசம், வெப்பப்பிரதேசம், கடற்கரைப்பிரதேசம், மலைப்பிரதேசம் ஆகிய இடங்களிலுள்ள மலர்களையும், பழங்களையும் ஒருங்கே சேர்த்திருக்கிறார்! இதில் இன்னும் விசித்திரம் என்னவெனில் இந்த எல்லா மலர்களும் ஒரே காலத்தில் மலரவோ எல்லாப் பழங்களும் ஒரே காலத்தில் பழுக்கவோ பருவங்களைப் பற்றியை இடையூறே ஏற்படவில்லை!

நல்ல காலமாக இம்மாதிரியான இலக்கியகர்த்தாக்கள் இப்பொழுது இல்லை. இருந்தபோதிலும் இக்காலத்து எழுத்-தாளர்கள் நேர்முகப் பரிச்சயம் இல்லாமலே பொதுவான வர்ணனைகளைக் கையாளுகிறார்கள்- ‘ஆகாயத்தில் நட்சத்திரங்கள் மின்னிக் கொண்டிருந்தன.’ ‘தோட்டத்தில் பற்பலவிதமான மலர்கள் மலர்ந்திருந்தன,’ ‘காட்டில் மரம், செடி, கொடிகள் அடர்ந்து வளர்ந்திருந்தன,’ - இம்மட்டோடு அவர்கள் திருப்தி அடைந்து விடுகிறார்கள். ஆசிரியன் ஆகாயத்திலுள்ள நட்சத்திரங் களைப் பற்றித் தெரிந்து கொள்ளாத நிலையில், எந்த மலர்கள் எந்தப் பருவத்தில் மலரும் என்று தெரியாதபோது, எந்தக் காட்டில் எந்த மரம் அதிகம் உண்டு அல்லது இல்லை என்றும் தெரியாதபோது, பாவம் அவன் வேறு என்ன செய்வான்? தனது அனுபவ தரித்திரத்தை மூடிமறைப்பதற்காக சொல்நயங்களை எவ்வளவு தான் பரப்பினாலும் அந்த தரித்திரநிலை வெளிப்படாமலிருப்பதில்லை.

நம் நாட்டில் இப்பொழுது யாத்திரைக்கான வசதிகள் நிறையப் பெருகியிருக்கின்றன. நாளுக்கு நாள் பெருகிக்கொண்டு வருகின்றன. போட்டோக் கலையும் ஓர் நுண்கலையளவுக்கு வளர்ச்சி அடைந்து விட்டது. வெளிநாட்டு வர்ணனைகளைப் பற்றிய நூல்களைப் படித்து நம் கற்பனை பிரகாசிக்கக் கூடுமானால் நம் இந்திய மொழிகளில் மட்டும் இந்த யாத்திரை வர்ணனைத் தரித்திரம் ஏன் இருக்க வேண்டும்? அதைப் போக்க ஏன் முயலக் கூடாது ?

நாம் நமது பிரியத்திற்குப் பாத்திரமான, பூஜிக்கத் தகுந்த நாட்டை நல்லிலக்கியங்களினாலும், மற்ற விதங்களிலுமான அணிகளைச் செய்து அணிவித்து அலங்கரித்து, புதிய சந்ததி

யாருக்கு பாரதத்திடம் பக்தி கொள்ளுவதற்கான மார்க்கத்தை அளிப்போமாக.

நாடு என்பது அதிலுள்ள நிலம், நீர், மேலேயுள்ள ஆகாயம் இவை மட்டுமல்ல, அதில் வசிக்கும் மக்களுமாவர். இதை நாம் எவ்வாறு நன்கு உணரவேண்டுமோ அதேமாதிரி நமது தேசபக்தி யுடன், மக்களிடம் மட்டுமல்லாமல், பறவைகள், விலங்குகள் ஆகிய நம் பந்துக்களிடமும் அன்பு கொள்ளுவதும் சேர்ந்திருக்க வேண்டும்.

ஆறு, மலை, மலைத்தொடர், அதன் உயர்ந்த சிகரங்கள் இவற்றுடனும், இவை எல்லாவற்றிற்கும் மேலே மிளிரும் விண்மீன்களுடனும் பரிச்சயத்தை வளர்த்துக்கொண்டு நாம் நாட்டு பக்தியில் நம் முன்னோர்களோடு போட்டியிட வேண்டும். நம் முன்னோர்களின் அரிய சாதனைகளினால் கங்கை போன்ற ஆறுகள், இமயம் போன்ற மலைகள், ஆங்காங்கு பரவிக்கிடக்கும் நமது தர்மத் தலங்கள், ஆல், அரசு போன்ற பெரும் மரங்கள், துளசியைப் போன்ற செடிகள், பசுவைப் போன்ற விலங்குகள், கருடன், மயில் போன்ற பறவைகள், கோபி சந்தனம், காவிக்கல் போன்ற மண் இனங்கள் - இவையாவும் எந்த நாட்டில் பக்திக்கும், மரியாதைக்கும் உகந்த பொருள்களாகி விட்டனவோ, அந்த நாட்டில் கலாச்சாரங்கள் பாவனைகளின் வளப்பங்கள் ஆகியவை களை அதிகரிக்கச் செய்வது இக்காலத்து மக்களின் கடமையாகும்.

தாதாபாய் நௌரோஜியின்

புண்ணிய தினம்
பம்பாய், 1-6-1956

காகா காலேல்கர்

நதி-நீர்ப் பண்பாடு

எந்த பூமி மழைநீரினால் மட்டுமே பாசனம் செய்யப்பட்டு, மழை நீரையே நம்பி விவசாயம் செய்யப்படுகிறதோ, அந்த பூமியை 'தேவமாத்ருக்' (வானம் பார்த்த பூமி) எனக் கூறுவர். இதற்கு மாறாக, மழை நீரை எதிர்பாராது ஆற்று நீரால் சாகுபடி நடந்து நிச்சயமான பலன் அளிக்கின்ற பூமியை "நதி மாத்ருக்' (ஆற்றுநீரால் பாசனம் செய்யப்பெறும் பூமி) என்று சொல்வார்கள். பாரத நாட்டில் பூமியை இவ்வாறு இருபிரிவுகளாகப் பிரித்தவர்கள் ஆற்றுக்கு எத்தனை முக்கியத்துவம் அளித்திருக்கிறார்கள் என்பது வெகு தெளிவாகப் புரிகிறது. பஞ்சாபுக்கு 'சப்தசிந்து' என்று அவர்கள் பெயர் இட்டார்கள்; கங்கை, யமுனை இவற்றிற்கு இடையே உள்ள பிரதேசத்தை (தோ ஆப்) 'அந்தர் வேதீ' என அழைத்தார்கள்; பாரத நாடு முழுவதையும் 'ஹிந்துஸ் தானம்' (வட இந்தியா), 'தக்கன்' (தென்னிந்தியா) என இரு பிரிவுகளாகப் பிரிக்கும் விந்தியாசலம் அல்லது சத்புடா இவற்றின் பெயரை உச்சரிப்பதற்குப் பதிலாக நம் நாட்டு மக்கள் சங்கற்ப மந்திரங்கள் கூறும்போது 'கோதாவர்யா தக்ஷிணே தீரே' அல்லது 'ரேவாயா; உத்தரே'[1] இவ்வாறு நதிகளின் மூலமாகவே நாட்டின் பாகங்களைக் கூறுகிறார்கள். சில வித்வான் பிராம்மண குலத்தினர் தம் சாதியின் பெயரைக்கூட ஒரு நதியின் பெயரை அனுசரித்தே வைத்துக்கொண்டிருக்கின்றனர்- 'ஸாரஸ்வத்' என்னும் கங்கைக் கரையில் வசிக்கும் புரோகிதர்களும், பண்டாக்களும் தங்களை 'கங்கா புத்திரர்கள்' எனக் கூறிக்கொள்வதிலும் பெருமை கொள்கிறார்கள். அரசனுக்கு முடிசூட்டு விழா நடத்தும்போது குடிமக்கள் நான்கு கடல்களிலிருந்தும், ஏழு ஆறுகளிலிருந்தும் தண்ணீர் கொண்டுவந்து அவற்றால் அரசனுக்கு மங்களஸ்னானம் செய்வித்த பின்புதான் அவன் அரசாளத் தகுதியுடையவனாகிறான் என்பது மக்கள் நம்பிக்கை. கடவுளின் அன்றாட வழிபாட்டின் போதும் பாரத நாட்டினர் தம் சிறு கலசத்தில் பாரத நாட்டின்

---

1 இது வடநாட்டில் வழங்கும் சம்பிரதாயம் போலும். தென்னிந்தியாவின் தென் மாநிலங்களில் 'பாரதவர்ஷே, பரதகண்டே மேரே; தக்ஷிண பார்ஸ்வே' அதாவது 'மேருமலையின் தென்பகுதியில்' எனக் கூறுவது வழக்கமாயிருக்கிறது – மொழி பெயர்ப்பாளன்.

எல்லா நதிகளையும் அதில் வந்து அமர்ந்துகொள்ளுமாறு வேண்டுவார்கள்.

'க$_3$ங்கே$_3$ ச யமுனே சைவ கோ$_3$தா$_3$வரி சரஸ்வதி –
நர்மதே$_3$ ஸிந்து$_4$
காவேரி ஜலே அஸ்மின் ஸந்நிதி$_4$ம் குரு'

(கங்கை, யமுனை, கோதாவரி, சரஸ்வதி, நருமதை, சிந்து, காவேரி நதிகளின் நீரெல்லாம் இங்கே ஒன்று கூடட்டும்.)

பாரத நாட்டைச் சேர்ந்த ஒருவன் யாத்திரை கிளம்பும் போது பெரும்பாலும் நதியைத் தரிசிக்கவே செல்கிறான். தீர்த்த யாத்திரை- 'தீர்த்தம்' என்பது நதியில் நீராடுதுறை. எந்த நதியைப் பாத்தவுடனேயே எந்த நதியில் நீராடுவதனாலேயே அவன் புனிதம் அடைகிறானோ அதற்கே அபிஷேகம் செய்விப்பது அவசியம்தானா என்று தோன்றுவதில்லை; கங்கையின் நீரையே எடுத்து கங்கை நதிக்கே அபிஷேகம் செய்யாமல் அவனுடைய பக்திக்குத் திருப்தியேற்படுவதில்லை. சீதை இராமனுடன் காட்டுக்குச் செல்லும்போது, ஒவ்வொரு ஆற்றைக் கடக்கும்போதும் அந்த ஆற்றினிடம், நாங்கள் வனவாசத்தை முடித்துக்கொண்டு பத்திரமாகத் திரும்பிவரும் போது உனக்கு அபிஷேகம் செய்து வைப்பேன்' என்று வேண்டிக் கொண்டாளாம். மனிதன் இறந்த பிறகுகூட வைதரணீ நதியைக் கடக்க வேண்டியிருக்கிறது. சுருக்கமாக, வாழ்வு, சாவு இரண்டிலுமே ஆரியர்களின் வாழ்க்கை ஆற்றோடு கூடவே இணைந்திருக்கிறது.

பாவத்தைப் போக்கிக்கொண்டு வாழ்க்கையில் முற்றிலும் புதிய முறையில் மாறுதல் செய்துகொள்ள வேண்டுமானால் அப்பொழுதும் மனிதன் ஆற்றுக்குச் சென்று இடுப்பு அளவு ஆழத்தில் நின்றுகொண்டு சங்கற்பம் செய்து கொள்கிறான். அப்பொழுதுதான் அவனுக்குத் தனது சங்கற்பம் நிறைவேறும் என்ற நம்பிக்கை பிறக்கிறது. வேத காலத்து ரிஷிகளிலிருந்து வியாஸர், வால்மீகி, சுகர், காளிதாஸர், பவபூதி, க்ஷேமேந்திரர், ஜகன்னாதர் முதலிய எல்லாக் கவிகள் உட்பட எல்லோரும் நதியைக் கண்டவுடனேயே தம் மேதைமை முழு வேகத்துடன் செயல்படத் தொடங்குவதாக உணர்ந்தனர். நம் நாட்டின் எந்த மொழியிலும் நதிகளைப் பற்றிய தோத்திரங்களைக் காணலாம். கிராமிய மக்களின் நாட்டுப் பாடல்களிலும் ஆற்று வருணனைகள் ஏராளமாக உண்டு.

பசு, காளை, குதிரை முதலிய விலங்குகளின் ஜாதி இன்ன தென்று கூறுவதற்கு நம் நாட்டினர் நதிகளைப் பயன்படுத்தி

வருகின்றனர். நல்ல ஜாதிக் குதிரைகள் சிந்து நதிக்கரையில் அதிகம் வளர்க்கப்பட்டன. ஆதலால் குதிரைகளுக்குப் பெயரே சைந்தவம் என ஆயிற்று. மஹாராஷ்டிரத்து பீமா நதிக்கரை மட்டக் குதிரைகளுக்குப் பெயர் பெற்றது.. அவற்றை 'பீம தடி' மட்டக் குதிரை எனக் கூறுவர். மஹாராஷ்டிரத்தின் மிக அழகான, நிறையப் பால் கொடுக்கக்கூடிய பசுக்களை இன்றும் ஆங்கிலத்தில் 'கிருஷ்ணா பள்ளத்தாக்கு வருக்கம்' (Krishna Valley Breed) எனக் கூறுவர்.

விலங்குகளின் ஜாதியை ஆறுகளின் பெயரால் நிர்ணயித்தல் போலவே பல ஆறுகளின் பெயர்கள் விலங்குகளின் பெயர்களைத் தாங்கி நிற்பதும் உண்டு, உதாரணமாக, கோதா, கோமதி, சாபர்மதி, ஹாத்மதி, பாக்மதி, சரஸ்வதி, சர்மண்வதி முதலியன.

சிவ பூஜைக்காக சிவன் ரூபத்தில் பயன்படுத்தப்படும் உருண்டையான, வழவழப்பான கூழாங்கற்கள் நர்மதை நதியில் கிடைப்பவை. நர்மதை நதியின் பெருமை அங்குள்ள ஒவ்வொரு கூழாங்கல்லும் சிவனாகவே கருதப்படும் அளவுக்கு உயர்ந்துள்ளது. வைணவர்கள் பூஜிக்கும் சாளிக்கிராமங்கள் கண்டகீ ஆற்றிலிருந்து எடுக்கப்படுபவை. தமஸா நதி விசுவாமித்திரரின் சகோதரியாகக் கருதப்படுகிறது. யமுனை நதியோ காலதேவனின் சகோதரி!

ஒவ்வொரு நதியின் பண்பாட்டின் பிரவாஹமும், ஒவ்வொன்றின் சிறப்பும் தனியானது. ஆனால் பாரதநாட்டுப் பண்பாடு வேற்றுமையில் ஒற்றுமையை ஏற்படுத்துகிறது. ஆதலால் எல்லா நதிகளையும் நாம் கடலின் மனைவிகள் எனக் கூறுகிறோம். கடலின் பல பெயர்களில் அதனுடைய 'நதியின் கணவன்' என்ற பெயர் பெருமை பொருந்தியது. எல்லா ஆறுகளும் தத்தம் புனிதமான நீரைக் கடலுக்கு அர்ப்பணிப்பதால், கடலில் சேர்ப்பதால்தான் கடலின் நீர் மிகவும் புனிதமானதாகக் கருதப்படுகிறது.

இரண்டு ஆறுகள் சங்கமம் ஆகுமிடத்தை நாம் 'பிரயாகை' எனக் கூறித் தொழுகிறோம். நதிகளின் சங்கமத்தை வழிபடுவதன் கருத்து என்னவெனில் பண்பாடுகள் கலந்துவிடும்போதும், அவற்றின் சங்கமம் ஏற்படும்போதும் அதையும் சுபமான சங்கமமாகக் கருதக் கற்றுக் கொள்ளவேண்டும். ஆண், பெண் இருவர் மணவாழ்க்கையில் ஈடுபடும்போது அவ்விருவரும் வெவ்வேறு கோத்திரங்களைச் சேர்ந்தவர்களாயிருக்க வேண்டும் என்று விதித்திருக்கிறார்கள். இது எதனை உணர்த்துகின்ற

தெனில், ஒரே மாறுதலற்ற பண்பாடு அல்லது சூழ்நிலையில் இருந்து கொண்டு மக்கிப்போவது சரியல்ல. வெவ்வேறு பண்பாடு களிடையே ஒற்றுமை ஏற்படுத்தும் கலை நம்மிடம் வளரத்தான் வேண்டும். இலங்கையின் நங்கை 'கோகா'வின் (சௌராஷ்டிரத்தின்) யுவனை மணப்பாளானால் அப்பொழுதான் அவ்விருவருக்கும் வாழ்க்கையின் எல்லாப் பிரச்சினைகளையும் தாராள நோக்குடன் பார்க்கும் திறன் ஏற்படுகிறது. பாரத நாட்டுப் பண்பாடு முதலிலேயே சங்கமப் பண்பாடாகத்தான் இருந்து வந்திருக்கிறது. நம் அரச குமாரர்கள் மிகத் தொலைவில் உள்ள நாட்டு மங்கைகளை மணந்துகொண்டு வந்துள்ளனர். கேகய நாட்டுக் கைகேயி, காந்தார நாட்டுக் காந்தாரி, காமரூப தேசத்து சித்ராங்கதா, அசல் தென்னாட்டு மங்கையான மீனாக்ஷி, மீனல் தேவி, முற்றிலும் வெளிநாட்டினளான ஊர்வசி, மஹாச்வேதை இம்மாதிரி பல உதாரணங்கள் கூறமுடியும். இன்றுகூட அரசர்கள் கூடியமட்டில் தொலைவில் உள்ள நாட்டுக் கன்னிகைகளையே மணம் புரிந்து கொள்கிறார்கள். நாம் நதிகளிடமிருந்துதான் இந்தக் 'கலப்புப் பண்பாட்டை'க் கற்றுக்கொண்டிருக்கிறோம்.

ஒவ்வொரு நதியிடமும் உண்மையான எண்ணத்தோடு (பாவனையோடு) சென்றால், அவற்றுடன் நாம் கடைசியில் கடலை அடைந்து விடுவோம். அங்கே ஒருவித வேறுபாடும் கிடையாது. எல்லாம் ஏகாகாரம் எல்லாம் சர்வாகாரம், நிராகாரமானது - எல்லாம் ஒரே பொருள், எதற்கும் தனித்த பெயர், தனி உருவம் இல்லை !

காலை, மாலை நேரங்களில் ஆற்றங்கரையில் சென்று அமைதியாக அமர்ந்தால் உள்ளத்தில் பற்பல எண்ணங்கள் தோன்றும். அங்குள்ள வெண்மையான மணற்பரப்பு எப்பொழுதும் அங்கே உள்ளதுதான், அதே மணல்தான். இருந்தபோதிலும் காற்று அல்லது தண்ணீரினால் அங்குள்ள ஒவ்வொரு துகளும் இடம்விட்டு அசைகிறது. இத்தனை மணல் எங்கிருந்து வருகிறது, எங்கு செல்கிறது? மணற் பரப்பின் மேல் நடப்பதினால் அதில் காலடிச் சின்னங்கள் தெளிவாகவோ, தெளிவற்றோ பதிகின்றன. ஆனால் சிறிது நேரம் காற்று வீசியவுடன் அவை இருந்த இடம் தெரியாமல் மறைந்து விடுகின்றன. இரண்டு கரைகளின் வரம்பிற்கும் உட்பட்டு ஆறு ஓடுகிறது; அது ஒருபொழுதும் நிற்பதேயில்லை. தண்ணீர் வருகிறது, போகிறது, வருகிறது, போகிறது. இளம் பருவத்தில் என் மனத்தில் தோன்றும்- 'நள்ளிரவில் இந்தத் தண்ணீர் தூங்கிவிடும், அதிகாலையில் எல்லோரும் விழித்துக் கொள்வதற்கு

முன் விழித்துக் கொண்டுவிடும். சூரியன், சந்திரன், நட்சத்திரங்கள் முதலியன எவ்வாறு ஓய்வெடுத்துக் கொள்வதற்காக மேற்குத் திசையில் இறங்கிச் சென்று விடுகின்றனவோ அவ்வாறே இந்தத் தண்ணீரும் இரவில் தூங்கிவிடும். ஓய்வு எல்லோருக்கும் தேவைதானே!' பிறகு பார்த்தேன், "இல்லை, ஆற்றுநீருக்கு ஓய்வு தேவையில்லை. அது இடைவிடாமல் ஓடிக்கொண்டே இருக்கிறது."

ஆற்றைப் பார்த்தவுடனேயே மனத்தில் ஓர் எண்ணம் தோன்றுகிறது. இது எங்கிருந்து வருகிறது, எங்கே போகிறது? இந்த எண்ணம் அல்லது கேள்வி மிகப் பழமையானது. ஆற்றிற்கு ஆரம்பமும், முடிவும் இருக்கத்தான் வேண்டும். ஆற்றை எத்தனை தடவை பார்த்தாலும் இந்தக் கேள்வி மனத்தில் எழுகிறது. இந்தக் கேள்வி பழையதாக ஆகஆக அதிக கம்பீரமானதாகவும், அதிக காவியமயமாகவும், அதிக இரகசியம் பொருந்தியதாகவும் ஆகிறது. கடைசியில் மனம் சும்மா இருக்க முடிவதில்லை, கால்கள் பேசாமல் இருக்க முடிவதில்லை. மனம் ஒரே சிந்தனையில் ஈடுபட்டுத் தூண்டத் தொடங்குகிறது, கால்கள் புறப்படத் தயாராகிவிடுகின்றன. ஆதியையும் அந்தத்தையும் தேடுவது-இந்த 'சனாதனமான' (தொன்றுதொட்டுவரும்) ஆராய்ச்சி நமக்கு ஒருக்கால் ஆற்றிலிருந்துதான் கிடைத்தது. போலும். ஆகையால் தான் நாம் வாழ்க்கையின் பிரவாஹத்தைக்கூட ஆற்றின் பிரவாஹத்துடன் ஒப்பிட்டு வந்திருக்கிறோம். உபநிடதம் இயற்றியவர்களும், மற்ற பாரத நாட்டுக் கவிகளும், மத்தேயூ, ஆர்னால்டு போன்ற மேல்நாட்டுக் கவிகளும், ரோமான் ரோலான் போன்ற நாவலாசிரியர்களும் வாழ்க்கையை நதிக்கே ஒப்பிட்டிருக் கிறார்கள். இந்த உலகத்தின் முதல் பிரயாணி நதி. ஆதலால்தான் பண்டைய யாத்திரீகர்கள் நதியின் உற்பத்தி ஸ்தானங்கள், அவற்றின் சங்கமங்கள், முகத்துவாரங்கள் ஆகியவற்றை மிகவும் புனிதமானதாகக் கருதி வந்திருக்கின்றனர்.

வாழ்க்கையின் உருவம் போன்றதான இந்த நதி எங்கிருந்து வருகிறது, எதுவரை செல்கிறது? சூனியத்திலிருந்து கிளம்பி அனந்தத்தில் அடங்கிவிடுகிறது. சூன்யம்-அதாவது மிகவும் சிறியது, வெகு சூக்ஷ்மமானது, ஆனால் சக்தி வாய்ந்தது; அனந்தம் என்றால் விசாலமானது, அமைதியானது. சூன்யம், அனந்தம் இரண்டுமே ஒன்றை விட ஒன்று ரகசியமானது. இரண்டும் அழிவற்றவை. இரண்டும் ஒன்றேயாகும். சூன்யத்திலிருந்து அனந்தம்-இது சனாதனமான லீலை. கௌசல்யை அல்லது

தேவகியின் அன்பில் அடங்கிவிடுவதற்காகப் பரம்பொருளான பரப்பிரம்மம் எவ்வாறு பாலகனாக உருவெடுத்ததோ அதே மாதிரி கருணையினால் தூண்டப்பட்ட அனந்தம்தானே சூன்யரூபம் எடுத்துக்கொண்டு நம் முன்னால் நிற்கிறது! நமது மதிப்பிடும் சக்தி விரிய விரிய சூன்யமும் விரிவடையத் தொடங்கு கிறது. இவ்வாறு விரிவடையும் தனது வேகத்தைத் தானே தாங்கமுடியாதபடியால் அது வரம்பை மீதி அல்லது வரம்பைத் தகர்த்துவிட்டு அனந்தமாக மாறிவிடுகிறது - பிந்து சிந்துவாக மாறிவிடுகிறது.

மானிட வாழ்க்கையின் நிலையும் இதுதான். தனி நபரிலிருந்து குடும்பம், குடும்பத்திலிருந்து ஜாதி, ஜாதியிலிருந்து நாடு, நாட்டிலிருந்து மனித இனம், மனித இனத்திலிருந்து விராட ரூபமான உலகம் - இவ்வாறு இதயத்தின் பாவனைகள் விரிவடையத் தொடங்குகின்றன. நம் மொழியின் மூலம் நாம் முதலில் நம் இனத்தவரின் இதயத்தைப் புரிந்துகொள்ளத் தொடங்குகிறோம். கடைசியில் உலகம் முழுவதையும் புரிந்துகொள்ளத் தொடங்குகிறோம். கிராமத்திலிருந்து மாநிலம், மாநிலத்திலிருந்து நாடு, நாட்டிலிருந்து உலகம், இவ்வாறு 'தனதி'லிருந்து வளர்ச்சியடைந்து கொண்டே 'சர்வ'த்தில் ஐக்கியமாகிவிடுகிறோம்.

ஆறு, மனித வாழ்க்கை இரண்டின் முறையும் ஒரே சமமானது. ஆறு தன் தர்மத்தில் வழுவாமல் இருக்கிறது, தனது கரையை வரம்பை மீறாமல் வரம்பைக் காத்து வருகிறது; ஆதலால் முன்னேற்றமடைந்து வருகிறது. கடைசியில் நாமரூபங்களைத் தியாகம் செய்து பெயர் உருவத்தை விட்டொழித்துக் கடலில் மறைந்துவிடுகிறது. மறைந்துவிட்ட பிறகும் அது நஷ்டமடைந்து விடுவதில்லை. அது சென்றுகொண்டேதான் இருக்கிறது. இதுதான் நதியின் கிரமம். வாழ்க்கைக்கும், ஜீவன் முக்தியடை வதற்கும்கூட இதே கிரமம்தான் பின்பற்றப்பட வேண்டும்.

[1]நின்று கரம் குவித்துத் தொழுதல்

வெவ்வேறு சந்தர்ப்பங்களில் நான் தரிசித்த பாரதநாட்டின் நதிகளில் சிலவற்றை இங்கு நினைவு கூர்ந்துகொள்கிறேன். இங்கு பூகோள நூலில் கொடுக்கப்படும் தகவல்களைச் சேகரித்துத் தருவது என் நோக்கமல்ல; அல்லது நதிகளினால் நமது வாணிபம், தொழில் முதலியவற்றில் ஏற்படும் பயன்களைக் குறிப்பிடுவதும் என் நோக்கமல்ல. இது நம் நாட்டின் லோகமாதாக்களுக்கு

1 நின்று கரம் குவித்துத் தொழுதல் – 'லோகமாதா' என்ற பெயருள்ள குஜராத்தி மூலப் புத்தகத்தின் முடிவுரையிலிருந்து இது இங்கு கொடுக்கப்பட்டிருக்கிறது

(மக்களைப் பேணி வளர்க்கும் நதிகளான அன்னைகளுக்கு) பக்தி சிரத்தையுடன் நான் சமர்ப்பிக்கும் புதுமுறையான துதிகளாகும்.

ஆறுகளிடம் நமது முன்னோர்களுக்கு இருந்த பக்தி உலகப் பிரசித்தி பெற்றதாகும். இன்றும் அது சற்றும் குறையவில்லை. யாத்திரிகர்களாகிய சிறு, பெரும் ஆறுகள் புண்ய தீர்த்தங்களை நோக்கி ஓடி. நமது முன்னோர்களின் பக்தி இன்றும் அதேமாதிரி நிலைத்து நிற்கிறது என்பதை நிரூபிக்கிறது.

பக்தியுள்ளம் படைத்தவர் என் உள்ளத்தின் பக்தி நிறைந்த மனவெழுச்சிகளைக் காதால் கேட்டு மகிழ்ச்சியடைவார்களாக. இளைஞர்களிடையே லோகமாதாக்களைத் தரிசிக்கவும், பலவிதங்களில் அவற்றினிடம் ஸ்தன்யபானம் செய்து பண்பாட்டு வளர்ச்சியில் புஷ்டியடையும் ஈடுபாடு ஏற்பட வேண்டுமென நான் விரும்புகிறேன்.

○○○

பாரத நாட்டிலுள்ள எல்லா அழகான இடங்களையும் வர்ணித்துக் கட்டுரைகள் எழுதுவது என்பது மனித சக்திக்குப் புறம்பான விஷயமாகும். பகவான் வேதவியாசரே பாரதத்தின் நதிகளின் பெயர்களைச் சொல்ல முயன்றபோது, "எத்தனை நதிகள் என் நினைவுக்கு வந்தனவோ அவற்றின் புகழைத்தான் இங்கு கூற முடிந்தது" என்று கூறவேண்டியதாயிற்று. இன்னும் கணக்கற்ற நதிகள் பாக்கியிருந்துவிட்டன.

நான் பார்த்த நதிகளில் என்னால் முடிந்த அளவு நதிகளை நினைவுபடுத்திக்கொண்டு அவற்றை வர்ணித்துப் புனிதமடைய வேண்டும் என்பது எனது சங்கற்பம். இன்று இந்தப் பக்தி மலர் அருச்சனையைக் கண்ணுறும்போது என் நன்றி வெளிப்படும். அளவுக்கு போதிய எண்ணிக்கையில் நதிகளின் துதிபாட முடிய வில்லை என்று மனத்தில் வருத்தமே மேலிட்டு நிற்கிறது. நான் வர்ணிக்கமுடியாமல் விட்ட நதிகளின் எண்ணிக்கைதான் அதிகம். சுமார் கால் நூற்றாண்டுவரை நான் வசித்துவந்த குஜராத்து மாகாணத்தின் நதிகளைப்பற்றிக்கூட எழுதமுடிய வில்லை. நர்மதை, சாபர்மதி இவற்றைப்பற்றி இப்பொழுதுதான் சிறிதளவு எழுத முடிந்திருக்கிறது. தபதி நதியைப்பற்றி ஒன்றுமே எழுதவில்லை. இதற்காக மனத்தில் வருத்தம் ஏற்படுகிறது. இந்த நதி உற்பத்தியாகும் இடம் மத்திய மாகாணத்தில் 'பைதுல்' என்னும் இடத்திற்கு அருகில் இருக்கிறது. பர்ஹான்பூர், பெஷாவர் வழியாக அது முன்னேறுகிறது. அந்த நதியில் நான் ஒருமுறை

சூரத்திலிருந்து ஹஜீரா வரை சென்றிருக்கிறேன். தபதியிடம் பகவான் சூர்யநாராயணனின் அன்பைப் பற்றிக் கேட்கலாம்; ஆங்கிலேயர்கள் வாணிபம் என்ற பெயரால் சூரத் நகரில் எவ்வாறு மாளிகைகள் அமைத்துக்கொண்டார்கள், பாஜீராவ் இந்த நகரில் மஹாராஷ்டிரத்தின் சுதந்திரத்தை எவ்வாறு ஆங்கிலேயர்கள் கையில் ஒப்படைத்தான் என்ற விவரங்களைக் கேட்டுத் தெரிந்துகொள்ளலாம்.

கோத்ராவுக்குச் செல்லும்போது நான் பார்த்த 'மஹீ' என்றதொரு சிறிய ஆறு எவ்வாறு 'கம்பாத்' இலிருந்து 'காவீ' துறைமுகம்வரை சத்துள்ள வண்டலைப் பரப்ப முடிகிறது என்பதை நான் பார்க்க முடிந்தது. கிழக்கு நதியான மஹாநதி, மேற்கு நதியான மஹீநதி, இவ்விரண்டின் செயல்களும் தனித்தனிப் பெருமை வாய்ந்தவை. சூர்யா, தமணகங்கா, கோலக், அம்பிகா, விசுவாமித்ரி, கீம் போன்ற கிழக்கிலிருந்து மேற்குநோக்கிப் பாயும்- பல நதிகளின் இனிமையான விருந்தோம்பல் எனக்கு அவ்வப்போது கிட்டியிருக்கிறது. அவைகளுக்கு நான் என் வணக்கங்களைத் தெரிவித்துக்கொள்ளாவிட்டால் நான் மிகவும் நன்றி கெட்டவனாவேன். எந்த 'ஆஜீ' நதிக்கரையில் மகாத்மா காந்தியடிகள் தமது சிறுவயது விளையாட்டுகளைப் புரிந்தாரோ அதற்குத் தனிப்பட்ட முறையில் அஞ்சலி செலுத்துவது என் கடமையாகும். 'வடவான்' இன் 'போகாவோ' ஆற்றைப்பற்றி எங்காவது எழுதியிருப்பதாகவே நினைக்கிறேன். ஆனால் அது போகாவோவைக் காட்டிலும் 'ராணக்தேவி' யின் நினைவுக்காகவே எழுதப்பட்டது.

குஜராத்துக்கு வெளியே பார்வையைச் செலுத்தி மற்ற நதிகளை நினைவுபடுத்திக் கொள்ளும்போது எல்லாவற்றிலும் முதலாவதாக 'பிரம்மபுத்ர' நினைவுக்கு வருகிறது. அது உற்பத்தி யாகும் இடம் இமயமலைக்கு அப்பால் மானசரோவர் ஏரி. இமயமலைக்கு வடக்கே பாயும் ஒவ்வொரு சொட்டுத் தண்ணீரையும் திரட்டிக்கொண்டு அது இமயத்தின் எல்லாச் சுவர்களையும் தாண்டுகிறது. பிறகு மலைகளும் காடுகளும் நிறைந்த, தனக்குப் பரிச்சயமில்லாத பிரதேசங்களிலெல்லாம் ஓடி அஸ்ஸாம் பக்கத்தில் எல்லாத் தண்ணீரையும் ஓட விடுகிறது. பிறகு ஸதியா, டிப்ரூகட், தேஜ்பூர், கௌஹாட்டி, டுப்ரீ முதலிய இடங்களைப் புனிதப்படுத்திக்கொண்டே அது வங்காளத்துக்கு வருகிறது. அதன் குறிக்கோள் கங்கையுடன் கலக்கவேண்டும் என்பது. ஆதலால் சிறிது தூரம் யமுனை என்ற பெயரிலும்

பிறகு 'பத்மா' என்ற பெயரிலும் பாய்கிறது. 'சரித்திரத்தின் உஷாக்காலம்' முதல் ஜப்பானியர்கள் இப்பொழுதுதான் நடத்திய படையெடுப்பு வரை எல்லாச் சரித்திரமும் 'பிரம்மபுத்ர'வுக்குச் தெரியும். ஆனால் இந்தப் புதிய சரித்திரத்துக்குக் காரணம் என்ன என்பதை மணிபூரின் 'இம்பால்' நதிதான் நன்கு விளக்கிக் கூறமுடியும். இருந்தபோதிலும் இந்த இம்பால் நதியைக் கேட்டால் அது, என்னைக் கேட்பதற்குப்பதிலாக இதையெல்லாம் உங்கள் ஐராவதியின் தோழியான 'சிந்த்வீன்' இடம் கேட்டுத் தெரிந்து கொள்ளுங்கள் என்று கூறும். இது தவிர, மணிப்பூரிலிருந்து ஓடிவந்த மக்களைப்பற்றி சில விவரங்களை சுர்மா பள்ளத்தாக்கின் 'பராக்' நதியிடம்தான் கேட்க வேண்டியிருக்கும்.

நான் பற்பல நதிகளைப் பார்த்திருக்கிறேன். ஆனால் மிகவும் கம்பீரமாகவும், கவலையற்று மிகவும் அலட்சியமாகவும் பாயும் 'காலிம்போங்' பக்கத்து 'தீஸ்தா நதி' தான் என்னை மிகமிகக் கவர்ந்தது! என்னே அதன் வேகமும் வெறியும்! அதனுடைய தன்மான உணர்ச்சிதான் எத்தனை உயர்ந்தது!!

நான் பலமுறை ஒரிஸ்ஸாவுக்குச் சென்றிருக்கிறேன். அங்கே மஹாநதி, காட்ஜீடி, காகபேயா ஆகிய இந்நதிகள் இருக்கவே இருக்கின்றன. ஆனால் கட்டக்கிலிருந்து திரும்பும் வழியில் 'கரஸ்ரோதா' வின் கரையில் நான் கண்ட சூரியோதயக் காட்சி இன்றும் என் கண்முன் நிற்கிறது. இதேமாதிரி 'ரிஷிகுல்யா' வைப் பற்றி நான் கேட்ட சரித்திரமும் அதன் கரையில் நான் கண்ட சௌந்தரியமும் இன்றும், என்றும் நான் மறக்கமுடியாதவை. 'ஜௌகட்' டிலுள்ள அசோகச் சக்கரவர்த்தியின் பிரசித்தி பெற்ற கல்வெட்டுக்களைப் பார்க்கச் சென்றிருந்தேன். அப்பொழுது தான் ரிஷிகுல்யாவைத் தரிசித்தேன். இதே மாதிரி 'தவளீ' என்ற இடத்திலுள்ள கல்வெட்டைப் பார்க்கச் சென்ற போது அங்கே ஒரே நதி இரு பிரிவுகளாகப் பிரிவதைக் கண்டேன். இரண்டு நதிகளின் சங்கமத்தைப் பார்ப்பது வேறு விஷயம். இரண்டு நதிகள் ஒன்றுசேர்ந்து தம் நீர்நிதியைப் பெருக்கிக்கொண்டு, முன் சக்தியை வளர்த்துக் கொள்ளும் முயற்சி. ஆனால் ஒரே நதி வெகு தூரத்திலிருந்து வந்து கொண்டிருக்கும்போதே, என் இரு மருங்கிலுமுள்ள பிரதேசங்களுக்கும் எனது தண்ணீர் தேவைப்படுகிறது. என்று உணர்ந்துகொண்டபின் அது யாரிடம் பாரபட்சம் காட்ட முடியும்? ஆகவே அது தனது தண்ணீரைப் பகிர்ந்தளிக்கும் பொருட்டு இரு ஆறுகளாகப் பிரியும்போது இரண்டு குழந்தைகளின் தாயார் போலக் காட்சியளிக்கிறது.

அதற்கு மிகவும் விசேஷமான முறையில் பக்தியோடு வணக்கம் செலுத்தாமல் இருக்கமுடியாது.

நீங்கள் எப்பொழுதாவது கருநிறமான ஒரு ஆறு வெண்மையாக மாறுவதைப்பற்றிக் கேள்விப்பட்டிருக்கிறீர்களா? சிறு பிராயத்தில் கார்வாரில் நான் ஒரு கருநிற ஆற்றைப் பார்த்தேன். அது கடலுடன் கலக்கும் இடம்வரை கருப்பாக இருக்கிறது.ஆனால் கோவா பக்கத்தில் ஒரு கருப்பு நதி இருக்கிறது. அது கடலுடன் கலக்கப்போகும் உற்சாகத்தில், மலையின் உச்சியிலிருந்து கீழே குதிக்கும்போது அதில் பால்போன்ற வெண்மையான காவியம் நிறைந்த காட்சியைத் தரக் கூடியதோர் அருவியாகக் கீழே விழுகிறது. அதன் பெயரே ‘தூத்சாகர்’ (பாற்கடல்) என ஆகிவிட்டது. ஷராவதியின் ‘ஜோக்’ அருவியைப் பற்றி மூன்று முறை எழுதியிருக்கும்போது,‘தூத்சாக’ரைப் பற்றிப் பத்து தடவை எழுதியிருக்க வேண்டும்.

ஹிமாலயத்துக்குச் செல்லும்போது பார்த்த ‘ராம் கங்கா’, ஹிமாலயத்துக்கப்பாலிருந்து வரும் ‘சரயூகாக்ரா’ இவற்றைப் பற்றி எழுதவேயில்லை. அது போலவே இலங்கையில் பார்த்த சீதாவாக, மேலும் இரண்டு மூன்று கங்கைகளைப்பற்றி எங்கே எழுதியிருக்கிறேன்? மத்திய மாகாணத்து தஸானைப்பற்றி எழுதியபோது வேத்ரவதியைப் பற்றி எழுதாமல் விட்டுவிடுவது சரியாகுமா? உஜ்ஜயினியின் க்ஷிப்ராநதிக்கு நினைவு அஞ்சலி செலுத்தாவிட்டால் கவிகாளிதாஸரே என்னைச் சபித்து விடுவார். முராதாபாத்திலுள்ள கோமதியை நினைவுபடுத்திக் கொள்ளும்போது துவாரகையின் கோமதி ஆறும் நினைவுக்கு வருகிறது. அதே மாதிரி சிந்துப் பிரதேசத்து சிந்து நதியோடு கூடவே மத்திய பாரதத்தின் சிறு ஆறான சிந்துவின் நினைவு வருகிறது.

காடியாவாடில் (கத்தியவார்) சோர்வாடுக்கருகில் கடலுடன் கலக்கச் சென்று கொண்டிருக்கும்போதே நடுவில் நின்றுவிடும் ‘மேகள்’ ஆற்றை நான் பார்க்கவில்லை. ஆனால் இதே மாதிரியான ஒரு ஆறு - ‘அடையாறு’ எனப் பெயர் கொண்டது - சென்னைக்கருவில் பார்த்திருக்கிறேன். இதற்கும் கடலுக்கும் ஒத்துவரவில்லை போலும், பாவம் அடையாறு கடலுக்கருகில் வெகு ஆவலுடன் வருகிறது. ஆனால் கடல் ஒரு பெரிய மணல் அணையை எழுப்பிவிடுகிறது! உள்ளம் உடைந்த இந்த அடையாற்றின் கருணை நிறைந்த காட்சி பல ஆண்டுகள் வரை என் மனத்தில் இருந்துகொண்டிருந்தது.

இதைவிட கேரளத்து உப்பங்கழிகள் எவ்வளவோ மேலானவை. அங்கே கடலின் பக்கத்திலேயே கரையோரமாகவே ஓர் நீண்ட நதி ஓடுகிறது. அது கடலினிடம், "உன்னுடைய உவர் நீரின் புயலை பாரதபூமியில் பரவவிடமாட்டேன்," என்று கூறுவது போலிருக்கிறது.

இதற்கு ஒரு சிறு உதாரணம் நாம் ஜுஹுவில் காணலாம். ஜுஹுவின் தென்னந்தோப்புகள் நிறைந்த பிரதேசத்துக்கு மேற்கே கடல் இருக்கிறது. கிழக்கேயும் சிற்சில சமயங்களில் தண்ணீர் பரவியிருப்பது காணப்படுகிறது. இதே நிலைமை எப்பொழுதும் இருந்து, தண்ணீர் வடகிழக்காக நூறு, ஐம்பது மைல் வரை பரவி இருந்தால் பம்பாய் மக்களுக்கும் கேரளத்தின் 'உப்பங்கழி' யைப்பற்றிச் சிறிது விபரம் மனத்தில் பதியக்கூடும். ஆனால் கேரளத்தின் அந்தப் பகுதியின் இயற்கை அழகை நேரில் பார்க்காதவரை அதன் அழகுமனத்தில் பதியாது.

சிந்துப் பிரதேசத்தின் தாமரை வனமான மஞ்சர் ஏரியைப் பற்றி நான் சிறிது எழுதியிருக்கிறேன். ஆனால் ஒரிஸ்ஸாவின் 'சில்க்கா' ஏரியைப்பற்றி எழுத வேண்டியது பாக்கியிருக்கிறது. கர்ஸன் பிரபு ஒரு தடவை 'இந்தியாவில் இயற்கை அழகில் மிகச் சிறந்த இடம் ஒன்று உண்டென்றால் அது சில்க்கா ஏரிதான்' எனக் கூறியிருக்கிறார். ஸ்வீடன், நார்வே ஆகிய இடங்களின் கடற்கரைகளின் சித்திரங்களை நான் பார்க்கும்போதெல்லாம் எனக்கு இந்த சில்க்கா ஏரிதான் நினைவுக்கு வரும். ஒரிஸ்ஸாவின் கவி ஒருவர் இந்த ஏரியைப்பற்றி ஒரு நீண்ட கவிதை இயற்றி யிருக்கிறார்.

* * * *

ஆறுகளையும் ஏரிகளையும் பற்றி எழுதிய பிறகு, 'ஜீவன் தர்ப்பண'த்தைப் பூர்த்தி செய்வதற்காக நான் பாரதம், பர்மா, இலங்கைக் கடற்கரைகளில் கண்ட கடற்காட்சிகளையும் எழுதத் தான் வேண்டும். கராச்சி, கட்ச், காடியாவாட் முதல் பம்பாய், தாமோள், கார்வார், கோகர்ணம் வரையிலுள்ள கடற்கரைகள், அதன் பிறகு கள்ளிக்கோட்டை முதல் ராமேச்வரம், கன்யாகுமரி வரையிலான தெற்குக் கடற்கரைகள், இதற்குப்பிறகு பாண்டிச்சேரி, சென்னை, மசூலிப்பட்டணம், விசாகப்பட்டினம் முதலிய கிழக்குக் கரைகள், கடைசியில் கோபால்பூர், சாந்திபூர், கோணார்க், பூரி, ஜெகன்னாத் இவை முதல் ஹீராபந்தர் வரையிலுள்ள தெற்கு முகமாகிய கடற்கரைகள் இவையாவும் நினைவுக்கு வரும்போ

தெல்லாம் ஒரேயடியாக அறுபது எழுபது காட்சிகள் கண்முன் தோன்றி ஒரே விசுவரூப தரிசனம் போன்ற அற்புதத்தை ஏற்படுத்து கின்றன. இலங்கை, ரங்கூன், இவற்றின் காட்சிகள் ஒரு தனிச் சிறப்பு வாய்ந்தவை. மனத்தில் இந்த எல்லா ஆனந்தமும் நிரம்பித் ததும்பிக் கிடக்கின்றன. இதைச் சொற்களால் ஒரேயடியாக வெளிப்படுத்துவது மிகவும் சிரமமான காரியம்.

இந்தியாவின் மலைகள், காடுகள், பாலைவனங்கள் மைதானங்கள், நகரங்கள், கிராமங்கள், இவைகளும் எதிர்பார்த்துக் கொண்டிருக்கின்றன. கிராமங்களுக்கு வெகுமதியளிக்கும் பொருட்டு நான் நகரங்களை எவ்வளவுதான் இழித்துக்கூறினாலும், வேலை முடிவதற்கு முன்பே நகரங்களிலிருந்து ஓடிவிட நினைத்தபோதிலும், நகரங்களுக்குள்ள தனிச்சிறப்பையும் நான் புரிந்து கொள்ளாமல் இல்லை. அவற்றினிடமும் நான் அன்பு கொண்டுள்ளேன். பாரத நாட்டின் எல்லா நகரங்களும் என் நாட்டு மக்களின் பலத்தின், சௌந்தயர்த்தின் சின்னமல்லவா? நம் நாட்டு மக்கள் நகரங்களில் நம் பண்பாடுகளைப் பரப்பும் பணிகளைப் புரியவில்லையா? ஒவ்வொரு நகரமும் தனது சூழ்நிலை, மரியாதை, கௌரவம், பெருமைகள், சிறப்புகள் இவற்றை இடைவிடாமல் நிலைநிறுத்தவில்லையா? நகரங்களும், கிராமங்களின் தேவைகளைக் கவனித்து கிராமங்களை வளர்க்கும் மனப்பான்மையை மேற்கொள்ளுமேயானால் இந்நகரங்களுக்கும் எல்லோருடைய ஆசியும் கிடைக்காமல் போகாது.

நான் பார்த்த பற்பல மயானங்கள்கூட என் பக்திக்குப் பாத்திரமானவை என்பது என் எண்ணம். அது அரிச்சந்திரன் காவல் புரிந்த மயானமானால் என்ன, அல்லது டில்லிக் கருவிலுள்ள மயானமானால் என்ன? மயானம் மயானமே - அவற்றைப் பர்த்தவுடன் மனிதர்களின், அரசகுலத்தோரின், சாம்ராஜ்ஜியங்களின், அல்லது பண்பாடுகளின் பிறப்பு இறப்பைப் பற்றி ஆழ்ந்த சிந்தனைகள் மனத்தில் எழாமல் இருக்கமுடியாது.

எந்த மயானத்திற்கு நானே ஒருநாள் போகவேண்டுமோ அதைத் தவிர மற்ற எல்லா மயானங்களைப் பற்றியும் எழுத வேண்டும் என்று ஆவல் தோன்றுகிறது. இது முடியாவிட்டால் ‘யுத்தத்தில் உயிர்நீத்த இனம் தெரியாத வீரர்களுக்கு அஞ்சலி செலுத்துவது போலவும், சிரார்த்த தினத்தன்று இனம் தெரியாத பித்ருக்களுக்கு ஒரு பொதுப் பிண்டமோ, தர்ப்பணமோ அளிப்பது போலவும், அரிச்சந்திரன், விக்ரமாதித்தன், பர்த்ருஹரி, சிவ பெருமான் ஆகியோரை வணங்கி வந்த எண்ணற்ற யோகிகள்

தமது இருப்பிடமாக்கிக் கொண்டிருந்த, எல்லோருக்கும் பொதுவான (பிரதிநிதி ரூபமான) மயானத்திற்கு ஒரு முறை அஞ்சலி செலுத்தவிரும்புகிறேன்.

என்ன, இதெல்லாம் நான் செய்ய முடியுமா? இதைப்பற்றி எனக்குக் கவலையில்லை. கடவுள் மட்டுமே அவதாரம் எடுக்கிறார் என்பதில்லை. எவரெவர் மனத்திலெல்லாம் சங்கற்பங்கள் தோன்றுகின்றனவோ அவர்கள் எல்லோரும் அவதாரம் எடுக்கத்தான் வேண்டியிருக்கிறது. ஒரே ஜீவாத்மாதான் பற்பல அவதாரங்கள் எடுக்கிறது என்றும் கருத வேண்டியது அவசியமில்லை. அடக்க முடியாத சங்கற்பங்களும் அவதாரம் எடுக்கத்தான் வேண்டியிருக்கிறது. அடக்க முடியாத சங்கற்பம் தான் உண்மையான பிரம்மா. சங்கற்பம் உண்டானால் அதிலிருந்து படைப்பு உண்டாகத்தான் உண்டாகும். அது பிரம்ம தேவனின் பூவுலகப் படைப்பானால் என்ன, அல்லது இலக்கியத்தின் சொற் படைப்பானால் என்ன, அல்லது வெறும் கற்பனையின் சித்திரமானால் என்ன?

இந்தப்படைப்பின் மூலம் 'ஜீவன் தேவதை' தனதுஎண்ணற்ற, விதவிதமான பூரிப்புக்களை எல்லாம் வெளிப்படுத்திக்கொண்டேயிருக்கிறது.

ஜீவன் லீலாவின் தமிழ்மொழி பெயர்ப்புக்கான ஆசிரியரின் முன்னுரை

திரு. கிருஷ்ணசுவாமி என்னுடைய ஜீவன்லீலாவின் தமிழ் மொழி பெயர்ப்புக்கு முன்னுரையாகச் சில வார்த்தைகள் எழுதச் சொன்னதற்காக நான் அவருக்கு நன்றி செலுத்துகிறேன். தம்முடைய நூலின் ஒரு மொழிபெயர்ப்புக்கு 'இரு வார்த்தைகள்' எழுதுவது முற்றிலும் இயற்கையானதே; அதற்காக மொழி பெயர்ப்பாளருக்கு நன்றி செலுத்துவதற்கான தனிப்பட்ட காரணம் யாதும் இருக்க முடியாது. ஆனால், ஒரு முக்கிய காரணம் தென்பட்டது, அதாவது முன்னுரை எழுத உட்கார்ந்த போது 'ஜீவன் லீலா'வில் சென்னை நகரத்தின் இரண்டு முக்கிய மான ஆறுகளைப்பற்றி எழுதியிருந்ததைத் தவிர, காவேரி, கொள்ளிடம், வைகை ஆகிய புண்ணிய நதிகளைப்பற்றி நான் ஒன்றுமே எழுதவில்லை என்பதைப் பார்த்ததும் ஆச்சரியம் உண்டாயிற்று. இந்த ஆறுகளைப் பற்பல தடவைகள் தரிசித்து நான் மிகவும் புண்ணியம் அடைந்திருக்கிறேன். ஆகையால் இவைகளுக்குத் துதிபாடும் பொருட்டு நான் ஏன் என் பேனாவைப் பயன்படுத்தவில்லையென்று ஆச்சரியமே உண்டாகிறது. இன்று அந்தக் குறையைத்தீர்க்க நான் உயிருடன் இருக்கிறேன் என்பதற்காக எனக்கே நான் நன்றி செலுத்திக் கொள்கிறேன். காலதேவனின் மிகப்பெரும் கருணைதான் இது!

பாரத நாட்டின் ஒற்றுமையைத் தீவிரமான ஆதரித்து வந்துள்ள நம் மதத் தலைவர்களும் கவிஞர்களும் எந்தெந்த நதிகளைத் தமது ஒரு சுலோகத்தில் இணைத்து, பூஜைக்காகத் தான் பயன்படுத்தும் நீரில் எந்த நதிகளை வந்து அமரும்படி அழைக்கின்றனரோ, அவைகளில் காவேரியின் பெயரும் காணப்படு கிறது :

"கங்கை, யமுனை, கோதாவரி, சரஸ்வதி, நருமதை, சிந்து, காவேரி நதிகளின் நீரெல்லாம் இங்கே ஒன்று கூடட்டும்!"

ஆதலால் நான் காவேரியிடம்தான் முதலில் மன்னிப்புக் கோர வேண்டும். ஆனால் நான் காவேரியைக் காட்டிலும்

தென்னாட்டில் வெகு தொலைவில் பாயும் வைகையிலிருந்தே ஆரம்பிக்க விரும்புகிறேன். இதற்கான காரணம் மிகச் சிலருக்கே புரியும். ஆனால் விபரம் தெரிந்தபிறகு அவர்களும் வைகையினிடமும் முக்கியம் உள்ளது என்பதுபற்றி என்னை ஆமோதிப்பார்கள். தென்னாட்டில் என் மனதில் சென்னை நகருக்கடுத்தபடியாக, அதிக அளவில் பெருமையான எண்ணம் ஏற்படுமானால் அது மதுரை மாநகரைப் பற்றித்தான் இருக்கும். மேலும், நான் வைகையைப் பலமுறை தரிசித்ததும் மதுரை நகரில் தான். அங்கே நான் பலமுறை வைகை நதிக்கரையில் உலாவியிருக்கிறேன். அந்த ஆற்றிலேயே ஒரு கோவிலுக்குள் நின்று கொண்டு தென்னாட்டின் பிராம்மணரல்லாத சமூகத்துச் சகோதரர்களுடன் உணவுகூட அருந்தியிருக்கிறேன். அந்தக் கோவிலில் ஒரு கல்லில் ஒரு மீனின் உருவம் செதுக்கப்பட்டிருப்பதைக்கண்டு நான் இந்த ஆலயம் மீன் பிடிப்போர்களின் முன்னோர்களால் கட்டப்பட்டதா என்று கேட்டேன்.

இந்த வைகை ஆறு என் ஊர்ப்பக்கத்து ஸஹ்யாத்ரி மலையின் கிழக்குப் பக்கத்திலுள்ள இரு அழகான பள்ளத் தாக்குகளில் ஏற்படும் வெள்ளப் பெருக்கினால் உண்டாகிறது. இது மதுரைமாநகருக்குத் தன் பாலை ஊட்டிவிட்டு, இராமேஸ்வரம் அல்லது பாம்பனுக்குப் போய்ச் சேருவதற்குச் சற்று முன்பே இராமனாதபுரத்துக்குச் சற்று வடக்கே கடலுடன் கலக்கிறது.

வைகை ஆற்றை நான் ஒருமைப் பாட்டின் எடுத்துக்காட்டாக விளங்கும் நதியெனக் கருதுகிறேன். மேற்குத் தொடரின் இரு இடங்களிலிருந்து அது தண்ணீர் சேகரிக்கிறது என்பதற்காக மட்டும் நான் அதை ஒருமைப்பாட்டின் ஆறு எனக் கூறவில்லை. உலகத்தில் எத்தனையோ ஆறுகள் பல இடங்களை இணைக்கின்றன, பல இடங்களிலிருந்து நீர் சேகரிக்கின்றன. கங்கை யமுனை சங்கமத்தைக் கவிகள் வெகுவாகப் பாடியிருக்கின்றனர். முலாமுட்டாவின் சங்கமத்தில் மஹாராஷ்டிரத்தின் தலைநகரான புனா நகரம் அமைந்துள்ளது. இந்தச் சங்கமம் ஒரு ஆற்றின் பெயரை அழுத்திவிட்டு மற்றொரு ஆற்றின் பெயரை மட்டும் பிரபலப்படுத்தும் பாரபட்சமான செயல் செய்யவில்லை. முலா, முட்டா இரண்டின் பெயர்களையும் இணைத்தே இந்த ஆறு ஓடுகிறது. இதேபோலத்தான் துங்கபத்ராவும் நடந்து கொண்டிருக்கிறது; துங்கா, பத்ரா இரு ஆறுகள் சேர்ந்து துங்கபத்ரா உருவாகியிருக்கிறது.

இம்மாதிரியான ஆறுகளைக்கூட நான் ஒருமைப்பாட்டு ஆறுகள் எனக் கூறாதபோது, வைகையை மட்டும் நான் ஏன்

அவ்வாறு கூறுகிறேன்? இதற்குள்ள முக்கியமான காரணம் யாதெனில், இந்த ஆற்றிற்குப் பெருமை ஒரு பெரிய தீரமான செயல் மூலம் ஏற்பட்டுள்ளது.

வைகை ஆறு மேற்குத்தொடரின் நீரை, எழுபது எண்பது மைல் தூரம் ஓடிய பிறகு கிழக்குக் கடலுக்குக் கொடுத்துவிடுகிறது போல் அதே மேற்குத்தொடருக்கு அப்பாலுள்ள பெரியாறு என்ற ஆறு அக்கரையிலுள்ள நீரை மேற்குக் கடலுக்கு அளிப்பதற்காக எடுத்துச் செல்லுகிறது. பெரியாற்றின் ஏராளமான தண்ணீர் இவ்வாறு நொடிப் பொழுதில் கடலில் வீசியெறியப்பட்டு விடுவதில் சற்றும் நியாயம் இல்லை என ஆங்கிலேயர்கள் நினைத்தனர். 'பெரியாறு' என்ற சொல்லின் பொருள் 'மஹா நதி', - மஹத்தான ஆறு என்பதாகும். ஸஹ்யாத்ரியில் நீர்த் தேக்கம் அமைந்து, மலையின் வயிற்றின் வழியே ஒரு மைல் நீளத்துக்கு ஒரு கால்வாய் வெட்டினால் பெரியாற்றின் நீரின் பெரும் பாகத்தை அப்பாலுள்ள வைகையினிடம் ஒப்படைக்க முடியும் என்று கண்டனர். இவ்வாறு, இயற்கை எந்த நீரைக் கடலுக்குள் கொட்டிவிட எண்ணிற்றோ, அதே நீரை வழி திருப்பித் தமிழ் நாட்டிற்குச் சேவை செய்துகொண்டே கிழக்குக் கடல் வரை கொண்டு போக முடியும் எனக் கண்டனர்.

பெரியாற்றில் அணைகட்டி ஏரியாக்கி, பிறகு சிறு தேக்கமாக மாற்றி, ஒரு மைல் நீளமுள்ள கால்வாய் மூலமாக ஸஹ்யாத்ரியின் கிழக்குப் பக்கம் வந்தடைந்த பிறகு அதே கால்வாய் 36 மைல்கள் முன்னேறிப் பல திசைகளில் தன் நீரைப் பாயவிடுகிறது. இவ்வளவு பெரிய தீரம் பொருந்திய வரலாற்றைக் கண்டு மனம் புல்லரிக்கிறது. இவ்வாறான விபரீதமான (திசை மாறிய) செயலை அமல் படுத்தலாமா கூடாதா என்று ஆங்கிலேயர்களும் சுமார் நூறு ஆண்டுகள் வரை சிந்தித்தனர்.

2

இப்பொழுது தென்னாட்டில் அரசியான காவிரியைப் பற்றிக் கூறுகிறேன். இந்த ஆற்றின் புராணகால வரலாறு எத்தனை மகிழ்ச்சி தரக்கூடியதாக, வணக்கத்துக்குரியதாக வேண்டுமானாலும் இருக்கட்டும்; ஆனால் மத்திய காலத்திலிருந்தே பாரத நாட்டு ஆறுகளில் இந்த ஆற்றின் நீரைத்தான் மிகவும் அதிகமாக பயன்படுத்தி வந்திருக்கிறோம் என்ற காரணத்தினாலேயே இதை நினைவுகூரத் தோன்றுகிறது. கிழக்குக்கடல் இதற்காக நம்மிடம் கோபம் கொண்டாலும் கொள்ளட்டும். எண்ணற்ற

மானிடர்களும், விலங்குகளும் பறவைகளும், வயல்களின் பயிரினங்களும் இந்த தீரமான செயலுக்காக நன்றி செலுத்தும், ஆசிகூறும்.

நான் குடகு ராச்சியத்தின் தலைநகரான மெர்க்காரா (சரியான பெயர் 'மடிகேரே' அதாவது மடியான சுத்தமான நகரம்) வுக்குச் சென்றிருந்தபோது யாரோ ஒருவர் அங்கிருந்து சற்றுத்தொலைவில் ஓர் திசையைச் சுட்டிக்காட்டினார். அந்தத் திசையில் காவேரி உற்பத்தியாகும் இடம் உள்ளது. இந்த ஆறு 'பிரம்மகிரி' யிலிருந்து உற்பத்தியாகிறது. அந்த இடத்தின் பெயர் தலைக்காவேரி. தாபீ ஆறு உற்பத்தி ஆகும் இடத்தை 'முளதாபீ' என்று கூறுவது போல் காவேரி உற்பத்தியாகும் இடத்தை தலைக் காவிரி என்று அழைக்கின்றனர் போலும். கன்னட மொழியில் தலை என்ற சொல் உண்டு. மலையின் உயரமான இடத்திலிருந்து இந்த ஆறு வெளிக்கிளம்புவதால் அந்த இடத்தைத் தலைக்காவேரி என்று கூறத் தலைப்பட்டனர். மிகவும் காவியமயமான, மனத்தைக் கவரக் கூடிய இடம் அது!

இந்தக் காவேரி குடகு, மைசூர் ஆகிய இரண்டு இடங்களை ஒன்று சேர்த்து, தமிழ் நாட்டின் பூமிக்குத் தனது பற்பல கிளைகள், கால்வாய்கள் வாயிலாக தனது தண்ணீரை வழங்கிக்கொண்டே, எஞ்சியிருக்கும் சிறிதளவு தண்ணீரைக் கடலுக்குக் கொடுக்கிறது. இந்தக் காவேரியின் வடக்குப் பக்கத்து பெரிய கிளையை ஒரு தனி ஆறாக மதித்துக் கொள்ளிடம் என்று பெயர் கொடுக்கப்பட்டிருக் கிறது. ஆங்கிலேயர்கள் தம் வசதிக்காக நம் நாட்டுப் பெயர்களை தம் விருப்பப்படி மாற்றியதற்கு ஓர் எடுத்துக்காட்டு இந்தக் கொள்ளிடத்தை 'கொலரூன்' எனக் கூறி வந்ததாகும்.

காவேரிக்குத் தனது தண்ணீரை அர்ப்பணம் செய்யும் உபநதிகளின் எண்ணிக்கை பல. ஆகவே கடலை நெருங்க நெருங்க, இந்த ஆற்றுக்குப் பற்பல கிளைகள் ஏற்படுவதிலும் ஆச்சரியம் ஏதும் இல்லை.

ஆறுகள் 'யுக்தவேணி' 'முக்தவேணி' என இருவகைப்படும் என்பதுபற்றி நான் விரிவாகக்கூறியிருக்கிறேன். காவேரியைப்பற்றிக் கூறும்போது மறுபடியும் அவற்றை விவரிக்க விரும்பவில்லை.

மஹாராஷ்டிர தேசத்தவரான நாங்கள் எங்கள் கோதா வரியை தக்ஷிண கங்கை என்ற கூறுகிறோம். புராணங்களிலும் இந்தப் பெயர் ஏற்றுக்கொள்ளப்பட்டிருக்கிறது. இருந்தபோதிலும் தென்னாட்டினர் காவேரியை 'தக்ஷிண கங்கை' என்று கூறிக்

கொள்ள விரும்புகின்றனர். ஆனால் தென்னாடு முழுவதற்கும் ஒரே தக்ஷிண கங்கைதான் இருக்க வேண்டும் என்று யார் கூற முடியும்? கோதாவரி, காவேரி, இரண்டையுமே நாம் ஒரே சம நோக்குடன் தக்ஷிண கங்கை என்று கூறுவதில் யாருக்கும் எவ்வித மறுப்பும் இருக்கக்கூடாது.

நான் காவேரியை மனம் குளிரக் கண்டுகளித்தது. திப்பு சுல்தானின் ஸ்ரீரங்கப்பட்டினத்தில். ஆனால் அதைப்பற்றி இங்கே கூறப்போவதில்லை. காவேரி தனது பிரவாஹத்தில் ஸ்ரீரங்கப் பட்டணம், சிவசமுத்திரம், ஸ்ரீரங்கம் ஆகிய மூன்று அழகான இடங்களைப் பெற்றெடுத்திருக்கிறாள், அவைகளைப்பற்றியும் இங்கே கூறப்போவதில்லை. காவேரியைப் பற்றிக் கந்த புராணத்தில் கூறியுள்ள வரலாறு, சோழ மன்னர்கள் காவேரியின் நீரைப் பயன்படுத்தியதில் காணப்படும் தீரச்செயல், காவேரியின் வழிநடையில் காணப்படும் இணையற்ற, பொலிவுபெற்ற அருவிகள் இவைகளைப் பற்றியும் வர்ணிக்கப்போவதில்லை. ஏனெனில் அது மிக அதிகப்பிரசிங்கித்தனமான செயலாகும்.

பாரத நாட்டின் ஆறுகளைப்பற்றிக் கூறும்போது குஜராத்து மாகாணத்தின் பல நீர்நிரம்பிய ஆறுகளைப்பற்றி நான் யாதுமே எழுதவில்லை. குஜராத்தில் என் வாழ் நாட்களில் மிக முக்கியமான காலத்தைக் கழித்திருந்தும் கூட எழுதவில்லை. என்னிடம் காரணம் கேட்ட போது நான் சொன்னேன் : 'நான் எனது கட்டுரைகளை குஜராத்தி மொழியில் எழுதி வரும்போது, குஜராத்திய மக்களின் முன்பு அவர்களுடைய ஆறுகளைப் பற்றியும் நானே ஏன் எழுதவேண்டும்? குஜராத்தின் நற்புத்திரர்களின் பொறுப்பு அல்லவா இது?'

காவேரியைப்பற்றி எழுதத் தொடங்கியபோது, தமிழ்நாட்டு ஆறுகளைப்பற்றி தமிழ்மொழியில் எழுதும் பொறுப்பு தமிழ் நாட்டு வாலிபர்கள் அல்லது வனிதைகளுடையதல்வா? 'ஜீவன் லீலா'வைப் படித்து அவர்களுக்கு மகிழ்ச்சி ஏற்படுமானால் இதே போன்றதான ஓர் அழகான நூலைத் தமிழ்மொழியில் எழுதுவது அவர்கள் பொறுப்பு ஆகவேண்டும். பிறகு அதை இந்தி மொழியில் மொழி பெயர்க்க கிருஷ்ணசாமி தயாராக இருக்கவே இருக்கிறார்.

சென்னை நகரின் இரு சிறு நதிகளான கூவம், அடையாறு இவற்றைப்பற்றி நான் மிகவும் கொஞ்சமாகத்தான் எழுதியிருக் கிறேன். இதற்காக, நான் தமிழ்நாட்டு மக்களிடம் மன்னிப்புத் தான் கோரமுடியும். 'அடையாறு' நதியைப் பற்றிக் கூறும்போது

சௌராஷ்டிரத்தின் 'மேங்கள்' ஆறு நினைவுக்கு வருகிறது. இவ்விரண்டிற்குமே கடலுடன் கலக்கச் செல்லுகையில் அனுபவிக்க நேரும் இன்னலைக்காணும்போது, இவற்றினிடம் என் மனத்தில் ஆழ்ந்த கருணையுடன் கூடிய இரக்கம் ஏற்படுகிறது.

பாரத நாட்டினரான நாம் யாவருமே நதி பக்தர்கள், நதி புத்திரர்கள். ஆதலால்தான் நாம் ஒருவர் மற்றொருவருடைய உள்ளங்களை நன்றாகப் புரிந்து கொள்ள முடிகிறது. 'ஜீவன் லீலா'வில் ஆறுகளைப்பற்றி நான் எழுதியதெல்லாம், என் போன்ற ஒரே மனப்பான்மையுள்ள மக்கள் இதைப் படிப்பார்கள், படித்துவிட்டு ஆறுகளைத் தரிசிப்பதால் என் மனத்தில் எவ்வாறான பாவங்கள் உண்டாகின்றனவோ, அதே மாதிரியான பாவங்கள், எண்ணங்கள் நதிகளைப் பாடுவதால் அவர்களுடைய மனத்திலும் ஏற்படும் என்ற நம்பிக்கையுடனேயே எழுதியுள்ளேன். ஆற்று பக்தியின் வாயிலாகக்கூட பாரத நாட்டினரான நாம் இந்நாட்டை ஒற்றுமைப்படுத்தி, பலப்படுத்தி, வளமுறச் செய்ய முடியும்.

'ஜீவன் லீலா'வை இந்தியாவின் பல்வேறு மொழிகளில் மொழி பெயர்க்கச் செய்து 'ஸாஹித்ய அகாதமி'யார் இந்திய ஒருமைப்பாட்டிற்கு மிகப்பெரிய தொண்டாற்றியுள்ளனர். இதற்காக நாம் எல்லோரும் 'ஸாஹித்ய அகாதமி'யின்பால் பெரிதும் செய்நன்றியுடையவர்களாக இருக்கக் கடமைப் பட்டுள்ளோம்.

4-05-1967 **காகா காலேல்கர்**

1. தோழி மார்க்கண்டி

ஒவ்வொரு நதியும் அன்னைதானா என்ன? இல்லை. மார்க்கண்டி எனக்கு குழந்தைப் பருவம் முதலே தோழியாயிற்றே. நான் அவளை எனது மூத்த சகோதரி எனக்கூடக் கூறமுடியாது. அவள் அவ்வளவு சிறியவள்.

பேலாகுந்தியிலுள்ள எங்கள் வயலில் இருக்கும் அத்தி மரத்தின் கீழே நடுப்பகல் நிழலில் போய் உட்காரும்போது மார்க்கண்டியின் மெல்லிய காற்று என்னை அழைப்பதுண்டு. மார்க்கண்டியின் கரையில் நான் பலமுறை அமர்ந்திருக்கிறேன். காற்றின் அலைகளால் அசைவுறும் புற்களை நான் பல மணி நேரம் பார்த்தவண்ணம் இருந்திருக்கிறேன். மார்க்கண்டியின் கரைகளில் அற்புதமான விஷயம் ஒன்றும் கிடையாது. யாதொரு புதுவிதமான மலரும் கிடையாது, பலவித வண்ணங்கள் கொண்ட பட்டுப்பூச்சிகளும் இல்லை. அழகான கூழாங்கற்கள் கூட அங்கு இல்லை. தனது ரம்மியமான ஒலிகளினால் மனதைக் கவரக்கூடிய சிறிய பெரிய நீர்வீழ்ச்சிகள் அங்கு ஏது? அங்கே உள்ளதெல்லாம் தண்மையான அமைதிதான்!

மார்க்கண்டி வைத்தியனாத மலையிலிருந்து உற்பத்தியாகி வருவதாக அங்குள்ள இடையர்கள் சொல்லுகிறார்கள். அது உற்பத்தியாகும் இடத்தைக் கண்டுபிடிக்க எனக்கு ஒருபோதும் ஆவல் ஏற்பட்டதேயில்லை. எங்கள் தாலுக்காவின் வரைபடம் என் கையில் கிடைத்தால் கூட அதில் நான் மார்க்கண்டியின் பாதையைத் தேடமாட்டேன். ஏனெனில், அவ்வாறு செய்வதனால் அந்தத் தோழி அழிந்து வெறும் நதிதான் இருக்கும். எனக்கு அதன் தண்ணீரில் கால்களை வைத்துக்கொண்டு உட்கார்ந்திருக்கத் தான் விருப்பம். தண்ணீரில் கால்களை விட்டவுடனேயே அதனுடைய இனிமையான ஒலி ஆரம்பமாகிவிடுகிறது. இளமையில் நாங்கள் இருவரும் எத்தனையெத்தனை விஷயங்கள் பேசியிருக்கிறோம்! இருவரும் சேர்ந்து அளவளாவுதலே எங்கள் ஆனந்தத்துக்குப் போதுமானதாயிருந்தது. மார்க்கண்டி என்ன சொல்லுகிறாள் என்பதை அறிந்து கொள்ளும் கவலை எனக்குக் கிடையாது. நான் என்ன சொல்லுகிறேன் என்பதைத் தெரிந்து

கொள்ளுதற்காகவும் மார்க்கண்டி நிற்பதில்லை. நாங்கள் இருவரும் பரஸ்பரம் பேசிக்கொள்கிறோம் என்பதே எங்களுக்குப் போது மானதாயிருந்தது. சகோதரனும் சகோதரியும் பல ஆண்டுக்குப் பிறகு சந்திக்கும்போது ஒருவர் மற்றொருவரிடம் ஆயிரமாயிரம் கேள்விகள் கேட்பதுண்டு. ஆனால் இந்தக் கேள்விகளில் பெரிய தொரு விஷயம் அறிந்துகொள்ளும் ஆவல் இருப்பதில்லை. அது தங்கள் தங்கள் அன்பை வெளிப்படுத்தும் வழியே ஆகும். கேள்வி என்ன கேட்டோம், பதில் என்ன கிடைத்தது, இதைப்பற்றிச் சிந்திக்க வேண்டிய மனநிலை அன்புச் சந்திப்பின்போது எங்கே இருக்கும்?

மார்க்கண்டியின் கரையோரமாகவே பாடிக்கொண்டே நான் உலாவுவேன். அவள் அந்தப் பாட்டுக்களைக் கேட்டுக் கொண்டே சென்று கொண்டிருப்பாள். தனத பதினாறாவது வயதில் சிவபக்தியின் பலத்தினால் காலதேவனைப் பின்னால் தள்ளிவிட்ட அந்த மார்க்கண்டேய முனிவரின் கதையைப் பாடும்போது எனக்கு எவ்வளவு ஆனந்தம் உண்டாகும் !

மிருகண்டு முனிவருக்கு புத்திரப்பேறு கிடையாது. அவர் கடுந்தவம் புரிந்து மஹாதேவனை மகிழ்வித்தார். மஹாதேவனும் வரமளிக்க முன்வந்து, அவ்வரத்தில் ஒரு சிக்கலை வைத்தார் :

"ஸாதூ ஸுந்தர் ஷாஹணா ஸுத தயா ஸோளாச வரஷே மிதீ,
ஜோ காங் மூட குரூபதோ ஸதவரீ வர்ஷே(ன்) அஸே ஸ்வஸ்திதீ,
யா தோஹீந்த் ஜஸா மனாந்த ருசலா தோ ம்யா(ங்) துதேன் தீதலா."

–மராட்டி சுலோகம்

(அதாவது-ஒரு குமாரன் 'நல்ல நடத்தையுள்ளவனாகவும் அழகாகவும், புத்திசாலியாகவும் உண்டாவான். ஆனால் அவனுடைய ஆயுள் பதினாறு வயது வரைதான் இருக்கும். மற்றொருவன் முட்டாளாகவும் அருவருப்பான தோற்றமுடைய வனாகவும் இருப்பான். அவனுக்கு நூறு வயது ஆயுள் இருக்கும். ஆனால் அவன் வாழ்நாள் முழுவதும் அப்படியே முட்டாளாகவே இருப்பான். இவையிரண்டில் உனக்கு எது விருப்பமோ அதை நான் அளிக்கத் தயார்.)

இப்பொழுது இவையிரண்டில் எதை விரும்புவது? முனிவர் தம் இல்லாளைக் கேட்டார். இருவரும் யோசித்தனர். பையன்

பதினாறு வயதுடையவனாகவே இருந்துவிட்டுப் போகட்டும். ஆனால் நற்குணம் படைத்தவனாயிருக்கட்டும். அவன்தான் குலத்தை விளங்கச் செய்வான். இருவரும் இந்த வரத்தையே கேட்டு விட்டனர். மார்க்கண்டேயனுடைய வயது ஏற ஏற அவனது தாய் தந்தையரின் முகங்கள் கவலையால் வாடத் தொடங்கின. கடைசியில் பதினாறு வயதும் பூர்த்தியடைந்தது.

சிறுவன் மார்க்கண்டேயன் பூஜையில் அமர்ந்திருக்கிறான். காலதேவன் தனது எருமை வாகனத்தில் அமர்ந்து அங்கு வந்து சேர்ந்தான். ஆனால் சிவலிங்கத்தைத் தழுவிய வண்ணம் இருக்கும் அந்த வாலிப மஹானைத் தீண்டுவதற்கு அவனுக்குத் துணிவு ஏது? அவனை இழுக்கலாமா வேண்டாமா என்ற யோசனையில் உழன்ற வண்ணம் ஒருவாறாகத் தன் பாசக்கயிற்றை வீசினான். அங்கு லிங்கத்திலிருந்து, கையில் திரிசூலம் ஏந்திய சிவபெருமான் வெளிப்பட்டார். காலதேவன் தான் செய்த அடாச்செயலுக்காகப் பரமசிவனிடம் மிகுந்த வசைமொழி கேட்கவேண்டியதாயிற்று. மிருத்யுஞ்ஜயனான மஹாதேவனைத் தரிசித்த பிறகு மார்க்கண்டேயனுக்கு சாவிற்கு பயம் எவ்வாறு ஏற்படும்? அவனுடைய ஆயுள் பிரவாஹம் இன்றுவரை ஓடிக் கொண்டே யிருக்கிறது.

பிற்காலத்தில் நான் கல்லூரியில் படிக்கத் தொடங்கிய போது, ஆண்டுத் தேர்வுக்குப் பிறகு நான் சகோதரியைப் பார்க்கச் செல்லுவேன். அறுவடைக் காலத்தில் இரண்டு மூன்று நாட்கள் வயலிலேயே கழிக்க வேண்டியிருக்கும். அப்பொழுது மார்க்கண்டி எனக்கு சர்க்கரை வள்ளிக்கிழங்கு உண்ணக் கொடுப்பாள், அமிர்தம் போன்ற இனிப்பான நீர் அருந்தத் தருவாள். அவள் இரவு வேளையில் குளிரினால் நடுங்கிக் கொண்டிருக்கிறாளா என்று பார்ப்பதற்காக நான் அங்கு போவதுண்டு. அப்பொழுது அவள் தனது கண்ணாடியில் எனக்கு மிருகசீரிஷ நட்சத்திரத்தைக் காண்பிப்பாள்.

இன்று கூட நான் என் கிராமத்திற்குப் போகும்போ தெல்லாம் மார்க்கண்டியைச் சந்திக்காமல் இருப்பதில்லை. ஆனால் அவள் இப்பொழுதெல்லாம் முன்பு போல என்னிடம் அன்பு காட்டுவதில்லை. சிறிதளவு புன்சிரிப்புச் செய்துவிட்டு மௌனமாகிவிடுகிறாள். அவளுடைய முகத்தில் முன்பு இருந்ததைப் போன்ற பொலிவு இல்லை. ஆனால் இப்பொழுது அவளுடைய அன்பின் காம்பீர்யம் அதிகரித்திருக்கிறது.

(ஆகஸ்டு, 1928)

2. கிருஷ்ணாவின் நினைவுகள்

வண்டியில் அமர்ந்து நாங்கள் மாஹுலிக்குப் புறப்பட்டோம். மஹாராஷ்டிரத்தின் தலைநகரமான சதாராவிலிருந்து மாஹுலி சிறிது தூரத்தில்தான் இருக்கிறது. வழியில் இடது பக்கத்தில் ஸாஹு மஹாராஜின் நன்றியுள்ள நாயின் சமாதி இருக்கிறது. வழியில் எங்களைப் போலவே பலர் மாஹுலியை நோக்கி வண்டியைச் செலுத்திச் சென்று கொண்டிருந்தனர். கடைசியில் நாங்கள் நதிக்கரைக்குப் போய்ச் சேர்ந்தோம். அங்கே இக் கரையிலிருந்து மறுகரை வரையில் ஓர் இரும்புச் சங்கிலி உயரமாகக் கட்டப்பட்டிருந்தது. அதில் கயிற்றால் ஒரு படகு பிணைக்கப் பட்டிருந்தது. எனது குழந்தைக் கண்களுக்கு அது மிக அழகாகக் காணப்பட்டது. கரையிலுள்ள சிறு சிறு கூழாங்கற்கள் எவ்வளவு வழவழப்பாகவும், கருமையாகவும், குளிர்ச்சி பொருந்தியவை யாகவும் இருந்தன! ஒன்றைக் கையில் எடுத்ததும் மற்றொன்று கண்ணில் படும். அது முன்னதைவிட நல்லதாகத் தோன்றும். இதற்குள் மூன்றாவதொரு சிவப்புக் கோடுகள் உள்ள கல் தென்படும். ஈரத்தில் நனைந்துகொண்டிருக்கும் அதை எடுக்க மனம் துள்ளும். அன்றுதான் கிருஷ்ணையை நான் முதன் முதலாகக் கண்டேன். அன்னை கிருஷ்ணையும் என்னை முதல் தடவையாக அறிந்துகொண்டாள். நான் அவளை அறிந்து கொள்ளும் அளவுக்குப் பெரியவன் இல்லை. குழந்தை தாயாரை அறிந்து கொள்வதற்கு முன்பே தாயார் அதைத் தனதாக்கிக் கொண்டு விடுகிறாள். நாங்கள் பல குழந்தைகள் உடலில் உடையின்றி நன்றாகக் குளித்தோம், குதித்தோம், நீரை வாரியிறைத்தோம், படகில் ஏறித் தாவிக்குதித்தோம். மிகவும் பசியெடுக்கும் அளவுக்கு கிருஷ்ணையின் நீரில் விளையாடிக் கொண்டிருந்தோம்.

ஒரு நதியைத் தரிசித்தது எனக்கு இதுவே முதல் அனுபவம். அது போலவே குளித்தவுடன் உப்புப் போட்ட வேர்க்கடலைச் சிற்றுண்டி உண்பதும் இதுதான் என் முதல் அனுபவம். யாத்திரையின்போது மயில் இறகுத் தொப்பிகள் அணிந்த 'வாசுதேவர்கள்' பிச்சை கேட்க வந்திருந்தனர். ஒற்றைத் தந்தியை மீட்டிக்கொண்டு அவர்கள் இனிமையான குரலில் துதிகள் பாடுவதையும் அன்றுதான் முதல் முறையாகக் கேட்டேன். அன்னை கிருஷ்ணையின் ஆலயத்திலேயே சிறிது நேரம் இளைப் பாறிய பிறகு நாங்கள் வீட்டிற்குத் திரும்பினோம்.

ஸஹ்யாத்ரியின் அடர்ந்த காட்டில் மஹாபலோஸ்வரத்திற் கருகிலிருந்து கிளம்பி சதாரா வரை ஓடி வருவதற்கு கிருஷ்ணைக்கு அதிக நேரம் பிடிப்பதில்லை. ஆனால் இதற்குள்ளாகவே 'வெண்யா' கிருஷ்ணையோடு கலக்க வருகிறது. இவையிரண்டும் மாஹுலியில் சங்கமம் ஆவதனால்தான் மாஹுலிக்கு புனிதமான இடமென்ற பெருமை ஏற்பட்டிருக்கிறது. இரு கன்னிப் பெண்கள் தோள்களில் கைகளைப் போட்டுக்கொண்டு விளையாடக் கிளம்புவது போன்றதொரு காட்சி என் இதயத்தில் கடந்த முப்பத்தைந்து ஆண்டுகளாகப் பதிந்திருக்கிறது.

கிருஷ்ணையின் குடும்பம் மிகவும் பெரியது. பல சிறு சிறு நதிகள் அதனுடன் வந்து சேருகின்றன. கோதாவரியோடு கூட கிருஷ்ணையையும் நாம் "மஹாராஷ்டிரத் தாய்" என்று சொல்லலாம். இன்றைய மராட்டி மொழி பேசப்படாத அக் காலத்தில் இருந்து வந்த மஹாராஷ்டிரம் முழுவதும் கிருஷ்ணையின் எல்லைக்குள்ளேயே அடங்கி இருந்தது.

2

'நரஸோபாசீ வாடீ'க்குச் செல்லும்போது படகில் வண்டியை ஏற்றிக்கொண்டு நாங்கள் கிருஷ்ணையைக் கடந்தோம். அப் பொழுது அதை மறுமுறையாகத் தரிசித்தோம். இங்கு ஒரு பக்கத்தில் உயர்ந்த கரையும். மற்றொரு பக்கம் வெகுதூரம் வரை பரவியிருக்கும் 'கிருஷ்ணாப் புல்வெளி'யும் அதில் கத்தரி, முலாம்பழம், வெள்ளரி, தர்பூஜ் இவை விளைந்துள்ள பசுமையான வயல்களும் உள்ளன. கிருஷ்ணையின் கரையில் விளையும் இந்தக் கத்தரிக்காய்களை ஓரிரு முறை சுவை பார்த்த ஒருவன் சுவர்க்கத்திலும் அவைகளை விரும்புவான். இரண்டு மாதம் வரை தினமும் கத்திரிக்காய் சாப்பிட்ட பிறகும் கூடப் போதுமென்று தோன்றுவதில்லை.

3

'ஸாங்கலீ'க்கருகில் கிருஷ்ணையின் கரையில்தான் நான் முதல் தடவையாக 'ஸமஸ்தான மஹாராஷ்டிரத்தின்' அரச வைபவங்களைக் கண்ணுற்றேன். அந்த உயர்ந்த விசாலமான துறைகள், அழகு பொருந்திய ஒளிவீசும் பாண்டங்களில் நீர் நிரப்பி எடுத்துச் செல்லும் மஹாராஷ்டிர மங்கைகள், நீரில் குதித்து கரையிலுள்ள மக்களை நனைக்க விரும்பும் விளையாட்டுக்காரர்கள், கழுத்து மணிகள் தாளத்தோடு ஒலிக்க, தனது வருகையைத்

தெரியப்படுத்தும் மலைபோன்ற தோற்றமுடைய யானைகள், மற்றும் 'கர்ர்ர்' என்று இடைவிடாமல் ஒரே மாதிரியான தொனி கிளம்பிக்கொண்டு தன் சாற்றை அருந்தும் படி அழைக்கும் கரும்புச் செக்குகள் - இதுதான் அன்னை கிருஷ்ணையை நான் மூன்றாவது தடவையாகத் தரிசித்த காட்சி !

எனக்கு நன்றாக நீந்த வராது. இருந்தபோதிலும் ஒரு பெரிய பானையைக் கவிழ்த்துப் போட்டுக்கொண்டு அதன் உதவியால் நீந்திச் செல்லும் பொருட்டு நான் ஒரு தடவை இங்கு நதியில் இறங்கினேன். ஆனால் ஓர் இடத்தில் சேற்றில் அகப்பட்டுக் கொண்டேன். ஒரு காலை வெளியில் எடுத்தால் மற்றொரு கால் அழுந்த ஆரம்பித்தது. அந்தச் சேறு எப்படி இருந்தது தெரியுமா? கருப்பு வெண்ணெய் மாதிரி! எனக்குத் தோன்றிற்று - இப்பொழுது நான் அசையும் பொருளாக இல்லாமல் வீழ்ந்த மரம்போல இங்கேயே அசைவற்ற பொருள் ஆகிவிடப் போகிறேன். அன்று ஏற்பட்ட திகிலை நான் இன்றுவரை மறக்கவில்லை.

4

சிஞ்சலி ஸ்டேஷனில் எங்களுக்கு எப்போதும் கிருஷ்ணையின் நீர்தான் குடிதண்ணீராகக் கிடைப்பது வழக்கம். எங்களுக்குத் தெரிந்த ஒரு நண்பர் இங்கு ஸ்டேஷன் மாஸ்டராயிருந்தார். அவர் மிகவும் அன்போடு எங்களுக்காக ஓரிரு செம்பு தண்ணீர் வரவழைத்துக் கொடுப்பார். எங்களுக்குத் தாகமாயிருந்தாலும் சரி, இல்லாவிட்டாலும் சரி, தகப்பனார் மிகவும் பக்தியோடு எங்கள் எல்லோரையும் நீர் பருகச் சொல்லுவார். கிருஷ்ணை மகாராஷ்டிரத்தின் இஷ்டதேவதை ! அதனுடைய ஒரு துளி நீர் வயிற்றினுள் சென்றாலும் நாம் புனிதமடைந்து விடுகிறோம். எவன் வயிற்றில் கிருஷ்ணையின் நீர் ஒரு துளியாவது சென்று விடுகிறதோ அவன் தனது மஹாராஷ்டிர மமதையை ஒரு பொழுதும் மறக்கமுடியாது. ஸமர்த்த குரு ராமதாஸர், சிவாஜி அரசன், ஷாஹூ, பாஜிராவ், கோர்படே, பட்வர்த்தன், நானா பர்னவிஸ், நீதிமான் ராம சாஸ்திரி ப்ரபுணே - சுருங்கச் சொல்லுங் கால் மஹாராஷ்டிரத்தின் சன்னியாஸி குணம், வீரத்தன்மை, அதன் நியாயத் தன்மை, அரசியல் மேதை, மதம், நல்லொழுக்கம், தேச சேவை, கல்வி பரப்பும்திறன், விடுதலை விழைவு, அதன் தாராளப் போக்கு இவை யாவும் கிருஷ்ணையின் வாத்ஸல்யம் நிறைந்த குடும்பத்தில் போஷிக்கப்பட்டு வளர்ச்சியடைந்துள்ளன. 'தேஹூ', 'ஆளந்தீ' இவைகளின் தண்ணீரும் கிருஷ்ணையில் தான் கலக்கின்றன. பண்டரீபுரத்தின் 'சந்திரபாகாவும்' 'பீமா'

என்ற பெயருடன் கிருஷ்ணையில் வந்து கலக்கின்றது. கங்கையில் நீராடுதல், துங்காவில் நீர் அருந்துதல் (கங்கா ஸ்நானம் துங்கா பானம்) என்ற பழமொழியில் எந்த துங்கபத்ரா நதியின் பெருமை கூறப்பட்டுள்ளதோ, அந்த துங்கபத்ரா கர்னாடகப் பிரதேசத்தின் (கன்னடப் பிரதேசத்தின்) பழம் பெரும் கீர்த்திகளை நினைவுறுத்திக் கொண்டு கிருஷ்ணையில்தான் கலந்து ஐக்கியமாகிவிடுகிறது. உண்மையைக் கூறப்போனால் மஹாராஷ்டிரம், கர்னாடகம், தெலுங்கானா (ஆந்திரா) இம்மூன்று பிரதேசங்களின் ஒற்றுமையை நிலைநிறுத்தும் பொருட்டே கிருஷ்ணா நதி ஓடுகிறது. இந்த மூன்று மாகாணங்களும் கிருஷ்ணையின் பாலை அருந்தியிருக் கின்றன. கிருஷ்ணையினிடத்தில் ஒருதலைப்பட்சமான மாகாணப் பித்துக் கிடையாது.

5

கல்லூரியில் படித்துவந்த நாட்கள். பெரிய பெரிய எண்ணங்கள் நிரம்பியவனாய் நான் எனது மூத்த சகோதரனைப் பார்க்க புனாவிலிருந்து வீட்டிற்குச் சென்றேன். ஆனால் நான் போவதற்கு முன்பே அவர் இவ்வுலக வாழ்வை நீத்துவிட்டார். கிருஷ்ணையின் புனித நீரில் சகோதரனுடைய அஸ்தியைச் சேர்ப்பிக்கும் பாக்கியம்தான் கிட்டியது ! பெல்காமிலிருந்து நான் 'கூட்சி'க்குச் சென்றேன். மாலை நேரம். ரயில் பாலத்திற்குக் கீழே கிருஷ்ணாவுக்குப் பூஜை நடத்தினேன். பிறகு சகோதரனின் அஸ்தியை கிருஷ்ணாவின் வயிற்றில் அர்ப்பணித்தேன். பிறகு நீராடிவிட்டுச் சப்பணம் போட்டு உட்கார்ந்து கொண்டு வாழ்வு, சாவு இவற்றைப் பற்றிச் சிந்திக்கத் தொடங்கினேன்.

கிருஷ்ணையின் நீரில் எத்தனையெத்தனை மஹாராஷ்டிர வீரர்களுடைய குருதியும், மஹாராஷ்டிரத்தின் விரோதிகளுடைய குருதியும் கலந்திருக்கும் ! மாரிக்காலத்தின் மதமதப்பில் கிருஷ்ணை எத்தனை குடியானவர்களையும் அவர்களது கால்நடைகளையும் தனது நீரினுள் உறங்கச் செய்திருப்பாள் ! ஆனால் கிருஷ்ணைக்கு இதைப்பற்றி என்ன கவலை? மதம் பிடித்த யானைகள் அதன் நீரில் விளையாடினாலென்ன, அல்லது முற்றும் துறந்த சாதுக்கள் கரையில் அமர்ந்து தவம் புரிந்தாலென்ன, கிருஷ்ணைக்கு இரண்டும் ஒன்றேதான். எனது சகோதரனின் அஸ்திகளுக்கும் கூழாங்கற்களாக மாறியிருக்கும் மலையின் அஸ்திகளுக்கும் கிருஷ்ணையின் மனத்தில் என்ன வித்தியாசம்? மாஹாலி விழாவில் தனது தோள்களில் என்னை நிற்க வைத்துக்கொண்டு நீரில் குதிக்கும்படி என்னைத் தூண்டிய எனது அண்ணனின்

அஸ்திகளை நானே எனது கைகளினால் அதே கிருஷ்ணையில் சேர்க்க வேண்டி வந்தது. வாழ்க்கையில் லீலை எப்படி யாராலும் அறிய முடியாததாய் இருக்கிறது !

6

கிருஷ்ணையின் வயிற்றில் எனது மற்றொரு சகோதரனும் உறங்கிக் கொண்டிருக்கிறான். பிரம்மச்சாரி 'அனந்தபுவா மரடேகர்' இதய எண்ணங்கள் மூலம் எனது சிறிய சகோதரன். ஆனால் தேசத் தொண்டின் விரதத்தில் எனது அண்ணன் ஆவார். சுதேசியம், நாட்டுக்கல்வி, கோ சேவை (பசுப்பராமரிப்பு) இந்த மூன்று தொண்டுகளைச் செய்துகொண்டே அவர் உயிர் நீத்தார். என்னுடன் அவர் கங்கோத்ரிக்கும், அமர்நாத்துக்கும் யாத்திரை செய்தார். ஆனால் கிருஷ்ணையின் கரையில் வந்துதான் அவர் அமரத்துவம் எய்தினார். பக்திப் பெருக்கில் அவர் தன் நினைவு மறந்து பல இடங்களில் இடறி விழுவார். இமயமலை யாத்திரையின்போது நான் இதைப் பல தடவை உணர்ந்தேன். நான் அடிக்கடி அவரைக் கடிந்துகொள்வேன் ஆனால் அவர் சற்றும் பொருட்படுத்தமாட்டார். அவரே 'ஸ்ரீசமர்த்த ராமதாஸரின்' அருள்வாக்கின் உயர் போதையில் அயர்ந்து கிடப்பார். கோயிலை வலம் வரும்போது அவர் மேலேயிருந்து ஒரு கீழ்ப் பிராகாரத்தில் விழுந்து உயிர்நீத்தார். 'வாயீ'யின் கல் நிறைந்த பாதையில் பெருகிவரும் கங்கையை நினைக்கும்போது, கிருஷ்ணையில் ஒவ்வொரு மாரிக்காலத்திலும் நீரில் மூழ்கி நீராடும் கோயிலின் சிகரங்களைத் தரிசிக்கும்போதும், கிருஷ்ணைக்கு அருகிலேயே எனது சகோதரன் ஒருவனும் மீளா இடத்திற்குச் சென்று விட்டான் என்ற விஷயம் நினைவுக்கு வராமலிருப்பதில்லை. அதோடுகூடவே, தவத்தில் திளைத்த அன்பு உருவமான அந்த அனந்தபுவாவின் உருவமும் என் மனக் கண்ணுக்குத் தென்படாமல் இருப்பதில்லை.

7

அந்த 1921-ம் ஆண்டு! பாரதம் ஒரே ஆண்டிற்குள் சுய ராஜ்ஜியத்தை அடைந்துவிட விரதம் பூண்டுவிட்டது. இந்துக்களும் முஸ்லிம்களும் ஒன்றாகிவிட்டனர். முப்பத்து முக்கோடி தேவர்களைப் போன்ற பாரத மக்கள் கோடிக்கணக்குகளில் விஷயங்களைச் சிந்திக்கத் தொடங்கிவிட்டனர். சுயராஜ்ஜிய முனிவரான லோக மான்ய திலகரின் நினைவை நிலைநிறுத்தும் பொருட்டு 'திலகர் சுயராஜ்ஜிய நிதி'க்கு ஒரு கோடி ரூபாய் நிதி திரட்டத் திட்டம் வகுக்கப்பட்டது. தேசீய மஹாசபையின் குடையின்கீழ் செயல் புரியும் தொண்டர்களின் எண்ணிக்கையும்

ஒருகோடி ஆக்கப்பட வேண்டும். மேலும், பட்வர்த்தன் (துகில் வளர்த்த கண்ணன்) ஸ்ரீ கிருஷ்ண பரமாத்மாவின் சுதர்சன சக்கரம் (சுடராழி) போன்றதான சர்க்காவும் ஒரு கோடி நம் நாட்டில் சுழலச் செய்யவேண்டும். பாரத மக்கள் இத்திட்டத்தின் பொருட்டு விஜயவாடாவில் குழுமியிருக்கின்றனர். நான், அப்பாஸ் அவர்கள், புன்தாம்பேகர், கித்வானி ஆகிய நால்வரும் சேர்ந்தே விஜயவாடாவுக்குப் போய்ச் சேர்ந்தோம். இப்படிப்பட்ட புனிதமான தருணத்தில் கிருஷ்ணாம்பிகை (கிருஷ்ணா நதி) யின் விராட தரிசனம் செய்யும் வாய்ப்புக்கிட்டியது. 'வாயீ'யில் எந்தக் கிருஷ்ணையின் கரையில் அமர்ந்து சந்தியாவந்தனம் செய்துவிட்டு, நியாய மூர்த்தி ராம சாஸ்திரி, அரசு நிர்வாக மேதை நானா பர்னாவிஸ் இவர்களைப் பற்றிச் சர்ச்சை செய்தோமோ அதே சின்னஞ்சிறிய 'கிருஷ்ணை' இங்கு இவ்வளவு பெரியதாக வளர்ந்திருப்பதைக் கண்டு முதலில் நம்பிக்கையே ஏற்படவில்லை. மாஹுலியில் உள்ள அந்தச் சிறு சங்கிலி எங்கே, ஐரோப்பாவையும், அமெரிக்காவையும் இணைக்கும் 'கேபிள்' போன்றதான இங்குள்ள வடக்கயிறு எங்கே? ஆயிரக்கணக்கில், லட்சக்கணக்கில் மக்கள் இங்கு நீராட வந்திருக்கின்றனர். கட்டமைந்த தேசம் படைத்த ஆந்திரச் சகோதரர்களிடையே இன்று இந்திய நாட்டின் எல்லாச் சகோதரர்களும் ஒன்றிக் கலந்திருக்கின்றனர். 'தேசீய' ஹிந்தி மொழி ஆங்காங்கு சரளமாகப் பேசப்படுகிறது. கிருஷ்ணையில் வெண்யா, வாரணா, கோயனா, பீமா, துங்கபத்ரா நதிகள் வந்து கலந்து விடுவது போல விஜயவாடாவில் பல்வேறு கிராமத்து மக்கள் கூட்டங் கூட்டமாக வந்து கிளந்தெழுகிறார்கள். இம்மாதிரியான சந்தர்ப்பத்தில் எல்லோருடனும் தினமும் கிருஷ்ணையில் நீராடும் ஆனந்தம் அனுபவிக்கக் கிடைத்தது. நான் பிறந்த காலத்தில் பாலூட்டிய அதே கிருஷ்ணை சுயராஜ்ஜியத்தைப் பெறவிரும்பும் பாரத தேசத்தின் மஹத்தான தரிசனத்தையும் இங்கு காட்டியருளினாள். ஜெய் கிருஷ்ணா ! உனக்கு ஜெயம் உண்டாகட்டும் ! இந்திய நாடு ஒன்றுபடட்டும், அது சுதந்திரம் அடையட்டும் !!

(ஜூலை, 1929.)

3. முலா-மு(ட்)டா சங்கமம்

நதிகள் எத்தனையோ நாம் பார்த்திருக்கிறோம். ஆனால் இரண்டு நதிகளின் கலப்பு சுலபமாகக் காணக்கிடைப்பதில்லை. சங்கமத்தின் காவியமே தனியானது.

இரண்டு நதிகள் கலக்கும்போது அவற்றில் ஒன்று பெரும்பாலும் தன் பெயரை விட்டுவிட்டு மற்றொன்றில் கலந்து விடுகிறது. எல்லா நாடுகளிலும் இந்த நியதிதான் இருந்து வருவதாகத் தோன்றுகிறது. ஆனால், எவ்வாறு களங்கம் இல்லாமல் சந்திரன் சோபிப்பதில்லையோ அவ்வாறே "விதிவிலக்கு இல்லாமல் நியமங்களும் இல்லை.[1] பல தடவைகளில் நியமங்களைவிட விதி விலக்குகளே அதிகம் நமது கவனத்தை ஈர்க்கின்றன. வட அமெரிக்காவின் 'மிஸிஸிபி மிஸௌரி' தன்னுடைய நீண்ட ஏழெழுத்துள்ள பெயரை அடைந்து உலகத்தின் மிகநீண்ட நதியெனப் புகழ்பெற்றிருக்கிறது. சீதாபிராட்டியை அபகரித்ததி லிருந்து விஜயநகரத்தின் சுதந்திரத்தை அபகரித்தது வரையிலுள்ள நீண்டதோர் சரித்திரத்தை நினைவுறுத்தும் துங்கபத்ராவும் தூங்கா, பத்ரா இவைகளின் சேர்க்கையால் தன் பெயரையும் பெருமையையும் அடைந்துள்ளது. புனா நகரத்தைத் தன் மடியிலிருத்தி விளையாட்டுக் காட்டும் முலா - முடாவும் இவ்வாறே 'முலா', 'முடா' என்ற இரு நதிகளின் சேர்க்கையால் உருவெடுத்திருக்கிறது.

சிம்மகட் கோட்டையின் தெற்குப் பக்கத்திலுள்ள பள்ளத் தாக்கிலிருந்து முடா வருகிறது. கடக்வாஸலா வரையிள்ள செடி கொடிகளற்ற குன்றுகள் இதைக் காப்பாற்றுகின்றன. கடக்வாஸலா அணையானது இநத மெல்லியலாள் முடாவைக் கொண்டு ஒரு நீண்ட ஏரியை அமைத்துள்ளது. இந்த ஏரிக்கரையில் மரஞ் செடிகளோ, கோயிலோ ஒன்றுமில்லை. பகலில் மேகங்களும் இரவில் விண்மீன்களும் தம் பிரதிபிம்பத்தை (நிழலை) இந்த ஏரியில் மிதக்க விடுகின்றன. இங்கு முடாவிலிருந்து இருபெரும் கால்வாய்களின் மூலம் புனா, கட்கீ இருநகரங்களுக்கும் குடி தண்ணீர் எடுத்துச் செல்லப்படுகிறது. இப்பொழுது முடாவின் கரைகளில் கரும்புச் சாகுபடி அதிகரித்து வருகிறது. வஸந்த காலத்தில் நோக்குமிடமெல்லாம் ஆங்காங்கு கரும்பு ஆலைகள் குரல் எழுப்பி எழுப்பி, மக்களை (இக்ஷுரஸம்) கரும்புச் சாறு அருந்தும்படி அழைக்கின்றன. 'லக்டீபுல்' (மரப்பாலம்) என்ற பெயருடைய ஆனால் கருங்கல்லால் அமைந்த பாலத்துக்குக் கீழ் முடாநதி ஓடி 'தக்டீபுல்' (தக்டீபாலம்) என அழைக்கப்படும் மற்றொரு உறுதியான கல்லணையைக் கடக்கிறது. இதற்குப் பிறகுதான் முடா தனது சகோதரி முலாவுடன் சங்கமமாகிறது. 'லக்டீபுல்'லிலிருந்து 'ஓங்காரேஸ்வர்' வரை, வழியில் எத்தனை

1 Exception proves the rule
(உத்ஸர்கா: ஸாபவாதா)

பிணங்கள் எரிந்துகொண்டிருந்தாலும் சங்கமத்தில் சேரும் முடாவுக்குச் சிறிதளவும் முகத்தில் வருத்தம் காணப்படுவ தில்லை.

இவ்வளவு அமைதியான சங்கமம் வேறு எங்கும் காண்பதரிது, இந்தச் சங்கமத்துக்கருகில்தான் 'காப்டன் மாலட்' என்ற ஆங்கிலேயன் பேஷ்வா அரசின் முடிவை எதிர்பார்த்துக்கொண்டு கூடாரம் அமைத்துக்கொண்டு தங்கியிருந்தான். இன்று இதே இடத்தில் சமஸ்கிருத மொழிச் சீர்திருத்தப் பணியை ஐரோப்பியப் பண்டிதர்களின் கையிலிருந்து திரும்பிப்பெற உழைத்துவரும் சமஸ்கிருதவிற்பன்னர் பாண்டார்கர் அவர்களின் 'சங்கம ஆசிரமம்' காட்சியளிக்கிறது. சமஸ்கிருதக் கல்வியின் முன்னேற்றத்துக்காக நிறுவப்பட்ட பாடசாலையை விரிவுபடுத்தி மாற்றி அமைத்து புதியதையும் பழையதையும் சங்கமப்படுத்தும் 'டெக்கான் கல்லூரியும் இந்தச் சங்கமத்துக்கருகில்தான் அமைந்திருக்கிறது. இங்கு வெள்ளையர்கள் படகு விளையாட்டுக்காக நதியில் ஓர் அணையைக் கட்டி நீரைத் தேக்கி, அத்தோடு கொசுக்கள் வளரும் பெரிய பண்ணையையும் அமைத்துவிட்டார்கள். அருகில் உள்ள ஒரு குன்றின்மீது ஓர் பெரிய குஜராத்தி குபேரனுடைய மிக உயரமானதும் ஆனால் 'பர்ணகுடி' என்ற எளிய பெயரைக் கொண்டதுமான பெரிய மாளிகை அமைந் திருக்கிறது. மக்களது சுதந்திரத்தை அபகரிக்கும் 'ஏரவாடா' ஜெயிலும், உயிரை அபகரிப்பதற்கு உதவும் ராணுவ வெடி மருந்துச் சாலையும் இந்தச் சங்கமத்திற்கு மிக அருகாமையிலேயே இருக்கின்றன. இன்னும் எத்தனை விசித்திரமான பொருள்களின் 'சங்கமம்' இந்த முலா-முடாவின் கரைகளில் அமையப் போகின்றதோ! அணைக்கட்டுக்கு அருகிலுள்ள தோட்டத்தில் (Bund-Garden) செல்வந்தர்களும், இரந்து வாழ்வோரும் தினந் தோறும் மாலையில் சங்கமம் ஆகின்றனர். இதுவும் இங்கு நிகழும் விசித்திரங்களுக்கு ஓர் உதாரணம் !

கடைசி அணைக்கட்டிலிருந்து துள்ளிக்குதித்து ஓடும் முலா முடா இங்கிருந்து மேலும் எங்கே செல்கிறதோ யாருக்குத் தெரியும்?

மஹாராஷ்டிர தேசத்தின் நதிகளில் மூன்று நதிகளிடம் எனக்கு விசேஷ உறவு உண்டு. மார்க்கண்டி என்னுடைய சிறு பிராயத்துத் தோழி; என்னுடைய உழவுத் தொழில் வாழ்க்கைக்குச் சாட்சியாக இருந்தவள்; எனது சொந்தச் சகோதரியின் பிரதிநிதியாக விளங்கியவள். கிருஷ்ணையின் கரையில்தான் நான் பிறந்தேன். மஹாபலேஸ்வர் முதல் விஜயவாடா, மசூலிப்பட்டணம் வரையில்

உள்ள அதன் இரு மருங்கும் என் வாழ்க்கையோடு பலவிதங்களில் பின்னிப் பிணைக்கப்பட்டிருக்கின்றன. இளமையில் நாங்கள் சகோதரர்கள் யாவரும் படிப்பிற்காகப் புனாவில் வசித்து வந்தோம். அப்பொழுது முலா, முடா இவைகளின் சங்கமத்தில் என் பால்யப் பருவம் கழிந்தது. கல்லூரியில் படித்த காலத்தில் நாங்கள் ஆதரித்து வந்த புரட்சிகரமான எண்ணங்களையும் 'முலாமுடா' அறிவாள். ஆனால் இவையெல்லாவற்றையும்விட மஹாத்மா காந்தியோடு இந்த முலாமுடாவின் கரையில் கழித்த நாட்களின் நினைவு மிகவும் உயர்ந்ததாகும். லேடி டாக்கர்ஸீ என்ற சீமாட்டியின் 'பர்ணகுடீ', தீன்ஷா மேத்தாவின் வள்ளல் தன்மை பொருந்திய விருந்துபசார மாளிகை, 'சிம்மகட்'டில் வசித்த நாட்கள் இவையெல்லாம் ஒருங்கே நினைவுக்கு வருகின்றன.

கடைசியில், இந்தியச் சுதந்திர இயக்கத்தின் இறுதி நாட்களில் காந்திஜீயைக் கைது செய்து சிறைப்படுத்தி வைத்திருந்த 'ஆகாகான் அரண்மனை'யும் முலாமுடாவின் கரையில்தான் இருக்கிறது. இங்குதான் காந்திஜீயின் இரு வாழ்க்கைத் துணைவர்கள்*[1] சுயராஜ்ஜிய வேள்வியில் தம்மைப் பலியாக அர்ப்பணித்துக் கொண்டார்கள். கஸ்தூரிபாவும், மஹாதேவ் தேசாயும் உயிர்நீத்த முலாமுடா நதிக்கரை இந்திய மக்களுக்கு, அதிலும் முக்கியமாக காந்திஜீயின் ஆசிரமத்தைச் சேர்ந்தவர்களான எங்களுக்கு ஒரு புனிதஇடமாக விளங்குகிறது.

மேலும், இன்று இந்த 'முலாமுடா'வைப் பற்றி நினைக்கும் போது சிம்மகட்டின் வெளிகளில் கடக்வாஸலா ஏரிக்கரையில் அமைக்கப்பட்டுள்ள தேசப் பாதுகாப்புப் படைக் கலாசாலையைப் பற்றி நினைவு வராமல் இருக்க முடியாது. இந்தக் கலாசாலைக்குப் பெயர் 'போர்க்கலைக் கலாசாலை' என்று வைக்காமல் 'நாட்டுப் பாதுகாப்புப் படைக் கலாசாலை' (National Defence Academy) என்று வைத்திருப்பது நமது கவனத்தை ஈர்க்காமல் இருக்க முடியாது. இது எந்த ஏரியின் கரையில்அமைந்திருக்கிறதோ அந்த ஏரியின் பெயரும் மஹாராஷ்டிரத்தின் வரலாற்றுப் பெருமைக்கு உகந்தவாறு இருக்கவேண்டும். இப்படிப்பட்ட ஏரியின் பெயர் ஏதாவதொரு ஆங்கிலேயனின் பெயரால் வைக்காமல் 'வீரன் தாணாஜீ மால்ஸுரே'யின் பெயரால் அமைக்கப்பட வேண்டும். தனது உயிரைத் தியாகம் செய்து தாணாஜீ சிவாஜிக்காக 'கோண்டாணா' கோட்டையை வென்றபோது சிவாஜி 'கட் ஆலா, பண் சிம்ஹ கேலா" - அதாவது, "கோட்டையை வென்று

1. மஹாதேவ தேசாயும் அன்னை கஸ்தூரிபாவும்.

விட்டோம், ஆனால் நான் எனது சிம்மத்தை இழந்துவிட்டேன்" என்று கூறினார். அந்நாளிலிருந்து இந்தக் கோட்டைக்குப் பெயர் 'சிம்மகட் கோட்டை' என்று ஏற்பட்டது.

இந்த ஏரியை நாம் 'தாணாஜீ ஏரி' என்றோ 'சிம்மஸரோவர்' என்றோ அழைப்பது பொருத்தமாயிருக்கும்.

1926 - 27
திருத்தப்பட்டது - 1956

4. கடல் நதி சங்கமம்

சிறு பிராயத்தில் போஜன், காளிதாஸன் இவர்களைப் பற்றிய கதைகள் படிக்கக் கிடைத்தன. அரசன் போஜன் கேட்கிறான் - "இந்த நதி இவ்வளவு அழக் காரணம் என்ன?" நதியின் தண்ணீர் பாறாங்கற்களைக் கடந்து செல்லும்போது மிகுந்த சப்தம் உண்டாக்கியிருக்கும். அரசனுக்கு, கவியின்முன் ஒரு கற்பனையை வைத்தாலென்ன என்று தோன்றிற்று. ஆதலால்தான் அவன் மேற்கண்டவாறு கேள்வி கேட்டான். கற்பனை மன்னன் காளிதாஸனும் மக்கள் மனதுக்குகந்த பதில் கொடுக்கத் தவறு வானா? அவன் சொன்னான் - "அரசே! நதி அழுவதின் காரணமா கேட்கிறீர்கள்? இந்தப் பெண் தாயார் வீட்டிலிருந்து மாமியார் வீட்டிற்குப் போய்க்கொண்டிருக்கிறாள். இந்நிலையில் அழாமல் வேறு என்ன செய்வாள்?" இப்பொழுது என் மனத்தில் உதித்தது - "மாமியார் வீட்டுக்குச் செல்ல விருப்பம் இல்லாவிட்டால் ஏன் போகவேண்டும்?" யாரோ ஒருவர் பதில் விடுத்தார் - "பெண்களின் வாழ்க்கையே மாமியார் வீட்டிற்குச் செல்வதற்காகத்தான்."

நதி தனது கணவனான கடலோடு கலக்கும்போது அதன் உருவம் முழுவதும் மாறிவிடுகிறது. அங்கு அதனுடைய பிரவா-ஹத்தை நதியென்று சொல்லுவதே சரியாயிராது. சதாராவுக் கருகில் மாஹுலிக்கு அண்மையில் கிருஷ்ணையும், வெண்யாவும் சங்கமமாவதைக் கண்டோம். புனாவில் முலாமுடா சங்கமம். ஆனால் கடலும் நதியும் சங்கமம் ஆவதை முதன் முதலாகக் 'கார்வாரில்'தான் கண்டேன். வடக்குப் பக்கத்திலுள்ள சவுக்கு மரக்காட்டின் எல்லையில் நாங்கள் இரண்டுபேர் கடற்கரையின் மணலில் விளையாடிய வண்ணம் அலைந்து கொண்டே வெகு தூரம்வரை சென்றுவிட்டோம். வழக்கமாகச் செல்வதைவிட வெகுதூரம் சென்றுவிட்ட நாங்கள் திடீரென்று ஒரு அழகான

நதி கடலுடன் கலப்பதைக் கண்டோம். இரு நதிகள் கலப்பதைக் காட்டிலும் ஒரு நதியும் கடலும் கலப்பது ஓர் காவியம் நிறைந்த காட்சியாகும். இரு நதிகள் கலப்பதில் மிக்க அமைதி தென்படும். ஆனால் ஒரு நதியும் கடலும் கலக்கும்போது அவை இரண்டினிடமும் ஒரே கும்மாளம் நன்கு தென்படும். இந்தக் கும்மாளத்தின் போதை நம்மிடமும் ஏற்படத் தொடங்குகிறது. நதியின் நீர் அமைதியாகவும் திடமான உறுதியுடனும் கடலை நோக்கிப் பாய்கிறது. ஆனால், தனது வரம்பை ஒருபொழுதும் மீறாமல் இருப்பதில் புகழ்பெற்ற கடலோ, சில சமயம் சந்திரனின் தூண்டுதலால் நதிக்காகப் பாதை வகுத்துக் கொடுக்கிறது; சிலசமயம் முன்னேறிச் சென்று நிற்கிறது. நதியும் கடலும் ஒன்றையொன்று எதிர்த்துச் சத்தியாகிரஹம் புரியும் போது எத்தனை விதமான காட்சிகள் காணக் கிடைக்கின்றன! கடலின் அலைகள் பக்கவாட்டில் கோணமிட்டுக்கொண்டு வரும்போது நீர்த் திவலைகள் கூட்டமாக ஓர் ஓரத்திலிருந்து மற்றொரு ஓரம்வரை ஓடி வருகின்றன. சிற்சில இடங்களில் நீர் வட்டமாகச் சுழன்று வருகிறது. கடலின் உற்சாகம் அதிகரிக்கும்போது நதி சற்றே பின்வாங்குகிறது. இத்தருணத்தில் இரு மருங்கிலும் நீர் வெகு வேகமாகக் கரையில் மோதுகிறது. நதியின் போக்கு பின்நோக்கிப் பாயும்போது, அத்தருணத்தைப் பயன்படுத்திக் கொள்ள விரும்பும் படகுகள், காரியத்திலேயே கண்ணாக, வெகு வேகமாக உள்ளே நுழைகின்றன. கடல் பொங்கும் இந்த வாய்ப்பைப் பயன்படுத்திக்கொண்டு எவ்வளவு தூரம் உள்ளே செல்ல முடியுமோ அந்த அளவுக்கு லாபம்தானே என்பது அந்தப் படகுகளுக்குத் தெரியும். பிறகு, கடல் அமைதியடைந்து, கொந்தளிப்பை விட்டுப் பின்வாங்கும் காலத்தில், அலைகள் தம் எதிர்ப்பைவிட்டு, கை நீட்டி நதியின் நீரை வரவேற்கும்போதும் தன்னலம் நிறைந்த அந்தப் படகுகள் தங்கள் முக்கோண வடிவமான தலைப்பாகையை மாற்றிக் கொள்ளத் தயங்குவதில்லை. காற்று எந்தத் திசையை நோக்கி அடித்தாலென்ன, அது நேருக்கு நேர் வந்து தாக்காத வரையில், ஒவ்வொரு நிலையிலும் ஏதாவது லாபம் பெறவே முயலும் வணிக மனப்பான்மை கொண்டவை இந்தப் படகுகள். அவற்றின் தலைப்பாகைகள் அதாவது பாய்கள் வேண்டியபடி விரிந்து சுருங்கக்கூடியவையாயிற்றே !

நாங்கள் போயிருந்தபோது, படகுகள் இம்மாதிரித்தான் நதிக்குள் நுழைந்துகொண்டிருந்தன. ஆனால் கடலின் இந்தக் காற்றலைகளைப் பார்ப்பதில் எங்களுக்கு அக்கறை எழவில்லை. நாங்கள் ஆதவனின் மறைவு சங்கமத்தோடு எவ்வாறு பொருந்திக்

காட்சியளிக்கிறது என்பதைக் காண்பதில் ஈடுபட்டிருந்தோம். தங்க நிறம் எங்குமே அழகு தருவதுதான். ஆனால், பச்சை நிறத்தோடு அது கலந்து ஏற்படுத்தும் பொலிவே அலாதியானது தான். உயரமான மரங்களின் உச்சியின் மீது சூரியனின் தங்கநிறக் கதிர்கள் சவாரி செய்யும்போது, இது என்ன ரம்மியமான வனதேவதைகளின் உலகம் என்று வியக்கத் தோன்றுகிறது. கடல் இப்பொழுது அளித்த காட்சியை என்னவென்று வர்ணிப்பது! தங்கத்தை உருக்கி வார்த்த குழம்பு, குளமாகப் பொங்குவது போல் தோன்றிற்று. இந்த அழகைக் கண்டு, கண்களால் பருகிப்பருகி, எங்களுக்குத் திருப்தியேற்படவில்லை. இந்த போதையில் ஈடுபட்ட எங்கள் மனம் துள்ளிக்குதிக்கத் தொடங்கியது. இந்த அழகை அள்ளிப் பருகி நாங்கள் பித்தாகிக் கொண்டிருந்தோம்.

சூரியன் மறைந்த பிறகு இந்த வண்ண ஜாலங்கள் அமைதி பெற்றன. எங்களுக்கும் சுயநினைவு வந்தது. நாங்கள் திரும்பிவர எத்தனித்தோம். ஆனால் கடலோரத்தில் நீர் அதிகம் பொங்கி வந்திருந்தது. ஆகையால் நாங்கள் வந்த பாதையை விடுத்து, நதியின் கரை ஓரமாகவே நதியின் எதிர்திசையில் திரும்பிச் சென்றோம். இங்கேயும் நதியின் தண்ணீர் பக்கவாட்டில் அதிகம் அகன்று விரிந்திருந்தது, எருமையின முதுகில் ஏற்றப்பட்டிருக்கும் தோல்பை நீர் நிரம்ப நிரம்ப பக்கத்தில் உப்புவது போல. நாங்கள் எதிர் நோக்கிச் செல்லச் செல்ல, நதியின் அமைதியும் அதிகரித்துக் காணப்பட்டது. இருட்டும் அதிகரித்துக் கொண்டிருந்தது. நதியைக் கடந்து செல்ல ஒரு சிறு படகு ஓர் இடத்தில் கட்டப்பட்டிருந்தது. கிராமத் தொழிலாளிகள் சிலர் தங்களது கருக்கரிவாள், மற்ற ஆயுதங்கள் முதலியவற்றை முதுகுப்பக்கம் தொங்கவிட்டுக் கொண்டு சென்று கொண்டிருந்தனர். இவர்களுடைய உடை மிகவும் எளியது, இடுப்பில் ஒரு லங்கோடு, மேலே சிறிய சட்டை. நதியைக் கடக்கும்போது சட்டையைக் கழற்றித் தலையில் கட்டிக்கொண்டு விடுகிறார்கள் இயற்கை அன்னையின் குழந்தைகள் ஆகிய நீரும் கரையும் இவர்களுக்கு ஒன்றே.

வீடு போய்ச் சேர அவசரம் எங்களுக்கு மட்டுமல்ல, இந்த கிராமிய மக்களுக்குக்கூட அவசரம் போலத் தோன்றியது. நதிக்கரையில் ஓடிக் கொண்டிருக்கும் சிறு சிறு நண்டுகளுக்குக் கூட எங்களைப் போலவே அவசரம்தான். இரவு நெருங்கிவிட்டதால் நாங்கள் வீடு வந்து சேர்ந்தோம். ஆனால் மனத்தில், மற்றொரு நாள் இந்த நதிக்கரையிலேயே வெகுதூரம் இது வரும் பாதையை நோக்கிச் செல்லவேண்டும் என்று தோன்றியது.

வெங்காயம் அல்லது முட்டைக்கோஸ் கிடைத்தவுடன் அதன் எல்லா இலைகளையும் பிரித்துப் பார்த்துவிட ஆவல் எழுவது போல, நதியைப் பார்த்தவுடன் அதன் உற்பத்தியிடத்தை நோக்கிச் செல்ல மனிதனுக்கு ஆவல் எழத்தான் செய்கிறது. உற்பத்தி ஸ்தானத்தை ஆராய்வது புராதனமானதோர் ஆராய்வு. கங்கோத்ரி, யமுனோத்ரி, மஹாபலேஸ்வரம், த்ரயம்பகம் இவற்றின் ஆராய்வு இவ்வாறுதான் ஏற்பட்டிருக்கிறது.

சிறு பிராயத்தில் ஏற்பட்ட இந்த ஆசை சில ஆண்டு களுக்கு முன்பு நிறைவேறியது. 'ஸ்ரீசங்கர்ராவ் குல்வாடி' அவர்கள் எனக்கு ஒரு சேவாஸ்ரமத்தைக் காண்பிப்பதற்காக என்னை இந்நதியின் எதிர்த் திசையில் வெகுதூரம் அழைத்துச் சென்றார். இந்த எதிர்யாத்திரையின் போதுதான் 'கவி போர்க்கர்' அவர்களின் கவிதைகளைக் கேட்டேன் என்ற நினைவு மிக்க மகிழ்வூட்டுகிறது.

(1934)

5. கங்கைத் தாய்

கங்கை வேறு ஒன்றும் செய்யாமல், தேவவ்ரதனான பீஷ்மரை ஈன்றதோடு இருந்திருந்தாலும் ஆரிய மக்களின் தாயாகவே அவள் கீர்த்தி அடைந்திருப்பாள். பீஷ்ம பிதாமஹரின் சபதமும், அவரது பற்றற்ற தன்மையும் பிரம்மச்சரியமும், அவரது தத்துவ அறிவும் என்றென்றும் ஆரிய ஜாதியின் மரியாதைக்குப் பாத்திரமாய் உள்ளன. நாம் கங்கையை ஆரியப் பண்பாட்டின் ஆதார ஸ்தம்பமான, ஒரு மஹா புருஷனை ஈன்றெடுத்த தாயாராகவே மதிக்கிறோம்.

நதிக்கு ஏதாவதொரு உவமை பெருமை அளிக்க முடியு மானால் அது 'தாய்' என்ற உவமைதான். நதியின் கரைகளில் வசிப்போமானால் பஞ்சம் என்பது கிடையவே கிடையாது. மேகராஜா எப்பொழுதாவது ஏமாற்றிவிட்டாலுங்கூட நதித் தாய்தான் நமது பயிரை வளர்க்கிறாள். நதிக்கரை என்றால் சுத்தமான குளிர்ந்த காற்று எனக் கொள்ளலாம். நதியின் கரையோடு உலாவச் செல்வோமானால் இயற்கையின் தாயன்பை அதன் முழு உருவத்தில் காணலாம். நதி பெரியதாகவும் அதன் பிரவாஹம் பெரிய அளவுள்ளதாயுமிருக்கும் போது அதனுடைய கரையில் வசிப்பவர்களுடைய சீரும் சிறப்பும் பொறாமைப்படக் கூடியதாய் இருக்கும். அந்த நதியின் சிறப்புக்கேற்ப இவர்களுடைய

சிறப்பும் உயர்ந்திருக்கும். உண்மையில் ஆறு மக்கள் சமுகத்தின் தாயார்தான். நதிக்கரையில் அமைந்த நகரங்களில் தெருக்கள் வழியாகச் செல்லும்போது எங்காவது ஓரிரண்டு இடங்களில் நதி நம் கண்ணுக்குத் தென்படுமானால் என்ன மகிழ்ச்சி ஏற்படுகிறது! நகரங்களின் அசுத்தமான சூழ்நிலை எங்கே, நதியின் மகிழ்ச்சி தரும் காட்சியெங்கே! இரண்டிற்கும் ஈடு ஏது? நதி கடவுள் அல்ல, ஆனால் கடவுளை நினைவுபடுத்தும் தேவதை. குருவுக்கு வந்தனம், வணக்கம் செலுத்துவது அவசியமானால் நதிக்கு வணக்கம் செலுத்துவதும் உசிதமானதே.

இது சாதாரண நதிகளைப்பற்றிய விஷயம். ஆனால் கங்கைத் தாயோ ஆரிய ஜாதியின் அன்னை. ஆரியர்களின் பெரிய பெரிய சாம்ராஜ்ஜியங்கள் இந்த நதியின் கரையில்தான் ஏற்பட்டன. குரு பாஞ்சால தேசங்களையும் அங்க வங்க தேசங்களையும் இந்த கங்கைதான் தொடர்புபடுத்தியது. இன்றுகூட இந்தியாவின் மக்கள்தொகை கங்கையின் கரையில்தான் எல்லாவற்றையும்விட அதிகம்.

கங்கையை நாம் தரிசிக்கும்போது நமது கவனத்திற்கு வருவது தானியம் நிறைந்த பசுமையான வயல்கள் மட்டுமல்ல, அல்லது சாமான்கள் நிறைந்த வாணிகக் கப்பல்களுமல்ல. ஆனால் வால்மீகியின் காவியம், புத்தர், மஹாவீரர் இவர்களுடைய விஹார ஸ்தலங்கள், அசோகன், சமுத்திரகுப்தன், ஹர்ஷன் போன்ற சக்கரவர்த்திகளின் பராக்கிரமச் செயல்கள், துளஸீதாஸர், கபீர்தாஸர் முதலிய மஹான்களின் பாடல்கள் இவையெல்லாம் ஒன்றாக நினைவுக்கு வருகின்றன. கங்கையின் தரிசனம் குளிர்ச்சி, புனிதத் தன்மை இரண்டும் ஒன்று சேர்ந்த, இதயம் நிரம்பிய காட்சியாகும்.

ஆனால் கங்கையின் தரிசனம் எங்கும் ஒரே மாதிரி இருப்ப தில்லை. கங்கோத்ரிக்கு அருகில் உள்ள பனிமூடிய பிரதேசங்களில் விளையாட்டில் ஈடுபட்ட இதன் வாலைப்பருவம், உத்திர காசியில் வானளாவியுள்ள தேவதாரு விருக்ஷங்கள் நிரம்பிய காவியமான பிரதேசத்தில் இதன் குமரிப்பருவம், தேவப்ரயாகைக் குன்றுகளில் குறுகிய பாதைகளில் ஒளி பொருந்திய அலகநந்தா நதியோடு இது புரியும் விளையாட்டுகள், லக்ஷ்மண ஜூலாவின் பயங்கர வாயிலிருந்து வெளிப்பட்ட பிறகு ஹரித்வாரத்துக் கருகில் அது பல தாரைகளில் விளையாடுவது, கான்பூரை யொட்டிப் பாயும் போது அதன் சரித்திரப் புகழ் பெற்ற பிரவாஹம், பிரயாகையிலுள்ள பெரிய ஆலமரத்தின் மீது பாய்ந்து அங்கே

யமுனையோடு திரிவேணி சங்கமம் ஆவது - இவை ஒவ்வொன்றின் அழகும் வர்ணனைக்கு அப்பாற்பட்டது. ஒரு காட்சி மற்றொரு காட்சிக்கு ஈடாகாது, ஒவ்வொன்றின் சௌந்தர்யமும் தனியானது, ஒவ்வொன்றின் உணர்ச்சியும் தனி, ஒவ்வொன்றின் சூழ்நிலையும் தனி, ஒவ்வொன்றின் பெருமையும் தனிப்பட்டது.

பிரயாகைக்குப் பிறகு கங்கை முற்றிலும் புதியதோர் உருவம் எடுக்கிறது. கங்கோத்ரியிலிருந்து பிரயாகை வரையிலுள்ள கங்கை வளர்ந்து கொண்டே போனாலுங்கூட ஒரே மாதிரியாக (சீராக)க் காட்சி அளிக்கிறது. பிரயாகைக்கருகில் அதோடு யமுனை வந்து கலக்கிறது. யமுனையின் பாட்டை முதலிலிருந்தே இரு உருவம் கொண்டது. அது விளையாடிக் குதிக்கிறது. ஆனால் விளையாட்டிலேயே மூழ்கி இருப்பதில்லை. கங்கை சகுந்தலையைப் போன்று தவவேடம் பூண்ட கன்னியாகக் காட்சியளிக்கிறாள். கருமை நிறமுள்ள யமுனையோ திரௌபதியைப் போல் கர்வமுள்ள அரசகுமாரியாகத் தோற்றமளிக்கிறாள். சர்மிஷ்டை, தேவயானி, இவர்களுடைய கதையைக் கேட்கும் போது, நமக்கு பிரயாகைக் கருகில் கங்கையும் யமுனையும் கலக்கும் வெண்மையும் கருமையுமான பிரவாஹம் நினைவுக்கு வருகின்றது. இந்தியாவில் எண்ணற்ற நதிகள் இருக்கின்றன. ஆகையால் சங்கமங்களுக்கும் குறைவில்லை. இந்த எல்லாச் சங்கமங்களிலும் கங்கை யமுனைச் சங்கமம் நம் முன்னோர்களுக்கு எல்லாவற்றையும் விட அதிகமாகப் பிடித்து இருக்கிறது. ஆகையால்தான் இதற்கு, "பிரயாகராஜ்" என்ற கவுரவப் பெயர் இட்டிருக்கிறார்கள். பாரதத்தில் முஸ்லிம் களின் வருகைக்குப் பிறகு பாரத சரித்திரத்தின் உருவமும் மாறியது போல டில்லி, ஆக்ரா, மதுரா, பிருந்தாவன் இவை வழியாக வரும் பிரயாகையினால் கங்கையின் தோற்றமும் அலஹபாத்துக்குப் பிறகு முற்றிலும் மாறிவிட்டது.

பிரயாகை (அலஹபாத்து)க்குப் பிறகு கங்கை குலமகள் மாதிரி பெருந்தன்மை உடையவளாகவும் சௌபாக்கியவதியாகவும் தோற்றமளிக்கிறாள். இதற்குப் பிறகு அதில் பல பெரியபெரிய நதிகள் கலந்த வண்ணம் இருக்கின்றன. யமுனையின் நீர் மதுரா பிருந்தாவனத்தின் கண்ணனைப் பற்றிய நினைவுகளை அளிக்கிறது. அயோத்தி நகர் வழியாக வரும் 'சரயூ' நதியோ சத்தியத்துக்கு அரசனான ஸ்ரீ ராமச்சந்திரனுடைய கீர்த்தி நிரம்பிய, ஆனால் கூடவே கருணையும் நிரம்பியதான வாழ்க்கையில் நினைவுகளை நம் முன் கொண்டுவந்து நிறுத்துகிறது. தென் பக்கத்திலிருந்து வரும் 'சம்பல்' நதி ராஜா ரந்திதேவனுடைய வேள்விகளைப் பற்றிக் கூறுகிறது. இதே நேரத்தில் மிகவும் கோலாஹலத்துடன்

பிரவாஹமெடுத்து ஓடும் 'சோணபத்ர' நதி முதலையோடு கஜேந்திரன் புரிந்த பயங்கர யுத்தத்தை நினைவுபடுத்துகிறது. இவை யாவும் கங்கையில் வந்து கலக்கும் நதிகள். இவ்விதம் பலம்பெருகிய கங்கை பாடலீபுத்ரத்துக்கருகில் (பாட்னா) மகத சாம்ராஜ்ஜியம் விரிவடைந்த மாதிரியே மிகவும் விசாலமாகப் பரவி நிற்கிறது. இதில் 'கண்டிகி'யும் தன் பங்கைச் செலுத்தத் தயங்கவில்லை. ஜனக மஹாராஜா, சக்ரவர்த்தி அசோகன், புத்தர், மஹாவீரர் இவர்களுடைய புராதனப் பிரதேசங்கள் வழியாக ஓடி முன்னேறும் போது கங்கை சற்றே, 'இனி எங்கே செல்வது' என்று தயங்குவது போலத் தோன்றுகிறது. இவ்வளவு பெரிய நீர்க்கூட்டம் தன் முழு வேகத்துடன் கிழக்கு நோக்கிப் பாயும் போது அதைத் தெற்கு நோக்கித் திருப்புவது எளிதான காரியமா என்ன? இருந்த போதிலும் அது அப்பக்கம் திரும்பி விட்டதே! இரண்டு சக்ரவர்த்திகளோ அல்லது இரண்டு ஜகத்குருக்களோ திடீரென்று ஒருவரையொருவர் எப்படிச் சந்திப்பதில்லையோ, அதேபோலத்தான் கங்கை; பிரம்மபுத்ர இவற்றின் விஷயமும். பிரம்மபுத்ர இமயத்தின் அப்பாலுள்ள எல்லா நீரையும் எடுத்துக் கொண்டு அஸ்ஸாம் வழியாக மேற்கு நோக்கி வருகிறது. கங்கை இப்பக்கத்திலிருந்து கிழக்கு நோக்கிப் பாய்கிறது. இவை இரண்டும் எதிரெதிரே எப்படிச் சந்திப்பது? யார் யாருக்கு முதலில் வணங்குவது? யார் முதலில் வழி விடுவது? முடிவில் இரண்டும் நிச்சயம் செய்து கொண்டன. இருவரும் பெருந்தன்மை உடையவர்களாக ஒருவர் மற்றவருக்கு மதிப்பு வைத்தவாறு மிக வணக்கத்துடன் நதிகளின் நாயகனான சமுத்திர ராஜனைத் தரிசிக்கச் செல்லவேண்டும். போகும் போதே வழியில் எங்கு முடியுமோ அங்கே ஒருவரையொருவர் சந்தித்துக் கலந்துவிட வேண்டும்.

இவ்விதமாக, 'கோஆலந்தோ'வுக்கு அருகில் கங்கை - பிரம்ம புத்ர இவற்றின் விசாலமான நீர்ப்பரப்புகள் வந்து கலக்கும் போது, சமுத்திரம் என்பது இதைவிட வேறு என்ன வாயிருக்கக் கூடும் என்று சந்தேகம் தோன்றுகிறது. வெற்றி யடைந்த பிறகு கட்டுப்பாடுள்ள உறுதியான சேனைகூட ஒழுங்கு தவறி, வெற்றியடைந்த வீரர்கள் மனம் போனபடி எங்கு வேண்டுமானாலும் அலைவது போலத்தான் இதற்குப் பிறகு இந்த இரண்டு நதிகளின் நிலைமையும் ஆகிவிடுகிறது. அவை பல முகங்கள் மூலமாகக் கடலில் கலக்கின்றன. ஒவ்வொரு பிரவாஹத்துக்கும் தனித்தனி பெயர். சில பிரவாஹங்களுக்கு, ஒன்றுக்கே பற்பல பெயர்கள். கங்கையும் பிரம்மபுத்ரவும் ஒன்று சேர்ந்து 'பத்மா'

என்ற பெயரைப் பெறுகின்றன. இதுவே பிறகு 'மேகனா' என்று அழைக்கப்படுகிறது.

இந்தப் பலமுகம் படைத்த கங்கை எங்கே செல்கிறது? சுந்தர வனத்தில் பிரம்புக்காடுகளை வளர்க்கவா? அல்லது, சகர புத்திரர்களின் எண்ணங்களைத் திருப்தி செய்து அவர்களைக் கடைத் தேற்றவா? இன்று இங்கு வந்து பார்ப்பீர்களானால் அந்தப் பழைய காவியங்களின் ஒரு சின்னமும் எஞ்சியிருக்க வில்லை. எங்கு பார்த்தாலும் சணல் சாக்குகள் தயாரிக்கும் ஆலைகளும், இதே போன்று பார்ப்பதற்கு அழகில்லாத பொருள் களைத் தயார் செய்யும் தொழிற்சாலைகளுமே காணப்படும். பாரத நாட்டில் கை வேலை நிபுணர்கள் தயார் செய்த கணக்கற்ற பொருள்களை பாரத நாட்டுக் கப்பல்களே இலங்கை, ஜாவாத் தீவு முதலிய இடங்களுக்கு எடுத்துச்சென்ற அதேயிடத்தில் இன்று மேநாட்டு, ஜப்பானியக் கப்பல்கள் வெளிநாடுகளில் தயாரான பொருள்களை இந்தியக் கடைத் தெருக்களில் விற்பதற்காகக் கொண்டு வருவதைப் பார்க்கலாம். அன்னை கங்கை முன் போலவே நமக்கு எல்லா வசதிகளையும் வாரி வழங்குகிறாள். ஆனால் பலமிழந்த நமது கைகள் அவைகளை எடுத்துக்கொள்ள முடியவில்லை.

கங்கைத் தாயே ! இந்தக் காட்சியை நீ இன்னும் எத்தனை காலம் பார்த்துக் கொண்டிருக்க வேண்டுமோ தெரியவில்லை !

(பிப்ரவரி, 1926)

6. யமுனா ராணி

இமயமலை அழகின் களஞ்சியம். தனது அழகை எங்கும் அள்ளிவீசி, அழகின் அழகையே குறைப்பதுதான் இமயமலையின் வேலை போலும், இருந்த போதிலும், இந்த இமயத்தில் ஒரு இடத்தின் உயரமும் கம்பீரமும் இமயத்து வாசிகளின் கவனத்தை மிகவும் கவருகிறது. அதுதான் யமதர்ம ராஜனுடைய சகோதரியின் உற்பத்தி ஸ்தானம்.

மிக உயரத்திலிருந்து பனி உருகி ஒரு பெரிய நீர்வீழ்ச்சி விழுகிறது. அதன் அக்கம்பக்கத்தில் வானைத்தொடுவது மட்டுமல்ல, வானில் குத்திச்செல்லும் பழமரங்கள், உயர்ந்த பற்பல மலைச் சிகரங்கள் காவலுக்கு நிற்கின்றன. சில சமயம் தண்ணீர் உறைந்து பனிக் கட்டியாகி விடுகிறது. மற்றும் சில சமயம் பனி உருகிக் குளிர்ந்த தண்ணீராக மாறுகிறது. இப்படிப்பட்ட இடத்தில்

பூமிக்குள்ளிருந்து மிக ஆச்சரியமான முறையில் கொதிக்கும் நீர் துள்ளிக்குதித்து வெளிவருகிறது. பூமிக்குள்ளிருந்து ஏதோ நீராவி யத்திரம் கோபத்துடன் நீராவியை வெளிக்கிளப்புவது போல சப்தம் கேட்கிறது. இந்த உஷ்ண நீர்வீழ்ச்சியின் நீர்த்திவலைகள் அந்தப் பிரதேசத்திலுள்ள குளிரிலும் கூட நம் உடம்பின் மீது பட்டால் அதைப் பொசுக்கிவிடக் கூடும். இப்படிப்பட்ட அற்புதம் நிறைந்த இடத்தில் அசிதமுனிவர் யமுனை நதியின் மூலஸ்தானத்தைத் தேடிக் கண்டுபிடித்தார். இந்த இடத்தில் சுத்த ஜலத்தில் நீராடுவது முடியாத காரியம். குளிர்ந்த நீரில் நீராடினால் நாம் குளிர்ந்து விறைத்தே போய்விடுவோம். உஷ்ண நீரில் குளித்தாலோ உருளைக்கிழங்கை வேகவைத்த மாதிரி அங்கேயே உயிர் நீத்துவிடுவோம். ஆகையால் அங்கே இவ்விரண்டு நீர்களும் கலந்த நீர்த்துறைகள் தயார் செய்யப்பட்டிருக்கின்றன. ஒரு நீர்வீழ்ச்சிக்கு மேலே ஒரு குகை இருக்கிறது. அதில் மரப்பலகைகளைப் பரப்பிக்கொண்டு தூங்கலாம். ஆனால் இரவு முழுவதும் புரண்டுகொண்டே இருக்க வேண்டும். ஏனெனில் மேலே யிருந்து விழும் பனி, கீழேயுள்ள உஷ்ணம் இரண்டுமே தாங்க முடியாமல் இருக்கிறது.

இரு சகோதரிகளிலும் கங்கையைவிட யமுனை மூத்தவள், வளர்ந்த பிராயத்தினள், கம்பீரம் நிறைந்தவள், கிருஷ்ணனின் சகோதரி திரௌபதியைப் போல் கருமேனி படைத்தவள், கர்வம் நிறைந்தவள். கங்கையோ பாவம், இப்பொழுதுதான் பருவத்தை எட்டிப்பார்த்த சகுந்தலையைப் போன்றவள். ஆனால் தேவாதி தேவனான 'மஹாதேவன் கங்கையை ஏற்றுக்கொண்டான். ஆகையால் யமுனை தன் பெருமையைத் தவிர்த்து கங்கையின் தலைமையை ஏற்றுக்கொண்டாள். இவ்விரு சகோதரிகளும் சந்திப்பதற்கு மிகவும் ஆவலுள்ளவர்களாயிருப்பது போல் காணப்படுகிறது. இமயமலையில் ஓர் இடத்தில் இருவரும் கிட்டத் தட்டச் சந்திக்கும் தருணத்துக்கு வருகின்றனர். ஆனால் பொறாமை கொண்ட 'தண்டால் மலை' பிறருக்கு இடையூறு செய்து மகிழும் மக்களைப்போல், நடுவில் குறுக்கே வந்து விடுவதனால் இருவரும் சந்திக்க முடியாமல் போய்விடுகிறது. ஒரு கவி உள்ளம் படைத்த முனிவர் அங்கே யமுனையின் கரையில் வாசம் செய்துகொண்டு கங்கையில் தினமும் நீராடச் சென்று வந்தார். ஆனால் உணவு அருந்துவதற்குத் தவறாமல் யமுனையின் வீட்டுக்கு வந்துவிடுவார். அவர் கிழவரான பொழுது - ஏனெனில் முனிவர்களும் கடைசியில் கிழவர்கள் ஆகத்தான் ஆகிறார்கள். ஒருநாள் அவருடைய களைத்துப் போன கால்களிடம் இரக்கம் கொண்டு கங்கை தன்

பிரதிநிதியாக ஒரு சிறு நீர்வீழ்ச்சியை யமுனையின் கரையில் முனிவரின் ஆசிரமத்துக்கு அருகில் அனுப்பிவைத்தாள். இன்றுகூட அந்தச் சிறிய வெண்ணிற நீர்வீழ்ச்சி அந்த முனிவரை நிளைவு படுத்திய வண்ணம் ஓடிக்கொண்டிருக்கிறது.

டேராடூனுக்கு அருகில்கூட இந்த இரு நதிகளும் சந்திக்கும் என்று நமக்கு நம்பிக்கை ஏற்படுகிறது. ஆனால் சந்திக்கவில்லை. தனது தண்மை நிறைந்த புனிதத்தன்மை மூலம் இரு நதிகளுக்கு நடுவிலுள்ள பிரதேசம் முழுவதையும் புனிதப்படுத்தும் தமது கடமையை நிறைவேற்றும் வரையில் இவையிரண்டும் சந்தித்து நிம்மதியாக அளவளாவ நேரம் எது? கங்கை உத்தரகாசி, டெஹ்ரீ, ஸ்ரீநகர், ஹரித்வாரம், கன்னோஜ், ப்ரம்மாவர்த்தம், கான்பூர் முதலிய புராணப் பிரசித்தி பெற்றதும், சரித்திரப் பிரசித்தியடைந்ததுமான இடங்களுக்குத் தனது பாலைப் பருகக் கொடுத்துக்கொண்டு பிரவாஹிக்கிறாள். யமுனையும் குருக்ஷேத்ரம், பானிப்பட்டு போன்ற கொலைக்கள பூமிகளைப் பார்த்துக் கொண்டே பாரதத்தின் தலைநகருக்கருகில் வந்து சேருகிறாள். யமுனையின் நீரில் சாம்ராஜ்ஜியச் சக்தி இருக்கிறது. அதனுடைய நினைவுக்களஞ்சியத்தில் பாண்டவர்கள் முதல் முகலாய சாம்ராஜ்ஜியம் வரையிலும், மேலும் இந்தியப் புரட்சி முதல் சுவாமி சிரத்தாநந்தரின் கொலை வரையிலான சரித்திரம் நிரம்பியிருக்கிறது. டில்லியிலிருந்து ஆக்ரா வரை பாபரின் வம்சத்தைச் சேர்ந்தவர்கள் நம்மோடு உரையாடிக்கொண்டிருக்க விரும்புவதுபோலத் தோன்றும். இந்த இரு நகரங்களின் கோட்டை களும் சாம்ராஜ்ஜியத்தின் காவலுக்காகக் கட்டப்படாமல் யமுனையின் வனப்பைக் கண்டுகளிப்பதற்காகவே நிர்மாணிக்கப் பட்டதுபோலத் தோன்றுகிறது. முகலாயப் பேரரசின் பேரிகை எப்பொழுதோ ஓய்ந்துவிட்டது. ஆனால் மதுரா - பிருந்தா வனத்தின் குழலோசை இன்றும் ஒலித்துக்கொண்டிருக்கிறது.

மதுரா பிருந்தாவனத்தின் சோபை சற்று அபூர்வமானது. இந்தப் பிரதேசம் ரமணீயமாய் இருப்பதுபோலவே வளமும் பொருந்தியது. இவ்விடத்து ஹரியானாப் பசுக்கள் தமது இனிமையான, வலிவு தரக்கூடிய வற்றாத பாலுக்கு நம்நாடு முழுவதிலும் கீர்த்தி வாய்ந்தவை. அன்னை யசோதையும் அரசன் நந்தனும் இந்த இடத்தை மிகவும் விரும்பித் தேர்ந்தெடுத்தார்கள் என்பதை இவ்விடத்து பூமி மறக்கமுடியாது. மதுரா-பிருந்தாவனம் பாலகிருஷ்ணனுடைய பராக்ரம பூமி. துவாரகையில் வசித்த நாட்களைத்தவிர கிருஷ்ணனுடைய வாழ்க்கையோடு காளிந்தீ

(யமுனை) நதிதான் மிக அதிகமாக நெருங்கிப் பழகி இருக்கிறது. காளிங்க மர்த்தனத்தைக் கண்ட யமுனை கம்ஸனின் தலை வெட்டுண்டதையும் கண்டது. அத்தினாபுரத்தின் அரசவையில் கண்ணனின் புத்திமதி நிறைந்த குரலைக்கேட்ட அதே யமுனை குருக்ஷேத்திர யுத்த பூமியில் யுத்த நிபுணனான கிருஷ்ணனின் யோகதர்சனத்தையும் கண்டு வியந்தது. பிருந்தாவனத்தில் ராதையோடு கண்ணன் நிகழ்த்திய காதல் கனிந்த புல்லாங்குழல் கீதத்தோடு தன் ஒலியைச் சேர்த்த யமுனை, குருக்ஷேத்திர மைதானத்தில் கண்ணன் அருளிய மயிர்க்கூச்செரியும் கீதை யுரையையும் எதிரொலிக்கச் செய்தது. யமராஜனுடைய சகோதரியான யமுனையோடு சகோதர உறவு கொள்வது ஸ்ரீகிருஷ்ணனுக்குத்தான் அதிகம் சோபை அளிக்கும்.

பாரத நாட்டின் பல வம்சங்கள் அழிவதைப் பலதடவை கண்ணுற்ற யமுனைக்கு பாரிஜாத புஷ்பம் போன்ற மெல்லியலாள் மும்தாஜ்மஹாலின் மறைவு எவ்வளவு மனக்கிலேசத்தை உண்டாக்கியிருக்கும்! ஆதலால்தான் அன்புச் சக்ரவர்த்தியான ஷாஜஹானுடைய உறைந்த கண்ணீரின் (தாஜ்மஹாலின்) பிரதி பிம்பத்தைத் தனது நீர்ப்பரப்பில் ஏற்றுக் கொள்ள யமுனை சம்மதித்துள்ளது.

பாரத காலத்திலிருந்து வேதகாலப் பிரசித்திபெற்ற ‘சர்மணயவதீ’ நதி தன் பங்கைச் சேர்ப்பதை ஏற்றுக்கொண்டு முன்னேறிச் செல்லும் போதே, மத்திய காலத்துச் சரித்திரங்களின் நினைவைக் காட்டும் சிறிய சிந்து நதியும் யமுனையோடு வந்து கலக்கிறது.

யமுனைக்கு இப்பொழுது கலக்கம் ஏற்பட்டு விட்டது. வெகு நாட்களாகி விட்டன. இன்னும் சகோதரி கங்கையைப் பார்க்கவில்லை. சொல்ல வேண்டிய விஷயங்கள் எல்லாம் தொண்டையில் நிற்க மறுக்கின்றன. கேட்பதற்கும் பற்பல கேள்விகள் சேர்ந்து விட்டன. கான்பூரும், கால்பியும் வெகுதூர மில்லை. கங்கையைப்பற்றி இங்கு செய்தி கேட்டதுமே கான்பூர் மிட்டாய் உண்டு மகிழ்வடைந்து, யமுனை அங்கிருந்து வெகு வேகமாக நடைபோடத் தொடங்கிப் பிரயாகையில் கங்கையைக் கட்டித் தழுவினாள். இருவருக்கும் என்ன கிறுக்கேற்பட்டது! சந்தித்த பிறகும்கூட இருவருக்கும் நாம் சந்தித்துவிட்டோம் என்ற நம்பிக்கை ஏற்படவில்லை. பாரத நாட்டின் சாதுக்கள் எல்லோரும் இந்த அன்புச் சந்திப்பைப் பார்ப்பதற்காகத் குழுமியிருக்கிறார்கள். ஆனால் இந்தச் சகோதரிகளுக்கு இதைப்

பற்றி நினைவேயில்லை. முற்றத்தில் அக்ஷயவடம் (ஆலமரம்) இருக்கிறது. அவர்களுக்கு அதன் நினைப்பும் இல்லை. கிழ அக்பர் சக்கரவர்த்தி கூடாரம் அமைத்துக்கொண்டு தங்கியிருக் கிறான். ஆனால் அவனை யார் மதிக்கிறார்கள்? அசோகனுடைய கல்தூணைக் கொண்டுவந்து நிறுத்தினால்கூட இந்தச் சகோதரிகள் அதைக் கண்ணெடுத்தும் பார்க்க மாட்டார்கள்.

அன்பு நிறைந்த இந்தச் சங்கமத்தின் பிரவாஹம் இடை விடாமல் ஓடிக்கொண்டிருக்கிறது. அதோடு கூடவே காளிதாஸ னின் வாணியும் இடைவிடாமல் ஒலித்துக் கொண்டிருக்கிறது :

க்வசித் பிரபா$_4$ லோபிபி$_4$ரிந்த்$_3$ரநீலைர்முக்தாமயீ
யஷ்டிரிவாநுவித்$_4$தா$_3$

அந்யத்ரமாலா ஸித பங்கஜாநாம் இந்தீ$_3$வரைருத்க$_2$
சிதாந்தரேவ
க்வசித்க$_2$கா$_3$நாம் ப்ரியமாநஸாநாம் காத$_3$ம்பஸம்ஸர்கவதீவ
பங்க்தி:
அந்யத்ர காலாக$_3$ருதத்தபத்ரா பக்திர்பு$_4$வஶ்சந்த$_3$ந கல்பிதேவ
க்வசித்ப்ரபா சாந்த்$_3$ரமஸி தமோபி$_4$ஸ்சாயாவிலீநை:
ஶபலீக்ருதேவ
அந்யத்ரஸுப்$_4$ரா ஶரத$_3$ப்$_4$ரலேகா$_2$ரங்க்$_4$ரேஷ்விவாலக்ஷ்யநப$_4$:
ப்ரதே$_3$ஶா
க்வசிச்ச க்ருஷ்ணோரக$_3$பூ$_4$ஷணேவ ப$_4$ஸ்மாங்க$_3$ராகா$_3$
தநுரீஶ்வரஸ்ய
பஶ்யாநவத்$_4$யாங்கி$_3$! விபா$_4$தி க$_3$ங்கா$_3$ பி$_4$ந்நப்ரவாஹா
யமுநாதரங்கை$_3$:

(ஹே! குற்றமற்ற அங்கங்களையுடைய ஸீதையே! இந்த கங்கையின் பிரவாஹத்தில் யமுனையின் அலைகள் அழுந்திப் பிரவாஹத்தைத் துண்டிக்கின்றன. இது எப்படிப்பட்ட காட்சி! சில இடங்களில் முத்து மாலையில் கோக்கப்பட்ட இந்திர நீலமணிகள் முத்துக்களின் ஒளியையும் மங்கச் செய்வதுபோலத் தோன்றுகிறது. சில இடங்களில், வெண் தாமரை மாலையில் இடையிடையே நீலோற்பலம் தொடுக்கப்பட்டிருப்பதுபோலக் காட்சியளிக்கிறது. இன்னும் சில இடங்களில் மானஸரோவரை நோக்கிப் பறந்து செல்லும் வெண்ணிற அன்னங்களோடு கருமை நிறமான அன்னங்களும் சேர்ந்து செல்வதுபோலத் தோன்று கின்றது. மற்றோரிடத்தில் வெண்சந்தனத்தால் மெழுகப்பட்ட

தரையில் கரும் அகரு கொண்டு பூவேலைகள் வரையப்பட்டது போல் தோன்றுகிறது. பிறிதோரிடத்தில் சந்திரனின் ஒளியோடு கூட நிழலில் தூங்கும் இருட்டு விளையாடிக் கொண்டிருப்பது போல் தோன்றுகிறது. வேறோரிடத்தில் சரத்காலத்து வெண்ணிற மேகங்களுக்குப்பின்னால்இங்கும்அங்கும்ஆகாயம்காணப்படுவது போலிருக்கிறது. மேலும் சில இடங்களில் மஹாதேவனுடைய விபூதி பூசிய தேகத்தின் மீது கருநாகங்களாலான ஆபரணங்கள் அணிவிக்கப்பட்டிருப்பது போலக் காட்சியளிக்கிறது.)

என்ன அழகான காட்சி! மேலே புஷ்பக விமானத்தில் மேகச்யமான ரான, நீலமேக நிறமுள்ள ஸ்ரீராமச்சந்திரனும் ஒளிபொருந்திய ஜானகி ஆவலுள்ளவர்களாயிருக்கின்றனர். கீழே நீலோற்பலம் போன்ற ச்யாமள வர்ண காளிந்தி (யமுனை)யும் அமிர்த வெள்ளம் கொண்ட ஜாஹ்னவீ (கங்கை)யும் பரஸ்பரம் தழுவிய வண்ணம் கடலில் தத்தம் பெயர், உருவம் எல்லா வற்றையும் விட்டு மறைந்துவிடுவதற்காக ஓடிக்கொண்டிருக்கின்றன.

இந்தப் புனிதமான காட்சியைக் கண்டு தேவலோகத்தி லிருந்து புஷ்பமாரி பொழிந்திருக்கும், பூலோகத்திலும் கவிகளின் மேதையின் படைப்பாகிய திவலைகள் பறந்திருக்கும்.

(செப்டம்பர், 1929)

7. மூல த்ரிவேணி

பிரம்மா, விஷ்ணு, சிவன் மூவரும் சேர்ந்து எவ்வாறு தத்தாத்ரேயர் ஆகின்றனரோ அவ்வாறே அலகநந்தா, மந்தாகினி, பாகீரதி இம்மூன்றும் சேர்ந்து கங்கைத் தாய் ஆகின்றனர். இவை மூன்றும் கங்கையின் சகோதரிகள் அல்ல, ஆனால் கங்கையில் அங்கங்களே. பாகீரதீ கங்கோத்ரியிலிருந்து கிளம்பியபோதிலும், மந்தாகினியின் கேதார்நாத்தும், அலகநந்தாவின் பத்ரீநாராயணும் கங்கையின் உற்பத்தி ஸ்தானங்களேதான்.

'பிரம்ம கபாலம்' வழியாக அலகநந்தா ஓடுகிறது. அங்கே ஒரு முறை சிராத்தம் செய்தால் எல்லா முன்னோர்களும் ஒரேயடியாக மோக்ஷம் அடைகிறார்கள். அந்தப் பெருமை வாய்ந்த அலகநந்தாவின் உற்பத்தி ஸ்தானம் கங்கோத்ரியைவிட புனிதத்தில் குறைந்ததா என்ன? 'பிரம்ம கபாலத்'தில் ஒருமுறை சிராத்தம் செய்தபிறகு மறுபடி ஒருபொழுதும் சிராகித்தம் செய்யக்கூடாது. ஆசை மேலீட்டால் மறுபடி செய்தால்

பித்ருக்களுக்கு மோக்ஷத்துக்குப் பதில் வீழ்ச்சி ஏற்படுகிறது. எவ்வளவு ஜாக்ரதையான இடம் அது !

பத்ரீ நாராயணத்தின் உஷ்ண ஓடைகளின் நீரை எடுத்துக் கொண்டு 'அலகநந்தா'வுக்கு வருகின்றன. மந்தாகினியோ கௌரீகுண்டத்தின் உஷ்ணநீரினால் சிறிது வெதுவெதுப் படைகிறது. கேதாரநாத்தின் கோயிலின் அமைப்பு மற்றக் கோயில்களைவிட மாறுபட்டதாயிருக்கிறது. உள்ளே வீற்றிருக்கும் சிவலிங்கம் ஸ்வயம்பூவானவர், நல்ல உருவமற்றவர். மனிதர்கள் குனிந்து அதன்மேல் மார்பை வைத்துத் தொடக்கூடிய அளவுக்கு உயரம் உள்ளவர். கோயிலுக்கு உள்ள அளவு பெருமை மந்தாகினிக்கும் உண்டு. இங்குள்ள கற்கள் தனிரகமானவை, இங்கே நீரின் போக்கு தனிப்பட்டதானது. இங்கு நீராடும் ஆனந்தமும் ஓர் தனித்தன்மை வாய்ந்ததாகும்.

கங்கோத்ரி கங்கோத்ரிதான்! இவை மூன்றிலும் பாகீரதியின் வெள்ளப்பெருக்கு அதிகம்; காட்டு வெள்ளமாயும் அதிகம் கவர்ச்சியுள்ளதாயுமிருக்கிறது. கங்கையில் இந்த மூன்று (பாகீரதீ, அலகநந்தா, மந்தாகினி) பிரவாஹங்கள்தான் உண்டு என்பதில்லை. நீலகங்கா, பிரம்ம கங்கா, இன்னும் அநேகம் கங்கைகள் உண்டு. இமயமலையிலிருந்து கிளம்பும் பிரவாஹங்கள் எல்லாமே கங்கைகள் தாமே! ஹரித்துவாரத்துக்கருகில் ஹரியின் சரணங்களை எந்தெந்தப் பிரவாஹங்களெல்லாம் தொடுகின்றனவோ அவை யாவும் கங்கைள்தாம். ஆகாயத்திலிருந்து இமயத்தின் சிகரமாகிய மஹாதேவனின் ஜடைகளில் கங்கை விழுந்து. பிறகு அங்கிருந்து பல தாரைகளாக வழிந்தோடுவதை வர்ணிக்கும் வால்மீகி முனிவருடைய கண்கள் ஏழு வெவ்வேறு பிரவாஹங்கள் ஓடுவதைக் கண்டன:

தஸ்யாம் விஸ்ருஜ்$_3$யமானாயாம் ஸப்த ஸ்ரோதாம்ஸி ஜ$_3$க்ஞிரே|
ஹ்லாதி$_3$நீ பாவநீசைவ நளிநீச ததை$_2$வ ச||
ஸுசக்ஷுஸ்சைவ ஸீதா ச ஸிந்து$_4$ஸ்சைவ மஹாநதீ$_3$|
ஸப்தமீசாந்வகா$_3$த் தாஸாம் ப$_4$கீ$_3$ரத$_2$ ரத$_2$ம் ததா$_3$||

8 ஜீவன தீர்த்தமெனும் ஹரித்துவாரம்

'**த்**ரிபதகா' என்பது கங்கையின் மூன்று அவதாரங்கள். கங்கோத்ரி அல்லது கோமுகத்திலிருந்து ஹரித்துவாரம் வரையிலுள்ள கங்கை அதன் முதல் அவதாரம். ஹரித்துவாரத்தி லிருந்து பிரயாகை வரை அதன் இரண்டாவது அவதாரம். முதல் அவதாரத்தில் கங்கை மலையின் கட்டுப்பாட்டிலிருந்து- சிவனின் முடியிலிருந்து- விடுபட முயல்கிறாள். இரண்டாவது அவதாரத்தின் போது அவள் தனது சகோதரி யமுனையைச் சந்திக்க ஆவலுள்ளவளாய் இருக்கிறாள். பிரயாகையிலிருந்து கங்கை பெரிய பிரவாஹத்தோடு நதிபதியான கடலுடன் ஐக்கியமாக ஆவல் கொள்ளுகிறாள். இது அவளுடைய மூன்றாவது அவதாரம். கங்கோத்ரி, ஹரித்துவாரம், பிரயாகை, கங்கா ஸாகர் இவை நான்கும் கங்கா புத்திரர்களான ஆரியர்களுக்கு மிகப்பெரிய 'புண்ணிய ஸ்தலங்கள்.' எவ்வளவு தூரம் முன்னேறி நதியை நோக்கிப் போகிறோமோ, அந்த அளவுக்குப் புண்ணிய தீர்த்தங்கள் மஹாத்மியமும் அதிகம் என்பது நம் நம்பிக்கை. ஒருவிதத்தில் இது சரியே. ஆனால் என்னைப் பொறுத்தவரையில் பரத வம்சத்தோராகிய நமக்கு ஹரித்துவாரமே அதிகம் கவர்ச்சி பொருந்திய ஸ்தலமாகும். ஹரித்துவாரத்திலும் ஐந்து தீர்த்தங்கள் பிரசித்தமானவை. புராணம் எழுதியவர்கள் ஒவ்வொன்றின் மஹாத்மியத்தையும் சிரத்தையுடனும் அழகாகவும் வர்ணித்திருக் கிறார்கள். ஆனால், இந்தப் பெருமையைச் சற்றும் அறியாமலே, "ஹரிகீபைட"யில்தான் கங்கையின் மஹாத்மியம் உள்ளது என்றாலும் அதுவும் காவியம் நிறைந்த எண்ணமே என்னலாம்.

ஒவ்வொரு நதியின் வழியிலும், காவியம் நிறைந்த இடங்கள் சிற்சில இருக்கத்தான் இருக்கும். நான் சொல்லுவதன் பொருள், கங்கையின் கரையில் ஹரித்துவாரத்தைவிட அதிகம் வனப்பு வாய்ந்த இடம் கிடையாது என்பதல்ல. 'ஹரிகீபைட' க்கு அக்கம் பக்கத்தில் காசியின் அழகில் நூற்றில் ஒரு பங்குகூட இருக்காது. இருந்தபோதிலும், இங்கு இயற்கையும் மனிதனும் ஒருவருக் கொருவர் எதிரியாகாமல் கங்கையின் அழகை அதிகரிக்கச் செய்வதில் முனைந்திருக்கிறார்கள். கங்கையின் எளிய, நிர்மலமான பிரவாஹம்! கோவிலுக்கருகில் நீர் ஓடும் இடத்திலுள்ள துறை, அதன் கீழேயுள்ள சிறிய வளைவு நெளிவுள்ள மடு, மற்றொரு பக்கம் ஆயிரக்கணக்கான மக்கள் அமரக்கூடிய பெரிய படித்துறை, இவையாவும் காவியம் நிறைந்த காட்சிகள். கரையிலுள்ள

கோவில்கள், சத்திரங்கள் இவற்றின் எளிய சிகரங்கள், கங்கையோடு ஒட்டியுள்ள நமது கவனத்தைத் தம் பால் இழுப்பதில்லை. இருந்த போதிலும் இவைகளும் கங்கையின் சோபையை அதிகரிக்கச் செய்கின்றன. காசி நகரத்து வீதிகளில் படுத்திருக்கும் சோம்பேறிக் காளைகள் வேறு, அமைதியாக அசைபோடும் இங்குள்ள காளைகள் வேறு. இங்கு கங்கையில் எங்குமே பெயரளவுக்குக்கூடச் சேறு கிடையாது. தொன்றுதொட்டு ஒன்றோடொன்று மோதி மோதி உருண்டை வடிவமாயுள்ள வெள்ளைக் கல்லே எங்கும் காணப்படும்.

‘ஹரிகீபைடீ’யில் எல்லாவற்றையும் விடக் கவர்ச்சியுள்ள ஒன்றைப் பற்றி நம் கவனம் செல்வதேயில்லை. நாம் அதை அனுபவிக்க மட்டும் செய்கிறோம். அதுதான் இங்கு வீசும் காற்று. இமயத்தின் வெகு தூரத்திலுள்ள பனிச் சிகரங்களிலிருந்து தெற்கு நோக்கி வீசும் காற்று முதன்முதலாக இங்குள்ள மனிதர்களின் குடியிருப்புக்களைத்தான் ஸ்பர்சிக்கிறது. இவ்வளவு புனிதமான காற்று வேறு எங்கு கிடைக்கும்? ‘ஹரிகீபைடீ’ க்கருகிலுள்ள பாலத்தில் நின்றால் உங்களது மனத்திலும், சுவாசப் பையிலும் ஆனந்தமே நிறைந்து நிற்கும். ஆவேசம் உண்டாக்காத, பிராணன் அளிக்கக்கூடிய, அமைதி நிரப்பக்கூடிய ஆனந்தம் பொங்கும்.

நான் இங்கு வந்தபொழுதெல்லாம் அதே அமைதி, அதே ஆனந்தம், அதே உற்சாகம் அனுபவித்திருக்கிறேன். சிலர் பம்பாய் நகரத்தின் ‘சௌபாடீ’ யோடு இதை ஒப்பிடுகிறார்கள். முற்றிலும் வேறுபாடான நிலைமைகள் இவ்விரண்டிலும், இங்கு யாத்ரீகர்கள் மீன்களுக்கு உணவு கொடுக்கிறார்கள். அங்கே செம்படவர்கள் உணவுக்காக மீன்களைப் பிடிக்கிறார்கள்.

‘ஹரிகீபைடீ’யைக்காண மாலையில் சூரியன் மறைந்த பிறகு செல்ல வேண்டும். நிலவு இருக்கிறதா இல்லையா என்று யோசிக்கவேண்டியதில்லை. நிலவு இருந்தால் ஒருவிதமான சோபை, இல்லாவிட்டால் மற்றொரு விதமான சோபை. இவையிரண்டிலும் இது நல்லது, அது நல்லது என்று பிரிக்க விரும்புபவர்கள் கலையுணர்ச்சி இல்லாதவர்கள். மாலை ஆகாயத்தில் ஒன்றன்பின் ஒன்றாக விண்மீன்கள் தோன்றத் தொடங்குகின்றன. கீழேயிருந்தும் ஒன்றன்பின் ஒன்றாக எரியும் தீபங்கள் அவைகளுக்குப் பதில் கூறுகின்றன. இந்தக் காட்சியில் நிறம்பியுள்ள ஆழ்ந்த அமைதி மனத்தில் ஏதோ ஒருவிதமான கிளர்ச்சியை ஏற்படுத்துகிறது. இதற்குள் கோயிலிலிருந்து, ‘டீங் டாங்’ என்று மணியோசை கிளம்பி ஆரத்திக்காக அழைக்கிறது.

இந்த மணியோசை நிற்காமல் ஒலித்தவண்ணம் இருக்கிறது. பக்தர்கள் பலவிதமான ஆரத்திக் கீர்த்தனங்கள் பாடுகிறார்கள். ஆண்கள், பெண்கள், பிரம்மச்சாரிகள், சன்னியாசிகள் யாவரும் பாடுகின்றனர்; உள்ளூர் மக்களும் பாடுகிறார்கள். பல்வேறு மாகாணத்து மக்களும் பாடுகிறார்கள். யாரும் எவரையும் பொருட் படுத்துவதில்லை. யாரும் எவரிடமும் வருத்தப்பட்டுக் கொள்வ தில்லை. ஒவ்வொருவரும் தத்தம் பக்திப்பரவசத்தில் லயித்திருக் கிறார்கள். ஸனாதனப் பண்டிதர்கள் தோத்திரங்கள் பாடுகின்றனர். ஆர்ய சமாஜிகள் உபதேசம் செய்கிறார்கள். சீக்கியர்கள், 'கிரந்தஸாஹிப்'பிலிருந்து உரக்க 'ஆஸாதிவார்' பாடுகிறார்கள். பசு பராமரிப்புப் பிரசாரகர்கள் உலகில் வெண்மை நிறம் என ஒன்று இருப்பது, பசுவின் பால் வெள்ளை நியமாயிருத்தலால் தான் என்று பிரசாரம் செய்வார்கள். பசுவின் வயிற்றில் முப்பத்து மூன்று கோடி தேவதைகள் வாசம் செய்கிறார்கள். ஆனால் அங்கு வயிறு நிறையப் புல்தான் இல்லை. சில நாஸ்திக மக்கள் இந்தச் சிக்கலைப் பயன்படுத்திக்கொண்டு கடவுள் இல்லை யென்பதைப் பிரமாணத்துடன் நிரூபிக்க முயல்கிறார்கள். பெருந்தன்மை படைத்த இந்து மதமும் இதையெல்லாம் தன் நல்ல மனதால் அனுமதித்துக் கொண்டிருக்கிறது. கங்கைத் தாயின் அருகில் யாரிடமும் வெறுப்புக் கிடையாது. எல்லோருக்கும் எல்லோரிடமும் மரியாதை உண்டு. காவி உடை உடுத்து மோக்ஷம் அடையும் முயற்சியில் ஈடுபட்டிருப்பதாகச் சொல்லிக் கொள்ளும் மோக்ஷ சேனையின் (Evangelists) மிஷனரிகளும் இங்கு வந்து இந்து மதத்துக்கு எதிராகப் பிரசாரம் செய்தாலும், நமது யாத்திரீகர்கள் அவர்கள் சொல்லுவதையெல்லாம் அமைதியாகக் கேட்டுவிட்டு, கடவுள் எம்மாதிரி புத்தி அளித்திருக்கிறரோ, அம்மாதிரித் தானே பேசுவார்கள்; பாவம், அவர்கள் பேரின் மேல் என்ன குற்றம்!" என்று கூறுவார்கள்.

இந்து சமூகத்தில் பல குறைகள் உள்ளன. இந்தக் குறைகளின் காரணமான இந்து சமூகம் மிகமிக இன்னல்கள் அனுபவித்து விட்டன. ஆனால் தாராளம், சகிப்புத்தன்மை, நல்லெண்ணம் முதலிய இந்து சமூகத்தின் தனிச் சிறப்புக்கள் எக்காலத்திலும் குற்றமற்றவை. தன் தாராள குணத்தால் இந்து சமூகம் மிகவும் துன்பம் அனுபவித்துவிட்டது என்று கூறுபவர்கள் மதத்தின் வேரையே அறுக்கிறார்கள்.

இப்பொழுதுகூட அந்த மணியோசை ஒலித்துக்கொண்டு மக்களை இறைவனுக்கு வழிபாடு செலுத்த இன்னும் நேரம்

தவறிவிடவில்லை. வழிபாட்டில் கலந்து கொண்டு வாழ்க்கையைப் பயனுள்ளதாக்கிக் கொள்ளுங்கள் என்று கூவியழைக்கிறது.

பெண்மணிகள் பெரிய இலைத் தொன்னைகளில் மலர்களுக்கு நடுவில் நெய்விளக்கு ஏற்றிவைத்து, அவற்றை நீரில் மிதக்க விடுகின்றனர். இவ்வாறு அவர்கள் தமது அதிர்ஷ்டத்தைப் பரீட்சித்துப் பார்ப்பது போல் தோன்றுகிறது. இந்தத் தொன்னைகளும் உடனே படகுகளைப் போல அசைந்தசைந்து மிதந்து கொண்டே- தனக்குள் இருக்கும் ஒளியின் மஹிமையை அறிந்து கொண்டவைபோல் பெருமையுடன் அசைந்துகொண்டே- தம் வாழ்க்கைப் பயணத்தைப் தொடங்குகின்றன.

தொடங்கிவிட்டது. வாழ்க்கைப் பயணம் தொடங்கி விட்டது. ஒன்றன்பின் ஒன்றாக இந்தத் தீபங்கள் தம்மையும் தம் அதிர்ஷ்டத்தையும் வாழ்க்கைப் பிரவாஹத்தில் செலுத்துகின்றன. மனிதர்களுடைய வாழ்க்கையில் அவர்களுக்கு ஏற்படும் அனுபவமே இந்தத் தீபங்களுக்கும் ஏற்படுகிறது. சில துரதிர்ஷ்டக்காரத் தொன்னைகள் வாழ்க்கைப் பயணத்தின் ஆரம்பத்திலேயே காற்றில் அடிபடத் தொடங்கி, நாலா பக்கங்களிலும் துன்பத்தை (இருட்டை)ப் பரப்புகின்றன. சில தொன்னைகளோ வெகுதூரம் நம்பிக்கையை உண்டாக்கிவிட்டு ஏமாற்றி விடுகின்றன. இன்னும் சில, நீண்ட நாள் நோயாளிகளைப் போல தள்ளாடிக் கொண்டே வெகுதூரம் சென்றுவிடுகின்றன. சில சமயங்களில் இரண்டு தொன்னைகள் அருகே வந்து ஒன்றோடொன்று ஒட்டிக் கொண்டு, கணவன் மனைவியர் போல ஜோடியாக நீண்ட பயணம் செய்கின்றன. அவை வட்டமிட்டுச் சுழன்று சுழன்று செல்லுவதைப் பார்த்து மனத்தில் ஏற்படும் எண்ணங்களை வெளிப்படுத்துவது கடினம். சில சமயம் வாழ்க்கை ஒளி அணைவதற்கு முன்பே கண்ணிலிருந்து மறைந்துவிடுகின்றன. மரணம், அதிர்ஷ்டம் இரண்டுமே மனித வாழ்க்கையின் கடைசி அத்தியாயங்கள். இவைகளுக்கு முன் யாருடைய திறமையும் செயல்படுவதில்லை. ஆதலால் இறைவனை நினைவுபடுத்திக் கொள்கின்றனர். மரணம் ஏற்படாவிடில் ஒருகால் இறைவனது நினைவே வராதோ என்றும் தோன்றுகிறது.

தைரியம் இருக்குமானால் ஒரு நாள் அதிகாலையில் நான்கு மணிக்கு தனியாக இந்தத் துறையில் வந்த உட்காருங்கள். சில தனிரகமான பக்தர்கள் காணக் கிடைப்பார்கள். அதி காலையில் மூன்று மணி முதல் சூரியோதயம் வரை சில தனிப் பட்ட மனிதர்களே இங்கு வருகின்றனர். உஷாதேவி சூரிய நாரயணனை

ஈன்றெடுக்கிறாள். உடனேயே பற்பல அலுவல்கள் நிறைந்த உலகம் இந்தத் துறையை ஆக்கிரமித்துக் கொண்டு விடுகிறது. இதற்கு முன்னரே இங்கிருந்து நழுவி விடுவது நல்லது. வானத்திலுள்ள விண்மீன்களும் மகிழ்ச்சியுறும்.

(மார்ச்சு, 1936)

9. தக்ஷிண கங்கை கோதாவரி

சிறு பிராயத்தில் அதிகாலையில் எழுந்திருந்து நாங்கள் பூபாளம் (உதய கீதங்கள்) பாடுவோம். அவைகளில் இந்த நான்கு வரிகள் இன்றுகூட எனக்கு நினைவிலிருக்கின்றன:

"உடேனியாம் பிராதஹ்காளீன், வதனீம்வதா சந்திரமௌலீ||
ஸ்ரீபிந்துமாதவாஜவளீ,ஸ்னான கரா கங்கேசன், ஸ்னான கரா
கோதேசேன்
கிருஷ்ணா வெண்ண்ய்யா துங்கபத்ரா ஸரயூகாளிந்தீ நர்மதா|,
பீமா, பாமா, கோதா, கரா ஸ்னான் கங்கேசேன்||"

கங்கையும் கோதாவும் ஒன்றேதான். இவ்விரண்டின் மஹாத்மியத்திலும் சிறிதளவும் வேறுபாடில்லை. வேறுபாடு ஏதாவது உண்டெனில் இவ்வளவே- அதாவது கலிகாலத்தில் பாவத்தினால் கங்கையின் மஹாத்மியம் எப்பொழுதாவது சிறிது குறையக்கூடும். ஆனால் கோதாவரியின் மஹாத்மியம் ஒரு பொழுதும் குறைய முடியாது. ஸ்ரீராமச்சந்திரனின் வாழ்வின் மிகவும் இனிமை பொருந்திய நாட்கள் இந்த கோதாவரி நதியின் கரையில்தான் கழிந்தன. வாழ்க்கையின் பயங்கரமான அதிர்ச்சி யையும் அவர் இங்குதான் அடைய நேரிட்டது. கோதாவரி தென்னாட்டுக் கங்கையாகும்.

கிருஷ்ணா, கோதாவரி இந்த இரண்டு நதிகளும் இரண்டு பராக்கிரமம் பொருந்திய நபர்களை வளர்த்திருக்கின்றன. மஹாராஷ்டிரத்தின் சுயராஜ்யம், ஆந்திராவின் சாம்ராஜ்யம் இவையிரண்டும் இந்த இரு நதிகளுக்கு மிகவும் கடமைப்பட்டிருக் கின்றன என்று சொன்னால் சிறிதும் மிகையாகாது. சாம்ராஜ்-யங்கள் ஏற்பட்டன. அழிந்தன. ஆனால் இந்தச் சரித்திரப் புகழ்பெற்ற பூமியில் இந்த இரு நதிகளும் அகண்டமாகப் பிரவாஹித்துக்கொண்டிருக்கின்றன. இந்த நதிகள் அவ்வாறே வருங்காலத்தின் மிகப் பெரிய நம்பிக்கைக்கும் தூண்டு கோலாக உள்ளன. அதிலும், கோதாவரியின் மகிமை சற்று தனிப்பட்ட

தாகவே உள்ளது. அது எவ்வளவு நீர் நிறைந்ததாய் இருக்கிறதோ, அதேபோல சரித்திரம் நிரம்பியதாகவும் இருக்கிறது. கோபால கிருஷ்ணனுடைய வாழ்க்கையில் எங்கும் பல்வேறு கவர்ச்சியுள்ள தோற்றங்களும் ஒரே சீரான மேன்மையும் காணப்படுவது போலவே கோதாவரியின் நீண்ட பிரவாஹத்தின் கரையினிலே இயற்கையின் பொலிவு பல்வேறு தோற்றங்களில் நிரம்பிக் கிடக்கிறது. பிரம்மதேவனின் ஓர் கற்பனையிலிருந்து எவ்வாறு சிருஷ்டி பரவுகிறதோ, வால்மீகியின் கருணை நிரம்பிய வேதனையி லிருந்து எவ்வாறு ராமாயணம் உருவாகிப் பரவியதோ, அதே போன்று திரயம்பக மலையின் சிகரங்களிலிருந்து வழிந்தோடும் கோதாவரியிலிருந்துதான் பிற்காலத்தில் ராஜமஹேந்திரத்தின் விசாலமான நீர்ப்பரப்பு உண்டாயிற்று. சிந்துவுக்கும்,. பிரம்மபுத்ரவுக்கும் இமயமலையைத் தழுவிக் கொள்ளத் தோன்றியதுபோல, நர்மதைக்கும், 'தப்தி'க்கும் விந்திய சத்புடாவைக் கரைக்கத் தோன்றியதுபோல, கோதாவரியும், கிருஷ்ணாவும் உயர்ந்த தென் பிரதேசங்களை நனைத்து அவை களைத் தானியங்களால் நிரப்ப எண்ணம் கொண்டன. பாரபட்சத் தோடு சஹ்யாத்ரி மலை மேற்குத் திசையில் சரிந்துவிட்டது இந்த இரு நதிகளுக்கும் பிடிக்கவில்லை போலும். அதைக் கிழக்குத் திசையில் இழுப்பதற்காக இவ்விரு நதிகளும் மிகப் பெரிய முயற்சிகள் செய்து வருவது போலத் தோன்றுகிறது. இவ்விரு நதிகளின் பிறப்பிடம் மேற்குக் கடலிலிருந்து 50-75 மைலுக்கு அதிகமில்லை. இருந்த போதிலும், இவையிரண்டும் 800- 900 மைல்கள் பிரயாணம் செய்து தம் நீர்ப் பாரத்தை, நீர்க் காணிக்கையை கிழக்குக் கடலுக்கு அர்ப்பணிக்கின்றன. இந் நதிகளின் யாத்திரையின் பரப்பு சாதாரண விஷயம் அல்ல. இதில் மஹாராஷ்டிரப் பிரதேசம் நன்மையடைகிறது. ஹைதராபாத், மைசூர் ராஜ்யங்களின் பகுதிகள் இதில் அடங்கிவிடுகின்றன. ஆந்திர மாநிலம் முழுவதும் இதில் அடக்கமாகிவிடுகிறது. கலப்பு நாகரிகத்தைத் தோற்றுவித்த நைல்நதி நம் கோதாவிரிக்கு முன்னால் எம்மாத்திரம்?

த்ரயம்பகத்துக்கு அருகில் மலையின் ஒரு பெரிய பிளவி லிருந்து 'கோதா' உற்பத்தியாகிறது. த்ரயம்பக கிராமத்திலிருந்து உயரச் செல்லும் பாதை ஆரம்பமாகிறது;அது கோதா தேவியின் சரணங்கள் வரை செல்லுகிறது. இதற்கும் மேலே போவதற்கு மலையில் இடது பக்கத்தில் படிக்கட்டுகள் கட்டப்பட்டிருக் கின்றன. இந்த வழியாக பிரம்மகிரி வரை போய்ச்சேரலாம். ஆனால் அந்த உலகமே அலாதியானது. கோதாவிரியின் உற்பத்தி

ஸ்தானத்திலிருந்து காணப்படும் காட்சி நமது சூழ் நிலைக்கு மிகவும் ஏற்றதாகவுள்ளது. மஹாராஷ்டிரத்தின் தவமுனிகளும், அரசர்களும் ஒரே மாதிரியாக இந்த இடத்தில் தங்கள் பக்தியைக் கொட்டியிருக்கின்றனர். கிருஷ்ணாவின் கரையில் 'வாயீ' ஸதாராவும், கோதாவிரியின் கரையில் நாஸிக், பைடன்-இவைகளும் மஹாராஷ்ரத்தின் உண்மையான பண்பாடு நிறைந்த ராஜதானிகளாகும்.

2

ஆனால் கோதாவிரியின் சரித்திரம் சகிப்பு வீரன் ராமச்சந்திரன், சோகத்தின் உருவான சீதாபிராட்டி இவர்களுடைய சரித்திரத்தோடு ஆரம்பமாகிறது. அரச வாழ்வைத் துறந்தபோது இராமனுக்குத் துக்கம் ஏற்படவில்லை. ஆனால் கோதாவிரி நதிக்கரையில் சீதை இலக்குவன் இவர்களோடு அனுபவித்த ஆனந்த வாழ்க்கை திடீரென முடிவடைந்தவுடன், ராமனுடைய இதயம் நூறு துண்டாக வெடித்துவிட்டது போலாகிவிட்டது. புலி, ஓநாய் போன்ற மிருகங்கள் இல்லாததால் பயமுற்று வாழும் மான்கள்கூட ஆரியன் இராமபத்ரனின் துக்கம், சோகம் ததும்பும் கண்களைக் கண்டு தூர ஓடிப்போயிருக்கும். சீதையைத் தேடிக்கொண்டு கிளம்பிய மைத்துனர் இலக்குவனுடைய அலறல்களைக் கேட்டுப் பெரிய பெரிய யானைகள்கூட பயத்தால் நடுங்கிப்போயிருக்கும். பறவைகள், மிருகங்கள் இவைகளின் துக்கக் கண்ணீரினால் கோதாவிரியின் நிர்மலமான தண்ணீரும் துவர்ப்பாக மாறியிருக்கும். இமய மலையில் பார்வதி இருந்த மாதிரி ஜனஸ்தானத்தில், (தண்டகாரண்யத்தில்) சீதையும் உலகம் முழுவதற்கும் அதி தேவதையாய் இருந்தாள். அவள் போய் விட்ட பிறகு ஏற்பட்ட பெருந்துயரம் உலகம் முழுவதிலும் பரவிவிட்டதென்றால் இதில் வியப்பு என்ன?

இராமனும், சீதையும் மறுபடியும் ஒன்று சேர்ந்தனர். ஆனால் ஜனஸ்தானத்தில் அவர்களுக்குள் ஏற்பட்ட பிரிவின் ஏக்கம் என்றென்றும் நிலைத்துவிட்டது. இன்றுகூட நீங்கள் நாஸிக் பஞ்சவடியில் சுற்றிப்பார்த்தால், நீங்கள் மாரிக்காலத்தில் சென்றாலும் சரி, கோடை காலத்தில் சென்றாலும் சரி, உங்களுக்கு அந்தப் பஞ்சவடி முழுவதும் ஜடாயுவைப்போல வருத்தமுற்று 'சீதா சீதா' என்று கூவிக்கொண்டிருப்பது போலத் தோன்றும். மஹாராஷ்டிர சாதுக்கள் தங்களது உபதேச மொழிகளை இங்கு பரப்பியிராவிட்டால் இந்தப் பிரதேசம் முழுவதும் பயங்கரமான பாழ்வெளியாகவே ஆகிவிட்டிருக்கும். கோடையின் வெப்பத்தைக்

குறைப்பதற்காக நாலாபக்கமும் புல்வெளி முளைத்துப் பரந்து விடுதல் போல, வாழ்க்கையில் ஏற்படும் ஏற்றத்தாழ்வுகளை, துன்பங்களை மறக்கடிப்பதற்காக சாதுக்கள் எங்கும் நடமாடிவிடு கின்றனர். இது எவ்வளவு மகிழ்ச்சி நிரம்பிய விஷயமாகும். நாசிக்-திரயம்பகப் பக்கமாகப் போக நேரும் போதெல்லாம் வன வாசத்திற்காக இந்த இடத்தைத் தேடியெடுத்த ராமலக்ஷ்மணர் களது கண்கள் மூலமாகவே இப்பிரதேசம் முழுவதையும் கண்டுகளிக்க விருப்பம் ஏற்படுகிறது. ஆனால் ஒவ்வொரு தடவையும் நடுங்கும் புற்களின் மூலம் சீதாப்பிராட்டியின் பயந்த உருவம்தான் கண்முன் வருகிறது.

இராம பக்தரான ஸ்ரீசமர்த்த ராமதாஸ் இங்கு வசித்து வந்த காலத்தில் அவருடைய மனத்தில் எப்பேர்ப்பட்ட அலைகள் எழுந்திருக்கும்! அவர் கோதாவரியின் கரையில் சாணத்தால் ஹனுமானை ஏன் ஸ்தாபித்திருக்கவேண்டும்! பஞ்சவடியில் ஆஞ்சனேயர் இருந்திருந்தால் சீதா தேவியை அபகரித்துச் செல்ல விட்டிருக்கமாட்டார் என்பதை விளக்குவதற்காகவா? சீதா தேவி கடுஞ்சொற்களைச் சொல்லி இலக்குவனைத் தாக்கி ஒரு பெரிய சங்கடத்தை விலைக்கு வாங்கி விட்டார்கள். அனுமானை சீதை ஒன்றும் சொல்ல முடியவில்லை. ஆனால் ஜனஸ்தானம் (தண்டகாரண்யம்), கிஷ்கிந்தா இவ்விரண்டிற்கு மிடையில் மிகப்பெரியவேறுபாடு உள்ளது.மேலும்,கோதாவரியும் துங்கபத்ரா இல்லையல்லவா!

ஸ்ரீராம காதையின் கருணாரசம் துவாபர யுகத்திலிருந்து இன்றுவரை பெருக்கெடுத்துக்கொண்டே இருக்கிறது. அதை யார் குறைக்க முடியும்? ஆகையால் நாம், கீழ்ச்சாதியைச் சேர்ந்ததாகக் கருதப்படும் எருமை மாட்டின் வாயினால் வேதங்களை ஓதச்செய்த சந்த ஞானேஸ்வரரைச் சந்திக்க பைடண் நகருக்குச் செல்வோம். கோதாவரி தக்ஷிண கங்கையாகக் கருதப்படுவது போல, அதன் கரையில் அமைந்திருக்கும் ப்ரதிஷ்டான் (பைடண்) நகரம் தக்ஷிண காசியாகக் கருதப்படுகிறது. இங்குள்ள 'தசக்ரந்தீ, மஹாபண்டித' பிராம்மணர்கள் ஏற்படுத்தும் சமூகக் கோட்பாடுகள் நான்கு வர்ண (ஜாதி) மக்களும் ஏற்றுவந்தனர். பெரிய பெரிய சக்ரவர்த்திகளின் தாமிரப்பட்டயங்களைவிட இங்குள்ள பிராம்மணர்கள் விதிக்கும் கோட்பாடுகள் அதிகம் மதிக்கப்பட்டு வந்தன. இப்படிப்பட்ட இடத்தில் சாஸ்திர தர்மங்களுக்கு முன் இதய தர்மத்தின் வெற்றியைக் காட்டுவது ஞானேஸ்வரரால் தான் முடியும். பைடண் நகரத்தில் ஞானேஸ்வரருக்குப் பூணூல்

அணிந்துகொள்ள உரிமை கிடைக்கவில்லை. துறவி ஆதி சங்கரருக்கு இழைக்கப்பட்ட அநீதியின் நினைவை நிலை நிறுத்தும் பொருட்டு அவ்விடத்து அரசன் நம்பூத்ரி பிரம்மணர்களுக்குப் பற்பல கட்டுப்பாட்டுகளை விதித்தது போலவே, துறவியின் மகனான ஞானேஸ்வரருடைய சீடர்களால் யாராவது நாடாளும் பொறுப்பை ஏற்றால், அவன் மஹாராஷ்டிர பிராமணர்களுக்குத் தண்டனை விதித்து, ‘ஞானேஸ்வரருக்குப் பூணூல் அணியும் உரிமை மறுத்த நீங்களும் இனிப் பூணூல் அணியக்கூடாது’ என்றே கூறுவான்.

கைவிரல்கள் ஐந்தும் சேர்ந்து ஒரே ‘பஞ்ஜா’வாக ஆகி விடுவது போல, நதிகளோடு வந்து சேர்ந்து தன்னையே அழித்துக் கொள்ளும் தியாகம் புரியும் சிறிய நதிகளும் ஒரு புதிய தோற்றத்தை உண்டாக்குகின்றன. சஹ்யாத்ரி அஜிண்டா மலைகள் சேருமிடத்தில் மூலையில் விழும் நீரையெல்லாம் இழுத்திழுத்து, தன்னோடு இந்த நதிகள் எடுத்துச் செல்லுகின்றன. தாரணா, காதவா, பிரவரா, முல எடுத்துவரும் வர்தா, வைனகங்கா இவைகளை எவ்வாறு மறக்க முடியும்? இரண்டு நதிகள் சேர்ந்து ஒரே நதியாக உருவெடுக்கும் நதிக்கு ‘பிராணஹிதா’ (உயிருக்கு இதமானவள்) என்று பெயரிட்டவனுடைய மனத்தில் எவ்வளவு தூரம் நன்றியறிதலும், எவ்வளவு கவிதை உணர்வும், மகிழ்ச்சியும் நிரம்பியிருந்திருக்க வேண்டும்! சரியாக வடகிழக்கு மலையிலிருந்து கிழக்கு மலைத்தொடரின் நீரை எடுத்து வரும் அஷ்டவக்ரமான ‘இந்திராவதி’க்கும் அதன் தோழியான துறவி, தபஸ்வனி ‘சபரி’க்கும் வணக்கம் செலுத்தாமல் எவ்வாறு மேலே செல்லமுடியும்?

கோதாவரியின் கலையழகு முழுவதையும் பத்ராசலத்திலிருந்துதான் காணமுடியும். இரண்டு அல்லது மூன்று மைல் அகலம் பரப்புள்ள கோதாவரி பெரிய பெரிய மலைகளுக்கு நடுவில் வழி செய்துகொண்டு இருநூறு கஜம் அகலம் உள்ள பள்ளத்தாக்கு வழியாகச் செல்லும்போது அது என்ன நினைத்திருக்கும்! தனது சக்தி, தனது யுக்திகள் யாவற்றையும் பயன்படுத்தி, கஷ்டமான காலத்தில் தனது பிரஜைகளை முன்னோக்கி இட்டுச்செல்லும் தேசத் தலைவனைப்போல உலகத்தையே ஆச்சரியத்தில் ஆழ்த்தும் பெரிய கர்ஜனையோடு அது இங்கிருந்து கிளம்புகிறது. நதியின் வரும் குதிரை வெள்ளம், யானை வெள்ளம் போன்ற பெரிய வெள்ளங்களைப் பற்றி நாம் அறிவோம். ஆனால் ஒரேயடியாக ஐம்பது அடி உயரம் எழும்பும் பெரிய வெள்ளத்தைப் பற்றி நாம்

கற்பனை செய்யக்கூட முடியாது. இவ்வாறு கற்பனைக்கும் எட்டாத விஷயம் கோதாவரி நதியில் பார்க்கக் கிடைக்கிறது. ஒடுக்கமான பள்ளத்தாக்கிலிருந்து கிளம்பும் நீர் சமமாகப் பரந்து பாய முடியவில்லை போலும். அர்க்கிய ஜலம் விடும்போது கைகளின் நடுவில் சிறு பள்ளம் ஏற்படுவதுபோல, இந்தப் பள்ளத்தாக்கிலும் ஒரு பயங்கரமான ஓடை உண்டாகிறது. இந்த ஓடை வழியாகத் தன் படகைச் செலுத்திச்செல்லும் தைரியம் உள்ள படகோட்டிகளும் அங்கு உள்ளனர். படகின் இருமருங்கிலும் நீரின் பெரிய பெரிய சுவர்கள் படகின் வேகத்திற்குச் சரியாக ஓடுவது மெய் சிலிர்க்க வைக்கும் காட்சியாகும்.

பத்ராசலத்திலிருந்து ராஜமஹேந்திரி அல்லது தவளேசுவரம் வரை அகண்ட கோதாவரி ஓடுகிறது. அதற்குப் பிறகு 'த்யாகாய சம்ப்ருதார்த்தானாம்' என்ற பழைய கொள்கை அதற்கு நினைவுக்கு வந்திருக்கலாம். இங்கிருந்து கோதாவரி வாழ்வைப் பகிர்ந்தளிக்க ஆரம்பித்திருக்கிறாள். ஒரு பக்கம் 'கௌதமி கோதாவரி' மற்றொரு பக்கம் 'வசிஷ்ட கோதாவரி' நடுவில் பல தீவுகள் திட்டுகள் போன்ற பிரதேசங்கள். இந்தப் பிரதேசங்களில் கோதாவின் இனிய நீரினாலும் கரிய களிமண்ணினாலும் விளையக்கூடிய தங்கம் போன்ற சாலி நெல்லினால் உரம்பெற்று வேதம் ஓதும் பிராம்மணர்கள் வசித்து வந்துள்ளனர். இவ்வளவு வளம் பொருந்திய நாட்டைச் சுதந்திரமாக வைத்துக் கொள்ளும் சக்தியை நம் நாட்டு மக்கள் இழந்தவுடன் டச்சு, ஆங்கில, பிரெஞ்சு நாட்டு மக்கள் கோதாவரியின் கரையில் முகாம் அமைக்கக் கூடினர். இன்றுகூட[1] (**நல்லவேளையாக இன்று அந்த நிலை இல்லை**) யானானில் பிரெஞ்சு நாட்டு மூவர்ணக் கொடி பறந்துகொண்டிருக்கிறது.

3

சென்னையிலிருந்து ராஜமஹேந்திரத்துக்குப் போகும் போது விஜயவாடாவில் சூரியோதயம் ஆயிற்று. மாரிக்காலம். பிறகு கேட்பானேன்! எங்கும் மிகுந்த சோபையும் பசுமையும் நிரம்பியிருந்தன. பசுமைநிறம் இவ்வாறு தரையில் கிடப்பதைக் காணச் சகிக்காதது போல பெரிய பெரிய பசுமைக் கொத்துகளைக் கையில் ஏந்திக் கொண்டு உயரத்தில் வீசும் பெரிய பனைமரங்கள் ஆங்காங்கு காணப்பட்டன. கிழக்குப் பக்கத்தில் ஒரு கால்வாய் ரயில் பாதையை ஒட்டினாற்போல ஓடிக் கொண்டிருந்தது. ஆனால் கரை உயரமாக இருந்ததனால் அதன் நீர் சிற்சில சமயங்களில்தான் காணப்பட்டது. பட்டுப் பூச்சிகளைப் போல்,

காகா காலேல்கர் 73

தங்கள் பாய் மரங்களை விரித்துக் கொண்டு வரிசையாக நிற்கும் படகுகளின் மூலம்தான் அந்தக் கால்வாய் இருப்பது தெரிய வந்தது. நடுநடுவே சிறியதும் பெரியதுமான குளங்கள் காணப்பட்டன. இந்தக் குளங்களில் பற்பல நிறங்களையுடைய மேகங்கள் சூழ்ந்த வானத்தின் நிழல் பட்டு குளங்களில் நீர் பலமடங்கு ஆழமாகக் காணப்படும். சிற்சில இடங்களில் அசைந்தாடும் தாமரைகளுக்கு நடுவே அசையாமல் நிற்கும் கொக்குகளைக் கண்டதும் காலை நேரக் காற்றை வணங்க மனம் துள்ளும். இவ்வாறான காவியம் நிறைந்த சூழ்நிலைக்கு நடுவே நாங்கள் கோவ்வூர் ஸ்டேஷனுக்குப் போய்ச் சேர்ந்தோம். இப்பொழுது கோதாவரித் தாயை தரிசிக்கப் போகிறோம் என்ற ஆவல் மனத்தில் எழுந்து கொண்டிருந்தது. பாலத்தின் வழியாகப் போகும் பொழுது வலப்பக்கம் பார்க்கலாமா அல்லது இடப் பக்கம் பார்க்கலாமா என்று புரியாமல் இருந்தது. இதற்குள் பாலம் வந்துவிட்டது, அன்னை கோதாவரியின் பரந்த நீர்ப்பரப்பு காணப்பட்டது.

கங்கை, சிந்து, சோணபத்ர, ஐராவதி போன்ற பல நீர்ப் பெருக்குகளை நான் மனது நிரம்பப் பார்த்திருக்கிறேன். விஜய வாடாவில் அன்னை கிருஷ்ணாவை தரிசித்து மிகவும் கர்வம் அடைந்து உள்ளேன். ஆனால் ராஜமஹேந்திரத்துக்கருகில் கோதாவரியின் வனப்பு ஒரு தனியான மகிழ்ச்சி அளிப்பதாகும். இந்த இடத்தில் நான் அனுபவித்த உயர்ந்த காவிய இன்பம் வேறு எந்த நதியிலும் காணப்படவில்லை. மேற்குத் திசையில் பார்வையைச் செலுத்தினால் வெகுதூரம் வரை ஓர் அழகான குன்றுகளின் கூட்டம் அமர்ந்திருப்பது காணப்பட்டது. ஆகாயத்தில் மேகங்கள் சூழ்ந்திருந்ததால் எங்குமே வெய்யில் இல்லை. கருமை நிறைந்த மேகங்களினால் கோதாவரியின் நீர் இன்னும் அதிகமாகக் கருப்பாகக் காணப்பட்டது. இந்நிலையில் பவபூதியின் நினைவு எவ்வாறு வராமல் இருக்கும்? மேலும் கீழும் பரவி இருக்கும் இந்தக் கருமையினால் இக்காட்சி முழுவதிலும் புனிதமான, கவர்ச்சி பொருந்திய காலை அழகு நிரம்பி இருந்தது. குன்றுகளின் மீது இறங்கியுள்ள பல வெண்மேகங்கள் முனிவர்களைப் போலவே காணப்பட்டன. இந்தக் காட்சி முழுவதையும் சொற்களால் எவ்வாறு வர்ணிக்க முடியும்?

இவ்வளவு நீர் எங்கிருந்து வருகிறதோ! ஆபத்துக்களி லிருந்து வெற்றியோடு தப்பிய தேசம் புதுப்புது வைபவங்களின் ஒளிகளைப் பரப்பிக் கொண்டு எங்கும், நாலா திசைகளிலும் செழுமை எற்படுத்துவது போல, கோதாவரியின் வெள்ளமும்

மலைகளிலிருந்து கிளம்பி பெருமையோடு வருவது போலக் காணப்பட்டது. சிறிய பெரிய கப்பல்கள் நதியின் குழந்தைகள் போலத் தோன்றின. தாயாரின் இயல்பை அறிந்திருந்ததனால் அவளுடைய மடியில் எப்படி வேண்டுமானாலும் குதித்து விளையாடுவதை யார் தடுக்க முடியும்? ஆனால் குழந்தைகளின் உவமை இந்தப் படகுகளைக் காட்டிலும் வெள்ளப் பெருக்கில் ஆங்காங்கு உண்டாகும் நீர்ச் சுழல்களுக்குத்தான் அதிகம் பொருந்தும். அவை சிறிது நேரம் காணப்படும், பெரிய புயல் போலப் பாசாங்கு செய்யும்; உடனே சில வினாடிகளில் சிரித்து விடும். பிறகு கலைந்துவிடும். எங்கிருந்தோ வரும், எங்கோ சென்றுவிடும் அல்லது மறைந்துவிடும்.

இவ்வளவு பெரிய பரப்பில் தீவுகள் இல்லாவிடில் அந்த அளவுக்குக் குறையாகத்தான் கருதப்படும். கோதாவரியில் தீவுகள் மிகவும் புகழ் பெற்றவை. சில தீவுகள் பழைய தர்மங்களைப் போல் உறுதியாக மாறாமல் அமர்ந்திருக்கின்றன. ஆனால் பல தீவுகள் கவிகளின் மதிநுட்பம்போல் ஒவ்வொரு தடவையும் ஒவ்வொரு புது இடத்தையும் புது உருவத்தையும் ஏற்கின்றன. இவைகளின்மேல் பற்றற்ற கொக்குகளைத் தவிர வேறு யார் போய் நிற்கப் போகிறார்கள் ! கொக்குகள் நடமாடும் போது தம் கால்களின் ஆழ்ந்த அடையாளத்தை விட்டுச் செல்லாமல் போகுமா! தனது மாசற்ற நடத்தையைப் பின்பற்றுவோருக்கு வழி காட்டத் தவறினால் அவை கொக்குகள் எனப்படுவது எப்படி !

நதியின்கரை என்பது மனிதனின் நன்றியறிவின் இடை விடாத திருவிழா. வெண்ணிற மாளிகைகளும் உயர்ந்த சிகரங்களும் ஒரு எல்லையற்ற உபாசனை போலுள்ளன. ஆனால் இத்தோடேயே காவியம் நிறைவு பெறுவதில்லை. பக்தர்கள் நாள்தோறும் நதியின் அலைகளின் வழியாகக் கோவில் மணி-யோசையின் அலைகளை இக்கரையிலிருந்து அக்கரைக்கு அனுப்பிய வண்ணம் இருக்கின்றனர்.

பண்பாட்டைப் போற்றி வளர்க்கும் பாரத நாட்டு மக்கள் இந்த இடத்தில்தான் கங்கை நீர்க் கலசத்தை பாதி கோதாவரியில் சேர்த்து விட்டு எஞ்சியுள்ள பாதி கங்கை நீருடன் கோதாவரியின் நீரை நிரப்பிக் கொள்கின்றனர். எவ்வளவு உயர்ந்த ஏற்பாடு! எவ்வளவு புனிதமான உணர்ச்சி நிறைந்த காவியம்! இந்த பக்தியின் ஒலி ஒவ்வொருவருடைய இதயத்திலும் நிரம்பியிருக்கிறது. அந்த மணியோசையையும் அந்த பக்தி ஒலியையும் நான் முன்பே ஏற்படுத்திக் கொண்ட நினைவின் உதவியால்தான் கேட்க

முடிந்தது. உண்மையில் அங்கு ரயில் இஞ்சினின் ஓசைதான் காதில் விழுந்து கொண்டிருந்தது. தற்கால நாகரிகத்தின் பிரதிநிதி யான இந்த இஞ்சினிடம் நாம் வெறுப்புக் கொள்ளுவதை விட்டுவிட்டால், ரயிலின் சக்கரங்களின் தாளங்கூட கவர்ச்சியில் சற்றும் குறைந்ததில்லை. பாலத்தின்மேல் அதனுடைய வெற்றி ஓசை பரவிக்கொண்டே போகிறது.

பாலத்தின் மேல் வண்டி வெகுநேரம் சென்ற பிறகுதான் எனக்கு கிழக்குத் திசையில் பார்க்க வேண்டியது பாக்கியிருக்கிறது என்ற நினைவு வந்தது. நாங்கள் அந்தப் பக்கம் திரும்பினோம். அங்கே முற்றிலும் புதியதோர் சோபை காணப்பட்டது. மேற்குப் பக்கத்தில் கோதாவரியின் அகலத்தைவிட மிகவும் அதிகமாகக் கிழக்குப் பக்கத்தில் இருந்தது. அது பல வழிகளின் மூலம் சமுத்திரத்தைச் சென்றடைய வேண்டியிருந்தது. நதிநாதனுடன் நதி கலக்கச் செல்லும்போது, அதற்கு மிகுந்த பதட்டத்தோடு ஒரு தனிச் சோபையும் ஏற்படுகிறது. ஆனால் கோதாவரி தயை நிறைந்த தாய் ஆயிற்றே! அதனுடைய பதட்டமும், அழகும் மிகச் சிறந்த முறையில் காணப்படும். இந்தப் பக்கத்துத் தீவுகள் ஒரு தனி ரகத்தைச் சேர்ந்தவை. அவற்றிலுள்ள காடுகளின் சோபை முழுப் பொலிவுடன் விளங்கிற்று. இங்கிருந்து அவைகளில் யாருடைய குடிசையும் தெரியவில்லை. ஓடும் நீரை எதிர்த்து நிற்கும் இந்தத் தீவுகளில் யாராவது பெரிய பெரிய கட்டிடங்கள் கட்டியிருந்தால் அவை தூரத்திலிருந்தே தெரிந்திருக்கும். இயற்கையன்னை உயரமான மரங்களில் வெற்றிக் கொடி நாட்டியிருந்தாள். இடதுபக்கம் ராஜமஹேந்திரம், தவளேஸ்வரம் இந்த இரண்டு இனிய ஊர்களும் ஆனந்தத்தில் மூழ்கியிருந்தன. இப்படிப்பட்ட அபூர்வமான காட்சிகளைக் கண்டு களிக்கும் முன்னரே நதியின் வலது கரையில் உன்மத்தம் அடைந்த மரம், செடிகளும், வெள்ளைக் கொண்டையுடன் கூடிய புற்களும் வெகுதூரம் ஓடிக்கொண்டிருந் தன. நதியின் நீர் மதம் கொண்டிருந்தது, ஆனால் அதில் அலைகள் உண்டாகவில்லை.

அன்னை கோதாவரி! இராமர், லக்ஷ்மணர், சீதை முதல் விருத்தரான ஜடாயுவரை எல்லோருக்கும் நீ ஸ்தன்யபானம் அளித்திருக்கிறாய். உன் கரையில் சூரவீரர்களும் பிறந்திருக் கின்றனர், தத்துவ ஞானிகளும் அவதரித்திருக்கின்றனர்; ராஜ தந்திரிகளும் பிறந்திருக்கின்றனர், தேச பக்தர்களும் பிறந்திருக் கின்றனர் ; கடவுள் பக்தர்களும் பிறந்துள்ளனர். எனது முன்னோர் களுக்கு நீ தான் அதிதேவதை, குல தெய்வம். புதுப்புது நம்பிக்கை

களுடன் நான் உன்னைத் தரிசிக்க வந்திருக்கிறேன். ஆனால் எனது நம்பிக்கைகள் பூர்த்தி அடையவில்லை. உனது கரையில் ஸ்ரீ இராமன் எவ்வாறு துஷ்ட இராவணனை வதம் செய்ய விரதம் பூண்டானோ, அவ்வாறே நானும் எத்தனை காலமாக என் மனதில் விரதம் பூண்டுள்ளேன் ! உன் கிருபை இருக்குமானால் மனத்திலிருந்தும் நாட்டிலிருந்தும் இராவணனுடைய ஆட்சி அழிந்து இராம இராஜ்யம் ஏற்படுவதை நான் பார்ப்பேன். பிறகு மறுபடி உன்னைத் தரிசிக்க நான் வருவேன். வேறு ஒன்றும் இல்லாவிட்டாலும் புற்களின் வெள்ளைக்கொண்டையைப் போல என்னைப் பைத்தியமாக்கி விடு. அதனால் நான் சங்கோச மில்லாமல் ஒரே தியானமாக தாயாருக்கு, தாய் நாட்டுக்குச் சேவை புரிந்துகொண்டு மற்றெல்லாவற்றையும் மறந்துவிட வேண்டும். உனது நீரில் அமோகமான எண்ணற்ற சக்தி இருக்கிறது. உனது நீரின் ஒரு துளியை அருந்தினாலும் போதும், அது வீண் போகாது.

(அக்டோபர், 1931)

10. வேதங்களை வளர்க்கும் துங்கபத்ரா

நீரில் மூழ்கிய பூமியைத் தனது கடைவாய்ப் பற்களால் பகவான் வராஹ மூர்த்தி தாங்கியபோது, தனது களைப்பைப் போக்கிக் கொள்வதற்காகத் தங்கிய மலைதான் வராஹபர்வதம். பகவான் இளைப்பாறிக் கொண்டிருந்தார். அவருடைய இரண்டு பற்களிலிருந்தும் நீர் சொட்டிக் கொண்டிருந்தது. அதிலிருந்து நீர்த் தாரைகள் வழிந்தோடத் தொடங்கின. இடது பல்லிலிருந்து வழிந்தோடிய தண்ணீரிலிருந்து துங்காவும் வலது பல்லிலிருந்து வழிந்தோடிய நீரிலிருந்து பத்ரா நதியும் உண்டாயின. இன்று இந்த உற்பத்தி ஸ்தானத்தை கங்கா மூலம் என்றும், வராஹ பர்வதத்தை 'பாபாபுதான்' என்றும் சொல்லுகிறார்கள். பாபாபு தான் ஒருக்கால் வராஹபர்வதமல்ல அதற்கு அடுத்த மலையாய் இருக்கலாம். துங்காவின் கரையில் சங்கராச்சாரியாரின் மடம் இருக்கிறது.நான் துங்காவை தீர்த்தஹள்ளி கிராமத்தில் தரிசித்தேன். (கன்னட பாஷையில் ஹள்ளி என்றால் கிராமம் எனப்பொருள்.) தீர்த்தஹள்ளியில் சுமார் ஒரு மணி நேரம் தங்கினேன். அங்கு நதியின் அழகைப் பார்த்துப் புளகாங்கிதமடைந்தேன். தீர்த்த ஹள்ளியின் பெருமை எனக்குத் தெரியாது. ஆனால் கன்னட பாஷையில் வழங்கும் ஒரு சிறுகதையில் நாள் தீர்த்தஹள்ளியின்

வர்ணனையைப் படித்திருக்கிறேன். அதுவே என் மனதில் தீர்த்தஹள்ளியின் நினைவை நிலைநிறுத்துவதற்குப் போது மானது. துங்காவின் கரையில் ஷிமோகா நகருக்கு அருகில் ஒரு சமயம் மகாத்மா காந்தீஜீயோடு உலாவச் சென்றிருந்தேன். இக்காரணத்தாலும் இந்த நதியின் நினைவு மனதில் ஆழப் பதிந்துள்ளது.

பத்ராவின் கரையில் பெங்கிபூர் உள்ளது. இம்மாகாணத்து பாஷையில் நெருப்புக்கு 'பெங்கி' என்ற சொல் வழங்குகிறது. பத்ராவின் நீர் பெங்கிபூரின் நெருப்பைத் தணிக்கப் போதுமான தாயில்லையா என்ன?

துங்கா, பத்ரா இவ்விரண்டும் 'கூடலி' என்னுமிடத்தில் சங்கமம் ஆகின்றன. இந்தச் சங்கமத்திலுள்ள மஹாதேவனிடத்தில் தான் பஸவேஸ்வரர் பக்தி கொண்டிருந்தார் போலும். பஸவேஸ்வரர் ஒரு அரசனின் முதல் மந்திரியாயிருந்தார், லிங்காயத்துசைவமதப்பிரிவை ஆரம்பித்தவர்.பஸவேஸ்வரருடைய 'வசன' காவியங்களின் இறுதியில் 'கூடல சங்கம தேவராயா' என்ற சொற்கள் அடிக்கடி வருகின்றன. அதைப் படிக்கும்போது 'மீரா கே ப்ரபு கிரிதர நாகர' என்ற மீராபாயின் சொற்கள் நினைவுக்கு வராமலிருக்க முடியாது. கூடலிக்கருகில் உருவாகும் துங்கபத்ரா மேலேறிச் சென்று (*குர்னூல்) கர்னூலுக்கு அருகில் என் 'அன்னை கிருஷ்ணை'யோடு கலக்கிறது. இதற்கிடையில் 'குமுத்வதி', 'வரதா', 'ஹரித்ரா', 'வேதாவதி', ஆகிய நதிகள் துங்கபத்ராவில் கலக்கின்றன. (வேதாவதியும் துங்கபத்ராவைப் போலவே இரட்டை நதியாகும்; 'வேத', 'அவதி' இவையிரண்டும் சேர்ந்து உருவாகியுள்ளது.) இந்தப் பிரதேசத்தில் சம பலம் கொண்ட இருசொல் கலாச்சாரம் மிகவும் விரும்பப்படுகிறது போலும். ஏனெனில் துங்கபத்ராவுக்கு அருகிலேயே 'ஹரிஹர்' என்ற புனிதமான ஊர் ஏற்பட்டுள்ளது. சைவ, வைணவர்களிடையே உள்ள சண்டையைத் தீர்ப்பதற்காக யாரோ ஒரு இருமத பக்தன் ஹரி, ஹரன் மூர்த்தியை அமைத்துவிட்டான். அந்த மூர்த்தியின் கோவிலுக்கருவில் உண்டாகிய ஊருக்கும் 'ஹரிஹர்' என்ற பெயரே ஏற்பட்டுவிட்டது.

துங்கபத்ராவின் அடித்தளம் கற்கள் நிரம்பியது. எங்கு பார்த்தாலும் உருண்டையும் தட்டையுமான பெரிய பெரிய கற்கள் நதியின் அடியில் நீராடிக் கொண்டிருப்பதைக் காணலாம். இம்மாதிரியான கற்கள் இந்தப் பக்கத்திலுள்ள குன்றுகளின் உச்சியின் மீதும் ஒன்றன் மேல் ஒன்றாக அடுக்கிவைத்திருப்பது

போல காணப்படுகின்றன. இம்மாதிரியான கற்களின் நடுவேதான் ஒரு மிகப் பெரிய பரப்பில் விஜயநகர சாம்ராஜ்யத்தின் தலைநகர் இருந்தது.

விஜயநகரத்தின் பாழ்களைப் பார்ப்பதற்காக நான் 'ஹோஸ் பெட்'டிலிருந்து விருபாக்ஷத்துக்குப் போயிருந்தபோது இந்த மிகப்பெரிய கூழாங்கற்களையும் பாறைகளையும் கண்டேன். விஜயநகரத்தின் இணையற்ற வேலைப்பாடுகளுடைய கோவில்களைக் கண்டுகளித்து என் இதயம் கிருஷ்ண தேவராயருக்குத் தன் நினைவு அஞ்சலிகளைச் செலுத்திக் கொண்டிருந்தது. இரவு விருபாக்ஷர் ஆலயத்திலேயே படுத்து உறங்கி விட்டோம். அப்பொழுது முன்னூறு ஆண்டுகள் வரை நிலைத்திருந்த அந்தச் சாம்ராஜ்ஜியத்தைப் பற்றிய கனவுகளே வந்து கொண்டிருந்தன. மறுநாள் வெள்ளி முளைத்தவுடன் எழுந்திருந்து நாங்கள் அருகில் உள்ள மாதங்க மலையின் உச்சியின் மீது சென்றோம். அங்கு கதிரவனின் செஞ்சுடர் கிளம்புவதையும் சற்று நேரத்தில் கவிதை நயம் போன்ற ஆதவன் பவனிக்குக் கிளம்பும் காட்சியையும் கண்டோம். மாதங்க மலையின் உச்சியிலிருந்து துங்கபத்ராவைத் தரிசித்து விட்டு மெதுவாக, ஆனால் குதித்துக் கொண்டே கீழே இறங்கினோம்.

இராவணன் சீதாப்பிராட்டியைத் தூக்கிக்கொண்டு ஆகாய மார்க்கமாகச் செல்லும்போது சீதாதேவியின் மரவுரி ஆடையின் ஓரங்கள் இங்குள்ள பாறைகளில் பட்டுத் தேய்ந்து கொண்டே போனதால் ஏற்பட்ட கோடுகள் இன்றுகூட இங்குள்ள கற்களின் மீது காணப்படுகின்றன.

இப்பொழுதுதான் நான்கு மாதங்களுக்கு முன்பு நான் கர்னூலுக்கருகில் துங்கபத்ரா முற்றிலும் தன்வாழ்வை கிருஷ்ணாவுக்குச் சமர்ப்பித்து விடுவதைக் கண்டேன். அதிலிருந்து நானும் என்னை முற்றிலும் அர்ப்பணித்துக் கொள்ளும் விரதத்தைக் கற்றுக்கொண்டேன்.

இப்பொழுது இந்தத் துங்கபத்ராவின் மீது அணைக்கட்டு ஏற்படுத்தி அதில் சேகரிக்கும் நீரைக்கொண்டு நாட்டிற்கு நல்வாழ்வு அளிக்கப்படும்; அந்த நீரைக்கொண்டே மின்சாரம் உற்பத்தி செய்து அதனால் தொழில் வளர்ச்சி ஏற்படுத்தப்படும் என்று கேள்விப்பட்டேன். அன்னையின் தொண்டிற்கும் ஏதாவது வரையறை காணமுடியுமா?

நதியின் பெருக்கத்தில் இந்த யானை போன்ற பெரிய பெரிய கற்கள் பிறகுவந்து வீழ்ந்தனவா அல்லது யானைகள் போன்ற மிகப்பெரிய பாறைகளின் நடுவே நதி தனது பாதையை உண்டாக்கிக்கொண்டு செல்லத் தொடங்கியதா என்று யாரால் ஆராயமுடியும்? தென்னகத்தில் வைதிகக் கலாச்சாரத்தின் எடுத்துக் காட்டாக விளங்கிய விஜயநகர சாம்ராஜ்ஜியம் இந்த நதியின் கரையில்தான் நிர்மாணிக்கப்பட்டது. இதே நதியின் கரையில் அது கூடாத மட்பாண்டம்போல சிதைவுற்று விட்டது. விஜய நகரத்தின் புகழ்க்கொடி முக்கண்டத்திலும் பரவியது. சீனத்துச் சக்கரவர்த்தி, பாக்தாத்தின் பாதுஷா, விஜயநகரத்தின் ராஜாதி ராஜன் இம் மூவரின் கீர்த்தியும் மிகப்பெரியதாக விளங்கி வந்தது. அக்காலத்தில் துங்கபத்ரா இன்றுபோலவே காட்சியளித்திருப்பாளா அல்லது வேறு எவ்வாறு காட்சியளித்து இருப்பாள்? நதி மனிதனின் படைப்பா என்ன? அதன் கீர்த்தியில் ஏற்றமும் தாழ்வும் எவ்வாறு ஏற்பட முடியும்?

முலாவும், முடாவும் சேர்ந்து முலாமுடா நதி உருவாகி யுள்ளது போலவே, துங்காவும் பத்ராவும் சேர்ந்து துங்கபத்ரா நதி உருவாகியுள்ளது. **த்வந்த்வ: ஸாமாஸிகஸ்ய ச** *என்ற நியதியின்படி இவ்விரு நதிகளிலும் ஏற்றத்தாழ்வே கிடையாது. இருபெயர்களும் ஒரே சீராக சேர்ந்தே பெருக்கொடுக்கின்றன. இந்த நதியின் நீரின் இனிப்பும், விளைச்சலைப் பெருக்கும் ஆற்றலும் பண்டைக்காலத்திலிருந்தே புகழப்படுகின்றன. நதிகளிடம் பக்திகொண்ட எல்லோருமே கங்கையில் நீராடுதலும், துங்காவில் நீர் பருகுதலும் மோக்ஷ வீட்டிற்கு அழைத்துச் செல்பவை எனப் போற்றி வந்துள்ளனர். கார் மூலம் யாத்திரை செய்யவேண்டியிருந்திராவிடில் நான் துங்கபத்ராவைப் பல இடங்களில் பலவிதமாகக் கண்டு களித்திருப்பேன். துங்கபத்ரா ஒரு மாபெரும் பண்பாட்டின் பிரதிநிதியாகும். இன்றுகூட வேதம் ஓதும் வேதியர்களுள் துங்கபத்ரா நதியின் கரைகளில் வசிக்கும் வேதியர்களின் உச்சரிப்பு மிக உயர்ந்ததாகவும், எடுத்துக்காட்டாகவும் விளங்குகிறது. வேதங்களைக் கற்பது ஆரம்ப காலத்தில் சிந்து, கங்கை நதிக் கரைகளில் நிகழ்ந்திருந்தபோதிலும், அவற்றை ஒழுக்கத்துடன் கற்றுணர்ந்து போற்றிப் பேணிவருவது சாயணாசாரியரின் காலத்திலிருந்தே துங்கபத்ராவின் கரையில்தான் நடந்துவந்திருக்கிறது.*

(1926 - 1927)

11. நெல்லூரின் பினாகினி

நெல்லூர், அதாவது நெல்லின் ஊர். தென்னிந்தியாவின் வரலாற்றில் நெல்லூர் தனக்கு அழியாத இடம் தேடிக்கொண்டு விட்டது. விஜயவாடாவிலிருந்து சென்னைக்குச் செல்லும் பாதையில் நெல்லூர் வருகிறது.

பாரத் சேவக் சமாஜத்தைச் சேர்ந்த காலஞ்சென்ற ஹனுமந்தராவ் நெல்லூரிலிருந்து சற்று தூரத்திலுள்ள பள்ளிப்பாடு என்ற கிராமத்தில் ஓர் ஆசிரமம் எற்படுத்தியிருக்கிறார். அதைப் பார்க்கப் போகும்போது புனிதநீர் படைத்த பினாகினியைத் தரிசித்தேன். திருமதி கனகம்மா தன் புனிதமான கைகளாலேயே நூற்ற நூலினாலான ஆடையை அன்பளிப்பாக ஏற்றுக்கொண்டு நாங்கள் ஆசிரமத்தைப் பார்க்கப் புறப்பட்டோம். சிறிது தூரம் வரை எங்கும் தோப்புக்களே காணப்பட்டன. ஆங்காங்கு வாய்க்கால்களும், அவற்றின் வழியோடும் நீர்ப்பெருக்கினால் எங்கும் பசுமையின் புன்சிரிப்பும் காணப்பட்டன.

பிறகு மணல் வந்தது. முன்னால், பின்னால் இருமருங்கு களில் எங்கும் மணலேதான். காற்று தன் விருப்பப்படி எங்கு வேண்டுமானாலும்மணல்மேடுகளை அமைத்துக்கொண்டிருந்தது. சற்று மனது மாறியதும் அவற்றை வெகு சுலபமாகக் கலைத்துக் கொண்டிருந்தது. இந்த மணலில் அமைதியோடு வாழ்க்கை நடத்தும் நீண்ட பனைமரங்கள் மகிழ்ச்சியோடு அசைந்து கொண்டிருந்தன. வெய்யிலினால் துன்புற்று அவை தமக்குத்தாமே விசிறி வீசிக்கொண்டிருந்தனவா அல்லது எங்களைப்போன்ற வழிநடைப் பிரயாணிகளின்மேல் இரக்கம்கொண்டு விசிறி வீசிக்கொண்டிருந்தனவா என்பதை அந்தப் பனைமரங்கள் வெளியிட்டால்தானே! நடுப்பகலின் வெய்யில் யாகங்களில் ஈடுபாடுள்ள வேதியர்களைப்போல கடுமையான தவம் புரிந்து கொண்டிருந்தது. கால்கள் வெந்துபோயின. தலை சூடேறி விட்டது. உடலின் நடுப்பாகத்திற்கும் அதேபோன்று வேதனை அளிக்கும்பொருட்டு, தாகமும் தன் செயலில் ஈடுபட்டிருந்தது.

இம்மாதிரி முவ்வித தாபத்தினால் காய்ந்து நாங்கள் ஆசிரமத்தை அடைந்தோம். அங்கு நான் ஒரு பெரிய குன்றின் மேல் ஏறினேன். அங்கிருந்து திடீரென்று பினாகினியின் நீர்ப் பெருக்கம் கண்களில்பட்டது. ஆஹா! கண்களுக்கு எவ்வளவு குளுமையான காட்சி! கோதுமைரவை போன்ற வெண்மையான மணற்பரப்பின்மேல் ஸ்படிகம் போன்ற நீர் பாய்வதும், அதன்

மேல் உயரத்திலிருந்து கதிரவனின் ஒளிக்கிரணங்கள் விழுவதும் வருணிக்க இயலாத காட்சியாக விளங்கின. வெள்ளிச்சாற்றின் களஞ்சியம் உலையின் சூடு தாங்காது பிளந்து, உள்ளிருக்கும் சாறு தனக்கு அகப்பட்ட பாதைகளின் வழியாக ஓடுவது போலக் காட்சியளித்தது. காற்று திசையை மாற்றிற்று. பினாகினியின் மேல் பட்டு குளிர்ந்துபோன காற்று உடலில்பட்டு ஊக்கத்தை அளித்தது. அருகிலுள்ள மாந்தோப்பிற்குச் சென்று ஒரு மரத்தின் மேல் ஏறி இரு கிளைகளுக்கு நடுவே, சாய்வு நாற்காலி போன்ற தொரு இடத்தில் உட்கார்ந்துகொண்டேன். தூரத்தில் பனை மரங்கள் அசைந்துகொண்டிருந்தன. வயது முதிர்ந்த மாமரம் நிழலைப் பரப்பிக்கொண்டிருந்தது. பினாகினி குளிர்ந்த காற்றைப் பரப்பிக்கொண்டிருந்தது. இந்திரலோகத்தின் நந்தவனத்தில்கூட இதைவிட அதிக சுகம் கிட்டுமா என்ன!

நதிக்கரையின் இந்தக் காவியத்தின் சுவையைப் பருகிய பிறகு கண்கள் இமைகள் மூடத்தொடங்கின. மாமரத்து ஆதனத்திலிருந்து கீழே தள்ளப்படும் பயம் தோன்றியிராவிடில், விழிப்புடனிருந்து கண்டுகளித்த காவியத்தோடு கனவுக் காவியத்தையும் ஒப்பிட்டுப் பார்த்திருப்பேன்.

பினாகினியின் பரப்பு மிகவும் பெரியது. இது மாரிக் காலத்தில் ருத்ரவேஷம், உக்கிரரூபம் எடுத்துக்கொள்கிறது. அக்காலங்களில் அதன் செயல்களை வர்ணிக்கும் முறையிலிருந்து இங்குள்ள மக்களுக்குப் பினாகினியிடம் உள்ள பக்தியை அளவிட முடிந்தது. உண்மையில் இரண்டு பினாகினிகள் உள்ளன. நான் பார்த்துக் கொண்டிருந்தது வட பினாகினி அல்லது 'பெண்ணார்' எனப்படுவது. இது நேராக நந்தி துர்க்கத்திலிருந்து வருகிறது. அங்கிருந்து வரும்போதே அது ஜயமங்களி, சித்ராவதி, பாபக்னீ இவைகளின் நீரையும் எடுத்துக் கொண்டு வருகிறது. மக்கள் இந்நதிகளின் ஸ்தன்ய பானத்தினால் பெரிதும் பயன் அடைந்திருக்கின்றனர். இப்பொழுது துங்கபத்ராவின் நீரும் சிறிது பெண்ணாருக்குக் கிடைக்கும். இவை யாவும் நெல் விளைவிக்கப் பயன்படுத்தப்படும்.

(1926 -1927)

12. ஜோக் நீர் வீழ்ச்சி

மிகச்சிறு பிராயத்திலிருந்தே, நான் மேற்குச் சமுத்திரக் கரையில் கார்வார் நகரத்தில் இருந்த காலத்திலிருந்தே, கிர்ஸப்பா நீர்வீழ்ச்சியைப் பற்றிக் கேள்விப்பட்டிருந்தேன்.

அப்பொழுது நான் கேள்விப்பட்டது காவிரி நதி மலையின் உச்சியிலிருந்து கீழே விழுகிறது, அதிலிருந்து உண்டாகும் மிகப் பெரிய சப்தத்தின் அதிர்ச்சியில் இரண்டு மைல்களுக்கப்பால் ஒன்றன் மேல் ஒன்றாக வைத்திருக்கும் பெரிய பானைகள் கீழே விழுந்துவிடுகின்றன! அப்படியானால் அந்த நீர்வீழ்ச்சியின் ஒலி எவ்வளவு தூரம்வரை கேட்குமோ! பிறகு பூகோளம் படிக்கத் தொடங்கிய பிறகுதான் 'காவேரியின் உற்பத்தி ஸ்தானம் அசல் குடகுப் பிரதேசம்' ஆயிற்றே, அந்நதி கிழக்குச் சமுத்திரத்தில் கலக்கிறதே என்ற சந்தேகம் உண்டாயிற்று. அது மேற்கு மலைகளின் மேலிருந்து விழவே முடியாது. அப்படியானால் கிர்ஸப்பாவில் விழும் நீர்வீழ்ச்சியின் நதி வேறு ஏதோ ஒன்றாகத்தான் இருக்க வேண்டும். அது சீக்கிரமே ஹொன்னாவருக்கருகில் மேற்குச் சமுத்திரத்தில் கலப்பதற்காகவே நூறு, நூற்றைம்பது ஆள் உயரத்திலிருந்து கீழே குதிக்கிறது. அந்நதியின் பெயர் என்னவாய் இருக்கும்?

நயாகரா அருவியைப் பற்றிய பல வர்ணனைகளை நான் படித்திருக்கிறேன். இயற்கை அன்னை அமெரிக்காவுக்கு அளித்திருக்கும் ஓர் அற்புதமான ஆபரணம் அது. உலகத்து மக்கள் பலர் அங்கு செல்கின்றனர். பலர் பெரிய பெரிய பலமான பீப்பாய்களில் அமர்ந்து அந்த அருவி வழியாகக் கடந்து செல்ல முயற்சி செய்திருக்கின்றனர், இதுபோன்ற வர்ணனைகளைப் படிக்கப் படிக்க எனது ஆவல் அதிகரித்தது. பல கோணங்களி லிருந்து எடுக்கப்பட்ட நயாகராவின் புகைப்படங்களையும், பயாஸ்கோப் படங்களையும் பார்த்திருக்கிறேன். இவ்வாறு நயாகராவை மனக்கண்ணால் காணக்காண, கிரஸப்பாவைப் பற்றிய ஆவலும் கட்டுக் கடங்காமல் எழுத்தொடங்கி நான் கிரஸப்பாவை மானசீகமாகப் பூசிக்கத் தொடங்கிவிட்டேன். பிறகு, நயாகரா நூற்று அறுபத்து நான்கு அடி உயரத்திலிருந்து தான் விழுகிறது என்றும் கிரஸப்பாவின் உயரம் 960 அடி என்றும் கேள்விப்பட்ட பிறகு, எனது கர்வத்துக்கு எல்லையே இல்லை. மிகவும் முக்கியமான, உலகிலேயே மிகப் பெரிய மலை இந்தியாவில் இருக்கிறது. சிந்து, கங்கை, பிரம்மபுத்திர போன்ற நதிகளைப் பற்றி யாருமே கட்டாயம் பெருமை கொள்ளலாம். உலகில் மிக நீளமான நதி எங்கள் நாட்டில்தான் இருக்கிறது என்று காட்டுவதற்காக இரண்டு நதிகளை ஒன்று சேர்க்க வேண்டியிருந்தது : மிஸௌரி, மிஸிஸிப்பி இவற்றைத் தனித்தனி நதிகளாகக் கொண்டால் அவற்றின் நீளம் எவ்வளவு இருக்கும்? பாரதத்தின் சரித்திரம் எவ்வாறு உலகம் முழுவதிலும் பழமையானதோ அவ்வாறே

பாரதத்தின் நில அமைப்பும் உலகம் முழுவதிலும் மிகவும் அற்புதமானது.

இந்தியா நீர்வீழ்ச்சியின் விஷயத்தில் மட்டும் தோற்று விடுமா? உலகம் முழுவதுமே அசோகனைப் போன்றதொரு சக்கரவர்த்தி இருந்ததில்லையென ஒப்புக்கொண்டுள்ளது. பூகோள விஷயத்திலும் தனது எழிலில் கிரஸப்பாவோடு போட்டியிடக்கூடிய வேறு எந்த நீர்வீழ்ச்சியும் கிடையாது என்பதை யாவரும் ஒப்புக்கொள்ள வேண்டும் (கிரஸப்பாவின் சரியான பெயர் 'ஜோக்' என்பதாகும்.)

கார்க்கல் அரசியல் மஹாநாட்டிற்காக நான் தென்கன்னட மாகாணத்துக்குச் சென்றிருந்தேன். அப்பொழுது அகும்பா மலைத் தொடரைக் கடந்து ஷிமோகா வழியாக கிரஸப்பாவைக் காணச் செல்வேன் என நம்பிக்கொண்டிருந்தேன். ஆனால் அது கைகூடவில்லை.

மனஸா சிந்திதம் கார்யம் தை$_3$வேனான்யத்ர நீயதே!

மனத்தால் நினைக்கப்பட்ட காரியம் தெய்வத்தினால் வேறுவிதமாக நடத்தப்படுகிறது. ஏமாற்றத்தினால் நான்இந்த நீண்டநாள் விருப்பம் ஒருபொழுதும் நிறைவேறாது, கிரஸப்பாவை நான் மனத்தினால்தான் தரிசித்துக்கொள்ள வேண்டும் என்று எண்ணிவிட்டேன்.

ஆனால் ஜோக் மைசூர் இராஜ்ஜிய எல்லையில்தான் இருக்கிறது என்பதுமட்டும் தெரிந்துகொண்டேன். அங்கு செல்ல இரு பாதைகள் உள்ளன; ஒன்று ஷிமோகா ஸாகர் வழியாகச் செல்வது, மற்றொன்று நதியின் எதிர்முகமாகவே செல்வது. இதில் 'ஹொன்னாவர்' துறையிலிருந்து படகில் அமர்ந்து காடுகளைக் கடந்து கிரஸப்பா கிராமம் வரை செல்ல வேண்டும், அங்கிருந்து மலைத்தொடரில் ஏறவேண்டும். இரண்டு வழியாகவும் சென்று வந்துள்ளவர்கள், ஒரு பக்கத்தில் உள்ள அழகு மற்றொரு பக்கத்தில் காணக்கிடைக்காது எனக் கூறுகின்றனர். ஒரு பகுதியின் அழகு மற்றொரு பகுதியின் அழகைவிடக் குறைந்த தாயிருக்கும் என்று கூறமுடியாது. ஒரு பக்கமாகச் சென்று விட்டு மற்றொரு பக்கத்தின் காட்சிகளைக் காணாமல் இருந்து விடுவேனாகில் நான் 'ஜோக்' நீர்வீழ்ச்சியைப் பாதிதான் பார்த்தவன் ஆவேன்.

குஜராத்தில் வெள்ளம் வந்தபோது காந்திஜீ நோய் காரணமாக பெங்களூரில் ஓய்வெடுக்கும் பொருட்டுத் தங்கியிருந் தார். நான் அவரைச் சந்திக்கச் சென்றிருந்தேன். அங்கிருந்து

மைசூர் ராஜ்ஜியத்தில் சுற்றுப் பிரயாணம் செய்துகொண்டே காந்திஜீ 'சாகர்' போய்ச் சேர்ந்தார். சாகர் வரை சென்ற பிறகு கிரஸப்பாவைக் காணச் செல்லாமல் இருப்பது என்னால் முடியாத காரியம். கார்மூலம் ஒரே மணி நேர வழிதான். ஷிமோகாவில் துங்கா நதிக்கரையில் உலாவச் சென்ற போது நான் காந்திஜீயிடம், "தாங்கள் கிரஸப்பாவைப் பார்க்க வருகிறீர்களா? கர்ஸன் பிரபு கிரஸப்பாவைப் பார்ப்பதற்காகவே இங்கே வந்தாராம். இந்தப்பக்கம் மறுபடி எப்பொழுது வரப்போகிறோமோ?" என்று கேட்டேன். காந்திஜீயோ, "நான் இவ்வாறு மனம் போனபடி எல்லாம் காரியங்கள் செய்ய முடியாது. நீ வேண்டுமானால் சென்று வா. நீ சென்று வந்தால் மாணவர் களுக்கு பூகோள விஷயமாக ஓரிரு பாடங்களாவது சொல்லலாம்" என்றார். நான் வாதாடினேன், "ஆனால் இது உலகத்தின் அற்புதமான காட்சிகளில் ஒன்றாகும். நயாகராவைவிட ஜோக் ஆறுமடங்கு உயரமானது. தொள்ளாயிரத்து அறுபது அடி உயரத்திலிருந்து நீர்வீழ்ச்சி விழுகிறது. தாங்கள் அவசியம் ஒருமுறை பார்க்கவேண்டும்" என்றேன்.

அவர் கேட்டார் - "மழைத் தண்ணீர் ஆகாயத்திலிருந்து எவ்வளவு உயரத்திலிருந்து விழுகிறது?" நான் தோற்றுவிட்டேன். மனத்திற்குள், **"ஸ்தி$_2$ததீ$_4$: கிம் ப்ரபா$_4$ஸீத? கிம் ஆஸீத? வ்ரஜேத கிம்?"** என்று சொல்லிக்கொண்டேன்.

காந்திஜீ சங்கீதத்தைப் போலவே இயற்கை அழகையும் பெரிதும் விரும்புகிறார் என்று எனக்குத் தெரியும். உலாவச் செல்லும்போது கதிரவன் மலைவாயில் விழும் அழகையும், மேகங்களுக்கு நடுவிலிருந்து எட்டிப்பார்க்கும் ஓர் தனி நட்சத்திரத்தையும் கண்டுகளித்து அதை எனக்கும் காட்டி மகிழ்ந்ததுண்டு. ஆனால் மக்களுக்குத் தொண்டு புரியும் விரதத்தை மேற்கொண்டுள்ள காந்திஜீ எவ்வாறு மனம் போன படியான செயல்களில் ஈடுபட முடியும்?- **"குலஶிக$_2$ரிண: க்ஷுத்$_3$ரா நைதே ந வா ஜ$_3$லராஶய:!"**

ஒரு விஷயம் இவ்வாறு முடிவடைந்த உடன் நான் மற்றொரு விஷயம் ஆரம்பித்தேன். "தாங்கள் வரவில்லை, ஆகையால் மஹாதேவ்பாய் அவர்களும் வரவில்லை. தாங்கள் அவரிடம் சொன்னால் வருவார்" என்றேன்.

ஆனால் காந்திஜீ மறுமொழி பகர்ந்தார், "அவனுக்கு அங்கு செல்ல விருப்பம் இருக்குமானால் அதை நான் தடை

செய்யமாட்டேன். ஆனால் அவன் வரமாட்டான். நான்தான் அவனுக்கு கிரஸப்பா."

மற்ற நாங்கள் எல்லோரும் உலகப்போக்கில் போகும் மக்கள். மலை உச்சியிலிருந்து விழும் கிரஸப்பாவை ஊனக் கண்களால் காணாவிட்டால் எங்களுக்கு மன அமைதி ஏற்படாது. ஆகையால் பகல் உணவுக்கு முன்பே நாங்கள் சாகருக்குப் புறப்பட்டோம். மோட்டார்களின் மூலம் காடுகளைக் கடக்கத் தொடங்கினோம். மலைகளைக் குடைந்து இரயில் இலாக்காவினர் சுரங்கங்கள் அமைப்பதைக் கண்டால் நமக்கு மிகுந்த வியப்பு ஏற்படுகிறது. பம்பாய்ப் பிரதேசங்களையும்விட ஆழமுள்ள ஸஹ்யாத்ரிக் காடுகளில் பாதை அமைப்பது அதைவிடக் கடினமான காரியம். இங்கே யாதொரு வெடி மருந்தும் பயன் படுவதில்லை. அடி மரத்தை வெட்டி வீழ்த்திய பிறகும் ஒவ்வொரு மரத்தையும் கிளைகளின் சிக்கலிலிருந்து விடுவிப்பது, ஹிந்து - முஸ்லீம் சண்டையை விலக்குவதைப் போன்று சிரமமான காரியமாகும். கண்டாலாப் பள்ளத்தாக்கில் உள்ள ஆழமான குகைகளின் நடுவே போய்ச் சேர்ந்தவுடன் மனிதன் எவ்வாறு பயம் கலந்த ஆனந்தம் அடைகிறானோ, அதேபோன்ற அனுபவம் இந்தக் காடுகளில் ஏற்படுகிறது. இம்மாதிரியான காடுகளில் யானை, புலி, மலைப்பாம்பு போன்ற பிராணிகள் வாழ்வதுதான் அழகு தரும். இவற்றில் மனிதன் மிகவும் துச்சமான பிராணியாகத் தோன்றுவான். இப்படிப்பட்ட காட்டில் இவன் எங்கிருந்து வந்தான் எனத் தோன்றும்.

சரி, நாங்கள் காட்டைக் கடந்து ஷராவதியின் கரைக்குப் போய்ச் சேர்ந்தோம். இப்பக்கங்களில் அதை 'பாரங்கி' என்றும் கூறுகிறார்கள். பாரங்கி என்றால் 'பாரஹ கங்கா' (பன்னிரு கங்கை) எனப்பொருள். இங்குள்ள மக்கள் கங்கை நதியைவிட இந்த ஷராவதி நதி பன்னிரு மடங்கு புனிதம் வாய்ந்தது என்று கருதுவார்களானால் நாம் அவர்களுடன் சச்சரவு செய்ய மாட்டோம். ஒவ்வொரு சிசுவுக்கும் தனது தாய்தானே மிக உயர்ந்தவளாகத் தோன்றும். சலசலவென்று தூரல் தூறிக் கொண்டிருந்தது. இங்கே வானளாவும் மிகப் பெரிய மரங்களும் இருந்தன. சிறிய பெரிய புதர்ச் செடிகளும் இருந்தன. நிலையான புற்களும் இருந்தன; தரையிலும், கிழ மரங்களின் பட்டை களிலும் முளைக்கும் பாசிகளும் இருந்தன. அக்கரையிலுள்ள சிறியதும் பெரியதுமான மரங்கள் ஆற்றின் நீர் எவ்வளவு குளிர்ச்சியாயிருக்கிறது என்பதைக் கண்டறிவதற்காக இலைகளாகிய தமது கைகளை நீரில் இட்டுக்கொண்டிருந்தன. சில

வெண்ணிற மேகங்கள் சோம்பல் நிறைந்த காளைகளைப் போல இங்குமங்கும் சஞ்சரித்துக் கொண்டிருந்தன.

நதியைப் பார்க்கும்போதெல்லாம் இந்த நதி எங்கிருந்து வருகிறது, எங்கே போகிறது என்று கேள்வி ஏற்படும். என் மனத்திலோ எப்பொழுதும் நதி எங்கிருந்து கிளம்புகிறது என்ற கேள்வியே முதலில் எழும். மற்றவர் மனத்திலும் இதே கேள்வி எழக்கூடும். இதன் காரணம் என்ன? நதி எங்கு போகிறது என்பதைக் கண்டறிவது சுலபம். நதியில் குதித்துவிட்டால் அது சிரமமில்லாமல் நம்மை இட்டுச் செல்கிறது. அந்த அளவுக்குத் தைரியம் இல்லாவிடில் ஏதாவதொரு மரக்கட்டையை மிதக்க விட்டு அதில் உட்கார்ந்து கொண்டால் போதும். ஆனால் நதி எங்கிருந்து கிளம்புகிறது என்பதைக் கண்டறிய அதன் எதிர்த் திசையில் செல்ல வேண்டியிருக்கிறது. இம்மாதிரி முனிவர்களால் தான் செய்ய முடியும். அன்று நாங்கள் கண்ட காட்சி 'பாரங்கி' அல்லது ஷராவதி நதியின் நீர் மலையிலிருந்து கிளம்புகிறதா அல்லது மேகத்திலிருந்து கிளம்புகிறதா என்ற ஐயத்தை உண்டாக்கிக் கொண்டிருந்தது.

படகில் அமர்ந்து நாங்கள் அக்கரை போய்ச் சேர்ந்தோம். கரைப் பக்கத்துத் தரையிலிருந்து பல சிறு சிறு ஓடைகள் குதித்துக் குதித்து ஆற்றில் விழுந்து கொண்டிருந்தன. அவைகளைக் கண்டு நாங்கள் முந்தின நாள் இங்கு பெரிய மழை பெய்ததால் ஆற்றில் நீர் அதிகம் பெருகியிருக்கிறது என ஊகித்துக் கொண்டோம். படகு எங்களை இறக்கிவிட்டு மற்றவர்களை ஏற்றிவரச் சென்றுவிட்டது. அமைதியான நீரில் துடுப்புக்கள் 'டப், டப்' என்று ஒலிக்க, படகு மிதந்து செல்லும்போது எவ்வளவு ரம்மியமாக இருக்கிறது! இதேபடகு நமது உற்றார் உறவினரைத் தனது வயிற்றுக்குள் வைத்துக்கொண்டு ஆழமான நீரின் மேல்பரப்பில் இழுத்துக்கொண்டு வரும்போது கவலைப் பட யாதொரு காரணமும் இல்லாவிடினும், நம்மை அறியாமல் ஒரு பயம் எழத்தான் செய்கிறது. ராஜகோபாலாச்சாரியார் தன் மகனையும், மகளையும் அழைத்துக் கொண்டு படகில் ஏறத் தொடங்கினார். நான் அவரிடம், "ஒரே குடும்பத்து மக்கள் யாவரும் சேர்ந்து ஒரே படகில் ஏறிக்கொள்வது சரியல்ல என்று நமது முன்னோர்கள் கூறியிருக்கின்றனர். உங்கள் மகன் நம்முடன் வரட்டும், அல்லது மகள் வரட்டும். இருவரும் வரக்கூடாது" என்றேன். கூட வந்தவர்கள் இதைப்பற்றிச் சர்ச்சை செய்யத் தொடங்கினர். சிலருக்கு இதில் மரியாதையைப் பற்றிய எண்ணம்

ஏற்பட்டது. மற்றும் சிலருக்கு வேறு சில எண்ணங்கள். ஆனால் யாருமே முன்னோர்களின் இந்த வழக்கம் ஓர் குடும்பமே எங்காகிலும் சர்வநாசம் அடைந்துவிடாமல் காப்பதற்காகவே ஏற்பட்டது என்பதைப் பற்றிச் சிந்திக்கவேயில்லை. இந்தக் கருத்தைத் தெளிவாகக் கூறி சூழ்நிலையைக் குழப்பப்படுத்த நான் விரும்பவில்லை. ஆகவே, முன்னோர்களின் அறிவை இகழ்வதைக் கேட்டுக்கொண்டே நான் அக்கரைக்குப் போய்ச் சேர்ந்தேன். படகு நட்டாற்றை அடைந்தபோது மந்திரம் சொல்லி நீர் பருக நான் மறக்கவில்லை. ஆற்றைத் தரிசிப்பதோடு கூட பானம், தானம் முதலிய நியமங்களும் இருக்கவேண்டும். அப்பொழுது தான் அதை முற்றிலும் கண்டறிந்து பயன் அடைந்ததாகக் கூறப்படுகிறது.

இரண்டாவது கூட்டமும் வந்து சேர்ந்தது. நாங்கள் வலது பக்கமாகச் செல்லத் தொடங்கினோம். நதியின் இடது கரை அது. வழியிலுள்ள பெரிய பெரிய மரங்கள் மசூதிகளின் தூண்கள் போல நிமிர்ந்து உயரமாக வளர்ந்திருப்பதைக் கண்டு மிகுந்த மகிழ்ச்சி ஏற்பட்டது. எங்கள் கூட்டம் மிகப் பெரியதாயிருந்தது. ஆதலால் சிறிது நேரத்திலேயே எங்கள் பேச்சு, சிரிப்பு இவை நாலா பக்கமும் எதிரொலிக்கத் தொடங்கின. ஆனால் எவ்வளவு நேரம்! சிறிது தூரம் சென்றவுடனேயே ஆறு தனது கம்பீரமான ஒலியை ஆரம்பித்துவிட்டது. இந்த ஒலியோடு வேறு எந்த ஒலியை ஒப்பிட முடியும்? இத்தனை கம்பீரமான ஒலியை வேறு எங்காவது கேட்டிருந்தாலல்லவா ஒப்பிட முடியும்? மேகத்தின் கர்ஜனையும் கம்பீரமாகத்தான் இருக்கிறது. அது ஆகாயம் முழுவதிலும் பரவுகிறது. ஆனால் அது நிலையானது அல்ல. இங்கேயோ நீங்கள் கேட்டுக் கேட்டு அலுத்துப்போனாலும் ஒலி நிற்கவே நிற்காது. இங்கே மேகங்கள் மோதுகின்றனவா அல்லது பீரங்கிகள் வெடிக்கின்றனவா அல்லது மலைகளின் பெரிய கற்கள் உடைபடுகின்றனவா அல்லது ஆறு தனது மோன நிலையைக் கலைத்துவிட்டு மஹாதேவனுக்குத் துதி பாடுகின்றதா?

அடுத்தபடியாக என்ன காட்சி காணக் கிடைக்குமோ என்ற ஆவலுடன் நாலாபக்கமும் கண்களை அகல விரித்துப் பார்த்துக் கொண்டே நாங்கள் யாத்திரீகர்கள் விடுதியை அடைந்தோம். நீர்வீழ்ச்சியை நன்கு பார்த்து அனுபவிக்கக் கூடிய ஓர் இடத்தில் இந்த விடுதி மைசூர் சர்க்காரால் கட்டப்பட்டிருக்கிறது. நீர் வீழ்ச்சியைப் பார்ப்பதற்காக அமைக்கப்பட்டிருக்கும் மேடைமீது ஏறிப் பார்க்கலானோம். ஆனால் இது என்ன! எங்கும் பரந்து நிற்கும் பனியைத்தவிர வேறு ஒன்றும் காணப்படவில்லையே!

நீர்வீழ்ச்சி மட்டும் தன் கர்ஜனையால் அந்த மலைப்பிரதேசம் முழுவதையும் எதிரொலிக்கச் செய்துகொண்டிருந்தது. நடுப் பகல் ஆனபிறகுகூட சூரியனைக்காண முடியவில்லை. எங்கு பார்த்தாலும் மூடுபனிதான். மூடுபனிக் கூட்டங்கள் குருக்ஷேத்திர மஹாயுத்தம் புரிந்துகொண்டிருப்பது போலவும், ஜோக் தனது ஒலியால் அதற்குத் தாளம் போட்டுக்கொண்டிருப்பது போலவும் தோன்றிற்று. இத்தனை நம்பிக்கையோடு வந்திருந்த எங்களுக்கு இம்மாதிரியான வேடிக்கை எங்கும் நிகழ்ந்தது இல்லை எனப் பட்டது. நேரம் ஆகிக் கொண்டிருந்தது. எங்களுடைய அவநம்பிக்கையோடு கூடவே பனித்திரையும் வளர்ந்துகொண்டே போயிற்று. கடைசியில் நாங்கள் மௌனத்தைக் கலைத்துப் பேசத் தொடங்கினோம். பேசுவதற்குக் குறிப்பாக விஷயம் ஒன்றும் இல்லாவிடினும், நம்பிக்கை இழந்து சூனியமான மனத்துடன் இருக்கும் நிலையில் அந்தச் சூனியத்தை நிரப்புவதற்கு ஏதாவது பேச வேண்டுமே!

இந்திரனுக்கு ஏதாவது கோபமா அல்லது வருணனுக்கு ஏதாவது வருத்தமா? நான் இவ்வாறு யோசித்துக் கொண்டிருக்கும் போதே வாயுதேவன் உதவிபுரிந்தான். ஒரு கணநேரம். ஒரே ஒரு கணநேரம் அந்தக் கனத்த பனித்திரை விலகிற்று. பல நாட்களாகப் பார்ப்பதற்கு ஏங்கிக்கிடந்த அந்த அற்புதமான காட்சி கண்முன் நின்றது ! உருத்திரனின் தலையிலிருந்து இறங்கும் கங்கைபோல ஒரு பெரிய நீர்வீழ்ச்சி, மலை இடுக்கிலிருந்து வெளிப்பட்ட வேழம்போல கல்லின்மேல் விழுந்து, நீரை மாவாகக் கரைத்து நாலா பக்கமும் அதை வாரியிறைத்துக் கொண்டிருந்தது.

இல்லை, இந்தக் காட்சியின் வர்ணனைச் சொற்களால் முடியாத காரியம். வியப்பில் மூழ்கியவனாய் நான் வாய்விட்டுச் சொன்னேன் :

நம: புரஸ்தாத், அத $_2$ ப்ருஷ்டதஸ் தே நமோஸ்து தே
ஸர்வத ஏவ ஸர்வ।

அநந்தவீர்யாமிதவிக்ரமஸ்த்வம் ஸர்வ ஸமாப்நோஷி
ததோஸி ஸர்வ:॥

உடனே எதிரேயிருந்த அந்த யானை போன்ற பாறை தலையிலிருந்து நீர்வீழ்ச்சியான ஜடையை உதறிக்கொண்டு சொல்லிற்று :

ஸு°து $_3$ ர்த $_3$ ர்ஶம் இத $_3$ ம் ரூபம் த் $_3$ ருஷ்டவான் அஸி யந்மம॥

தே $_3$ வா அப்யஸ்ய ரூபஸ்ய நித்யம் த $_3$ ர்ஶனகாங்க்ஷிண:॥

பனித்திரை மறுபடி முன்போலவே ஒன்று சேர்ந்து விட்டது: எங்கள் நிலையோ, நாங்கள் பார்த்த காட்சிகள் யாவும் கனவு போலவும், மாயை போலவும், மனக்கலக்கம் போலவும் ஆகி விட்டது. இந்தக் பரந்த மலைக்குகை, இந்த பயங்கரமான ஆழம், இந்த மிகப் பெரிய பாத்திரம், அதன் நடுவில் மைதாமாவு போன்ற அற்புதமான நீர்வீழ்ச்சியும் நீர்த்திவலைகளும் - இந்தக் காட்சி முழுவதுமே கற்பனைக்கும் எட்டாததாயிருந்தது. நாங்கள் பார்த்துக்கொண்டிருப்பது உண்மைதான் என்ற நம்பிக்கை ஏற்படுவதற்குள்ளகவே பனிப்பாற்கடல் மறுபடியும் படர்ந்து விட்டது. நாங்கள் அந்தக் காவியக் காட்சியில் மெய்மறந்து மூழ்கத் தொடங்கினோம்.

இப்பொழுது யாரும் ஒருவருடனும் பேசவில்லை. தான் பார்த்துக் களித்ததைப் பற்றிச் சிந்தனையில் ஆழ்ந்திருந்தோம். ஒன்றுமே இல்லாதிருந்த ஓர் இடத்தில் இவ்வளவு பெரிய ஆழ்ந்த படைப்பு எவ்வாறு ஏற்பட்டது? அதைப் பார்த்துக் கொண்டிருக்கும் போதே அது எங்கே மறைந்துவிட்டது? இந்த வியப்புத்தான் எங்களைக் கவர்ந்திருந்தது.

மனத்தில் தோன்றியது, ஒரே ஒரு கணநேரத்துக்கானாலும் சரி, நாம் பார்க்க விரும்பிவந்த காட்சியைப் பார்த்துவிட்டோம். மிகவும் ஆச்சரியமான முறையில் பார்த்துவிட்டோம். ஒரு கண நேரமே காணக் கிடைத்த காட்சியைக் கொண்டு பல மணி நேரங்கள் அதன் நினைவில் கழிக்க முடியும். இதற்குள் அந்த வெண்மையான ஜடையணிந்த கல் சொல்லிற்று :

வ்யபேதபீ$_4$: ப்ரீதமனா: புனஸ்த்வம் ததேவ மே
ரூபமித$_3$ம் ப்ரபஶ்ய!

பனித்திரை மறுபடியும் விலகிற்று. இப்பொழுது ஓர் ஓரத்திலிருந்து மறு ஓரம் வரை எல்லாம் மிகத் தெளிவாகக் காணப் பட்டது. இடது பக்கத்தின் நேர் எதிரில் அரைச் சந்திரவடிவமான பாறையிலிருந்து ‘ராஜா’ கீழே குதித்துக் கொண்டிருந்தது. அதனுடைய நீர் மழையினால் சேற்றுடன் கலந்து காப்பியின் நிறமாயிருந்தது. அதிகமான நீர் இந்த ராஜாவுக்குத்தான் கிடைக்கிறது. நிமிர்ந்த மார்புடன் அது முற்றிலும் நேராகக் கீழே விழுகிறது. அக்கணத்தில் இயற்கையின் சக்தி எவ்வளவு தூரம் எல்லையற்றதாய் இருக்கிறது என்ற எண்ணம் உதிக்கிறது. ராஜா அருவியின் அகலம் மிகவும் அதிகம். அதன் இரு மருங்குகளிலும் பல பெரிய பெரிய முத்து மாலைகள் தொங்கி வழிகின்றன.

உண்மையிலேயே இந்த அருவி 'ராஜா' என்ற பெயருக்கு மிகப் பொருத்தமானதாகும்.

அதற்கருகில் நான் முதன்முதலில் கண்ட நீர்வீழ்ச்சி உண்மையில் மூன்றாவதாகும். அதன் பெயர் 'வீரபத்ர'. நடுவில் உள்ள நீர்வீழ்ச்சி 'ருத்ரா' எனப்படுவது, அது இங்கிருந்து தெளிவாகத் தெரியவில்லை. அது ஒவ்வொரு அடியிலும் மிகவும் பலமாகக் கர்ஜித்துக் கொண்டே போய்க் கடைசியில் ராஜாவோடு கலந்து விடுகிறது.

நேர் தென் திசையில் ஒரு சிறு நீர்வீழ்ச்சி காணப்படுகிறது. அதனுடைய இடை சற்று சிறுத்திருக்கிறது. ஆகையால் நான் அதற்கு 'பார்வதி' என்று பெயரிட்டேன். கண்குளிரப் பார்த்த பிறகு மறுபடியும் எங்களுக்குள் பேச்சுத் தொடங்கியது. தான் கண்டுகளித்ததை மற்றவருக்கும் காண்பிக்கும் ஆவல் இல்லாத மனிதன் மனிதனேயில்லை. மனிதன் சஞ்சரிக்கும் சுபாவமுள்ளவன், சம்வாதம் (பேச்சு) நடத்தும் இயல்புள்ளவன். அவனுக்கு ஏற்பட்ட அனுபவங்களே மற்றவர்களுக்கும் ஏற்படுகிறது-ஏற்படக்கூடும் என்ற நம்பிக்கை ஏற்படாதவரையில், அவனுக்குத் திருப்தி உண்டாவதில்லை. இராஜாஜி எங்கள் கவனத்தைத் திருப்பி, "இங்கே கீழே பார், குளிர்ந்த நீராவி மேகங்கள் எவ்வாறு மேல்நோக்கிக் குதித்துக்கொண்டு வருகின்றன!" என்றார். தேவதாஸ், "அந்தப் பறவைகளைப் பார். எப்படி பயமில்லாமல் பறந்துகொண்டிருக்கின்றன" என்றார். மணிபென்னும் ஏதோ சொன்னான். லக்ஷ்மியும் தன் அண்ணாவுக்குத் தமிழில் ஏதேதோ விளக்கிக் கூறித் தனது மகிழ்ச்சியை வெளிப்படுத்திக் கொண்டிருந்தாள். எங்களோடு மற்றொரு சகோதரரும் வந்திருந்தார். அவர் வழியில் காரணமில்லாமல் சற்றுக் கோபம் அடைந்து விட்டார். நாங்கள் இந்த விண்ணுலகக் காட்சியைக் கண்டு களித்துக்கொண்டிருக்கும் போது அவர் தாமாகவே தமக்கு அவமானம் ஏற்பட்டதாக நினைத்ததை அசைபோட்டுக் கொண்டிருந்தார். சந்திரசங்கர் அவருடைய இந்த நிலைமையை எனக்குக் காட்டினார். நான் மனதுக்குள்ளேயே கூறிக் கொண்டேன்.

பத்நம் நைவ யதா$_3$ கரீரவிட$_1$பே தோஷோ வஸந்த$_1$ஸ்ய கிம்!
நோலூகோப்யவலோகதே யதி$_3$ திவா$_3$ ஸூர்யஸ்ய கிம்
தூ$_3$ஷணம்?

கரீர மரத்தில் இலைகளே இல்லையானால் அது வஸந்தத்தின் குற்றமா? ஆந்தை பகலில் பார்க்கவில்லையானால் அதில் சூரியனுடைய குற்றம் என்ன இருக்கிறது ?

இவ்வுலகில் ஏமாற்றம், தப்பபிப்பிராயம், கவுரமின்மை அல்லது உற்றாரின் பிரிவு முதலியன உண்மையான துக்கங்கள் அல்ல. ஆனால் கர்வமே உண்மையான மிகப்பெரிய துக்கமாகும். கர்வம் என்ற கோளாறை மிகப்பெரிய வைத்தியரான தன் வந்திரியால் கூட போக்க இயலாது. அந்தச் சகோதரருக்கு உள்ள பற்பல கோளாறுகளும், குறைபாடுகளும் எனக்குத் தெரியும். ஆகையால் கிரஸப்பா நீர்வீழ்ச்சிக்கு முன்னாலும் அவருக்காகச் சில நிமிடங்கள் ஒதுக்காமல் என்னால் இருக்கமுடியவில்லை. நான் அவருக்கு கிரஸப்பாவைப்பற்றிச் சில விஷயங்கள் சொல்லி அவரைச் சந்தோஷப்படுத்த முயற்சி செய்தேன்.

‘ராஜா’ அருவிக்குப் பின்புறம் உள்ள குகையில் எண்ணற்ற பறவைகள் வசிக்கின்றன. அவை வெகுதூரத்திலுள்ள வயல்களி லிருந்து தானியமும் இன்னும் பற்பல அரிய பொருள்களையும் சேகரித்துக் கொண்டு வருகின்றன. இந்தச் சேமிப்பு மிகவும் அதிகமாக வளர்ந்து சர்க்கார் மூலம் அவற்றை ஏலத்தில் விடுவதுண்டு. தேனீக்களின் தேனை அபகரிக்கும் மனிதன் இந்தப் பறவைகளின் சேமிப்பையும் அபகரிப்பதில் ஆச்சரியம் என்ன? அதிகம் சேமிப்பவன் அபகரிக்கப்படுகிறான் என்பது இயற்கையின் சட்டம் போலும்! **பரிக்ரஹோ ப$_4$யாயைவ!** சேமித்தல் என்றுமே பயம் தருவதாகும்.

மறுபடி பனித்திரை மூடிக்கொண்டது. எனக்கும் சற்று உள்நோக்காக எண்ணங்களில் ஆழ்ந்துவிட வாய்ப்புக்கிட்டியது. இதுபோன்ற உயர்ந்த காட்சிகளின் மர்மம்தான் என்ன? பூகோள அறிஞர்களும் பூமி சாஸ்திர நிபுணர்களும் உடனே- ‘இங்கே உள்ள மலை ‘நிஸ்’ ரகத்தைச் சேர்ந்த கற்களால் ஆனவை. மலையில் ஏதோ ஒரு ஓரம் உடைந்து அருகில் உள்ள மண் முழுவதும் கரைந்திருக்கும். ஒரு தடவை நீர்வீழ்ச்சி விழுந்த பிறகு அது கீழேயுள்ள தரையை மேலும் மேலும் ஆழமாகத் தோண்டிக்கொண்டே, அருவி ஆரம்பித்த மூலையையும் தேய்த்துக் கொண்டே போகிறது. மேலே நீர்வழியும் அதன் முன்நெற்றி போன்ற பாகம் கடினமான பாறையாயிருந்தால் அருவியின் உயரம் பல ஆயிரம் ஆண்டுகள்வரை நிலைத்து நிற்க முடியும். நீர்வீழ்ச்சியிலிருந்து கடல் அதிக தூரம் இல்லை. ஆகையால் நதியின் முன் பாகமும் சீர்பட்டு நீர்வீழ்ச்சியின் உயரமும் நிரந்தரமாகி இருக்கிறது.’ இது அவர்கள் சொல்லும் விளக்கம். இது நீர்வீழ்ச்சியின் உள் இரகசியம். தற்கால இயந்திர நிபுணனைக் கேட்டால் அவன் சொல்லுவான் - “இந்த ஒரு கிரஸப்பா

நீர்வீழ்ச்சியில் மட்டும் மைசூர், கன்னட இராஜ்ஜியங்களுக்கு வேண்டிய மின்சாரம் முழுவதும் அளிக்கக்கூடிய அபார சக்தி இருக்கிறது. நீங்கள் இதிலிருந்து மின்சாரம் உண்டாக்கி ஒவ்வொரு நகரத்தையும், கிராமத்தையும் ஒளிமயமாக்கி, பற்பல தொழிற் சாலைகளை நிறுவுங்கள். தன் நாட்டு மக்களில் எத்தனை நபர்களை வேலையில்லாத் திண்டாட்டத்துக்கு உள்ளாக்க முடியுமோ ஆக்குங்கள்."

இயற்கையினால் கிடைக்கும் நன்மைகள் யாவற்றையும் பூமிதேவியின் எல்லா மக்களும் தங்களுக்குள் புத்திசாலித்தனமாகப் பங்கிட்டுக் கொண்டு, வாழ்க்கையெனும் யாத்திரையின் சுமையைக் குறைத்துக் கொள்ளலாம் என்ற அறிவு மனிதனுக்கு ஏற்படும் போது நிகழும் காரியமே வேறு. ஆனால் இன்று, மனிதனின் கையில் ஏதாவதொரு சக்தி கிடைத்தால் அவன் உடனே அதை மற்றவர்களோடு போட்டியிட்டு, தான் மட்டும் உயர்ந்தவன் ஆவதற்கே பயன்படுத்துகிறான். அவனுடைய அந்த உயர்வு மற்றவர்களை மாய்த்துக்கொண்டிருந்தால் என்ன, அடிமை யாக்கிக் கொண்டிருந்தால் என்ன, அல்லது அரை வயிறு உணவே அளித்துக்கொண்டிருந்தாலென்ன !

மைசூர் ஒரு முன்னேற்றமடைந்த இராஜ்ஜியம், பெரிய பெரிய பொறியியல் நிபுணர்கள் திவான் பதவியில் அமர்ந்து, இந்த இராஜ்ஜியத்தை நன்கு வளம் பொருந்தியதாகச் செய்ய முயன்றிருக்கின்றனர். உலகம் முழுவதற்கும் தேவையான சந்தனத் தைலம் மைசூர் இராஜ்ஜியம்தான் தருகிறது என்று சொன்னால் அது மிகையாகாது. பாரத நாட்டின் மிகப்பெரிய தங்கச் சுரங்கங்கள் இந்த இராஜ்ஜியத்தில் இருக்கின்றன. பத்ராவதியின் இரும்புத் தொழிற்சாலையின் கீர்த்தி வளர்ந்து கொண்டே போகிறது. கிருஷ்ணராஜசாகர் ஏரியோ மனிதனின் பராக் கிரமத்துக்கு ஒரு அழகான எடுத்துக்காட்டு. இவ்விதமான மைசூர் இராஜ்ஜியம் கிரஸப்பா நீர்வீழ்ச்சியை வறுத்துத்தான் சாப்பிட வேண்டும் என்ற எண்ணம் தோன்றியிருக்கும் என்று சொல்ல முடியாது. ஆனால் இன்றுவரை இது அமலுக்கு வரவில்லை. இவ்வளவு பெரிய சக்தியை எவ்வாறு பயன்படுத்துவது என்று தோன்றாததாலா அல்லது எல்லைச் சண்டை ஏதாவது குறுக்கிட்டு விட்டதாலோ அல்லது வேறு எந்தக் காரணத்தாலோ - இது நினைவுக்கு வரவில்லை. ஆனால் கிரஸப்பா இன்றும் அதேமாதிரி இயற்கை எழில் நிரம்பியதாக, உயர்ந்த குணங்கள் உடையதாக, சிதைவுபடாமல் இருந்துவருகிறது.

சகோதரி நிவேதிதை ஒப்பிட்டுக் கூறியுள்ள ஒரு விஷயம் இங்கு நினைவுக்கு வருகிறது. 'ஏதாவதொரு இடத்தின் சௌந்தரியம் ஒரு இந்தியனின் மனதைக் கவரும்போதெல்லாம் அவன் அதற்கு உடனே ஒரு தெய்வீகத் தோற்றம் கற்பித்து மகிழத் தொடங்கி விடுவான். பாரதத்தின் இதயமே ஏதாவதொரு அற்புதமான, ரமணீயமான, கவர்ச்சி பொருந்திய காட்சியைக் கண்டால் உடனே அதற்கு, பசு கன்றை அழைப்பதுபோல 'பரமாத்மா ஜீவாத்மாவை அழைத்துக் கொண்டிருக்கிறது' என்ற கற்பனை தோன்றும். நயாகரா நீர்வீழ்ச்சி பாரத்தில் கங்கை அன்னையின் பிரவாஹத்தில் விழுமானால் இங்குள்ள மக்கள் அதனருகில் எவ்வாறான சூழ்நிலையை உருவாக்கியிருப்பார்கள்? கேளிக்கைகள், உல்லாசப்பயணங்கள் நடத்தும் குழுக்களுக்குப் பதிலாக, நீர்வீழ்ச்சியை வழிபடுவதற்காக மாதாமாதமோ, வருடத்துக் கொருமுறையோ கூடி மேளா நடத்தும் யாத்திரீகர்கள் கூட்டம் தான் அதிகரித்திருக்கும். உலகத்தை அனுபவிக்கும் சாதனங்களைச் சேகரிக்கும் 'ஹோட்டல்'களுக்குப் பதிலாக நீர்வீழ்ச்சியின் கரையருகில் மனத்தில் பெருக்கெடுக்கும் பக்தியைச் செலுத்து வதற்காகக் கோயில்கள் ஏற்பட்டிருக்கும். பகட்டான உல்லாச வாழ்க்கைக்கும் ஆடம்பரத்துக்கும் பதிலாக, இங்கு சிருஷ்டியின் வைபவத்தை வியந்து மக்கள் தவம்புரியத் தொடங்கியிருப்பர். இவ்வளவு பிரசண்டமான சக்தியை மனிதனின் நன்மைக்கும் சுகத்திற்குமாகக் கைது செய்து வைப்பது என்ற குறுகிய எண்ணம் தோன்றுவதற்குப் பதிலாக, தானும் இயற்கையோடு ஐக்கிய மானவன் என்ற கர்வத்துடன் நீரின் பிரவாஹத்தையும் தனது வாழ்க்கையின் பிரவாஹத்தையும் ஒன்றுசேர்த்துப் பார்க்கவே தோன்றும்.

ஆனால் இயற்கையின் எழிலைக் கண்டு அதில் தனது தேகத்தைச் சேர்த்துவிடுவது எவ்வாறு ஆத்மீக விஷயமாகக் கருதப்படும்? எப்படியும் நான் உயிருடனேயே இருப்பேன் என்ற, வாழ்வைப் பற்றிய பாமரமான ஆசையை விட்டுவிட்டு,, சரீரத் தொடர்பு விடுபடுமானால் இது ஆத்மீகத் துறையில் நல்ல முன்னேற்றம்தான். ஆனால் இந்த மனப்பான்மை நிலையான தாய் இருக்கவேண்டுமே. திடீரென்று ஒரு வேகம் தோன்றுவதில் அர்த்தமில்லை. கடவுளிடம் ஐக்கியமாகிவிடவேண்டும், தேகத்தை விட்டுவிட்டு மரணமெய்தவேண்டும் என்ற இச்சை ஒவ்வொரு மனிதனின் மனத்திலும் ஏதாவதொரு சமயம் உண்டாகத்தான் செய்கிறது. இதுவும் ஒருவிதமான மனோவிகாரம் தான். இதில் ஏதோ ஆத்மீகத் தத்துவங்கள் இருப்பதாக ஆராயத் தொடங்குவது

மனித வாழ்க்கையின் பெருமைக்கு உகந்ததல்ல. பகவான் புத்தர் தமது கூரிய திருஷ்டியால் இதை 'விபவ த்ருஷ்ணா' என்ற பெயரிட்டு வெறுத்திருக்கிறார். விபவ என்ற சொல்லுக்கு அழிவு என்பது பொருள். அழிவுக்கு இச்சைப்படுவது. மனுஸ்மிருதியில் பகவான் மனுவும் இதைப்பற்றி இவ்வாறு மிகத் தெளிவாகக் கூறியுள்ளார்:

நாபி₄நந்தே₃த மரணம், நாபி₄னந்தே₃த ஜீவிதம்।

இதன் பொருள்: 'வாழ்வையும் வரவேற்க வேண்டியதில்லை, சாவையும் வரவேற்க வேண்டியதில்லை.'

கிரஸப்பா போன்ற மயிர்க் கூச்செரியச் செய்யும் ஒரு நீர்வீழ்ச்சிக்கு முன்னால் நின்று கொண்டு, யந்திரங்கள், குதிரை சக்தி, மின்வெளிச்சம், தொழிற்சாலைகள் போன்றவைகளைப் பற்றிச் சிந்திக்கத் தொடங்குவது ஆத்மாவை மறந்து உலக விவகாரங்களிலேயே ஈடுபாடு கொள்வதற்கொப்பாகும் என்பதில் சந்தேகமில்லை. ஆனால், அக்கம் பக்கத்திலுள்ள மக்கள் பஞ்சத்தால் வாடும்போதும், பற்பல நோய்களால் அல்லல்படும் போதும், அவர்களுடைய இந்த அல்லல்கள் நீர்வீழ்ச்சியின் நீரை வேறு விதங்களில் பயன்படுத்தினால்தான் நீங்கமுடியுமானால், அந்நிலையில் நாம் என்ன சொல்ல முடியும்? இயற்கையின் அழகை அள்ளிப் பருகும் நம் மனத்தின் மகிழ்ச்சிக்குக் காரணமாக விளங்கும் நீர்வீழ்ச்சியை அப்படியே விட்டுவைப்பதா அல்லது ஆபத்தில் சிக்கிய சகோதரர்களின் இன்னல்களைப் போக்க அதை அர்ப்பணிப்பதா? போதிய அளவு உணவு கிடைக்காத போது தானியம் விளைவிப்பதை விட்டுவிட்டு ரோஜாச் செடி களைப் பயிரிட முற்பட்டால், நமது இதயம் விசாலமடைந்த தாகக் கருதப்படுமா? ரோஜாவில் காவியம் நிரம்பியிருக்கிறது, தானியத்தில் கருணை நிரம்பியிருக்கிறது. இவ்விரண்டில் எதை நாம் விரும்புவோம்? இங்கிலாந்து அரசன் ஒருவன் வேட்டை யாடுவதற்காக பல கிராமங்களை அழித்து ஒரு பெரிய காடு தயார் செய்தானாம். கலையா அல்லது சேவையா - காவியமா அல்லது கருணையா - எதை ஆதரிப்பது என்ற பிரச்சினை எழும்போது, எதை ஆதாரமாகக் கொண்டு இந்தப் பிரச்சினையை நிர்ணயிப்பது? எரியும் ரோம் நகரத்தைக் கண்டும் நீரோ மன்னன் பிடில் வாசித்ததிலும், எரியும் மிதிலையைக் கண்டும் ராஜா ஜனகன் வேதாந்தச் சர்ச்சையில் ஈடுபட்டதிலும் மிகுந்த வித்தியாசம் இருக்கிறது. தன்னால் முடிந்தமட்டில் மக்களுக்குச் சேவை புரிந்த பிறகு, வீணான எண்ணங்களில் மனதை எரிப்பதைவிட

இதயத்தினுள் இருக்கும் பரம்பொருளின் நினைவை மேலும் திடப்படுத்திக் கொள்வதில் ஈடுபடுவது ஆரியப் பண்பாடாகும். ஒருசில மக்களின் பொழுதுபோக்கு அல்லது ஐசுவரியத்திற்காக இயற்கையின் சக்தியைச் செலவிடுவதும் இயற்கையின் அழகை நாசப்படுத்துவதும் அதர்மமாகும். ஆனால் பிராணிகளின் துக்கத்தைத் தவிர்ப்பதனால் ஏற்படும் மனமகிழ்ச்சியை விட்டு விட்டு, இயற்கையின் எழிலைக் கண்டு களிப்பதில் அதைத் தேட எண்ணம் கொள்வது உசிதமா இல்லையா என்பது சிந்திக்க வேண்டிய விஷயமாகும்.

கோபத்தில் ஆழ்ந்த சகோதரர் தானே கற்பித்துக்கொண்ட அவமானத்தைப் பற்றிய எண்ணத்தில் எதிரிலுள்ள காட்சி களைக் கூட மறந்து விட்டார். இங்கு நானோ தத்துவ விசாரணை என்ற கற்பனையில் ஈடுபட்டு, எதிலும் லயிக்காத பார்வையோடு எதிரில் பார்த்துக் கொண்டிருந்தேன். இருவருமே பாக்கியம் அற்றவர்கள். ஏனெனில் கற்பனையைச் செலுத்துவதற்கோ, மனத்தில் எரிச்சலைக் கிளப்பிக் கொள்வதற்கோ பிறகு எவ்வளவு வேண்டுமானாலும் நேரம் கிடைத்திருக்கும்.

பனித்திரை மீண்டும் கலைந்தது. மீண்டும் அருவி தெரியப் போகிறதா? இராஜாஜி சொன்னார் - ‘கோடையில் அருவி தெரியப்போது நீர்த்திவலைகளின் மேல் வானவில் காட்சி யளிக்கும். அப்பொழுது பார்ப்பதற்கு மிகவும் அற்புதமாயிருக்கும்.” ஆனால் நிலவு வெளிச்சத்திலும் வானவில் காணப்படமாட்டாது என்று கூறமுடியாது. மைசூர் கெஜட்டியரின் கூறப்பட்டிருக்கிறது - “பெரிய பெரிய புல் கட்டுகளை எரியவிட்டு நீர்வீழ்ச்சியில் விட்டுவிட்டால் இருண்ட இரவில் அந்த மலைப்பாகம் முழுவதும் தீப்பற்றி எரிவதுபோலத் தோன்றுமாம்.” சிலர் இங்கு இரவு வேளைகளில் வாணவேடிக்கை கொளுத்தி நீர்வீழ்ச்சி முழுவதும் ஒளிமயமாவதைக் கண்டு மகிழ்ந்திருக்கின்றனர். துஷ்டத்தனம் நிறைந்த மனிதன் என்னதான் செய்யமாட்டான்? எனக்கென்னவோ இம்மாதிரியான விஷயங்கள் மனதிற்குப் பிடிக்கவில்லை. இம் மாதிரியான இடங்களில் இயற்கையன்னை பரிமாறும் உணவை அதன் இயற்கையான சுவையோடு அனுபவிப்பதுதான் உண்மை யான ரசிகத்தன்மை. மனிதன் தயாரித்த மசாலாவை அதில் சேர்த்தால் சுவை, ஜீரண சக்தி இரண்டுமே கெட்டுவிடுகின்றன.

இப்பொழுது நாங்கள் பங்களாவுக்குள் சென்றோம். கூடவே கொண்டு வந்திருந்த உண்வை அருந்தினோம். இங்கே நீர் அருந்தக் கூடாது, உடனே மலேரியா வந்துவிடும். எங்களில் பலர்

சூடான காப்பி அருந்தி தாகத்தைத் தணித்துக் கொண்டனர். நான் மட்டும் அன்று சாதகப் பறவை போல மழை நீரில் கொஞ்சம் அருந்திவிட்டுத் திருப்தியடைந்தேன்.

அருவியை மற்றொரு முறை கண்டு களித்துவிட்டு நாங்கள் அங்கிருந்து கிளம்பினோம். இப்பொழுது மூன்று அல்ல, நான்கு நீர் வீழ்ச்சிகள் இருக்கின்றன என்பது நன்கு தெளிவாகி விட்டது. இடது பக்கத்தில் உள்ள முதல் பெரிய நீர்வீழ்ச்சி ராஜா. அதற்குப் பக்கத்திலுள்ள குகையிலிருந்து கோபத்தோடு வெளிப்பட்டு ராஜாவோடு கலப்பது 'ரோரர்' (Roarer) என்பது, நான் 'ருத்ரா' என்று பெயரிட்டது. தலைக்குமேல் நீர் ஊற்று (Fountain) மாதிரி வெள்ளை ஜடை போன்ற 'ராகெட்' என்ற நீர்வீழ்ச்சி, இதற்கு 'விரபத்ர' என்ற பெயரைத்தவிர வேறு பெயர் தோன்றவில்லை. கடைசியில் வரும் சிறிய இடையுள்ள நீர்வீழ்ச்சி - நான் இதற்குப் 'பார்வதி' என்று பெயரிட்டேன். ஆங்கியேர்கள் 'ருத்ரா'வுக்கு (Roarer) 'ரோரர்' என்றும், 'வீரபத்ர'வுக்கு 'ராக்கெட்' (Rocket) என்றும், 'பார்வதி'க்கு 'லேடி' (Lady) என்றும் பெயர் சூட்டியிருக் கிறார்கள்.

நாங்கள் திரும்பத் தொடங்கினோம். கால்களில் அட்டைகள் ஒட்டிக் கொண்டு விடுமோ என்ற பயம். இங்குள்ள மக்கள் எங்களை மிக ஜாக்கிரதையாக நடந்து செல்லும்படி சொல்லி யிருந்தார்கள். அவர்கள் சொல்லியிருந்தார்கள்- 'அட்டைகள் ஒட்டிக் கொண்டால் தெரியவே தெரியாது, இரத்தத்தை உறிஞ்சிக் கொண்டேயிருக்கும்." நான் கூறினேன், "ஆங்கிலேயர் களைத்தான் நாங்கள் புரிந்து கொண்டு விட்டோமே! அட்டை களையா புரிந்து கொள்ளமுடியாது?" இப்படிக் கூறிய போதிலும் ஒவ்வொருவர் காலிலும் ஓரோர் அட்டை ஒட்டிக் கொண்டு விட்டது. ஒருக்கால் என் தேகத்தில் இரத்தம் இல்லாததாலோ அல்லது அது துவர்ப்பாக இருந்ததாலோ, அல்லது நான் காக்கை மாதிரி பார்த்துக் கொண்டே நடப்பதாலோ என்னவோ நான் தப்பிவிட்டேன். நாங்கள் கொஞ்சம் முன்னேறி நடந்தோம். ஆனால் 'மணிபென்'னால் அங்கிருந்து வரமுடியவில்லை. "கொஞ்சம் இருங்கள். இந்தப் பக்கமாக முடிந்தால் மற்றொரு முறை நீர்வீழ்ச்சியைப் பார்த்துவிட்டு வருகிறேன்" என்றாள். "பனி விலகவில்லையானால்?" "பனி விலகா விட்டால் பரவாயில்லை. திரும்பிவிடுவோம். ஆனால் இன்னும் ஒரு தடவை பார்ப்பதில் தவறு ஒன்றுமில்லையே !"

திரும்பும் வழியில் ஓர் இடத்தில் ஒரு பாதை பிரிந்தது. அங்கிருந்து எங்களுள் சிலர் அருகில் தெரிந்த 'பார்வதி'யைத் தரிசித்தனர், பார்வதிக்கு 'வந்தேமாதரம்' கூறி சாஷ்டாங்க நமஸ்காரமும் செய்தனர். போகும்பொழுது எந்தப் பாதை வழியாக, தெரியாத அனுபவமில்லாததோர் காவியத்தைப் பறறிக் கற்பனை செய்துகொண்டே போனோமோ, அதே பாதை வழியாகத் திரும்பும்போது நினைவுகள் பற்றிய காவியத்தை இயற்றிக்கொண்டே வந்தோம். ஆனால் அதே காட்சியை எதிர்த்திசையிலிருந்து பார்க்கும்போதும் அழகில் குறைந்து காணவில்லை. போகும்பொழுது நாங்கள் எந்த மரங்களைப் பற்றிப் பேசிக்கொண்டே போனோமோ அவை வரும்போதும் எங்கள் கவனத்தை ஈர்க்காமலில்லை. ஆகையால் இந்தப் பரிச்சயமான மரங்களிடம், "என்ன, எப்படி இருக்கிறீர்கள்?" என்று விசாரித்துவிட்டுத்தான் மேலே சென்றோம். அதன்பிறகு, ஒரு மரத்துக்கும் மற்றொரு மரத்துக்கும் இடையே அன்புப் பாலம் அமைக்கும் கொடிகள்! அவற்றின் வணக்கத்தைக் கண்டு வணங்காமல் செல்பவன் ரசிகத் தன்மையற்றவனா யிருப்பான். மெதுவாக, நாங்கள் நதிக்கரைக்கு வந்து சேர்ந்தோம். இப்பொழுது அதே அமைதியான பிரவாஹத்தை யொட்டிச் செல்லவேண்டும். பனிப்படலங்கள் விலகிவிட்டன. நதியின் சஞ்சலமற்ற நீர் மெதுவாக நீர்வீழ்ச்சியை நோக்கிச் செல்வதைப் பார்த்து எனக்கு, பலியிடுவதற்காகச் செல்லும் ஆட்டு மந்தைகளின் காட்சி கண்முன் வந்தது. நான் அந்த நீரினிடம், "எவ்வளவு பெரிய வீழ்ச்சி உன் தலையில் எழுதியிருக்கிறது என்பதுகூட உனக்குத் தெரியவில்லை. ஆகையால்தான் இத்தனை அமைதியாக முன்-னேறிச் சென்று கொண்டிருக்கிறாய். அல்லது ஒருக்கால் நானே தவறு செய்கிறேனோ? நீ வாழ்க்கைத் தர்மத்தைக் கடைப் பிடிக்கிறாய். உனக்கு அழிவைப் பற்றிய பயம் ஏது? **ப்ராய: கந்து₃கபாதேன பதத்யார்ய: பதன்னபி\'** இவ்வளவு உயரத்தி லிருந்து விழுவதனால் அதே அளவு உயரமாக எழும்பு வாய். உனக்காக இரக்கப்பட நான் யார்?" என்று கூறினேன். ஷராவதியின் புனிதமான நீரைத் தொடுவதற்காக நான் கையை நீட்டினேன். நீர் கலகல வென்று சிரித்துவிட்டுக் கூறியது

'ந ஹி கல்யாணக்ருத் கஸ்சித் து₃ர்கதிம் தாத க₃ச்சதி\'

மோட்டார்ப்படகு இக்கரைக்கு வந்துவிட்டது. எங்களுக்குத் தோன்றியது- 'படகைக் கொஞ்சம் இந்தப் பக்கமாகச் செலுத்திக் கொண்டு வந்தால், நீர்வீழ்ச்சியை வலப்புறமாகவும் பார்த்து

விடலாம்.' நாங்கள் சென்றுவந்த பக்கம் 'மைசூர்ப் பக்கம்' என்றும், வலப்பக்கமாகச் செல்லும் பாதையை 'பம்பாய்ப் பக்கம்' என்றும் அழைக்கிறார்கள். ஏனெனில் ஜோக் நீர்வீழ்ச்சி இரு ராஜ்ஜியங்களுக்கும் எல்லையில் இருக்கிறது.

இங்கே நாங்கள் முற்றிலும் சமீபத்தில் வந்துவிட்டோம். நான் பெரிய பெரிய கற்களின் நடுவில் ஓடத் தொடங்கினேன். இரண்டு ஆண்டுகளாக என் உடல்நிலை சரியில்லை. ஆகையால் நான் ஓடுவதைப் பற்றி இராஜாஜிக்கு ஆச்சரியம் உண்டாயிற்று. யாரோ ஒருவர் "அவர் மராட்டிய மாவலர் (ஓர் வீரம் பொருந்திய ஜாதி) அல்லவா! இமயமலையில் யாத்திரை செய்தவர். மீன்களுக்கு நீர்போல மராட்டியர்களுக்கு மலைப்பிரதேசம்" என்றார். இந்தச் சொற்களைக் கேட்பதற்காக நிற்க எனக்கு நேரம் ஏது? நான் ஓடிக்கொண்டே 'ராஜா' நீர்வீழ்ச்சிக்குப் பக்கத்திலுள்ள பிரசித்தி பெற்ற குன்றின்மேல் போய்ச் சேர்ந்தேன். இங்கே நின்று கொண்டு கீழே பார்க்கமுடியாது. தலைசுற்றிக் கீழே விழுந்து விடுவார்கள். நான்கு நீர்வீழ்ச்சிகளின் ஒலியும் சேர்த்து காதுகளில் நிரம்பியிருந்ததால் வேறு ஒன்றுமே கேட்க முடியாமலிருந்தது. நீர்வீழ்ச்சியின் நீர் மேலிருந்து கீழே விழுந்து, மறுபடி உயர எழும்பிக் குதிப்பது போலவே காதுகளில் அதன் ஒலிகளும் குதித்துக்கொண்டிருந்தன. முதலில் என் கவனத்தைக் கவர்ந்தது ராஜாவின் கழுத்தில் தொங்கும் முத்து மாலைகள்; அடுத்த படியாக வெள்ளத்திலிருந்த மக்களைக் காப்பாற்றுவதற்காக தீரத்துடன் நீரில் குதித்து நீந்துபவர்களைப்போல மிகத் திறமை யுடன் நீர்வீழ்ச்சி வழியாகப் பறந்துசெல்லும் பறவைகள் என்னைக் கவர்ந்தன. இந்தப் பறவைகளுக்கு இந்த நீர்வீழ்ச்சிகளின் பயங்கரத்தைப் பற்றித் தெரியாதா அல்லது கடவுள் இவற்றின் மனத்தில் மிகுந்த தைரியத்தை நிரப்பியிருக்கிறானா? அவ்வப் போது இங்கு வரும் பறவைகளுக்கு இவ்வளவு தைரியம் இருக்காது என்பது என் எண்ணம். இந்த ஜோக்வாசிகள் இங்கேயே பிறந்து நீர்வீழ்ச்சியின் மேற்பார்வையிலேயே வளர்ந்திருக்கவேண்டும். சிங்கக் குட்டிகள் தாய்ச் சிங்கத்திடம் பயப்படாது. கடலின் மீன்கள் அலைகளின்மேல் ஆனந்தமாக விளையாடும். அதே மாதிரி ஜோக்கின் இந்தக் குழந்தைகள் ஜோக்கோடு விளையாடு கின்றன.

ராஜா நீர்வீழ்ச்சியை மைசூர்ப் பக்கத்திலிருந்து, தூரத்தி லிருந்து பார்த்தேன். அப்பொழுது ஏற்பட்ட உணர்ச்சி வேறு. இங்கேயோ நாங்கள் அதற்கு மிக அருகில் இருந்தோம். யானையின் கழுத்தின் மேலேயே அமர்ந்திருப்பதுபோல, நீர்வீழ்ச்சிக்கு மேலே

உள்ள நீர் பாய்ந்தோடி வருகிற வேகத்தைப் பார்த்தால், யாரோ ஒரு பெரிய மனிதன் தெரிந்தோ தெரியாமலோ, இச்சையோடோ, இச்சையில்லாமலோ, ஏதோ ஒரு மிகப்பெரிய கிளர்ச்சியை நோக்கி விரைவாக வருவதுபோல் தோன்றிற்று. ஓர் பெரிய ஆத்மா சமூக, அரசியல் முன்னேற்றத்தின் பிரவாஹத்தில் கலந்து அதோடு செல்லத் தொடங்கும் போது மேலே என்ன நடக்கப்போகிறது என்ற எண்ணமே இருக்காது. ஒருக்கால் அவ்வாறு எண்ணம் தோன்றினாலும், 'எனக்கு ஒன்றும் நேராது. ஏதாவது நேரிடும் என்பது உண்மையாயிராது. நான் எவ்வாறாவது தப்பிவிடுவேன்' என்றே நினைக்கத் தோன்றும். இதற்குள் முன்னேற்றத்தின் போதை அதிகரித்துக்கொண்டே போகிறது; கடைசியில், தீவிரவாதிகள் அடக்கம் கையாளும்படி போதிக்கின்றனர். மிதவாதிகள் கண்மூடித்தனமாக பொறுப்பற்ற மக்களோடு சேர்ந்து விடுகின்றனர். பிறகு இச்சையிருந்தாலும் பின்னால் நகர முடிவதில்லை. வில்லிலிருந்து விடுபட்ட அம்பு எங்காவது பின்னால் திரும்பமுடியுமா? திடத்தன்மை இல்லாத கிளர்ச்சி யினால் என்ன லாபம்?

அருவியின் நீர் கீழே எவ்வளவு தூரம் செல்கிறது என்பதைக் கண்டறிவது கடினம். குதித்தெழும் நீரின் பெரிய பெரிய மேகங்கள் அருவியின் காலைச் சுற்றிக்கொண்டிருந்தன. நீரின் மதம்பொருந்திய கோலாகலத்தைப் பார்த்தால் மஹாதேவன் தாண்டவம் புரிந்து கொண்டிருப்பதுபோலத் தோன்றிற்று. எதிரிலுள்ள 'ருத்ர' நீர்வீழ்ச்சி அதற்கேற்றபடி தாளம் போட்டுக்கொண்டிருந்தது. ஆனால் மயிர்க் கூச்செரியும்படி நடனம் புரியும் அழகு 'வீரபத்ர' வுக்குத்தான் உண்டு. இங்கே நீர் விழுகிறதா அல்லது குதிக்கிறதா என்றே தெரியாது. பெரிய பெரிய பீரங்கிகளின் உதவியால் மாவு நீர்வீழ்ச்சி வருகிறது என்று தோன்றும். அந்தக் காட்சியைச் சொற்களால் வர்ணிக்க முடியாது. ஏனெனில், அடக்கம் ஒழுக்கம் இவையிரண்டிற்கும் நடுவில் மிக எச்சரிக்கையாகச் சொற்களைக் கையாளவேண்டியிருக்கிறது.

நாங்கள் படுத்தவண்ணம் இங்குள்ள காட்சிகளைக் கண் குளிரக் கண்டோம். ஒருவிதமாக நாங்கள் புறப்பட்டோம். ஆனால் புறப்படுவது சுலபமான காரியமாயில்லை. ஒருவரும் எழுந்திருக்கவேயில்லை. ஒருவனைப் பிடித்திழுத்துவர மற்றொருவன் போனால், அவனும் அந்த நேத்திரானந்த விருந்தில் கலந்து விடுவான். முதல் ஆள் அரைமனதுடன் எழுந்திருக்கும்போது இரண்டாவது ஆள் உட்கார்ந்துவிடுவான். இருவரும் ஒரு விதமாகப் புறப்பட யத்தனிக்கும்போது இவர்கள்

இருவரையும் கோபித்து அதட்டப் புறப்பட்ட மூன்றாவது நபர் சிறிது நேரம் கண்களைத் திருப்தி செய்ய எண்ணி மெய்மறந்து நின்று விடுவான். இதனால் முதல் இரண்டு நபர்களுடைய அடக்கம் மறுபடி சிதைவுறும். இவர்கள் யோசிக்கத் தொடங்குவார்கள் "இவ்வளவு பெரிய சமூக ஒழுக்கவாதி, கோபத்திற்குப் பிரசித்தி பெற்றவர். இவர் கட்டுப்பாட்டை மீறி புறப்படத் தயங்கும்போது நாமும் சிறிது மீறினால் தவறு என்ன? நாம் அவரைவிட அடக்க மானவர் என்று எங்கே கூறிக்கொள்கிறோம்?" எனக்குத் தோன்றிற்று, "அந்தப் பாறையில்மேல் சென்றுவிட்டால் ராஜாவின் நீரில் காலைவிடலாம்." ஆனால் நதியில் நீர் அதிகரித்துக் கொண்டேபோய், அந்தப் பாறை ஒரு சிறு தீவுமாதிரி ஆகி விட்டது. ஆதலால் ராஜாஜீ என்னைத் தடுத்துவிட்டார். எனக்கும் அவருடைய சொல்லை மதிக்காவிட்டால் பெரிய அதிகப்பிரசங்கத் தனமாகும் என்று தோன்றிற்று. ராஜாஜீயின் உத்தரவை மீறி 'ராஜா'வின் தலைமேல் எவ்வாறு காலை வைக்கமுடியும்?

நாங்கள் திரும்பிவிட்டோம். பக்தி, வியப்பு, மனித வாழ்க்கையின் நிலையற்ற தன்மை, சற்றுமுன் கண்ட காட்சியின் மேன்மை அதைக் கண்ட கணப்பொழுது எவ்வளவு பாக்கியம் பெற்றது! இப்படிப்பட்ட பற்பல எண்ண மேகங்கள் மனத்தில் நிரம்பியிருந்தன. எண்ணங்களின் வாணவேடிக்கை மிகவும் அற்புதமானது. இதயத்திலிருந்து கிளம்பி நேரே தலைக்குப் போய்ச் சேருகிறது. பிறகு அங்கு வெடிக்கிறது. அப்பொழுது நிம்மதியான, பிணியற்ற தேகமும் எவ்வாறு பிணியடைகிறது என்பதை அனுபவித்துப் பார்த்தவனுக்கே இதன் விந்தை விளங்கும்.

இந்த இடத்தில் கோவில் ஏன் இல்லை? நமது கோயில்கள் எல்லாமே நம் தாய்நாட்டின் கவிதை நிறைந்த ஸ்தலங்கள். மலையின் ஏதாவதொரு சிகரம் மிகவும் உயரமாயிருந்தால் அங்கே யாரோ ஒரு முனிவர் அமர்ந்து தவம் புரிகிறார், பக்தர்கள் அங்கே கோயிலைக் கட்டி விடுகின்றனர். புனாவுக்கு அருகிலுள்ள பார்வதி சிகரம், சம்பா நகருக்கருகிலுள்ள பாவாகட், ஜூனா கட்டுக்கருகிலுள்ள கிர்னார், இமயத்திலுள்ள கைலாய சிகரம் இவை யாவும் இம்மாதிரியே புகழடைந்தவை. தெற்கு நோக்கிப் பாயும் நதி எங்கேயாவது வடக்கு நோக்கிப் பாய்கிறதா? சரி, அங்கேயும் ஒரு புண்யஸ்தலத்தை நிர்மாணித்து விடுவோம், கோடிக் கணக்கான மக்கள் வந்து புனிதம் அடையட்டும். பெரிய பெரிய இரு நதிகள் ஒன்றோடொன்று கலந்தால் அந்தச் சங்கமத்தில் நமது சாது முனிவர்கள் மூன்றாவது நதியாக

சரஸ்வதியையும் சேர்த்து விடுவார்கள். யாத்திரை முழுவதையும் முடித்து, கடல் வரை போய்ச் சேர்ந்தால் அங்கே ஒரு 'ஜகன்னாதர் ஆலயம்' அல்லது 'சேதுபந்தன மஹாதேவர்' ஆலயத்தை நமது பக்தர்கள் கட்டியிருக்கிறார்கள். பூமி முடிவடையும் இடத்தில் ஒரு கன்யாகுமாரி இருப்பாள், அல்லது தேவேந்திரன் இருப்பான். (தேவேந்த்ரா என்பது இலங்கையின் தெற்கு முனை - Dundra Head எனப்படுவது.) நீண்ட பாலைவனத்தில் ஓரிரு குளங்கள் காணப் பட்டால் அதன் பெயர் "நாராயண ஸரோவர்" (சிந்துவில் நாராயண ஸரோவர் இருக்கிறது) இந்த நாராயண ஸரோவரை வழிபடவேண்டும்.

நம் நாட்டு சாதுக்கள் எங்கெங்கெல்லாம் புண்யஸ்தலங்களை அமைத்திருக்கிறார்கள் என்று கண்டறிய வேண்டுமானால் பாரதத்தின் பூகோளம் முழுவதையும் அறியவேண்டும். முஸ்லிம் சாதுக்களும், கத்தோலிக்க கிறிஸ்தவப் பாதிரிகளும் கூட நம் நாட்டில் இதேமாதிரி அற்புதமான கவிதை நிறைந்த இடங்களை ஏற்படுத்தி, அங்கு வழிபாடுகளுக்கும் ஏற்பாடு செய்திருக்கிறார்கள். இந்நிலையில் இந்த மாலையின் அருகில் மட்டும் ஏன் கோயில்கள் இல்லை? என்ன, மானிடர்களுக்கு வாழ்வளிக்கும் நதியின் மாபெரும் வீழ்ச்சியைக் கண்டு ரிஷிமுனிவர்கள் வருத்தமடைந்து விட்டனரா? 'பைரவ காட்டீ' யைப் போல இங்கேயும் தேகத் தியாகம் செய்யும் போதை ஏற்பட்டுவிடப் போகிறதே என்று கருதி, மக்கள் நல்வாழ்வுக்கே பாடுபடும் முனிவர்கள் இதை மக்களின் புனித யாத்திரை ஸ்தலமாகத் தேர்ந்தெடுக்க வில்லையோ? அல்லது மூளை முழுவதிலும் பரவி நிரம்பிவிடும் இடைவிடாத பயங்கரமான கர்ஜனை தியானத்துக்கு உகந்ததல்ல எனக்கருதி பக்தர்கள் இதை ஒதுக்கித் தள்ளி விட்டார்களோ? அல்லது இந்த நீர்வீழ்ச்சியே பிரம்மத்தின் உருவமாயிற்றே, அதற்கருகில் தியானத்தில் ஈடுபடச் செய்யக்கூடிய மற்றொரு மூர்த்தியை எவ்வாறு அமைப்பது என்ற குழப்பத்தினாலேயே அந்த எண்ணத்தைக் கைவிட்டார்களோ? உண்மைக் காரணம் யார் கூறமுடியும்? நமது முன்னோர்கள் இங்கு யாதொரு கோவிலையும் கட்டவில்லை என்பதில் எனக்குச் சிறிதும் வருத்த மில்லை. ஆனால் இந்த இடத்தைத் தரிசித்ததும் ஏற்பட்ட எண்ணங்களை வர்ணிக்கும் ஓரிரு துதிப்பாடல்களாவது அவர்கள் இயற்றியிருக்கலாம். கல்லினாலான மூர்த்தி அதிகம் பயன்படாத இடத்தில் வாணீமயமான மூர்த்தி கட்டாயம் உற்சாகம் ஏற்படுத்தக் கூடியதாயிருக்கும்.

இந்த அழகையெல்லாம் நாங்கள் அருவியின் உச்சியிலிருந்து பார்த்துக்கொண்டிருந்தோம். ஹொன்னாவரிலிருந்து வருபவர்கள் வடக்குக் கன்னட ஜில்லாவின் பெரிய காடுகளின் வழியாக வரும்போது அவர்களுக்கு இந்த அருவி காலிலிருந்து தலைவரை தெரியும். இந்த இரண்டிலும் எது சிறந்தது என்பதை அனுபவித்துப் பார்க்காமல் தெரியாது. ஆனால் இயற்கையைத் தனித்தனி அழகுகளாகப் பிரித்து ஒப்பிட்டுப் பார்ப்பது எவ்வாறு முடியும்? இமயமலையின் உயர்வு, சமுத்திரத்தின் கம்பீரம், பாலைவனத்தின் பயங்கரம், ஆகாயத்தின் அடக்கமான எல்லையற்ற தன்மை இவைகளுக்கிடையே ஒப்பிட்டுப் பார்த்தலோ, விருப்பம் தெரிவித்தலோ யாரால் எவ்வாறு முடியும்? ஆகையால் ஒரு தடவை ஹொன்னாவரின் பாதை வழியாக ஜோக் அருவியைப் பார்க்க வரவேண்டும்.

கடலின் மேல் கப்பல்களில் அனுபவம் பெற்றுத் தேர்ச்சி யடைந்த சில இராணுவ உத்தியோகஸ்தர்கள் இந்த அருவியை அளப்பதற்காக வந்திருந்தனர். அவர்கள் ‘டோலி’களில் அமர்ந்து அருவிக்குப் பின்பக்கம் போய்ச் சேர்ந்தார்கள். அவர்களுக்கு எவ்விதமான அனுபவம் ஏற்பட்டிருக்கும்? ஜோக்கின் பறவைகள் அவர்களை எவ்வாறு வரவேற்றிருக்கும்? இருண்ட இரவில் நீர்அருவிக்குப் பின்னால் புற்களை எரித்துப் பெரிய வெளிச்சம் உண்டாக்கினால் பள்ளத்தாக்கு முழுவதிலும் எவ்வாறு கந்தர்வ நகரம் போன்ற பிரகாசம் ஏற்பட்டிருக்கும்? இங்கே மின்சாரத் தொழிற்சாலை ஏற்பட்டவுடன் கற்பனையில் தேர்ந்த சிலர் இந்த அருவிக்குப் பின்னாலும் மின்விளக்குச் சரங்கள் அமைத்து உலகம் கண்டிராத இந்திரஜாலங்கள் செய்து காட்டுவார்கள். அப்பொழுது மலைப்பிரதேசம் முழுவதும் ஒரு பெரிய நாடக சாலை மாதிரி ஆகிவிடும். நாலா பக்கத்திலிருந்தும் மக்கள் இதைப்பார்க்க வருவார்கள். ஆனால் அப்பொழுது யாருக்காவது கடவுளின் நினைவு வருமா? தமது புத்தியின் சக்தியை கடவுளைத் தெரிந்து கொள்வதற்காக பயன்படுத்தப்படுவதற்குப் பதிலாக, அதை கடவுளை மறப்பதற்கு யுக்திகளும், வழிகளும் தேடுவதில் உபயோகிக்கிறார்கள் !

ஒருக்கால், எல்லாப் பக்கங்களிலும் தோல்வியுற்ற பிறகுதான் புத்தி கடவுளை அதிகம் நன்றாகத் தெரிந்துகொள்ளுகிறது போலும் !

ஒவ்வொரு விஷயத்துக்கும் ஒரு முடிவு உண்டு. ஆகையால் எங்களது இந்த ஜோக் யாத்திரையும் முடிவடைந்தது. மிகவும்

புனிதமானதும் இனிமையானதுமான நினைவுகளோடுகூட நாங்கள் திரும்பினோம். ஆனால் மற்றொரு முறை அங்கு போகவேண்டும் என்ற ஆவல் இருந்துகொண்டுதானிந்ததது. ஆகையால் 'புனராகமனாயச' இந்த சாஸ்திர முறையான சொற்களைக் கூறிவிட்டு, பாரதத்தின் பெருமையான இந்த ஒப்பற்ற எழிலினிடமிருந்து விடை பெற்றோம்.

(செப்டம்பர், 1927)

13. ஜோக் அருவியின் மறு தரிசனம்

இமயமலை, நீலகிரி, சஹ்யாத்ரி போன்ற உயர்ந்த மலைகளும், கங்கை, சிந்து, நர்மதை பிரம்மபுத்ர போன்ற நதிகளும், சில்கா, வூலர், மஞ்சர் போன்று மகிழ்ச்சி நிரம்பிய ஏரிகளும் இருக்கும் தேசத்தில் ஒரு சில பெரிய, பயங்கரமான, மயிர் சிலிர்க்கச் செய்யும் நீர்வீழ்ச்சிகள் இல்லாவிடில் இயற்கையன்னை எப்படித் திருப்தி அடைவாள்? தென்னிந்தியாவில் கார்வார் ஜில்லாவுக்கும் மைசூர் ராஜ்ஜியத்துக்கும் நடு எல்லையில் இம்மாதிரியானதோர் நீர்வீழ்ச்சி இருக்கிறது. அது உலக முழுதிலும் இணையற்றது அல்லது மிக உயர்ந்தது என்ற தனிச் சிறப்பை ஒருக்கால் அடையா விட்டாலும், இம்மாதிரியான உயர்ந்த நீர்வீழ்ச்சிகளில் இதுவும் ஒன்றாகும். ஆங்கிலேயர்கள் இதை 'கிரஸப்பா நீர்வீழ்ச்சி' என்று சொல்லுகிறார்கள், இதற்கு அந்தப் பிரதேச இந்தியப் பெயர் 'ஜோக்' அருவி.

கர்ஸன் பிரபு இந்தியாவுக்கு வந்தபோது ஜோக் அருவியைப் பார்க்க மிகவும் ஆவலுள்ளவாரயிருந்தார். ஆகையால் இந் நாட்டுக்கு வந்தவுடன் வெகு விரைவில் சந்தர்ப்பம் ஏற்படுத்திக் கொண்டு அதைப் பார்த்து அதன் அற்புதமான அழகில் மயங்கி விட்டாராம். அதன்பிறகு நம் நாட்டில் இந்த அருவியின் பெருமை அதிகரித்தது. கர்ஸன் அமர்ந்து அருவியைப் பார்த்த இடத்தில் மைசூர் அரசாங்கம் ஒரு மேடை அமைத்திருக்கிறது. அதன் பெயர் 'கர்ஸன் ஸீட்'. அருவிக்கருகிலேயே மைசூர் அரசாங்கம் யாத்திரீகர்கள் விடுதி ஒன்று கட்டியிருக்கிறது. அங்குள்ள விருந்தினர் பார்வையாளர் புத்தகத்தில் இயற்கை யிடம் காதல் கொண்ட பல உள்நாட்டு, வெளிநாட்டுப் பிரயாணிகள் தங்களது மகிழ்ச்சிப் பெருக்கை எழுதி வைத்திருக்கின்றனர். இந்த உணர்ச்சிப் பெருக்கையெல்லாம் தொகுத்து ஒரு புத்தக வடிவமாக வெளியிட்டால் இது இயற்கையைப் பற்றிய ஓர்

அபூர்வமான காவியப் பொக்கிஷமாகும். இந்தக் காவியம் மிகவும் உயர்ந்ததாக இருக்கலாம். ஆனால் நீர்வீழ்ச்சியை நேரில் பார்த்து விட்டால் இந்தக் காவியங்கள் சற்று தரத்தில் குறைவானதாகவே தோன்றும். நீர்வீழ்ச்சியைப் பார்த்துக் கொண்டிருக்கும் போதே நம் வாயிலிருந்து உணர்ச்சிச் சொற்கள் வெளிப்படும்-

ஏதாவான் அஸ்ய மஹிமா அதோ ஜ்$_3$யாயாம்ஸ்ச பூருஷ:।

ஷராவதி ஒரு சிறு நதி. இருந்த போதிலும் அதற்கு மூன்று பெயர்கள் ஏன் வைக்கப்பட்டிருக்கும்? முதலில் அதற்கு ‘பாரங்கி’ அல்லது ‘பாரஹகங்கா’ என்று ஒரு பெயர். நடுபாகத்தில் அதற்கு ‘ஷராவதி’ என்று பெயர். கடைசியில் அது முதிர்ச்சியடைந்து கடலில் கலக்குமிடத்தில் அது ‘பால நதி’ என்று அழைக்கப்படு கிறது! ஷராவதியின் பிரவாஹம் இந்தப் பெரிய பிரசண்டமான நீர் வீழ்ச்சியாக மாறியிராவிடினுங்கூட அது தனது இயற்கை யழகின் மூலம் மனிதர்களின் மனதைக் கவர்ந்திருக்கும். ஆனால் அப்பொழுது அது பாரதத்தின் பற்பல அழகான நதிகளில் ஒன்றாகத்தான் கருதப்பட்டிருக்கும். இந்த நீர்வீழ்ச்சியினால் மிகச்சிறிய நதியான ஷராவதி பாரத நாட்டின் ஓர் இணையற்ற நதியாக ஆகிவிட்டது.

ஜோக்கின் இந்த ஒப்பற்ற காட்சியைக் காண்பதற்காக ராஜாஜியோடும் மற்ற நண்பர்களோடும் முதல்தடவை நான் சென்ற போது ஏற்பட்ட குதூகலத்தை அனுபவித்துக் கொண்டிருந்த போதே, மனிதனின் இயல்புப்படி ஒரு ஆவல் நிறைந்த சங்கற்பம் மனதில் எழுந்தது. அதாவது, இவ்வளவு உயரத்திலிருந்து விழும் நதி மேற்கொண்டு எங்கே போகிறது; அங்கே எப்படிக் காணப்படுகிறது; கடலோடு அது கலத்தல் எவ்வாறு இருக்கும், இதை யெல்லாம் எப்பொழுதாவது கட்டாயம் பார்க்கவேண்டும். முடிந்தால் ஷராவதியின் மார்பின்மேல் குழந்தை மாதிரி விளையாட வேண்டும்; படகில் சென்று களிக்க வேண்டும். உள்மனத்தின் இந்தத் தீவிர ஆவலைக் கடவுள் உண்மையாகவே நிறைவேற்றி வைத்தார். ஒரு தவத்துக்கான காலக்கெடுவுக்கு (12 ஆண்டுகளுக்கு)ப் பிறகு ஜோக்கை மறுபடி தரிசிக்கும் வாய்ப்பு எனக்குக் கிட்டியது. முதல் தடவை நாங்கள் மேலேயுள்ள பாதை வழியாக அருவிக்குச் சென்றோம். இந்தத் தடவை ஆற்றில் முகத்துவாரம் வழியாக நுழைந்து, படகில் அமர்ந்து நாங்கள் எதிர் முகமாகப் பிரயாணம் செய்தோம். படகு மேலே செல்ல முடியாமல் தங்கிவிட்ட இடத்திலிருந்து மோட்டார் மூலமாக மலையில் ஏறி அருவியின் உச்சிக்குச் சென்றோம்.

அங்கே ஷராவதியின் அரைவட்ட வடிவமான பள்ளத் தாக்கில் நான்கு அருவிகள் இருக்கின்றன. வலப்பக்கம் 'ராஜா' மேலே யிருந்து நேராக 960 அடி கீழே குதிக்கிறது. அதற்கு ராஜா என்ற பெயர் மிகவும் பொருத்தமானது. அதனுடைய நீர்ப் பெருக்கம், அதன் பித்து, அதன் தீரம் ஓர் உலகச் சக்கரவர்த்திக்கே பொருத்தமானதாகும். அதற்கு இடப்புறமுள்ள, உருத்திரன் போன்று கர்ஜனை புரியும் 'ருத்ர' (Roarer)* 'ராஜா'வின் காலடியில் சென்று விழுகிறது. 'ருத்ர'னின் பயங்கர கர்ஜனை அக்கம்பக்கத்திலுள்ள குன்றுகளிலும், பள்ளத்தாக்கிலும் பல மைல் தூரத்துக்கு எதிரொலி கிளப்புகிறது. அதனுடைய ஒலியை மேக கம்பீரம் போன்றது என்றும் கூற முடியாது, கடல் போன்ற கம்பீரம் பொருந்தியது எனவும் சொல்ல முடியாது. ஏனெனில் மேக கர்ஜனை ஆகாயத்தையே கலங்க வைக்கக் கூடியது. சொற்ப நேரமே இருப்பது. கடலின் நிரந்தரமான கர்ஜனை அலைகள் குறைவது அதிகரிப்பது இவைகளைப்பொருத்து ஏற்பட வேண்டி யிருக்கிறது. 'ருத்ர'வின் தொனியோ அழியாமல், குறையாமல், இடைவிடாது ஒலித்துக் கொண்டிருக்கிறது. அந்தத் தொனியின் போதை மிக விசித்திரமானது.

ராஜாவுக்கும், 'ருத்ரா'வுக்கும் உலகில் எங்கும் வேண்டு மானாலும் சக்ரவர்த்திப் பதவி கிடைக்கக் கூடும். ஆனால் ஜோக்கின் உண்மையான பேரழகு ஆகாயத்தில் பல்வேறு விதங்களில் பறக்கும் 'வீரபத்ர' (Rocket)* (Roarer, Rocket, Lady இவ்வருவிகளுக்கு வழங்கும் ஆங்கிலப் பெயர்கள்) வின் வெண்ணிறமான ஜலஜடைகளில்தான் இருக்கிறது. வீரபத்ர அருவி யானையின் கழுத்துப் போன்ற ஒரு பெரிய பாறையின் மேல் விழுந்தவுடனேயே, அதிலிருந்து வெடி மருந்துச் சாலையின் வாணவெடிகள் போல மிக உயரமான நீர் ஊற்றுக்கள் பாய்கின்றன. இது என்ன பகவான் சங்கரனுடைய தாண்டவமா அல்லது மஹாகவி வியாஸருடைய மேதையில் உதித்த புதுப்புது ஒளிபொருந்திய கற்பனைக்களஞ்சியமா? அல்லது சூரியனின் பின் பக்கத்திலிருந்து வெளிக்கிளம்பும், எல்லாவற்றையும் சம்ஹாரம் செய்யக்கூடிய ஆனால் கற்பனையின் ரம்யம் பொருந்திய ஜ்வாலைகளா? அல்லது பூமிதேவி தாயன்புடன் வெளிப்படுத்தும் ஸ்தன்ய தாரைகளின் ஊற்றுக்களா? இம்மாதிரியான பற்பல கற்பனைகள் மனதில் எழுகின்றன. வீரபத்ர உண்மையில் அதைப் பார்ப்பவர் களை யெல்லாம் பயித்தியமாக்கி விடுகிறது. 'வீரபத்ர'வின் இடது பக்கத்திலுள்ள கற்பூரம் போன்ற வெண்மையான, நுண்ணிடையான, சிறிய வயிறுள்ள பர்வத குமாரி 'பார்வதி' (Lady)* தனது எல்லையற்ற பேரழகினால் தம்மை மகிழச் செய்கிறாள்.

இந்நான்கு நீர் வீழ்ச்சிகளையும் காப்பதற்காகவே போன்று இவற்றுக்கு இருபக்கங்களிலும் இரண்டு மலைகள் உள்ளன. இந்தக் காவலாளிகள் நின்றபடியே வேறு என்ன செய்ய முடியும்? நீர் வீழ்ச்சிகளின் பேரொலியை ஒவ்வொரு கணமும் எதிரொலிக்கச் செய்வது, அவற்றின் வான வில்களைத் தாங்கி நிற்பது, பற்பல மரஞ்செடி கொடிகளால் தனது உடலை அலங்கரித்துக் கொண்டு இன்புறுவது - இவைதாம் இவற்றின் இடைவிடாத வேலையாகி விட்டது.

இந்தத் தடவை நாங்கள் சென்றபோது கோடைக்காலம். 'பாரங்கி'யில் நீர் மிகவும் குறைந்துவிட்டது. 'வீரபத்ர'வின் ஜடைகள் அதிகம் காணப்படவில்லை. 'ருத்ர' வெகுதூரம் குதித்துக் குதித்து ஓடுவதும் வெகுவாகக் குறைந்துவிட்டது. 'பார்வதி' இப்பொழுது பிரிவினால் வாடும் மங்கைபோலக் காட்சியளித்தாள். 'ராஜா'வின் சோபையையாவது முழுவதும் பார்க்கலாம் என்ற நம்பிக்கை இருந்தது. ஆனால் உலகை வெல்லும் வேள்வியின் இறுதியில், தான் அடைந்த திருப்தியை அனுபவிக்கும் ஒரு சக்கரவர்த்தி, எல்லாவற்றையும் வாரிவழங்கி விட்டபடியால் ஏழ்மை நிலையில் இருப்பது போலவும், அந் நிலையில்கூடத் தனது கண்ணியத்திலும், வைபவத்திலும் குறை வில்லாமல் விளங்குவது போலவும் 'ராஜா' காணப்பட்டது.

இப்பொழுது நாங்கள் ஷராவதியின் வலப்பக்கம், அதாவது வடக்குப் பக்கம் வந்து சேர்ந்தோம். விடுதியில் தங்காமல் நேராக ஓடி 'ராஜா' வுக்குப் பக்கத்தில் போய் நின்றுகொண்டோம். அங்கே ஒரு பக்கம் கீழேயிருந்து பறந்துவரும் நீர்த்திவலைகளின் குளிர்ந்த 'பனிமூட்டம்' இவையிரண்டிற்கும் நடுவில் அகப்பட்டுக் கொண்ட எங்களது நிலையை வர்ணிப்பது மிகக் கடினம். ராஜாவின் மகுடம் போன்று விளங்கும் சூடான பாறைகளின் மேல் குனிந்துகொண்டு நாங்கள் கீழே பள்ளத்தாக்கை நோக்கினோம். மேலேயிருந்து கீழே விழும் ராஜாவின் தாரை சரியாகத் தரைவரையில் போய்ச் சேருவதில்லை. அந்தப் பிரசண்டமான ஜலதாரை ஒரு மதம்பிடித்த யானையின் துதிக்கை போலக் கீழே விழுந்துகொண்டிருந்தது. கீழே நெருங்க நெருங்க, நூற்றுக்கணக்காகக் கிழிந்து அதில் ஆயிரம் தாரைகள் ஏற்பட்டு விடுகின்றன. அடுத்தபடியாக அந்தத் தாரைகள் பெரிய பெரிய நீர்த்துளிகளாக மாறி அவை முத்துமாலைபோல விளங்கின. அதன் பிறகு இந்த முத்துக்களும் பொடிப்பொடியாகி, பெரிய பெரிய தூள்களாகக் காட்சி அளித்தன. இப்பொழுது இதற்கு மேலும் கீழே போகாமல் அவை சிறிது சுதந்திரமாக

உலாவ விரும்பின. இந்தப் பெரிய நீர்த்துளிகளும் சிதறிப்போய் அவை மெல்லிய நீர்த்துளிகளாக மாறி உலாவத் தொடங்கின. இயற்கையன்னைக்கு இவ்வளவோடு திருப்தி ஏற்படவில்லை. அவையாவும் வெள்ளை மேகங்கள் போலவும் ‘பால்பாதை’ அல்லது ஆகாச சங்கை போலவும் உருவெடுத்து காற்றில் மிதந்து அங்குள்ள காற்று முழுவதையும் குளிர்ச்சியாக்கிக் கொண்டிருந்தன. இதில் ஆச்சரியப்படத்தக்க விஷயம் என்னவென்றால் இவ்வளவு பெரிய நீர்வீழ்ச்சியின் ஒரு சிறு துளிகூட தரைவரையில் எட்டுவ தில்லை. கீழேயுள்ள தரை சூடாயிருக்கிறது. மேலே நல்ல குளிர்ச்சி. இந்த நிலைமையைப் பார்த்ததும் எனக்கு அரசர்கள் யாதொரு ஒழுங்கு முறையுமில்லாமல் தானம் செய்வது நினைவுக்கு வந்தது. குடிமக்கள் பஞ்சத்தால் வாடுவதைப் பார்த்து தம் அரசர்கள் தாராளமாகத் தானம் வழங்கத் தொடங்கும்போது, அவர்களுக்கு வாழ்த்துக் கூறும் சொற்கள் நாலா பக்கத்திலும் ஒலிக்கும். ஆனால் ஏழை மக்கள் வயிறுவரை உணவு செல்வதில்லை. நடுவிலேயே அதிகாரிகள் எல்லாவற்றையும் அபகரித்துக்கொண்டு விடுவார்கள்.

குபேரனுடைய மனதில்கூடப் பொறாமை ஏற்படும் வண்ணம் இங்கே வானவில்களில் அழகு பொங்கி வழிந்தது. காற்றின் அலைகள் தன் போக்கை மாற்ற மாற்ற, இந்த நீர்த்திவலைகளின் கூட்டமும் தன் திசையை மாற்றிக்கொண்டே போயிற்று. ஆதலால், பார்வதியின் சங்கேதப்படி சிவன் தாண்டவமாடுவது போல இந்த வானவில்களும் இங்குமங்கும் ஓடிக்கொண்டிருந்தன. ஒரு கணம் மெல்லியதாகவும், அடுத்த கணம் மயன் அமைத்த மாளிகை போலவும் உருவமெடுக்கும் செயலுடன் அதன் பலனும் சேர்ந்தேயிருப்பதுபோல், ஒவ்வொரு வானவில்லுடனும் நிழல் வில்லும் தன் வர்ணவரிசைகளைத் தலைகீழாக மாற்றி, கூடவே இருந்து வந்தது. நாங்கள் இடம் மாற்றினோம், அந்த தேவவில்களும் தம் இடத்தை மாற்றிக் கொண்டன. இந்திரவில் (வானவில்) லுக்கும் நதி (அருவி)க்கும் இடையே நடந்து வந்த இந்தக் கேளிக்கையை வெகுநேரம் ஆச்சரியத்தில் மூழ்கியவண்ணம் பார்த்துக் கொண்டேயிருந்தோம். அதிக நேரம் பார்க்கப் பார்க்க, ஆவலும் அதிகரித்துக்கொண்டேயிருந்தது. நாங்கள் ஒன்று அல்லது இரண்டு மணி நேரம் தான் இங்கே தங்கமுடியும் என எங்களுக்குத் தெரியும். ஒவ்வொரு கணமும் எங்களுடைய ‘நேரம் என்னும் புண்ணியம் க்ஷீண’* **(“க்ஷீணே புண்யே மர்த்யலோகம் விசந்தி” - கீதை)**மாகிக்கொண்டே வந்தது. நாங்கள் ‘மர்த்தய லோக’த்துக்குத் திரும்பிவிட வேண்டும் என்ற எண்ணம் நினைவுக்கு வந்துகொண்டிருந்தது. சொர்க்க வாழ்க்கையில்

பேராசை கொண்ட தேவர்கள் துக்கத்துடன் சொர்க்கத்தின் சுகபோகங் களை அனுபவிப்பது போலவும், வீரம் பொருந்திய மனிதர் தங்கள் வாலிபப் பருவத்தின் பிற்பகுதியில் தம் பிரதிக்ஞை களை நிறைவேற்றுவதற்காகக் கவலை அடைவது போலவும், அதே அளவு வருத்தத்துடனும் கவலையுடனும் நாங்கள் அந்தக் கந்தர்வ நகரத்தைக் கண், காது, மூக்கு இன்னும் மற்ற எல்லா உணர்ச்சிகளாலும் அனுபவித்துக்கொண்டிருந்தோம். கூடவே, எங்களது கற்பனைத்திறனால் அந்த ஆனந்தத்தைப் பன்மடங்கு அதிகரிக்கச் செய்துகொண்டிருந்தோம்.

* * *

ஒரு நாள் நாங்கள் மூன்று படகுகளில் புறப்பட்டோம். நடுப் படகில் பெண்களும் குழந்தைகளும், ஆண்கள் இருபக்கத்திலு முள்ள இரண்டு படகுகளிலும் அமர்ந்திருந்தோம். இரவு நேரம். உயரத்தில் சந்திரன் சிரித்துக் கொண்டிருந்தான். அந்தக் காவியத்தை பெண்கள் கிரஹித்துக்கொண்டு விட்டனர். அவர்களுடைய படகிலிருந்து அது பாட்டின் மூலம் வெளிப்படத் தொடங்கியது. ஒவ்வொருத்தியும் தனக்குப் பிரியமான ஒரு பாட்டை நதிப் பரப்பின்மேல் மிதக்கவிட்டாள். அந்த ஒலி காதில் விழுந்த வுடனேயே கரையிலிருந்த தென்னை, பாக்கு மரங்கள் புளகாங்கித மடைந்து தத்தம் நிமிர்ந்த தலையைச் சற்றே தாழ்த்தி அந்த இசையைப் பருகத் தொடங்கின. களைத்துப்போகும் வரை பெண்கள் பாடினார்கள். பிறகு தூங்கிவிட்டார்கள். சந்திரன் மறைந்தது. எங்கும் இருள் சூழ்ந்துகொண்டது. எண்ணற்ற விண்மீன்கள் அங்குள்ள குன்றுகளை இமை கொட்டாமல் பார்க்கத் தொடங்கின. அக்கம் பக்கத்திலுள்ள சந்தடியற்ற அமைதிகூட உறங்கிக் கொண்டிருந்ததா அல்லது விழித்துக் கொண்டிருந்ததா என்று கூறுவது கடினமாயிருந்தது.

தூக்கத்திலிருந்து நாங்கள் விழித்துக்கொள்ளும் போதெல்லாம் துடுப்புக்களின் ஒலி, சில சமயம் மாலுமிகளின் மூங்கில்களோடு குஸ்திபோடும் நீரின் சத்தம், இன்னும் சில சமயம் மாலுமிகள் ஒருவரையொருவர் கூப்பிடும் சத்தம் கேட்கும். கடைசியில் பொழுது புலர்ந்தது. பறவைகள் தங்கள் கூவலை ஆரம்பித்தன. என் மனத்தில் தோன்றிற்று, நடுப்படகில் தூங்கிக்கொண்டிருக்கும் குயில்களும் விழித்துக்கொண்டால் எவ்வளவு நன்றாயிருக்கும்! எனது வசன நடையில் அமைந்த அமைப்புக்கு அவர்கள் இசையின் மூலம் பதிலளித்தனர். மரங்களும் இரவு நேரத்தில் கேட்ட இசையை நினைவுபடுத்திக்கொண்டு ‘இது

தானே நாம் இரவில் கேட்ட கீதங்கள்' என்று ஒன்றுக்கொன்று கூறிக் கொள்வதற்காகச் சற்றே தங்கள் தலையை அசைக்கத் தொடங்கின. இரவில் நிகழ்த்திய 'ஜலவிஹாரம்' (நீரில் இருந்தபடி கேளிக்கை) உண்மையில் மிக உயர்தரமானதாகவும், அமைதி பொருந்தியதாகவும், யௌவனம் நிரம்பியதாகவும் இருந்தது.

பொழுது புலர்ந்த (உஷக்கால) நேரத்தில் நிகழ்ந்த 'ஜலவிஹாரமும்' அதே மாதிரி உயர்தரமானதும், அமைதியும், சுறுசுறுப்பும் உள்ளதாகவும் இருந்தது; இந்நேரத்தில் இங்கிருந்து அருவியின் தரிசனம் அற்புத, பயங்கர, மயிர்சிலிர்க்கச் செய்யும் ரசங்கள் பொருந்தியதாயிருந்தது. இப்பொழுது அந்தப் பெண்களின் முகங்களில் காலை நேரத்துக் கவர்ச்சி பொருந்திய மகிழ்ச்சி காணப்படவில்லை. 'இவ்வளவு அற்புதமான காட்சியை எவ்வாறு படைத்திருக்கக் கூடும்? உண்மையில் நாம் பூவுலகத்தில் இருக்கிறோமா, அல்லது கனவு உலகத்தில் இருக்கிறோமா' என்ற ஆச்சரியமே அவர்களது முகங்களில் தெளிவாகக் காணப்பட்டது. அவர்களில் ஒருத்தி மற்றொருவளுடைய கண்களின் ஓரங்களைப் பார்த்துத் தனது ஆச்சரியத்தை இன்னும் அதிகரிக்கச் செய்து கொண்டிருந்தனர். அவர்களுடைய இந்த ஆச்சரியத்தைக் கண்டு இந்தக் கவிதா சிருஷ்டியைப் படைத்த படைப்புக் கடவுள் போல் எங்களுக்கு கர்வம் உண்டாகிக் கொண்டிருந்தது.

உணவு அருந்தும் நேரம் வந்தது. நாங்கள் படகைவிட்டு ஒரு கிராமத்துக்கருகே சென்றோம். அங்கே ஒரு நெல் அரைக்கும் இயந்திரம் இருந்தது. "பக், பக், பக், பக்" என்று ஒலித்துக் கொண்டு, ஏழை மக்களின் அமைதி, அவர்களுடைய உடல்நலம், அவர்களுடைய வாழ்வு யாவற்றையும் அரைத்துப் பாழாக்கிக் கொண்டிருந்தது. நாங்கள் உணவை முடித்துக்கொண்டு, எங்களுக்காகத் காத்துக்கொண்டிருந்த மோட்டாரில் அமர்ந்து கொண்டோம்.

பெட்ரோல் டின்னில் கொஞ்சம் பெட்ரோல் பாக்கியிருந்தது. டிரைவர் அதிலேயே நீரை நிரப்பிக் கொண்டு வந்து மோட்டாருக்கு ஊற்றினார். அவ்வளவுதான், நீர் சூடேறியவுடன், பெட்ரோலின் புகையும் நீரில் கலந்தது. மோட்டார் அடிக்கு ஒருதரம் நின்றது, கத்தத் தொடங்கியது, குறைகூறத் தொடங்கியது, துர்நாற்றத்தை அள்ளி வீசத்தொடங்கியது. நாங்களும் அலுத்து விட்டோம்; கோபமடைந்தோம், அனலைக் கக்கினோம். கடைசியில் வேறு வழியில்லாது உஷ்ணம் தணிந்து விட்டோம். வங்காளி மொழி யிலுள்ள ஒரு பழமொழி என் நினைவுக்கு வந்தது- 'ஜலே தேலே

மிஷ காயே நா' வெகு சிரமப்பட்டு ஒருவிதமாக தண்ணீர் கிடைக்கக்கூடிய ஒரு இடத்துக்கு வந்தோம். டிரைவரும் காரிலுள்ள பழைய கிளர்ச்சிக்காரத் தண்ணீரை வெளியேற்றிவிட்டு அதில் சுத்தமான, நற்குண நீரை நிரப்பிக்கொண்டார். பிறகு எங்கள் யாத்திரை மிகவும் சுலபமாகக் கழிந்தது.

பல ஆண்டுகளாக, 'கிரஸப்பா'விலிருந்து மின்சாரம் உற்பத்தி செய்யலாமா, வேண்டாமா என்று சர்ச்சை நடந்து கொண்டிருக்கிறது. ஷராவதியின் நீரை ஒருபக்கம் தேக்கி, பெரிய பெரிய குழாய்களின் வழியாகக் கீழே கொணர்ந்து அங்கே அதைக்கொண்டு மின்சாரம் உற்பத்தி செய்ய முடிந்தால் மைசூர் ராஜ்ஜியம் முழுவதற்கும் மலிவான விலையில் மின்சாரம் அளிக்க முடியும். இது மட்டுமல்ல, வடக்கு, தெற்குக் கன்னட மாவட்டங்களுக்குக்கூட கொடுக்க முடியும். இதனால் கிராமங்களுக்கு மிகுந்த நன்மை ஏற்படும். ஆனால், இதனால் அந்த மனோரம்மியமான இயற்கையழகு ஒரேயடியாக நாசம் அடைந்து விடும். இந்த இரண்டில் எது அதிகம் விரும்பப்படும் என்பதைப் பற்றி இப்பொழுது ஒன்றும் சொல்வதற்கில்லை. ஆயிரக்கணக்கான- அல்ல, லட்சக்கணக்கான மக்களுக்கு வயிறு நிறைய உணவு கிடைக்கும். நூற்றுக் கணக்கான விஞ்ஞானம் கற்ற இளைஞர்களுக்குத் தங்கள் திறமையை நிரூபிக்க வாய்ப்புக் கிடைக்கும். ஆயிரக்கணக்கான பிராணிகளின் துன்பங்கள் விலகும். ஓர் இடத்தில் இம்மாதிரியான தொழிற்சாலை வெற்றிகரமாக நடைபெறுமானால், பாரதத்தின் மற்ற நீர்வீழ்ச்சிகளையும் இவ்விதமே பயன்படுத்த முடியும், நாட்டிற்கு ஒரு மிகப்பெரிய சக்தியினால் நிரந்தரமான லாபம் ஏற்படும். ஆகவே ஒரு பயங்கர அழகு கலந்த காட்சிக்காக இந்தப் பற்பல உபயோகமான விஷயங்களை விட்டு விடுவதா? கலையினிடத்து ஆர்வத்துக்கும் ஒரு எல்லை உண்டா இல்லையா? தனது அரசியின் மன மகிழ்ச்சிக்காகத் தன் தலைநகரான 'ரோம்' நகரை எரித்துவிடும் நீரோ மன்னனின் ஆடம்பரத்திலும், இம்மாதிரியான கலைப் பித்திலும் உண்மையில் என்ன வித்தியாசம்?

இந்தக் கேள்விக்குப் பதில் எதுவாயிருந்தாலும் அதைப்பற்றி ஆராய்வதற்குமுன் மற்றொரு விஷயம் மிகமுக்கியமானது. ஐரோப்பாவில் உலகப்போர் மூண்டு லட்சக்கணக்கான இளைஞர்கள் துப்பாக்கிக்கும், பீரங்கிக்கும் இரையாகிக் கொண்டிருந்தபோது, இலக்கிய மேதை 'ரோமான் ரோலான்' அவர்களின் மனம் கருணையால் சஞ்சலமடைந்து கசிந்தது;

மற்றவர்களைப்போல அவரும் போரில் காயமுற்றோருக்குத் தொண்டு புரியும் பணிக்கு ஏற்பாடு செய்தார். ஆனால் இரு தரப்பு எதிரிகளும் ஒருவர் மற்றொருவருடைய கலைநிரம்பிய கட்டடங்களை குண்டு மாரியால் தகர்க்கத் தொடங்கியபோது, அவருடைய கலையுள்ளம் கோபத்தால் பொங்கியெழுந்தது. அவர் பெரிய குரலில் ஐரோப்பா முழுவதற்கும் எச்சரிக்கை விடுத்தார் "ஏ முட்டாள்களே! நீங்கள் ஒருவருக்கொருவர் கொன்று வீழ்த்த விரும்பினால் அவ்வாறே செய்யுங்கள். இந்த உலகத்திலிருந்தே நீங்கள் அழிந்துவிட விரும்பினால் செத்து மடியுங்கள். ஆனால் இந்தக் கலைப்படைப்புகள், உள்ளத்தைத் தொடும் அழிவற்ற செல்வங்கள், இவற்றின் மூலம்தான் மனிதகுலம் முழுவதும் தனது உள்ளத்தை, தனது உள்ளத்தின் மேன்மையை உலகத்துக்குக் காட்டுகிறது. வேறு ஒன்றும் இல்லாவிடினும், இவற்றையாவது அழிக்காமல் விட்டுவிடுங்கள்."

ரோமான் ரோலான் அவர்களின் வேத ரிஷிகளின் வாக்குப் போன்றதான குரலை ஐரோப்பாவின் உள்ளம் கேட்டது. போரில் ஈடுபட்டிருந்த தரப்பினர் கலைக்கூடங்களை அழிப்பதை நிறுத்தினர். இப்பொழுது கேள்வி யாதெனில், கலைப்படைப்புகள் உண்மை யிலேயே மனித உள்ளத்தை வெளிப்படுத்த உதவக் கூடியவையா, அதற்குத் தூண்டுகோலாக இருப்பவையா? அல்லது உயர்தரச் சுவை என்னும் போர்வைக்குப் பின்னால் இருக்கும் உலக போகங்களை அனுபவிக்க அமைந்துள்ள சாதனங்கள் தானா?

கலையை எவன் உண்மையிலேயே உணர்ந்திருக்கிறானோ அவன் 'கலைக்கும், உலக இச்சைகளுக்கும் மலைக்கும், மடுவுக்கு முள்ள வேறுபாடு இருக்கிறது, உண்மையான கலைப்படைப்புக் களின் மூலம் ஏற்படும் ஒப்பற்ற ஆனந்தம் உறங்கிக்கிடக்கும் உள்ளங்களையும் தட்டியெழுப்ப வல்லது' என்று உடனே கூறிவிடுவான். கோடிக்கணக்கான 'வால்ட்' மின்சாரம் உற்பத்தி செய்து, லட்சக்கணக்கான மக்களது வாழ்வுக்கு வழிவகை செய்யும் பணி சாதாரணமானதல்ல. ஆனால் கணக்கற்ற மக்களுக்குக் கலையின்மூலம் ஏற்படும் ஆனந்தமும், நாகரிக உணர்ச்சியும் அவர்களது உள்ளங்களை விரிவுபடுத்த உதவும் பொருள்களாகும்.

ஜோக் அருவி மனிதனால் நிர்மாணிக்கப்பட்ட கலைப் பொருள் அல்ல. அதற்கு நேர்மாறாக, அது கலைநிபுணர்களுக்கு அழகு உணர்ச்சியும், நாகரிகமும் ஒருங்கே கற்பிக்கும் இயற்கை யன்னையின் இணையற்ற கலைக்கூடமாகும். அதை அழிப்பது நாத்திகக் கிளர்ச்சிக்கொப்பாகும். அதை அழிக்க முற்படுவதற்கு

முன்னால் ஆயிரம் தடவை யோசிக்க வேண்டும். ஜோக் நீர்வீழ்ச்சி நவீன யுகத்தின் சொத்து அல்ல. நமது பற்பல முன்னோர்களும், ரிஷிகளும் அதன் அருகில் அமர்ந்து கடவுளைத் தியானித் திருப்பார்கள். வருங்காலத்தில் நமது வமிசத்தவரின் சந்ததியார் அதைத் தரிசித்துத் தம் வாழ்க்கையின் மறைந்திருக்கும் சக்திகளுக்கு ஊக்கம் பெறுவார்கள்.

உபயோக வாதத்தைக் கடைப்பிடித்து, (**'அல்பஸ்ய ஹேதோ: ப₃ஹுஹாதுமிச்சந்'** - மிகச் சிறியதற்காக மிகப் பெரியதைக் கைவிடத் துணிந்தவன்போல) நாம் ஜடமாக வேண்டாம். இந்த நீர்வீழ்ச்சியைக் காப்பாற்றி அதனால் ஏதாவது நன்மை அடையமுடியுமானால் அடையலாம். மனிதனின் புத்தியால் இது முடியாதென்பதில்லை. ஆனால் இந்தத் தாண்டவ யோக தரிசனத்தைக் காண, வருங்கால மக்களுக்கு வாய்ப்பே கிடைக்காமல் ஒழித்துவிட தர்மநியாயப்படி ஒருவருக்கும் அதிகாரம் கிடையாது. கோவில்களில் நாம் மூர்த்திகளை வைக்கிறோம். அதேபோல் இயற்கையும் இங்கே நம் முன்னால் மிகப் பெரிய அழகான மூர்த்திகளை அமைத்திருக்கிறது. இங்கே நாம் இவைகளை வணங்கவும், தியானம் செய்யவும், வழிபடவும் மட்டுமே செல்லவேண்டும். நம்மிடம் தகுதியும், சாமர்த்தியமும் இருக்குமானால் இவைகளோடு ஒன்றியிருத்தல் வேண்டும். இதற்குத்தான் நமக்கு உரிமை உண்டு.

(மே, 1938)

14. வறண்ட ஜோக் நீர்வீழ்ச்சி

யாரோ ஒரு கவி கீழ்க்கண்டவாறு தன் கருத்தை வெளிப்படுத்தியிருக்கிறார் :

"மலைகளைப் போன்ற பெரிய பெரிய அலைகளை எழுப்பும் கடல் மிக்க பயங்கரமாகக் காணப்படுகிறது. ஆனால் அதன் நீர் முழுவதும் வரண்டு கடல் என்னும் பாத்திரம் காலியாகிவிடு மானால், ஆயிரக் கணக்கான மைல்கள் வரை பரவியிருக்கும் அதன் ஆழமான பள்ளங்கள் எவ்வளவு பயங்கரமாகக் காட்சி யளிக்கும்! இதனைக் கற்பனை செய்து பார்ப்பதே கடினம். ஒரு துஷ்டனிடம் ஏராளமான சொத்து இருந்து அதைக் கொண்டு அவன் கெட்டவழிகளில் சென்று பலருக்குத் தீங்கு விளைவிப்பான். ஆனால் அவனது அந்தச் சொத்து அழிந்து அவன் பசியால்

வாடும் தரித்திரனாகிவிடுவானாகில் அவன் ராட்சதத்தனமான தீச்செயல்கள் புரியாமல் இருப்பானா? கடலில் நீர் வற்றாமல் நிரம்பியிருப்பது நல்லதாகிவிட்டது, துஷ்டர்களிடம் அவர்கள் தங்களுடைய துஷ்டச் செயலின் ஆவலைத் தணித்துக்கொள்ளப் போதுமான சொத்து இருப்பதும் நல்லதாகிவிட்டது."

ஜோக் நீர்வீழ்ச்சியில் ராஜா, ருத்திர நீர்வீழ்ச்சிகள் வரண்டிருப்பதைப் பார்த்து மேலே கூறியுள்ள அந்தக் கவியின் சொற்கள் நினைவுக்கு வரவேண்டிய யாதொரு காரணமும் இல்லாவிடினும் அது நினைவுக்கு வந்தேவிட்டது.

1927-ல் நான் முதன்முதலில் ஜோக்கைக் கண்டபோது அதன் அழகு முழுப்பொலிவுடன் விளங்கிற்று. முக்கியமான நீர்வீழ்ச்சி தனது பிரசண்டமான நீர்ப்பெருக்கோடு 840 அடி கீழே குதித்து, கீழேயுள்ள பள்ளத்தாக்கில் நீர்வீழ்ச்சியின் அருவியினாலேயே தயார் செய்யப்பட்ட 150 அடி ஆழமான குளத்தின் மடியில் விழுந்தது. இந்த முக்கியமான அருவியின் அழகை அதிகரிக்கச் செய்வதற்காக அதன் இரண்டு பக்கங்களிலும் முத்துமாலைகள் போன்ற பல அருவிகள் பலவிதங்களில் விழுந்துகொண்டிருந்தன. அதன் தெற்குப் பக்கத்தில் கோணலான படிகளின் வழியாகக் குதித்துக் கொண்டே 'ருத்ர' பாதிக்கு மேல் பாதையைக் கடந்தபிறகு 'ராஜா'வில் கலந்தது. ராஜாவின் கர்ஜனை அநேகமாக கீழே வந்தடைந்த பிறகுதான் உண்டாகிறது. 'ருத்ர' அருவியோ இராவணனைப் போல, பிறக்கும்போதே கர்ஜிக்கத் தொடங்குகிறது.

இரு அருவிகளுமே மிக அற்புதமானவைதாம். ஆனால் இப்பொழுது எனக்கு மிகவும் இணையற்றதான காட்சியாகத் தோன்றியது, வீரபத்ராவின் துள்ளும் ஜடைகள்தாம். இந்தக் காட்சியை நான் மறுமுறை பார்க்கவே முடியவில்லை. எந்தப் படத்திலும் 'வீரபத்திரா'வின் அந்த ஜடைகள் வந்ததில்லை. கடைசி அருவி 'பார்வதி' அருவி. அதைக் கண்டதும் மனத்தில் பெண்களிடம் ஏற்படும் மரியாதை ஏற்படுகிறது.

பத்து ஆண்டுகளுக்குப் பிறகு நான் 'ஜோக்'-ஐக் கண்ட போது 'ராஜா' அருவி மிகவும் மெலிந்திருந்தது. 'வீரபத்ரா'வின் ஜடைகளையும் களைத்துவிட்டிருந்தனர். 'ருத்ரா'வின் அலறல் குறையா விட்டாலும் ஜோக் அருவியின் வீழ்ச்சியோடு அது தாளம் சேர்க்க முடியவில்லை. 'பார்வதி'யும் முற்றிலும் மெலிந்த உடலோடு தவம்புரியும் மங்கைபோலக் காணப்பட்டாள்.

ஆனால் இந்த வருத்தத்தை யெல்லாம் மறந்துவிடும்படி, அருவிகளின் குளிர்ந்த நீர்த்திவலைகளின் மேல் ஏற்படும் வானவில்களின் வீச்சு மனத்துக்கும் மகிழ்ச்சியளித்தது. இந்த அழகை எந்தக் கோணத்திலிருந்து பார்க்க விரும்பினாலும் வானவில்கள் அத்தனை கோணங்களிலும் திரும்பத் திரும்பப் புதுப் புது அழகை அள்ளி வீசிக் கொண்டிருந்தன.

பத்து ஆண்டுகளுக்குப் பிறகு இவ்வருவிகளைக் காண வந்தபோது, நான்கில் மூன்று அருவிகள் முற்றிலும் வறண்டு விட்டிருந்தன. 'ருத்ரன்' இல்லாமல் எங்கும் மயானம் போன்ற தொரு அமைதி நிலவியது. 'ராஜா' உலர்ந்துவிட்டதனால் அதற்குப் பின்பக்கம் இரண்டு பெரிய பள்ளங்கள் அவுரங்கசீப்பின் உத்தரவினால் கண்கள் பிடுங்கப்பட்ட பிறகு காணப்பட்ட சம்பாஜியின் கண்களின் குழிகள் போல் தோற்றமளித்தன. 'பார்வதி' தக்ஷனின் வேள்வியில் சென்று சாம்பலாகிவிட்டது போன்று தோன்றிற்று. 'வீரபத்ரா'வும் தக்ஷனை அழித்தபிறகு சற்று அமைதியடைந்து, தனது எஜமானனின் மாமனின் சாவிற்காக வருத்தத்துடன் கண்ணீர் உகுப்பதுபோல் தோன்றியது. இவ்வளவு சோகம் மஹாபாரதப் போர் முடிவடைந்த பிறகு குருக்ஷேத்திரத்தில் கூட நிலவியிருக்காது.

முதலில் நாங்கள் சென்றது ஷிமோகா சாகர் பாதை வழியாக. குஜராத்தில் ஏற்பட்ட வெள்ளக் கொடுமை சமயத்தில் மறுமுறை வேண்டுமென்றே சமுத்திரக் கரையோரமாக நதிக்கு எதிர்முகமாக ஷராவதியில் சென்றோம். நமது முன்னோர்கள் கூறியுள்ள **'நதீ$_3$ முகே$_2$நைவ ஸமுத்$_3$ரமாவிஷேத்'** (நதியின் முகத்துவாரம் வழியாகக் கடலில் பிரவேசிக்க வேண்டும்) என்ற உபதேசத்துக்கு நேர்மாறாக, நாங்கள் ஷராவதி - சாகர் சங்கமத்தில் படகில் அமர்ந்து, எதிர் வழியாக அருவியின் மலையின் உச்சிவரை போய்ச் சேர்ந்தோம். இந்தத் தடவை நாங்கள் மூன்றாவது வழியைப் பிடித்தோம். 'ஸிர்ஸி'யிலிருந்து சித்தாபூர் வழியாக அருவியின் பம்பாய்ப் பக்கம் போய்ச் சேர்ந்தோம். அங்கே 'ராஜா'வின் தலைமேல் இருக்கும் ஒரு பெரிய பாறைமீது படுத்துக்கொண்டு நாங்கள் கீழேயுள்ள மயிர் சிலிர்க்கும் காட்சியைப் பார்த்தோம். பிறைபோன்ற பயங்கரமான பள்ளத்தின் மேல்பக்கம் சென்று உள்ளே பார்க்கும்போது உடல் முழுவதும் நடுங்கத் தொடங்கிற்று. இந்தப்பாறை தன் பளுவினால் ஒருக்கால் பெயர்ந்துவிட்டால் என்ன ஆகும் என்ற பயம் மனத்தில் தோன்றிற்று.

இந்தப் பாறைக்குப் பக்கத்திலேயே அதே அளவு பெரியதான, அதேபோன்று பயங்கரமான மற்றொரு பாறை இருக்கிறது. இந்தப் பாறையின் மேல் முற்காலத்தில் யாரோ ஒரு அரசனுடைய விவாஹ மண்டபம் அமைக்கப்பட்டது போலும். அந்த மண்டபத்தின் நான்கு தூண்கள் நிறுத்தப்பட்டிருந்த நான்கு குழிகள் உள்ள ஒரு பெரிய மேடை இந்தப் பாறையில் இருக்கிறது. பயங்கரமான பாறைப் பிளவுகளுக்கருகில் மண்டபம் அமைத்து மணம் புரிந்து கொண்ட அந்த அரசனின் காவிய உணர்ச்சி போற்றத் தக்கது! இப்படிப்பட்ட வினோத உணர்ச்சியுள்ள அரசனின் கரம் பற்றிய அந்த அரசகுமாரிக்கு இந்த மண்டபத்தில் அமரும் போது எந்தவிதமான அனுபவங்கள் ஏற்பட்டிருக்கும்! யாரோ பயங்கர ரஸானுபவம் கொண்ட அந்த ராஜாவின் பெயரால்தான் இந்த அருவிக்கும் 'ராஜா' என்ற பெயர் இடப் பட்டது என்று சொன்னார்கள். நான் மனத்திற்குள், அப்படி யானால் அந்த அரசனை மணம் புரிந்த அரசிளங்குமாரியின் பெயர் நமக்குத் தெரியாதாகையால் அவளையே நாம் ஏன் 'பார்வதி' என்று அழைக்கக் கூடாது? பர்வதத்தின் பாறைகளுக்கருகில் அவள் மணம் புரிந்து கொண்டாள். அதனால் அவளை 'பார்வதி' என்று கூறுவதும் பொருத்தமானது தானே!'' என்று யோசித்தேன். மலைகளில் பிறைகள் போன்ற பள்ளங்களை நான் பார்த்ததில்லை யென்பதில்லை. மசூதிகளில்கூட சுவர்களில் பள்ளங்கள் செய்து அவற்றின் ஓரங்களில் வளைவுகள் அமைத்திருக்கிறார்கள். ஆனால் ராஜாவின் கீழேயுள்ள பிறை காலபுருஷன் வாயைவிடப் பெரியதாகவும் ஆழமாகவும் இருந்தது. அதற்குள்ளே, கிடைத்த இடத்திலெல்லாம்பறவைகள் கூடுகட்டி அவற்றில், தாம் பொறுக்கிக் கொண்டுவந்த தானியங்களைச் சேமிக்கின்றன.

பம்பாய்ப் பக்கத்திலிருந்து, அதாவது வடக்குப் பக்கத்தி லிருந்து திருப்தியேற்படும்வரை பார்த்துவிட்டு நாங்கள் மோட்டாரில் அமர்ந்து கிழக்குப் பக்கமாகச் சென்றோம். அங்கே இரண்டு படகுகளைச் சேர்த்துக் கட்டிய தோணியில்- இங்கே இதை 'ஜங்கல்' எனக் கூறுகின்றனர்-எங்களுடைய மோட்டாரை ஏற்றி நாங்கள் ஷராவதியைக் கடந்து தெற்குக்கரையை அடைந்தோம். அங்கே மைசூர் அரசாங்கத்தின் பிரயாணிகள் விடுதியின் அருகிலிருந்து எல்லா மலைப் பள்ளங்களையும் மற்றொரு முறை பார்த்தோம். இருபது ஆண்டுகளுக்கு முன்பு இங்கிருந்துதான் 'ராஜா', 'வீரபத்ர' 'பார்வதி' இவற்றின் மனங்கவரும் காட்சியைக் கண்டோம். இந்தத் தடவை கண்ட உலர்ந்த வறண்ட காட்சியில் காவியம் இல்லை எனக் கூறிவிட முடியாது. ஒன்றின் கீழே

ஒன்றாக இரண்டு பெரிய பாறைகள் 840 அடி அருவியை அளந்து கொண்டிருந்தன. இப்படிப்பட்ட காட்சி கடவுளின் சிருஷ்டியில் எங்கு வேண்டுமானாலும் காணக் கிடைத்துவிடுமா என்ன?

என் மனத்தில் படர்ந்திருந்த துக்கத்தை நான் மரங்களிடம் காணவில்லை. இரு பிறைகளிலும் வட்டமிட்டுப் பறந்து வரும் பறவைகளும் வருத்தமடைந்தவையாகக் காணப்படவில்லை. வானத்தில் மிதந்து கொண்டு, அருவியின் இடுக்குகளிலிருந்து எட்டிப் பார்க்கும் பற்பல மேகக் கூட்டங்களும் துக்கமடைவதாகக் காணப்படவில்லை. அப்படியிருக்க, இந்த நீரற்ற காட்சியினால் நான் மட்டும் ஏன் மன அமைதியை இழந்து கொண்டிருக்கிறேன்? இருபது ஆண்டுகளுக்கு முன் பார்த்திருந்த நீர்ப்பெருக்கின் நினைவினாலா? அல்லது அவைகளில் காணப்பட்ட வானவில் களின் நினைவினாலா? ஆனால் அந்த நீர்ப் பொக்கிஷமும் வண்ண ஜாலங்களும்ஒரேயடியாகமறைந்தாபோய்விட்டன? ஆயிரமாயிரம் ஆண்டுகளாக, ஒவ்வொரு கோடைக் காலத்திலும் இப்படித் தானே வறட்சி இருந்திருக்கும். ஒவ்வொரு மாரிக்காலத்திலும் பாரங்கி (ஷராவதி) மலைப் பிரதேசம் முழுவதையும் நீரினால் நிரப்பியிருப்பாள். இது மாறிமாறி நடந்து கொண்டுதானே யிருக்கும்! அப்படியிருக்க, **"தத்ர கா பரிதேவனா?"** (அதில் வருத்தப்பட என்ன இருக்கிறது? - கீதை 2-28.)

ஜோக் அருவியின் மூன்றாம் முறை தரிசனத்துக்குப் பிறகு, நாங்கள் இவ்விடத்தின் சரித்திரத்தைப் பற்றிய மூன்றாவது அத்தியாயத்தைத் திறந்தோம்.

இருபது ஆண்டுகளுக்கு முன்னால் நான், மைசூர் அரசாங்கம் இந்த அருவியின் நீரைக் கொண்டு மின்சாரம் உற்பத்தி செய்ய விரும்புகிறது என்று கேள்விப்பட்டேன். பம்பாய் அரசாங்கத்துக்கும், மைசூர் அரசாங்கத்துக்குமிடையே இதுபற்றிக் கடிதப் போக்குவரத்து நடைபெறுகிறது. இதுவரை இந்த இரு அரசாங்கங்களுக்கும் இதுபற்றி ஒப்பந்தம் ஏற்படவில்லை. ஆதலால் மின்சாரம் தயாரிக்கும் திட்டமும் அமுலுக்கு வரவில்லை.

அப்பொழுது நான் நினைத்துக் கொண்டேன் - இந்த இரு அரசாங்கங்களுக்கும் இவ்விஷயத்தில் ஒப்பந்தம் ஏற்பட வேண்டாம். இங்கே மின்சாரம் உற்பத்தி செய்து தொழிற் சாலைகள் நடைபெறத் தொடங்கினால் நாட்டின் வளத்தை அதிகப்படுத்துவது என்ற பெயரால் ஏழை மக்களின் வாழ்வு பறிக்கப்படும் என்ற பயம் எனக்கு ஏற்பட்டது. இதைவிட அதிகம்

கவலைப்பட வேண்டிய விஷயம் - இயந்திரங்கள் இயங்கத் தொடங்கினால் அருவிகள் தடைப்பட்டு இந்த மகோன்னதமான இயற்கைக் காட்சி ஒரேயடியாக அழிந்துவிடும். ஆனால் நல்ல வேளையாக என்னுடைய இந்தப் பயம் உண்மையாகவில்லை.

பொறியியல் நிபுணர்கள் அருவிக்கு வெகுதூரம் மேலே ஓர் அணைக்கட்டு கட்டி நீரைத் தேக்கியிருக்கின்றனர். இந்த வேலை இன்னும் முடிவடையவில்லை. அணை கட்டி தேக்கப் பட்டிருக்கும் நீர் நான்கு கால்வாய்கள் வழியாக அருவியிலிருந்து வெகுதூரம் மைசூரை நோக்கி எடுத்துச் செல்லப்பட்டு, குன்றின் வழியாக கீழே விழச் செய்யப்படுகிறது. அருவியாக இல்லை, நான்கு மிகப்பெரிய குழாய்கள் மூலமாகக் கீழே விழச் செய்யப் படுகிறது. நீர் கீழே விழும் இடத்தில் இந்த நீரின் வேகத்தால் இயங்கும் இயந்திரங்கள் மூலம் மின்சாரம் தயார் செய்யப் படுகிறது. இப்பொழுது இங்கே தயாராகும் மின்சாரத்தின் அளவு- மைசூரின் பசியையும் போக்கி, ஹைதராபாத்துக்கும் ஓரளவு மின்சாரம் அளிக்கப்படலாம். பம்பாய் அரசாங்கத்தைச் சேர்ந்த 'ஹொன்னாவர்' தாலுக்காவின் எல்லை வழியாக ஷராவதி செல்வதால் சில கிலோவாட் மின்சாரம் பம்பாய் அரசாங்கத்துக்கும் அளிக்கப்படும். நியாயப்படி இந்த மின்சாரத்தின் மீது முதல் உரிமை ஹொன்னாவர் தாலுக்காவுக்கும், கார்வார் மாவட்டத்திற்கும் தான் உள்ளது. ஆனால் இந்த மாவட்டம் தொழில் வளர்ச்சியில் இன்னும் முன்னேற்றமடையவில்லை. ஆதலால் தார்வார் மாவட்டத்திற்கு அளிப்பதென முடிவாகி யிருக்கிறது. இதனால் கார்வார் மாவட்டவாசிகள் கோபமடைந் திருக்கின்றனர். கார்வார் மாவட்டத்தின் கனிவளமும், விளை பொருளும் தார்வார் மாவட்டத்தைவிடப் பன்மடங்கு அதிகம். கார்வாரில் கடற்கரை இருப்பதால் அதன் வாணிபமும் மிகவும் பெருகக்கூடும். கார்வார் மாவட்டத்தில் காலீ, கங்காவலீ, அகநாசினி, ஷராவதி- இந்த நான்கு நதிகள் படகுப் போக்கு வரத்துக்குத் தகுதியானவையாக இருப்பதால் இந்த மாவட்டத்தில் தொழில் வளர்ச்சி மிகவும் எளிது. ஆனால் இன்று, இந்த மாவட்டத்தில் பெரிய தொழிற்சாலைகள் இல்லை எனக் காரணம் காட்டி அதற்கு மின்சாரம் தர மறுக்கப்படுகிறது. அதே நேரத்தில், அதனிடம் மின்சார வசதியில்லாததால் அங்கு தொழில் வளர்ச்சி பெருகமுடியாது என்றும் அதனிடம் கூறப்படுகிறது! தமிழில் ஒரு பழமொழி உண்டு- "பெண்ணுக்குக் கலியாணம் ஆகாததால் பயித்தியம் தெளியவில்லை, பயித்தியம் தெளியாததால் கலியாணம் ஆகவில்லை." அதே மாதிரியிருக்கிறது நிலைமை!

நம் சுயராஜ்ஜிய சர்க்காரால் இந்த அநியாயம் நீக்கப்பட்டு கார்வார் மாவட்டத்திற்கு ஷராவதியின் மின்சாரம் கிடைக்கும் என நம்புகிறேன். இதைத் தவிர, கார்வாருக்கருகிலேயே உஞ்சள்ளி, மாகோட் போன்ற வேறு மூன்று அருவிகளும் இருக்கின்றன. ஷராவதியின் மின்சாரம் கிடைத்துவிட்டால் அதன் உதவியால் இந்த அருவிகளையும் முடுக்கிவிட்டு, கார்வார் ஜில்லாவில் மழைபோல மின்சாரமும் அமோகமாகக் கிடைக்கத் தொடங்கும். நான்கு நதிகள் மலையின் உயரத்திலிருந்து கீழே விழும் இடத்தில், இன்றில்லாவிடில் நாளை மனிதன் வியாபாரரீதியில் மின்சாரம் தயாரிக்கத்தான் தொடங்குவான்.

எனக்குத் திருப்தி என்னவென்றால் ஷராவதியின் நீரால் மின்சாரம் தயார் செய்யப்பட்டாலும் ஜோக்கின் இயற்கை அழகு சற்றும் குறைவுபடாது. அணைக்கட்டிற்காக எவ்வளவு நீர் தேக்கப்பட்டாலும், நதியின் சாதாரணமான நீர்ப்பிவாஹம் குறைவுபடாது. மழைநீரை நிரப்பிய பிறகு எப்பொழுதும் உள்ள நீர் எப்பொழுதும்போல் இருந்துகொண்டேயிருக்கும். இதில் நீர்ப்பெருக்கின் திசை, வேகம், நீரின் அளவு ஒன்றிலுமே குறைவு ஏற்படாது. இதற்கு மாறாக, கோடைக்காலத்தில் எப்பொழுதும் பல்லாண்டு காலமாக வறண்டுவிடும் அருவி, வேண்டும் பொழுது நீர்த்தேக்கமாகிய பொக்கிஷத்தைத் திறந்துவிட்டு எவ்வளவு வேண்டுமானாலும் பிரசண்டமாக புயல் வடிவத்தில் காட்சி அளிக்கச் செய்ய முடியும். இரு ஒரு பெரிய லாபம். இதைப் பார்த்து, ஆகாயத்திலுள்ள உஷ்ணத் தேவதைகள்கூட பிரமித்து விடுவார்கள். மனிதனின் விஞ்ஞான சக்திக்கு வாழ்த்துக்கள்!

(ஏப்ரல், 1947.)

15. குஜராத் அன்னை சாபர்மதி

ஆங்கில அரசாங்கத்துக்கு எதிராக ஒத்துழையாமைப் பிரகடனம் செய்து மஹாத்மாஜி சுயராஜ்யத்துக்கு ஆயத்தம் செய்து கொண்டிருக்கிறார். அஹமதாபாத்தில் குஜராத் வித்யா பீடம் அமைக்கப்பட்டிருக்கிறது. சுதந்திரத் தாகமுள்ள இளைஞர்கள் வித்யாலயத்தில் சேர்ந்திருக்கிறார்கள். தங்களது எண்ணங் களையும், கற்பனைத் திறமைகளையும் வெளிப்படுத்துவதற்காக ஒரு மாதச் சஞ்சிகை தொடங்க விரும்பினார்கள். என்னிடம் வந்து அவர்கள் மாதச் சஞ்சிகைக்குப் பெயர் என்ன வைக்கலாம் என்று கேட்டனர்.

நான் சொன்னேன், மாதப் பத்திரிகைகள் நிறையப் பிரசுரமாகின்றன. நீங்கள் இரு மாதத்துக்கு ஒருமுறை, ஒவ்வொரு ருதுவுக்கும் ஒரு முறையாக புதுப்புது உருவத்தில் பிரசுரமாகும் பத்திரிகை ஆரம்பியுங்கள். அதற்குப் பெயர் 'சாபர்மதி' என்று வைக்கலாம். இரண்டு மாதத்துக்கொருமுறை என்பது எல்லோ ருக்கும் பிடித்திருந்தது. ஆனால் 'சாபர்மதி' என்ற பெயர் ஒருவருக்கும் பிடிக்கவில்லை. சாபர்மதிதான் நமக்கு எப்பொழுதும் பரிச்சயமான, எப்பொழுதும் உள்ள நதியாயிற்றே! அதில் நாங்கள் நாள்தோறும் குளிக்கிறோம். அதில் என்ன புதுமை இருக்கிறது? நாம் நமது புதுமலர்ச்சிப் பத்திரிகைக்கு அதன் பெயரை எப்படி வைப்பது? நான் சொன்னேன்- "சாபர் மதியின் பிரவாஹம் புராதனமானது, ஆதலால் தினமும் புத்தம் புதியதாகும்!" உதாரணம் கூறுவதற்காக நான் சொன்னேன்- "சிந்து ஹைதராபாத்திலுள்ள நமது சில நண்பர்கள் தங்கள் கல்லூரியின் பத்திரிகைக்கு 'பூலேலி' என்று பெயர் வைத்திருக்கிறார்கள். 'பூலேலி' சிந்துவின் ஒரு கால்வாய். நமது இந்தச் சேறற்ற 'அநாவிலா' ("**அநாவிலா**" - **நாவல் என்ற நவீனம் இல்லாத பத்திரிகை. அநாவிலாவுக்கு மற்றொரு அர்த்தம் சேறற்றது**)* வான சாபர்மதி காந்தி சகாப்தத்தின் அடையாளச் சின்னமாக விளங்கக்கூடும். நான் சொல்வதை ஏற்றுக்கொண்டு 'சாபர்மதி' என்ற பெயரையே வையுங்கள்."

அவர்கள் என் உத்தரவை ஏற்றுக்கொண்டு 'சாபர்மதி' என்ற பெயரையே வைக்க இசைந்தார்கள். ஆனாலும் அவர்களுக்கு வேறு ஏதாவது விறுவிறுப்பான பெயரையே வைக்கத்தான் விருப்பம் இருந்தது.

நான் நரஹரிபாய் அவர்களிடம் சொன்னேன்- "குஜராத்தின் முக்கியமான அன்னையல்லவா சாபர்மதி. ஆபூ மலையின் ஏரியிலிருந்து உண்டாகும் நதிகளில் சாபர்மதி மூத்தது, சிரேஷ்டமானது. அதைப் பற்றி கத்யஸ்தோத்ரம் எழுதுங்கள்." அவர் மிகுந்த உற்சாகத்துடன் ஒரு சிறிய அழகான கட்டுரை எழுதித் தந்தார். மாணவர்களின் உணர்ச்சி அதிகரித்தது. இந்த அன்னையிடம் அவர்களுக்கு பக்தி ஏற்பட்டது. இதைக் கவனித்த நான், சந்தர்ப்பத்தைப் பயன்படுத்திக் கொண்டு மாணவர்களிடம் "நான் கூறிய பெயரை அரைகுறை மனதாக ஏற்றுக்கொள்வதை நான் விரும்பவில்லை. நீங்கள் விரும்பினால் வேறு பெயர் தேர்ந்தெடுக்கிறேன்" என்று சொன்னேன். எல்லோரும் ஒரே குரலில், "இல்லையில்லை, வேறு பெயர் வேண்டாம், 'சாபர்மதி' என்ற பெயரே அழகாக இருக்கிறது" என்றனர்.

நதிகளைப் பூஜிக்கும் எனது இதயம் அவ்வப்போது பற்பல நதிகளுக்கு அஞ்சலி செலுத்தியிருக்கிறது. சிந்துவிலிருந்து பிரம்மபுத்ர அல்லது இராவதிவரை, தெற்கே பினாகினி, காவேரி இவைகள் வரை பலநதிகளுக்கு நான் நினைவு அஞ்சலி சமர்ப்பித்திருக்கிறேன். ஆனால் இவற்றில் குஜராத்தில் முக்கியமான நதிகள் சேர்க்கப்படாமலிருந்தன என்பதைக் கண்ட பல நண்பர்கள் இதன் காரணத்தைக் கேட்டதோடு குஜராத்தைப் பேணி வளர்க்கும் நதித்தாய்களைப்பற்றி எழுதுமாறு வற்புறுத்திக் கேட்டுக்கொண்டனர்.

நான் கூறினேன்- "நதிகளைப் பற்றி எழுதத்தொடங்கி நான் இவ்விஷயத்துக்கு 'உபஸ்தான மந்திரம்' கூறிவிட்டேன். குஜராத்தின் நதிகளைப் பற்றி குஜராத்தி மொழியிலேயே யாராவது குஜராத்திய சகோதரன் எழுதுவது உசிதமாகும்."

இவ்வாறு யாராவது எழுதுவார்கள் என்று வெகுகாலம் எதிர்பார்க்கப்பட்டது; எனக்கும் அவ்வப்போது வேண்டுகோள் விடுக்கப்பட்டது. ஆனால் கடைசியில் எனது எண்ணம் மனப்பூர்வ மானது என்று நிரூபிக்கப்பட்டது. குஜராத் வித்யாபீட மாணவர் ஒருவர், தாவரங்களிடம் அன்புகொண்டவர். ஸ்ரீ சிவசங்கர் என்பவர், குஜராத்தின் நதித்தாய்களைப்பற்றி எழுதத் தொடங்கினார். இந்த வேலை எப்பொழுதாவது பூர்த்தியடையும். சாபர்மதியின் குடும்பத்தைச் சேர்ந்த நதிகளைப்பற்றி எனக்கு மிகுந்த மகிழ்ச்சி. ஆகையால் நான் மிகவும் விரிவாக எழுதவேண்டிய அவசியம் இல்லை. ஆனால் எந்த நதியின் கரையில் நான் மகாத்மாஜீயுடனும் மற்ற நண்பர்களுடனும் 25, 30 ஆண்டுகள் கழித்தேனோ அந்த நதிக்கு அஞ்சலி செலுத்துவது எனது கடமையாகிவிட்டது. அதையே மிக்க மகிழ்ச்சியுடன் நிறைவேற்றும் பொருட்டு சிறிதளவு எழுதுகிறேன்.

நம் நாட்டுக் கவிகள் ஒவ்வொரு பெயருக்கும் ஏதாவதொரு வடமொழி உருவம் கொடுக்கவே முயன்றிருப்பார்கள். சாபர்மதிக்கு சமஸ்கிருதப் பெயர் ஏற்படுத்தும் போது அவர்கள் "ஸாப்ரமதி" என்ற சொல்லைத் தேடிக் கண்டுபிடித்திருப்பார்கள். பிறகு அதை இரண்டு விதமாகப் பதப்பிரிவு செய்திருப்பார்கள். ஒரு சாரார் இதை 'ஸா ப்ரமதி' எனப் பிரித்து, இவள், வளைந்தும் கோணலுமாக யாத்திரை செய்கிறாள்' எனக் கூறுகிறார்கள். மற்றொரு சாரார் சொல்வது-'இந்த நதியின் பிரவாஹத்துக்கு மேலே ஆகாயத்தில் அப்ர (மேகங்கள்) சஞ்சரிக்கின்றன. ஆகையால் அது 'அப்ரமதி ஸ:'

அல்லது ஸாப்ர- மதி அதாவது மேகங்களோடு கூடியது. (**அப்$_3$ர** - மேகம்) என் கருத்து இந்த இரு முயற்சிகளும், வாதமும் வீண்.

எந்த நதியின் கரைகளில் பசுக் கூட்டங்கள் திரிந்து, புல்மேய்ந்து, புஷ்டியடைகின்றனவோ அது எவ்வாறு கோ+தா (கோதாவரி) எனவும் கோ+மதீ= கோமதீ கோமதி எனவும் (கோ- பசு) பெயர் அடைகிறதோ, எவ்வாறு தனது கரைகளிலும் தன் பிரவாஹத்திலும் நிறையக் கற்களுடன் கூடியதாயிருப்பதால் ஒரு நதி த்ருஷத்வதீ (த்ருஷத்- கூழாங்கல்) என்ற பெயரை அடைகிறதோ, அதே மாதிரி பற்பல ஸரஸ் (ஸரோவர்) ஏரிகளை ஒன்று சேர்ப்பதாலோ அல்லது ஸாரஸ பக்ஷிகளின் கூட்டம் உலாவு தாலோ ஸரஸ்வதீ அல்லது ஸாரஸ்வதி என்ற பெயரை அடைகிறது. அதே நியாயப்படிதான் பாரதத்தின் பற்பல நதிகளுக்கு நமது முன்னோர்கள்*(**பா$_3$க$_4$ - மதீ**) (பாக் - புலி) பாக்மதி. ஹாத்மதி, ஐராவதி போன்ற பல பெயரிட்டனர். இவற்றில் ஹாத்மதி ஸாபர்மதியோடு கலக்கும் நதி. ‘ஸாபர்’ என்ற மான்கள் எந்த நதியின் கரையில் ஆனந்தமாக, சுதந்திரமாக உலாவித்திரிந்து வசித்துவருகின்றனவோ அந்த நதி ஸாபர்மதி. அதன் பெயரை ஸாப்ர (மேகங்களோடு கூடியது) என்ற பெயரோடு இணைக்க யாதொரு தேவையுமில்லை.

குஜராத்தின் நதிகளில் மூன்று நான்கு பெரிய நதிகள் பல மாகாணங்களுடன் இணைந்துள்ளவை. நர்மதா, தாபி, மஹீ இம்மூன்றும் வெகு தூரத்திலிருந்து கிளம்பி கிழக்குப் பக்கத்தி லிருந்து புறப்பட்டு, குஜராத்தில் நுழைந்து கடலில் கலக்கின்றன. சாபர்மதி இவற்றிலிருந்து வேறுபட்டது. ஆராவலி மலையில் பிறந்து இன்னும் பல நதிகளை உடன் அழைத்துக்கொண்டு தெற்கு நோக்கிப் பாய்ந்து, கடைசியில் கடலில் கலக்கிறது. சாபர்மதி போன்ற தன் குடும்பத்தைப் பேணி வளர்க்கும் அன்பு கொண்ட நதி இந்தியாவில் அதிகம் இல்லை. சாபர்மதியை மிகவும் விசேஷமாக “குர்ஜா மாதா” எனக் கூறலாம். அதன் கரைகளில் குஜராத்தின் பூர்வீகக் குடிமக்கள் பழங்காலத்தி லிருந்து வசித்து வந்திருக்கின்றனர். அதன் கரையில் பிராம்மணர்கள் தவம் புரிந்திருக்கின்றனர். ராஜபுத்திரர்கள் (க்ஷத்திரியர்கள்) சிலசமயம் தமது மதத்திற்காகவும், பலதடவை தமது முட்டாள்தனம் நிறைந்த பிடிவாதத்திற்காகவும் தமது வீரத்தைக் காட்டியிருக் கின்றனர். வைசியர்கள் இதன் கரையில் கிராமங்களும் நகரங்களும் அமைத்து குஜராத்தின் செழிப்பைப் பெருக்கியிருக்கின்றனர். இப்பொழுது தற்கால யுகத்தின் நடைமுறையை அனுசரித்து சூத்திரர்களும், சாபர்மதியின் கரையில் மில்கள் உண்டாக்கியிருக்கின்றனர்.

உண்மையை ஆராயப் போனால் இந்த நதிகளோடு நெருங்கிய தொடர்பு பறவைகள், விலங்குள் போல ஆதிவாசி அல்லது பூர்வீகக்குடிகளுக்குத்தான் அதிகம் உண்டு. ஆகையால் சாபர்மதியின் குடும்பம் பரவியதுபற்றிய காவியத்தைச் சேகரிக்க விரும்பினால் புராணங்களின் பக்கம் திரும்புவதற்குப் பதிலாக, ஆதிவாசிகளின் கிராமியக் கதைகளையும், நாட்டுப் பாடல் களையும்தான் முக்கியமாகக் கவனிக்க வேண்டும். இதில் பயம் என்னவென்றால், இக்காலத்து ஆராய்ச்சித்துறை இளைஞர்களுக்கு இந்தப்பணியில் உற்சாகம் தோன்ற வேண்டும் ஆதிவாசிகளான 'கிரி' ஜனங்களோடு (கிரிஜன் -மலைவாசிகள்) ஒன்றாகக் கலந்துவிட அவர்களுக்கு நேரம் கிடைக்க வேண்டும். அதற்குள்ளேயே இந்த ஆதிவாசிகளின் நதிக் கதைகள் மறைந்து போய்விடாமலிருக்க வேண்டும்.

வெறும் நதி பக்தியினால் மட்டும் தூண்டப்பட்டு இங்குள்ள பழங்குடிமக்களின் "வௌட்டா"த் திருவிழாவை எதிர் பார்த்துக் கொண்டு இருப்பது போதாது. ஏழு நதிகளின் நீர் கொஞ்சங் கொஞ்சமாக ஒன்று சேர்ந்து எந்த இடத்தில் கூடுகிறதோ, அதன் காவிய உவகையை அனுபவிக்கவும், அதில் நீராடவும் பழங்குடி மக்களும், மற்றவர்களும் கூடும் இடமாகிய 'வௌட்டா'வில் சாபர்மதியைப் பற்றிப் பழங்கதைகள் நமக்குக் கிடைக்காமலா போகும்?

சாபர்மதியின் பழைய பெயர்களை ஆராயும்போது கஸ்யபகங்கா போன்ற மற்றும் சில பெயர்களும் கட்டாயம் கிடைக்கும். நதியை எந்தவிதமாவது கங்கையின் அவதாரம் என்று கூறாதவரையில் ஆரியர்களுக்குத் திருப்தியேற்படுவ தில்லை. ஆனால் எனக்கும் சாபர்மதியின் பழைய பெயரான 'சந்தனா' தான் மிகவும் கவர்ச்சியளிக்கிறது. ஏனெனில் - நான் கேள்விப்பட்டிருக்கிறேன் - சிற்சிற இடங்களில் அது மஞ்சள் மண்ணின் மேல் ஓடுவதனால் அதன் நிறம் கோரோசனையின் நிறம்போல் இருக்கிறது. ஆனால் சாபர்மதியின் எந்தக் கரையின் மீது நான் முப்பது ஆண்டுகள் கழித்தேனோ அது நல்லவர்கள், மஹாத்மாக்கள் இவர்களுடைய உள்ளங்களைப்போல முற்றிலும் தெளிவானதாயிருக்கிறது.

ஆற்றின் நீர் ஆழமில்லாமல் சுலபமாகக் கடந்து அக்கரை வரை செல்லக்கூடிய இடங்கள் சம்ஸ்கிருதத்தில் 'தீர்த்தம்' என்று கூறப்படுகின்றன. பல இடங்களில் முயற்சி செய்து பார்த்த பிறகு யாத்திரீகர்கள் இன்னின்ன இடங்கள் இவ்வாறான துறைகள்

என்று நிச்சயிக்கின்றனர். ஆகையால் சிறிது தூரம் யாத்திரை செய்து இவ்வாறு உள்ள ஒரு துறையை அடைந்ததும் அங்கேயே தங்கிவிடுகின்றனர். பிறகு அங்கே அமர்ந்து களைப்பாறுகின்றனர். பேசுகிறார்கள்; ஆற்றின் நீர் திடீரென்று பெருகிவிட்டால் அது குறையும்வரை சில மணிநேரங்கள் அல்லது சில நாட்கள் வரையிலும் அங்கேயே தங்குகிறார்கள். இம்மாதிரி, இயற்கை யாகவே மக்கள் எங்கு கூடுகிறார்களோ அவ்விடங்களில் தர்மத் தொண்டிற்காகவும், மக்கள் சேவைக்காகவும் பரம கருணையுள்ளம் படைத்த சாதுக்களும் வந்து தங்கிவிடுகிறார்கள். ஆகையால் 'தீர்த்தம்' என்ற சொல்லுக்கு மற்றோர் புதிய அர்த்தமும் ஏற்பட்டுவிட்டது. ஆரம்பத்தில் 'தீர்த்தம்' என்ற சொல்லுக்குப் பொருள் நதியை எங்கு சுலபமாகக் கடக்க முடியுமோ அந்த இடம் என்றுதான் இருந்தது. இதைவிட அதிகமான பொருள் ஒன்றும் கிடையாது. ஆனால் சாது மஹாத்மாக்கள் எங்கு கூடி உலகமாகிய பெருங்கடலை, பிறவிப்பெருங்கடலை நீந்த உபதேச மொழிகள் கூறுகின்றனரோ, அதற்கு வழிமுறைகளும் கற்பிக் கின்றனரோ அந்த மாதிரியான 'தீர்த்தஸ்தான'ங்களுக்கு விசேஷ மான புனிதத் தன்மை தானாகவே ஏற்பட்டுவிடுகிறது.

அஹமதாபாத்துக்கருகில் சாபர்மதியில் ரயில்வேப் பாலத்தி லிருந்து சர்தார்ப் பாலம் வரையிலும், அதற்கு இன்னும் தெற்கேயும் பல 'தீர்த்தங்கள்' இருக்கின்றன. இவை சாபர்மதியோடு சந்திரபாகா நதி கலக்கும் இடத்தில் ததீசி முனிவர் தவம் புரிந்தார், ஆகையால் அது மிகவும் புனிதமான இடமாகக் கருதப்படுகிறது. அக்கம் பக்கத்திலுள்ள மக்கள் இவ்வுலகத்தை நீத்து அவ்வுலகுக்கு ஏகும் யாத்திரீகர்களுக்குத் தீயிட்டு விடை கொடுத்தனுப்புவதற்குரிய இடமும் இங்கே தான் தேர்ந்தெடுத்திருக்கின்றனர். மயானத் தலைவனான கடவுள் தூதேஸ்வர மஹாதேவன் இங்குதான் அமர்ந்து இந்த மஹாயாத்திரையைக் கண்காணித்து வருகின்றார்.

* * *

அண்ணல் காந்தியடிகள் தமது தோழர், ரங்கூன் வாசியான டாக்டர் பிராண ஜீவன் மேஹ்தா அவர்களையும் ரணோலீ வாசியான என் நண்பர் நாநாபாயீ படேலையும் அழைத்துக் கொண்டு ஆசிரமத்திற்காக இடம் பொறுக்கும் பொருட்டுக் கிளம்பிய நாள் என் நினைவுக்கு வருகிறது. நானும் கூடச் சென்றேன். அந்த நாளிலிருந்து இந்த இடத்தோடு எனக்கு நெருங்கிய தொடர்பு ஏற்பட்டுவிட்டது. இந்த இடத்தில் முதலாவது மண்வெட்டி வெட்டு நான்தான் வெட்டி மண் எடுத்தேன். இங்கே முதலாவது

கூடாரமும் நான்தான் அமைத்தேன். அதற்குப் பிறகும் பல கூடாரங்கள் அமைத்தேன், குடிசைகள் கட்டினேன், வீடுகள் கட்டச்செய்தேன்; கதர் இயக்கம், உழவு, பசுக்களைப் பராமரிக்கும் இயக்கம், சுதேசிப்பள்ளிகள் இயக்கம், தேசிய உற்சவங்கள், நாடோடி நடனம், நாட்டுப் பாடல் இயக்கங்கள், சாஸ்திரீய சங்கீத வளர்ச்சி, 'நவஜீவன்', 'யங் இந்தியா' பத்திரிகைகளின் உதயம், இலக்கிய நிர்மாணப் பணி, சத்தியாக்கிரஹம், மில் அதிபர்களுடன் தொழிலாளர்களின் சச்சரவுகள், கடைசியில் இந்திய மண்ணிலிருந்து பிரிட்டிஷ் ஆட்சியை வேரோடு பிடுங்கி யெறிவதற்காக 'தண்டி யாத்திரை' - இந்த எல்லா இயக்கங்களும் இந்த ஆசிரமத்தில்தான் உதயமாகி இங்கிருந்துதான் வளர்ச்சி யடைந்தன. ரௌலட் சட்டத்துக்கு எதிராகக் கிளர்ச்சி, அதிலிருந்து கிளம்பிய பஞ்சாப் கலவரங்கள், ஜாலியான்வாலா பாக் சம்பவம், கேடா சத்தியாக்கிரஹம், பர்டோலிச் சண்டை, குஜராத் வித்யாபீடம் அமைத்தல், காங்கிரஸ் மஹாசபைக் கூட்டங்கள், நாட்டின் ஒவ்வொரு தேசீய, சமூக, கலாச்சார, பொருளாதார இயக்கம் இவை யாவற்றுக்கும் இந்தச் சாபர்மதிக் கரைதான் கேந்திர ஸ்தானமாக விளங்கி வந்தது. சாபர்மதியின் மணற் பரப்பில் கூட்டங்கள் கூடும்போது லட்சக்கணக்கான மக்கள் அங்கு கூடுவார்கள். இந்தச் சாபர்மதியின் 'ஜீவன்லீலா' குஜராத் மட்டும் அல்லாமல் பாரதம் முழுமையின் வாழ்வையே மாற்றி விட்டது. அன்று இங்கு நிலவிவந்த சூழ்நிலை இன்று அகில உலகத்தின் அரசியலில் ஒரு புதிய மனப்பான்மையையும், புதிய திருப்பத்தையும் உருவாக்கி ஒரு புதிய யுகத்துக்கு அடிகோலி வருகிறது.

இந்தச் சாபர்மதியின் நீரில் நாங்கள் என்னென்ன மகிழ்ச்சி கொண்டாடியிருக்கிறோம்! ஆசிரமத்துப் பையன்கள் பெண்களுக்கு, பல ஆசிரியர்களுக்குக் கூட, இதில் நான் நீந்தக் கற்றுக் கொடுத்திருக்கிறேன். அதன் மணலில் அமர்ந்து கீதை உபநிஷத்துக்களைப் பாடம் செய்திருக்கிறோம். கீதை பாராயணம் பல வாரங்கள் வரை இங்கு நடை பெற்றிருக்கிறது. இந்த ஆசிரமத்துப் பூமியில் நிற்கும் எல்லா மரங்களும் எங்கள் கையாலேயே நடப்பட்டவை.

அந்த 'நிர்மாண காலம்' மிகவும் அற்புதமானது. ஒவ்வொரு வருடைய மனத்திலும் ஒரு புதிய சக்தி தரும் ஆத்மா பிரவேசித் திருந்தது. அது எல்லோரிடமும் பல்வேறு விதமான வேலைகள் வாங்கி வந்தது. உணவு விஷயங்களில் மட்டும் தான் நாங்கள் அங்கு

பரிசீலனைகள் நடத்தினோம் என்பதில்லை. குடும்ப வாழ்க்கையைப் பற்றிய பல பரிசீலனைகள் நடத்தினோம். கல்விமுறை இங்கு பலதடவை மாறியதுண்டு. அதில் பல தடவைகள் புதுப்புதுப் புரட்சிகள் செய்து பார்த்தோம். வாழ்க்கையின் ஒவ்வொரு அம்சத்திற்கும் நாங்கள் புதுப்புது கோட்பாடுகள், திட்டங்கள் தயார் செய்து கொண்டே போனோம். இந்த எல்லா ஆக்கவழி முறைகளுக்கும் சாபர்மதி சாட்சியாய் அமைந்திருந்தது.

பாரதத்தின் வரலாறு அகில உலகத்துக்கும் படிப்பு ஊட்டும் விஷயமாக இருந்து வரும் காலம் வரை, பாரதத்தின் வரலாற்றில் மஹாத்மா காந்தியடிகளின் இடம் நிலைபெற்று இருக்கும் காலம் வரை, சாபர் மதியின் பெயரும் உலகமக்களின் நாவில் இருந்து வரும்.

(மே, 1955.)

16. இருகுலத் தொடர்புள்ள நர்மதை

நமது பாரதநாடே மஹாதேவனின் உருவம் போன்றது. இந்தியாவின் வரைபடத்தைத் தலைகீழாகப் பிடித்தால் அதனுடைய உருவம் சிவலிங்கம் போன்றிருக்கும். வடக்கிலுள்ள இமயமலை அதன் அடித்தளம், கன்யாகுமாரி சிவலிங்கத்தின் சிகரம்.

குஜராத்தின் படத்தை சற்றுத் திருப்பி, கிழக்குப் பக்கத்தைக் கீழ்பாகமாகவும் சௌராஷ்டிரத்தின் ஓரத்தை மேல் பக்கமாகவும் வைத்துப் பார்த்தால் அதுவும் சிவலிங்கம் போலவே காணப்படும். நம் நாட்டில் உள்ள மலைகளின் சிகரங்களெல்லாம் சிவலிங்கங்கள் தாம். கைலாயத்தின் சிகரத்தின் உருவமும் சிவலிங்கம் போன்று தான் இருக்கிறது.

இந்த மலைகளின் காடுகளிலிருந்து ஏதாவதொரு நதி உற்பத்தியானால், கவிகள் இது சிவபெருமானுடைய ஜடையிலிருந்து கிளம்பிவரும் கங்கையாறு அல்லவா என்று சொல்லாமல் இருப்பதில்லை. சிலர் மலையிலிருந்து கிளம்பிவரும் நீரின் பிரவாஹத்தை அப்ஸரா (தேவகன்னிகை) என்றும் சொல்வதுண்டு. மற்றும் சிலர் பர்வதத்தின் இந்த எல்லாக் குமாரிகளையும் பார்வதி என்றே அழைப்பதும் உண்டு.

இப்படிப்பட்ட ஒரு தேவகன்னிகை போன்ற நதியைப் பற்றித்தான் இன்று சில விஷயங்கள் சொல்ல விரும்புகின்றேன். மஹாதேவ மலைக்கருவில் ‘மேகல’ மலையின் அடிவாரத்தில்

'அமரகண்டக்' என்ற பெயருள்ள ஒரு ஏரி இருக்கிறது. அங்கிருந்து தான் 'நர்மதை' உருவாகியிருக்கிறது. நல்ல புற்களை விளையச் செய்து பசுக்களின் எண்ணிக்கையைப் பெருகச் செய்யும் நதியை ('கோ$_3$தா$_3$') கோதா என்று சொல்கிறோம். 'யஶஸ்' (கீர்த்தி) கொடுக்கும் கொடும் நதி 'யஸோதா' என அழைக்கப்படுகிறது. தனது பிரவாஹத்தின் அழகாலும் கரைகளின் அழகாலும்* **(வடமொழியில் 'நர்ம'(நர்மன்) என்ற சொல்லுக்கு சிரிப்பு, வேடிக்கை, பரிகாசம் என்ற பொருள்கள் உண்டு. தோ என்ற சொல்லுக்கு அளிப்பவள் என்று பொருள்)** அல்லது ஆனந்தம் அளிப்பது **நர்ம-தா** என அழைக்கப்படுகிறது. இதன் கரையில் உலாவிய போது மிகுந்த ஆனந்தம், மகிழ்ச்சி, அடைந்த ஏதோ ஒரு முனிவன் இந்த நதிக்கு இந்தப் பெயர் சூட்டியிருக்கலாம். அதை 'மேகல் கன்யா' (மேகலாபுத்ரி) அதாவது மேகலா என்றும் அழைக்கிறார்கள்.

இமயமலை எவ்வாறு திபேத்தையும், சீனாவையும் பாரதத்தி லிருந்து பிரிக்கிறதோ, அதேபோல் இந்த நர்மதா நதி வட இந்தியா அல்லது ஹிந்துஸ்தானம், தென்னிந்தியா அல்லது தக்காணம் இவையிரண்டிற்கும் நடுவில் எண்ணூறு மைல் நீளமுள்ள ஒரு பளபளக்கும், துள்ளி ஓடிவரும், உயிருள்ள கோடு வரைகிறது. யாரும் இந்தக் கோட்டை அழித்து விடாதபடி ஈசுவரன் இந்த நதியின் வடபாகத்தில் விந்தியமலை, தென் பாகத்தில் சத்புடா ஆகிய இரு மலைத்தொடர்களையும் அமைத் திருக்கிறான். இப்படிப்பட்ட திறமை சாலியான சகோதரர்களின் காவலுக்கு நடுவில் நர்மதை குதித்தோடிக்கொண்டு, பல மாகாணங் களைக் கடந்து 'ப்ருகுகச்ச' அல்லது 'படோச்'சுக்கருகில் கடலில் போய்க் கலக்கிறது.

விந்திய மலையின் அமரகண்டக் சிகரத்துக்கருகில் நர்மதை கடல் மட்டத்துக்கு மேல் சுமார் 5000 அடி உயரத்தில் உற்பத்தி யாகிறது. இப்பொழுது எண்ணூறு மைல் தூரத்துக்கு 5000 அடி கீழேயிறங்கி வந்து விடுவது அவ்வளவு சுலபமான காரியமில்லை. ஆகையால் நர்மதை பல இடங்களில் மெதுவாகவும் வேகமாகவும் குதிக்கிறது. இவ்வாறு குதிப்பதைக் கொண்டே நமது முன்னோர் களில் சில கவிகள் இதற்கு 'ரேவா' என்று ஒரு பெயரும் கொடுத்திருக்கிறார்கள். 'ரேவ' என்ற வடமொழி வினைச் சொல்லுக்கு அர்த்தம் குதிப்பது. ரேவா என்றால் குதிப்பவள் எனப்பொருள்.

அடிக்கடி, சிறிது தூரத்துக்கொரு முறை குதித்துக் குதித்து ஓடும் ஆறு, படகுகள் தோணிகள் மூலம் வெகுதூரம் யாத்திரை

செய்யப் பயனற்றது. கடலிலிருந்து வரும் கப்பல் அதிகப்படியாக 30 அல்லது 35 மைல் வரைதான் போய்வர முடிகிறது. மாரிக்கால முடிவில் அதிக பட்சம் ஐம்பது மைல் வரை போக முடிகிறது.

வடக்கு, தெற்கு ஆகிய இரு மருங்கிலும் பெரிய பெரிய மலைகளையுடைய நதியிலிருந்து கால்வாய்கள் வெட்டி வெகு தூரம்வரை எவ்வாறு நீர் எடுத்துச் செல்லமுடியும்? ஆகவே நர்மதை எவ்வாறு படகு ஓட்டிச் செல்ல அதிகம் பயன்படுவ தில்லையோ, அதேபோல் நீர்ப்பாசனத்துக்கும் அதிகம் பயன் படுவதில்லை. இருந்தபோதிலும் இந்த நதியின் தொண்டு மற்றொரு விதத்தில் சற்றும் குறைந்ததில்லை. அதன் நீரில் வாழும் மீன்களுக்கும், முதலைகளுக்கும், அதன் கரைகளில் திரியும் கால்நடைகளுக்கும், அங்கு வசிக்கும் குடிமக்களுக்கும் பற்பல விலங்குகளுக்கும், அதன்மேல் ஆகாயத்தில் ஒலி செய்து கொண்டு பறந்து திரியும் பறவைகளுக்கும் அது அன்னையாக விளங்குகிறது.

இந்தியர்கள் தமது பக்தியையெல்லாம் கங்கையின்பால் கொட்டிச் செலுத்தியுள்ளபோதிலும், நர்மதையின் கரையில் அடிக்கொரு கோயிலாக அமைந்துள்ள அளவு கோயில்கள் வேறு எந்த நதிக்கரையிலும் காண முடியாது.

புராணகர்த்தாக்கள் கங்கை, யமுனை, கோதாவரி, காவேரி, கோமதி, ஸரஸ்வதி முதலிய நதிகளில் நீராடுவது, அந்நதிகளின் கரைகளில் செய்யப்படும் தான புண்யங்கள் இவற்றின் பெருமை பற்றி எவ்வளவுதான் வர்ணித்திருந்தபோதிலும், இந்த நதிகளை பிரதக்ஷிணம் செய்வது (வலம் வருதல்) பற்றி யாரும் ஏதும் யோசிக்கவில்லை. ஆனால் நர்மதையின் பக்தர்கள் கவிகளுக்கே தோன்றக்கூடிய முறையில் நியமங்கள் ஏற்படுத்தி நர்மதை முழுவதையும் வலம் வரும் 'பரிகம்மா'ச் சடங்கை ஏற்படுத்தி யிருக்கிறார்.

நர்மதை உற்பத்தியாகும் இடத்திலிருந்து ஆரம்பித்து தென்கரை வழியாகச் சென்றுகொண்டே கடலில் சங்கமமாகும் இடம்வரை செல்லுங்கள். அங்கே படகில் அமர்ந்து கடல் வழியாக வடகரையை அடையுங்கள். அங்கிருந்து மறுபடி கால்நடையாக 'அமர் கண்டக்'குக்குப் போய்ச் சேருங்கள். ஒரு பிரதக்ஷிணம் பூர்த்தியாகிறது. இதில் ஒரு நியமம் என்னவென்றால் இந்த வலம்வருதலின்போது ஒரு இடத்திலும் நதியைக் கடக்கக் கூடாது; அல்லது நதியின் பிரவாஹத்தை விட்டு வெகுதூரம் சென்றுவிடக்கூடாது. எப்பொழுதும் நதியைத் தரிசித்தவண்ணமே

சென்றுகொண்டிருக்க வேண்டும். நீர் அருந்த வேண்டுமானால் 'நர்மதை'யின் நீரையே பருகவேண்டும். தன்னிடம் அதிகப் பணம் வைத்துக்கொண்டு ஆடம்பரங்களில் ஈடுபடக்கூடாது. நர்மதையின் கரையிலுள்ள காடுகளில் வசிக்கும் ஆதிவாசிகளின் மனத்தில் யாத்திரீகர்களின் பொருள்களைப்பற்றி விசேஷ கவனம் உண்டாகிறது. உங்களிடம் அதிகப்படியான துணிகள், பாத்திரங்கள் அல்லது பணம் இருக்குமானால், அவர்கள் உங்களை இந்தச் சுமையிலிருந்து விடுவித்துவிடுவார்கள்

பசியால் வாடும் இந்த ஏழைச் சகோதரர்களைப் போலீஸ் காவல் படையினர் மூலம் வழிக்குக் கொண்டுவருவது பற்றி யாருக்கும் தோன்றுவதில்லை. இந்த ஆதிவாசிகளும் யாத்திரீகர் களின் பொருள்களின்மீது தமக்கு முழு உரிமை உண்டு என்றே கருதுகிறார்கள். காடுகளில் கொள்ளையடிக்கப்பட்ட யாத்திரீகர் கள் காட்டைவிட்டு வெளியே வரும்போது, தரும சிந்தனை யுள்ள சிலர் இந்த யாத்திரீகர்களுக்கு உடையும், உணவுப் பொருள்களும் கொடுத்து உதவுகிறார்கள்.

இந்த விரதத்தில் சிரத்தையுள்ளவர்கள் எல்லா நியமங் களையும் கடைப்பிடித்து, முக்கியமாக பிரம்மச்சரிய விரதத்தைக் கடைப்பிடித்து, மூன்று ஆண்டுக் காலத்தில் நர்மதையை வலம் வந்து முடிக்கிறார்கள். 'சாதுர்மாஸ்ய' காலத்தில் அவர்கள் இரண்டு மூன்று மாதங்கள் எங்கேயாவது சாதுக்களோடு தங்கி, அவர்களுடைய உபதேச மொழிகளைக் கேட்டு வாழ்க்கையின் இரகசியங்களை அறிந்துகொள்ள முயல்கின்றனர்.

இந்தப் 'பரிகம்மா' இரண்டு விதமாக உள்ளது. அவற்றில் ஒன்று மிகவும் கடினமானது, கடலுக்கருகில்கூட நதியைக் கடக்கக் கூடாது. உற்பத்தியிடத்திலிருந்து முகத்துவாரம்வரை சென்ற பிறகு மறுபடி அதே வழியாகத் திரும்பி உற்பத்தி ஸ்தானத்துக்கு வரவேண்டும்.பிறகு வடக்குக்கரை வழியாக கடற்கரைவரை சென்று மறுபடி அதே வழியாகத் திரும்பி உற்பத்திஸ்தானத்துக்குத் திரும்பி வருதல். இந்தவிதம் இரு மடங்கு பிரதக்ஷிணம் ஆகிவிடுகிறது. இதன் பெயர் ஜலேரி.

ஆடம்பரம், சுகம் இவற்றைத் தவிர்த்துத் தவம் பூண்டு ஒரே நதியை நினைவிலிருத்திக்கொண்டு அதன் கரையிலுள்ள கோயில்களைத் தரிசித்தல், அருகில் வசிக்கும் சாதுக்கள், மஹாத்மாக்களைக் கண்டு வணங்கி அவர்களது உபதேச மொழிகளைக்கேட்டல்,இயற்கையின் அழகையும்பெருமையையும்

கண்டுகளித்த வண்ணம் வாழ்வின் மூன்று ஆண்டுகளைக் கழித்தல் சாதாரண காரியமல்ல. இதில் கடுமை இருக்கிறது. தவம் இருக்கிறது. தைரியம் இருக்கிறது. வெளிச் சிந்தனைகளை விட்டு உள் நோக்காக ஆத்ம விசாரணை செய்துகொண்டு, ஏழை எளியவர்களோடு ஒன்றாகக் கலந்துவிடும் பரந்த மனப்பான்மை இதில் இருக்கிறது. தானே இயற்கையோடு இயற்கையாக ஆகிவிடும் விரதம் இருக்கிறது. மேலும், இந்த இயற்கையின் மூலமே இயற்கையில் வதிந்திருக்கும் கடவுளைக் காணும் கடும் சாதனை இதில் அடங்கியிருக்கிறது.

இந்த ஆற்றின் கரையில் உள்ள வளமும் பெருமையும் சாதாரணமானதல்ல. பற்பல யுகங்களாகப் பெருமை வாய்ந்த சாதுக்களும், 'மஹந்து'க்களும், வேதாந்திகளும், சன்னியாசிகளும், கடவுளின் லீலையைக் கண்டு மனநெகிழ்வு கொள்ளும் பக்தர்களும், தத்தம் சரித்திரங்களை இந்த நதியின் கரையில் பதியவைத்திருக் கின்றனர். தன் குலப்பெருமையை நிலைநாட்டுபவர்களும், குடி மக்களைக் காக்கும் பொருட்டுத் தன் உயிரையும் தியாகம் செய்யும் க்ஷத்திரிய வீரர்களும் இந்த நதிக்கரையில் தம் பராக்கிரமத்தை மதிப்பிட்டிருக்கின்றனர். பல அரசர்கள் தம் தலைநகரைக் காக்கும் பொருட்டு நர்மதையின் கரையில் சிறியதும் பெரியது மான பல கோட்டைகள் கட்டி யிருக்கிறார்கள். கடவுளை வழிபடும் பக்தர்களும், மத சம்பந்தமான கலைப் பொக்கிஷங்கள் நிரம்பிய பற்பல கோயில்களை ஆங்காங்கு கட்டியிருக்கிறார்கள். ஒவ்வொரு கோயிலும் தனது கலைகளின் மூலம் உங்கள் மனதை வசீகரித்து, கடைசியில் தன் சிகரமாகிய விரலை உயரநோக்கிச் சுட்டிக் காட்டி, எல்லையற்ற வான வெளியில் தோன்றும் மேகச்யாமளனைத் தியானிக்கும்படி தூண்டுகிறது.

மசூதியில் பிரார்த்தனை நேரத்தை அறிவிப்பதற்காகக் கூவுபவனின் குரலைக்கேட்டு கடவுள் பக்தர்களுக்கு 'நமாஸ்' படிக்கவேண்டிய நேரம் நினைவுக்கு வருவதுபோல, வெகு தூரத்திலிருந்தே காணப்படும் கோயில்களின் சிகரங்களாகிய விரல்கள் நம்மையும் துதிபாடும்படி தூண்டுகின்றன.

நர்மதை நதிக்கரையில் சிவன் அல்லது விஷ்ணுவைக் குறித்தோ, ராமன் அல்லது கிருஷ்ணனைக் குறித்தோ, ஜகதீஸ்வரன் அல்லது ஜகதம்பாவைக் குறித்தோ, துதிபாட ஆரம்பிப்பதற்கு முன்னர் 'ஸபிந்து ஸிந்து சுஸ்கலத் தரங்கபங்க ரஞ்ஜிதம்'எனத் தொடங்கும் நர்மதாஷ்டக ஸ்தோத்திரம் பாடவேண்டும். இவ்விதம் இந்தச் சுலோகத்தின் குறில், நெடில் எழுத்துக்கள்

நர்மதையின் பிரவாஹத்தைப் பின்பற்றி உச்சரிக்கப்படும்போது, பக்தர்கள் பரவசமடைந்து, 'ஏ அன்னையே! உனது புனிதநீரை வெகு தூரத்திலிருந்து கண்டமாத்திரத்திலேயே உலக இன்னல்கள் யாவும் விலகிவிட்டன- **'க$_3$தம் ததை$_3$வ மே ப$_4$யம் த்வதம்பு$_3$ வீக்ஷிதம் யதா$_3$!'** என்று கூறி பக்தி மேலிட்டு - **'த்வதீ$_3$ய பாத$_3$ பங்கஜம் நமாமி தே$_3$வி நர்மதே$_3$!"** (ஏ தேவி நர்மதையே! உனது பாதத் தாமரைகளில் வணங்குகிறேன்) என்று சொல்லிக்கொண்டே வணங்குகின்றனர்.

நர்மதை நமக்கும் நமது புராதனப் பண்பாட்டிற்கும் எவ்வாறு அன்னையாக விளங்குகிறதோ, அவ்வாறே நம் சகோதரர்களான அங்குள்ள பூர்விகக் குடிமக்களுக்கும் அன்னைதான். இந்த மக்கள் நர்மதையின் கரைகளில் பல்லாயிரம் ஆண்டுகள் ஆட்சி புரிந்தார்கள். பல கோட்டைகள் கட்டினார்கள். மேலும், தங்களது ஒரு தனிப்பெரும் வனப் பிரதேசப் பண்பாட்டையும் வளர்த்தார்கள்.

எனக்கு ஒரு விஷயம் எப்பொழுதும் தோன்றி வருகிறது. நம் நாட்டின் சரித்திரத்தை மாகாணங்கள் அல்லது ராஜ்ஜியங் களையொட்டி எழுதுவதற்குப் பதிலாக நதிகளை அனுசரித்து எழுதினால் அதில் மக்களது வாழ்க்கை இயற்கையோடு ஒன்றிக் கலந்திருப்பதையும், ஒவ்வொரு பிரதேசமும் உழைப்பால் உயர்ந்த வைபவம் அந்த நதியின் உற்பத்தி ஸ்தானத்திலிருந்து முகத்துவாரம் வரை பரவியிருப்பதையும் காணலாம். சிந்துநதிக் கரையில் வளரும் குதிரைகளுக்கு நாம் 'சைந்தவம்' எனப் பெயரிட்டிருப்பது போலவும், பீமா நதிக்கரையில் வளர்ந்து தேர்ச்சியடைந்துள்ள மட்டக் குதிரைகளை 'பீம்தடீ' குதிரை எனப் புகழ்வது போலவும், கிருஷ்ணா நதிப் பள்ளத்தாக்கின் பசு, காளைகளை நாம் வெகுவாக விரும்புவது போலவும், பழங் காலத்தில் ஒவ்வொரு நதிக்கரையிலும் வளர்ச்சியடைந்த நாகரிகம் தன் தனிச் சிறப்புப் பெயரால் அழைக்கப்பட்டுவந்தது.

அதிலும், குறிப்பாக நர்மதை நதி இந்திய நாட்டுப் பண்பாட்டின் இரு முக்கியமான பிரிவுகளுக்கு எல்லைக்கோடாகக் கருதப்பட்டு வந்தது. 'ரேவா'வுக்கு வடபாகத்தில் பஞ்ச கௌடர்களின்* **(நர்மதையின் (விந்திய மலையின்) வடக்கே யுள்ளவர்கள் பஞ்ச கௌடர்கள், தெற்கே உள்ளவர்கள் பஞ்ச திராவிடர்கள் எனப்படுகின்றனர்.)** சிந்தனை நிரம்பிய பண்பாடும், ரேவாவுக்குத் தென்பகுதியில் ஆசார நியமங்கள் நிறைந்த 'பஞ்சத்ராவிட'ப் பண்பாடும் முக்கியமானவையாகக்

கருதப்பட்டன. விக்கிரம ஆண்டின் கால அளவும், சாலிவாஹன சகாப்தத்தின் (சக ஆண்டின்) கால அளவும்- இவ்விரண்டுமே நர்மதையின் கரையில் வழக்கத்தில் இருக்கின்றன.

நர்மதை வட இந்தியாவுக்கும், தென்னிந்தியாவுக்கும் இடையில் ஓர் எல்லைக்கோடு இழுக்கும் பணியைச் செய்கிறது என நான் கூறினேனல்லவா? ஆனால் அதோடு போட்டி போடக்கூடிய மற்றொரு நதியும் உள்ளது. நர்மதை மதிய பாரத்திலிருந்து மேற்குக்கரை வரையில் கோடு வரைகிறது. கோதாவரியோ இது சரியில்லை என நினைத்து, மேற்கு மலையின் ஹைஹ்யாத்ரியிலிருந்து, கிழக்குக் கடல் வரை தானும் ஒரு வளைந்த கோட்டை இழுத்திருக்கிறது. ஆகையால் வடக்குப் பக்கத்திலுள்ள பிராம்மணர்கள் சங்கற்ப மந்திரம் சொல்லும்போது, **“ரேவாயா: உத்தரே தீரே”** (ரேவாவின் வடகரையில்) என்றும் பைடன் நகரப் பெருமை கொண்ட தெற்குப் பக்கத்து பிராம்மணர்களாகிய நாங்கள், **“கோ$_3$தா$_3$வர்யா: த$_3$க்ஷிணே தீரே”** (கோதாவரியின் தென்கரையில்) என்றும் சொல்லுகின்றனர். எந்த நதிக் கரையில் சாலிவாஹன அல்லது சாதவாஹன அரசர்கள் மண்ணிலிருந்து மனிதர்களைப் படைத்து, அவர்களுடைய சேனையைக் கொண்டு யவனர்களைத் தோற்கடித்தார்களோ, அந்த கோதாவரி நதிக்கு சங்கற்ப மந்திரத்தில் இடம் கிடைக்காமலிருக்க முடியுமா?

* * *

நர்மதை நதியை நானும் ‘பரிகம்மா’ செய்திருக்கிறேன். ‘அமர் கண்டக்’ வரை சென்று நர்மதையின் உற்பத்தியை தரிசிக்க வேண்டும் என்று எனக்கு வெகு காலமாக சங்கல்பம். சென்ற ஆண்டு விந்தியப் பிரதேசத்தின் தலைநகரான ‘ரீவா’ வுக்குச் சென்றிருந்தோம். ஆனால் ‘அமர்கண்டக்’குக்குப் போக முடியவில்லை. நர்மதையை மட்டும் பல இடங்களில் தரிசித்தோம். ஆனால் நர்மதையின் காவிய மயமான அனுபவம் ஜபல்பூருக் கருகிலுள்ள ‘பேடா காட்’டில்தான் அடைய முடிந்தது.

‘பேடாகாட்’டில் படகில் அமர்ந்து பல நிறங்கள் கொண்ட சலவைக்கல் மலைகளின் வழியாக நீர்ப்பரப்பில் செல்லும் போது, யோக வித்தையில் பிரவேசித்து மனிதனுடைய மனதின் ஆழ்ந்த ரகசியங்களை நாம் கண்டறிவதுபோல் தோன்றிற்று. அதிலும், ‘பந்தர்கூச்’ சுக்கருகில் முன்காலத்து வீரர்கள் இங்கே குதிரைகளைத் தட்டிவிட்டு மறுகரைக்குத் தாவிக்குதித்துவிடுவார்கள் என்று கேள்வியுற்றபோது, இந்தியாவின் மத்தியகாலச் சரித்திரம் எங்கள்முன் மறுபடி உயிர் பெற்றுக் காட்சியளித்தது.

இந்தக் கம்பீரமான இடத்தின் பெருமையை அறிந்துதான் யோக வித்தையை உபாசித்து வந்த யாரோ ஒருவர் அருகிலுள்ள குன்றின் மேல் 64 யோகினிகளின் கோயிலைக் கட்டுவித்து, அவற்றின் சக்கரத்துக்கு நடுவில் நந்தியின்மேல் அமர்ந்திருக்கும் சிவன்-பார்வதியின் மூர்த்திகளை அமைத்திருக்கிறார். இந்த யோகினிகளின் சிலைகளைப் பார்த்தால் பாரத நாட்டின் சிற்பக்கலைக்கு நம் தலை தானே வணங்குகிறது. அத்தோடு, இம்மாதிரியான சிற்பங்களை உடைத்துப் பின்னப்படுத்தும் மனிதர்களின் நாத்திகம் நிறைந்த முட்டாள்தனத்தைக் கண்டு மனம் புண்படுகிறது. ஆனால் நமக்குத்தான் உடைந்த சிற்பங்களைப் பார்க்கும் வழக்கம் பல நூற்றாண்டுகளாக ஏற்பட்டுவிட்டதே !

* * *

இடார்ஸி - ஹோஷிங்காபாத்துக்கருகில் நர்மதை முற்றிலும் வேறு விதமானதாயிருக்கிறது. அங்கேயுள்ள கற்கள் பூமியில் சாய்வாகப் பதிந்து கிடக்கின்றன. எந்த பூகம்பத்துக்குப் பிறகு இந்தப் பாறைகள் இவ்வாறு கோணலாகிவிட்டனவோ தெரிய வில்லை. நர்மதையின் கரையில் ஈசுவரனின் உருவத்தில் அமர்ந்திருக்கும் கற்கள்கூட இவ்விஷயம் பற்றி ஒன்றும் சொல்ல முடியவில்லை.

அதே நர்மதை தலையில் சுற்றிக்கொள்ளும் முண்டாசுத் துணி மாதிரி குறுகலாகவும், மிகவும் நீளமாகவும் சென்று படோச்சின் கரைகளைக் கழுவும்போதும் அங்கலேசுவரத்தின் மாலுமிகளுக்கு விளையாட்டுக் காட்டும் போதும், அது முற்றிலும் விசித்திரமானதாகக் காணப்படுகிறது.

* * *

'கபீர்வட்'டுக்கருகில் நர்மதை தன் மடியில் ஒருசிறு தீவை வைத்து வளர்த்து மகிழ்ச்சியடைகிறது. 'கபீர்வட்' பாரத்தின் பல ஆச்சரியங்ளில் ஒன்றாகும். லட்சக்கணக்கான மக்கள் அதன் நிழலில் அமரக் கூடியதும், பெரிய பெரிய சேனைகள் தங்கக் கூடியதுமான ஒரு மிகப் பெரிய ஆலமரம் நர்மதையின் நடுப் பிரவாஹத்தில் ஒரு தீவின்மீது புராண புருஷனான விஷ்ணுமாதிரி, எல்லையற்ற காலத்தை எதிர்நோக்கி நின்று கொண்டிருக்கிறது. வெள்ளம் வரும்போது தீவின் ஒரு பகுதி அடித்துக்கொண்டு போகப்படுகிறது.அதோடுகூட இந்த ஆலமரத்தின் பல கிளைகளும், விழுதுகளும் அடித்துச் செல்லப்படுகின்றன. இதுவரை 'கபீர்வட்' எனப்படும் இந்த ஆலமரம் எத்தனை முறை இவ்வாறு தன்

பாகத்தைப் பிரித்துப் பிரித்துக் கொடுத்துள்ளதோ! இதற்குச் சரித்திரத்தில் சரியான குறிப்பேடு இல்லை. நதி ஓடிக்கொண்டே இருகிறது. ஆலமரத்திலும் புதிய இலைகள், கிளைகள் முளைக் கின்றன. இவ்வாறு இது பழம்பெரும் மரமாகவும் இருக்கிறது, புதிய குழந்தை போலவும் தோன்றுகிறது. அது முக்காலம் உணர்ந்த ஞானியாகவும் இருக்கிறது, மறதி நிரம்பியதாகவு மிருக்கிறது.

இந்தக் காலக் கடவுளையும், காலங் கடந்த பரமாத்மாவையும் இடைவிடாமல் தியானம் செய்துவரும் முனிவர்களும், சாது மஹாத்மாக்களும் பல யுகங்களாக எந் நதியின் கரையில் வசித்து வருகிறார்களோ அந்த அன்னை நர்மதை - ஆரிய, ஆரியரற்ற, எல்லோருக்குமே அன்னையாக விளங்கும் நர்மதை, கடந்தகால, இக்கால, வருங்கால மனிதகுலம் முழுவதற்கும் மங்களத்தை அளிப்பாளாக! ஜெய நர்மதா ! உன்னை வாழ்த்தி வணங்குகிறேன் !

(ஆகஸ்டு, 1955.)

17. சந்தியாரஸ்

*கௌரீ சங்கர் ஏரியை **(கௌரீசங்கர் - சௌராஷ்டிரா மாகாணத்தில் பாவநகரில் (Bhava nagar) உள்ள 'போர்' ஏரி)** நாங்கள் எதிர்பாராதவிதமாகப் பார்த்தோம். நாங்கள் தோட்டத்தில் சென்று மரங்களின் வனப்பைப் பார்த்தோம். உடைந்த பீங்கான் தட்டுத் துண்டுங் களினால் செய்யப்பட்டுள்ள உயிரற்ற யானை, குதிரை, சிங்கங்களின் கம்பீரமான தோற்றத்தைப் பார்த்துவிட்டு, மரங்களின் இடையில் விளையாடும் உயிருள்ள பறவைகளில் ஒலிகளையும் கேட்டு விட்டு, ஏரியின் கரையில் போய்ச் சேர்ந்தோம். படிகள் வழியாக உயர ஏறினோம். குளிர்ந்த காற்று மனத்துக்கு அமைதியை அளித்தது. இருந்தபோதிலும் இங்கே ஒரு ஏரி இருக்கும் என்ற எண்ணமே தோன்றவில்லை. கடைசி (அதாவது மேலே உள்ள) படியில் கால் வைத்தவுடன் திடீரென்று ஆகாயத்தைக் கிழித்துக் கொண்டு ஏதோ ஒரு தேவகன்னிகை தோன்றிவிட்டதுபோல, ஏரியின் நீர் எங்கள் முன்னிலையில் சிரித்த முகத்துடன் நின்று கொண்டு பார்க்கத் தொடங்கிற்று. நீங்கள் தன்னந்தனியாகவே ஏரியைப்பார்க்க வந்திருந்தபோதிலும் அங்கே நீங்கள் தனிமையை உணரமாட்டீர்கள். ஆகாயத்திலுள்ள மேகங்களும், மற்றவை களைவிட விரைவில் ஓடி வந்துள்ள நட்சத்திரங்களும் உங்களோடு கூடவே ஏரியின் அழகைப் பார்த்துக் கொண்டிருப்பதைக் காண்பீர்கள்.

ஏரிகள் எப்பொழுதும் கீழ்மட்டங்களில்தான் இருப்பது வழக்கம். மலையிலிருந்து கீழே இறங்கி வந்தால், கீழே ஏரியின் நீரில் கால்களைக் கழுவிக்கொள்ள முடிகிறது. ஆனால், இது ஏதோ ஒரு கந்தர்வ ஏரி போலிருக்கிறது, மேகங்கள் உருகிக் குன்றின் தலையின்மேல் தளும்பிக் கொண்டிருப்பதுபோல் தோன்றுகிறது !

எதிர்க்கரை இங்கிருந்து தெரியக்கூடிய ஏரி யாருக்குப் பிடித்திருக்கிறது! இவ்வளவு தண்ணீர் எங்கிருந்து வருகிறது என்ற தணியாத ஆவல் எங்கே இல்லையோ, அந்த இடத்தின் அழகில் தெய்வீகமான, இரகசியம் நிறைந்த உணர்ச்சிகள் எவ்வாறு தோன்றும்? ரயில்வேபாதை கூட முற்றிலும் நேராகப் போய்க்கொண்டிருந்தால் நமக்குப் பிடிக்காது. அதில் ஏற்றம் இறக்கம் இருக்கவேண்டும், வலப் பக்கமும் இடப்பக்கமுமாக வளைந்து வளைந்து செல்லவேண்டும். அப்பொழுதுதான் அது அழகாயிருக்கிறது. ஏரியென்பது அருவியல்ல, அதில் மேலும் கீழுமாக விளையாட்டுகள் தோன்றா. 'கௌரீ சங்கர்' நாலா பக்கமும் குன்றுகளால் சூழப்பட்டிருக்கிறது. ஆனால் இந்தக் குன்றுகள் சாவுக்குப் பயப்படாத வீரர்களைப் போல கூட்டமாகச் சேர்ந்து நிற்கவில்லை. ஆகையால் ஏரி நீர் இங்குமங்கும் எல்லா இடங்களிலும் பரவ வழியிருக்கிறது.

ஏரியின் கரையிலிருந்து மேற்குத் திசையில் பார்த்தால், நீர்ப்பரப்பில் பலவித வர்ணங்கள் பரவியிருப்பது காணப்படுகிறது. ஓர் அழகான நாவலில் நவரசங்களும் இணைந்திருப்பது போல் அவை காணப்படுகின்றன. காலின் கீழே கரும்பச்சை நிறம். இதில்கூட எல்லா இடங்களிலும் ஒரே மாதிரி இல்லை. ஓர் இடத்தில் மருதாணி இலைபோல நல்ல பச்சை, மற்றோர் இடத்தில் வேப்பிலை போன்ற பச்சை. கவனமாகப் பார்த்த பிறகு இந்த நிறங்கள் நீரின் இயற்கையான நிறம் அல்ல, அதில் மறைந்துள்ள பாசி என்பது தெரியவரும். இன்னும் சற்றுத் தொலைவில் பாதாம் கொட்டை நிறம் கண்ணுக்குச் சற்று மாறுதல் அளிக்கும், அவநம்பிக்கைக்கு நடுவே நம்பிக்கை தோன்றுவது போல. அதே பாதாம் நிறம் கொஞ்சம் மாறுதலடைந்து, ஆரஞ்சு நிறமாக மாறி, அந்திவேளைக்கு (உபஸ்தானம்) துதி கூறுவதுபோல் தோன்றுகிறது. மேகங்களின் நாவல்பழநிற நிழல் நடுவிலேயே வந்திராவிட்டால் இந்தப் பக்கத்திலுள்ள ஆரஞ்சு வர்ணத்துக்கும் அந்தப் பக்கத்திலுள்ள தங்க நிறத்துக்கும் நடுவில் எப்படிப்பட்ட காட்சி காணக் கிடைத்திருக்குமோ !

நமது கவனம் நீர்ப்பரப்பின் பொன்னிறத்தின்பால் செல்வதற்குள்ளாகவே, மெல்ல மெல்ல வீசும் காற்று நீர்த்திரையில்

அலைவரிசைகளை உண்டாக்கி நம்மிடம் 'இந்தப் பொருத்தமான துதிகளைக் கேளுங்கள்' என்று கூறுவதுபோலத் தோன்றுகிறது. எதிரிலுள்ள குன்று தன் தலையை மிகவும் உயர்த்தியிராவிட்டால், இந்த ஆடம்பரமான பூமி எங்கு முடிவடைகிறது, அமைதியான ஆகாயம் எங்கு ஆரம்பமாகிறது என்பதைப் பண்டிதர்களால் கூட அறிவது கடினமாயிருக்கும்.

இடதுபக்கம் வெட்டிச் சீர்படுத்தப்பட்ட மருதாணிச்செடி அடைப்பு. நன்கு அமைந்த அடைப்பு யாருக்குத்தான் பிடிக்காது? ஆனால் பெண்கள் சிங்காரித்துக்கொள்ள உதவும் மருதாணியின் தலையை வெட்டிவிடுவது என்னால் சகிக்க முடியவில்லை. வலப்பக்கத்தில் வெப்பம் நீங்கிய சூரியனின் ஒளி போன்ற ஏரி, கீழே அடர்ந்த உயரமில்லாத புதர்! இவ்விதம் பல்வேறு ரசங்களுக்கிடையே நாங்கள், ஜனக மகாராஜாவைப் போன்று யோகமே நிறம்பிய சித்தத்துடன் மேலே சென்றோம், அங்கே ஓர் ஆதாரமற்ற கொடிப்பாலம் இருந்தது. வடமொழிக் கவிகள் இதைப் பார்த்திருந்தால் இதன் பெயர் சிக்யசேது-உரிப்பாலம்- என்று வைத்திருப்பார்கள். இம்மாதிரியான பாலங்களை முதன் முதலில் இமயமலையின் வனங்களில் திரியும் பிராணிகளே கண்டுபிடித்திருக்கக் கூடும். இந்தத் தொங்கு பாலம் - இதன் மேல் நாங்கள் மிக மெதுவாகச் சென்றுகொண்டிருந்தோம் - நீரின் நடுவில் தவம் புரியும் முனிவர் போன்ற ஒரு தீவிற்கு எங்களை இட்டுச் சென்றது. பாலத்தின் நடுவில் சென்றதும் விருந்தோம்பலில் நாட்டம் கொண்ட தண்ணீர் எங்களை உஷார்ப்படுத்திக் கொண்டிருந்தது- "கவனமாகச் செல்லுங்கள், கவனமாகச் செல்லுங்கள்!" சந்தர்ப்பம் கிடைக்கும்போது தண்ணீர் எங்கள் கால்களைக் கழுவவும் தவறவில்லை.

இந்தத் தீவு? இது மிகவும் சலனமற்ற அமைதியின் உருவம். நீரின் மேல் சந்திரன் கலகலவென்று சிரிக்கிறான், ஆனால் அதன் எதிரொலி எங்கும் கேட்கவில்லை. தவம் புரியும் இந்த முனிவரின் தியானத்தில் இடையூறு ஏற்பட்டு விடுமோ என்று இயற்கைக்குக் கூட பயம் போலும். இந்த மலையில் பாம்புகளும் இல்லை, ஓணான்களும் இல்லை. பறவைகள் இப்பொழுது தத்தம் கூடுகளில் அமைதியாகத் தூங்கத் தொடங்கி விட்டன. விருந்தினர் மண்டபத்தில் நாங்கள் அமர்ந்தோம். இப்பொழுது நீரின்மேல் இனம் விளங்காத இருளின் நிழல் படரத் தொடங்கியது. அஷ்டமியின் நிலவு நீரின்மேல் இறங்கிக்கொண்டிருந்தது. இனச் சத்துருக்களான தேவர்கள், அசுரர்கள் இவ்விருவருடைய குருக்களும் (வியாழன், சுக்கிரன் கிரகங்கள்) நீண்ட பிரிவினால்

(கலகத்தினால்) அலுப்படைந்து மேற்குத் திசையில் பிரகாசித்துக் கொண்டிருந்தனர் - சமரசம் செய்து வைப்பதற்காக ஒன்று சேர்ந்திருப்பதுபோல. ஒளிக்கும் இருட்டுக்கும் சமரசம் செய்து வைக்க 'சந்தியா' ஒரு முறை முயற்சி செய்தாள். அதில் அவள் எப்பொழுதாவது வெற்றிபெற முடியுமானால்தான் தேவர்களுக்கும், அசுரர்களுக்கும் நிரந்தரமான சமாதானம் ஏற்பட முடியும். பாருங்கள், இருசாராருடைய குருக்களும் தம் திசையை மாற்றித் தத்தம் இயற்கைக்கேற்ப தம் வழியே சென்று கொண்டிருக் கின்றனர். அந்நதியின் கருமையிருட்டும் இருவரையும் யாதொரு பாரபட்சமுமில்லாமல் சூழ்ந்துகொள்கிறது. எவனொருவன் எப்பொழுதும் பிரிவோ, கலகமோ தோற்றுவிக்கிறானோ அவனுடைய அழிவும் நிச்சயம்.

இப்பொழுது நீர் தனது நிறத்தை மாற்றிக் கொண்டது. இது வரை நீரின் முதுகின்மேல் வெள்ளியாலாகியது போன்ற பாதைகள் தெரிந்துகொண்டிருந்தன. அவை இப்பொழுது மங்கத் தொடங்கின. வேண்டியமட்டும் விளையாடியாகிவிட்டது, இப்பொழுது சற்று கம்பீரமடைந்து சிந்தனை செய்யவேண்டும் என்ற நினைவு வந்துவிட்டது போல, நீரின் தோற்றம் மிக அமைதியாகிவிட்டது. குன்றுகளெல்லாம் ஆவல் தணியாத பிரேத உலகத்துத் தேகங்கள் சஞ்சரிப்பது போலக் காட்சி யளித்தன. எல்லையற்ற அமைதிகூட சிற்சில சமயம் எவ்வாறு அமைதியைக் குலைக்கக்கூடும் என்பதற்கு இங்கு நல்ல சான்று கிடைத்துக்கொண்டிருந்தது. எல்லாக் குன்றுகளும் எங்களுடைய ஒரு குரலையாவது கேட்க ஆவலுடன் நிற்பதுபோலத் தோன்றிற்று, ஒரு சிறு குரல் எழுப்பினால் போதும், அவை "இதோ வந்து விட்டோம், இப்பொழுதே வந்துவிட்டோம்" என்று கூறும் என்பதில் ஐயமில்லை. ஆனால் அவற்றைக் கூப்பிடுவதற்கு தைரியம் யாரிடம் உண்டு? இந்தக் குன்றுகள் நள்ளிரவில் ஒருவரும் பார்க்காதபோது, ஆடைகளை அகற்றி விட்டு ஏரியில் குளிப்பதற்காக இறங்குகின்றனவோ? இன்று அவை அவ்வாறு இறங்கா. ஏனெனில் மரியாதையற்ற சந்திரன் இன்று நள்ளிரவுவரை ஏரியை இமை கொட்டாமல் பார்த்துக்கொண்டிருப்பான். மேலும், நள்ளிரவுக்கு முன்பே பின்பனிக்காலத்தின் குளிர் ஆரம்பமாகப் போகிறது. இவ்வளவுக்குப் பிறகும் உஷாக் காலத்துக்கு முன்பு அவற்றுக்கு மாசி நீராட எண்ணம் இருக்குமா என்பது சந்தேகம். இம்மாதிரி புண்ணியம் சம்பாதிக்காமல் அவற்றுக்கு எவ்வாறு நிம்மதியேற்படும்?

யாரோ பாலத்தின்மேல் சென்றால் நீரில் அதனால் குழப்பம் ஏற்பட்டு வட்ட வட்டமான அலைகள் வெகுதூரம் வரை செல்கின்றன. மக்கள் தத்தம் கிராமங்களில் இருந்தாலும் செய்திகள் வெகுதூரம் வரை பரவிவிடுவது போல, பாலத்துக் கருகில் ஏற்பட்ட குழப்பம் கரைவரை போய்ச் சேர்ந்தேவிடும். உடலில் ஓர் இடத்தில் காயம் ஏற்பட்டால் உடல் முழுவதுற்கும் அதன் உணர்ச்சி ஏற்படுவது போலத்தான் நீரின் விஷயமும். நீரின் அமைதி குலையுமானால் அதன் வயிற்றில் உருவான பிரம்மாண்டம் முழுவதும் அசையத் தொடங்குகிறது.

இப்பொழுது நட்சத்திரங்களின் ராஸக்ரீடை (விளையாட்டு) ஆரம்பமாயிற்று. நீர்ப்பரப்பு அதைப் பின்பற்றுவது தென் பட்டது. ஆனால் பூலோகத்தின் தாளம்தான் முற்றிலும் வேறானதாயிற்றே!

(பிப்ரவரி, 1927.)

18. ரேணுகாவின் சாபம்

'ரேணு' என்ற சொல்லுக்கு மணல் என்பது பொருள். அதன் சாபம் ஏற்பட்டால் எந்த நதிதான் வற்றிவிடாது? கயையிலுள்ள 'பல்கு' நதியும் இவ்வாறுதான் பூமிக்கடியிலேயே ஓடத்தொடங்கி விட்டதல்லவா? ஆகவே, 'பட்வாண்'ணுக் கருவிலுள்ள 'போகாவோ'வும் அவ்வாறே ஏன் ஆகக்கூடாது? சௌராஷ்டிர மாகாணத்தில் போகாவோக்கள் (மழை காலத்திற்குப் பிறகு வற்றிவிடும் நதிகள்) மிகவும் அதிகம். ஒவ்வொன்றிற்கும் ஏதாவது ஒரு 'ராணக் தேவி'யின் சாபம் ஏற்பட்டிருக்குமா என்ன? சேத்ருஞ்சி, பாதர், மச்சு, ஆஜீ, ரங்கமதீ, மேகள் - நாலாதிசைகளிலும் பாயும் இந்த ஆறுகளில் ஆண்டு முழுவதும், பன்னிரண்டு மாதமும் நீர்ஓடும் நதி எத்தனை? துண்டாக்கப்பட்ட (பிரிவினையான) பாரதத்தின் சௌராஷ்டிர - காடியாவாட் பல விதங்களில் வேறுபட்டதாகக் காணப்படுகிறது. அதனுடைய அளவும் எவ்வளவு? சோடீலா அல்லது பரடா, சேத்ருஞ்சி அல்லது கிர்னார்மலை எவ்வளவு மழை தந்துவிடும்? அல்லது அவற்றின் குமாரிகள் தாம் எவ்வளவு நீர் இழுத்துக் கொடுத்து விடும்? நீலகிரி, சஹ்யாத்ரி, சத்புடா, விந்தியமலை, ஹிந்தூகுஷ், இமயமலை, நாகா, பிரம்மீ போன்ற திறமை வாய்ந்த மலைகளுக்குத்தான் மேகங்களின் விசேஷ தயவு கிடைக்கிறது. அவற்றின் குமாரிகள் எவ்வளவு மதோன்மத்தமாகச் செல்கின்றன! அவற்றைப் பார்க்கும்போது பாவம், காடியாவாட் நதிகள் எம்மாத்திரம்?

மழை பெய்வதால் நீர்ப்பெருக்கு உண்டு. மழை நின்று விட்டால் செய்வதென்னவென்பது புரியாமல் நின்று உலர்ந்துவிடும்.

ஒவ்வொரு நதியும் ஓரிரு ஊர்களுக்குத் தஞ்சம் கொடுத்திருக் கிறது. 'போகாவோ'வினால் பட்வாண் (தற்காலம் சுரேந்திர நகர் எனப்படுவது) பெருமையடைகிறது. ராணக் தேவியின் சாபம் இல்லாதிருந்தால் இந்த ஆற்றின் முகம் எவ்வளவு பொலிவும் விளங்கும்! சேத்ருஞ்சியின் கோணல்களைப் பார்க்க வேண்டு மானால் அதன் 'வீர்' மலைச்சிகரத்திலிருந்து பார்க்கவேண்டும். தங்கம் போன்ற மஞ்சள் புல் வளர்ந்திருக்கிறது. வெகுதூரம் வரை கம்பளம் விரித்தமாதிரி வயல்கள் பரவியிருக்கின்றன. நடுவில் சேத்ருஞ்சி மெதுவாக வழி செய்துகொண்டு போய்க் கொண்டிருக் கிறது. சேத்ருஞ்சியின் இந்த நடை பண்புடன் கூடியதாகவும் மனத்தைக் கவரக்கூடியதாகவும் இருக்கிறது.

மேகள் நதிக்கு அந்த மேகம் (மயகள்?) என்ற பெயர் எவ்வாறு ஏற்பட்டது? "தேவ்தார"வில் முதலை ஏதோ ஒரு யானையைப் பிடித்து வைத்திருந்ததனாலா? அல்லது கடலுக்கும் அதற்கும் இடையில் வரும் மணற்கரைமீது அது தலையை மோதிக்கொள்வதனாலா? கடலுடன் கலந்துவிடும் உரிமை ஒவ்வொரு நதிக்கும் உண்டு. ஆனால், பாவம் இந்த மேகளா வருடத்தில் 8 மாதங்கள் தன் கணவனை தொலைவிலிருந்து தான் தரிசிக்க முடிகிறது.மாரிக்காலத்தில்கூட கடலினாலும் பொறுத்துக் கொள்ளமுடியாத நிலையில்தான் இவையிரண்டிற்கும் சங்கமம் ஏற்படுகிறது. சோர்வாட் கிராமவாசிகளுக்கு இந்தச் சங்கமத்தில் தான் சுடுகாடு அமைக்கவேண்டும் என்று ஏன் தோன்றியதோ தெரியவில்லை. ஆனால் இதிலும் தவறு என்ன? சுடுகாடும் இவ்வுலகத்துக்கும் மேல் உலகத்துக்கும் சங்கமம் ஏற்படுத்தும் இடம்தானே!

பாதர் நதி ஒன்றுதான் காடியாவாடுக்கு மிகுந்த கர்வம் அளிக்கக் கூடியது. பாதரின் உண்மையான பெயர் என்ன வாயிருந்திருக்கக் கூடும்? பாத்ரபதி அல்லது பத்ராவதியா? 'பஹாதுர்' என்று ஒருக்காலும் இருந்திருக்க முடியாது. இந்த ஆற்றின் கீர்த்தி மிகவும் அதிகம். ஜேத்புர், நவாகட், நவீபந்தர் போன்ற ஊர்கள் இதன் கரையில் அமைந்துள்ளன. 'நவீபந்தர்' ஏற்பட்டபோது அதற்கு 'நவீ' (புதியது) என்ற பெயரிட்டவர்களின் மனத்தில் எவ்வளவு ஆவலும் உற்சாகமும் இருந்திருக்கக்கூடும் ? போர்பந்தரைக் காட்டிலும் இது சிறப்பானதாயிருக்கும், பெரிய பெரிய கப்பல்கள் வெகுதூரத்து நாடுகளிலிருந்து சாமான்களை

நாட்டிற்குள் கொண்டுவந்து சேர்க்கும்! கடவுள் சற்று அனுகூலமாயிருந்திருந்தால் இந்த பாதர் நதி 'தேம்ஸ்' நதியைப் போல் கீர்த்தி அடைந்திருக்காதா? ஆனால் ஆற்றின் கீர்த்தி அதன் புத்திரர்களின் நற்குண நற்செயல்களைப் பொருத்துத்தான் இருக்கும். இன்று பாதர் இந்தியாவில் **'பஸ்சிமவாஹிநீ'** (மேற்கு நோக்கி ஓடும்) ஆறுகளில் தலை சிறந்தது என்ற புகழ் அடைந்திருக்கிறது; அதுவே இதற்குப் போதுமானது.

ரங்கமதி, ஆஜீ, மச்சு முதலிய நதிகள் எத்தனைதான் பரோபகாரம் உள்ளவையாயிருந்தாலும், நவாநகர், ராஜகோட், மோர்வீ முதலிய இடங்களின் அளவுற்ற பெருமைக்குக் காரணமாயிருந்த போதிலும், அவை கடலுக்குப் பதிலாக ஒரு சிறு விரிகுடாவைத்தான் மணக்க வேண்டியதாயிற்று.

காடியாவாடின் இந்த நதிகளெல்லாம் 'சமஸ்தானங்களின் அட்டகாசங்களையும், இழிசெயல்களையும், சூழ்ச்சிகளையும் வெகுகாலமாகக் கண்டிருக்கக்கூடும். ஆனால், இவை காடியாவாடின் பல்வேறு பிரிவுகளின் சிறப்பு வாய்ந்த பழக்கவழக்கங்களைப்பற்றி நமக்கு விவரம் தெரிவிக்குமானால் அந்தக் கதை மிகவும் சுவையுள்ளதாயிருக்கும் என்பதில் ஐயமில்லை.

சௌராஷ்டிர தேசத்து நதிகளின் நீரை அருந்தும்.எவனாவது ஒரு இளைஞன் இந்த நதிகளின் வாயிலாக அவற்றின் அனுபவங்களைக் கூறச்செய்வது கடமையாகும். *(1926 - 27.)*

19. அம்பா அம்பிகா

பீஷ்ம பிதாமகர் அம்பா, அம்பிகா என்ற இரு கன்னிகைகளைச் சிறைப்பிடித்து அரசன் விசித்திரவீரியனிடம் அழைத்துச் சென்றார். இரு கன்னிகைகளும் மிகத்தெளிவாக, எங்கள் மனது வேறு ஒருவனிடத்தில் நாட்டம் கொண்டுள்ளது என்று கூறிவிட்டனர். விசித்திரவீரியன் இப்பொழுது இவர்களை எவ்வாறு மணப்பான்? எவன்பால் இந்தப் பெண்களின் மனம் சென்றதோ அந்த அரசனும் பிறரால் சிறைபிடிக்கப்பட்ட பெண்களை எவ்வாறு மணப்பான்? பாவம், இரண்டு பெண்களுக்கும் கணவன் கிடைக்கவில்லை. அவர்கள் மனம் கொதித்து மரணமடைந்தனர்.

கோடைக்காலத்தில் ஆபூ மலையின் மேலிருந்து சரஸ்வதி, பநாஸ் இந்த இரு ஆறுகளையும் தரிசித்தேன். அவையிரண்டும் கடல்வரை வந்து சேரமுடியவில்லை. வழியில் கச் பாலை

வனத்தில் கருகி மறைந்துவிட்டன. அம்பா, அம்பிகாவைப் போலவே குமரிப்பருவம், இல்வாழ்க்கை, வைதவ்யம் (கைம்மை) ஒரு நிலைமையும் இவற்றுக்கும் ஏற்படவேயில்லை. குஜராத், ராஜபுதானம் இவற்றின் சரித்திரங்களில் இவற்றுக்கு எத்தனை பெருமை இருந்த போதிலும் அரசன் கர்ணனுடைய இரண்டு துளி கண்ணீரைத்தவிர நாம் இவற்றுக்கு வேறு என்ன அளிக்க முடியும்? *(1926 - 27.)*

20. லாவண்யபலா லூனீ *

***(லாவண்ய பலா - லவண் - லவணம் அல்லது உப்பு; உப்பு நீராக இருப்பதால் இந்த நதிக்கு இப்பெயர் ஏற்பட்டுள்ளது)**

கார்ச்சீ (மார்வாட் ஜக்ஷன்)யிலிருந்து ஹைதராபாத்துக்குப் போகும் போது லூனீ ஆற்றைப் பலதடவை தரிசித்திருக்கிறேன். ஒட்டகங்களின் நாடாகிய ஜோத்பூருக்குப் போகும் பாதையும் லூனீ ஜங்ஷனிலிருந்து தான் பிரிகிறது. இதனாலும் இந்த ஆற்றின் பெயர் நன்கு நினைவில் பதித்துள்ளது. ரயில் நிலையத்தில் நல்ல மான் தோல்கள் மிக மலிவாகக் கிடைத்தன. இந்த மிருதுவான (மிருகாஜினங்களை) மான்தோல் ஆசனங்களை வாங்கி நான் எனது பல ஆசிரியர்களுக்கும், பந்துக்களுக்கும் ஜபத்திற்குப் பயன்படும் பொருட்டு அளித்துள்ளேன். தன் தோலுக்கு இவ்வாறு நல்ல பயன் ஏற்படுவதால் அதன்மேல் அமர்ந்து ஜபம், தியானம் முதலியவை புரியும் மக்களது சிறிதளவு புண்ணியமாவது அந்த மான்களுக்குத் கிட்டுமோ என்னவோ !

லூனி என்ற பெயரைக் கேட்டவுடனேயே மனத்தில் ஓர் துக்கம் படர்ந்துவிடுகிறது. சாதாரணமாக, எல்லா ஆறுகளும் தனது இனிப்பான நீரைக் கொண்டுபோய் உவர்நீர்க்கடலில் சென்று கலக்கின்றன. இவ்வாறு தம் நீர் அழுகிவிடாமல் காப்பாற்றிக் கொள்கின்றன. ஆனால் கடலுடன் கலக்கும்வரை ஆறு தன் நீரை இனிப்பாகவே வைத்துக் கொள்வதுதான் நல்லது. பாவம் லூனீ கடலுடன் கலக்கவும் இல்லை, அதனுடைய நீர் கடைசிவரை இனிப்பாக இருப்பதுமில்லை.

இந்த ஆறு சாம்பர் (உப்பு நீர்ஏரி) ஏரியிலிருந்து கிளம்பி யிருந்தாலும் அதனுடைய உவர்ப்பை நாம் மன்னித்துவிடலாம். ஆனால் அது உற்பத்தியாவதோ ஆஜ்மீருக்கருகில் அரவலீ (ஆராவலீ அல்லது ஆடாவலீ) என்ற மலைகளிலிருந்து. அங்குகூட அதற்கு ‘சாகரமதி’ என்று பெயர். அது ‘கோவிந்தகட்’க்குப்

போய்ச் சேர்ந்ததும் அங்கே புஷ்கர ஏரியிலிருந்து புனிதமான நீரை எடுத்துவந்து சரஸ்வதி நதி இதனுடன் கலக்கிறது.

லூனீயின் உண்மையான பெயர் 'லவணவாரி'. அது மருவி லொண்வாரி ஆகி இன்று அதை லூனீ என்று அழைக்கிறோம். ஆஜ்மீரிலிருந்து ஆபூவரை பரவியிருக்கும் ஆரவல்லி மலைத் தொடரின் மேற்குப் பக்கத்துத் தண்ணீர் முழுவதும் சிறிய பெரிய அருவிகள் வழியாக லூனீயில் வந்து சேருகிறது. இந்த நீரினால் ஜோத்பூர் ராஜ்ஜியத்தின் பாதிப் பாகத்தில் துவரைச் சாகுபடி மிக நன்றாக நடக்கிறது. சிங்காடா*வும் **(சிங்காடா: நீரில் விளையும் ஒருவிதச் செடி, இதன் காய் முக்கோண வடிவமாயிருக்கு/ இதன் விதைகள் வேர்க்கடலை மாதிரி வறுத்துச் சாப்பிட நன்றாயிருக்கும்,)** இங்கு நன்றாக விளைகிறது. லூனீயின் வெள்ளம் பாயுமிடத்திலெல்லாம் குடியானவர்கள் இதை வாழ்த்துகிறார்கள்.

லூனீ பாலோதராவுக்குப் போய்ச்சேரும்போது அதனுடைய அதிர்ஷ்டத்தை என்னவென்று சொல்லுவது! அதிர்ஷ்டமல்ல, துரதிர்ஷ்டம் அதைப் பிடித்துக் கொண்டுவிடுகிறது. அங்கே பூமியே உவர்ப்பாக இருக்கும்போது பாவம் லூனீ என்ன செய்யமுடியும்?

ஜோத்பூர் அரசனான ஜஸ்வந்தசிம்மனுக்கு ஒரு அழகான யுக்தி தோன்றியது. அவன் லூனீயின் நீர் உவர்ப்பாக மாறுவதற்கு முன்னாலேயே 'பிலாடா'வுக்கருகில் ஒரு பெரிய நீர்த்தேக்கம் கட்டி, இருபத்து இரண்டு சதுரமைல் பரப்புள்ள ஒரு பெரிய செயற்கை ஏரியை நிர்மாணித்துவிட்டான். 13 சதுரமைல் நீர் இந்த ஏரியில் நிரம்புகிறது. இதனுடைய ஆழம் அதிகப்படியாக நாற்பது அடிதான். இந்த ஏரிக்குப் பெயர் 'ஜஸ்வந்த சாகர்' என்று வைத்திருந்தால் பொருத்தமாயிருந்திருக்கும். ஏனென்றால் அவன்தான் இதை நிர்மாணித்தவன். குடியானவர்களைக் கேட்டால் அவர்கள் இதன் பெயர் 'லூனீப்ரஸாத்' (லூனீயின் கிருபை) என்று சொல்வார்கள்.

தனது இருநூறு மைல் யாத்திரையின் இறுதியில் இந்த ஆறு 'கச்'சின் ரண் பிரதேசத்தில் தனது விதியை நொந்து கொண்டே மறைந்துவிடுகிறது. இதனுடைய மூன்று முகத் துவாரங்களும் முற்றிலும் உப்பு நிறைந்ததாயிருப்பதால், கடல் கூட இதனுடைய நீரை ஆசமனம் செய்யத் தயங்குகிறது.

இப்பொழுது லூனீ, சரஸ்வதி, பனாஸ், இன்னும் மற்ற ஆறுகள் எவ்வளவு சிரத்தையோடு தங்கள் நீர் முழுவதையும்

கச்சின் ரண் பகுதியில் பாய்ச்சுகின்றன ! இந்த சிரத்தைக்குப் பலன் ஏற்பட்டு ரண் பகுதி செழிப்புள்ள, விளைச்சல் உள்ள பூமியாக எப்பொழுது மாறும் என்று பார்க்கவேண்டும். இன்று லூனீ ஆறு கிட்டத்தட்ட பாகிஸ்தான் எல்லைவரை பாய்ந்து கச் - ரண் பிரதேசத்தை மேன்மேலும் உப்பு நிறைந்தாக ஆக்கிக் கொண்டிருக்கிறது! இவ்வாறான லவணம் நிறைந்த ஆற்றை நாம் லாவண்யவதீ என்று அழைத்தால் வியாகரண பண்டிதர்களும் அந்தப் பெயரைக் கட்டாயம் ஏற்றுக்கொள்வார்கள். ஆனால் காவிய ரசிகர்கள் என்ன கூறுவார்களோ தெரியவில்லை.

(1957)

21. உஞ்சள்ளி அருவி

இந்தத்தடவை முற்றிலும் வறண்ட 'ஜோக்' அருவியைக் கண்ட துக்கத்தைப் போக்கிக்கொள்வதற்காக வேறு ஏதாவது ஓரிரு மனோரம்மியமான காட்சிகளைக் காண்பது அவசியமாகி விட்டது. கார்வார் மாவட்டத்துக் கெஜெட்டியரின் பக்கங்களைத் திருப்பிப் பார்த்துக் கொண்டே போகும்போது 'ஜோக்'ஐ விடச் சற்றுச் சாதாரணமான மற்றொரு அருவி உஞ்சள்ளி என்ற பெயருள்ளது - ஸிர்ஸிக்கு மிக அருகிலேயே இருப்பது தெரிய வந்தது. லூஷிங்டன் என்ற ஒரு ஆங்கிலேயன் 1845-ஆம் ஆண்டில் இதைக் கண்டுபிடித்தான். அதற்கு முன்பு அதை யாரும் பார்க்க வில்லை போலும் ! ஆங்கிலேயர்களின் கண்களில் அது பட்டதும் உலகத்தில் அதனுடைய பெருமை அதிகரித்து விட்டது!

இந்த 'உஞ்சள்ளி' என்பது என்ன? அங்கே எந்த வழியாகப் போய்ச் சேரலாம்? நாம் எப்படிப் போவது? நமது பிரயாணத் திட்டத்தில் இதைச் சேர்க்கமுடியுமா முடியாதா என்றெல்லாம் நான் விசாரித்தேன்.ஸ்ரீ சங்கர்ராவ் குல்வாடி அவர்கள் இப்பொழுது 'உஞ்சள்ளி'க்குச் செல்லும் திட்டத்தை நிறைவேற்றாவிட்டால் மனநிம்மதி ஏற்படாது என்ற முடிவுக்கு வந்துவிட்டார். அவரும் உற்காசத்தில் என்னைவிடக் குறைந்தவரல்ல. அவர் சொன்னார், "மின்சாரம் தயாரிக்கும் திட்டத்தையொட்டி கார்வார் ஜில்லாவின் அருவிகளைப் பற்றிய விவரங்கள் சேகரித்த போது உஞ்சள்ளிக்குத் தான் முதல் இடம் அளிக்கப்பட்டது. கிரஸப்பா அதாவது ஜோக் அருவிக்கு இரண்டாவது இடம் கிடைத்தது. மாகோடா அருவிக்கு மூன்றாவதும், சூபா அருவிக்கு நான்காவதுமான இடங்கள் கிடைத்தன."

கடலோடு கார்வார் மாவட்டத்திற்கு நேசம் ஏற்படுத்தி வைக்கும் நதிகள் நான்கு - காளீ, கங்காவளீ, அகநாசினீ, ஷராவதி. இவற்றில் ஷராவதி ஹொன்னாவருக்கருகில் கடலில் கலக்கிறது. பத்து ஆண்டுகளுக்கு முன் நாங்கள் ஜோக் அருவியை இரண்டாவது முறையாகப் பார்த்தபோது இந்த ஷராவதியின் மீது நாங்கள் படகில் அமர்ந்து மேல்நோக்கிச் சென்றோம். ஷராவதியின்கரை வனவளத்தின் சாம்ராஜ்ஜியம்.

இந்தத்தடவை நாங்கள் ஹுப்ளியிலிருந்து அங்கோலாவுக்கும் கார்வாருக்கும் சென்றோம். அப்பொழுது 'ஆர்பேல்' பள்ளத் தாக்கில் பாம்புமாதிரி வளைந்து செல்லும் கங்காவளியைப் பார்த்தோம். அங்கோலாவிலிருந்து கோகர்ணாவுக்குப் போகும் போது கங்காவளியில் சிறிது படகு விளையாட்டும் நடத்தினோம். காளீநதியை நான் சிறு பருவத்திலேயே கார்வாரில் பார்த்திருக் கிறேன். ஐம்பது ஆண்டுகளுக்கு முன்பு நிகழ்ந்த இந்த நிகழ்ச்சிகளின் நினைவை பத்து ஆண்டுகளுக்குமுன் மறுபடி புதுப்பித்துக் கொண்டேன். இந்தத் தடவை கார்வாருக்குப் போனவுடனேயே காளீயை இரண்டு முறை பார்த்தேன். ஆனால் இதிலும் திருப்தி யேற்படாததால் கார்வாலியிருந்து 'ஹளகா' வரை பத்து மைல் தூர யாத்திரை படகிலேயே போய்த் திரும்பி வந்தோம்.

நான்காவது, அகநாசினி. அதன் பெயர்தான் எவ்வளவு புனிதமானது!* **(அகநாசினி - பாவத்தைப் போக்குபவள்)** கோகர்ணாவுக்குத் தெற்குப்பக்கத்தில் ததடீ துறைமுகத்துக் கருகில் அது வளைந்து வளைந்து சென்று வெகுதூரம் பரவுகிறது. ஆனால் கடல்வரையில் போய்ச் சேருவதற்கு அதற்கு மிகக் குறுகலான பாதைதான் கிடைக்கிறது. இந்த அகநாசினி கடலுடன் கலப்பதற்காக ஆவலுடன் ஸஹ்யாத்ரி மலையிலிருந்து கீழே குதித்தோடி வரும்போது, அந்த இடம்தான் உஞ்சள்ளி அருவியென அழைக்கப்படுகிறது.

நாங்கள் சித்தாபூரிலிருந்து ஸிர்ஸிக்குப் போகும் பாதையைப் பிடித்தோம். ஆனால் ஸிர்ஸி வரை செல்வதற்குப் பதிலாக மேற்குப் பக்கமாக ஒரு பாதை பிரிகிறது. அதன்வழியாக நாங்கள் நீலகுந்துக்குப் போனோம். ஸ்ரீ கோபால் மாட்காவ்ங்கரின் பெரிய தகப்பனார் அங்கு வசித்துவந்தார். அவர் பெரிய ஜமீந்தார். அவர் வீட்டில் விருந்துபசாரம் ஏற்றுக் கொண்டு, பிறகு உஞ்சள்ளியைத் தேடிக்கொண்டு புறப்பட்டோம். நீலகுந்தி லிருந்து 'ஹொஸ தோட்ட' (புதுத்தோட்டம்) போகவேண்டும். இராணுவ ஜீப் கிடைத்ததால் காட்டுப் பாதையை எவ்வாறு கடப்பது என்ற கவலை

சற்றுக்குறைந்தது. ஹொாஸ தோட்டாவிலிருந்து 'ஹொன்னே கொம்ப' (தங்கக் கொம்பு) பக்கம் நாங்கள் போக வேண்டும். ஆனால் இந்தவழியாக மாட்டுவண்டி அல்லது பல்லக்கு கூடச் செல்லமுடியாது. இதை 'புலிகளின் பாதை' என்றுதான் சொல்ல வேண்டும். மனிதனும் புலிமாதிரி ஆகித்தான் இங்கு செல்லமுடியும். நாங்கள் எங்கள் ஜீப்பை ஒரு மரத்துக் கடியில் இளைப்பாறும்படி விட்டுவிட்டு-**அதா$_2$அதோ ப்ரபாத ஜிக்$_3$ஞாஸா** -அருவியை அறிய ஆவல் ஆரம்பமாகிறது - என்று கூறிக்கொண்டே காட்டுப் பாதையைக் கடந்து செல்லத் தொடங்கினோம். ஹொாஸதோட்டா விலிருந்து ஓர் இளைஞன் ஒரு பெரிய அரிவாளையும் கையில் எடுத்துக்கொண்டு எங்களுக்கு வழி காட்டுவதற்காக முன்னே சென்றான். பாவம், இவனுக்கு மெதுவாகச் செல்லும் வழக்கமு மில்லை. இயற்கையழகுகளைக் கண்டுகளிக்கவும் தெரியாது. அவன் முன்னால் போய்க்கொண்டேயிருந்தான். அவனால் எங்களுக்கு மிகவும் குறைவாக உதவிகிடைத்தது. நாங்கள் கொஞ்சம் முன்னேறிச் சென்றோம், மேலே ஏறினோம், கீழே யிறங்கினோம், மறுபடி ஏறினோம். இதற்குள் அடர்ந்த காடு ஆரம்பமாயிற்று. சிறிது நேரத்தில் மிக நெருங்கிய காடு சூழ்ந்து கொண்டது.

So steep the path, the foot was pain,
Assistance from the hand to gain.

எங்களுக்கு மிகவும் சிரமமான விஷயம் ஒற்றையடிப் பாதை. அதில் உலர்ந்த சருகுகள் நிறையக் கிடந்தன. அதில் கால்கள் வழுக்கக்கூடத் தொடங்கிவிட்டன. இந்தச் சருகுகளிலிருந்து பாம்புகள் ஒன்றும் வெளிப்படாதது கடவுளின் கிருபைதான். இல்லாவிடில் எங்கள் உஞ்சுள்ளி அங்கேயே முடிந்து போயிருக்கும். கொஞ்சம் கடினமான இறக்கம் உள்ள இடங்களில் தடியினால் இலைகளை அகற்றிவிட்டு ஏதாவது கெட்டியான பாறையோ, மரத்தின் கெட்டியான வேரோ இருக்கிறதா என்று பார்க்க வேண்டியிருந்தது.

நடுப்பகல் 12 மணி. ஆனால் மரங்களின் அடர்ந்த நிழலுக்குள் வெய்யில் எப்படி நுழையும்? வெய்யில் உள்ள இடத்துக்குச் சென்று கொஞ்சம் வெய்யில் காயாவிட்டால் குளிர ஆரம்பித் திருக்கும். சற்று முன்னேறிச் சென்றபிறகு ஒருவருக்கொருவர் 'நாம் எவ்வளவு தூரம் கடந்திருப்போம், இன்னும் எவ்வளவு தூரம் பாக்கியிருக்கும்' என்று கேட்கத் தொடங்கினோம். ஒருவருக்குமே ஒன்றும் தெரியாது. ஆனால் சித்தாபூரிலிருந்து ஒரு நண்பர் காமெரா எடுத்துக்கொண்டு எங்களோடு வந்திருந்தார்,

அவர் வேறு ஒரு வழியாக சென்ற ஆண்டு உஞ்சள்ளிக்குப்போய் வந்திருந்தார். தம் பழைய அனுபவத்தைக் கொண்டு அவர் சுமாராக வழி கூறிக்கொண்டே வந்தார். நடு நடுவில் பெயரளவுள்ள இந்தப் பாதையும் தடைபட்டுவிடும். மேலே, ஏதோ அனுமானத்திலேயே செல்லவேண்டியிருந்தது. ஆனால் உண்மையான கஷ்டம் வழிமுடிவடைந்து விடுவதால்கூட ஏற்படுவதில்லை, பாதை ஒன்றிலிருந்து இரண்டாகப் பிரியும்போதுதான் ஏற்படுகிறது. சரியான பாதையும் தெரியாமல், குருட்டு அனுமானத்தில் வழிநடக்கும் ஒருவனுடைய கருத்து, மற்றொரு குருட்டு அனுமானத்தோடு ஒத்து வராதபோது, **'யத்$_3$ பா$_4$வி தத்ப$_4$வது'** - எது நடக்கவேண்டுமோ அது நடந்துதானே தீரும், என்று கூறிக்கொண்டு விதியின்மேல் பாரத்தைப் போட்டுவிட்டு ஏதாவதொரு ஒற்றையடிப் பாதையைப் பிடிக்கவேண்டியிருக்கிறது.

யாரோ ஒருவர் தூரத்தில் அருவியின் ஓசை கேட்கிறது என்றார். என் காது அவ்வளவு கூர்மையல்ல. ஒரு காது வெகு நாட்களுக்கு முன்பே ஒத்துழைக்க மறுத்துவிட்டது. மற்றொன்று ஏதோ காலம் தள்ளப் பயன்படுகிறது. ஆனால் என்னுடைய கற்பனைத் திறனைப்பற்றி அவ்வாறு கூறமுடியாது. என் காதுகள், கற்பனை இரண்டினுடைய உதவியாலும் கவனிக்கத் தொடங்கினேன். ஆனால் அருவியின் ஓசை என்று கூறக்கூடிய யாதொரு சத்தமும் கேட்கவில்லை. எங்கேயாவது தேனீக்கள் ரீங்காரம் செய்து கொண்டிருந்தாலாவது நான், "ஆமாம், உண்மையாகவே அருவியின் ஓசைதான் கேட்கிறது" என்று கூறியிருப்பேன். சிரமமான யாத்திரைகளின்போது கூட வரும் நண்பர்களுடன் உடனே ஒத்துப்போகும் (யாத்ரா தர்மம்) கடமையில் எனக்கு முழு நம்பிக்கை உண்டு. ஆனால் இங்கே நான் அதைக் கடைப் பிடிக்க முடியவில்லை.

ஒரு பக்கம் நான் காட்டின் பயங்கர அழகை ரசித்துக் கொண்டிருந்தேன். மறுபக்கம் சௌ. சரோஜ் எத்தனை சிரமப்பட்டுக் கொண்டிருப்பாள் என்ற கவலையால் அவளையும் கொஞ்சம் கவனித்தேன். சரோஜ் சொன்னாள்- "இத்தனை அனுபவங்கள் நிறைந்த வன யாத்திரையின் கடைசியில் அருவி கிடைக்காவிட்டாலும் பரவாயில்லை. இங்கு வந்தது நல்லதாகத்தான் ஆயிற்று. என்ன ஆனந்தமான காடு! இந்தப் பெரிய பெரிய மரங்கள்! இவைகளை ஒன்றோடொன்று பிணைக்கும் இந்தக் கொடிகள்! எல்லாமே அழகு நிறைந்தவை!" சரோஜ் இவ்வாறு புகழ்வதைக் கேட்டபிறகுதான் எனக்குத் திருப்தியேற்பட்டது.

இப்பொழுது மேற்கொண்டு பாதை முற்றிலும் கடக்க முடியாததாகத் தோன்றியது. ஒரு கையில் தடி, மற்றொரு கையால் யாருடைய தோளையாவது பற்றிக்கொண்டு இறங்குவது கூட சிரமம் எனத் தோன்றத் தொடங்கிவிட்டது. இத்தருணத்திலும் சரோஜ்- 'என் உற்சாகம் சற்றும் குறையவில்லை. ஆனால் மற்றவர்களுக்கு மிகவும் சிரமம் கொடுக்கிறேன் என்பதில் எனக்குச் சற்று வருத்தம். இந்த இறக்கத்தின் வழியாக மறுபடி ஏறவேண்டும் என்பதையும் யோசித்துக்கொண்டிருக்கிறேன்' என்றாள்.

நான் சொன்னேன்- "ஒருதடவை உஞ்சள்ளியைப் பார்த்து விட்டால் எப்படியாவது திரும்பத்தானே வேண்டும். ஆனால் நாம் நன்றாக இளைப்பாறி விட்டுத்தான் திரும்புவோம். இவ்வளவு தூரம் வந்துவிட்டோம் ! அருவியின் ஓசையும் காதில் விழத் தொடங்கிவிட்டது. ஆகையால் முன்னேறிச் செல்லத்தான் வேண்டும்."

எங்கள் வழிகாட்டி கீழே சென்று குரல் கொடுத்தான். டாக்டர் சொன்னார்- "அவன் ஒருக்கால் அருவியைப் பார்த் திருப்பான்." எங்கள் உற்சாகம் அதிகரித்தது. நாங்கள் மறுபடி கீழே இறங்கி முன்னேறிச் சென்றோம். மறுபடி வலம் பக்கம் திரும்பி, கடைசியில் எதைப் பார்ப்பதற்காகச் கண்கள் ஆவலோடு எதிர்பார்த்துக்கொண்டிருந்தனவோ அந்த அருவியின் உச்சி தென்பட்டது.

ஒரு குறுகலான பள்ளத்தாக்கின் இப்பக்கத்தில் நாங்கள் நின்று கொண்டிருந்தோம். எதிரில் அகநாசினியின் நீர், காலையில் நாங்கள் ஜீப்பில் செல்லும்போது மூன்று நான்கு தடவை கடந்து, இங்கே ஒரு பெரிய கோணலாக நின்ற திரை மேலிருந்து கீழே இறங்க ஆயுத்தம் செய்து கொண்டிருந்தது. கீதத்தின் ஒலியை எவ்வாறு தம்பூராவின் சுருதியோடுதான் கேட்க வேண்டுமோ அதே மாதிரி அருவியின் தரிசனம் நகராவின் ஒலிபோன்ற 'தப், தப்' என்ற சத்தத்துடன் சேர்ந்துதான் செய்யவேண்டும்.

உஞ்சள்ளியின் அருவி 'ஜோக்' அருவியின் 'ராஜா'வைப் போல ஒரே தாவில் கீழே வந்து சேருவதில்லை. அதிகாலை வேளைத் தூக்கத்தின் ஒவ்வொரு அம்சத்தையும் நாம் அறை குறையாக விழித்திருக்கும் நிலையில் உணர்வதுபோல, அக நாசினியின் நீர் ஒவ்வொரு படியாகக் குதித்து வெண்ணிற ஆடை போன்ற பற்பல உருவமுள்ள திரைகளைத் தயாரிக்கிறது. இத்தனை வெண்மையும், துய்மையும் வாய்ந்த நீரில் உலகத்தில் எவ்வளவு கருமையான 'அக'மும் (பாவம்) மிகச் சுலபமாகக் கழுவப்பட்டுவிட முடியும்.

நெல் புடைக்கும்போது முறத்திலுள்ள தானியம் குதித்துக் கொண்டே முறத்தின் இடது பக்கமாக ஓடி, பிறகு ஒன்றுசேர்ந்து முன்னேறுவதுபோல, இந்த அருவியின் நீரும் மலையின் மேலிருந்து கீழேயிறங்கும்போது கோணலாகவும் ஓடுகிறது, துரை வளையங்கள் அமைத்துக்கொண்டு கீழேயும் குதிக்கிறது. நீர் ஓர் இடத்தில் இறங்கியவுடனேயே அது மேலங்கியின் உடல் பாகம் போலவோ அல்லது வேட்டியைப் பரப்பிவிட்டது போலவோ பரவி, பிறகு அநுகூலமான திசையைத் தேடிக்கொண்டு மறுபடி கீழே குதிக்கிறது.

இப்பொழுது இந்த அருவிநீர் இம்மாதிரி இன்னும் எத்தனை வேடிக்கைகள் செய்யப்போகிறது, கடைசியில் எங்கே போய்ச் சேரப்போகிறது என்று தெரிந்து கொள்ளாமல் திருப்தி ஏற்படாது. எங்களில் சிலர் இன்னும் சற்று முன்னேறினோம். பிறகு கீழே யிறங்கினோம், இன்னும் கீழே இறங்கினோம். மரத்தின் வளைந்த கிளைகளைப் பிடித்துக் கொண்டு இறங்கினோம். இவ்வாறே செய்துகொண்டே முழு அருவியையும் அகண்டமாகப் பார்க்கக் கூடியவாறு ஒரு பெரிய பாறைமீதுபோய்ச் சேர்ந்தோம். அதன் மேல் நின்றுகொண்டு எதிரிலுள்ள பெரிய உயரமான பாறையி லிருந்து அருவிநீர் படிப்படியாக விழுவதைப் பார்ப்பது வாழ்க்கையில் சுலபமாகக் கிட்டாத ஆனந்தமாகும். நாங்கள் இமை கொட்டாமல் நீரைப் பார்த்துக்கொண்டிருந்தோம். ஆனால் எங்களைப் பார்ப்பதற்கு நீருக்கு நேரமில்லை. அது தன் ஆனந்தத்தில் பெருமிதமடைந்திருந்தது. கற்பூரத் தூளில் ஓர் வெண்மையான மென்மை தோன்றுவதுபோல இந்த அருவி தோற்றமளித்தது.

பகவான் சூரியநாராயணன் உச்சந்தலையில் விழுந்து எங்களை ஆசீர்வதித்துக்கொண்டிருந்தார். எங்கள் கன்னங்களில் வழிந்தோடும் வியர்வை அருவி எவ்வளவு அதிகமாயிருந்தாலும் அது எதிரில் விழும் அருவியை விட்டுவிட்டு எங்கள் கவனத்தை ஈர்க்க முடியவில்லை. சூரிய பகவானின் ஆசீர்வாதத்தைச் சகித்துக்கொள்ளும் சக்தி உஞ்சள்ளிக்கு இருந்த அளவு எனக்கு இல்லை. நீர் மின்னிக்கொண்டே பட்டு அல்லது ஸாடின் மாதிரித் தோற்றமளித்தது - A moving tapestry of white satin and silver filigree!

கட்டக்கில் மெல்லிய வெள்ளிக் கம்பிகள் இழுத்து அவை களால் கவர்ச்சி நிறைந்த பூக்கள், நகைகள் முதலியன செய்யப் படுகின்றன. வெள்ளிக் கம்பியால் செய்யப்பட்ட அரச இலை, தாமரைப்பூ, கூடை முதலிய பல பொருள்கள் நான்

ஒரிஸ்ஸாவில் நிறையப் பார்த்திருக்கிறேன். "இந்த நகைகள் சந்தேகமில்லாமல் கட்டக்கின் புகழை உயர்த்தியிருக்கின்றன" என்றும் கூறியிருக்கிறேன். இயற்கையின் கைகளால் தயாராகி, நிமிடத்துக்கு நிமிடம் மாறிக்கொண்டே போகும் இந்த அழகான உயிருள்ள வெள்ளி நகைகளைக்கண்டு கட்டக்கின் நினைவு வந்தது. தங்க மூடியினால் உண்மையின் உருவம் ஒருக்கால் மறைந்தாலும் மறையலாம், ஆனால் இந்த ஜீவனுள்ள வெள்ளிக்கம்பி வேலையினால் இயற்கையின் உண்மை மிக அற்புதமாக வெளிப்பட்டுக்கொண்டிருந்தது."இப்பொழுது இந்தச் சத்தியத்தை என்ன செய்வது? எவ்வாறு இதைக் குடித்துவிடுவது? அதை எங்கே வைப்பது, எவ்வாறு எடுத்துச் செல்வது? இவ்விதமான இனிமை நிறைந்த தொல்லைகளை நான் அனுபவிக்கத் தொடங்கினேன். இதற்குள் பழைய வழக்கத்தின் காரணமாக என்னை அறியாமலேயே வாயிலிருந்து 'ஈசாவாஸ்ய' மந்திரம் உரக்க வெளிப்பட்டது. உண்மைதான், இந்த ஜகத்தை அதன் ஈசனால் மூடவேண்டியது தான் - எதிரிலுள்ள சாய்ந்த பாறை நீர்ப்படுதாவினால் மூடப்பட்டு அந்தப் படுதா சைதன்யமடைந்து ஒளிவீசுவதுபோல, நமக்குக் காணப்படும் ஒவ்வொரு பொருளையும், அது ஊனக் கண்ணினால் பார்க்கப்பட்டாலும் சரி, கற்பனைக் கண்ணினால் பார்க்கப் பட்டாலும் சரி,-அவை யாவற்றையும் ஆத்மவிசாரத்தால் மூடிவிடவேண்டும். அப்பொழுதுதான் பற்றற்ற தன்மையோடு அகண்ட வாழ்க்கையின் ஆனந்தத்தை முடிவுவரை அடைய முடியும். மனிதனுக்கு இதைவிட வேறு வழியில்லை.

பார்வை கீழே சென்றது. அங்கே ஒரு குளிர்ந்த குளம் தன் பசுமை கலந்த நிலப்பரப்பின் மேல் அருவியின் நீரை ஏற்றுக் கொண்டிருந்தது. மேலும், அதிகம் சேமித்து வைத்தல் நல்லதல்ல என்பதை உணர்ந்து, சிறிது நேரத்திலேயே எல்லா நீரையும் ஒரு அழகான பிரவாகம் மூலமாக வெளிப்படுத்திக் கொண்டிருந்தது. அகநாசினி தனது வளைந்து நெளிந்த பிரவாகத்தின் மூலம் அக்கம்பக்கத்திலுள்ள பிரதேசம் முழுவதையும் புனிதமாக்கவும், மானிடர்களின் வக்கிரமான பாவங்களைக் கழுவவும், தனது விரதத்தை இடைவிடாமல் நிறைவேற்றி வந்தது. நான் கடைசியில் அதனிடமே பிரார்த்தித்துக் கொண்டேன் :

'யுயோதி$_4$ அஸ்மத் ஜுஹுராணம் ஏந: பூயிஷ்டா$_2$ம் தே நம உக்திம் விதே$_4$ம!'

"ஹே அகநாசினி ! எங்களுடைய வக்ரமான (குடிலமான), கோணல் நிறைந்த பாவங்களைப் போக்கிவிடு. நாங்கள் உனக்காகப்

பற்பல நமஸ்கார வசனங்களை இயற்றுவோம்." (இது ஈசாவாஸ்ய உபநிடதத்தின் கடைசி மந்திரம்.)

22. கோகர்ண யாத்திரை

இலங்கேசுவரனான இராவணன் இமயமலைக்குச் சென்று தவம் புரியும் பொருட்டு அமர்ந்தான். அவனுடைய அன்னை அவனை அனுப்பி வைத்திருந்தாள். சிவனை வழிபடும் மாபெரும் அரசன் இராவணனுடைய அன்னை சாதாரணமான கல்லினாலான லிங்கத்தையா பூசிப்பது? அவள் தன் மைந்தனிடம் கூறினாள்- "மகனே ! கைலாயத்திற்குச் சென்று பரமசிவனிட மிருந்து அவருடைய ஆத்மலிங்கத்தையே எடுத்து வா. அப்பொழுது தான் இங்கே பூஜை நடைபெற முடியும்." அன்னையிடம் அளவு கடந்த பக்தியுள்ள இராவணன் புறப்பட்டுவிட்டான். மானஸரோவர் ஏரியிலிருந்து தினந்தோறும் ஓராயிரம் தாமரைப் பூக்கள் பறித்து வந்து கைலாசநாதரைப் பூஜிக்கத் தொடங்கினான். இந்தத் தவம் ஓராயிரம் ஆண்டுகள் வரை நடந்தது.

ஒரு நாள் எப்படியோ ஒன்பது தாமரை மலர்கள் குறைந்து விட்டன. பூஜை செய்து கொண்டிருக்கும்போது நடுவில் எழுந்திருக்க முடியாது. ஆயிரம் மலர்களில் ஒன்றுகூடக் குறையவும் கூடாது. இப்பொழுது என்ன செய்வது? ஆசுதோஷ் - வெகு விரைவில் மகிழ்ச்சியடையும் மஹாதேவன் வெகு விரைவில் கோபமும் அடையக்கூடியவனாயிற்றே!' பூசையில் சிறிதளவு குறைபாடு ஏற்பட்டாலும் சர்வநாசம்தான். இராவணனுடைய புத்தியும்,தைரியமும் மட்டமானதா என்ன? அவன் ஒவ்வொன்றாகத் தனது சிரங்களாகிய தாமரைகளைக் கொய்து அர்ப்பணிக்கத் தொடங்கினான். இவ்விதமான பக்தியிருந்தால் என்னதான் கிட்டாது? போலாநாத் அகமகிழ்ந்தார். கூறினார்- "வரம் கேள் ! வரம் கேள் ! நீ என்ன கேட்டாலும் சரி, உன் பக்திக்கு அது குறைவு தான்!" இராவணன் சொன்னான், "எனது தாயார் பூஜை செய்ய அமர்ந்திருக்கிறாள். தங்களுடைய ஆத்மலிங்கம் தேவை!" வார்த்தை வெளிப்பட்டதுதான் தாமதம், சம்பு தமது இதயத்தைத் திறந்து ஆத்மலிங்கத்தை எடுத்து இராவணனிடம் கொடுத்து விட்டார்.

மூவுலகிலும் திகில் ஏற்பட்டுவிட்டது. தேவாதிதேவன் மஹாதேவன் ஆத்மலிங்கத்தையல்லவா அளித்துவிட்டார்!

அதுவும் யாருக்கு? தேவர்களுக்குக் காலனான இராவணனுக் கல்லவா அளித்துவிட்டார்! இப்பொழுது மூவுலகுக்கும் என்ன கதி ஏற்படும்? பிரம்மா மஹாவிஷ்ணுவிடம் ஓடினார். லக்ஷ்மி ஸரஸ்வதியைக்கேட்கப்புறப்பட்டாள்.கடைசியில்விக்கினங்களை விலக்குபவரான விக்கினேஸ்வரனை எல்லோரும் வழிபட்டு அவரிடம் சொன்னார்கள்- "தாங்கள் என்ன செய்வீர்களோ தெரியாது. இந்த ஆத்மலிங்கம் இலங்கைக்குச் செல்லாமலிருக்கும் படி பார்த்துக்கொள்ளுங்கள்."

மஹாதேவன் இராவணனிடம்- "இந்த லிங்கத்தை எடுத்துக் கொள். தரையில் நீ எந்த இடத்தில் வைப்பாயோ அங்கேயே அது நிலைத்துவிடும்" எனக் கூறியிருந்தார். மஹாதேவனின் ஆத்ம லிங்கம் மிகவும் கனமாயிருந்தது. இராவணன் இதை எடுத்துக் கொண்டு மேற்குக் கடற்கரை ஓரமாகச் சென்று கொண்டிருந்தான். மாலை நெருங்கிக் கொண்டிருந்தது. இராவணனுக்குச் சிறுநீர் கழிக்க வேண்டியிருந்தது. சிவலிங்கத்தைக் கையிலேயே வைத்துக்கொண்டு இது முடியாதல்லவா? தரையில் வைப்பது எப்படி? இராவணன் இவ்வாறு மனக்குழப்பத்தில் சங்கடப்பட்டுக் கொண்டிருந்த போது தேவர்களின் சங்கேதப்படி கணபதி இடைப்பையன் வேஷம் போட்டுக்கொண்டு பசுக்களை மேய்த்துக்கொண்டு அங்கு தோன்றினார். இராவணன் சொன்னான்- "ஏய் பையா ! இந்த லிங்கத்தைச் சற்று வைத்துக் கொள். தரையில் வைத்து விடாதே!"

கணபதி கூறினார் - "இது மிகவும் கனமாயிருக்கிறது. களைத்து விட்டால் மூன்று முறை குரல் கொடுப்பேன். அதற்குள் நீ வந்து விட்டால் சரி, இல்லாவிட்டால் உன் பாடு!"

இராவணன் கீழே அமர்ந்தான். அட! இது எத்தனை நேரம் பிடிக்கும் ! உட்கார்ந்தான் - ஆனால் இன்று எப்படியோ அவன் வயிற்றில் ஏழு கடல்கள் குடிகொண்ட விட்டன! பூணூலைக் காதில் மாட்டிக் கொண்ட பிறகு பேசவும் கூடாதே! சித்தி விநாயகர் ஒப்பந்தப்படி மூன்று முறை இராவணன் பெயரைச் சொல்லிக் கூப்பிட்டார். பயந்து கத்திக் கொண்டே லிங்கத்தைக் கீழே வைத்துவிட்டார், பளு தாங்க முடியவில்லை போல! தரையில் வைத்தவுடனேயே லிங்கம் பாதாளம் வரை சென்று பதிந்து விட்டது! இராவணன் கோபத்தால் கண்கள் சிவக்க ஓடிவந்து கணபதியின் தலையில் ஓங்கி ஒரு குட்டுக்குட்டினான். கணபதியின் தலையில் இரத்தம் பீறிட்டது.

பிறகு இராவணன் லிங்கத்தைப் பெயர்த்தெடுக்க ஓடினான். ஆனால் அதுதான் முடியாத காரியமாயிற்றே! பாதாளம் வரை சென்று பதிந்துள்ள லிங்கத்தை எப்படி எடுப்பது? பூவுலகம் முழுவதும் நடுங்கிற்று. ஆனால் லிங்கம் வெளியில் வரவில்லை. கடைசியில் அவன் லிங்கத்தைப் பிடித்துத் திருகிவிட்டான். இதனால் அது ஒடிந்து நான்கு துண்டங்கள் அவன் கையில் வந்தன. ஏமாற்றமடைந்து வெறிகொண்டவனாய் அவன் அந்தத் துண்டங்களை நாலு திசைகளிலும் வீசியெறிந்தான். பிறகு வெறுங் கையோடு இலங்கைக்குத் திரும்பி வந்தான்.

திருகி ஒடிக்கப்பட்ட லிங்கத்தின் முக்கியமான பாகம் எங்கே தங்கி விட்டதோ அதுதான் கோகர்ணம். இந்தப் பூவுலகம் முழுவதிலும் இதைவிடப் புனிதமான தலம் வேறு கிடையாது.

* * *

கோகர்ண - மஹாபலேச்வரம் கார்வார் அங்கோலா துறைமுகங்களுக்கு நடுவே உள்ள 'ததடீ'த் துறைமுகத்திலிருந்து சுமார் 6 மைல் வடக்கே கடற்கரையில் இருக்கிறது. தெற்கில் இதன் தலப்பெருமை காசியைவிட அதிகமாகக் கருதப்படுகிறது. லிங்கம் பெரும்பாலும் பூமிக்கடியில்தான் இருக்கிறது. அதனுடைய 'ஆவடை'க்கு நடுவில் ஒரு துவாரம் இருக்கிறது. அதற்குள் விரலை விட்டால் உள்ளே இருக்கும் லிங்கத்தைத் தொட முடிகிறது. தரிசனம் செய்வது என்பதுதான் இல்லையே! அங்கேயுள்ள அர்ச்சகர்கள் லிங்கத்தின் கல் மிகவும் மிருதுவாக இருப்பதாகக் கூறுகிறார்கள். பக்தர்கள் தொட்டுத்தொட்டு அந்த லிங்கம் தேய்ந்து விடுமல்லவா - அதற்காக பழங்காலத்தி லிருந்தே ஒரு ஏற்பாடு - பல ஆண்டுகளுக்கொருதரம் ஒரு சுபமான சகுனம் கிடைத்த பிறகு ஆவடை வெளியில் எடுக்கப் படுகிறது. பக்கத்திலுள்ள பூச்சுக்களை அகற்றிவிட்டு மூல லிங்கத்தை இரண்டு மூன்று முழ ஆழத்திற்குச் சுற்றிலும் சுத்தப் படுத்துகிறார்கள். சில மாதங்கள் வரை திறந்து வைத்திருந்த பிறகு முத்துக்களை மாவாக அரைத்து பக்கங்களில் மறுபடி பூசி ஆவடை வைக்கப்படுகிறது. இதற்கு "அஷ்டபந்தனம்" என்று பெயர் என நினைக்கிறேன்.

நாங்கள் கார்வாரில் இருந்தபோது ஒரு தடவை கபிலாஷஷ்டி என்ற ஒரு அபூர்வமான அஷ்டபந்தன யோகம் ஏற்பட்டது. தகப்பனார், தாயார், நான் மூவரும் அங்கு யாத்திரை சென்றோம். 'ததடீ' துறை முகத்துக்கருகில் என்னைச் சுமந்து செல்வதற்காகக் கூலி அமர்த்தப்பட்டான். அவனுடைய தோளில் உட்கார்ந்து

கொண்டு நான் கோகர்ணத்துக்குச் சென்றேன். கோடி தீர்த்தத்தில் நீராடிவிட்டு கோகர்ண மஹாபலேஸ்வரரைத் தரிசித்தேன். மயான பூமியையும் அதைக் காவல் புரியும் அரிச்சந்திரனையும் தரிசித்தேன். எலும்புகளைப் போட்டால் கரைந்துவிடக் கூடிய ஒரு நீர்த்தேக்கம் பார்த்தோம். அகல்யாபாயின் அன்னசத்திரத்தில் அந்தப் புண்ணியவதியின் சிலையைப் பார்த்தோம். தலையில் காயத்துடன் இரண்டு கைகள் மட்டுமுள்ள இடைப் பையன் வேடத்திலுள்ள வினாயகரைத் தரிசித்தோம். பிரம்மாவின் ஒரு சிலையும் பார்த்தோம். எல்லாவற்றையும்விட முக்கியமாக, இராவணன் சிறுநீர் கழித்த குழியையும் பார்த்தேன். இன்றுகூட அது நிரம்பியிருக்கிறது. அதிலிருந்து துர்நாற்றமும் வீசுகிறது. மேலும் பல விஷயங்கள் பார்த்தோம். ஆனால் இப்பொழுது நினைவுக்கு வரவில்லை.

இந்தப் பிரதேசத்தின் விசேஷம் கூற மறந்துவிட்டேன். வீடு ஏழையினுடையதானாலும் சரி, பணக்காரனுடையதானாலும் சரி, நல்ல கெட்டித் தரையாயிருக்கும். அது கரும் சலவைக்கல் மாதிரி உறுதியாகவும் பளபளப்பாகவும் இருக்கும். உண்மையாகவே அதில் முகம் தெரிகிறது. கோடைக் காலத்தில் நடுப்பகலில் விரிப்பு ஒன்றுமில்லாமல் அந்தத் தரையில் சுகமாகத் தூங்கலாம். அடிக்கடி இந்தத் தரையில் சாணமும், கருப்பு மையும் கலந்து மெழுகுகிறார்கள். ஆனால் கையினால் மெழுகுவதில்லை. பாக்கு மரத்தின் மேல் ஒரு விதமான பட்டை இருக்கிறது. அதைக் கொண்டு தரையைத் தேய்த்துப் பளபளப்பாக்குகிறார்கள். இந்தப் பட்டையை அங்கே ‘போவலீ’ என்று சொல்லுகிறார்கள்.

கோகர்ணத்திலிருந்து திரும்பி வரும்போது ‘ததடீ’ வரை கடலில் நீராவியந்திரப் படகில் வர நினைத்தோம். அந்தநேரம் அங்கு புயல்வீச ஆரம்பிக்கும் பருவம். புயல் விரைவிலேயே ஆரம்பித்துவிடும், எட்டு நாட்களுக்குப் பிறகு நீராவியந்திரப் படகுகளும் ஓடா. ஆகையால் திரும்பிவரும் யாத்திரிகர்களின் கூட்டமும் மிக அதிகமாயிருந்தது. ததடீத் துறைமுகத்திலிருந்து நீராவிக்கப்பலில் இடம் கிடைக்குமா என்பது சந்தேகம். ஆகையால் நாங்கள் நீராவியந்திரப் படகில் அமர்ந்து நேராக சீக்கிரம் நீராவிக் கப்பலுக்கே வந்து விடுவது நல்லது என்று நிச்சயித்தோம்.

கோகர்ணத்தின் துறைமுகம் நன்றாகக் கட்டப்பட்ட துறைமுகம் அல்ல. கரையிலிருந்து மார்பளவு வரை தண்ணீரில் செல்லவேண்டும். அங்கிருந்து படகில் ஏறி நீராவியந்திரப் படகு வரை கூடத் தண்ணீரில் நடந்தே வருகிறார்கள். ஆனால்

பெண்களும் குழந்தைகளும் கூலிகளின் தோளில் ஏறிக்கொண்டு அல்லது அவர்களுடைய கைகளில் நடுவில் பல்லக்குப் போல அமர்ந்து வருகிறார்கள்.

முதலிலேயே ஒரு அபசகுனம் ஏற்பட்டது. ஒரு ஏழைக் கிழவி, கொஞ்சம் பருத்த சரீரமுள்ளவள். வாடகைக்கு இரண்டு கூலிகளை அமர்த்த அவளிடம் பணம் இல்லை. ஒரே ஒரு பேராசைக் கூலிக்காரனைக் கொஞ்சம் அதிகம் கூலி கொடுப்பதாகச் சொல்லி அமர்த்தி அவனுடைய தோளில் ஏறிக் கொண்டாள். அவன் மெலிந்த தேகமுள்ளவன். அவன் தரையில் உட்கார்ந்து கொண்டான், கிழவி அவனுடைய தோளில் ஏறிக் கொண்டாள். ஆனால் அவன் எழுந்திருக்க ஆரம்பித்ததுமே இரண்டு பேரும் தடாலென்று விழுந்தனர். இதற்குள்ளேயே ஒரு துஷ்ட அலை வந்து இருவரையும் நன்கு நீராட வைத்து விட்டது.

இந்தப் படகுதான் கடைசிப் படகாகையால் கோகர்ணத்திலும் கூட்டம் அதிகமாயிருந்தது. அவர்கள் எல்லோரும் அதிலேயே எப்படிப் போகமுடியும்? ஆகையால் நூறு மனிதர்கள் உட்காரக் கூடியதான ஒரு படகு நீராவியந்திரப் படகோடு சேர்த்துக் கட்டப்பட்டது. அதற்குப் பின்னால் சுங்க இலாக்கா அதிகாரி ஒருவரின் வெள்ளைப் படகு ஒன்றும் கட்டப்பட்டது. சொந்தப் படகுகளின் துடுப்புக்கள் அகப்பை அல்லது விசிறி மாதிரி வட்டமாகவும் சுங்க இலாக்காப் படகின் துடுப்பு கிரிக்கெட் மட்டையைப் போல் நீளமாகவும் இருந்தன.

எங்களுடைய கூட்டம் சரியான நேரத்தில் கிளம்பிற்று. ஓரிரண்டு மைல் தூரம் போயிருப்போம். அதற்குள் வானில் மேகங்கள் சூழ்ந்துகொண்டன. காற்று வேகமாக வீசத் தொடங்கியது. அலைகள் பலமாக மோதத் தொடங்கின. அவைகளுக்குப் பெரிய விருந்து கிடைத்து விட்டது போல துள்ள ஆரம்பித்தன. படகுகள் ஆடத் தொடங்கின. நீராவியந்திரப் படகிலும் குழப்பம் ஆரம்பமாகி விட்டது. அடேடே! இது என்ன! பெரிய பெரிய இலந்தைப் பழங்கள் போன்று மழைத் துளிகள்! இப்பொழுது என்ன செய்வது? அலைகள் வேகமாக துள்ளத் தொடங்கின. நீராவிப் படகும் அடக்க முடியாத குதிரைபோல மேலும் கீழுமாகக் குதிக்கத் தொடங்கிற்று. பின்னால் கட்டப்பட்டிருக்கும் படகுகளின் கயிறுகள் 'கார், கார்' என்று சப்தம் செய்யத் தொடங்கின. இதற்குள் நீராவிப் படகுக்கும், மற்ற படகுக்கும் நடுவில் ஒரு பெரிய அலை எழும்பி வந்தது. படகு கண்ணுக்குத் தெரியவில்லை.

நான் நீராவியந்திரப் படகில் கொதிகலத்துக்கருகில் ஒரு மரப் பலகையின் மேல் உட்கார்ந்திருந்தேன். நீராவிப் படகின் கேப்டன் வெகுவிரைவில் கப்பலைப் பிடித்துவிட விரும்பினான். அவன் படகை பைத்தியம் பிடித்ததுபோல முழு வேகத்துடன் செலுத்தத் தொடங்கிவிட்டான். நான் உட்கார்ந்திருந்த மேடை சூடாகிவிட்டது, உட்காரமுடியவில்லை. சற்று இந்தப் பக்கமோ, அந்தப் பக்கமோ நகர்ந்தால் 'ஸமுத்ராஸ்திருப்யந்து' (கடலுக்கு இரையாக) ஆகிவிடுவோம் என்ற அச்சம். உட்கார்ந்தும் இருக்க முடியவில்லை. இந்தச் சிக்கலிலிருந்து மிகவும் பயங்கரமான முறையில் எனக்கு விடுதலை கிடைத்தது. ஒரு வேகமான அலை வந்து என்னைத் தலையிலிருந்து கால்வரை குளிப்பாட்டி விட்டது. இப்பொழுது அந்த மேடை எப்படிச் சூடாயிருக்க முடியும்? தகப்பனார் மிகவும் கவலைப்பட்டார். என் தாயாரும் குல தெய்வங்களையெல்லாம் வேண்டிக்கொண்டாள் - "மங்கேசா! மஹாருத்ரா! மாயபாப்பா! துஞ்ச ஆதான் அம்ஹாலா தார்!" பெருத்த மழை ஆரம்பித்துவிட்டது. நீராவிப் படகில் இருந்த நாங்கள் கொஞ்சம் பத்திரமாயிருந்தோம். ஆனால் பின்னால் இருந்த படகிலுள்ளவர்களின் கதியென்ன? ஆரம்பத்தில் நீராவிப் படகு நீரைக் கிழித்துக்கொண்டு செல்ல வேண்டியிருந்ததால் அதற்குள் தண்ணீர் வந்தது. ஆனால் படகு ஒவ்வொரு அலையின் மேலும் ஏறி ஏறிச் சென்றுகொண்டிருந்ததால் அதற்குள் தண்ணீர் வரவில்லை. ஆனால் இப்பொழுது காற்று, மழை இரண்டிற்கும் போட்டியேற்பட்டு இரண்டினுடைய அட்டஹாசமும் அதிகரித்த போது ஒரே அலையில் பாதிப் படகு தண்ணீரால் நிரம்பி விட்டது. அலைகள் எதிரிலிருந்து வந்தால் சற்றுப் பரவாயில்லை, படகு அதன்மேல் ஏறி அந்தப் பக்கம் இறங்கிவிடும். ஒரு தடவை படகு அலையின் உச்சியில் இருக்கும், ஒரு தடவை இரு அலை களுக்கு நடுவில் பள்ளத்தாக்கில் இருக்கும். சில தடவை ஒரு அலையிலிருந்து அது கீழே இறங்கியதும் வேறொரு புதுஅலை அதை அப்படியே அலாக்காகத் தூக்கிவிடும். இது போன்று எதிர்பாராத குழப்பங்கள் ஏற்படும் போது படகிற்குள் நிற்பவர்கள் ஒருவர் மேல் ஒருவர் விழுவார்கள்.

ஆனால் இப்பொழுது அலைகள் பக்கங்களில் மோதத் தொடங்கின. படகிற்குள் இருந்த பெண்களுக்கும், குழந்தை களுக்கும் வீறிட்டு அழுவதைத் தவிர வேறு ஒன்றும் தெரியாது. ஆண்களெல்லாம் தவலையோ, செம்போ, டப்பாவோ எது கிடைத்தாலும் அதனால் தண்ணீரை வாரி வாரி வெளியே இறைத்தார்கள். தீயணைக்கும் பொறியின் குழாய்கள் கூட

இவ்வளவு மேகமாகத் தண்ணீரை வெளியேற்ற முடியாது. பெண்கள், குழந்தைகளின் அலறல் காதைத் துளைத்தது, இதயத்தைப் பிளந்தது. சில பிரயாணிகள் தத்தாத்ரேய பகவானை உதவிக்கு அழைத்தனர். சிலர் அம்பா பவானியிடம் பிரார்த்தனை செய்து கொண்டனர். சிலர் பண்டரிபுர விட்டோபாவைக் கூப்பிட்டனர். இன்னும் சிலர் வினைதீர்க்கும் வினாயகரை வேண்டிக்கொண்டனர். ஆரம்பத்தில் கப்பல் தலைவனும், மாலுமிகளும் எங்களுக்கு ஆறுதல் அளித்தனர்-" ஏன் நீங்கள் பயப்படுகிறீர்கள்? பொறுப்பு எங்களுடையதல்லவா? இது மாதிரி எத்தனையோ புயல்களை நாங்கள் பார்த்திருக்கிறோம்!" ஆனால் சிறிது நேரத்திலேயே நிலைமை மிக மோசமாகி, தலைவனுக்கும் கலக்கம் ஏற்பட்டுவிட்டது. அவனும்- "சகோதரர்களே! அழுவதால் என்ன பயன்? மனிதன் என்றாவது ஒரு நாள் இறக்க வேண்டியவன் தானே. அந்தச் சாவு படுக்கையில் வந்தா லென்ன, குதிரை மேல் வந்தாலென்ன? அல்லது வேட்டையில் வந்தாலென்ன? கடலின் மேல் வந்தால் தான் என்ன? நீங்கள் தான் பார்க்கிறீர்களே!- நாங்கள் எங்களாலான முயற்சியெல்லாம் செய்கிறோம். ஆனால் மனிதன் கையில் என்ன இருக்கிறது? எல்லாம் கடவுள் விட்டவழி" என்று சொல்லத் தொடங்கி விட்டான். நான் அவனுடைய முகத்தையே இமை கொட்டாமல் பார்த்துக் கொண்டிருந்தேன். பிரயாணம் ஆரம்பிக்கும் பொழுது காரெட்டுக் கிழங்கு மாதிரி சிவப்பாயிருந்தவன் இப்பொழுது சேம்பு இலை மாதிரி பச்சையாக மாறிவிட்டான்.

அப்பொழுது நான் சிறு பையன். ஆனால் சிக்கலான நிலைமைகளில் பாலகன்கூட உண்மை நிலைமையைப் புரிந்து கொண்டுவிடுகிறான். ஒவ்வொரு கணமும் நான் என் இடத்தி லிருந்து நழுவிக்கொண்டிருந்தேன். இரு கைகளாலும் பலகை களைப் பிடித்துக்கொண்டு மிகக்கஷ்டப்பட்டு இடத்தைவிட்டு நகராமல் இருந்தேன். எங்கள் சாமான்களெல்லாம் ஒருபக்கம் கிடந்தன. ஆனால் பூஜைக்குரிய கடவுள் விக்கிரகங்களும், தேங்காய்களும் வைத்திருந்த பிரம்புப் பூஜைப் பெட்டியை மட்டும் நான் என் மடியில் வைத்துக்கொண்டு உட்கார மறக்க வில்லை.

என் மனத்தில் அப்போது என்னென்ன எண்ணங்களெல்லாம் தோன்றின! அப்பொழுது என் வயது ஒரே பக்தியில் மூழ்கும் பருவத்திலிருந்தது; காலையில் இரண்டு மணிநேரம் பஜனையில் ஈடுபடுவேன். எனக்கு இன்னும் உபநயனம் ஆகவில்லை. ஆகையால் சந்தியாவந்தனம் செய்யத் தொடங்கவில்லை. இருந்தபோதிலும்

தகப்பனார் பூஜைக்கு உட்காரும்போது அவர் அருகில் உட்கார்ந்து கொண்டு அவருக்கு உதவிபுரிவதில் எனக்கு மிகுந்த மகிழ்ச்சி ஏற்படும். இப்பொழுது மனத்தில் தோன்றிக்கொண்டிருந்தது- "ஒருக்கால் தண்ணீரில் மூழ்கவேண்டியிருந்தாலும் இந்தப் பூஜைப் பெட்டியை மார்போடு அணைத்துக் கொண்டே மூழ்குவேன்." மறுகணம், தாயார் பார்த்துக்கொண்டிருக்கும் போதே நீராவிப் படகிலிருந்து கீழே உருண்டு விழுந்தேனானால் தாயாரின் கதி என்னவாகும்? இந்த எண்ணம் வந்தவுடனேயே துக்கத்தால் மூச்சு நின்றுவிடும்போல் ஆகிவிட்டது. நெஞ்சில் கல்லைக் கொண்டு அடித்தமாதிரி வலியேற்பட்டது. நான் கடவுளிடம், "ஹே பகவான்! நான் மூழ்கத்தான் வேண்டுமானால் நானும் அம்மாவும் ஒருவரையொருவர் அணைத்தபடியே மூழ்கும்படி அருள் புரிவாயாக" என வேண்டிக்கொண்டேன்.

ஒவ்வொரு பையனின் மனத்திலும் அவனுடைய தகப்பனார் மிகவும் தைரியசாலி என்ற எண்ணம் ஏற்படும். வானம் இடிந்து விழுந்தாலும தகப்பனாரின் தைரியம் சிதைவுறாது என்றே எண்ணம். ஆகையால் இதுபோன்ற சந்தர்ப்பங்களில் குழந்தை தன் தகப்பனாரே ஒன்றும் புரியாமல் திகிலடைந்து நிற்பதைக் கண்டால் அவன் மனக்கஷ்டம் அடைகிறான். நான் புயலினால் அதிகம் பயப்படவில்லை. மழையினாலும் பயப்படவில்லை. இந்த மனிதர்களை விழுங்கிவிடுவேன் என்று கூறுவதுபோல வாயைப் பிளந்துகொண்டு வரும் அலைகளைப்பற்றிக் கூடக் கவலைப்படவில்லை. ஆனால் தகப்பனாருடைய கவலைதோய்ந்த முகத்தைப் பார்த்தும், அவருடைய தழுதழுத்த குரலைக் கேட்டும் நான் மனம் கலங்கிவிட்டேன்.

ஒவ்வொருவரும் நீராவிப்படகின் தலைவனிடம், "இன்னும் எவ்வளவு தூரம் பாக்கியிருக்கிறது?" என்றுகேட்கத் தொடங்கினர். நாலாபக்கமும் எங்கு பார்த்தாலும் மழை, புயல், அலைகளின் பயங்கரத் தாண்டவமுமே காணப்பட்டன. இவ்வளவு மழை பெய்தும் வானம் சற்றும் வெளிவாங்கவில்லை. நான் படகுத் தலைவனிடம் கெஞ்சினேன்.... "படகைக் கொஞ்சம் கரையோர மாகக் கொண்டு போகக்கூடாதா? ஒருக்கால் கவிழ்ந்து விட்டாலும் சிலராவது நீந்திக் கரைசேருவார்களே?" அவன் சற்றும் உற்சாகமில்லாமல் சிரித்துக்கொண்டே, "நல்ல முட்டாளா யிருக்கிறாயே! கரையிலிருந்து எவ்வளவுக்கெவ்வளவு தூரத்தில் இருக்கிறோமோ அவ்வளவுநல்லது, ஆபத்தும் குறைவு.கரையருகில் நெருங்கினால் பாறைகளில் மோதித் தூள்தூளாகி விடுவோம்.

இன்று நாங்கள் வேண்டுமென்றே கரையிலிருந்து தூரத்தில் வந்திருக்கிறோம். நீராவிக் கப்பல்வரை போய்ச் சேர்ந்துவிட்டால் கங்காஸ்நான புண்ணியம் கிடைத்தமாதிரி. இன்று வேறு ஒன்றும் செய்யமுடியாது" என்று சொல்லிவிட்டான்.

நான் இதற்குமுன்பு வயதுவந்த பெரிய மனிதர்கள் ஒருவரோடொருவர் கட்டித் தழுவிக்கொண்டு அழுவதைப் பார்த்ததேயில்லை. அந்தக் காட்சியை இன்று அந்தப் படகில் பார்த்தேன். ஆண்களும், பெண்களும் ஒருவரையொருவர் தழுவிக்கொண்டு அழுதுகொண்டிருந்தனர். இரண்டு மூன்று குழந்தைகள் உள்ள ஒரு தாய் தன் எல்லாக் குழந்தைகளையும் சேர்ந்தாற்போல் மடியில் வைத்துக்கெள்ள முயன்றுகொண்டிருந் தாள். ஏதோ சில பத்து இருபது இளைஞர்கள் மட்டும் மிகப் பிரயாசைப்பட்டு;க கடலோடு போர் புரிந்துகொண்டிருந்தனர். புயல் மிகவும் அதிகமாகிக்கொண்டே போகவே, நீராவிப் படகிலும் மற்ற படகுகளிலும் உள்ளவர்கள் பயம் அதிகரித்து அழக்கூட மறந்து விட்டனர். சாவின் ஒரு கறுப்புத்திரை எங்கும் பரவிவிட்டது. படகிலிருந்து சில இளைஞர்களும், நீராவிப் படகின் மாலுமிகளுமே சுய நினைவோடு இருந்தனர். எங்கள் படகுத் தலைவன் மாலுமிகளுக்கு உத்தரவுகள் பிறப்பித்துக் கொண்டே கவலையடைந்துகொண்டிருந்தான். ஆனால் மாலுமிகள் மனத்தை அலையவிடாமல் கவலையே காட்டாமல், தவறுகள் செய்யாமல் தங்கள் வேலைகளைச் செய்து கொண்டிருந் தனர். இதைவிட வேறு எதைக் 'கர்மயோகம்' எனக் கூறுவது?

கடைசியில், ததட துறைமுகம் வந்துசேர்ந்தது. நாங்கள் நீராவிக் கப்பலைப் பார்ப்பதற்கு முன்னாலேயே அது எங்கள் படகைப் பார்த்து விட்டது. நீராவிக்கப்பல் தனது குழாயை "போம் போம்" என்று ஊதிற்று. எங்கள் எல்லோருடைய கருணை நிரம்பிய கதையையும் கேட்டு கடவுள் **"மா பை**$_4$**"** (பயமில்லை, பயப்படவேண்டாம்) என்று அசரீரி கூறியது போலிருந்தது. எங்களுடைய நீராவிப் படகும் தன் தீக்ஷணமான குரலில் பதில் கொடுத்தது. எல்லோருடைய மனத்திலும் நம்பிக்கையின் ஒளி பிறந்தது. எங்கும் வெற்றி முழக்கம் கிளம்பியது.

இதற்குள், தன்னுடைய கடைசி முயற்சியையும் செய்து பார்க்கவிரும்பியதுபோலவும், எங்கள் அதிர்ஷ்டத்துக்கு முன்னால் தான் தோற்றுவிடுவதற்குள் கடைசி யுத்தம் செய்து பார்த்துவிட விரும்புவது போலவும், ஒரு பெரிய அலை எங்கள் படகின்மேல் பாய்ந்தது. தகப்பனார் உட்கார்ந்திருந்த இடத்திலேயே பின்னால்

விழுந்துவிட்டார். நான் பயந்து கத்தினேன். நான் இதுவரை அழவேயில்லை. அதற்காகப் பழிவாங்க விரும்பியது போல இந்த நிகழ்ச்சி நடந்துவிட்டது. தகப்பனார் உடனே எழுந்துவிட்டார். அவர் என்னை மார்போடு அணைத்துக் கொண்டு "தத்தோ! பயப்படாதே. எனக்கு ஒன்றும் நேர வில்லையே!" என்றார்.

நாங்கள் நீராவிக் கப்பலுக்கு அருகில் போய்ச் சேர்ந்து விட்டோம். ஆனால் மிக அருகில் நெருங்க யாருக்கும் தைரியம் வரவில்லை. சுங்கஇலாக்காவின் படகை அவர்கள் வெகு முன்னரே அவிழ்த்துவிட்டனர். ஏனென்றால் நீராவிப் படகு, பெரிய படகு. இவற்றோடு இருந்துகொண்டு அதனால் அலைமோத முடிய வில்லை. அதைத் தனியாகப் பிரிப்பதுதான் அதற்கு நல்லது. நீராவிப் படகு கப்பலைத் தூரத்திலிருந்து ஒருமுறை வலம் வந்தது. ஆனால் அருகில் நெருங்க முடியவில்லை. அலைகளின் வேகத்தால் படகு கப்பலோடு மோதிவிட்டால் கடைசி நேரத்தில் நாங்கள் எல்லோரும் தவிடுபொடியாகிவிடுவோம். கடைசியில் உயரத்தி லிருந்து கயிறு வீசினார்கள். எங்கள் மாலுமிகள் படகின் மேல்பாகத்தில் ஏறிக்கொண்டு பெரிய பெரிய மூங்கில்களால் படகு கப்பலோடு மோதாமல் ஊன்றித் தடுத்துக்கொண்டனர். ஒருவிதமாக கப்பலில் ஏற வழி பிறந்தது.

நான் அருகில் இருந்தேன். ஆகையால் கப்பலில் ஏற முதல் வாய்ப்பு எனக்குத்தான். ஏறுவதாவது? தூக்கிக் கப்பலில் போட்டார்கள். காப்டனும் மற்றொரு மாலுமியும் படகின் ஓரத்தில் நின்று கொண்டு ஒவ்வொருவராகத் தூக்கி கப்பலின் ஏணியின் கீழ்ப்படியிலுள்ள ஒரு ஆள் கையில் வீசி எறிந்தனர். இதில் கவனம் செலுத்த வேண்டிய விஷயம் என்னவென்றால், படகு அலையின் பள்ளத்தில் போய்விட்டால் சற்று நிதானித்து, மறு அலையில் அது மேலே கப்பலிடம் நெருங்கும் வேகத்தில் வந்து தூக்கியெறிவார்கள். இருபக்கங்களிலும் மனிதனின் கைகளை மாலுமிகள் பிடித்துக் கொண்டுவிட்டால் படகு அலைப்பள்ளத்தில் இறங்கும்போது அந்த ஆளினுடைய கைகளே பிய்ந்துவிடும். நான் ஏணியின் உயரச்சென்ற அம்மா வருகிறார்களா என்று பார்க்கத் தொடங்கினேன். ஒரு முன்பின் தெரியாத முஸல்மான் என் தாயாரின் கைகளைப் பிடிப்பதைக் கண்டதும் எனக்கு மிகவும் கஷ்டமாகிவிட்டது. ஆனால் அந்த நேரம் உயிரைக் காப்பாற்ற வேண்டிய நேரம்; இம்மாதிரியான, உள்ளத்தைத் தொடும் எண்ணங்களுக்கு நேரம் ஏது? சற்று நேரத்தில் தகப்பனாரும் உயர வந்துவிட்டார். பூஜைப் பெட்டியை

நான் தோளிலேயே வைத்துக் கொண்டிருந்தேன். மேலே நல்லதான ஒரு இடம் பார்த்து எங்களை உட்கார்த்தி விட்டு சாமான்களை எடுத்துவரச்சென்றனர். நான் கீழ்ப்படிதலுள்ள மரியாதை தெரிந்த பையன்தான். ஆனால் இப்பொழுது தகப்பனார் மேல் கோபம் வந்துகொண்டிருந்தது. சாமான்கள் எப்படிப் போனால் என்ன, உயிரை மதிக்காமல் மறுபடியும் ஆபத்தில் ஏன் போக வேண்டும்? ஆனால் அவர் மூன்று முறை போய் வந்தார். கடைசிமுறை வந்து கோகர்ண மஹாபலேஸ்வரரின் பிரசாதத் தேங்காய் தண்ணீரில் விழுந்துவிட்டது என்று சொன்னார். உடனே சேர்ந்தாற்போல் நானும் அம்மாவும் சொன்னோம் "அடேடே!" சரி இவ்வளவுதானே!"

நீராவிப் படகிலுள்ளவர்கள் எல்லோரும் கப்பலில் ஏறிய பிறகு படகிலுள்ளவர்களின் முறை வந்தது. அவர்களும் ஏறி விட்டனர். அதற்குப் பிறகு படகுகள் எல்லாம் இரவில் உலாவும் பிசாசுகளைப் போலக் கத்திக் கொண்டு ததடியின் கரைக்குச் சென்று அங்கே தவம் புரிந்துகொண்டு உட்கார்ந்திருந்த யாத்திரிகர்களை கொஞ்சங் கொஞ்சமாக கப்பலுக்கு அழைத்து வந்தது. புயல் இப்பொழுது அடங்கிவிட்டது. ஆனால் இருள் சூழ்ந்த இரவிலும், துள்ளிக் குதிக்கும் அலைகளிலும் அவர்கள் என்ன சிரமப்பட்டார்களோ அதை யாரால் வர்ணிக்க முடியுமா?

நீராவிக் கப்பல் முழுவதும் யாத்திரிகர்களால் 'கச கச' வென்று நிறைந்துவிட்டது. யார் பேசினாலும் கடலில் மூழ்கிப் போன தன் சாமான்களைப் பற்றித்தான் பேசினார்கள். ஒரு விதமாக எல்லா யாத்திரீகர்களும் வந்து சேர்ந்தனர். நல்ல வேளை, கடவுள் தயவால் ஒருவரும் இறக்கவில்லை.

கப்பல் புறப்பட்டது. பிரயாணிகள் இதேபோல் முன்பு நிகழ்ந்த ஆபத்தான சம்பவங்களைப்பற்றி ஒருவருக்கொருவர் சொல்லி அன்றைய துக்கத்தைக் குறைத்துக்கொள்ளத் தொடங்கினர். வெகு நேரம்வரை ஒருவருக்கும் தூக்கம் வரவில்லை. எனக்கு எப்பொழுது தூக்கம் வந்தது, கார்வார்த் துறைமுகம் எப்பொழுது வந்தது, எப்பொழுது வீடு போய்ச் சேர்ந்தேன்- இவை ஒன்றும் இப்பொழுது நினைவுக்கு வரவில்லை. ஆனால் அன்று புயல் வீசிய சம்பவம் இன்றுதான் அது நடந்தது போல இதுவரை நினைவில் இருந்து வருகிறது. உண்மையில்-

து$_3$க்$_2$க$_2$ம் ஸத்யம்,ஸுக$_2$ம் மித்$_2$யா।

து$_3$க்$_2$க$_2$ம் ஜன்தோ:பரம் த$_4$னம்॥

(இன்னல் உண்மை, சுகம் பொய். இன்னலே பிராணிகளின் மிகப்பெரிய தனம்.) *(அக்டோபர், 1925.)*

23. பரதனின் கண்கள் மூலம்

கரையில் நின்றுகொண்டு கடலின் அழகைப் பார்ப்பதில் மனம் மகிழ்ச்சியால் நிரம்பிவிடுகிறது. இந்த அழகை ஏதாவதொரு உயரமான இடத்திலிருந்து பார்க்கக் கிடைத்தால் கேட்பானேன்! கப்பலின் மேல் தளத்திலிருந்து அல்லது தேவகட் போன்றதொரு குன்றின் உச்சியிலிருந்துகொண்டு கடல் கரையின் மேல் நடத்தும தாக்குல்களைப் பார்ப்பதில் ஒரு தனி ஆனந்தம் ஏற்படுகிறது. நாம் கடலின் அரசர்கள், அலைகளாகிய இந்தச் சேனை நம் சார்பாகத் தான் எதிரிலுள்ள தரையின் மேல் தாக்குதல் நடத்துகிறது என்று எண்ணம் ஏற்பட்டு நம் மனத்தில் கர்வம் உதிக்கிறது. மிகக் கவனமாகப் பார்த்தால் கடலின் கருமையான அல்லது நீலமான தண்ணீர் மதம் பிடித்து, கரையிலுள்ள வெண் மணல் மீது தாக்கிப்பாய்ந்து விட்டு, கடைசி நேரத்தில்-" இதெல்லாம் வெறும் விளையாட்டுக்காகச் செய்தேன்" -என்று சொல்லிச் சிரிக்கிறது. அப்பொழுது அது கூசாமல் பொய் பேசுவதைக் கண்டு நாமும் சிரித்துவிடுகிறோம்.

கடற்கரையில் வசிக்கும் மக்கள் இம்மாதிரியான காட்சிகளை எப்பொழுது வேண்டுமானாலும் காணலாம். ஆனால் கடலும், மணற்பரப்பும் இடைவிடாமல் விளையாடும் இடத்தை அத்தித்திற்கு எதிரில், உயரத்திலிருந்து நேர் கோணமாகப் பார்க்கும் போது இந்த மணற் பரப்பு ஜலக்ரீடை செய்வதும், அலைகள் மணலின் மேல் படுத்துப் புரளுவதுமான காட்சி யாருக்குக் காணக்கிடைக்கிறதோ அவன் அந்த நாளைக் குறித்து,

'அத்ய மே ஸஃபலா யாத்ரா: த$_4$ன்யோஹம் அப்ரஸாத$_3$த:'

'இன்றே எனது யாத்திரை வெற்றியடைந்தது, நான் மிகவும் பாக்கியசாலி' என்று கூறலாம்.

1895 ஆம் ஆண்டு நான் கோகர்ண யாத்திரை செய்தேன். பிறகு 10 ஆண்டுகளுக்குப் பின் மறுமுறை திரு. கங்காதர் ராவ் தேஷ்பாண்டே அவர்களுடன் யாத்திரை செய்தேன். அதே கோகர்ணத்தின் புனிதமான கடற்கரையில் மற்றொரு முறை 'சங்கவ வேளையில்'* **(பசுக்களிடம் பால் கறந்த பிறகு, மாட்டுக் கொட்டத்தையும் சுத்தம் செய்த பிறகு, காட்டில் மேய்ப்ப தற்காக அவைகளை ஓரிடத்தில் ஒன்று சேர்க்கப்படும் நேரம் (காலை**

சுமார் 9மணி) இதை 'சங்கவ வேளா' எனக் கூறுகிறார்கள். இது வேதகாலச் சொல்) நின்றுகொண்டு கடலைத் தரிசிக்கும் வாய்ப்புக் கிடைத்ததில் நான் மிக்க மகிழ்ச்சிகொண்டேன். கோகர்ணத்தின் கடற்கரை மிகவும் பெரியதும் அழகு பொருந்தியது மாகும். வலது அதாவது வடக்குப் பக்கம் கார்வாரின் மலைகளும், குன்றுகளும் மங்கிய தொடு வானத்தில் மெல்லிய படலமாகக் காட்சி அளிக்கின்றன. இடது பக்கம் ராம் தீர்த்த மலையும் அதன் மேல் பரதனின் சிறு கோவிலும் காணப்படுகின்றன. எதிரில் எல்லையற்ற ஆழ்கடல் "அழிவில்லாமல் வாழ்ந்து கொண்டிருங்கள்" என்று இரவும் பகலும் கூறிக்கொண்டிருக்கிறது. இப்படிப்பட்ட நெஞ்சை அள்ளும் காட்சியை ஒருமுறை கண்டபின் யாரால் மறக்க முடியும்? ராம்தீர்த்தக் குன்றின் மேல் சென்று அங்குள்ள அருவியில் நீராடுவதாகச் சங்கற்பம் செய்துகொண்டிருந்தேன். இல்லாவிடில் இந்தக் கடற்கரையின் அழகையே பார்த்துக் கொண்டு இருந்துவிடத்தான் எனக்கு விருப்பம். தென்னந் தோப்புக்களையும் கரடு முரடான பாதைகளையும் கடந்து நாங்கள் ராமதீர்த்தத்தை அடைந்தோம். அங்கேயுள்ள அருவியின் கீழே அமர்ந்து நீராடும் ஆனந்தம் உள்ளங்காலிலிருந்து உச்சந்தலை வரை பரவ, அங்குள்ள ராமேச்வரையும் தரிசித்தோம். சாண்டில்ய மஹாராஜ் என்ற சாது ஒருவர் பல பக்தர்களுக்கு உற்சாகமூட்டி அவர்கள் மூலம் இங்கு ஒரு கோயில் கட்டுவித்திருக்கிறார். இந்தக் கோயில் கடலுக்குள் பிரவேசித்திருக்கும் ஒரு உயரமான மலையின் மேல் அமைந்திருக்கிறது. மலையின் உயரத்திலிருந்து மணற் பரப்பும், கடல் அலைகளும் ஒன்றுக்கொன்று தழுவிக்கொண்டு விளையாடும் அழகைப் பார்க்கமுடிந்தது. வெகு தூரம்வரை இந்தக் காட்சி தெரிந்தது. அங்கிருந்து தென்னை மரங்கள் இந்த மணல்- கடல் சந்திப்பைப்பார்த்து மகிழ்ந்து, தலையை அசைத்து, எங்களையும் "வாருங்கள். இது நல்ல இடம். இங்கிருந்து கடல்-மணல் சந்திக்கும் கோடு நன்றாக, நேராகத் தெரிகிறது" என்று கூப்பிடுவது போலிருந்தது.

நான் கவனித்தேன். தண்ணீரின் அலைகளுக்குக் கடலின் ஆழ்ந்த தண்ணீர் ஆதாரமாக இருந்து வருகிறது. ஆனால் இந்த மணற்பரப்பிற்கோ! அருகில் குன்றுகூட இல்லை. ஆகையால் தென்னை மரங்களும், சவுக்குமரங்களும் இந்தப் பொறுப்பை ஏற்றுக்கொண்டிருந்தன. இந்த உயரமான மரங்கள், கடலின் நீர் இரண்டின் நிறத்திலும் சற்றும் ஒற்றுமையில்லை. ஆனால் இவையிரண்டின் வேலைகளில் ஒற்றுமை இருந்தது. மரங்கள் தம் காலடியிலுள்ள மணலுக்கு ஆசீர்வாதம் கூறின; கடலின் ஆழமான

தண்ணீர் அலைகளை முன்னேறிச் செல்ல ஊக்குவித்தது. இந்தக்காட்சி எவ்வளவுநேரம் பார்த்துக் கொண்டிருந்தாலும் திருப்தியேற்படாததாயிருந்தது. ஏதேனும் ஓர் காட்சியைக் காண்பதில் மனிதனுக்குத் திருப்தி ஏற்படவில்லை என்பதற்காக ஒரே இடத்தில் நின்றுகொண்டு அதையே பார்த்துக்கொண்டிருக்கவும் பிடிக்காது. ராமதீர்த்தத்தின் அருவியையும், ராமேச்வரரின் கோவிலையும்காவல்புரிவதற்காகஸ்ரீராமச்சந்திரரின்பிரதிநிதியான பரதர் இங்கே மலையின்மேல் நின்று கொண்டிருக்கிறார். அவரையும் தரிசிக்கவேண்டும். முடிந்தால் உச்சிவரை சென்று அவருடைய கண்களின் மூலமாகவே கடலைக் காணவேண்டும். உயரத்தில் ஏறாமல் விசாலமான திருஷ்டி (பரந்த பார்வை) எவ்வாறு ஏற்படும்? படிகள் அங்கே வரச்சொல்லி வரவேற்றன. ஆகையால், மகிழ்ச்சியால் குதித்துக்கொண்டு நான் பரதனின் கோயிலுக்குப் போய்ச் சேர்ந்தேன். அங்கே சிறிய வெண்மையான உருவத்தில் பரதன் அழகான பீதாம்பரம் தரித்துக் கொண்டு சமுத்திரத்தைத் தரிசித்த வண்ணம் நின்றுகொண்டிருந்தார்.

என் எண்ணம், பரதனுக்கருகில் கோவில் கட்டியிருக்கக் கூடாது. வெய்யில், காற்று, மழை இவைகளில் நின்று தவம் புரியும்படி அவரை விட்டிருக்க வேண்டும். கடலிலிருந்து வீசும் குளிர்ந்த காற்றின் உதவியால் அவர் சூரியனின் வெப்பத்தையும் சுலபமாகத் தாங்கிக்கொண்டிருப்பார். மேலும், மக்கள் பரதன் சூரிய வமிசத்து அரசகுமாரன் என்பதை எவ்வாறு மறந்தனர்? வாயு குமாரன் ஹனுமானையும், சூரிய வமிசத்து ராகவர்களையும் நினைத்துக்கொண்டே நாங்கள் அங்கே வெகு நேரம் நின்றுகொண்டிருந்தோம். மனத்தில் பக்தி உணர்ச்சி பெருக்கெடுத்துக் கொண்டிருந்தது. எதிரில் கடல்நீரின் மட்டமும் பொங்கியெழுந்து கொண்டிருந்தது.

அன்று கிடைத்த அரிய புனிதமான தரிசனத்துக்காக, ராமதீர்த்தத்துக்கும் அங்கு காவல்புரியும் பரதனுக்கும் நான் என்றென்றும் கடமைப்பட்டிருக்கிறேன்.

(மே, 1947)

24. வேளகங்கா– சீதையின் நீராடு துறை

'வேரூளா' கிராமத்திலுள்ள பச்சைத் குளத்தைப் பார்த்து விட்டுத் திரும்பும்போது வழியில் வேளகங்கா அருவியைப் பார்த்தேன்.அருவி மிகவும்சிறியது.சாதாரண ஓடை மாதிரியிருந்தது.

ஆனால் அதற்கு 'வேளகங்கா' என்ற மரியாதையான பெயர் கிடைத்திருக்கிறது. ஆற்றின் பெயரைக் கேட்டபிறகு அதன் உற்பத்தி ஸ்தானத்தைப்பற்றி ஆராய்ந்தறியாமல் எவ்வாறு இருக்க முடிகிறது? நாங்கள் குகைகளின் அற்புதமான சிற்ப வேலைப்பாட்டைக் கண்டு களித்துக்கொண்டு திரிந்து கொண்டிருந்தோம். ஆகையால் வேளகங்காவைப் பற்றிய நினைவு வர வில்லை. "பௌருஷம் இல்லாத" வேலைப்பாடுள்ள கைலாசநாதர் குகையைப் பார்த்துவிட்டு ஜைன தீர்த்தங்கரர் களுடைய 'இந்திர சபை' யை நோக்கிச் சென்றோம். அதற்குள் திரு. அச்சுத் தேஷ்பாண்டே அவர்கள் வேளகங்காவின் உற்பத்தி ஸ்தானம் இதுதான் என்று சொன்னார், பெயரைக் கேட்ட வுடனேயே வேளகங்காவின் நினைவு வட்டமிடத் தொடங்கிற்று.

இந்திரசபையிலிருந்து திரும்பும்போது நாங்கள் 29-ஆம் நிர். குகைக்குப் போனோம். பல குகைகளுக்குச் சென்று வந்ததால் மிகவும் களைப்பாக இருந்தது. உடம்பு முழுவதிலுமுள்ள எலும்புகளில் வலி உண்டாயிற்று. இதே தருணத்தில் பம்பாய்க் கருகிலிருக்கும் எலிபெண்டாக் குகைகளை நினைவுபடுத்தும்படி இங்குள்ள 29 ஆம் நிர். குகை தன் அழகினால் எங்களைக் கவர்ந்தது. அலைந்து அலைந்து எங்களுடைய கால்கள் அதிகம் களைத்திருந்தனவா, அல்லது பார்த்துப் பார்த்துக் கண்கள் அதிகம் களைத்திருந்தனவா என்று சொல்வது கடினமாயிருந்தது. இனி, சிற்றுண்டி அருந்திவிட்டு, களைப்பாறிவிட்டுத்தான் மேற்கொண்டு செல்வது என்று 'நாங்கள்' நிச்சயித்துக் கொண்டிருந்த போதே சீதாதேவி நீராடிய இடத்தைப்பற்றிய நினைவு வந்தது.

அயோத்திலிருந்து "ஜனஸ்தானம்"* **(ஜனஸ்தானம் - கோதாவரி நதிக்கரையில் தண்டகாரண்யத்தின் ஒரு பகுதி, அரக்கர்களின் தொல்லை குறைவான இடமாதால் மக்கள் வசிக்கத் தகுந்த இடமாயிருந்தது.)** வரை சீதாதேவி கால் நடையாகவே யாத்திரை செய்தாள். அங்கிருந்து இராவணன் அவளை இலங்கைக்குத் தூக்கியெடுத்துச் சென்றான். துக்கம் நிரம்பிய நிலையில் சீதை இந்தத் தென் பிரதேசங்களைப் பார்த்திருக்க முடியாது. ஆனால் இராமன் இராவணனை வதம் செய்தபிறகு அவனுடைய புஷ்பக விமானத்திலேயே இலங்கையி லிருந்து அயோத்திவரை வந்தபோது சீதாப்பிராட்டிக்கு கீழேயுள்ள இயற்கை அழகுகளையெல்லாம் காண்பித்து எத்தனை இன்பம் அடைந்திருப்பார்! இராமாயணத்தில் வால்மீகி முனிவர் இயற்கையழகின்பால் சீதைக்குள்ள தனிக்கவர்ச்சியைப் பல

இடங்களில் வர்ணித்திருக்கிறார். இயற்கையின் அழகைக்கண்டு சீதைக்கு ஏற்பட்ட அளவுகடந்த ஆனந்தத்தை பவபூதியும் வர்ணித்திருக்கிறார். சீதையும், தானே பாரதத்தின் ரம்மியமான, பவ்யமான, புனிதமான இடங்களைப் பற்றிய வர்ணனைகளை எழுதியிருந்தாளானால் அதற்குப் பிறகு எந்த சம்ஸ்கிருதக் கவிக்கும் இயற்கை வர்ணனையைப்பற்றி ஒரு வரி கூட எழுதும் தைரியம் ஏற்பட்டிருக்காது என்பது என் எண்ணம்.

அன்னை சீதை மலைகளைப் பார்த்து ஆனந்தம் அடைவாள். ஆறுகளைக்கண்டு உவகை மேலீட்டால் ஆனந்தக் கண்ணீர் சொரிந்து, அந்த ஆறுகளையே குளிக்கவைப்பாள்; யானைக் குட்டிகளோடு கொஞ்சி விளையாடுவாள், ஜோடிக் கொக்கு களுக்கு ஆசீர்வாதம் கொடுப்பாள். நறுமணம் நிரம்பிய புஷ்பங்களின் அழகில் மனத்தைப் பறிகொடுப்பாள். ஒவ்வோர் இடத்திலும் அங்குள்ள அழகு முழுவதையும் இராமனின் உருவமாகவே மதித்து அதில் தன்னையே மறந்து நிற்பாள். இலங்கையில் இராமனின் பிரிவினால் உருகிப்போன நிலையில் கூட சீதை அங்கேயுள்ள ஒரு நதியில் தன் மனத்தைப் பறி கொடுக்காமல் இருக்க முடியவில்லை. இன்றுகூட இலங்கையில் 'சீதாவாகா' ஆறு மழைகாலத்தில் இருகரையிலும் வழிந்தோடி, அதன் தண்ணீர் பாயும் வயல்களையெல்லாம் பொன் விளையும் பூமியாக ஆக்குகிறது. சீதை பூமியிலிருந்து பிறந்தவளாதலால் இன்றுகூட பாரத நாட்டினிடம் பக்தி செலுத்தும் முறையில் நாம் சீதையை மனக் கண்ணில் கண்டு வணங்குகிறோம்.

சீதாதேவிக்கு, 'கோதாவரியின் பரந்த பிரதேசத்தில் நடந்து நடந்து நான் இளைத்துவிட்டேன், லக்ஷ்மணனைப் பழங்கள் கொண்டு வரச் சொல்லிவிடலாம். இராமன் வில் ஏந்திக் காவல் புரிவார். அந்த நேரத்தில் இந்தச் சந்திரவளையமான மலையோ ரத்துக்குக்கீழே இருக்கும் இளங்கங்காவின் விருந்தையும் ஏற்றுக் கொண்டு கொஞ்சநேரம் ஜலக்ரீடை செய்தால் என்ன!' என்ற எண்ணம் உதித்திருக்கும்.

* * *

முதலில் நாங்கள் ஏதாவதொரு வசதியான இடத்திலிருந்து வேளகங்காவின் அருவியைப் பார்க்கவே விரும்பினோம். ஆகையால் 29ம் நிர். குகையில், அதன் இடதுபக்கம் எங்கள் வலப்பக்கத்திலிருந்த ஜன்னலின் பக்கம் போனோம். கீழே இறங்கிப் போக முடிந்தால் அங்கேயுள்ள ஆனந்தத்தை அனுபவிக்கலாமே என்ற எண்ணமும் உதித்தது.

ஜன்னலின் வழியாகப் பார்த்தபோது, ஒரு மெல்லிய அருவிகாற்றோடு விளையாடிக்கொண்டே கீழே இறங்கிக் கொண்டிருந்தது. அது தனது விரல்களை ஆட்டிச் சமிக்ஞை செய்து எங்களை அழைத்துக் கொண்டிருந்தது. கீழே இறங்க முடியுமா முடியாதா என்று நான் யோசிக்கத் தொடங்கினேன். இவ்வளவு நேரம் இதற்காகச் செலவிடுவது தேவைதானா! கூட வந்திருப்பவர்களுக்கு என் போக்கு பிடிக்குமா பிடிக்காதா?- நான் இவ்வாறு குழப்பத்தில் ஆழ்ந்திருப்பதைப் பார்த்து மலைச் சரிவில் சுற்றித் திரியும் சிறுசிறு பறவைகள் ஏளனமாகச் சிரித்தன- "இவன் எவ்வளவு ரசிகத் தன்மையில்லாதவன் பார்! அருவி இவ்வளவு அன்புடன் அழைக்கிறது. இவனோ யோசனை யில் ஆழ்ந்திருக்கிறான் ! இந்த மனிதர்களிடையே காவியங்கள் எழுதுவோர் பலர் இருக்கின்றனர்; ஆனால் காவியச் சுவையை அனுபவிப்பவர்கள் மிகவும் அரிது. எதிரிலிருக்கும் இந்த மனிதன் தன்னைப் பெரிய இயற்கைப் பிரியன் என்று சொல்லிக்கொள்ள விரும்புகிறான். கண்களை விரித்து அருவியைப் பார்த்துக் கொண்டே இருக்கிறான். கீழேயுள்ள ஸ்படிகம் போன்ற நிர்மலமான நீரைக் கண்டு இவனுடைய மனம் துள்ளுகிறது. ஆனால் இவன் நிச்சயம் செய்ய முடியவில்லை. இவனுடைய கால்களும் எழவில்லை. இவனுக்கு யாரும் 'நீ கல்லாய்ச் சமைந்து கிடைக்கக் கடவாய்' என்று சாபம் கொடுக்க வில்லையே! இருந்தபோதிலும் இவன் ஏனோ கல்லோடு ஒட்டிக் கொண்டு நிற்கிறானே."

பறவைகளின் இந்த ஏளனச் சொற்களைக் கேட்டு நான் வெட்கமடைந்தேன். என் சுய நினைவு வருவதற்கு முன்னரே என் கால்கள்படி வரியாகக் கீழே இறங்கத் தொடங்கின. நான் வலப்பக்கத்திலுள்ள பள்ளத்தைத் தாண்டி அக்கரைவழியாக அருவிக்கருகில் செல்லலாமா, அல்லது இடப்பக்கத்திலுள்ள குன்றின் பின்புறமாக 28 ஆம் நிர். குகைவரையில் சென்று அங்கிருந்து அருவியின் நீர்த்துளிகளின் ஆனந்தத்தை அனுபவிக்க லாமா என யோசித்துக்கொண்டிருந்தேன். வலப்பக்கத்துப் பாதை அதிக தூரமானது, பத்திரமானது, ஆனால் இடப் பக்கத்துப் பாதை அதிகம் காவியம் நிறைந்ததாயிருந்தது. நீராடுவதற்கு ஆயத்தமாகத்தான் நான் இறங்கினேன், ஆதலால் நனைந்து விடுவதைப்பற்றிப் பிரச்சினையில்லை.

28ஆம் எண்ணுள்ள சிறிய குகையில் ஒரு சில சிலைகள் இருக்கின்றன; ஆனால் அந்தக் குகைக்குள் விசேஷமாகக் காவிய

உணர்ச்சி கிடையாது. காவியமெல்லாம் வெளியில்தான் பரவிக் கிடந்தது. இந்தக் குகையில் அமர்ந்து ஒருவன் வெளியே பார்த்தால் தண்ணீரின் மெல்லிய திரை வழியாக அவனுக்குத் தன் எதிரில் உள்ள சிருஷ்டியின் ஜீவகளை நிறைந்த (ஜீவன் நிறைந்த - தண்ணீர் நிறைந்த)* பெரும் பரப்புத் தென்படும். அங்கே அருவி விழுந்துகொண்டிருந்தாலும் அது மிகவும் கனமானதாக இல்லாததால், அக்கம் பக்கத்தில் உள்ள யாவும் நன்கு தெரிந்தது. இந்தக் குகை தண்ணீரின் தரையினால் மூடப்பட்டிருந்த போதிலும் இது நனைவதில்லை. ஏனென்றால், விளையாட்டு நிறைந்த காற்று நீர்த்துளிகளை குகையின் பக்கம் வர விடுவதில்லை. குகையிலிருந்து சற்று வெளியில் வந்தால் காற்று உங்களை நனைத்து விட்டதே என்று குறை கூறாதீர்கள்.

நாங்கள் இந்தக் குகை வழியாகக் கீழே இறங்கினோம். நாங்கள் மலையில் வாழும் நாற்காற் பிராணிகளாக மாறித்தான் கீழே இறங்க வேண்டியிருந்தது. அருவி எந்தப் பாறையின்மீது விழுகிறதோ அங்கேயே நான் உட்கார்ந்து கொண்டேன். நூறு அடி உயரத்திலிருந்து விழும் தண்ணீர் சும்மா கிசுகிசு மூட்டி விட்டுப் பேசாமல் இருக்காது. அது முதலில் தலையில் சரியான படி அடிக்கத் தொடங்கியது, பிறகு தோள்களில், பிறகு முதுகில். பிரயாணத்தின் களைப்பெல்லாம் போய்விட்டது. அநேகமாக நாங்கள் முதலில் மாலிஷ் செய்துகொண்டு பிறகு குளிப்பது வழக்கம். இங்கே மாலிஷ்தான் ஸ்னானம், ஸ்னானம் தான் மாலிஷ் ! சீதாபிராட்டி இங்கு தனது தலைமயிரை அவிழ்த்து விட்டு அருவியின் தண்ணீரில் சுத்தப்படுத்திக் கொண்டிருப்பாள்.

அடே! இது என்ன! நான் ஊர் சுற்றும் பிரயாணியா அல்லது உலகத்துச் சக்கரவர்த்தியா? என் கால்களுக்குக் கீழே இந்த இரத்தினக்கல் இழைத்த ஆசனம் எங்கிருந்து வந்தது? நீரில் திவலைகள் நாலாபக்கமும் முத்துமாலைபோல் பரவுகின்றன. நான் உட்கார்ந்திருக்கும் இடத்துக்குக் கீழே இரண்டு அழகான வானவில்கள் ஏற்பட்டு எனக்கு சக்கரவர்த்தி போன்ற மரியாதை அளித்துக்கொண்டிருந்தன. அளகாபுரியின் அரசனான குபேரன் என்னைவிட எந்த விதத்தில் உயர்ந்தவன்? வெள்ளி இழை களாலான, இரட்டை வானவில் கரைபோட்ட ஆசனத்தில் நான் அமர்ந்திருக்கிறேன். முத்துமாலைகளாலான மேலங்கி அணிந்து கொண்டு இங்கே ஆனந்தம் அனுபவித்துக் கொண்டிருக்கிறேன். தலைக்கு மேலே சூரியநாராயணனுடைய ஒளிவீசும் குடை; நாலா பக்கமும் பறந்து திரியும் த்விஜர்கள் (பறவைகள்) லோக நாயகனுக்குத் துதிபாடிக் கொண்டிருக்கின்றன !

உடலைச் சுத்தப்படுத்திக் கொள்வதற்காக அல்ல, ஆனால் தேகப் பயிற்சியின் சுகத்தை அனுபவிப்பதற்காக நான் பாறையில் மேல் ஏறிக் கொண்டு அருவிக்குக் கீழே உடல் முழுவதையும் தேய்த்துக் கொண்டேன். நீராடி, நீர் அருந்தி, மனமகிழ்ச்சியுடன் 'ராமரக்ஷா' ஸ்தோத்திரம் சொன்னேன். சீதாபிராட்டியார் தேர்ந்தெடுத்த இடம் 'ராமரஷா ஸ்தோத்திரம்' பாடுவதற்கு இயற்கையாகவே நல்ல உற்சாகமூட்டக் கூடியதாயிருந்தது. தலையிலிருந்து கால்வரை தேய்த்துக் குளிக்கும் போது **"ஶிரோ மே ராக$_4$வ: பாது, பா$_2$லம் த$_3$ஶரதாத்மஜ"** * முதலிய ஸ்லோகங்களைச் சொல்லும் ஏற்பாடு எத்தனை உசிதமானது !

சொர்க்கத்திற்குச் சென்ற மக்கள்கூடக் கடைசியில் பூலோகத்திற்குத் திரும்பிவரும்போது, இந்த அருவியின் போதை யேறிய நான் அதிலிருந்து முகத்தைத் திருப்பிக்கொண்டு அந்தக் கவிதை உலகத்தை விட்டுவர நினைத்ததில் ஆச்சரியம் என்ன இருக்கிறது? ஆகையால் நான் கடைசியில் இந்த எல்லா மகிழ்ச்சி யையும் தானாகவே தியாகம் செய்துவிட்டு வரக்கூடிய என் புலனைஅடக்கும் திறமையை மெச்சிக் கொண்டு திரும்பி வந்தேன். உலர்ந்த உடை அணிந்துகொண்டு சிற்றுண்டிக்குத் தயாரானேன். சிற்றுண்டியென்ன, அது கலையை அனுபவிப்பதற் காக நடுப்பகல் வரை புரிந்த தவத்துக்கும் அருவி ஸ்னானத்துக்கும் பிறகு கிடைக்கும் அம்ருத மயமான போஜனம்; அது வேளகங்காவின் கிருபையாகிய பிரசாதம் !

குகையில் அசையாது நின்றுகொண்டிருக்கும் துவார பாலர்களுக்குக் கண்கள் இருந்திருக்குமானால் அவற்றுக்குக் கட்டாயம் எங்கள்மேல் பொறாமை உண்டாகியிருக்கும் !

(செப்டம்பர், 1940.)

25. குடியானவ ஆறு கடப்ரபா

கடப்ரபாவும், மலப்ரபாவும் எங்கள் பக்கத்தில் கர்னாடக மாகாணத்தின் முக்கியமான நதிகள். அவை இயற்கையாகவே உழவினத்தவை. அவை போகுமிடமெல்லாம் சாகுபடி செய்கின்றன. அவை பூமிக்கு உரம் இடுக்கின்றன. நீர் பாய்ச்சுகின்றன. நன்கு உழைக்கும் மக்களைச் சீருடன் வைக்கின்றன. அதிலும் 'கோகாக்'குக் கருகில் ஓர் அணை கட்டி இதன் தண்ணீரைத் தேக்கி இந்த ஆற்றின் சக்தியை அதிகப் படுத்தியிக்கிறார்கள். ஆற்றின் தண்ணீர் இதுவரை போகமுடியாத இடமெல்லாம் இப்பொழுது

இந்த அணையின் உதவியால் போகிறது. கடப்ரபா என்ற பெயரைச் சொன்னவுடனேயே 'கோகாக்'குக்கருகில் உள்ள நீளமான அணை அவசியம் நினைவுக்கு வரும். பெரிய பெரிய ஆறுகள் பல இடங்களிலிருந்து சேற்றை இழுத்துக்கொண்டு வருகின்றன; இந்தச் சிறிய ஆறுகள் கொஞ்சம் கொஞ்சமாக நல்ல விலையுயர்ந்த சேற்று வண்டலைக் குடியானவர்களுக்கு கொடுத்து உதவித் தம் குழந்தைகளைப் போஷிக்கின்றன. உண்மையில் கடப்ரபா குடியானவ ஜாதியைச் சேர்ந்த ஆறுதான்.

பெல்காமிலிருந்து இத்தனை அருகில் இருந்தபோதிலும் 'கோகாக்'குக்கருகிலுள்ள 'கடப்ரபா' அருவியைக் காண வேண்டியது இன்னும் பாக்கியிருக்கிறது. (1926 - 1927.)

26. காஷ்மீரத்து தூத்கங்கா

ஸ்ரீநகரில் தண்ணீருக்குக் குறைவு ஏது? 'ஸதீஸர்' என்ற புராணப் பிரசித்திபெற்ற ஏரியை அழித்துத்தானே காஷ்மீரத்தின் பிரதேசம் உண்டாகியிருக்கிறது. ஜீலம் நதி இந்தப் பள்ளத் தாக்கின் நீள அகலத்தை அளப்பதுபோல பாம்புபோல் வளைந்து நெளிந்து ஓடுகிறது. இதைத்தவிர தாமரை, சிங்காடா, இன்னும் பற்பல விதமான காய்கறிகள் விளையும் 'தல்'கள் (ஏரிகள்) எங்கும் பரவிக்கிடக்கின்றன. இங்கே ஜலப் பிரளயம் இல்லாத ஆண்டு தான் நல்ல அதிர்ஷ்டமுள்ள ஆண்டாகக் கருதப்படவேண்டும். இப்படிப்பட்ட பிரதேசத்தில் வண்டி போகும் குறுகலான பாதை போன்றதான சிறு ஓடைகளை அங்கு யார் மதிக்கிறார்கள்? இருந்தபோதிலும் அப்படிப்பட்ட ஒரு சிறு ஆற்றுக்கு அங்கே காஷ்மீரத்தில் நல்ல மதிப்பு ஏற்பட்டிருக்கிறது.

இதில் தண்ணீர் அதிகம் இல்லாவிட்டாலும், இது இடை விடாது ஓடிக்கொண்டேயிருக்கிறது. ஒருபொழுதும் குறைவது மில்லை, அதிகரிப்பதுமில்லை. இதனுடைய தண்ணீர் வெண்மை நிறமாயிருக்கிறது. ஆகையால்தான் ஒருக்கால் இதற்கு தூத்கங்கா என்று பெயர் வைக்கப்பட்டிருக்கிறது போலும் ! (தூத் - பால்). நாங்கள் தங்கியிருந்த நாராயணாச்சிரமத்துக்கருகிலேயே இந்த 'தூத்கங்கா' ஆறு ஓடுகிறது. ஒரு நீளமான கட்டையைப் போட்டு அதன்மேல் பாலம் அமைக்கப்பட்டிருந்தது. நீராடுவதற்கு 'தூத்கங்கா' மிகவும் அனுகூலமானது. அதில் நின்றுகொண்டே நீராடலாம், நீந்த விரும்பினாலும் கொஞ்சம் நீந்தலாம். என் அத்தையின் கணவர் என்னுடன் வந்திருந்தார். அவருக்கு உடல்

நலமில்லாமல் போய்விட்டது. அப்பொழுது பாத்திரம் துலக்கவும் துணி துவைக்கவும், மற்ற பல வேலைகளிலும் தூத்கங்கா மிகவும் உபயோகமாயிருந்தது. அந்த முன்பின் தெரியாத பிரதேசத்தில் நாங்கள் இருவரும் அசௌக்யமுற்றோம். அப்பொழுது இந்த தூத்கங்காவின் உதவி கிடைத்திராவிட்டால் மிகவும் சிரமமாயிருந்திருக்கும்.

நன்றியுணர்ச்சியுடன் தூத்கங்காவின் புராணப் பெருமையைத் தேட முற்பட்டேன். பொது நூல்நிலையத்திற்குச் சென்று பல புத்தகங்களைத் தேடிக் கண்டுபிடித்தேன். இத்தனை சிறிய நதியான 'தூத்கங்கா' வெகுதூரத்திலிருந்து வருகிறது, வெகு தூரம்வரை செல்கிறது என்று அறிந்து மிகவும் ஆச்சரியமுண்டாயிற்று. எந்த முனிவன் இந்த தூத்கங்காவைப் பிறப்பித்தான், யார்யாரெல்லாம் அதன் கரையின் தவம் புரிந்தனர் முதலிய விஷயங்களையெல்லாம்நான் தேடிக் கண்டுபிடித்தேன். சரித்திரத்தின் எண்ணற்ற சம்பவங்களைப் போன்று இந்த விவரங்களும் மறதியென்ற பிரவாஹத்தில் மறைந்துவிட்டன. அந்த ஆற்றினிடம் நான் வைத்திருந்த நன்றியுணர்ச்சி மட்டும் தான் பாக்கி இருக்கிறது.

தினமும் அதிகாலையில் மடத்தின் சாதுக்கள் அங்கே நீராடுவதற்கு வந்து சேருவார்கள்; இரவில் எல்லோரும் தூங்கியபிறகு நான் தூத்கங்காவின் கரையில் அமர்ந்து வானிலுள்ள துருவ நட்சத்திரத்தைப் பார்ப்பேன். அங்கே அதிகநேரம் துருவனை தியானத்துடன் பார்க்க முடிவதில்லை. ஏனென்றால் காஷ்மீரத்தில் துருவ நட்சத்திரம் வெகு உயரத்தில் இருக்கும். அந்தப் பக்கம் திரும்பிப் பார்த்துக்கொண்டிருப்பதில் கழுத்து வலிக்க ஆரம்பித்துவிடும். அங்கு சப்தரிஷி மண்டலத்தில் வசிஷ்டரையும் அருந்ததியையும், முற்றிலும் தலைக்கு நேரில் இருப்பதைப் பார்த்து மிகவும் ஆச்சரியம் உண்டாயிற்று. தூத்கங் காவைப்பற்றி இந்த விஷயங்கள் தாம் நினைவுக்கு வந்தன. காஷ்மீரத்துக் கன்னிகையான தூத்கங்காவுக்கு என் வணக்கங்கள்!

(1926 - 1927.)

27. ஸ்வர்துனீ விதஸ்தா

"உலகில் எங்கேயாவது ஸ்வர்க்கம் இருக்குமானால், அது இங்குதான் இருக்கிறது, இங்குதான் இருக்கிறது, இங்குதான் இருக்கிறது!"

ஜஹாங்கீர் சக்கரவர்த்தி ஜீலம் நதியின் உற்பத்திஸ்தானத்தைப் பார்த்துவிட்டு மேலே சொல்லப்பட்டுள்ள வாக்கியத்தைக் கூறினான். அவனுடைய இந்த வாக்கியம் அங்குள்ள எட்டு மூலைக் குளத்துக்கருவில் ஒரு கல்லில் பொறிக்கப்பட்டிருக்கிறது. உண்மையிலேயே அந்த இடம் இவ்வுலகத்துச் சுவர்க்கம் என்ற பெருமையைப் பெறத் தகுதியுள்ளது வேதகாலத்தில் இந்த நதியின் பெயர் 'விதஸ்தா' என்றிருந்தது.

நமது ஒவ்வோர் அங்கத்திலும் ஒவ்வோர் ரோமத்திலும் ஜீவன் (பலம்) நிரப்பிய வண்ணம் அங்கே இனிய குளிர்ந்த காற்று வீசுகிறது. அவ்விடத்து வனங்களின் வனப்பு முழுவதும் தனது முழு யௌவனத்தோடு பொலிவுபெற்றுப் பார்ப்போர் மனத்தையெல்லாம் மலைகள்யாவும் கொள்ளைகொள்கின்றன. 'இவை மலைகளா அல்லது நாடகத்திற்கான திரைகளா' என்ற சந்தேகத்தை உண்டாக்குகின்றன. அங்கு நிலவிவரும் அமைதியும் சைதன்யம் (உயிரோட்டம்) பொருந்தியது. இவையாவும் ஒருங்கே கூடியதானதோர் இடத்திலிருந்து ஜீலம் நதி உற்பத்தியாகிறது. ஜஹாங்கீர் இந்த இடத்தில் ஒரு எட்டு மூலைக் குளம் அமைத்திருக்கிறான். அதில் இருக்கும் தண்ணீர்? அது நீலக்கல்லின் ரசம் போன்றது! பார்த்தவுடனேயே இங்கே யாரோ நீலச்சாயத் துணிகளைத் துவைத்திருக்கின்றனர் என்று தோன்றுகிறது. இத்தனை சுத்தமானதும் இனிப்பானதுமான தண்ணீர் வேறு எங்கே கிடைக்கும்?

இந்த ஏரியின் ஒரு பக்கத்திலிருந்து கிளம்பி நேராகச் செல்லும் அழகான கால்வாய்தான் ஜீலம் அல்லது விதஸ்தா. இந்தச் சொர்க்கத்தின் ஆனந்தத்தை அனுபவிப்பதற்காக கந்தர்வர்கள் மீன்களின் உருவத்தில் இந்தக் குளத்திலும், கால்வாயிலும் நீராடும் சாக்கில் இறங்கி வந்திருக்கின்றனர் போல் தோன்றுகிறது. இங்கே மீன்பிடிக்கத் தடை இல்லாவிடில் இந்த அழகு முழுவதும் என்ன ஆகியிருக்கும்? நான் ஒரு பெரிய பாத்திரத்தைக் கால்வாயின் தண்ணீரில் போட்டு எடுத்ததும் அதில் ஐந்தாறு மீன்கள் வந்துவிட்டன. பாவம் அவை அத்தனை அப்பாவிகள்! நான் அவைகளை மறுபடியும் தண்ணீரில் விட்டு விட்டேன்.

இந்த இடத்தை 'வேரீநாக்' என்று சொல்லுகிறார்கள். இந்த இடத்தைத் தாண்டிச் சற்று தூரத்தில் 'கன்பல்' என்ற ஒரு இடம் இருக்கிறது. 'கன்பல்'லுக் கருகிலேயே 'அநந்தநாக்' என்ற ஒரு அழகான ஏரி இருக்கிறது. இதற்கப்புறம் எல்லா பூமியும்

சமதரையானது. காஷ்மீரப் பள்ளத்தாக்கு முழுவதும் இதே மாதிரி நாலா பக்கமும் சமதளமானது தான்.

ஜீலம் நேராகப் போக விரும்புவதேயில்லை. பலமுறை வளைந்து வளைந்து மிகவும் மெதுவாக முன்னேறுகிறது. அதன் கரையில் ஒரு மிகப்பெரிய மகோன்னதமான நாகரிகம் உதயமாகி மறைந்தும் விட்டது. ஆனால் விதஸ்தா இன்றுகூட முன் போலவே ஓடிக்கொண்டிருக்கிறது.

கன்பலைத் தாண்டி 'பீஜப்யாரா' என்ற ஒரு இடம் வருகிறது. அங்கே ஒரு தனி ரகமான சினார் (Pine tree) மரம் பார்த்தோம். ஒன்பது மனிதர்கள் சேர்ந்து கைகளைச் கோத்துக் கொண்டு அதை அணைத்துக்கொண்டு அதன் அடி மரத்தை அளந்தார்கள். சரியாக 54 அடி சுற்றளவு இருந்தது. பீஜப்யாராவி லுள்ள கோவிலைப் பற்றி நாங்கள் ஒரு சுவையான கதை கேள்விப்பட்டோம். சில ஆங்கிலேயர்கள் கூட இதைப் பற்றி எழுதி வைத்திருக்கின்றனர்.

மதவெறி பிடித்த முஸல்மான்கள் இந்தக் கோவிலை இடிக்க வந்த போது கோயிலின் பூசாரிகள் அவர்களை எதிர்க்கவு மில்லை, பணம் கொடுத்து யாரையும் சரிப்படுத்திக் கோயிலைக் காப்பாற்றவும் முயலவில்லை. அவர்கள் சொன்னார்கள் - "வாருங்கள், வாருங்கள் ! கோயிலை இடித்துத் தள்ளுங்கள். எங்களுடைய சாஸ்திரங்களில் யவனர்கள் வந்து கோயிலை இடித்துத் தள்ளுவார்கள் என்று எழுதப்பட்டிருக்கிறது. எங்களுடைய சாஸ்திரங்களில் எழுதியிருப்பவை பொய்யாகா." கூட வந்திருந்த காஜிக்குப்பட்டது- "இவர்களுடைய கோவிலை இடித்தால் இந்தக் காபிர்களின் சாஸ்திரம் நிஜமாகிவிடும். இந்தக் கோவிலை இடிக்காமல் விட்டுவிடுவது தான் நல்லது." இந்தக் கதை எவ்வளவு தூரம் உண்மை என்பது புரியவில்லை. ஆனால் இது எங்கள் ஊரிலுள்ள கோமுட்டிகளின் கதைகளைப் போல் சாமர்த்தியம் நிறைந்ததாய் இருக்கிறது. பீஜப்யாராக் கோயில் முஸல்மான்களின் படையெடுப்பின் போது சின்னா பின்னப் படுத்தப்படவில்லை என்பது மட்டும் உண்மை.

இங்கிருந்து சிறிது தூரத்தில் அனந்தபூர் என்ற ஒரு சிறிய நகரம் பூமிக்கடியில் புதைந்து ஒரு சிறு குன்று ஏற்பட்டுவிட்டது. வ்யல்களைத் தோண்டும் போது அழகான பழைய வேலைப் பாடுகளும், பல பழைய வீடுகளும், கருகிப் போன அரிசியும் காணப்பட்டன. அவைகளை நானே பார்த்தேன்.

ஆறு இங்குமங்கும் சுற்றிக் கொண்டே மிகவும் மெதுவாக ஓடுவதால் அது அசைவதே தெரியவில்லை. நதியின் பிரவாகத்துக்கு எதிர்த்திசையில் போக நேரிடும் போது, படகில் துடுப்புத் தள்ளுவதற்குப் பதிலாக, படகின் நுனியில் ஒரு நீண்ட கயிற்றைக் கட்டி ஒன்று அல்லது இரண்டு பேர் கரையிலிருந்தபடியே இழுத்துச் செல்கின்றனர். படகு நீரில் சரியானபடி போவதற் காகவும், கரைப்பக்கம் வந்து விடாமல் இருப்பதற்காகவும் படகில் உள்ள ஒரு மாலுமி கையிலுள்ள துடுப்பைச் சாய்த்துப் பிடித்துக் கொள்கிறான்.

காஷ்மீர்ச் சால்வைகளின் மூலைகளில் மாம்பழம் அல்லது முந்திரிப் பழக் கொத்து இவைகளின் கொடிவேலைகள் இருப்பதுண்டு. அவை இந்த இடத்தின் கைவேலையின் சிறப்பு - ஜீலத்தின் பற்பல திருப்பங்களைக் கண்டு தான் இங்குள்ள தொழிலாளிகளுக்கு இந்தக் கொடி வேலைகளைச் செய்யத் தோன்றினவாம். ஒரு தடவை நாங்கள் இந்த நதியின் ஒரு துறையிலிருந்து 14 மைல்கள் படகில் சென்றோம். இதற்குள் அதே துறையிலிருந்து எங்களைவிடச் சிறிது நேரம் கழித்துப் புறப்பட்ட ஒருவன் கால்நடையாக வந்து எங்களோடு சேர்ந்து கொண்டான். அவன் இரண்டரை மைல் தான் நடக்க வேண்டி யிருந்தது. இந்த ஆறு இத்தனை திருப்பங்களோடு ஓடுகிறது.

இந்தத் திருப்பங்களினால் இந்த நதியின் வேகம் குறைந்து விடுகிறது,நதியின் அடித்தளமும் சேதமடைவதில்லை.வெள்ளம் வரும் போது தான் **'ஸர்வத: ஸம்ப்லுதோத$_3$கே'** போன்ற நிலைமை ஏற்பட்டு விடுகிறது. இங்கே இருந்த பழங்கால அரசர்களான இஞ்ஜினீயர்கள் வெள்ளக் காலத்தில் நதியை வசப்படுத்தி வைத்துக் கொள்வதற்காக இம்மாதிரியான திருப்பங்களை ஏற்படுத்தியிருக்கிறார்கள்.

இந்த உபாயம் மிகவும் பயனுள்ளதாயிருப்பதால் இன்று கூட அதையே பின்பற்றுகிறார்கள். ஒரு பெரிய படகிலிருந்து பன்றியின் பற்கள் போன்ற ஒரு பெரிய ராக்ஷஸ உருவமுள்ள கலப்பை ஆற்றின் அடித்தரையைக் கிளறிக் கொண்டே போகிறது. அதே சமயம் கீழே இருக்கும் சேற்றையெல்லாம் மின்சாரப் பம்புகள் மூலம் வெளியேற்றுகிறார்கள். இந்த வேலை எல்லாம் 'வராஹ மூலம்' (தற்காலத்தில் பாராமுல்லா எனப்படுவது) பிரதேசத்தில் கையாளப்படுவதைக் காணலாம்.

'பாராமுல்லா' காஷ்மீரப் பள்ளத்தாக்கின் அக்கரையின் கடைசி. அந்த இடத்துக்குப் பிறகு ஜீலம் மிக வேகமாக ஓடுகிறது.

இந்த எல்லாப் பிரதேசங்களுக்கும் சரியாக நடுவில் காஷ்மீரின் தலைநகர் இருக்கிறது. நதியின்மேல் சிறிது தூரத்துக்கொன்றாக ஏழு பாலங்கள் (கதல்) கட்டப்பட்டிருக்கின்றன. இவை தவிர இரண்டு பக்கத்திலிருந்தும் ஊருக்குள் வரையில் ஆற்றிலிருந்து கால்வாய்கள் வெட்டப்பட்டிருப்பதால், சிரமமில்லாமல் அமைதியாகச் செல்லும் ஜலமார்க்கங்கள் போக்குவரத்துக்குக் கிடைக்கின்றன. ஆற்றின் முக்கியமான பிரவாகம்தான் ராஜ பாட்டை, மற்ற வாய்க்கால்கள் இந்த ராஜபாட்டையில் வந்து சேரும் சிறிய பாதைகள். உலர்ந்த பாதைகளில் வண்டிகள் ஓடுவது போல, இங்கே நீண்ட, ஒடுக்கமான சிகாராப் படகுகள் அம்புபோல் வெகு வேகமாகச் செல்கின்றன. ஆற்றில் படகுகள் எவ்வளவு கோலாகலமாகச் சென்றாலும் அது அதிக இரைச்சல் இல்லாமல் நடைபெறுகிறது.

நடுப்பகலில் மஹாராஜாவின் கோவிலில் வழிபாடு முடிவடைந்து முதல் நாள் நடத்திய வழிபாட்டின் மலர்கள் (நிர்மால்யங்கள்) ஆற்றின் மேல் கொட்டப்பட்டதும், இந்த மலர்கள் சுமார் அரை மைல் தூரம்வரை நீளமான ஒரு மாலைபோல மெதுவாக நகர்ந்து கொண்டே செல்வது பார்க்க மிகவும் அழகாயிருக்கிறது.

இந்த ஆற்றின் கரையில் நடைபெறும் காரியங்களெல்லாம் எவ்வளவு கவர்ச்சியாயிருக்கின்றன ! ஆங்காங்கு சால்வைகளும், உயர்ந்த கம்பளங்களும் நெய்யப்படுகின்றன. ஓர் இடத்தில் மிக நேர்த்தியான 'வால்நட்' மரங்களில் மரவேலைகள், கட்டைகளில் பூச்செடி கொடிகள் செதுக்கும் வேலைகள் நடைபெற்றுக் கொண்டிருக்கின்றன. மற்றோரிடத்தில் பட்டுத் தொழிற்சாலை, அதில் பட்டுப் புழுக்களை நீரில் கொதிக்க வைத்து, பட்டு இழைகள் எடுத்து அழகான பட்டாடைகள் தயார் செய்து கொண்டிருந்தனர். சைனா, திபேத், சமர்கந்த், புகாரா முதலிய இடங்களிலிருந்து வியாபாரிகள் இங்கே வந்து பல மாதங்களாகத் தங்கியிருக்கிறார்கள். எங்கு பார்த்தாலும் தமது கைகளையும்விட நீளமான கைகளையுடைய சட்டைகள் அணிந்த மக்கள் நடமாடிக் கொண்டிருந்தனர்.

இதற்குப் பிறகு இந்த ஜீலம் நதி இந்தியாவின் மிகப்பெரிய ஏரியான 'வூலரில்' விழுகிறது; அதில் மறைந்து மறைவாக நீண்ட யாத்திரை செய்து மற்றொரு பக்கமாக வெளிவந்து 'பாராமுல்லா' பக்கம் பாய்கிறது. அங்கே இந்த ஆற்றிலிருந்து ஒரு செயற்கைக் கால்வாய் உண்டாக்கி, அதனால் தயாரிக்கப்படும் மின்சாரம்

தான் காஷ்மீர் ராஜ்ஜியம் முழுவதற்கும் போதிய அளவு சக்தி அளிக்கிறது. 'அப்பட்டாபாத்' துக்கருகில் இந்த ஆறு திசைமாறி முன்னேறிச் செல்கிறது. ஜீலம் பள்ளத்தாக்கு முழுவதுமே தனது அழகுக்கு மிகவும் பிரசித்தமானது.

அக்பர் சக்கரவர்த்தி இந்தப் பள்ளத்தாக்கின் அழகில் மயங்கி மேலேயிருந்து கீழே குதித்ததாக ஒரு கதை இங்கு வழங்கி வருகிறது. இது வெறும் கற்பனையாயிருக்கலாம். ஆனால் பள்ளத்தாக்கைப் பார்த்த பிறகு இம்மாதிரி போதை ஏற்படுவதில் ஆச்சரியம் ஒன்றுமில்லை. இம்மாதிரியான கதைகள் ஓர் அரசனின் பெருமையைக் கூறுவதற்குப் பதிலாக அந்த ஆற்றின் கவர்ச்சி பொருந்திய அழகை வர்ணிப்பதற்காகவே சிருஷ்டிக்கப்பட்டிருக்கலாம்.

பாரதத்தின் உண்மையான சரித்திரம் எழுதப்படும்போது அதில் பெரிய பெரிய ஆறுகளை அடிப்படையாகக் கொண்டு வெவ்வேறு பிரிவுகள் ஏற்படுத்தப்படலாம். இம்மாதிரியான சரித்திரத்தில் ஜீலம் நதியின் தெய்விகப் பண்பாட்டின் பிரிவு சாதாரணமானதாயிராது. உண்மையில் ஜீலம் நதிக்கு 'ஸுரதுனீ' (தேவநதி) என்ற பெயர் மிகவும் பெருமையளிக்கிறது.

(1926 - 1927.)

28. சேவா விரதம் பூண்ட ராவீ

சிந்து நதிக்குக் கப்பம் கட்டும் ஐந்து ஆறுகளில் 'விதஸ்தா' (ஜீலம்), 'சுதுத்ரீ' இவை இரண்டே மிகவும் முக்கியமானவையாகக் கருதப்படுகின்றன. மற்ற ஆறுகள் தமக்குள்ள பொறுப்பை மிகவும் மரியாதையோடு நிறைவேற்றுகின்றன. ஏதோ ஒரு உயர்ந்த மஹானைத் தரிசிப்பதற்காக பிரதிநிதிக் கூட்டத்தார் போவது போல இந்த ஆறுகளும் சிறிது சிறிதாக ஒன்று சேர்ந்து, கடைசியில் சிந்துவோடு கலக்கின்றன. வியாஸ் சத்லஜோடு கலக்கிறது. சினாப் ஜீலத்தோடு கலக்கிறது. ராவீ இவை இரண்டினோடும் கலக்கிறது. முல்தானுக்கருகில் மூன்று நதிகளின் தண்ணீரை எடுத்து வரும் ஜீலம் இந்தியாவுக்கு அந்தப் பக்கத்திலிருந்து வரும் சத்லஜோடு கலக்கிறது. கடைசியில், இவை யெல்லாம் சேர்ந்து உருவான பஞ்சநதம் சிந்துவில் கலந்து பெருமையடைகிறது. சிந்துவோடு சம்பாஷணை செய்யும் பிரதிநிதிக் கூட்டத்துக்குத் தலைமை வகிக்கும் பெருமை சத்லஜ்ஜுக்குத்தான் கிடைக்க முடியும். ஏனென்றால், அதுவும் சிந்துவைப்போல பர (வேறு) லோகத்திலிருந்து (இமயத்துக்கு அப்பாலிருந்து) வருகிறது.

இந்த ஐந்து ஆறுகளிலும் நடுமையான இடம் இராவதி அதாவது 'ராவி'க்கே உரித்தானது. வேதங்களில் 'இரா'வின் அர்த்தம் தண்ணீர் - மகிழ்ச்சியளிக்கும் பானம் - என்பதாகும். ஆறுகளிலெல்லாம் தண்ணீர் இருக்கத்தான் இருக்கும். ஆனால் இந்த ஆற்றின் விசேஷமான குணத்தைக் கண்டு ரிஷிகள் இதற்கு 'இராவதி' என்ற பெயர் கொடுத்திருக்கலாம். பிரம்ம தேசம் (பர்மா)வின் ஐராவதி (இராவான்=கடல்) கடல் போன்று பரந்திருப்பதால்தான் அதற்கு அந்தப்பெயர் கொடுக்கப்பட்டிருக்கும். ஆனால் 'ராவீ' அதிகம் விசாலமானதில்லை.

சுவாமி ராமதீர்த்தரின் வாழ்க்கைச் சரிதத்தில் ராவீயின் பெயர் பல இடங்களில் வருகிறது. ராவீயைப் பார்த்து இராம தீர்த்தரின் கண்களில் அன்பினால் நீர் பெருகுமாம். வைராக்கியம், சன்னியாஸம் இவைகளைப் பற்றிய தமது உறுதிப்படாத எண்ணங்களை இந்த ராவீநதியின் கரையில்தான் உறுதியாக்கிக் கொண்டார். ஆனால் ராவீயோ சீக்கியர்களின் குரு அர்ஜுன தேவர், சீக்கிய அரசன் ரஞ்சித்சிங் இவர்களுக்காகத்தான் கண்ணீர் விடுவது போலத் தோன்றுகிறது.

நான் லாகூருக்குச் சென்றிருந்தபோது இராவதியைத் தரிசிக்க முடிந்தது. அப்பொழுது அது எத்தனை அமைதியாயிருந்தது! அதனுடைய பரந்த கரையில் லாகூர் முழுவதும் விளையாடிக் கொண்டிருந்தது. மக்களின் ஆரவாரம், பணக்காரர்களின் ஆடம்பரம், அவர்களது கேளிக்கைகள், இவற்றிற்கு மாறாக ராவீயின் அமைதி மிகவும் அழகாக விளங்கிற்று, இங்கே ராவீயின் காட்சி, அது லாகூர் முழுவதையும் தன் மடியில் வைத்துக்கொண்டு விளையாடுவது போல் தோன்றுகிறத.

தனது புனிதமான, சத்துள்ள தண்ணீரை அளிப்பதைத் தவிர, ராவீ தன் குழந்தைகளுக்கு வேறொரு விதத்திலும் தனிப் பட்ட முறையில் உதவி புரிகிறது. இமயமலையில் அடர்ந்த காடுகளில் 'சீட்', 'தேவதாரு', 'பாஞ்ச்', 'சபேதா' போன்ற உயர்ஜாதி மரங்களின் நகரமே அமைந்திருக்கிறது. சிற்சில இடங்களில் சரியான உச்சி வெயில் நேரத்தில் கூட சூரியனின் உஷ்ணம் தரையில் படமுடியாது. வயது முதிர்ந்த மரங்களில் ஏதாவது ஒன்றிரண்டு வேர் பெயர்ந்து கீழே விழுந்து விட்டால் கூட, அவை தரை வரை வந்து சேருவது சிரமம். அக்கம் பக்கத்திலுள்ள மரங்கள் தமது பலம் பொருந்திய கைகளில் அந்த மரத்தை மேலேயே தாங்கிப்பிடித்துக் கொண்டுவிடுகின்றன. அப்பொழுது அவை அம்புப் படுக்கையில் படுத்திருக்கும் பீஷ்மரைப் போலக் காட்சியளிக்கும். பல ஆண்டுகள் வரை இம்மாதிரி உயரத்திலேயே

படுத்திருந்து வெயில், குளிர், மழை எல்லாவற்றையும் சகித்துக் கொண்டு கடைசியில் இந்த பீஷ்மாச்சாரியரின் உடல் சிதைவுற்றுத் தூளாகி மறைந்துவிடுவதுண்டு.

இப்படிப்பட்ட காடுகளிலிருந்து கட்டடங்களுக்குத் தேவை யான மரக்கட்டைகளை வெட்டியெடுத்துக்கொண்டு வருவது சுலபமான காரியமல்ல, ஆகையால் மக்கள் ராவீயைச் சரண மடைந்தார்கள். ராவீயின் கரையிலுள்ள காடுகளில் மரம் வெட்டுவோர் சென்று, பெரிய பெரிய மரத்தட்டைகளை வெட்டி ராவீயின் தண்ணீரில் போட்டுவிடுகின்றனர். அவ்வளவு தான், அவை முழக்கம் செய்து கொண்டு புறப்பட்டு விடுகின்றன. சிற்சில இடங்களில் பள்ளிக்குச் செல்ல சோம்பல்படும் மாணவர் களைப் போல, அவை மிக மெதுவாக நின்று நின்று போகின்றன. இன்னும் சில இடங்களில், மாலை நேரம் ஆனவுடன் வீடு நோக்கி ஓடும் காளைகளைப்போல் அவை தாவிக் குதித்துக் கொண்டே மேலும் கீழுமாகப் போய்க்கொண்டும் ஒன்றோ டோன்று மோதிக்கொண்டும் ஓடிச் செல்கின்றன.

உயிருள்ள விலங்குகளை ஓட்டுவதற்குக்கூட இடையர்கள் தேவைப்படும் போது, உயிரற்ற இந்தக் கட்டைகள் இம்மாதிரி யாரும் மேற்பார்வையிடாமல், தான் போய்ச்சேர வேண்டிய இடத்துக்கு எவ்வாறு போய்ச் சேருகின்றன? எங்காவது ஆற்றில் திருப்பம் வந்தால் இவை உடனே நின்றுவிடும். ஒன்று நின்று விட்டால் அடுத்தது நின்றுவிடும். அதைப்பார்த்து மூன்றாவது நின்றுவிடும், ‘மேலே செல்ல வழியில்லை’ என்று சொல்லிக் கொண்டே நான்காவதும் நின்று விடும்! “எதைப் பார்த்துவிட்டு இவை இங்கே நின்றுவிட்டன? நானும்தான் பார்க்கிறேனே?”, என்று கூறிக்கொண்டே ஐந்தாவதும் நின்றுவிடும். ‘இந்த இடம் இரவில் தங்கவேண்டிய இடம் போலிருக்கிறது’ என நினைத்து ஆறாவது, ஏழாவது....பத்தாவது, எல்லாம் நின்றுவிடும். அதற்குப் பிறகு வருபவை, ‘நாம் போய்ச்சேர வேண்டிய இடம் வந்து விட்டது போலிருக்கிறது, இனி மேலே செல்ல வேண்டியதில்லை’ என நினைத்து அவைகளும் நின்றுவிடும். எங்கே எல்லாம் நின்றுவிட்டனவோ, **‘ஸா காஷ்டா ஸா பரா க$_3$தி:’**

காலை ஆனவுடன் இந்தக் கட்டைகளை மேய்ப்பவர்கள் வருகின்றனர். அவைகளை மேலும் ஓட்டிச் செல்லுகின்றனர். ‘அடே, செல்லப்பா, செல், செல்’ என்று சொல்லிக்கொண்டே இந்தக் கூட்டம் மறுபடி பிரயாணத்தைத் தொடங்குகிறது. ஆற்றில் நீர் ஓட்டம் நன்றாயிருக்கும் இடம் வரை இந்தப் பிரயாணம்

சரியானபடி நடை பெறுகிறது. ஆனால் அதிக வேகமாகவோ ஆழமில்லாமலோ, பாறைகள் நிரம்பியதாகவோ இருந்தால் அங்கே மிகுந்த கஷ்டம் ஏற்படுகிறது. ஏதாவது சில பெரிய கட்டைகளுக்கு இரண்டு கற்களின் உதவி கிடைத்து விட்டால் அவை அங்கேயே தங்கிக்கொண்டு, "நான் இங்கிருந்து கிளம்பப் போவதில்லை, மற்றவைகளையும் போகவிட மாட்டேன்" என்று கூறும். இந்தக் கட்டைகள் செல்வதற்குரிய சில கால்வாய்களும் தடைபட்டுவிட்டால் பிரயாணக் கூட்டம் முழுவதும் நின்றுவிடவேண்டியதுதான். 'இடையர்கள்' அங்கே நீந்தி வந்து அவைகளைச் சரிப்படுத்த தைரியம் கொள்ள மாட்டார்கள். ஏனெனில் அவர்களுக்குத் தங்கள் தலை பத்திர மாயிருக்க வேண்டுமென்ற கவலை. கரையில் நின்றுகொண்டு நீளமான மூங்கில்களைக்கொண்டு அந்தக் கட்டைகளைத் தள்ளித்தள்ளி மேலே செலுத்துகின்றனர்.

நீர்ப்பெருக்கின் நடுவில் நின்றுவிடும் கட்டைகளை என்ன செய்வது? மனிதன் இந்த ஆபத்துக்கும் வழி கண்டுபிடித்திருக்கிறான். இமய மலையில் எருமைகளைப் போன்ற ஒரு பெரிய விலங்கு உண்டு. அவைகளுடைய முழுத்தோலையும் உரித்து அதைத் தைத்துப் பை தயார் செய்து கொள்ளுகிறார்கள். கழுத்துப் பக்கத்திலிருந்து அதில் காற்றை நிரப்பி அதையும் தைத்து விடுகிறார்கள். இதனால் இந்த விலங்கு தேவகன்னிகைபோல, மாமிசம் அல்லது எலும்புகள் இல்லாமல், காற்று மட்டும் நிரம்பி, தண்ணீரில் மிதக்கத் தகுதியுள்ளதாக இருக்கிறது. அதனுடைய நான்கு கால்களையும் அப்படியே எலும்புகளை மட்டும் எடுத்துவிட்டு வைத்திருக்கிறார்கள். பிறகு இந்தத் தோல் பையைத் தண்ணீரில் மிதக்கவிட்டு, அதன் வயிற்றின் மேல் இந்த இடையர்கள் தம் மார்பை வைத்துக் கொள்கிறார்கள். இந்தத் தோல் பையின் உதவியால் தண்ணீரில் நீந்துவது எளிதாகி விடுகிறது. கால்களை ஆட்டிக்கொண்டே தாம் போகவேண்டிய இடத்துக்குப் போகிறார்கள். தோல் பையின் கால்களையும் பிடித்துக்கொள்வதனால் பை மார்பின் கீழிருந்து வழுக்குவ தில்லை. வேகமான நீரோட்டத்தில் எங்கேயாவது பாறையில் மோதினாலும் தோல் பைக்குத்தான் காயம் ஏற்படுகிறது, அதன் மேல் ஏறியிருப்பவர்களுக்குக் காயம் ஏற்படுவதில்லை.

இவ்வளவு ஏற்பாடுகள் செய்துகொண்ட பிறகு அந்தக் கட்டைகள் எவ்வாறு தம்மிச்சைப்படி அலைய முடியும்? ஒவ்வொன்றும் இந்த 'இடையர்கள்' சொல்லுகிறபடி முன்னேறித்

தான் ஆகவேண்டியிருக்கிறது. மலைப்பள்ளத்தாக்குகளைத் தாண்டி வெளியே வந்த பிறகு, இந்தக் கட்டைகள் தம் விருப்பப் படி தனித்தனியாகப் போய் விடாமல் அவைகளை ஒன்று சேர்த்துக்கட்டி இந்த 'இடையர்கள்' அவைகளின் மேல் ஏறி உட்கார்ந்துகொண்டு அவைகளை ஓட்டிச் செல்கிறார்கள்.

லாகூரில் ராவீயில் இந்தக் கட்டைகளின் பல கூட்டங்கள் மிதந்து வருவதைக்காணலாம். அவைகளின் எதிரிகள் அவைகளைத் தண்ணீரிலிருந்து வெளியே எடுத்து அவைகளைத் துண்டம் துண்டமாக வெட்டுகிறார்கள். பிறகு, மனிதர்களுக்கு வேண்டிய வீட்டுச் சாமான்கள் மற்றும் அலங்காரப் பொருள்கள் தயார் செய்வதற்காக ததீசி முனிவரைப்போல இந்தக்கட்டைகள் தம் தேகத்தை அளித்துவிட வேண்டியிருக்கிறது. தனது மலைநாட்டுச் சகோதரர்களை மனிதர்களின் பணிக்காக இவ்வாறு அழைத்து வந்து அவர்களிடம் விடும்போது ராவீக்கு என்ன உணர்ச்சிகள் எற்பட்டிருக்கும் ? ராவீ இவ்வளவுதான் சொல்லியிருக்கும்:

'சகோதரர்களே ! பரோபகாராய இதம் சரீரம் ! - இந்த உடல் பிறருக்கு உதவி புரிவதற்காகவே இருக்கிறது !' (ஜூன், 1937.)

29. ஸ்தன்யம் கொடுக்கும் சினாப்

காஷ்மீரிலிருந்து திரும்பி வர, கால்கள் எழவேயில்லை. போகும் பொழுது இருந்த உற்சாகம் வரும்போது எவ்வாறு இருக்கும்? ஆகையால் போகும்போது சென்ற வழியை விட்டு விட்டு, பீர்புஞ்சாலின் மலைகளைக் கடந்து நாங்கள் ஜம்முவின் வழியாக வந்துகொண்டிருந்தோம். ஸ்ரீநகரிலிருந்து ஜம்மு வரை வண்டிப்பாதையும் கிடையாது. தைரியமிருந்தால் கால் நடையாகச் செல்லுங்கள், இல்லாவிடில் காஷ்மீரத்து மட்டக்குதிரை மீது சவாரி செய்யுங்கள். வழியில் இயற்கையின் அழகும், ஜஹாங்கீரின் ஆடம்பர விருப்பமும் ஒவ்வொரு அடியிலும் காணப்படுகிறது. எங்கு பார்த்தாலும் கட்டப்பட்ட நீர்த் தேக்கங்கள், மலைகளின் மீது அமைக்கப்பட்ட பாதைகள். இன்று சிம்லாவுக்கு உள்ள பெருமை, அல்லது அதைவிட அதிகமாகவே, ஜஹாங்கீரின் காலத்தில் ஸ்ரீநகருக்கு இருந்தது. இப்படிப்பட்ட சக்கரவர்த்தி களுக்குரிய மலைப்பாதையின் வழியாகத் திரும்பிவரும் போது பகவதி சந்திரபாகாவை தரிசித்தோம். இந்த சந்திரபாகா நதியை மக்கள் இன்று 'சினாப்' என்று அழைக்கிறார்கள்.

நாங்கள் 'ராம்பன்'* (ராம்பன் - ராம்வனம் அதாவது ராமர்காடு)னுக்கருகில் எங்கேயோ இருந்தோம் என்பதை நான் மறக்கவில்லை. பகல் முழுவதும், இரவு முழுவதும் நடக்கவேண்டும். அழகான நிலவு காய்ந்து கொண்டிருந்தது. களைத்துப் போயிருந்த நாங்கள் குடிகாரனைப்போல் தள்ளாடிக் கொண்டே நடந்து கொண்டிருந்தோம். பாதங்களில் கொப்புளங்கள் உண்டாகிவிட்டன. முழங்கால்களில் வலி. தூக்கத்துக்கு ஏமாற்றம் - அது அரைகுறை விழிப்பும் தூக்கமுமாக மாறிவிட்டது. நல்ல தூக்கம் சுகம் அளிக்கக் கூடியது, தூக்க மயக்கம் தொல்லை கொடுக்கக்கூடியது. இந்த நிலையில் நாங்கள் முன்னேறிச் சென்றுகொண்டிருந்தோம். இதற்குள் வலப்பக்கத்திலுள்ள ஆழமான பள்ளத்தாக்கிலிருந்து மிகவும் கம்பீரமான இரைச்சல் கேட்டது. எதிரிலுள்ள குன்றின் மேலிருந்து கீழ்நோக்கி வந்து கொண்டிருந்த காற்று குளிர்ந்ததாகவும் நறுமணமுள்ளதாகவும் பட்டது. தூக்கமயக்கம் பறந்தோடிவிட்டது. சுயநினைவு வந்தது. கண்கள் அந்த இரைச்சல் வந்த இடத்தைத் தேடத் தொடங்கின. என்ன மனோரம்மியமான காட்சி! மேலே பால்போன்ற வெண்ணிலவு காய்ந்து கொண்டிருந்தது. கீழே சந்திரபாகா பாறைகளில் மோதி வெண்மையான நுரையை வீசிக்கொண்-டிருந்தது. அதன் சுவையை அனுபவித்து மகிழ்ச்சியடைந்த காற்றுத்தான் எங்களுக்கும் அதன் தண்மையை அளித்துக் கொண்டிருந்தது.

கூட வந்து கொண்டிருந்த ஒருவரிடம் நான் கேட்டேன்- "இது ஏதாவது ஆறா அல்லது மலைநீர் வழிந்தோடுகிறதா?" அவர் சொன்னார்- "இரண்டுமேதான்! அது சினாப் அன்னை யல்லாவா!" நான் சினாப்புக்கு வணக்கம் தெரிவித்துக் கொண்டேன். கீழே இறங்க முடியாது. ஆதலால் தூர இருந்தே தரிசனம் செய்து திருப்தியடைந்தேன். பிறகு மேலே செல்லத் தொடங்கினேன்.

என்ன, இதுதான் வேத காலத்துச் சந்திரபாகாவா? பல முனிவர்கள் தங்கள் பசுக்களையும் தங்கள் தியானத்தையும் இதன் கரையில் நன்கு புஷ்டியடையச் செய்திருப்பார்கள். இன்று கூட நல்ல உழைப்புள்ள மனிதர்கள் இந்த நதித்தாயினிடமிருந்து அடையும் சக்திக்குக் குறைவில்லை. அந்தக் காலத்திலேயே மலைபோன்ற ஆஜானுபாகுவான பஞ்சாபிகள் வெகு காலமாக இந்த ஆற்றின் கரையில் கால்வாய் வெட்டி வந்திருக்கின்றனர். இன்று 25 லட்சம் ஏக்கர் பூமி இந்தச் சந்திரபாகாவின் பாலினால் ஊட்டம் பெறுகிறது. வேதகாலத்துச் சந்திரபாகாவின் நற்

பயனளிக்கும் அமுதநீர் ஆரியர்களின் முன்னேற்றத்துக்கு உதவி வந்தது. ரஞ்சித்சிங்கின் காலத்தில் இந்த ஆற்றின் தண்ணீர்தான் குருவுக்கு வெற்றி கூறிவந்தது. சினாப்பின் தண்ணீரில் இன்னும் சத்து முற்றிலும் குறைந்து போய்விடவில்லை. பஞ்சநதத்தின் பெருமை மறுபடி பிரகாசிக்கும், சப்த சிந்துப்பிரதேசம் பாரதத்தின் பாக்கியத்தை மறுபடி நன்கு உன்னத நிலைக்குக் கொண்டுவரும்.

(1926 - 1927.)

(சினாப் ஆறு பஞ்சாபின் நற்கதிக்குக் காரணமாக இருக்க வேண்டியது போக, இன்று பஞ்சாபைத் துண்டுபோடுவதற்கான கோடாக மதிக்கப்படுகிறது. இது எத்தனை வருந்தத்தக்கதாகும் !)

30. ஜம்முவின் தவீ

ஒரு ஆற்றைப் பற்றிக் கூறும்படியாக ஒன்றும் இல்லா விட்டால் அதில் நீராடும் மகிழ்ச்சி குறைந்தா போய்விடும்! ஆற்றின் பெருமை அதோடு இணைந்தே இருக்கிறது. அதன் பெயரோடு ஏதாவது சரித்திரம் சேர்ந்திருந்தால் அந்தச் சரித்திரம் போற்றப்படத்தக்கதாகும்.நதிக்கு அதனால் என்ன? சரித்திரத்துக்குப் பெருமை 'விக்ரஹம்' (கலம்), பிரிவினை ஏற்படுத்துவதில்தான். ஆனால் நதியின் பணியோ 'சந்தி' ஒன்று சேர்ப்பதாகும். குடியானவர்களையும், பிரயாணிகளையும், பறவைகளையும், விலங்குகளையும் தன் தண்ணீரால் மகிழ்வுறச் செய்துகொண்டு ஆறு ஓடும்போது, அது தனக்குள்ளேயே லயித்து தானே விளையாடிக்கொண்டு, தனக்குத் தானே இன்பம் அனுபவித்துக் கொண்டிருப்பதுபோல் தோன்றும். (**ஆத்மரதி ஆத்மக்ரீட$_3$, ஆத்மன்யேவச ஸந்துஷ்ட**) நீங்கள் ஆற்றினிடம், "உன்னுடைய கதை என்ன?" என்று கேட்டால் அது, "நான் மலையின் மகள், எண்ணற்ற மானிடர்களுக்கும் பறவை, விலங்கு களுக்கும் நான் தாய். நான் கடலுக்குப் பணிபுரிகிறேன். ஆகாயத்திலுள்ள மேகங்கள் தாம் எனக்குச் சுவர்க்கம். எனக்குத் தெரிந்தமட்டில் இவ்வளவுதான் முக்கியமான கதை" என்று பதிலளிக்கும் இன்னும் அதிகமாகக் கேட்டால் தவீ, "என் அருகில் உள்ள பிரதேசங்களுக்குக் கொடுத்துதுபோக எஞ்சியுள்ள தண்ணீரை நான் 'சினாபு'க்குக் கொடுக்கிறேன். சினாப் தன் தண்ணீரை ஜீலத்தில் கொட்டுகிறது. ஜீலம் சிந்துவில் கலக்கிறது. சிந்து எங்கள் எல்லோருடைய தண்ணீரையும் கடலில் சேர்ப்பித்துத் தனக்கும் எங்களுக்கும் புண்ணியம் தேடிக் கொள்கிறது. இது தான் நாங்கள்

அடையும் சாயுஜ்ய முக்தி, பெரிய மோட்சம். உங்களைப் போன்ற பைத்தியங்கள் கூறும் மற்றச் சரித்திரங்கள் எதற்கு எங்களுக்கு? பகைமை, பைத்தியக்காரச் செயல் இவைகளைப் பற்றிய சரித்திரம் எங்காவது எழுதப்படுவதுண்டா? அது மறக்கப்பட வேண்டிய விஷயமல்லவா? நீங்கள் பகைமையையும் விஷத்தையும் நிலைநிறுத்துவதற்காகத்தான் சரித்திரம் எழுதுகிறீர்களா? இது போன்ற சரித்திரத்தை எரித்து விடுங்கள் அல்லது புதைத்து விடுங்கள். சேவையின் வரலாறே உண்மையான வரலாறு. கத்தீ, குஜ்ஜர, டோக்ரா ஜாதி மக்கள் எனது குழந்தைகள். அவர்களது வாழ்வுதான் எனது வாழ்வு" எனக் கூறும்.

காஷ்மீர்ப் பிரயாணத்தை முடித்துக்கொண்டு நாங்கள் ஜம்முவுக்கு வந்து ரகுநாத்ஜீ மந்திரத்தில் தங்கினோம். அருகிலேயே தவீ ஓடிக் கொண்டிருந்தது. ஜம்முவின் பக்கத்தில் தவீயின் கரை மிகவும் உயரம். தவீயும் மற்ற பல நதிகளைப் போலத்தான், அதில் விசேஷமானது ஒன்றும் இல்லை. நாங்கள் ஒரு மராட்டி இஞ்சினீயரைப் பார்க்கச் சென்றோம். அவர், 'தவீயின் மேல் மின்சார யந்திரங்கள் அமைக்கப்பட்டிருக்கின்றன. இந்த மின்சாரத்தினால் பல வேலைகள் நடத்தப்பட முடியும்' என்றார். ஆனால் தவீக்கு இதைப்பற்றி என்ன? அது தன் போக்கில் இடைவிடாது ஓடிக்கொண்டேயிருக்கிறது.

(1926 - 1927.)

31. சிந்துவின் ஏக்கம்

இமயமலைக்கு அப்பால், பூமியின் இந்த அளவுகோலின் நடுவில் கைலாசநாதரின் கண்களுக்குக் கீழே என்றும் பனியால் மூடப்பட்டுள்ள ஒரு பிரதேசம் இருக்கிறது. அதன் சிறு சுற்றளவுக்குள் ஆர்யாவர்த்தத்தின் நான்கு லோகமாதா ஆறுகள் உற்பத்தியாகின்றன. அதாவது வட இந்தியாவின் கிட்டத்தட்ட எல்லா ஆறுகளுமே இங்கிருந்துதான் கீழே இறங்குகின்றன என்று கூறலாம்.

இமயமலை பாரதநாட்டைச் சேர்ந்ததுதான், வேறு எந்த நாட்டையும் சேர்ந்ததில்லை என்பதை நிரூபிக்கவே போலும், இமயத்தின் வடக்குப் பக்கத்தில் ஓடும் ஒவ்வொரு சொட்டுத் தண்ணீரையும் சேகரித்து, இமயமலையின் இரு ஓரங்களிலும் சுற்றிச்சென்று அந்தத் தண்ணீர் முழுவதையும் இந்துமாக்கடல்

வரை எடுத்துச்செல்லும் பணியை சிந்து, பிரம்மபுத்ர இந்த இரு நதங்களும்* **(நதம் - சில பெரிய நதிகளுக்கு 'நதம்' என பெயர் உண்டு)** இடைவிடாது செய்து வருகின்றன. இந்த இரு நதங்களும் கைலாசநாதரான சிவபெருமான் பாரதநாட்டை அணைத்துக் கொள்வதற்காகத் தன் இரு அன்புக் கரங்களையும் நீட்டுவதுபோல் காணப்படுகின்றன. இமயமலையின் தடையைச் சகிக்க விரும்பாததுபோல் சத்லஜும், காகராவும் இமயத்தின் மடியிலிருந்து நேரான பாதை அமைத்துக்கொண்டு மானஸரோவர் ஏரியின் தண்ணீரை பாரதநாட்டின் இரு பெரிய ராஜ்ஜியங்களுக்கு அளிக்கிறது; கங்கை, யமுனை, இன்னும் இவற்றின் பல சகோதரிகள் தம் தகப்பனாருக்கு மரியாதை வைத்து இப்பக்கத்திலிருந்து கொண்டே அதே பணியைச் செய்கின்றன. பஞ்சாப்பின் ஐந்து ஆறுகளும், உத்தரப்பிரதேசத்தின் ஐந்து நதிகளும் சேர்ந்து பாரதத்தின் செழிப்பைப் பதின்மடங்கு அதிகரிக்கச் செய்கின்றன. இந்தப் பத்து நதிகளும் இந்திய நதிகள். சிந்துவும், பிரம்மபுத்ரவும் மட்டும் பாரதீயத்தைச் சற்றுக் கடந்த நதிகள் எனக்கூறலாம்.

பாரதநாட்டு மக்கள் கங்கை அன்னையை அடைந்து சிந்துவை மறந்து விட்டார்கள்போலத் தோன்றுகிறது. சிந்துவின் கரையில் ஆரியர்களின் மதச்சிரேஷ்டமான ஆலயங்களே இல்லை. வேதகால தேவதைகளின் அதிபனான இந்திரனை நாம் மறந்துவிட்டதுபோலவே சப்தசிந்துக்களும் முக்கியமான சிந்து நதியையும் நாம் மறந்துவிட்டதாகத் தோன்றுகிறது. தெற்குப் பக்கத்திலும், கிழக்குப் பக்கத்திலும் பெரிய சாம்ராஜ்யங்களை அமைத்துவிட்டு புராதன ஆரியர்கள் வடமேற்குத் திசைப் பக்கம் சற்று அலட்சியமாக இருந்துவிட்டார்கள். இதனால் எப்பொழுதும் ஆபத்தில் சிக்கிக்கொண்டனர். வடக்குப் பக்கம் ஹிமவான் காவல் புரிந்துவந்தான். மேற்கே வெகுதூரம் வரை ராஜஸ்தானத்துப் பாலைவனங்களும், ராஜபுத்ர, டோக்ரா ஜாதி மக்களின் தீரமும் துணையாயிருந்தன. அதற்கு வெளியில் வேகம் நிறைந்த சிந்துநதி காவல் புரிந்துவந்தது. இதற்கு மேலே கர்தார் (கிர்தர்) இலிருந்து, ஹிந்துகுஷ் வரை பெரிய மலைத்தொடர் சரியான காவலாயிருந்து வந்தது. மலைஜாதி ஆப்கானியர்களின் சுதந்திர உணர்ச்சியும் வெளிநாட்டார் இங்கு வராமலிருக்க உறுதுணையாயிருந்தது. ஆனால் எங்கு நாட்டு மக்களே அசிரத்தையடைந்துவிட்டனரோ அங்கே மலைச்சுவர்களும், நதிகளும் எவ்வளவு தூரம் காப்பாற்ற முடியும்? ஆப்கானியர்களோடு யவனர்கள் சேர்ந்து கொண்டனர். 'வால்ஹீக்'குக்கருகில் இந்தியப் படையின் எல்லை என்றிருந்தது. அது நகர்ந்து நகர்ந்து 'அடக்' வரையில் வந்து சிக்கிக்கொண்டு

விட்டது. இந்த 'அடக்'கும் வெளிநாட்டினரை உள்ளே வராமல் தடுப்பதைவிட்டு, அதற்குப் பதிலாக, இந்திய நாட்டவர் வெளியே போகவொட்டாமல் தடுத்தது. அரசி ஸெமிராமிஸ் இந்தியாவுக்கு வரத் தடையிருக்கவில்லை. பாரசீக நாட்டின் சக்கரவர்த்தி தராயஸ் பஞ்சாப், சிந்து, பிரதேசங்களிலிருந்து ஏராளமான தங்கத்தைக் கப்பமாகப் பெறுவதில் தடையிருக்கவில்லை. உவேசி, ஹூணர்கள் இந்தியாவுக்குள் தங்க தடையின்றி வர முடிந்தது. அலெக்ஸாந்தரும் பாரதத்தின் ஐந்து நதிகளை யாதொரு தடங்கலுமின்றிக் கடந்துவிட முடிந்தது. எந்த ஆறு காபுல் நதியின் தண்ணீரையும் ஏற்றுக்கொள்ளத் தயங்கவில்லையோ அது மேற்குப் பக்கமாக வருவோரையும் தடுக்காது என்பது நமக்குப் புரிந்திருக்க வேண்டும்.

மேற்கு திபேத்தில் கைலாசத்தின் மலைச்சரிவில் சிந்துநதி உற்பத்தியாகிறது. அங்கிருந்து நேர்கோடாக வடமேற்குத் திசைப் பக்கம் அது பாய்கிறது. ஏனென்றால் அது கடைசியில் தென் மேற்குப் பக்கமாகப் போகவேண்டியிருக்கிறது. காஷ்மீரில் நுழைந்து லேஹ் (Leb) கண்டோண்மெண்டைப் பார்த்துக் கொண்டே காரகோரம் மலையின் காவலில் அது நேராக முன்னேறுகிறது. ஸ்கார்டு என்ற ஒரு இடம். அங்கே வந்ததும் தான் அதற்கு 'நான் ஹிந்துஸ்தானத்துக்குப் போகவேண்டும்' என்ற நினைப்பு வருகிறது. கில்கிட் கோட்டையை தூரத்திலிருந்த படியே பார்த்துவிட்டு அது தெற்கு நோக்கித் திரும்புகிறது. சித்ரால் பக்கம் அது தானே போக விரும்பவில்லை. ஆனால் அங்கேயுள்ள தண்ணீர் எவ்வாறு இருக்கிறது என்று பார்ப்பதற்காக அது 'ச்வாத்' நதியைத் தன்பக்கம் கூப்பிடுகிறது. 'ச்வாத்' தனியாகவா வரும்? அதனுடைய கவனமெல்லாம் காபூல் நதிப் பக்கம்தான். வெண்மை நிறமான நீரை எடுத்துவரும் காபூல் நதியோடு சேர்ந்து அது 'அட்டக்'குக்குகருகில் சிந்துவோடு கலக்கிறது. இப்பொழுது சிந்து முற்றிலும் இந்திய நதியாக ஆகிவிடுகிறது. 'ச்வாத்', 'சிந்து' இவையிரண்டினிடமும் கேட்பதற்கு நிறையக் கதைகள் இருக்கின்றன. கைபர் கணவாய் வழியாக யார்யார் வந்து போனார்கள், பைக்ட்ரியாவின் கிரேக்க மக்கள் எந்த வழியாக வந்தனர், கர்னல் யங்ஹஸ்பண்ட் அங்கிருந்து சித்ரால் படையெடுப்புக்காக எவ்வாறு சென்றான் - முதலிய எல்லாச் சரித்திரங்களையும் இந்த இரு நதிகளும் விவரமாகச் சொல்ல முடியும். அமீர் அமானுல்லா அதிக உஷ்ணத்தினால் எற்பட்ட பைத்தியத்தில் முந்தாநாள்தான் நடத்திய படை யெடுப்பு எவ்வாறு இருந்தது என்று தெரிந்து கொள்ளவிரும்பினால் இந்த நதி சொல்லும். 'கோஹாட்'டின் கொடுமையும் சிந்துவுக்கு நன்றாகத்

தெரியும்.வஜீரிஸ்தானிலும்'பன்னூ'விலும்க்ஷத்திரியதர்மத்துக்கே இழுக்கு விளைவிக்கக் கூடிய நிகழ்ச்சிகள் நிகழ்ந்ததை குரம்'ன் வாயிலாகக் கேட்டு சிந்துவின் மனம் நடுங்குகிறது. 'க்ருமு' அல்லது 'குரம்' எனப்படும் ஒரு நதி சிந்துவோடு கலக்கும்போது, அதன் ஓட்டம் சீர்குலைந்து விடுகிறது. மலை இல்லாததனால் அது கட்டுக்கடங்காமல், பல சிறியதும் பெரியதுமான திட்டுக்களை உண்டாக்கிக் கொண்டே 'டேராஇஸ்மயில்கான்' இலிருந்து 'டேராகாஜீகான்' வரை செல்கிறது.

இப்பொழுது சிந்து ஐந்து நதிகளினுடைய வரவையும் எதிர்பார்த்துக்கொண்டு குறுகலாக ஓடுகிறது. ஜம்முவின் திசையிலிருந்து வரும் சினாப் காஷ்மீரத்து ஜீலம் நதியோடு கலக்கிறது. லாகூரின் பெருமைகளைக் கண்டுகளித்த ராவீ இவையிரண்டோடும் கலக்கிறது. வியாஸின் தண்ணீரால் புஷ்டியடைந்த கத்லெஜ் இம்மூன்றின் தண்ணீரோடும் கலக்கிறது. இவ்வாறு மதர்த்துள்ள பஞ்சநதத்தின் பிரவாகம் தன் முழு வேகத்தோடு மிட்டன்கோட்டுக்கருகில் சிந்துவின் மீது பாய்கிறது. இவ்வளவு பெரிய படையெடுப்பைச் சகித்துக் கொண்டு, ஜீரணித்துவிட்டுத் தன் பெயரைமட்டும் நிலைநிறுத்திக் கொண்டுள்ள சிந்துவின் சக்தி மிகவும் பெரியது என்று சொல்லவும் வேண்டுமா?

சிந்து தன் பெயரை நிலைநிறுத்திக் கொள்வதுமட்டு மல்லாமல் தனது தாராளம் நிறைந்த தயை முழுவதையும் பலவிதங்களில் பரப்பிக் கொண்டே அக்கம்பக்கத்திலுள்ள பிரதேசத்திற்கும் தனது பெயரையே அளிக்கிறது. '**த்யாகா$_3$ய ஸம்ப்$_4$ருதார்த்தாநாம்**' என்ற சொல்லுக்கு உதாரணமாக ஆரிய அரசர்களையே அது பின்பற்றுகிறது. பெரிய பெரிய ஏழு இடங்களின் நீரை அது சேகரித்துக் கொண்டாலும் அந்த நீர்முழுவதையும் பல முகங்களில் அது கடலுக்கே அளித்துவிடுகிறது. நடுவில் யாராவது தேவையுள்ள மக்கள் தம் இஷ்டப்படி அதிலிருந்து எங்கேயாவது தண்ணீர் கொண்டுசெல்ல விரும்பினாலும் அதற்கு யாதொரு தடையும் கிடையாது.

என்ன இருந்தாலும் அன்னை கங்கையைப் போன்ற தாராள குணம் சிந்துவுக்குக் கிடையாது. ஆகையால் 'அடக் சக்கர்' இலிருந்து ஹைதராபாத் வரை இதன்மேல் பாலம் கட்டப் பட்டிருக்கிறது. சக்கர் பாலம் மிகவும் ராணுவ முக்கியத்துவம் வாய்ந்தது. சிந்துவில் உள்ள ஒரு பெரிய தீவின் உதவியால் இந்தப் பாலம் அமைப்பது சாத்தியமாயிற்று. ஆனால் 'ரோஹ்ரீ'க்

கருகில் தண்ணீர் ஆழமாக உள்ள இடத்தில் இந்தப் பாலத்தை எப்பொழுது வேண்டுமானாலும் ஒரு விசிறிபோலச் சுருக்கி வைத்துவிடலாம். ராணுவம் சிந்துவைக் கடக்கமுடியாமல் செய்துவிட வேண்டுமானால், ஒரு மந்திரம் ஜபித்ததும் பாலம் முழுவதும் மறைந்துவிடும். பிறகு சிகார்பூர் - சக்கர் தனி, ரோஹ்ரீ தனி.

சிக்கார்பூர் - சக்கருக்குப் பெருமை ஆங்கிலேயரால் தான் தரப்பட்ட தென்பதில்லை. இங்கே உள்ள ஹிந்து வியாபாரிகள் புராதன காலத்திலிருந்தே போலன் கணவாய் வழியாக காந்தாருக்குச் சென்று மத்திய ஆசியாவில் வியாபாரம் செய்து வந்திருக்கின்றனர். ஹிராத் அல்லது மர்வ, புகாரா அல்லது சமர்கந்த் எங்கு பார்த்தாலும் நீங்கள் சிகார்பூர் வணிகனைக் காணலாம். சிகார்பூரின் உண்டியல்கள் (செக்குகள்) மாஸ்கோ, பிட்ஸ்பர்க் வரை சென்றுவந்ததுண்டு. சக்கரின் நினைவு வரும்போது பெரிய கப்பல் மிதப்பதுபோல் நீரில் மிதக்கும் சாதுபேலாத் தீவின் நினைவு வராமலிருக்க முடியாது. சாதுக்களின் காவியம் நிறைந்த மனப்பான்மை மிகமிக அழகான இடத்தையே நாடுகிறது. சாதுபேலாவின் அழகைக் கண்டு சக்கரவர்த்திகளும் பொறாமை கொள்வார்கள்.

சிந்துவுக்கு இளைப்பாறத் தோன்றிற்றோ அல்லது சிங்காடா சாப்பிட ஆசை பிறந்ததோ தெரியவில்லை, அது இங்கிருந்து மஞ்சர் ஏரியை நோக்கிப் பாய்கிறது. ஆனால் சரியானநேரத்தில் திருந்தி, அது திரும்பி வந்து 'ஸேவண்'இலிருந்து தென்கிழக்குப் பக்கமாகத் திரும்பி ஹைதராபாத் வரை ஓடுகிறது. இந்தப் பிரதேசம் பற்பல யுத்தங்களைக் கண்டிருக்கிறது. ஜயத்ரதனின் காலத்தில் இங்கே நிலைமை எவ்வாறிருந்ததோ! ஆனால் தாஹிர், ஜட்ச் இவர்களின் காலத்தில் இது மிகவும் பின் தங்கியதாகத்தான் இருந்திருக்கவேண்டும். சந்திரகுப்தனுக்கு முன்பு ஈரான் சாம்ராஜ்யத்துக்கு கப்பமாக தங்கள் தங்கத்தை வாரியிறைத்து விட்டதாலோ அல்லது அங்கே அரசாண்டுவந்த பிராம்மண அரசர்களின் அனாசாரத்தாலோ, குடிகள் யாவரும் பரம ஏழைகளாகவும் பலவீனர்களாகவும் இருந்தனர். ஈரான் சக்கரவர்த்தி வந்தாலும் சரி, அல்லது அலெக்ஸாந்தர் வந்தாலும் சரி, பாக்தாத்திலிருந்து முஹம்மது பின் காஸிம் வந்தபோதும் சரி, சர். சார்லஸ் நேபியர் வந்தபோதும் சரி, சிந்து நதிக்கரைவாசிகள் ஒவ்வொரு சந்தர்ப்பத்திலும் தோற்று வந்தார்கள்.

அலெக்ஸாந்தர் கப்பலில் அமர்ந்து சிந்துவைக் கடந்தபோது அவன் தன் காவலுக்காக இரண்டு கரைகளிலும் சேனைகளை வைத்திருந்தான். இன்று ஆங்கிலேயர்கள் சிந்துவைக் காப்பதற்காக அல்ல, பஞ்சாபின் கோதுமையை வெளிநாட்டிற்கு ஏற்றிச் செல்வதற்காக சிந்துவின் இரண்டு கரைகளிலும் ரயில்தொடர்கள் அமைத்திருக்கின்றனர். சிந்துநதி மிகவும் வேகத்துடன் ஓடுவதால் கங்கையைப் போல் அதில் கப்பல்கள் போகமுடியாது. இதனால் தான் கராச்சிக்கருகிலுள்ள 'கேட்டி' துறைமுகம் முக்கியத்துவம் அடையவில்லை.

சிந்துவின் முகத்துவாரத்துப் பிரதேசம் சிந்துவின் பெருந் தன்மையாலேயே உருவாகியிருக்கிறது. வெகு தூரத்திலிருந்து சேற்றையும் மணலையும் கொண்டுவந்து சிந்து அங்கே குவித்துக் கொண்டிருந்தது. இதன் பலனாக, அரபிக்கடல் எப்பொழுதும் சிறிது சிறிதாக வெற்றிகரமாகப் பின்வாங்கிக்கொண்டே போக வேண்டியதாயிற்று.

சிந்துவின் பிரவாகம் சிந்துவின் பெயரை நன்கு பிரகாசிக்கச் செய்யும்படி மிகவும் வேகம் உடையது. கோடைக்காலத்தில் உருகிய பனியின் நீரால் ஏற்பட்ட வெள்ளம் புரண்டோடி வரும்போது, அதற்குக் குதிரை அல்லது யானையை எவ்வாறு உவமை கூறமுடியும்? உவமையே தோன்ற மறுக்கிறது. அதை ஜலப்பிரளயம் என்று மட்டும்தான் சொல்லலாம். கடலின் அலைகள் உயரத் துள்ளிக் குதிப்பதுபோலவே இதனுடைய அலைகளும் துள்ளுகின்றன. பெரிய பெரிய மீன்களைத் தோற் கடிக்கக்கூடிய வேகமும் திறமையும் படைத்த நீச்சல்காரர்கள் கூட அந்த சமயத்தில் இதில் குதிக்கத் தயங்குவார்கள்.

காதல் பைத்தியம்கொண்டிருந்த கற்புப் பெண் 'ஸுஹிணீ' யால் தான் தன் வேகாத பானையை நம்பிக்கொண்டு இதன் பிரவாகத்தில் குதிக்க முடிந்தது. உண்மைக் காதலின் வேகமும் அதன் முடிவும் மஹா சிந்துவை, கடலை விடப் பெரியது.

32. மஞ்சரின் வாழ்வும் வளமும்

தண்ணீரை ஜீவன் என்று கூறிய மனிதன் கவியா அல்லது சமூக சாஸ்திர நிபுணனா? அவன் இவ்விரண்டுமாகவே இருந்திருப்பான் எனவே எனக்குத் தோன்றுகிறது. தண்ணீர் இல்லாமல் தாவரங்களும் உயிர் வாழமுடியாது, பறவை விலங்கு

களும் உயிர் வாழமுடியாது. அவ்வாறாயின் இவ்விரண்டையும் நம்பி வாழும் மனிதன்மட்டும் தண்ணீரில்லாமல் எவ்வாறு வாழமுடியும்? கடவுள் பூமியின் பரப்பில் மூன்று பங்கு ஜலமும் ஒருபங்கு தரையும் அமைத்திருப்பதிலிருந்தே இவ்விஷயம் புலனாகிறதல்லவா? மூர்ச்சையுற்றிருக்கும் மனிதன் கண்களில் ஒருதுளி குளிர்ந்த தண்ணீர் விழுந்தவுடனேயே மூர்ச்சை தெளிந்து விடுகிறான். எல்லையற்ற துளிகள் நிரம்பிய ஏரியையோ நதியையோ பார்த்தவுடன் வாழ்வு மலர்ந்துவிடுவது போன்ற மகிழ்ச்சி ஏற்படுவதில் ஆச்சரியம் என்ன இருக்கிறது?

எல்லையற்ற கடலையும் அதன் எல்லையற்ற அலைகளையும் பார்த்து மனிதன் வெறிகொள்ளுவது இயற்கைதானே ! ஆனால் எதிர்க் கரையை ஒரு சிறிதளவுதான் பார்க்கக்கூடிய விசாலமான சாந்தம் நிறைந்த ஏரியின் நீர்ப்பரப்பைக் காண்பது நண்பர்களைக் காண்பதுபோன்று மகிழ்ச்சி தரக்கூடியதாகும். கடல் நம்மை நமக்குத் தெரியாததோர் விஷயத்தில் குதிக்கும்படி அழைக்கிறது. ஆனால் ஏரியோ தனது கண்ணாடிபோன்ற தெளிவான அமைதி மூலம் மனிதனுக்குத் தன்னைத் தானே அறிந்துகொள்ளத் தூண்டுதல் அளிக்கிறது. ஏரியில் நமக்கு வாழ்வின் மகிழ்ச்சியைக் காண வாய்ப்புக் கிடைக்கிறது. கடலிலோ வாழ்க்கையில் கொந்தளிப்பு நிறைந்த எல்லையற்ற நிலையைக் காணமுடிகிறது. கடலின் தாண்டவ நடனத்தைக் கண்டு மனிதன் ‘ **தி$_3$சோ ந ஜாநே ந லபே$_4$ ச ஶர்ம**’ என்று கூறுவான். அதே மனிதன் பரந்த ஏரியின் கரைகளை அடைந்ததும் ‘**இதா$_3$நீம் அஸ்மி ஸம்வ்ருத்த: ஸசேதா: ப்ரக்ருதிம் க$_3$த:** என்று பாடத் தொடங்குவான். இவ்விதம், கடலும் ஏரியும் வாழ்க்கையின் இரு முக்கியமானதும் வெவ்வேறானதுமான தோற்றத்தைக் குறிக்கின்றன.

எனக்கு வெகுநாட்களுக்கு முன்பே வாழ்க்கையின் தோற்றம் பற்றிய ஒரு அழகான காட்சி சிந்துப்பிரதேசத்தில் என்றென்றும் பரவிக்கிடக்கிறது என்பது தெரியும். ஆனால் அதைக் கண்டு களிக்கும் வாய்ப்பு இதுவரை கிடைக்கவில்லை. என்னுடைய பண்பு நிறைந்த ரசிகநண்பர் நாராயண் மல்கானீ இந்தத்தடவை என்னை சிந்துப் பிரதேசத்தில் சுற்றுப்பிரயாணம் செய்ய அழைத்த போது நான் அவரிடம் ஒரு நிபந்தனை விதித்தேன். அதாவது, வாழ்வு - சாவு இரண்டினுடைய தோற்றத்தையும் எனக்குக் காண்பிக்கத் தயாராயிருந்தால் நான் வர முடியும். இவ்வாறு சொற்களின் சிக்கலில் என் நண்பரைத் திகைக்க வைக்க நான் விரும்பவில்லை. நான் அவருக்கு எழுதினேன் - ஒவ்வொன்றாக

மூன்று யுகங்கள் புதைந்துகிடப்பதும், சாவானது தனது மிகப் பெரிய பொருட்காட்சி சாலையை அமைத்திருப்பதுமான 'மோஹன் ஜோ - தடோ'வை* **(இதனுடைய சரியான பெயர் 'மூவன் - ஜோ - தடோ'. இதன் அர்த்தம் - 'மரித்தவர்களின் மேடு' என்பதாகும்)** நான் மறுபடி பார்க்கவேண்டும். அதேமாதிரி தாமரைக் கிழங்கின் வேரிலிருந்து முளைத்தெழக் கூடிய கணக்கற்ற தாமரை மலர்கள், அந்தத் தாமரைகளின் நடுவில் நடம்புரியும் மீன்கள், இந்த மீன்களைக்கொண்டு உயிர் வாழும் வண்ண வண்ணப்பறவைகள், அந்தத் தாமரைக் கிழங்கு முதல் பறவைவரை யாவற்றையும் யாதொரு வேறுபாடுமின்றித் தன்வயிற்றில் இடமளித்து ஜீரணிக்கும் மனிதனின் கவலையற்ற மனப்பான்மை வளர்ந்து வருவதுபோலவே வளர்ச்சியடையும் மஞ்சர் ஏரியையும் நான் பார்க்கவேண்டும். நாராயண் அவர்களுடைய நிலைமையும் 'என் மனத்துக்குப் பிடித்ததையே வைத்தியர் சாப்பிடச் சொல்லிவிட்டார்' என்ற மாதிரி ஆகிவிட்டது. அவர் சிந்துப் பிரதேசத்தின் 'ஸூபீ' மதக் கொள்கைப்படி முதலில் 'லார்கானா ரோட்' வழியாக 'சாவுமேட்டை'க் காண்பித்துவிட்டு பிறகுதான் வாழ்வு பரவிக் கிடக்கும் இந்த ஏரிப்பக்கம் எங்களை அழைத்துச் சென்றார்.

சிந்துவின் மேற்குக் கரையில் பஞ்சாப்பின் கோதுமையை கராச்சி வரை எடுத்துச் செல்லும் ரயில்பாதையில் 'தாதூ' 'கோட்ரீ' இவையிரண்டிற்கும் நடுவில் 'பூபக்' ஸ்டேஷன் வருகிறது. அபூபக்கர் என்ற பெயரின் இருபக்கத்து எழுத்துக் களும் மறைந்து 'பூபக்'என்ற பெயர் உண்டாகியிருக்கிறது என்பது யாரையாவது கேட்டுத் தெரிந்து கொள்ளாமல் எப்படித் தெரியும்? ஸ்டேஷனிலிருந்து நான்கு மைல் மேற்கே தூசிபடிந்த பாதையைக் கடந்து நாங்கள் 'பூபக்' என்ற ஊருக்குப் போய்ச் சேர்ந்தோம். அந்த ஊர் மக்கள் வாத்தியங்கள், ஷெனாய், கொஞ்சம் தக்ஷிணை எல்லாம் எடுத்துக்கொண்டு எங்களை அழைத்துச் செல்ல வந்திருந்தனர். அவர்களோடு கிராமம் முழுவதிலும் சுற்றி தெருக்கள், சந்துகளையெல்லாம் பார்த்து விட்டு, நாங்கள் எங்களுக்கு விருந்துபசாரம் செய்யப்போகும் நண்பர் கோதூமல் அவர்களுடைய வீட்டுக்குப் போய்ச் சேர்ந்தோம். அவருடைய விருந்துபசாரத்தை ஏற்றுக்கொண்டு உணவருந்தி விட்டு பத்துப்பதினைந்து நிமிஷங்கள் கண்களை மூடி கனவு உலகத்தில் இருந்து அங்குள்ள கம்பளங்கள், அவற்றின் வர்ண வேலைப்பாடுகள் இவற்றிற்கும் மதிப்புக் கொடுத்து விட்டுப் பிறகு மஞ்சரைத் தரிசிக்கப் புறப்பட்டு விட்டோம்.

தூசி நிறைந்த இரண்டு மைல் தூரப் பாதையை நாங்கள் மறுபடியும் கடக்கவேண்டியதாயிற்று. அதன் பிறகுதான் வயல் களுக்கு நடுவில் இடையர்களின் குடிசைகளுக்கருகில் ஒரு கால்வாய் காணப்பட்டது. அந்தக் கால்வாய் தொடங்கும் இடத்திலேயே பல பழைய, புதிய படகுகள் கூட்டமாக சேற்றில் பதிந்து கிடந்தன. அவைகளில் ஒரு பெரிய படகைத் தேர்ந்தெடுத்து, அதில் நாங்கள் அமர்ந்து கொண்டோம். அந்தப் படகு மூலமாக மேலும் இரண்டு மைல்கள் கடந்தோம். இருபக்கங்களிலும் தண்ணீர் இறைக்கும் கமலைகளை இழுக்கும் ஒட்டகங்களைப் பார்த்தோம். திறந்த வெளியில் தமது வாழ்க்கை, கேளிக்கைகள், தத்தம் தொழில் யாவற்றையும் நடத்திவரும் குடியானவர் களையும் கண்டோம். தரைக்கும் தண்ணீருக்குமாக மாறி மாறி வந்து அவ்வப்போது தங்கி வாழ்க்கை நடத்தும் பறவைக் கூட்டங்களையும் கண்டோம்.

எங்கள் கூட்டத்தில் வந்த எல்லா மக்களுமே ஆனந்தத்தை அனுபவிப்பவர்களாயிருந்தார்கள். சிலர் - "சல்சல்ரே நௌஜவான்" என்ற யுத்த வீரர்களின் வழிநடைப் பாட்டுப்பாடத் தொடங்கினர். நாங்கள் படகில் அமர்ந்துகொண்டு நீண்ட மூங்கில்களால் சேற்றில் குத்திக் குத்திப் படகைச் செலுத்திக் கொண்டிருந்தோம். ஆனால் பாட்டு கால் நடைப் பாட்டு. எங்கள் கால்கள் சற்றுக்கூட அசையாமல் மலைப் பாம்புகள்போல் கிடந்தன. எல்லோருக்கும் மனதில் மகிழ்ச்சி ஏற்பட்டு விடும்போது பேச்சிலோ, பாட்டிலோ உசிதம், உசிதமற்றது என்ற பாகுபாடு பற்றிச் சிந்தனை ஏது?

ரைஹானா பென் அவர்களை 'பேனவா பகீரின்' இனிமை யான பாடல்களைப் பாடச் சொன்னபோதுதான் அங்கு உண்மை யான குதூகலம் ஏற்பட்டது. சரியாக இதே தருணத்தில் கால்வாய் தனது வாயை அகலவரிந்து எங்கள் படகை ஏரியில் தள்ளியது. பிறகு கேட்பானேன்! எங்கு பார்த்தாலும் ஜீவகளை பொங்கிக் கொண்டிருந்தது. பதினைந்து அல்லது இருபது மைல் நீளமும், பத்துமைல் அகலமும் உள்ள காவியம் நிறைந்த ஜீவகளை ததும்பும் நீர்ப்பரப்பு! அகன்று விரிந்த நீர்ப்பரப்பின் நடுநடுவே பசும்புல் நிறைந்த குளுமையான திட்டுகள்! இயற்கைக்கு இத்தனை காவியம் எவ்வாறு உதித்திருக்கும்! நான் கோதூமல்ஜீ அவர் களிடம் கூறினேன்- "இங்கே என் இதயம் உருகிக்கொண்டிருக் கிறதே!" அவரும் ரஸிகத் தன்மையோடு பதில் கூறினார்- "நீங்கள் நவம்பர் மாதத்தில் இங்கு வந்தால் இங்கேயுள்ள லட்சக்கணக் கான தாமரைகளுக்கிடையில் அமுங்கியே போயிருப்பீர்கள். நீங்கள்

அந்த ஆனந்தத்தையும் அனுபவிக்க விரும்பினால் விஷ்ணு சர்மா அவர்களுக்கு எழுதுங்கள். அவர் எனக்குத் தெரிவிப்பார். நான் உங்களுக்காக எல்லா ஏற்பாடுகளும் செய்துவைக்கிறேன். எங்கள் பிரதேசம் மிகவும் தனித்து இருப்பதால் உங்களைப் போன்ற மக்கள் இங்கே மிகவும் அபூர்வமாகத்தான் வருகிறார்கள். எனக்கு நினைவுக்கு வருவது இதற்குமுன் இங்கே ஒரு மகாராஷ்டிரப் பேராசிரியர் தான் வந்திருந்தார். அவரும் உங்களைப் போலவே மிகவும் குதூகலமடைந்தார். ஒவ்வொரு ஆண்டும் சிற்சில ஆங்கிலேய ராணுவ அதிகாரிகள் மீன் பிடிக்கவும், வேட்டையாடவும் இங்கு வருவதுண்டு. ஆனால் அதனால் நமக்கு என்ன பயன்!"

வெகுதூரத்தில் ஒரு படகு தென்பட்டது. ஏதோ ஒரு கிராமத்துக் குடும்பம் இடம் மாற்றி வேறு எங்கேயோ போவது போல் தோன்றிற்று. அவர்களுடைய ஆரஞ்சுநிற மேலாடையும், நீலநிற பைஜாமாவும் தண்ணீரில் அழகாகப் பிரதிபலித்துக் கொண்டிருந்தன. கிராமியக் காவியமே ஆனந்தப் பெருக்கால் தண்ணீரில் கேளிக்கை நடத்திக் கொண்டிருப்பது போல் தோன்றிற்று. தூரத்தில் நீர்ப்பரப்பின்மேல் பறவைகள் நீந்தி உணவு அருந்திக்கொண்டிருந்தன. எங்களில் சிலர் படகின் ஓரத்தில் உட்கார்ந்து கொண்டு தண்ணீரில் கால்களை வைத்துக் கொண்டே சில இடங்களில் தண்ணீர் குளிர்ச்சியாகவும், சில இடங்களில் வெதுவெதுப்பாகவும் இருப்பதாகக் கூறினார். இவ்வாறு இருப்பதற்குக் காரணம் என்ன? நான் இம்மாதிரியான தண்ணீர் விஷயங்களில் சற்று ஆராய்ச்சி செய்துள்ளவன். நான் உடனே காரணம் கண்டுபிடித்துக் கூறினேன்.

அங்கே எதிரில் தெரியும் குன்றுகளின் பெயர் என்ன என்று நான் கேட்டேன். அவர்களுக்கு நான் கேட்டவுடன் ஆச்சரியம் உண்டாயிற்று. உள்நாட்டுக் குன்றுகளுக்குப் பெயர் உண்டா என்று யோசித்தார்கள் போலும்! ஆனால் எனக்கு ஒவ்வொரு உருவத்துக்கும் உள்ள பெயரைக் கண்டறியாதவரை திருப்தி யேற்படுவதில்லை. எங்களோடு பூபக்கைச் சேர்ந்த ஒரு சிறு பையன் இருந்தான். அவன் கொஞ்சம் சங்கோசமான சுவபாவ முள்ளவன். நான் அவனைக் கூப்பிட்டேன். பள்ளிக்கூடத்தில் படித்த பூகோளம் அவனுக்கு உதவிக்கு வந்தது. அவன் உடனே அதன் பெயர் 'கிர்தர்' என்று சொன்னான். நான் சிரித்து விட்டேன். சிறு பிராயத்தில் ஹாலா, சுலேமான் மலைகளின் பெயர்களை நாங்கள் பாடம் பண்ணியிருந்தோம். பிற்காலத்தில் ஹாலா என்பதுதான் கிர்தார் என ஆகியிருந்தது. அதன் காரணம், ஆங்கிலேயர்கள் அதை 'Kirthar'

என்று உச்சரித்து வந்தனர். வெளிநாட்டு எழுத்தினால் நம் நாட்டில் பல அநர்த்தங்கள் விளைந்துள்ளன. அவைகளில் இதுவும் ஒன்று. கிர்தர் குன்றுகள் இந்தக் கரையிலிருந்து ,10-12 மைல் தூரத்தில் இருக்கின்றன. அங்கேதான் சிந்துப்பிரதேசம் முடிவடைந்து பலுசிஸ்தானம் ஆரம்பம் ஆகிறது.

சூரியன் களைத்து கிர்தரிடம் சரண் புக யோசித்துக் கொண்டிருந்தான். நாங்கள் திரும்பிவிட எண்ணினோம். ஏழு மணிக்கு முன்னால் சாப்பாட்டை முடித்துக்கொள்ள நினைத்தோம். படகு திசை மாறிற்று. நாங்கள் கிழக்குத் திசையின் சோபையைக் காணத் தொடங்கினோம். நான் கோதூமல் அவர்களிடம் கேட்டேன்- "அங்கே எதிரில் வெகுதூரத்தில் ஒரு படகு தென்படுகிறதே அது இப்பொழுது மேற்கு நோக்கி எங்கே போய்க் கொண்டிருக்கிறது?" அவர் சொன்னார், "கிர்தருக்குப் பக்கத்தில் அக்கரையில் ஒரு கிராமம் இருக்கிறது. அங்கே மஹாசிவராத்ரியின் போது உற்சவம் நடக்கும். அப்பொழுது ஹிந்துக்கள் அங்கே கூடுவார்கள். முஸல்மான்களும் அப்பொழுது அங்கே தமது ஏதோ ஒரு மதகுருவின் பெயரால் கூடுகிறார்கள். மிகப் பெரிய மேளா நடக்கும். இவர்கள் ஒருக்கால் அங்கேதான் போகிறார்களென நினைக்கிறேன்." நாங்கள் போனது பிப்ரவரி 21 ஆம் தேதி. மஹாசிவராத்திரி மிக அருகில் பிப்ரவரி 24 ஆம் தேதி வரவிருந்தது. எங்கள் பிரயாணத் திட்டம் மாற்றப்பட முடியாது. இன்று 24 ஆம் தேதியாயிருந்தால் நான் உடனே அந்த கிராமத்துக்குப் போய்ச் சேர்ந்திருப்பேன். நான் சிவராத்ரி விரதம் வைத்துக்கொண்டிருக்கிறேன். ஹிந்துக்களும், முஸ்லிம்களும் ஒரே நாளில் ஒரே இடத்தில் கடவுளை வணங்கும் பொருட்டுக் கூடியிருக்கும் காட்சியைக் கண்டு என் இதயம் புனிதமடைவதை நான் விட்டிருக்கமாட்டேன். சிவராத்திரியன்று ஹிந்துக்களும், முஸ்லிம்களும் இங்கே எந்த மனப்பான்மையோடு கூடுகிறார் களோ அதே மனப்பான்மை ஹிந்துஸ்தானம் முழுவதிலும் எங்கும் பரவிவிட்டால் நமது துன்பங்கள் யாவும் விலகிவிடும். அந்த நாள்தான் இந்தியாவுக்கு நன்னாள், சிவநாள் (மங்கள நாள்).

இவ்வளவு சொல்லிவிட்டு நான் மவுனமானேன். யாருடனும் பேச எனக்கு மனநிலை சரியாயில்லை. நான் வெகுதூரம்வரை பார்த்தவண்ணம் இருந்தேன். பூமியின் மேலோ அல்லது ஆகாயத்திலோ அல்ல, காலத்தின் வயிற்றிற்குள் ஊடுருவிப் பார்க்க முயன்றேன். கோலம்பஸ் எவ்வாறு ஒரே நோக்கோடு அமெரிக்காவுக்குப் பாதை தேடுவதில் ஈடுபட்டானோ, அதே

போல் நானும் சிவராத்திரி நாள் எப்பொழுது சிவதினமாக மாறும் என்பதைப்பற்றி சிரத்தையோடு தேடுவதில் ஈடுபட்டேன்.

கூட வந்திருந்த பூபக்வாசி ஒருவன்- "அங்கே எதிரில் பசுமையான வயல்கள் காணப்படுகின்றனவே அவைகளுக்குப் பின்னால் புகையிலை, அபின் முதலியன பயிராகின்றன" என்று கூறி தியானத்தைக் கலைத்தான். நாங்கள் ஏரியிலிருந்து கால்வாயில் பிரவேசித்து விட்டோம். கால்வாயின் கரையோரங்களில் மூங்கில் புதருக்கருகில் கால்களைப் பின்னிக்கொண்டு நின்ற வண்ணம் கொக்குகள் மீன்களை தியானித்த வண்ணமிருந்தன. குடிசைகளிலிருந்து அடுப்பு எரியும் வாசனை வந்து கொண்டிருந்தது. கண்கள் பூபக்கின் உரமான, சதுரமான வீடுகளின் கட்டிடக் கலையைப் பார்த்துக் கொண்டிருந்தன. இந்த வீடுகளின் புகைப் போக்கிகள் கொக்குகளைப்போல் தலையை நிமிர்த்திக் கொண்டு காற்றை அனுபவிப்பது போல் நின்று கொண்டிருந்தன. காற்றை அனுபவிப்பது போல் நின்று கொண்டிருந்தன. நாங்கள் புகையிலை, அபின் வயல்களை கடந்து வந்தோம். அபின் விளைவிப்பதைப்பற்றி சர்க்காரின் கொள்கை, உத்தரவுகளைப் பற்றிய விபரங்களைக் கேட்டறிந்தோம். பிறகு வீடுவந்து சேர்ந்து சரியான நேரத்தில் உணவருந்தினோம்.

ஆனால் எனது மனம் மட்டும் மஞ்சரின் குன்றுமீது நடைபெறும் மஹாசிவராத்திரியிலேயே லயித்திருந்தது.

(மார்ச், 1941.)

33. அலைகளின் தாண்டவயோகம்

கராச்சிக்கருகில் 'கீயாமாரீ' யிலிருந்து சற்று தூரத்தில் 'மனோரா' என்ற தீவு ஒன்று இருக்கிறது. அங்கே ஒரு அழகான கோவில் இருக்கிறது. தீவில் பெரும்பாலும் துறைமுக அலுவலகச் சிப்பந்திகளும், கொஞ்சம் சேனையும்தான் இருக்கின்றன. மனோராத்தீவு கராச்சியின் அணிகலன், கடலின் விளையாட்டுக் கருவி போன்றது. இதன் தெற்கு முனையில் ஒரு பெரிய குகை இருக்கிறது. கடலின் அலைகள் அதன்மீது மோதுகின்றன. இதற்கு அப்பால் வெகுதூரம் வரை ஒரு பெரிய சுவர் எழுப்பி அலைகளைத் தடுக்கப்பட்டிருக்கிறது. இதனால் அங்கு இடை விடாமல் அலைகளின் சத்தியாகிரஹம் நடந்து கொண்டிருக்கும். இந்தக் காட்சியைக்காண நான் ஒருமுறை அங்கு சென்றிருந்தேன்.

'ஹிந்தி சாஹித்ய சம்மேளன' த்தின் கூட்டத்தில் கலந்து கொள்வதற்காக நான் இந்த ஆண்டு கராச்சிக்குச் சென்றிருந்தேன். அப்பொழுது மறுபடி அந்தக் காட்சியைப் பார்த்துவிட்டு வந்தேன். அலைகளினால் பாறைகளின் மீது யாதொரு பிரபாவமும் ஏற்படாவிட்டாலும், நம் மனத்தின் மீது ஏற்படாமல் இருக்க முடியாது. இதயம், கடல் இரண்டும் இயற்கையாகவே அலை யெழுப்பக்கூடியதாயிற்றே!

ஏதாவது ஒரு இயற்கைக் காட்சியை முதல் தடவையாகப் பார்க்கும் போது ஏற்படும் உணர்ச்சி மறுமுறை பார்க்கையில் ஏற்படுவதில்லை. முதல்தடவை எல்லாம் புதியதாகவே தோன்றும். அப்பொழுது அதுவரை தெரிந்திராத வஸ்துவின் பரிச்சயம் ஏற்படுகின்றது. ஒவ்வொரு அடியிலும் ஆச்சரியமும் விந்தையும் தோன்றுகின்றன. மறுபடி அதே இடத்துக்குச் செல்லும்போது என்னென்ன விஷயங்களை எதிர்பார்க்க வேண்டும் என்று முன்னாலேயே மனத்தில் உருவாகிவிடுகிறது. ஆகவே அவ்வளவு அதிகமாக விந்தைக்கு இடமில்லை. ஏற்கனவே தெரிந்துள்ள பொருளின்பால் அன்பு இருக்கலாம், ஆனால் ஆச்சரியமும் விந்தையும் முன்பே தெரியாத பொருளைப் பற்றித்தான் ஏற்படும்.

இதே மாதிரி அன்பு நிறைந்த, ஆனால் ஆவலற்ற உணர்ச்சி யோடு நான் இம்முறை மனோராவின் அலைகளைப் பார்க்கச் சென்றேன். மனத்தில், இம்முறை பழைய நண்பர்களுடன் விச்ராந்தியாகப் பேச முடியும் என்ற நம்பிக்கையோடு சென்றேன்; அங்கே அலைகள் இருக்கின்றன, பார்த்து மகிழலாம்- இத்தகைய எண்ணத்தோடு சென்றேன்.

போனதடவை சென்றிருந்தபோது நான் துள்ளும் அலைகளின் வெண்மையான சிரிப்பைப் பிடிப்பதற்காகப் பலவித போட்டோக்கள் எடுத்தேன். ஆனால் அவைகளில் ஒன்றுகூட நன்றாக வரவில்லை. ஆகையால் அந்த அலைகள் மேல் சற்றுக் கோபம் இருந்தபோதிலும் அவற்றோடு பேசி மகிழ நல்ல சூழ்நிலை இருக்கும் என்ற நம்பிக்கை இருந்தது.

ஆனால் இங்கே போய்ப் பார்ப்பது என்ன? சென்ற தடவை நான் கண்ட காட்சிகளையும் மனத்தில் சேகரித்து வைத்திருந்த காவியமயமான சித்திரங்களையும் மனத்திலிருந்து அழித்து விடும்படியான ஒரு பெரிய தாண்டவத்தை அந்த அலைகள் நடத்திக் கொண்டிருப்பதைக் கண்டேன். இப்பொழுது யாருடன், எவ்வாறு விச்ராந்தியாக உரையாடுவது? இங்கே எனக்கு பைத்தியம் உண்டாக்கும் போதைதான் கிடைத்தது. நான் தனியாயிருந்தால்

இந்த அலைகளின் தாண்டவத்தில் குதித்து, அவைகளோடு ஒன்றாகக் கலந்துவிடக்கூடிய உள்ளுணர்ச்சியைத் தடுக்க முடிந்திருக்குமோ என்னவோ நிச்சயமாகக் கூறமுடியாது.

ஒருவன் பாடினால் மற்றொருவனுக்கும் பாடக்கூடிய உற்சாகம் கட்டாயம் ஏற்பட்டுவிடும். ஒரு நரி இரவின் அமைதிக்கு எதிராகக் குரல் எழுப்பினால், மற்ற நரிகளும் திருப்தியாக ஊளையிட்டுத்தீரும். சிதார் வாத்தியத்தின் முக்கியமான தந்தியை உருக்கத்தோடு மீட்டிவிடுங்கள். உடனே கீழேயுள்ள தந்திகளும் தாமே தத்தம் ஆனந்த ஒலியை எழுப்பத் தொடங்கிவிடும். அப்படியிருக்கும் போது இயற்கையினிடம் அன்பு பூண்டுள்ள என் போன்ற ஜீவன் இயற்கையின் அழகைக் கண்டு அதன் கவர்ச்சியில் தன்னை மறந்து விடுவதில் ஆச்சரியம் என்ன இருக்கிறது?

யானையின் அழகு முழுவதும் அதன் கழுத்தில் இருப்பது போலவும், கோட்டையின் அழகு அதன் நிமிர்ந்த யானையைப் போன்ற கோபுரங்களில் உள்ளத போலவும், கப்பலின் அழகு அதன் மேல்தளத்தில் முடிவடைவது போலவும் மனோராவின் இக்கரையில் கோட்டை போன்ற சுவர்கள் இருப்பதனால் இந்தத்தீவு விசேஷமாகப் பொலிவுடன் விளங்கியது. கடலும் இங்குதான் கிரீடை புரிந்து தனது தினவைப் போக்கிக் கொள்கிறது. இந்த வினோதம் இடைவிடாமல் நடந்து கொண்டிருந்தாலும் பார்க்க அலுப்புத்தட்டாது. ஆகையால் இந்தக் காட்சி நித்தம் மனோகரமானது. ஆனால் மனிதன் இங்கே ஒரு நீண்ட சுவர் எழுப்பி, கடலின் அலைகளை மிகவும் தூண்டி விட்டிருக்கிறான். இப்பொழுது இத்தனை ஆண்டுகள் ஆகியும் அலைகள் இந்தத் தலையீட்டையும், அவமானத்தையும் இன்றுவரை சகிக்க முடியவில்லை. இனியும் சகிக்காது. அவ்வலைகளுக்கு இந்த அவமானத்தைப் பற்றிய நினைவு வரும்போதெல்லாம் அவை பெரிய சேனையைத்திரட்டிக்கொண்டு அவன் மேல் தாக்குகின்றன. இந்தப் பாறைகளை எதிர்க்க ஒன்றையொன்று தூண்டி விடுகின்றது. எப்படிப்பட்ட வெறி! எவ்வளவு தீவிரமான சபதம்! எவ்வாறு அவை தம் உயிரையும் மதிக்காமல் தாக்குதல் புரிகின்றன! இன்று அவற்றின் தாபம் எல்லையை மீறிவிட்டது. பிறகு கேட்பானேன்! வீரபத்ரன் தனது எல்லா சிவகணங்களையும் திரட்டிக்கொண்டு அலைகளின் உருவத்தில் இங்கே பிரளயம் உண்டாக்க விரும்புவது போலிருந்தது.

ஒவ்வொரு அலையும் தாவிக்குதிக்கும் மலைபோல் இருந்தது. அதனுடைய உயரமான அழகைக்கண்டு மற்ற அலைகள் அதற்கு

மரியாதை செலுத்த வேண்டும். ஆனால் இரண்டும் ஒன்று சேர்ந்து மற்றொரு புதிய உயரத்தை ஏற்படுத்தி, அருகிலுள்ள மற்ற அலைகளையும் அதே உயரத்துக்கு எழும் தூண்டிக் கொண்ருந்தன. இந்தத் தாண்டவ நிருத்யம் ஒரு கணம்கூட நிற்காமல் அகண்டமாக நடைபெற்றுக் கொண்டேயிருக்கிறது. கண்கொட்டாமல் இந்தத் தாண்டவத்தைப் பார்த்துக்கொண்டே யிருந்தால் அதில் ஒரு வேகமான தாளம் தொனிப்பது தெரியும். சிவதாண்டவ ஸ்தோத்திரத்தின் 'பிரமாணிகா'* **(ப்ரமாணிகா, பஞ்சசாமர - ஸம்ஸ்கிருதத்தின் இரண்டு பிசித்தமான சந்தங்கள். ப்ரமாணிகாவின் இரண்டு சரணங்கள் சேர்ந்தது ஒரு பஞ்சாமரமாகும்.)** விருத்தம் தனது சக்தியைப் பரீட்சிக்கத் தொடங்கியிருப்பது போலவும் திருப்தியேற்பட்டு பிரவாஹவேகம் அதிகரிப்பதால் பஞ்சசாமர சந்தமாக மாறிவிடுவது போலவும் தோன்றிற்று. சிவமஹிம்ந ஸ்தோத்திரத்தை இயற்றிய புஷ்பதந்தா (சிவகண கந்தர்வர்) கூட தம்மை மறந்து இந்தத் தாளத்தோடு கூடவே தாண்டவ நடனம் புரியத் தொடங்கி விடுவார்.

அலைகளின் படையெடுப்பு மிக அதிகமாகவும் மிகவும் வேகமாகவும் நடைபெற்று, மோதும் அலைகள் சிதறி விழக்கூடிய பக்கத்தில் ஆகாயத்தில் அவைகளில் வானவில் தயாராகிக் கொண்டிருந்தது. அந்த இடத்தில் சில படிகள் அமைந்திருக் கின்றன. அவை தியானத்தில் ஆழ்ந்துள்ள முனிவர்கள் போலத் தோன்றுகின்றன. இடைவிடாமல் நீராடிவரும் அந்தப்படிகளின் தலையின்மேல் அலைகளின் தண்ணீர் விழுந்து சிரித்த வண்ணம் 'கோமூத்ரிகா பந்த' அமைத்துக் கொண்டே படிகளின் வழியாக இறங்குகிறது. தில்லி, ஆக்ராவிலும், காஷ்மீர் அல்லது மைசூரின் பிருந்தாவனத்திலும் மனிதன் தன் பொழுதுபோக்குக்காக தண்ணீரைப் படிகள் வழியாகப் பெருக விட்டிருக்கும் காட்சிகள் இங்கு நினைவுக்கு வராமலிருக்க முடியாது.

ஆனால் சில அலைகள் அந்த நீளமான சுவற்றின் மீது மோதி அதன் அலை மோதுகிறது; சுவற்றின் மீது சவாரி செய்கிறது; சுவற்றின் அகலத்தைக்கூட லட்சியம் செய்யாமல் எதிர்ப்பக்கம் குதிக்கின்றது; இந்தக் காட்சி மிகவும் போதை தருவதாயிருக்கும். இந்த மஹோத்ஸவத்தைக் கண்டுகளிக்க வந்திருக்கும் எங்களை வரவேற்பது தங்கள் கடமை போலக் கருதிக்கொண்டு இந்த தாரைகளிலிருந்து உண்டாகிய நீர்த்துளிகள் அங்குள்ள காற்று முழுவதையும் குளிரச் செய்துகொண்டிருந்தன. இந்த உப்புநீர்ப் பனித்துளி கண் இமைமீதும், மூக்கு நுனி மீதும் ஆச்சரியத்தால்

திறந்திருக்கும் உதடுகள் மீதும் படும்போது நாங்களும் பட்டணத்து அல்லது கிராமத்து மக்கள் அல்ல, வருணனின், சமுத்திர ராஜனின் பிரஜைகளே போலும் என்று தோன்றும்.

கடலின்மீது ஓடிவரும் சுத்தமான காற்று கூறுகிறது. "இந்தக் காட்சியின் வரவேற்பை ஏற்றுக்கொள்ளும் முழுச்சக்தி உன்னிடம் ஏது! வா, நான் வெகுதூரத்து இடங்களிலிருந்து கொண்டு வந்துள்ள பிராணவாயு (ozones) க்களால் உன்னைப் புதுப்பித்தேன். உனக்குப் பாதேயம் அளிக்கிறேன். உன்மனத்தில் ஓஜோன்கள் நிரம்பிவிட்டால் உன் நுரையீரல்களில் பிராணன் நிரம்பி அவை புனிதமாகிவிடும். அதன் பிறகு நீ இங்குள்ள காற்று நீர்ச்சூழ்நிலை களைச் சகித்துக் கொள்ள முடியும்." உண்மையிலேயே, பிராண வாயுவை உட்கொள்வதனால் ஒவ்வொருவருடைய முகத்திலும் உஷக்காலத்துச் சிவப்பு படரத்தொடங்கியது. அங்கு சென்றிருந்த நாங்கள் எட்டுப்பேரும் எட்டுத்திசைகளிலும் பார்த்துப் பார்த்தும் திருப்தியடையவில்லை.

இதேயிடத்தில் எங்களுக்கு முன்னால் ஒரு சிந்தீ நண்பர் ஒரு பெரிய பாறை மீது பேசாமல் அமர்ந்து இந்தக் காவியத்தில் மூழ்கிய பாவனையில் நனைந்துகொண்டிருந்தார். அவர் பேச வில்லை. பாடவில்லை, சிரிக்கவில்லை. தம்மை மறந்து சற்று அசைவார். நாங்கள் பேசி மனத்தின் எழுச்சிகளை வெளியிட்டுக் கொண்டிருந்தோம். ஆனால் அந்த நண்பர் இவற்றையெல்லாம் கவனிக்கவேயில்லை. அவர் மனிதனின் ஆனந்தத்தை அனுபவிக்க விரும்பவில்லை. ஆனால் அலைகளின் கும்மாளத்தையே அனுபவித்துக் கொண்டிருந்தார். கால்மேல் கால்போட்டு உட்கார்ந்துகொண்டு கால்மேல் முழங்கையை ஊன்றிக்கொண்டு தலையை ஒரு பக்கம் சாய்த்து, கடலைக் குறித்துத் தியானம் செய்து கொண்டிருந்தார். அவருடைய தலைவகிட்டில் நீர்த் துளிகள் முத்துப்போல் பிரகாசித்துக் கொண்டிருந்தன. வருணதேவன் அவர் தலைமேல் கைவைத்து ஆசீர்வதிப்பது போன்றிருந்தது.

நாங்கள் இடம் மாறிமாறி, பல கோணங்களிலிருந்து அலைகளின் காட்சிகளைக் கண்டோம். இதனால் அலைகளுக்கு எங்கள்பால் நல்லெண்ணம் உண்டாயிற்று. அவை கூறத் தொடங்கின- "வாருங்கள், இவ்வளவு தூரத்திலிருந்து ஏன பார்த்துக்கொண்டிருக்கிறீர்கள்? நீங்கள் அன்னியரல்ல. அருகில் வந்து அலைகளின் ஆனந்தத்தை அனுபவியுங்கள். சிரியுங்கள், குதியுங்கள். இந்தக் கணம், எல்லையற்ற காலம் இரண்டிற்கும் இடையே யாதொரு வித்தியாசமும் இல்லை. வாருங்கள்,

வந்துவிடுங்கள்." அலைகளின் உபசாரமே வேறு விதமானது. அழைப்பு விடுக்கும்போது அவை கைகளைப் பிடிப்பதில்லை. கால்களைக் கழுவுகின்றன. நாங்கள் பண்பாட்டோடு இந்த வரவேற்பை ஏற்றுக்கொண்டே "உண்மையாகவே வரத்தான் ஆசை உண்டாகிறது. ஆனால் இப்பொழுதேயில்லை. இன்னும் எங்கள் வேலை முடிவடையவில்லை. நிறைய பாக்கியிருக்கிறது. எங்கள் மனத்திலுள்ள பல சங்கற்பங்கள் இன்னும் அரைகுறை யாகவே இருக்கின்றன. நீ எந்த பாரதமாதாவின் கால்களை இடைவிடாமல் கழுவிக்கொண்டிருக்கிறாயோ அவள் இன்னும் சுதந்திரமடையவில்லை. மனிதர்களுக்கிடையே தாபங்கள் சாந்தமடையவில்லை. ஏழைகளுடனும் தாழ்த்தப்பட்டோர் களுடனும் சமமாக நடந்துகொள்ள நாங்கள் ஆரம்பிக்கவில்லை. அப்படியிருக்கையில் உன்னோடு ஒற்றுமையேற்படுத்திக் கொள்ள எங்களுக்கு உரிமை ஏது? நீ விடுபட்ட நிலையில் இருக்கிறாய். கர்மயோகி.

இடைவிடாமல் எப்பொழுதும் காரியத்தில் ஈடுபட்டிருந்து கொண்டும், உனக்குக் கடமை என்று ஒன்றும் கிடையாது. நாங்களோ மலைபோன்ற கடமைகள் எதிரில் இருந்தும் வாளாவிருக்கிறோம். உன் வரிசையில் நின்றுகொண்டு நடனம்புரிய எங்களுக்கு உரிமையில்லை. நீ எங்களுக்கு உற்சாக மூட்டு, எங்களுடைய மனத்தில் உன்னைப் போல் குதூகலத்தை நிரப்பு. எங்களுடைய மனத்தில் உனது வேதாந்தத்தை முளைக்கச் செய். பிறகு எங்களுக்கு எங்கள் வேலைகளைப் பூர்த்தி செய்வதில், பாரதத்தை சுதந்திர நாடாக்குவதில் அதிக நேரம் பிடிக்காது. இந்த ஒரு சங்கற்பம் நிறைவேறி விட்டால் மனத்தில் யாதொரு குறையுமில்லாமல் உன்னிடம் ஓடிவந்துவிடுவோம். உன்னோடு இரண்டறக் கலப்போம். இதில் எங்களுடைய எலும்போ, தோலோ, தசையோ குறை கூறினால், தொல்லைகொடுக்கும் துணிகளைக் கிழித்தெறிந்து விடுவது போல் இந்த உடலைத் தூள் தூளாக்கி விடுவோம். பிறகு அதன் துண்டங்கள் பல உருவங்களில் கிடப்பதைப் பார்த்துச் சிரிக்க் தொடங்குவோம்."

சரி, சவுகரியப்படும் போது வரலாம். நீங்கள் வந்தாலும், வராவிட்டாலும் தாண்டவ, நடனம் நிகழ்ந்து கொண்டியிருக்கும். வாழ்க்கையின் கேளிக்கைகளை (ராஸக்ரீடைகளை) முடித்துக் கொண்டு கோபிகைகள் இதில் கலந்திருக்கிறார்கள். உலகமாகிய சக்ரவ்யூகத்திலிருந்து விடுபட்ட எல்லா சாது சன்னியாசிகளும், பக்கிரிகளும், ஒளலியாக்களும் இதில் வந்து கலந்துள்ளனர்.

பெரிய விஞ்ஞானிகளும் சத்தியத்தை உபாசித்தவர்களும் இதில் வந்து கலந்து அமைதியடைந்திருக்கிறார்கள். ஆகையால் எங்களுடைய இந்தச் சங்கம் இடைவிடாமல் ஓசையெழுப்பிக் கொண்டேயிருந்தபோதிலும், அமைதியின் நாதத்தையும் எழுப்பமுடியும்.

"உங்களுக்கு இந்தச் சங்கீதம் கேட்கின்றதா?"

(ஜூன், 1937.)

34. சிந்துவுக்குப் பிறகு கங்கை

பிப்ரவரி 15 அல்லது 16 ஆம் தேதி நேர்மேற்கே ரோஹ்ரீ, சக்கருக்கு நடுவில் சிந்துவின் விசாலமான நீர்ப்பரப்பின் மேல் சென்று களித்த பிறகு பிப்ரவரி 28 தேதி 'கோடரீ' க் கருகில் அதே சிந்துவைக் கடைசிமுறையாக தரிசித்தபிறகு 10, 12 நாட்களுக்குள்ளேயே கிழக்குத் திசையில் பாடலீபுத்ரத்துக் கருகில் கங்கையின் புனிதமான பிரவாகத்தைக் காணும் வாய்ப்புக் கிடைத்தது. ஆரியர்களின் வைதிக அன்னை சிந்து, அதே பாரதீயர்களின் சனாதனத் தாய் கங்கை இவைகளின் தரிசனம் ஒன்றன்பின் ஒன்றாகக்கிடைத்துக்கொண்டிருக்கும்பாக்கியத்தை யார் தான் வரவேற்க மாட்டார்கள்? கங்கையின் நீரைப் பயன் படுத்திக் கொள்வதற்காக ஒரு பகீரதன் கிடைத்தது போன்று, சிந்துவுக்கும் கிடைத்திருந்தால் ராஜஸ்தான், சிந்துப் பிரதேசங்களின் சரித்திரமே வேறு விதமாக அமைந்திருக்கும். யாரும் சொல்லாமலே சிந்து பல திசைகளில் ஓடுகிறது. தான் போய்க் கலக்கும் இடங்களையும் மாற்றுவதில் சங்கோசப்படுவதில்லை. சிந்து நதிக்கு பகீரதன், ஜஹ்னு போன்ற இஞ்சினீயர்கள் கிடைத்துவிட்டால் அது சிந்து ஸௌவீர தேசங்களுக்காக என்னதான் செய்யாது? இன்று கூட, ரோஹ்ரீ, ஸக்கர் இவற்றுக்கு நடுவே தனது தண்ணீரைச் சேகரித்து ஏழு கால்வாய்கள் மூலம் சுதந்திரம் நிரம்பிய இந்த ஆறு, சிந்துப் பிரதேசத்துக்குத் தனது ஸ்தன்யம் கொடுக்க முற்படவில்லையா?

சிந்து நதி பஞ்சாபின் ஏழு பிரவாகங்களைச் சேகரித்துக் கொண்டு மிட்டன் கோட், காஷ்மீர் வரை 'யுக்த வேணி' யாக இருக்கிறது. அதே சிந்து சக்கர் ரோஹ்ரீக்குப் பிறகு முதன் முதலாக 'முக்த வேணி' யாகி விடுகிறது. 'கோடரீ' க்குப் பிறகு கேடீ துறைமுகம் வரை அது எத்தனையோ முகங்கள் மூலம் கடலில் கலக்கிறது.* (எந்தப் பிரதேசத்தில் அநேகம் பிரவாகங்கள் வந்து ஒரு நதியில் கலக்கின்றனவே அந்தப் பிரதேசம் முழுவதற்கும் ஆங்கிலத்தில் 'Region of tributaries' என்று கூறுகிறார்கள். ஒரு நதியிலிருந்து பல பிரவாகங்கள் கிளம்பி நாலா பக்கமும் பரவும் பிரதேசத்துக்கு 'Region of distributaries' என்று பெயர் நம் நாட்டில் இதே விஷயத்தை தெளிவு படுத்த 'யுத்த வேணி', 'முக்த வேணி' என்ற இரு சொற்கள் பழக்கத்தில் இருக்கின்றன.)

கங்கை ஆறு 'கோவாலந்தோ' வரை யுக்த வேணியாக இருக்கிறது. கோவாலந்தோவில் கங்கையும், பிரம்மபுத்ரவும் கலக்கும்போது அவைகளின் கட்டுக் கடங்காத பிரவாகத்தினால் ஒரே ஆர்ப்பாட்டமும், குழப்பமும் உண்டாகி முக்த வேணி, யுக்த வேணி என்ற பாகுபாடே இல்லாமல் போய்விடுகிறது. கல்கத்தாவுக்குப் பிறகு ஸுந்தரவனத்தின் ('Sundarbana') பங்கா விசிறிப் (ஓர் நதி கடலோடு கலப்பதற்காக இரண்டு அல்லது அதிக முகத்துவாரங்களாகப் பிரியும் போது அவற்றின் நடுவில் உள்ள முக்கோண வடிவமுள்ள கிரேக்க எழுத்தைக் கொண்டு 'ஹுநடவய' என்று கூறுகிறோம். நாம் இம்மாதிரியான பிரதேசத்தை 'நதியின் விசிறி' எனக் கூறுவது பொருத்தமாகும்) பிரதேசம் காணக்கிடைக்கிறது. ஆனால் கங்கையின் பரப்பு இவ்வளவு தான் எனக் கூறமுடியாது.

காந்தி சேவா சங்கத்தின் கடைசிக் கூட்டத்திற்காக நாங்கள் மாலீகாந்தாவுக்குச் சென்றிருந்தோம். அப்பொழுது அஸ்ஸாம் மாகாணத்திலிருந்து ஷில்லாங் பாதையில் ஸுரமா பள்ளத்தாக்கு வழியாகத் திரும்பி வந்தோம். போகும்பொழுதும், வரும் பொழுதும் அன்னை கங்கையைப் பலவிதங்களில் தரிசித்தேன். ஆனால் அசோகச் சக்கரவர்த்தியின் பாடலிபுத்திரத்திற்கருகில் (தற்காலத்து பட்னா) கங்கையின் சோபை மிகவும் தனிப்பட்டது. பட்னாவுக்கருகில் நான் பல்வேறு சமயங்களில் மூன்று நான்கு தடவை கங்கையைக் கடந்திருக்கிறேன். இருந்த போதிலும் அங்கே கங்கையின் தரிசனத்தில் உள்ள புதுமை ஒரு பொழுதும் குறைவதில்லை. நேபாளத்தில் சுற்றுப்பிரயாணம் செய்துவிட்டு முஜப்பர்பூரிலிருந்து கல்கத்தாவுக்குப் போன பொழுது முதன் முதலாக நான் பட்னாவுக்குச் சென்றிருந்தேன். பங்குனி மாதம், எங்கு சென்றாலும் மாம்பூவின் நறுமணம் காற்றில் மிதந்து வந்து கொண்டிருந்தது. அவ்வூருக்குப் புதியவனான நான் பாட்னாவின் பாதைகளில் சென்ற வண்ணம் வசந்தோத்ஸவத்தை அனுபவித்துக் கொண்டிருந்தேன். அங்கே முதன் முதலாக உள்ளத்தில் பதிந்த விஷயம் இன்றும் இருக்கிறது. இருந்த போதிலும் அதற்கப்புறம் நான் பாட்னாவுக்குப் போனபோதெல்லாம் ஏதாவதொரு புதுமையை நான் அங்கே கண்டேன்.

ஸ்ரீராஜேந்திர பாபு வசிக்கக் கூடியதும், பிஹார் வித்யா பீடம் நடந்து வருவதுமான 'ஸதாகத் ஆசிரமம்' கங்கைக் கரையின்

மேலேயே அமைந்திருக்கிறது. ஆசிரமத்துக்கு எதிரேயுள்ள பாதையைக் கடந்து மூன்று அடி கரையின் மேல் ஏறியவுடனேயே, விசாலமான கங்கை நீர்ப்பரப்பு மேற்குத் திசையிலிருந்து கிழக்கு நோக்கிப் பாய்ந்து வருவது தென்படும். மறுபக்கத்துக் கரையைப் பார்க்க விரும்பினால் ஒரு மெல்லிய கோடு மாதிரித் தான் கரை தென்படும். ஆச்சரியத்தில் மூழ்கிப் போய் நீங்கள் கூட வந்திருக்கும் யாரிடமாவது 'கங்கையின் பரப்பு எத்தனை அகலமாயிருக்கிறது' என்று சொன்னால் அவன் உடனே சிரித்துக் கொண்டே கூறுவான், அங்கே எதிரில் தெரிவது ஒரு திட்டுத்தான். அதற்கப் பாலும் கங்கையின் பரப்பு இருக்கிறது. மறுகரை இங்கிருந்து தெரியவே தெரியாது."

எதிரில் காணப்படும் மெல்லிய கோடு ஒரு அகலமான திட்டுத்தான் என்று சொல்லப்பட்ட போதிலும் இவ்வளவு அகலமான நீர்ப்பரப்புக்குப் பிறகும், அந்தக் கோட்டுக்கப்பாலும், இன்னும் நீர்ப்பரப்பு இருக்கக் கூடும் என்று நம்பமுடியவில்லை. ஒரு தடவை மனத்தில் ஐயம் தோன்றி விட்டால் அது ஓர் ஆவலாக உருவெடுத்துவிடுகிறது. ஆவல் தீவிரமானவுடன் அதைத் தீர்த்துக் கொள்ளச் சங்கற்பம் மனத்தில் எழுகின்றது. சங்கற்பத்தைப் போன்றதொரு மனத்தைச் சஞ்சலப்படுத்தும் விஷயம் வேறு ஒன்றுமே இருக்கமுடியாது.

ஸதாகத் ஆசிரமத்தில் இருந்தவரையில் நாள்தோறும் கங்கையின் கரையில் உலாவுவதே எங்கள் வேலையாயிருந்தது. ஏனெனில், கங்கையின் புனிதமான பண்பாடு எங்களை வசீகரித்தது என்று கொள்ளாவிடிலும், அதன் கரையில் நிற்கும் வயது முதிர்ந்த மரங்களின் வரிசைகள் எங்களை வசீகரிக்கத்தான் செய்தது. ஸஹ்யாத்ரி அல்லது இமயமலையின் வானளாவும் மரங்களைப் பார்த்தவர்களை வசீகரிக்கும் சக்தி சாதாரண மரங்களிடம் எவ்வாறு இருக்கமுடியும்? ஆனால் கங்கையின் கரையில் பாட்னாவுக்கருகில் பல மைல் தூரம் போய்க் கொண்டேயிருங்கள்- நாலாபக்கமும் மிக உயரமான மரங்கள் தமது புஷ்டியான கிளைகளை நாலா பக்கங்களிலும் மேலும் கீழும் பரப்பிக் கொண்டிருப்பதைப் பார்க்கலாம். ஒரு காலத்தில் பாட்னா அசோகச் சக்கரவர்த்தியின் சாம்ராஜ்ஜியத்தின் தலை நகராயிருந்தது. இன்று அதே பாட்னா ஒரு பெரிய விருக்ஷ சாம்ராஜ்யத்தை வளர்த்துக் கொண்டிருக்கிறது.

இம்மாதிரியானதோர் இடத்தில் நின்று கொண்டு இந்தப் பெரிய மரங்களின் ஒவ்வொரு அங்கத்தின் சோபையையும் கவனமாகப் பார்த்து வந்தால், அம்மரங்களின் மனப்பான்மை,

சுவபாவம், குலப்பெருமை ஆகியவைகளைப் பற்றிய எண்ணம் தோன்றாமலிருக்க முடியாது. எல்லா மரங்களுமே தவப்பெரு மரங்களல்ல. சில மரங்கள் மௌனமான தியானத்தில் ஈடுபட்டவை போலத் தோன்றும், சில விளையாட்டில் நாட்டமுள்ளவை; இன்னும் சில பிரிவால் வாடுபவை போலவும், மற்றும் சில மரங்கள் மிகத் தீவிரமான காதல் கொண்டவை போலவும் தோன்றும். ஆனால் எந்த நிலையிலும் அவை தமது உயர் பண்புகளை விடுவதில்லை. சில மரங்களின் கிளைகள் மேல் நோக்கி வெகு தூரம் பரவியிருப்பதைப் பார்த்தால், ஆகாயம் ஒடிந்து விழுந்துவிடாமல் காப்பாற்றும் பொறுப்பு இவைகளுக்குத் தான் ஏற்பட்டிருப்பது போல் தோன்றும்.

வயதான நான்கு மனிதர்கள் பேசிக் கொண்டிருக்கும் போது, மழலை பேசும் சில குழந்தைகள் அவர்களின் மடியில் குதித்து விளையாடிக் கொண்டிருப்பது போன்றதான காட்சியை நீங்கள் எப்பொழுதாவது பார்த்திருக்கிறீர்களா? கிழவர்கள் குழந்தைகளை அதட்டமாட்டார்கள். இனிமையான குரலில் அவர்களைக் கொஞ்சுவார்கள். இருந்த போதிலும் பெரியவர்களுடைய கம்பீரமான சம்பாஷணை தடைபடுவதில்லை. கங்கையின் கரையில் பல காலமாக ஆலோசனைகள் நடத்தி வரும் இந்த மரங்களுக்கு நடுவே சிறிய பெரிய பல பறவைகள் இனிமையான குரலில் சப்தம் செய்யும் போது, முற்றிலும் மேலே சொன்ன மாதிரியான, கிழவர்கள் குழந்தைகளின் காட்சி புது உருவத்தில் கண்முன் வருகிறது.

பங்குனி மாதத்துப் பௌர்ணமிக்குச் சமீபத்தில் ஒரு நாள் மாலையில் உலாவச் செல்லும் போது மரங்களின் மறைவிலிருந்து நிலா தெரியும். நாங்கள் இங்கே ஒரு புது மகிழ்ச்சியைக் கண்டு பிடித்தோம். வெவ்வேறு விதமான மோதிரங்களில் வைரத்தைப் பதித்தால் அவ்வைரம் வெவ்வேறு அழகுடன் ஜ்வலிப்பது போல் வெவ்வேறு மரங்களில் இடையில் சந்திரன் புதுப்புதுப் பொலிவுடன் விளங்கினான். ஒரு தடவை கொம்புகள் போல் இரு கிளைக்கிடையில் அதைக் கண்டோம். ஒரு தடவை கோல்கீப்பர் போன்றதொரு பெரிய மரம் சந்திரனையே பந்து போல் வீசுவதைக் கண்டோம். தீகாகாட் துறைமுகத்துக்கருகில் ஓர் இடத்தில் இரண்டு மரங்களுக்கு நடுவில் சந்திரன் அமைந்திருந்தான்; 'இந்தச் சந்திரன் உன்னுடையது அல்ல, என்னுடையதுதான்' என்று இரு மரங்களும் தங்களுக்குள் சச்சரவு செய்வதுபோல் தோன்றிற்று. கடைசியில் இவற்றின் சண்டையைத் தீர்த்து வைப்பதற்காக

சந்திரன்,” நான் உங்களில் யாருக்கும் சொந்தமில்லை” என்று கூறிக் கொண்டே அங்கே நிற்காமல் நேரே மேலே கிளம்பிப் போய்விட்டான்.

சந்திரன் இவ்வாறு எப்பக்கத்திலும் சேராமல் இருந்ததைப் பாராட்டிவிட்டு நாங்கள் மேலே சென்றபோது, இதுவரை நியாய உணர்ச்சியுடன் இருந்ததை மறந்துவிட்டு சந்திரன் ஏதோ ஒரு மரத்துடன் ஒட்டிக் கொண்டான். கடைசியில் மரத்தின் புஜங்களால் அணைக்கப்பட்டுச் சிரிக்கத் தொடங்கினாள். மனத்தில் சங்கற்பம் எழுந்தது - இவ்வாறு நிலவு காயும் நாட்களில் சில காலம் எதிரிலுள்ள மக்கள் நடமாட்டமற்ற தீவில் தங்கமுடிந்தால் எத்தனை நன்றாயிருக்கும்! ஹோலிப் பண்டிகையின் இரண்டு நாட்களையும் விட்டுவிட வேண்டிய தாயிற்று. ஏனெனில் மக்கள் போதை அருந்தி நிலையிழந்து, கங்கைக் கரையின் சேறு, மரங்களின் பற்பல வண்ணங்கள் இவற்றைப் பின்பற்றி ஒரே யடியாக வர்ணங்களில் மூழ்கியிருந்தனர். அவர்கள் இதிலிருந்து விடுபட்ட பிறகு நாங்கள் ஒரு படகை அமர்த்திக் கொண்டு அங்கிருந்து புறப்பட்டோம்.

சந்திரனுக்கு அவசரமேயில்லை. உதயமான பிறகும் வெளிச்சம் இல்லை. ஒருவருக்கும் தெரியாமலே ஏதாவதொரு புதிய மதம் ஏற்பட்டுவிடுவது போல சந்திரன் உதித்தான். அவனுடைய பிரகாசம் மிகவும் மந்தமாயிருந்தது. அதைப் பார்த்து சுவாதிக்கு இரக்கம் உண்டாயிற்று. சித்திரை காணப்படவேயில்லை. சனியும், குருவும் மந்திரம் சொல்லிக் கொண்டே மேற்குப் பக்கம் மறைந்து விட்டனர். நக்ஷத்திரங்கள் மண்டிய குடிசையின் அதிபர் அகஸ்தியர் தெற்குப் பக்கம் சென்றுகொண்டிருந்தார். எங்கள் படகும் செல்லத் தொடங்கியது. நீரில் சந்திரனின் நீண்டதோர் தூண் காணப்பட்டது. முதலில் அசையாமலும் பிறகு அசைந்து ஓடிய வண்ணமும் நாங்கள் முன்னேற முன்னேற, நீரின் பரப்பு சஞ்சல மடைந்து விதவிதமான உருவங்களை அமைத்துக்கொண்டிருந்தது.

என் மனத்தில் தோன்றிற்று - தண்ணீரின் வேகத்தோடு இந்த உருவங்கள் மாறிமாறி வருகின்றன. அப்படியானால் இந்த மாறுதல்களைக் கவனித்து அவைகளின்படி நதிகளின் வேகத்தைக் குறிக்க இந்த உருவங்களின்படியே ஏன் பெயர் கொடுக்கக் கூடாது? அதாவது உயர்ந்த, தாழ்ந்த ஒலிகளுக்கு ஸரிகமபதநி என்று பெயர் கொடுப்பது போலவும், மிக அதிகமான வெப்பத்தை (White heat) சூர்யகாந்தி வெப்பம் என்றும் கூறுவது போலவும் ஆற்றின்

வேகத்திற்கு, கோமூத்ரிகா வேகம், வலயவேகம், ஆவர்த்த வேகம், விவர்த்த வேகம் என்ற பெயர்கள் ஏன் கொடுக்கக் கூடாது?

இந்தக் கற்பனையோடு கூடவே நான் எண்ணங்களின் சுழலில் இறங்கிவிட்டேன். சித்திரை நட்சத்திரம் உதயமானது கூடத் தெரியவில்லை. நான் நடு ஆற்றை அடைந்தேன். எனக்குப் பிரார்த்தனை செய்ய எண்ணம் உதித்தது. இப்படிப்பட்டதோர் இடத்தில் கண்களை மூடிக்கொண்டு இருட்டில் பிரார்த்தனை நடத்த மனம் வருமா? நாம் யாரைக் குறித்துப் பிரார்த்தனை செய்கிறோமோ அவன் நம் கண்முன் பற்பல உருவங்களில் பிரத்யட்சமாக நிற்கும்போது கண்களை மூடிக் கொண்டு குகையில் ஏன் நுழையவேண்டும்? **" ரஸோ வை ஸ: "** என்று கூறி நாம் யாரை அறிந்து கொள்கிறோமோ அவன் ரஸமான பூமி, புனிதமான நீர், மனத்துக்கினிய ஒளி, ஆனந்தக் கிளர்ச்சி யேற்படுத்தும் காற்று, தந்தையின் அன்புபோன்று கனிவுடன் நம்மை நோக்கும் வானத்தில் பரப்பு ஆகிய பல்வேறு உருவங்களில் தென்படும்போதும், **'விஷயா விநிவர்த்தந்தே நிராஹாரஸ்ய தேஹின: ரஸவர்ஜம் ரஸோப்யஸ்ய பரம் த்$_3$ருஷ்ட்வா நிவர்ததே'** என்ற சுலோகத்தை நாம் பாடும்போதும், வாழ்க்கைத் தத்துவத் தையே முற்றிலும் புதிய முறையில் சிந்திக்க வேண்டியிருக்கிறது. ஆழ்ந்த யோசனை வெகு நீண்டநேரமுள்ளதாகத் தான் இருக்க வேண்டும் என்பதில்லை. நான் மூன்று நான்கு கணநேரம் இவ்வாறு யோசனையில் ஆழ்ந்தவுடனேயே பிரார்த்தனையில் ஒரு புதுமை தோன்றிற்று. 'ரகுபதி ராகவ ராஜாராம்' பாடத் தொடங்கினோம். சஞ்சல சுவபாவமுள்ள மனம் வாழ்க்கைத் தத்துவத்தைப் பற்றிய தீவிரமான விசாரணைகளை விட்டுவிட்டுக் கேட்கத் தொடங்கியது- 'இராமர் குகனுடைய உதவியைக்கொண்டு எந்த இடத்தில் கங்கையைக் கடந்திருப்பார்? குகனுடைய படகும் நம் படகைப்போல் அகலமாயிருந்திருக்குமா அல்லது சிறிய படகாயிருந்திருக்குமா?'

சிறிது நேரத்திலேயே நாங்கள் அந்தத் தீவில் போய்ச் சேர்ந்து விட்டோம். தண்ணீரில் களிப்பதை விட்டுவிட்டு, மணலில் விளையாடத் தொடங்கினோம். மின்னும் வெள்ளை மணல் மின்னும் தண்ணீரைவிட மகிழ்ச்சி தருவதில் குறைந்தல்ல. தீவின் கரையில் கொஞ்சம் கோரை முளைத்திருந்தது. ஒரு கணம் யோசித்த பிறகு நாங்கள் ஒரு முடிவுக்கு வந்தோம் - இங்கே பாம்பு, தேள், முள் ஒன்றும் இருக்கமுடியாது. எங்கும் மணல் தானே நிரம்பியிருக்கிறது. இந்த மணலில் ஏற்பட்டிருக்கும் அடையாளங்கள் சஞ்சல புத்தியுடைய காற்றின் அலைகளால்

ஏற்பட்ட அடையாளங்களே. கங்கையின் அலைகளால் மணலில் ஏற்பட்டுள்ள அடையாளங்களை மனம்போனபடித் திரியும் இந்தக் காற்று எவ்வாறு அழித்து விளையாடுகிறது என்பதை இங்கே பார்க்கமுடிகிறது. மணலின்மேல் இருக்கும் அடையாளங்களைப் பார்த்தால் பள்ளிச் சிறுவர்கள் களைத்து உறங்கிவிட்டது போலவும், அவர்களுடைய நோட்டுக்களும், சிலேட்டுக்களும் புத்தகங்களோடு இங்குமங்கும் சிதறிக் கிடப்பதுபோலவும் தோன்றிற்று. சில இடங்களில் காற்றின் அலைகளின் கையெழுத்து காணப்படும். சில இடங்களில் நீர் அலைகளின் ஸ்வரங்களின் லிபிகள் மணலில் பதிந்து காணப்பட்டன. இவற்றின்மேல் என் காலடிச் சின்னத்தைப் பதிக்க எனக்கு விருப்பமில்லை. ஆனால் மணலின் உலர்ந்த பொறுக்குகள் என் காலில்பட்டு உடையும் போது அப்பளம் நொறுங்குவதுபோல் உணர்ச்சியேற்பட்டது. காலின் மகிழ்ச்சியை உடல் முழுவதும் அனுபவித்தது. உடலுக்கு உடனே உலக்கைமாதிரி நிமிர்ந்தபடியே போய்க்கொண்டிருப்பதில் திருப்தி ஏற்படவில்லை. 'All rights reserved' என்று உரிமை கொண்டாடும் கழுதை ஒன்றும் அங்கே இருக்கவில்லை. ஆகையால் நாங்கள் சங்கோசமில்லாமல் மணலில் சற்றுப் படுத்துப் புரள நிச்சயித்தோம். ஆனால் துர்பாக்கியவசமாக என் நண்பர்களுக்கு இது பிடிக்கவில்லை. சிலருக்கு இது கவுரவக் குறைவாகப்பட்டது. எங்கள் படகின் மாலுமிகள் எங்களை அங்கே விட்டுவிட்டு யாரையோ பார்ப்பதற்காகத் தீவின் மற்றொரு முனைக்குச் சென்றுவிட்டனர். கள்ளுக்கடையின் வேலையாட்கள் குடிகாரர் களைப் பார்ப்பதுபோல அழகுத்தாகம் கொண்ட எங்களை அவர்கள் பார்த்தனர்.

கயா காங்கிரஸுக்குப் பிறகு நாங்கள் சம்பாரனுக்குச் சென்றிருந்தோம். அப்பொழுது இதேயிடத்திலிருந்து நாங்கள் கங்கையைக் கடந்தோம். அப்பொழுது இரண்டு ஆசிரம மாணவர்கள் பஜனைப் பாடல் ஒன்று பாடினர். **'மங்கள கரஹு த₃யாகரீ தே₃வீ'**. இந்த இடத்திற்கு வந்தவுடன் எனக்கு அதெல்லாம் நினைவு வந்தது, நான் உரத்த குரலில் பாடினேன். கூட வந்தவர்கள் தயவுகூர்ந்து அதைப் பொறுத்துக்கொண்டிருந்தனர். இதனால் நான் இன்னும் தைரியமடைந்து, மதுரா பாபுவிடம் சொன்னேன்- "நான் சப்ராவிலிருந்து முங்கேர் வரை படகில் போக விரும்புகிறேன். எவ்வளவு நேரம் பிடிக்கும்?" இம்மாதிரியான யாத்திரை புரிய எனக்கு அதிர்ஷ்டம் உண்டோ இல்லையோ தெரியவில்லை. ஆனால் கற்பனையிலேயே நான் அதைப் பூர்த்தி செய்து கொண்டேன்.

ஆகாயத்தில் 'ப்ரம்மஹ்ருத' அஸ்தமாகத் தயாரித்துக் கொண்டிருந்தது. 'மஹாஸ்வான்' தனது வேட்டையில் ஈடுபட்டிருந்தது. அகஸ்தியின் குடிசை இப்பொழுது தன் இடத்துக்கு வந்துவிட்டது. 'கிருத்திகை' மட்டும் சிரித்துக் கொண்டிருந்தது. புனர்வசுவின் படகு தனது முன்பாகத்தைச் சிறிது உயர்த்தித் தெற்குநோக்கித் தன் பிரயாணத்தைத் தொடங்கிற்று. அது எங்களுக்கும் நாம் இந்தத் தீவைச் சேர்ந்தவர்கள் அல்ல, இங்கிருந்து திரும்பவேண்டும். தேவ கன்னிகைகள் நிர்மாணித்த இந்த இடத்தை விட்டுவிட்டு மனித சிருஷ்டிக்குத் திரும்பவேண்டும் என்று நினைவுபடுத்திக் கொண்டிருந்தது. நாங்கள் உடனே தீவின் கரைக்கு வந்து சேர்ந்து புனர் வசுவைப் போலவே படகைத் தெற்கு நோக்கிச் செலுத்தத் தொடங்கினோம்.

'மறுபடி இங்கே எப்பொழுது வருவோம்' என்ற துக்கம் மனத்தில் எழுந்தது. கங்கோத்ரியிலிருந்து ஹீரா துறைமுகம்வரை கங்கையைப் பலதடவை தரிசனம் செய்து புனிதமடைந்திருக்கிறேன். தேவியின் கிருபையால் இன்னும் பலதடவை தரிசிப்பேன். இப்பொழுது இந்தப் பூர்ணானந்தத்தில் குறைவோ, கூடுதலோ இருக்க இடமே கிடையாது. ஆகையால் திரும்பி வரும்போது வாயிலிருந்து சாந்தி ஸ்லோகம் கிளம்பிற்று-

ஓம் பூர்ணம் அத₃: பூர்ணம் இத₃ம், பூர்ணாத் பூர்ணம் உதச்யதே|
பூர்ணஸ்ய பூர்ணம் ஆதா₃ய பூர்ணமேவாவஶிஷ்யதே||

(ஏப்ரல், 1941.)

35. நதியின்மேல் ஒரு கால்வாய்

சிராவண பௌர்ணமி என்பது புதுப்பூணூல் மாற்றிக் கொள்ளும் வைதிகச் சடங்கு நாள். இந்த பிராம்மண கர்மாவை மறந்துவிட்டாலும் 'ராகீ' (ரக்ஷாபந்தன) நாள். அந்த நாளில் நாங்கள் 'ருர்கீ'க்குப் போய்ச்சேர்ந்தோம். வினோதப்ரியரான 'வேணீப்ரஸாத்' அவர்கள் என்னைக் கண்டவுடனேயே என்னோடு நட்புக்கொண்டுவிட்டார். அவர் சொன்னார், "காகாஜீ, நாங்கள் இன்று உங்களிடம்தான் பூணூல் பெற்றுக்கொள்வோம். இங்குள்ள பிராம்மணர்கள் வேத மந்திரங்களைச் சரியாக உச்சரிப்பதில்லை. நீங்கள் மஹாராஷ்டிரர். நீங்களே எங்களுக்குப் பூணூல் கொடுங்கள்" வேணீப்ரஸாதின் மாமா பரமபக்தர்.

அவரிடம் பூணூல் விஷயமாகச் சர்ச்சை எழுந்தது. வட இந்திய பிராம்மணர்கள், அவர்கள் மட்டுமல்லாமல் மற்ற மூன்று 'த்விஜ' வர்ணத்தார்களும் ஒழுங்காகப் பூணூல் தரித்துக்கொண்டு சந்தியா வந்தனம் முதலிய நித்யகர்மங்களைச் செய்யவேண்டும் என்று விரும்புகிறார்கள். ஆனால் இங்கேயுள்ள மக்களிடையே பெரிய அசிரத்தை காணப்படுகிறது. இதற்கு நேர்மாறாக தெற்குத் தேசங்களில் பிராம்மணரல்லாதவர்கள் பூணூல் தரிக்க விரும்பினால், மஹாராஷ்டிர பிராம்மணர்கள் **கலௌ ஆத்$_3$யந்தயோ: ஸ்திதி:** என்ற வசனத்தின்படி, நடு இரண்டு வர்ணங்கள் (ஜாதிகள்) இல்லவேயில்லை போல அர்த்தமற்ற பிடிவாதம் பிடிக்கிறார்கள். (நல்ல காலமாக அந்த நிலைமை இப்பொழுது இல்லை.) பூணூல் தரித்துக்கொள்ள உரிமை உள்ளவர்கள் அதைப் பற்றி அலட்சியமாயிருக்கிறார்கள்; சண்டைபோட்டாவது பூணூல் அணிய விரும்புவோர் தம்முடைய பிராம்மணத்துவத்தை நிரூபிக்க முடியாமல் அவர்களுக்குக் கஷ்டமான நிலைமை உண்டாக்கப்படுகிறது. இந்தச் சர்ச்சையைக் கேட்டு வேணீப்ரஸாதுக்கு 'இன்று நமக்கு பூணூல் கிடைக்காது போலும்' என்று தோன்றிவிட்டது. அவன் வாதாடினான், "கலிகாலத்தில் என்னதான் நடைபெற முடியாது? ஒரு நதியின் மேல் மற்றொரு நதி ஏறிச்செல்ல முடியுனால், மஹாராஷ்டிரத்து பிராம்மணர்களும் எங்களுக்கும் பூணூல் அளிக்க முடியும்." அவனுடைய வாதம் ஏற்றுக்கொள்ளப்பட்டது. ஆனால் சர்ச்சையின் விஷயம் மாறிற்று. கலியுக பகீரதர்களின் பிரதாபங் களுக்கு உதாரணமாக விளங்கும் கங்கையின் வாய்க்காலைப் பற்றிப் பேச்சு எழுந்தது.

பிற்பகலில் நாங்கள் மனிதனின் இந்தப் பிரதாபத்தைக் காணச் சென்றோம். கங்கைக் கால்வாய் ஊருக்கு அருகிலேயே செல்கிறது. பையன்கள் அதில் மீன்கள்போல விளையாடிக் கொண்டிருந்தனர். கால்வாயின் கரையோரமாகவே நாங்கள் அந்தப் பிரசித்திபெற்ற பாலம் வரை சென்றோம். அந்தக் காட்சி உண்மையிலேயே மிகவும் உன்னதமாயிருந்தது. பாலத்தின் கீழே ஏழைப் பார்ப்பனப் பெண் மாதிரி 'ஸோலானா' நதி ஓடிக் கொண்டிருந்தது. மேலே கங்கைக் கால்வாய் தனது அகலத்தைச் சற்றும் குறைத்துக்கொள்ளாமல் பாலத்தின்மேல் ஓடிக் கொண்டிருந்தது. பாலத்தின்மேல் தண்ணீர் மிகவும் அதிகமா யிருந்தது. இருபக்கத்துச் சுவர்களும் இடித்து, இரண்டு பக்கத்திலிருந்தும் யானையின் படுதா மாதிரி பெரிய அருவிகள் விழத் தொடங்கிவிடும்போலத் தோன்றிற்று. பாலத்தின் சுவற்றின் மேல் நின்றுகொண்டு கால்வாயின் ஓட்டத்தைப் பார்த்துக்

கொண்டிருந்தால் மூளையில் அது கிளர்ச்சியை உண்டாக்குகிறது. துக்கமடைந்திருப்பவனுக்குப் புதுப்புது வேகம் பொங்கியெழுவது போலக் கால்வாயில் தண்ணீரும் பொங்கியெழுந்த கொண்டிருந்தது. ஆனால், மாமியார் வீட்டுக்கு வந்துள்ள மருமகள் தன் மனதிலுள்ள எண்ணங்களையெல்லாம் அடக்கிவைத்துக் கொள்வதுபோல, கங்கையாற்றின் இந்த பிறர் கைப்பாவைப் பெண்ணும் தனது எழுச்சியெல்லாவற்றையும் அடக்கி வைத்துக் கொண்டிருந்தது. அதன் பரப்பை முதன் முதலில் பார்த்தவுடன் ஒரு பெரிய பணம் படைத்த சேட் வீட்டுப் பெண் போலத் தோன்றியது. ஆனால், அருகில் போய்ப் பார்த்ததும் பிறருக்கு அடிமையாக இருக்கும் துக்கம் அதன் முகத்தில் தெளிவாகத் தெரிந்தது.

மேலேயிருந்து கீழே பார்த்தால் கீழே ஓடும் ஸோலானாவின் மெல்லிய, ஆனால் தன்னிச்சையான ஓட்டம் மிகவும் வசீகரமாயிருந்தது. மனத்திற்குச் சற்று வருத்தம் தரும் விஷயம் கால்வாயின் இருபக்கத்துச் சுவற்றிலும் நீர் வடிவதற்காகப் பல துவாரங்கள் ஏற்படுத்தப்பட்டிருந்தன. அவற்றின் வழியாகக் கால்வாயின் தண்ணீர் சிறிதளவு ஸோலானாவிலும் விழுந்துகொண்டிருந்தது. அந்தக் கால்வாய் ஸோலானாவிடம் தன் கருணையைப் பொழிந்து கொண்டிருப்பது போலத் தோன்றிற்று.

நாங்கள் பாலத்திலிருந்து கீழேயிறங்கி ஸோலானாவின் கரையில் அமர்ந்தோம். மேலேயிருந்து அளிக்கப்படும் வெகுமதியைப் புறக்கணிக்கக்கூடிய அளவுக்கு ஸோலானா கர்வம் பிடித்தவள் அல்ல. ஆனால் ஏதாவது கிருபை கிடைக்குமா என்று பேராசையைக் காட்டும் மட்டமான சுவபாவமும் அவளுக்குக் கிடையாது. மட்டமான குணம் அவளிடம் சற்றும் கிடையாது. கர்வம் கொள்ளுவது அவளுக்கு அழகுதராது. அவளிடம் காணப்படும் இயற்கையான, ஸரளமான குணம் முயற்சிசெய்து வளர்த்துக் கொள்ளும் உயர் நடத்தையைவிட அதிகம் அழகு தருவதாயிருந்தது.

பகீரதக் கலையில் (Irrigation Engineering) தண்ணீரை எடுத்துச் செல்வதற்கு ஆறுவிதங்கள் கூறப்பட்டுள்ளன. அவைகளில் ஒன்று ஒரு பிரவாகத்துக்குமேல் மற்றொரு பிரவாகத்தை எடுத்துச் செல்வது. இந்தத் திட்டம் மிகவும் அற்புதமானதும் மிகவும் கடின மானதுமாகக் கருதப்படுகிறது. இந்த மாதிரியான ரயில் அல்லது காலைப் பாதைகள் நாம் பற்பல பார்த்திருக்கிறோம். ஆனால் எனக்குத் தெரிந்த வரையில், இந்தியாவில் இதுபோன்ற நீர்ப் பரவாகம் இது ஒன்றுதான். கலாச்சாரத்தின் ஓட்டத்தின்

நோக்கோடு பார்த்தாலும் பாரத நாடு முழுவதும் இந்த நிலைமை தான் நிலவிவருகிறது. இங்கே ஒவ்வொரு ஜாதிக்கும் தத்தம் தனியான பழக்க வழக்கங்கள். பல தடவை ஒன்றோடொன்று எதிர்ப்பட்ட நேர்ந்த போதிலும் அவை ஒன்றோடொன்று வெகுதூரம் வரை சேரமுடியாமல் தனித்தே இருக்க முடிந்திருக் கின்றன.

(1926 - 1927.)

36. நேபாளத்து பாக்மதி

காஷ்மீரத்து 'தூத்கங்கா' போலவே நேபாளத்து 'வாக்மதி' அல்லது 'பாக்மதி' நதி. இந்தச் சிறு நதியைப்பற்றி யாருக்கும் கவனம் இராது. ஆனால் பாக்மதி ஒரு சரித்திரப் பிரசித்தமான இடத்தை ஆக்ரமித்துக் கொண்டிருக்கிறது. ஆதலால் அதன் பெயர் லட்சக்கணக்கான மக்களின் நாவில் இருந்து வருகிறது. நேபாளத்து மலையடிவாரம் பதினெட்டு கோச சுற்றளவு உள்ளதும், நாலாபக்கமும் மலைகளால் சூழப்பட்டதுமான பத்திரமான, அழகான, முட்டை வடிவமானதோர் மைதானம். தெற்கில் 'பர்பிங் நாராயணன்' அதற்குக் காவல். வடக்கே கௌரீசங்கரின் நிழலுக்குக் கீழேயுள்ள 'சங்கு நாராயண்' அதைக் கவனித்துக் கொள்கிறது. கீழ்ப் பக்கத்தில் 'பிசங்கு நாராயண்', மேற்கே 'இசங்கு நாராயணன்'.

இமயமலையில் மடியில் அமைந்திருக்கும் சுதந்திர இந்து ராஜ்ஜியமாகிய இந்தக் கூட்டில் மூன்று ராஜதானிகள், மூன்று முட்டைகள் போல அமைந்திருக்கின்றன. மிகவும் பழமையான ராஜதானி 'லலிதபட்டன்'. அதற்கடுத்து 'பாத்கான்வ்', அதற்குப் பிறகு இன்றைய தலைநகரான காட்மாண்டூ அல்லது காஷ்ட மண்டபம். நேபாளத்துக் கோவில்களின் அமைப்பு இந்தியாவின் மற்ற இடத்துக் கோவில்களின் அமைப்பைப் போல இல்லை. கோவிலின் மேல்தளத்திலிருந்து மழை நீரின் தாரைகள் விழும் இடங்களில் மக்கள் சிறு சிறு மணிகளைக் கட்டி வைக்கிறார்கள். நடுவில் உளள நாக்கில் மெல்லிய பித்தளைத் தகடுகளைத் தொங்க விட்டிருக்கின்றனர். சிறிது காற்றடித்தாலும் அவை ஆடத் தொடங்கி விடுகின்றன. இந்தக் கலை அவைகளுக்குக் கற்றுக் கொடுக்க அவசியமேற்படுவதில்லை. பல மணிகள் ஒன்று சேர்ந்து 'கிண்கிண்' 'கிண்கிண்' என்று ஒலிக்கத் தொடங்கி விடுகின்றன. இந்த அழகான சப்தம் கோவிலின் அமைதியைக் குலைப்பதில்லை, ஆனால் அமைதியை இன்னும் ஆழ்ந்ததாக்கிப் பொலிவு பெறச்

செய்கிறது. 'பாத்கான்வ்'இன் பல கற்சிலைகள் சிற்பக் கலைக்கு எடுத்துக்காட்டாக விளங்குகின்றன. சிற்பக்கலையின் எல்லா நியமங்களையும் அனுசரித்த பிறகும், கலைஞன் தன் மேதைக்கு எத்தனை சுதந்திரம் கொடுத்துத் தன் கலையை சிருஷ்டிக்க முடியுமென்பது இங்குள்ள சிற்பங்களைப் பார்த்தால் நன்கு விளங்கும். இங்குள்ள சிற்பிகள் கலையை மனித இயல்புக்கு அப்பாற்பட்டதாகக் கருதுகிறார்கள் போல் தோன்றுகிறது.

வயல்களில் சிறு சிறு தூரங்களில் வனப்புடன் கூடிய ஸ்தூபங்கள், சமாதி நிலையை அனுபவித்துக் கொண்டிருப்பது போல் விளங்குகின்றன.

காட்மாண்டு நகரமோ இன்றைய நேபாளத்துக்குப் பெருமை வாய்ந்த நகரமாகும். நேபாளத்தில் பிரவேசிக்க அனுமதி சுலபமாகக் கிடைப்பதில்லை. ஆகையால் திரைக்குப் பின்னால் என்ன இருக்கிறது, முகமூடிக்குள் என்ன அழகு மறைந்திருக்கிறது என்றெல்லாம் ஆவல் உண்டாவது போல, நேபாளத்தைப் பற்றியும் ஆவல் அதிகரிக்கிறது. எட்டுநாட்கள் தங்கிக் காத்திருந்த பிறகு அனுமதி கிடைத்தது. பார்க்க வேண்டியதெல்லாம் பார்த்துக் கொள்ளுங்கள், திரும்பிச் சென்ற பிறகு மறுபடி வரமுடியாது. இந்த மனநிலையில் பார்த்தபோது எங்கும் காவியமயமான காட்சிகள் காணப்பட்டன.

பசுபதிநாதர் ஆலயம் காட்மாண்டுவிலிருந்து சமீபத்தில் தான் இருக்கிறது. அதைப் பார்க்கும்போது ஒரு கோயில் கூட்டத்துக்கு நடுவே நந்தி அமர்ந்திருப்பது போல் தோன்றுகிறது. அருகிலேயே பாக்மதி ஓடுகிறது. மணல் கலந்த மண்மேல்தான் அது ஓடுகிறது. ஆகையால் அது எப்பொழுதும் கலங்கியதாவே காணப்படுகிறது. அதில் நீந்துவதற்கு ஆசை எழுகிறது. ஆனால் ஆழம் அதற்குத் தகுந்தபடி இருந்தால்தானே! குஹ்யேச்வரி, பசுபதிநாத் இவையிரண்டிற்கும் நடுவில் இது ஓடுவதால் இதற்கு மஹிமை அதிகம்.

பசுபதிநாத்திலிருந்து நாங்கள் நேராக மேற்கே சிங்கு பகவானைத் தரிசிக்கச் சென்றோம். வழியில் பாக்மதியின் சகோதரி விஷ்ணுமதி தென்பட்டாள். இந்த ஆற்றின்மேல் ஆங்காங்கு பாலங்கள் இருந்தன. ஆனால் எப்படிப்பட்ட பாலங்கள்? தண்ணீரிலிருந்து ஒரு முழ உயரத்தில் சாண் அகலத்தில் பலகைகள். எதிரில் யாராவது வந்துவிட்டால் இருவரும் சேர்ந்தாற் போல் பாலத்தைக் கடக்கமுடியாது. யாராவது ஒருவர் தண்ணீரில்

இறங்கிக் கொண்டு வழிவிடவேண்டும். தண்ணீர் அதிக ஆழ மாயிருக்கும் இடத்தில் முழங்காலுக்குமேல் துணிகள் நனைந்து விடும்.

'சிங்கு பகவான்' இன் அடிவாரத்தில் மோனத்தில் ஆழ்ந்திருக்கும் புத்தருடைய சிலை ஒன்று சூரியனின் வெய்யிலில் காய்ந்து கொண்டிருக்கிறது. குன்றின்மேல் ஒரு கோவில் இருக்கிறது. அதில் மூன்று மூர்த்திகள் இருக்கின்றன. ஒன்று புத்தபகவானின் மூர்த்தி, மற்றொன்று 'தர்ம' பகவானின் மூர்த்தி; மூன்றாவது 'சங்க' பகவானின் மூர்த்தி. ஒவ்வொன்றின் முன்னாலும் நெய் விளக்குகள் எரிந்துகொண்டிருக்கின்றன. ஒரு மூலையில் மரத்தாலான ஒரு மேடையில் குழல் போன்ற ஒரு பித்தளைக் கம்பம் நிறுத்தப்பட்டிருக்கிறது. அதில் **'ஓம் மாமே பத்மே ஹூம்' (ஓம் மஹி பத்மேஹும்)** என்ற புனித மந்திரம் பல முறைகள் செதுக்கப்பட்டிருக்கிறது. ஒரு பிடியைப் பிடித்துச் சுற்றினால் கம்பம் சுழன்று வருகிறது. ருத்திராட்சம் அல்லது துளசிமணி மாலையை உருட்டுவதற்குப்பதிலாக இது மிகவும் சுலபமான முறை. ஒவ்வொரு முறை சுழலும்போதும் அதில் எத்தனை தடவை மந்திரம் பொறிக்கப்பட்டிருக்கிறதோ அத்தனை முறை நீங்கள் மந்திரத்தை ஜபித்தது அந்த அளவுக்கு உங்களுக்குப் புண்ணியம் தானாகவே வந்தடையும் என்பதில் நீங்கள் ஐயப்படக் காரணமேயில்லை. **'நாத்ர கார்யா விசாரணா'** "ததாகத்" புத்தபகவானுக்குத் தனது உபதேசம் இந்த ரூபத்தில் பரப்பப்படுவதைப் பார்க்கும் நல்ல வாய்ப்புக் கிடைக்கவில்லையென்றுதான் கூறவேண்டும். இந்தக் கோயிலுக்கருகில் பித்தளையால் செய்யப்பட்ட இந்திரனின் வஜ்ராயுதம் ஒரு மேடையில் வைக்கப்பட்டிருக்கிறது. சகோதரி நிவேதிதைக்கு இந்த வஜ்ராயுதத்தின் உருவம் மிகவும் பிடித்திருந்தது. அவர் இந்தியாவின் தேசியக் கொடியில் இதன் உருவம் பொறிக்கப் படவேண்டும் என்று தன் விருப்பத்தைத் தெரிவித்திருந்தார்.

பாக்மதியின் கரையில் நெல், கோதுமை, சோளம், உளுந்து முதலியவை நன்கு விளைகின்றன. துவரை இங்கு விளைவதில்லை. இங்குள்ளவர்கள் இதை விளைவிக்க முயற்சி செய்தார்களா இல்லையா என்பது தெரியவில்லை. பருத்தி விளைவிக்கும் முயற்சி இப்பொழுது தான் நடைபெற்றுவருகிறது.

பாக்மதி நேபாளத்து மக்களுக்குக் கங்கை அன்னை. கோரக்ஷநாத் (கோரக்நாத்) அவர்களது தந்தை.

(1926 - 1927.)

37. பிஹாரின்[1] கண்டகி

சிறு பிராயத்தில் கண்டகி ஆறு நேபாளத்திலிருந்து வருகிறது என்றும் அதில் சாளிக்ராமம் கிடைக்கிறது என்று மட்டும் கேள்விப் பட்டிருந்தேன். சாளிக்ராமம் என்பது சங்கு போன்ற ஒரு பிராணி. அவற்றிற்கு துளசியிலை மிகவும் பிடிக்கும். தண்ணீரில் துளசி இலைகளைப் போட்டால் இந்த ஜந்துக்கள் மெதுவாக மேலே வந்து துளசி இலைகளைத் தின்னத் தொடங்கும். அவற்றைப் பிடித்து உள்ளேயிருக்கும் ஜந்துவைக் கொன்றுவிட்டு, கருப்புக் கற்கள் போன்ற இந்தச் சங்குகளை சுத்தம் செய்து பூஜைக்காக விற்கிறார்கள். ஆனால் இப்பொழுதெல்லாம் சில அயோக்கியர்கள் கருப்புநிறக் கற்களை அதில் சிறுதுளைசெய்து சாளிக்ராமம் என்ற பெயரால் விற்பனை செய்கிறார்கள் என்று கூறப்படுகிறது. பல நாட்களாக இந்த ஆற்றை ஒருமுறை பார்க்கவேண்டும் என்று எண்ணம் ஏற்பட்டது.

சுவாமி விவேகானந்தர் ஓர் இடத்தில், நர்மதை ஆற்றின் கற்கள் மஹாதேவனின் பாண லிங்கங்கள் என்றும் விஷ்ணுவின் சாளிக் கிராமங்கள் புத்த ஸ்தூபிகளின் நினைவுச் சின்னமாக கண்டகியிலிருந்து கொண்டுவரப்படுகின்றன என்றும் கூறியிருக் கிறார்.

பாரிஸில் நடந்த பெரிய பொருட்காட்சியின் போது ஒரு பிரசங்கத்தில் அவர் பாணலிங்கம், சாளிக்ராமம் இவையிரண்டும் புத்தமத உலகத்தின் இரு முனைகளைக் குறிக்கின்றன என்று கூறியுள்ளார்.

கங்கைநதி உற்பத்தியாகும் இடத்திலிருந்தே அது இரு பக்கங் களிலிருந்தும் கப்பங்கள் பெற்றுக்கொண்டே முன்னேறுகிறது. அதில் கலக்கும் நதிகள் யாவும் பெரும்பாலும் வடதிசை அதாவது அதனுடைய இடது பக்கத்து நதிகள். சம்பல், சோண் இவை யிரண்டைத்தவிர வேறு முக்கியமான நதி எதுவும் தெற்கிலிருந்து வடக்கு நோக்கிப் பாய்வதில்லை. கங்கையாற்றின் தெற்கு நோக்கி ஓடும் உபநதிகளில் கண்டகி பிஹாரின் தண்ணீரை கங்கைக்காக எடுத்து வருகிறது.

நாங்கள் முஜப்பர்பூருக்குச் சென்றிருந்த போது ஒருமுறை கண்டகியில் நீராடினோம். 'பிஹார் பூமி பற்றற்ற தன்மையை முதல் முதலாகப் பரப்பிய ஜனக மஹாச் சக்கரவர்த்தியின் கர்மபூமி,

---

1 பிஹார் – பீஹார் (Bihar).

அஹிம்சா தர்மத்தைப் பரப்பிய மஹான் மஹாவீரரின் தபோபூமி, அஷ்டாங்க மார்க்கத்தைத் திருத்திப் பிரசாரம் செய்த புத்த பகவானின் விஹாரபூமி.

இந்த எல்லா தர்மச் சக்கரவர்த்திகளும் இந்த ஆற்றின் கரைகளில் இரவு முழுவதும் உலாவியிருப்பார்கள். அவர்களுடைய கணக்கற்ற உதவியாளர்களும், சீடர்களும் இதில் நீராடி நீரருந்தியிருப்பார்கள். அன்னை சீதாதேவியும் தன் சிறு பிராயத்தில் இதில் எத்தனை முறை விளையாடியிருப்பார்கள் ! அதே கண்டகிநதி என்னைத் தனது தண்மை நிறைந்த புனிதத்தால் புண்ணியமடையச் செய்யட்டும்' - இந்தச் சங்கற் பததோடு நான் அதில் நீராடினேன். ஆற்றின் தண்ணீருக்கோ சற்றும் அவசரம் கிடையாது. அதில் யாதொரு விதமான குழப்பமும் இருக்கவில்லை. அது அமைதியாக ஓடிக் கொண்டிருந்தது. மாரனை வென்ற பிறகு புத்த பகவான் எல்லை யற்ற தியானத்தில் மூழ்கியிருந்தது போல! (1926 - 1927.)

38. கயையின் பல்கு

வடமொழியில் 'பல்கு'வுக்கு இரண்டு அர்த்தங்கள்-(1) சாரமற்றது, துச்சமானது, நீசமானது; (2) அழகானது. கயைக் கருகிலுள்ள பல்கு ஆற்றின் பெயர் இந்த இரண்டு அர்த்தங்களிலும் பொருத்தமானது. புராணங்கள் கூறுகின்றபடி அதற்கு சீதையின் சாபம் ஏற்பட்டது ஒருபுறம் இருக்கட்டும், அதற்கு மணலின் சாபம் ஏற்பட்டிருப்பதை நாம் கண்கூடாகக் காணலாம். எங்கு பார்த்தாலும் மணலேதான். பாவம் பல்குவின் க்ஷீணமான பிரவாஹம் அதில் எவ்வாறு தலை நிமிர்ந்து செல்லமுடியும்? யாத்திரீகர்கள் ஆங்காங்கு குழிதோண்டுகிறார்கள்; மர மண் வெட்டிபோன்ற தட்டைக் கயிற்றில் கட்டி இந்தக் குழிகளில் செலுத்தி சேற்றை அப்புறப்படுத்துகிறார்கள். இதனால் குழி அதிக ஆழமாகி தண்ணீரும் அதிகமாகக்கிடைக்கிறது.

பல யாத்திரீகர்கள் 'பல்கு'வின் கரையில் தங்களைச் சேர்ந்த முன்னோருக்காக நீராடி, சோறுவடித்து, பிண்டம் தயார் செய்கிறார்கள். அரிசி, தண்ணீர், பானை, வரட்டி, இவைகளுக்குப் பண்டாக்களிடம் மாமூல்படி பணம் கொடுத்தால் அவர்கள் எல்லாச் சாமான்களும் கொண்டுவருகிறார்கள். வரட்டியை எரியவிட்டு அதில் கலயத்தில் அரிசி வையுங்கள். சடங்குகள் முடிவடைவதற்குள் பிண்டத்திற்குச் சாதம் தயாராயிருக்கும்.

பல்குவின் கரையில் கோவிலும், சத்திரங்களும் மிக அழகாக அமைந்திருக்கின்றன. இவற்றுள் கதாதர் கோவிலின் சிகரம் நம்மை எளிதில் வசீகரிக்கிறது.

பல்குவின் உண்மையான சோபையை கயையிலிருந்து போதிகயா பக்கம் போகும்பொழுது பார்க்கவேண்டும். மிகப்பெரிய மணற்பரப்பு, பக்கத்தில் உயரமான பனைமரங்கள். இவற்றுக்கு நடுவே வளைந்து வளைந்து செல்லும் பல்குவின் மெல்லிய பிரவாகம். ஆனால் அதை மட்டமானது அல்லது சாரமற்றது என்று யார் கூறமுடியும்? இங்கு இராமனும், சீதையும் வந்திருந்தனர்; புத்தபகவான் இங்கு உலாவினார். பற்பல சத்புருஷர்கள், மஹான்கள் இங்கே சிராத்தம் செய்ய வந்திருந்தனர். இந்த மஹாதீர்த்தத்தைச் சாரமற்றது, மட்டமானது என்று கூறவேமுடியாது. ஆகவே பல்கு அல்லது ஆழகானது- இந்த அர்த்தம்தான் இதற்குப் பொருந்தும். *(1926 - 1927.)*

39. கர்ஜிக்கும் சோணபத்ர

அயம் ஶோண: சுப$_4$ஜலோ அகா$_3$த$_4$: புலிநமண்டித:!
கதரேண பதா$_2$ ப்ரஹ்மன் ஸந்தரிஷ்யாமஹே வயம்?
ஏவமுக்தஸ்து ராமேண விச்வாமித்ரோ அப்ரவீதி$_3$த$_3$ம்!
ஏஷ பந்யா மயோத்தி$_3$ஷ்டோ யேந யாந்தி மஹர்ஷய:!

சேது முதல் இமயம் வரையிலுள்ள பாரதநாட்டைப்பற்றி ஒன்று சேர்ந்து சிந்திக்கும் க்ஷத்திரிய குரு சிஷ்யர்களான இந்த இருவர் மனத்திலும் சேண நதியைக் கடக்கும்போது என்னென்ன எண்ணங்கள் உண்டாகியிருக்கும்? இயற்கைக்கவி வால்மீகி விசுவாமித்திரன், இராமன் இவ்விருவருக்கும் இயற்கையிடம் உள்ள அன்பை மிக அழகாக வர்ணித்திருக்கிறார். இம்மூவருமே உலக மாந்தருக்கு நலம் விரும்பியவர்கள். அவர்களுடைய எண்ணங்களின் ஓட்டமும் சோண்பத்ரவைப் போலவே ஓடி அக்கம்பக்கத்திலுள்ள பூமியைச் செழிப்படையச் செய்திருக்கும்.

அமரகண்டக்குக்கருகிலுள்ள உயர்ந்த பூமி பாரத நாட்டிற்குக் கிட்டத்தட்ட நடுவில் அமைப்பின்படி தமக்குள் வெகுதூரம் ஒற்றுமையும், ஆனால் மற்ற விதங்களில் முற்றிலும் ஏற்றத் தாழ்வுள்ளதான இரு மாகாணங்களுக்கு அது தனது இரு ஆறுகளை அளித்துள்ளது. நர்மதை குஜராத்தின் பங்கிலும், மஹாநதி ஒரிஸ்ஸாவிற்கும் கிடைத்துள்ளது.

அமரகண்டக்கின் மூன்றாவது ஆறு கட்டமைந்த உருவம் படைத்த சோணபத்ர. நர்மதை மிக நீண்ட ஆறு, மஹாநதி அஷ்டாவக்ரம் (பற்பல கோணல்கள் உடையது); சோணபத்ர நல்ல கோஷம் எழுப்பும் ஆறு. சுமார் ஐநூறு மைல் தூரயாத்திரை செய்து அது பட்னாவுக்கருகில் கங்கையில் கலக்கிறது. சோணா வினால் தான் சோன்பூர் என்ற இடம் பிரசித்தமடைந்துள்ளது. முதலை வாயில் அகப்பட்டு யானை அதனுடன் சண்டையிட்ட இடம், கங்கையும் சோணவும் கலக்குமிடத்துக்கருகில் தான் ஒரு மடுவில் உள்ளது என்று கூறுகின்றார்கள். இந்த நிகழ்ச்சியை என்றும் நினைவில் வைத்துக் கொள்வதற்காகத்தான் போலும், இப்பொழுது கூட சோன்பூரில் லட்சக்கணக்கான மக்கள் கூடும் மேளா நடைபெறுகிறது. அதில் நூற்றுக்கணக்கான யானைகள் விற்கப்படுகின்றன.

சிந்து, பிரம்மபுத்ர இவைகளோடு கூடவே சோணபத்ரவுக்கும் ஆண்பால் பெயர் இட்டு பழங்காலத்து ரிஷிகள் அதைத் தகுந்த முறையில் கவுரவித்திருக்கிறார்கள். வாரணாசியிலிருந்து கயைக்குச் செல்லும்போது இந்த மிகப் பெரியதான, மிக உரக்க கோஷம் எழுப்பும் ஆற்றைக் காணமுடிந்தது. ரயில் பெரிய பாலத்தின் மேல் செல்லும்போது சோணபத்ரவின் மணல் திட்டுக்களால் சூழப்பட்ட பெரிய பரப்பு காணப்படுகிறது. ஒடுக்கமான அதன் வளர்ச்சி தடைப்பட்டு நிலைதடுமாறி ஓடிக்கொண்டே திடீரென்று விசாலமான இடத்தில் பாயும்போது, எங்கே போவது எங்கே போகாமலிருப்பது என்று புரியாமல் திகைப்பதை அதன் முகத்தில் நன்கு பார்க்கலாம். **'ந அல்பே ஸுகமஸ்தி: யோ வை பூ$_4$மா தத்ஸுகம்'** இதை ஒப்புக் கோள்கிற மஹரிஷிகள் சோணின் கரையில் உலாவும் பொழுது, அவர்களுடைய மனத்தில் என்னென்ன எண்ணங்கள் தோன்றியிருக்கும்! இது விசுவா மித்திரருக்கோ அல்லது அவருடைய வேள்வியைக்காத்த பிரபு ராமச்சந்திரனுக்கோ தான் தெரியும்.

(1926-27)

40. தேர்தாலின் கானல்நீர்

என் திருமணம் ஆன சில நாட்களுக்கெல்லாம் நாங்கள் ஷாஹ்பூரிலிருந்து ஜம்கண்டிக்குச் சென்றோம். தகப்பனார் எங்களுக்கு முன்பே அங்கே போய்ச் சேர்ந்துவிட்டார். இரவில் நாங்கள் குட்சீ ஸ்டேஷனில் இறங்கினோம். அங்கிருந்து இரவிலேயே

மாட்டு வண்டியில் புறப்பட்டோம். இரண்டும் வெள்ளைக் காளைகள், நல்ல ஜாதிக் காளைகள். நிறம், கொம்புகளின் அமைப்பு, முகத்தோற்றம், நடை எல்லாவற்றிலுமே இரண்டும் ஒரேமாதிரி. எங்கள் பக்கத்தில் இம்மாதிரி ஜோடிக்கு 'கில்லாரி' என்று பெயர். இந்தக்காளைகள் எங்களை 24 மணிநேரத்தில் 35 மைல் தூரம் கொண்டு சேர்த்துவிட்டன.

ஜம்கண்டிக்குப் போகும் வழியில் சரித்திரப் பிரசித்தி பெற்ற தேர்தால் வருகிறது. நாங்கள் தேர்தாலுக்கருகில் போய்ச் சேரும் போது நடுப்பகல் ஆகிவிட்டது. வலது பக்கம் வெகு தூரம்வரை, கிட்டத்தட்ட அடிவானத்துக்கருகில் ஒரு நதி ஓடிக்கொண்டிருந்தது. தண்ணீரின் மேல் கடுமையான வெயில் விழுவதால் அது பளபளவென மின்னிக் கொண்டிருந்தது. தண்ணீர் எத்தனை வேகமாக ஓடிக்கொண்டிருந்ததென்பதும் ஒருவாறு தெரிந்தது. இவ்வளவு அழகான நதியின் கரைகளில் மரங்கள் ஏன் மிகக்குறைவாக இருக்கின்றன என்பது எனக்குப் புரியவில்லை. நான் வண்டிக்காரனிடம் கேட்டேன், "இந்த ஆற்றின் பெயர் என்ன? இது எவ்வளவு பெரியது? இதுதான் கிருஷ்ணா நதியா!" வண்டிக்காரன் சிரித்துவிட்டான். அவன் சொன்னான்- "இங்கே ஆறு எங்கிருந்துவந்தது? இது கானல் நீரல்லவா? தண்ணீர்போலக் காட்சியளிக்கும். இதை ஆறு என்று நினைத்து, தாகமுள்ள மான்கள் வெயிலில் ஓடிவந்து துடித்து இறந்து விடுகின்றன. ஆதலால்தான் இதற்கு 'ம்ருகஜல்' (கானல்நீர்) எனப்பெயர்."

கானல் நீரைப்பற்றி நான் படித்திருக்கிறேன். கானல் நீரில் மரங்களின் நிழல்கூடத் தெரியும். பாலைவனத்தில் செல்லும் ஒட்டகங்களின் நிழல்களும் தெரியும் என்ற தகவல்களும் அதைப் பற்றிய படங்களும் நான் புத்தகங்களில் பார்த்திருக்கிறேன். ஆனால் கானல் நீர் ஆப்பிரிக்கா தேசத்தில்தான் உண்டு என்று நான் நினைத்திருந்தேன். ஸஹாராப் பாலைவனத்தில் 21 நாட்கள் யாத்திரை செய்தால்தான் இந்தக்காட்சியைக் காணமுடியும். இந்தியாவிலும் இந்தக்காட்சி காணமுடியும் என்று தெரிந்திருந்தால் நான் இவ்வளவு சுலபமாக, இவ்வளவு மோசமாக ஏமாந்திருக்க மாட்டேன்.

இப்பொழுது எனக்குப் புரிகிறது. நாங்கள் வண்டியில் முன்னேறிச் செல்லச்செல்ல, தண்ணீரும் முன்னால் நகர்ந்து கொண்டே போயிற்று. அந்தத் தண்ணீருக்கருகில் மரங்கள் இல்லை, பசுமை கிடையாது. அந்த நீர்ப்பரப்பு பக்கத்திலுள்ள தரையை விடத் தாழ்வாகவுமில்லை. தரையின் பரப்பளவிலேயே

தண்ணீர் ஓடிக்கொண்டிருந்தது. மேலேயுள்ள காற்றில்கூட வெயிலின் பிரபாவம் தெரிந்தது. இவ்வளவு தெரிந்தபிறகு கானல்நீரின் அலைகளைப் பார்ப்பதிலும், அதன் குணத்தைப் புரிந்துகொள்வதிலும் மிகவும் ஆனந்தம் ஏற்பட்டது. பாவம், மாடுகள் கண்களைப் பாதி மூடியபடி தம் நடையின் தாளத்தோடு ஒரே மாதிரியாகப் போய்க்கொண்டிருந்தன. நாங்கள் அடிக்கடி மண் கூஜாவிலிருந்து நீர் அருந்திக் கொண்டேயிருந்தோம், ஆனால் தாகம் தணியவேயில்லை.

இப்படியாக ஒருவாறு 'தேர்தால்' வந்தது. சத்திரம் நல்ல கட்டிடம். சமஸ்தானத்துக் கிராமம், ஆதலால் சத்திரம் நன்கு கட்டப்பட்டிருந்தது. ஆனால் கடுமையான வெயிலினால் அது கூட மனத்துக்குப் பிடிக்கவில்லை. அங்குபோய்ச் சேர்ந்ததும் நான் குளத்தில் குளித்துவிட்டு வந்தேன். பூஜை சாமான்கள் கூடவே வந்திருந்தன. மூங்கில் பெட்டியிலிருந்து அவற்றை வெளியே எடுத்து வைத்தேன். அவற்றில் ஒன்று சாளிக்கிராமம். அது துளசியிலை இல்லாமல் நைவேத்தியம் ஏற்றுக்கொள்ளாது. ஆகையால் நான் ஈரவேட்டியுடன் காலில் யாதும் அணியாமல் துளசி இலை பறிக்கப் புறப்பட்டேன். ஒரு வீட்டின் முற்றத்தில் வெள்ளை அரளிப் பூக்களும், துளசியும் கிடைத்தன. நடுப்பகல், வயிற்றில் பசி, கால்கள் சுட்டன. தலையில் சூடு ஏறிக் கொண்டிருந்தது. இப்படி முவ்விதமான 'தாபங்'களுடன் பூஜைக்கு அமர்ந்தேன். தேவதைகளின் எண்ணிக்கைக்குக் குறைவில்லை. கடவுள் ஒருவர்தான். ஆனால் இங்கேயிருந்த எல்லா தேவதைகளுக்குமாக ஏதாவது ஒன்றுக்கு மட்டும் பூஜை செய்வது என்பது முடியாது. பூஜை செய்யும்போதே என் கண்களின் முன் இருள் சூழ்ந்து கொண்டது. வெகு சிரமப்பட்டு பூஜையை முடித்துக்கொண்டு கூப்பிட்டுவிட்டுத் தூங்கிவிட்டேன்.

கனவில் நான் ஒரு பெரிய மான் கூட்டம் பந்துபோல் துள்ளிக் கொண்டே கானல் நீரை அருந்த ஓடுவதைப் பார்த்தேன்.

இதே மாதிரியான ஒரு கானல் நீர், 'தண்டியாத்திரை' யின் போது நவஸாரியிலிருந்து தண்டியின் கடற்கரையை நோக்கிப் போகும் பொழுது பார்க்க முடிந்தது. இது கானல் நீர் தான் என்று நம்பகமாகத் தெரிந்தும்கூட கண்களின் பிரமை சற்றும் குறையவில்லை. உண்மைதான், வேதாந்த அறிவை ஊனக் கண்கள் எவ்வாறு ஏற்றுக்கொள்ளும்?

இப்பொழுதெல்லாம் கல்கத்தா நகரத்தின் தார் பூசிய ரோடிலும் நடுப்பகல் வேளையில் இதேமாதிரியான கானல்நீர்

மின்னுகிறது. அதைப் பார்த்தால் இப்பொழுதுதான் மழை பெய்ததோ என்றுகூட பிரமை ஏற்படுகிறது. ஓடும் மோட்டார்களின் நிழல்கூட அதில் தெரிகிறது. கடவுள் இந்தக் கானல் நீரை ஒருக்கால் இதற்காக ஏற்படுத்தியிருக்கலாம்- அதாவது ஞானம் இருந்துங்கூட மனிதன் எவ்வாறு மோகத்தில் ஆழ்ந்திருக்கக் கூடும் என்ற கேள்விக்கு அவனுக்குப் பதில் கிடைக்கட்டும்.

(1925.)

41. சர்மண்வதீ (சம்பல் நதி)

எந்த நதிகளில் நான் நீராடி, நீர் அருந்தியிருக்கிறேனோ அவற்றைப் பற்றித்தான் எழுதுவது என்று என் சங்கற்பம் இருந்தபோதிலும், அதற்கு ஒரு விதிவிலக்கு ஏற்படுத்தாமல் இருக்க முடியவில்லை. மத்தியப்பிரதேசத்தின் சம்பல் நதியைப் பார்த்ததாக எனக்கு நினைவில்லை. ஆனால் புராண காலத்தில் சர்மண்வதீ என்ற பெயருள்ள இந்த ஆற்றின் நினைவு மனத்தில் நன்கு பதிந்துவிட்டது. ஆறுகளின் பெயர்கள் அவற்றின் கரைகளிலுள்ள விலங்குகள், பறவைகள், தாவரங்கள் இவற்றைக் கொண்டு வைக்கப்பட்டிருக்கின்றன என்பதற்குப் பல சான்றுகள் இருக்கின்றன. த்ருஷத்வதி, ஸாரஸ்வதி, கோமதி, வேத்ரவதி, குஸாவதி, ஷராவதி, பாக்மதி, ஹாத்மதி, சாபர்மதி, இராவதி போன்ற பெயர்கள் அந்தந்தப் பிரஜைகளின் பெயர்களைக் குறிக்கின்றன. நதியின் பெயரால்தான் அவர்களின் பண்பாடும் அறியப்படுகிறது. அப்படியானால், சர்மண்வதீ என்ன பெயரைக் குறிக்கிறது? இந்தப் பெயரைக் கேட்டதுமே 'கோஸேவா' (பசுவுக்குத் தொண்டு) புரியும் ஒவ்வொருவனுக்கும் மயிர்க் கூச்செரியாமல் இருக்க முடியாது.

புராதனக்காலத்து ராஜா ரந்திதேவன் அழியாப் புகழ் அடைந்தவன். மஹாபாரதம் போன்ற பெரிய நூல் ரந்திதேவனின் புகழைப் பாடிப்பாடியும் அலுப்படையவில்லை. ராஜா ரந்திதேவன் இந்த ஆற்றின் கரையில் பல வேள்விகள் புரிந்தான். அவ்வேள்விகளில் பலியிடப்படும் விலங்குகளின் இரத்தத்தால் இந்த நதி எப்பொழுதும் சிவப்பாகவே இருக்கும். இந்த விலங்குகளின் தோல்களை உலர்த்துவதற்காக இந்த ஆற்றின் கரையில் அவற்றைப் பரப்பி வைப்பது வழக்கம். ஆதலால்தான் இந்த ஆற்றின் பெயர் சர்மண்வதீ என்று ஆயிற்று. ('சர்ம' என்றால் தோல் எனப் பொருள்.)

மஹாபாரதத்தில் இந்தக் காரியத்தைப் பற்றி மிக உற்சாகத்தோடு வர்ணிக்கப்பட்டிருக்கிறது. ரந்திதேவன் நிகழ்த்தும் யாகங்களில் வரும் பிராம்மணர்களின் எண்ணிக்கை மிகவும் அதிகமாக இருந்தபடியால் சமையற்காரர்கள் அவர்களிடம் கைகூப்பி, "இன்று மாமிசம் மிகவும் குறைவாகத்தான் சமைக்கப் பட்டிருக்கிறது. இருபத்தையாயிரம் பசுக்கள் தாம் பலியிடப்பட்டிருக் கின்றன. ஆகையால் தயவுசெய்து காய்கறிகளைச் சற்று அதிகமாக எடுத்துக்கொள்ள வேண்டும்" என்று பிரார்த்தித்துக கொள்ள வேண்டியிருந்தது!

அக்காலத்து ஹிந்து தர்மத்திலும் எவ்வளவு மாறுதல் ஏற்பட்டு விட்டது! கிரேக்க மக்களின் 'ஹைகெடொம்' ஐக்கூடத் தோற்கடிக்கக் கூடியதான பெரிய யாகங்களைச் செய்து நாம் சுவர்க்கத்திலுள்ள தேவர்களையும் பூமியிலுள்ள பிராம்மணர் களையும் திருப்திப்படுத்துவோம் என்ற நம்பிக்கை அக்காலத்து தர்மாத்வான மக்கள் கொண்டிருந்தனர். பிறகு வந்த மக்கள் கேள்வி கிளப்பினார்கள்-

வ்ருக்ஷ ந் சித்வா பஶூன் ஹத்வா ருதி$_4$ரகர்மம் !
ஸ்வக$_3$: சேத் கம்யதே மர்த்ய: நரக: கேந க$_3$ம்யதே?

"மரங்களை வெட்டி வீழ்த்தி, பசுக்களைக் கொன்று, அவற்றின் குருதியாலேயே சேறு உண்டாக்கி, சுவர்க்கத்துக்குப் போகப்படுகிறதென்றால், நரகத்துக்குச் செல்வதற்கு என்ன வழிமுறைகள் செய்ய வேண்டும்!"

இந்தச் சர்மண்வதீ ஆற்றின் கரையில் பற்பல சண்டைகள் நிகழ்ந்திருக்கக்கூடும். மனிதன் மனிதனுடைய இரத்தத்தைச் சிந்தியிருப்பாள். ஆனால் சம்பலின் பெயரைச் சொன்னவுடன் ராஜா ரந்தி தேவனின் நினைவுதான் வருகிறது.

இன்றுகூட நமக்கு இத்தனை வியாகூலமும், ஆவேசமும் ஏற்படுகின்றதென்றால், எல்லாப் பிராணிகளுக்கும் அன்னையாக விளங்கிய சர்மண்வதீக்கு அந்தக் காலத்தில் எவ்வளவு மன வேதனை உண்டாகியிருக்கும்! (1962-27.)

42. ஆற்றின் ஏரி

நமது நாட்டில் பரவிக் கிடக்கும் எழிலிடங்களைப்பற்றி ஒருவரும் கணக்கு வைத்துக்கொள்வது கிடையாது. இயற்கை காட்டி வரும் தாராளத்துக்கு பதில் அதற்கு தண்டனை

கொடுப்பதாக மனிதனுக்கு எண்ணம் போலும். ஆசிரமத்திலேயே இருபத்துநான்கு மணி நேரமும் பாபுஜீயோடு கூடவே இருந்து கொண்டு அவருடன் உரையாடும் வாய்ப்பை அடைந்தவர்கள் பாபூஜீயின் பெருமையை அறிவதில்லை. அதேபோல நம் நாட்டிலும் இயற்கையின் அழகுகளைப்பற்றிய நிலைமை ஏற்பட்டிருக்கிறது.

நாங்கள் மாணிக்பூரிலிருந்து ஜான்ஸீக்குப் போய்க் கொண்டிருந்தோம். வழியில் ஹரதால்பூருக்கும் ரோஹாவுக்கும் நடுவில் ஒரு பெரிய அழகான காட்சியைக் கண்டோம். இது ஆறா அல்லது ஏரியா என்றே புரியவில்லை. கரையில் இருந்த மரங்களைப் பார்த்தால் இது நதியாகத் தான் இருக்கவேண்டும் என்று தோன்றியது. ஏரியாயின் நாலா பக்கமுமுள்ள கரைகள் சிறிதள வேனும் உயரமாயிருக்க வேண்டும். எதிரில் ஒரு மலை, அருகிலுள்ள காட்டுக்கு ஆசிகள் வழங்கிய வண்ணம் நின்று கொண்டிருந்தது. நீரில் அதன் நிழல் தலைகீழாகத் தெரிந்துகொண்டிருந்தது. தாடி வளர்த்துக்கொண்டு தலையை மொட்டை அடித்துக் கொள்ளும் முஸல்மான்களைப் போல் இந்த மலை தன் அடிவாரத்தில் காடு வளர்த்து, தன் சிகரத்தை மொட்டையாக வைத்துக் கொண்டிருந்தது.

பாலத்தின் இடது பக்கத்தில் தண்ணீருக்கு நடுவில் ஒரு சிறு மண்மேடு இருந்தது- இரண்டு மூன்று அடி நீளமும் ஒன்றறை அடி அகலமுமாக, தண்ணீருக்கு மேலே ஆறு ஏழு அங்குலமே உயர்ந்திருந்தது. அதனுடைய கர்வத்தைப் பார்க்க வேண்டுமே! அது அருகிலிருந்த மலையைப் பார்த்து, நீ கரையி லிருந்துகொண்டு வேடிக்கை பார்த்துக்கொண்டிருக்கிறாய். என்னைப் பார்! நான் எவ்வளவு அழகாக ஜலக்ரீடை செய்து கொண்டிருக்கிறேன்”- என்று சொல்லுவது போலிருந்தது.

அப்படியானால் இது ஆறா அல்லது ஏரியா? இப்பொழுது தான் ‘பேலாதால்’ ஸ்டேஷன் வந்தது. ஆகையால் இங்கே பற்பல இடங்களில் குளங்கள் இருக்கும் எனத் தோன்றிற்று. (‘தால்’ என்றால் குளம் என்பது பொருள்.) ஆனால் நம்பிக்கை ஏற்பட வில்லை. வண்டியில் உட்கார்ந்திருப்பவர்களைக் கேட்கலாம். ஆனால் அதில் உள்ளூர் மக்கள் அதிகம் இல்லை. ஒருக்கால் இருந்தாலும் அதிக விவரங்கள் கிடைக்கும் என்ற நம்பிக்கை இல்லை. பல யுகங்களாக வாழ்க்கையின் யாத்திரை கடின மானதாகவே இருந்து வந்ததால் மக்களின் வாழ்க்கையில் காவிய உணர்ச்சியே வரண்டு போயிருந்தது. ஆகையால் என்ன கேள்வி கேட்டாலும் அதற்கு துக்கம் கலந்த, அலட்சியம் நிறைந்த பதில்தான் கிடைக்கும். மக்களிடம் நல்லெண்ணம் இன்னும் சிறிது

பாக்கியிருக்கிறது. ஆனால் காவியம், உற்சாகம், கற்பனைத் திறன் ஆகியவை மிகமிகக் குறைந்து மறைந்துவிட்டன.

ஆனால் இத்தனை அழகான காட்சியைக் கண்ணுற்ற பிறகு துக்கத்தைப்பற்றிய எண்ணங்களை எவ்வளவு தூரம் மனத்தில் கொள்வது? யாத்திரையின்போது நான் எப்பொழுதும் ஒரு சில வரைபடங்கள் வைத்துக்கொள்வது வழக்கம். இதுபோன்ற சாதனங்கள் சுலபமாகக் கிடைக்கத் தற்காலத்தை நாம் போற்ற வேண்டும். நான் 'ரோட் மேப் ஆப் இண்டியா' வை எடுத்தேன். ஹர்தால்பூருக்கும் மவுராணீபூருக்கும் இடையில் ஒரு நீண்ட ஆறு தெற்கிலிருந்து வடக்கு நோக்கி ஓடுகிறது. அது 'பேத்வா' வோடு ஐக்கியமாகி பேத்வாவின் உதவியால் ஹிம்மத்பூருக்கருகில் தன் தண்ணீரை யமுனையில் சமர்ப்பித்து விடுகிறது. ஆனால் இந்த ஆற்றின் பெயர் என்ன?- நான் வரைபடத்தினிடம் கேட்டேன். அந்தச் சோம்பேறி, "எங்கேயாவது எழுதப்பட்டிருக்கும், பார்' என்று பதில் கூறிற்று. உண்மையிலேயே உடனே பெயர் கிடைத்தது. 'தஸான்'! இவ்வளவு அழகான அமைதியான ஆற்றின் பெயர் 'தஸான்' என ஏன் ஏற்பட்டது? ('தஸான்' என்ற சொல்லுக்கு வேகமாக அழுந்திப் பாய்தல் என்று பொருள்.) இது அதற்குப் பெருத்த அவமானம் அல்லவா? என்னைக் கேட்டால் இதற்குப் 'ப்ரஸன்னா' எனப் பெயரிட்டிருப்பேன். 'மந்தஸ்ரோதா' என்றாவது இமயமலையினிடம் மன்னிப்புக் கேட்டுக்கொண்டு மந்தாகினீ என்றாவது பெயர் வைத்திருப்பேன்.

இந்த ஆற்றுக்கு 'தஸான்' என்று பெயர் வைத்த கவி எந்தப் பருவகாலத்தில் இதைப் பார்த்திருப்பானோ! மழை பெய்து கொண்டிருக்கும். அருகிலுள்ள மலைகள் மேகங்களை இழுத்துக் கீழே தள்ளி மேற்கு நோக்கி வேகமாக ஓடியிருக்கும். அருகிலுள்ள குன்றுகள் நிலைத்து நிற்குமோ அல்லது விழுந்துவிடுமா என்ற சந்தேகம் தோன்றியிருக்கும். இம்மாதிரியான சந்தர்ப்பத்தில் அந்தக் கவி, "இந்த தஸான் நதியின் விஷமத்தைப் பார்! புலிகேசி அரசனின் சேனை வடக்கை வெல்வதற்காகப் புறப்பட்டதுபோல இருக்கிறதே!" என்று கூறியிருப்பான்.

இப்பொழுது இந்த ஆறு மிகவும் அமைதியாக இருக்கிறது- கோகுலத்தில் துஷ்டத்தனம் செய்தபிறகு அன்னை யசோதைக்கு முன்னால் பயந்த பசுப்போல் நிற்கும் கண்ணனைப் போல.

நல்ல விருந்துபசாரம் செய்பவர் காலையில் நல்ல சிற்றுண்டி அளிக்கும்போது அதை யார் விட்டுவைப்பார்கள்? வயிறு நிரம்பச் சாப்பிட்ட பிறகு உறவினரைப்பற்றி நினைவு வருகிறது. இப்பொழுது இந்த 'தஸான்' நதியின் மங்கள தரிசனம் சுற்றத்தார்

களுக்கு எவ்வாறு செய்து வைப்பது? என்னிடம் காமிராவு மில்லை. ரயிலிலிருந்த படியே போட்டோ எடுக்கவும் முடியாது. போட்டோவின் திறமைதான் எவ்வளவு? போட்டோவில் ஆனந்தம் முழுவதையும் நிரப்பிவிட முடியுமானால், ஆங்காங்கு யாத்திரை செய்யவேண்டிய அவசியம் ஏது? நான் கவியாயிருந் தால் உள்ளத்தின் எழுச்சிகளைக்கொண்டே ஒரு ஆறு ஓடச் செய்திருப்பேன். ஆனால் அதுவும் என் பாக்கியத்திலில்லை. ஆகையால் இருப்பதைக்கொண்டு திருப்தியடைவதற்காக இந்தக் கடிதம் எழுதுகிறேன். பாரதத்தினிடம் பக்தி பூண்டுள்ள பரந்த நோக்குடைய யாரும் ஜான்ஸியிலிருந்து 25 மைல் தூரத்திலுள்ள இந்த இடத்தைக் கண்ணுறுவது அவசியம்.

பர்வாஸாகர் ரயில் நிலையம்
14-11-39

16-11-39

தஸானைத் தாண்டிச் சென்று ஓர்ச்சாவுக்கு அருகில் பேத்வா நதியைப் பார்த்தோம். இந்நதியும் மிக அழகானதுதான். அதனுடைய அழகில் குறைவு ஒன்றும் இல்லை. வெகுதூரம் வரை ஓர்ச்சாவின் கோவில்களும், அரண்மனைகளும் காணப் பட்டன. சேறு சகதி எங்கும் கிடையாது. இந்து அழகான ஆற்றைப் பார்த்துவிட்டு நாங்கள் ஜான்ஸீக்குப் போய்ச் சேர்ந்தோம். அங்கே கவி மைதிலீ சரண் அவர்களின் சிறிய சகோதரர்கள் சியாராம்சரண், சாருசீலசரண் ஆகியோர் தமது குடும்பத்தாருடன் உணவு எடுத்துக்கொண்டு வந்திருந்தனர். என் மனத்தில் ஒரு சந்தேகம் தோன்றிற்று. காவியங்களைப் படித்து, காவியங்களைச் சிருஷ்டி செய்யும் நம் கவிகள் எவ்வாறு இதய பூர்வமாக இயற்கையை நேராகக் கண்டுகளிப்பதில்லையோ அதே மாதிரி இந்தக் கவிகளிருவரும் தஸான், பேத்வா இவை களைப் பற்றி ஒன்றும் எழுதியிருக்கமாட்டார்கள். ஆகையால் நான் அவர்களிடம் ஒளிவு மறைவில்லாமல், “நீங்கள் இந்த இரு நதிகளையும் பற்றி ஒன்றும் எழுதவில்லையென்றால் நீங்கள் தவறு செய்தவர்களாவீர்கள்” என்று கூறிவிட்டேன். சியாராம் சரண்ஜீ தன் அடக்கத்தால் என்னைத் தோற்கடித்து விட்டார். அவர் சொன்னார், ‘என் தமயனார் (மைதிலீ ஸரண்ஜீ) இந்த ஆறுகளைப் பற்றிப் பாடுகையில் புந்தேல்கண்டத்தின் இவ்விரு ஆறுகளும் கங்கை யமுனை நதிகளைவிட அழகில் அதிகரித்துள்ளவை’ என்று கூறியிருக்கிறார். ஆகையால் அவர் உங்களுடைய குற்றச் சாட்டுக்களுக்கு ஆளாமாட்டார். நான் இவற்றைப் பற்றி ஒன்றும் எழுதவில்லை. ஆனால் நான் கிழவனாகிவிட்டேனா என்ன? நான் எழுதவேண்டியது இன்னும் எவ்வளவோ இருக்கிறதே” என்று கூறினார்.

அவரிடமிருந்து 'தஸான்' என்ற பெயரின் உண்மையான பெயர் 'தசார்ண' என்று தெரியவந்தது. 'தஸார்ண' என்பது 'தஸா அண்' ஆகி 'தஸான்' என்று மருவிவிட்டது. இந்த விபரம் தெரிந்த பிறகு நான் தஸான் நதியைப்பற்றிக் கொண்டிருந்த எண்ணமெல்லாம் தகர்ந்தது. யாதொரு ஆதாரமில்லாமல் கற்பனையின் உதவியால் ஆராய்ச்சிகள் நடத்துபவர் என்னைப் போல் பலர் இந்த நாட்டில் இருப்பார்கள். அவர்களுடைய தவறுகளை எடுத்துரைக்க வேண்டிய விவரங்கள் இல்லாத நிலைமையில் இதுபோன்ற கற்பனைகள்கூட சரித்திரம் என்ற பெயரால் நிலைத்து விடுகின்றன. பிற்காலத்தில் இந்தப் பழக்கத்தில் வந்த பெயரையே பலர் விடாது பிடித்துக்கொள்கின்றனர்.

நான் ஒரு தடவை "வதி-மதி" என்று முடியும் பெயருள்ள நதிகளின் பெயர்களைச் சேகரித்தேன். ஆகையால் 'வேத்ரவதி'யைப் பற்றி எனக்கு நினைவுக்கு வந்தது. எதன் கரைகளில் பிரம்பு விளைகிறதோ அது வேத்ராதி,* **(வேத்ர - பிரம்பு)** த்ருஷ்த்வதி (கற்பாங்கானது), ஸரஸ்வதி, கோமதி, ஹாத்மதி, பாக்மதி, ஐராவதி, சாபர்மதி, வேகவதி, மாஹிஷ் மதி, சர்மண்வதி (சம்பல்), போகமதி, ஷராவதி - இத்தனை நதிகள் இன்று நினைவுக்கு வருகின்றன. தேடினால் இன்னும் எட்டுப்பத்து நதிகள் கிடைக்கும். மஹாபாரதத்தில் தீர்த்தயாத்திரைப் படலத்தில் ஒரேயிடத்தில் பல நதிகளின் பெயர்கள் வருகின்றன. பரசுராமர், விசுவாமித்திரர், பலராமர், நாரதர், தத்தாத்திரேயர், வியாசர், வால்மீகி, சூதர், சௌனகர் போன்ற பழங்காலச் சுற்றுலா நிபுணர்களைக் கேட்டால் அவர்களுடைய பூகோள அறிவின் மூலம் பல பெயர்கள் கிடைக்கும். நமது ஆறுகளின் பெயர்களின் பின் உள்ள விபரங்கள், கற்பனை, காவியம், பக்தி இவற்றைப் பற்றி இதுவரை யாரும் ஆராய்ச்சிகள் நடத்தியதில்லை. இந்நிலையில் பாரதநாட்டு வாழ்வு எவ்வாறு சிறப்புடன் மலர முடியும் ?

(நவம்பர். 1939.)

43. நள்ளிரவு யாத்திரை

ஜபல்பூருக்குச் சமீபமாக 'பேடாகாட்'டுக்கருவில் நர்மதையின் ஓட்டத்தைக் காத்துவரும் சலவைக்கல் மலைகளை நாங்கள் இரவு நேரத்தில் பார்க்கச் செல்வோம் என்று கனவில்கூட கருதவில்லை. ஆனால் **'ஸ¯பிந்து$_3$ ஸிந்து$_4$ ஸ¯ஸ்க$_2$லத் - தரங்க$_3$ ப$_4$ங்க - ரங்கிதிம்'** எனச் சொல்லி சந்தியாவந்தனம் செய்யும்போது பாடப்படும் நர்மதையை தரிசிக்க இது ஒரு நல்ல

காகா காலேல்கர்

காவியம் நிறைந்த இடமாயிருக்கும் என்ற உணர்ச்சி மனத்தில் எழுந்துகொண்டேயிருந்தது.

இமாலய யாத்திரையின்போது நான் வழியில் ஜபல்பூரில் தங்கினேன். ஆனால் அப்பொழுது பேடாகாட்டில் நர்மதையைப் பார்க்கலாம் என்ற நினைவு வரவில்லை. கங்கோத்ரியும் அங்கு செல்லும் வழியில் வரும் ஸ்ரீநகருமே நினைவிலிருக்கும்போது நர்மதையின் நினைவு எவ்வாறு வரும்? நர்மதையின் கரையிலுள்ள மஹாதேவனை விட்டு விட்டல்லவா நான் கங்கோத்ரி யாத்திரைக்குப் புறப்பட்டிருந்தேன் !

பைஜ்பூர் காங்கிரஸின்போது நாங்கள் அஜந்தாவுக்கு மட்டுமே செல்வதாகத் திட்டமிட்டிருந்தோம். ஆனால் ரெயில்வேக் கம்பெனியில் சுற்றுலாவழி (zonal) டிக்கட் கிடைத்தது. இதனால் சற்று அதிகமாகவே இங்குமங்கும் சுற்றிவிட்டுவரத் தூண்டுதல் ஏற்பட்டுவிட்டது. ஜபல்பூர் பிரயாணம் சுலபமாகக் கிடைக்கும் போது அதை ஏன் விட வேண்டும்? இவ்வாறு நினைத்து நாங்கள் புறப்பட்டுவிட்டோம். யாதொரு முக்கியமான வேலையின் பொருட்டும் நாங்கள் ஜபல்பூருக்குச் செல்லவில்லை. ஆனால் ஒரு நாள் பொழுதை வீணாக உல்லாசமாகக் கழித்துவிட்டு வரவும் எண்ணம் இல்லை.

நாட்டின் பல்வேறு தர்மஸ்தலங்கள், சரித்திரப் புகழுடைய இடங்கள், கலைக்கோயில்கள், இயற்கைக் காட்சிகள் இவற்றைப் பார்க்கச் செல்வதை நான் என்றுமே வெறும் நேத்திரானந்தமாக மட்டும் கருதியதில்லை. கோயிலில் சென்று கடவுளை நாம் எவ்வாறு தரிசிக்கிறோமோ, அதேமாதிரி அன்னை பூமியின் இந்தப் பல்வேறு ஐசுவரியங்களை தரிசித்து வந்திருக்கிறேன். இதே நோக்கத்துடனேயே நான் இதுவரை எல்லா யாத்திரைகளையும் மேற்கொண்டு வந்திருக்கிறேன். எனது நாட்டின் ஒவ்வொரு சிறு இடத்தைப்பற்றியும் எனக்குத் தெரிந்திருக்கவேண்டும். கூடவே, என் மனத்தில் பக்தியும் நன்கு வளர வேண்டும் என்பதே என் அபிலாஷையாக இருந்து வந்திருக்கிறது.

யாத்திரைகளின்போது மனத்தைக் கவரும், மனத்தில் அன்பைப் பெருக்கும் காட்சிகளைக் கண்ணுறும்போது ஒரு விஷயம் என் மனதில் மிகவும் உறுத்திவந்தது; அதாவது, எனது இந்த அழகான, வனப்பு வாய்ந்த நாடு அடிமையாக இருக்கிறது. அதற்கு நானே பொறுப்பாளி. அடிமையில் உழலுகிறோம் என்ற எண்ணத்தோடு நான் எவ்வாறு இந்த நாடு என்னுடையது என்ற

உணர்ச்சி கொள்ளமுடியும்? நான் இந்த நாட்டைச் சேர்ந்தவன் தான் என்பதில் ஐயமில்லை. ஏனெனில் இதுதான் என்னை ஈன்றெடுத்துள்ளது. இடைவிடாமல், என்னைப் பேணி வளர்த்து வருகிறது; எனக்கு இருக்க இடமும், உண்ண உணவும், இளைப்பாற நிழலும் தருகிறது. என் குழந்தைகளை நான் இதன் பொறுப்பில் கவலையில்லாமல் விடமுடியும். எந்தக் கீர்த்திவாய்ந்த சரித்திரத்தின் காரணமாக நான் உலகில் தலைநிமிர்ந்து நடக்கிறேனோ, அந்தப் பழமையான ஆசிரியர்களின் சரித்திரத்தை இந்த நாடுதான் எனக்கு அளித்தது. இவ்வாறாக எல்லாமே நான் இந்த நாட்டிலிருந்துதான் அடைந்திருக்கிறேன். ஆனால் இந்த நாடு என்னுடைய நாடு என்று கூறிக்கொள்ளும் வகையில் நான் நாட்டிற்காக என்ன செய்திருக்கிறேன்? நான் பிறந்த உடனேயே இந்த நாட்டின் புதல்வனாகிவிட்டேன். ஆனால் ‘இது என்னுடைய நாடு’ என்று நான் சொல்லிக்கொள்ளு முன்பு, வாழ்நாள் முழுவதும் உழைத்து, இதற்காகவே என்னை அர்ப்பணித்துக் கொள்ள வேண்டும்.

மனத்தில் இவ்வாறான எண்ணங்கள் ஒன்றன்பின் ஒன்றாக எழும் போது நான் சற்று நேரம் கலக்கமடைந்துவிடுகிறேன். ஆனால் என் மனத்தில் ஓர் தர்ம உணர்ச்சியும், கடமையுணர்ச்சியும் ஏற்பட்டு மன உறுதி உண்டாகிறது. இம்மாதிரியான மனச் கலக்கத்தினால்தான் சுயராஜ்ஜியத்துக்கான சங்கற்பமும் ஏற்பட முடியும்; நாட்டிற்காக அளவிடமுடியாத இன்னல்கள் அனுபவித்து வரும் ஏழைகளுக்காக இயன்ற அளவு துன்பம் அனுபவிக்கச் சந்தர்ப்பம் ஏற்படும்போது நான் பிறந்த பலன் அடைந்தவனாக ஒரு திருப்தியும் ஏற்படுகிறது. யாத்திரை செய்யச் செய்ய உள்ளத்தில் புதிய சக்தி சேருகிறது. நான் இளைஞர்களிடம் எப்பொழுதும் சொல்வதுண்டு-தன் நாட்டில் சுற்றியலைந்து நாட்டையும் நாட்டு மக்களையும் தரிசிக்கும் ஒரு வாய்ப்பைக் கூட யாவரும் இழக்கக்கூடாது.

இம்மாதிரியான தீவிர எண்ணங்கள் மனத்தில் எழும் போது அருகில் வேறு யாரும் இல்லாமலிருக்கவேண்டும் என்று நினைப்பது இயல்பே. தனது நுண்ணிய எண்ணங்களைச் சொற்கள் மூலம் எழுதி மற்றவர்கள் முன் வைப்பது அவ்வளவு சிரமமில்லை. ஆனால் இந்த எண்ணங்களால் மன அமைதி குலையும்போது நம் முகங்களில் ஏற்படும் மாறுதல்களை யாரும் கவனிப்பது நம்மால் சகித்துக்கொள்ள முடியாததாயிருக்கும். ஆதலால்தான் நான் பக்தி யாத்திரைபொருட்டுச் செல்லும்

போதெல்லாம் தனியாகவே சென்று ஏகாந்தமாக இயற்கையை வழிபடவேண்டும் எனத் தோன்றுவதுண்டு.

ஆனால் நான் காக்கை இனத்தைச் சேர்ந்தவன். தனியாக அனுபவிக்கும் எதுவும் எனக்கு ஜீரணமாவதில்லை. ஆகையால், விருப்பமில்லாவிட்டாலும் நான் எல்லோரிடமும் 'என்னால் இனிமேல் இருக்க முடியாது. நான் இதோ புறப்பட்டுவிட்டேன்' என்று கூறுவேன். பலன் என்னவென்றால், யாராவதொருவர் என்னேடுகூடப் புறப்பட்டு விடுவார். அவர்களுக்குத் தோன்றும்-'இவருடன் சென்றால் நமது ஊனக்கண்களுக்கு இவருடைய அன்பு நேத்திரங்களின் உதவி கிடைக்கும், நமது நாட்டை நான்கு கண்களால் பார்க்கமுடியும்.' எனது இந்த நிலைமையை விவரித்து நான் ஒரு நண்பருக்கு எழுதினேன்- 'நான் ஏகாந்தத்தைத் தேடுகிறேன், ஆனால் எனக்குக் கிட்டுவதோ லோகாந்தம். (பல மனிதர்களின் கூட்டம்).'

யாத்திரையிலாகட்டும், அல்லது வேறு மஹத்துவம் பொருந்திய காரியத்திலாகட்டும், வேலை துவங்கும்போதே ஏதாவது தடங்கல் ஏற்படாவிட்டால் எனக்கு அவ்வளவு மகிழ்ச்சி யிராது. இடையூறே இல்லாத நிலைமை நான் என் கனவு உலகில்கூடக் காணவில்லையென்றால் உண்மை உலகில் அது எவ்வாறு முடியும்?

நாங்கள் மிகுந்த உற்சாகத்துடன் புஷாவலிலிருந்து புறப் பட்டோம். இட்டார்ஸியிலேயே முதல் தடங்கல் ஏற்பட்டது. முன்னதாகவே தகவல் கொடுத்திருந்தும் ஸ்டேஷன் மாஸ்டர் எங்களுக்கு ரயிலில் இடம் ரிஸர்வ் செய்யவில்லை. புது வண்டி சேர்த்தால் அதை இழுக்க எஞ்சினுக்கு சக்தியிருக்காது. ஏனெனில் இட்டார்ஸிக்கு முன்பே அதிகப்படி வண்டிகள் சேர்க்கப்பட்டு விட்டன. எல்லாம் முழுவதும் நிரம்பியிருந்தன.

இப்பொழுது இங்கிருந்து திரும்பிப் போகவேண்டியது தானா? என்ன ஏமாற்றம்! ஒரு யோசனை தோன்றிற்று. மனத்தை வேறு திசையில் திருப்பவேண்டும்; சற்று மனமகிழ்வுக்காக இங்கிருந்து ஹோஷங்காபாத் வரை மோட்டாரில் சென்று நர்மதையன்னையைத் தரிசித்துவிட்டு பைஜ்பூருக்குத் திரும்பி விடுவோம். ஆனால் இவ்வளவு தூரம் தைரியம் இழக்கவும் தைரியம் இல்லாததால், ஏதோ ஒரு வண்டியில் ஒருவிதமாக நுழைந்து இடம் பிடித்துக்கொண்டோம்.

ஜபல்பூர் போய்ச் சேர்ந்ததும் உள்ளூர்வாசிகள் சிலருடைய உதவியால் ஒரு சத்திரத்தில் தங்கினோம். மோட்டாரை நிறுத்து வதற்கு இடம் தேடினோம்.

ஒரு பெரிய கூட்டத்தைத் தன்னுடன் அழைத்துக்கொண்டு யாத்திரை கிளம்பினால் பற்பல ஏற்பாடுகள் செய்ய என்ன சக்தி தேவைப்படுகிறதோ, அதே சக்திதான் யுத்தங்களில் பெரிய சேனையை ஓரிடத்திலிருந்து மற்றோரிடத்துக்கு அழைத்துச் செல்லும்போதும் ஏற்படுகிறது. ஏதாவதொரு ஆசிரமம், கோயில் அல்லது ஸ்தாபனத்தை நிர்வகிப்பதில் எந்தக் குணங்கள் அல்லது சக்திகள் வளர்ச்சியடைகின்றனவோ அதே குணம் அல்லது சக்திதான் ஒரு நாட்டின் பொறுப்பை ஏற்று நடத்துவதற்கும் தேவையாயிருக்கிறது. ஒரு திறமைசாலியான குடியானவன் சந்தர்ப்பம் கிடைத்தால் தேர்ந்த ஆட்சியாளனாகவோ, நிர்வாகி யாகவோ ஆகமுடியும். பெரியபெரிய தொழிற்சாலைகளை நடத்தும் திட்ட நிபுணரான தொழிற்சாலை அதிபர் ஒரு சாம்ராஜ்யத்தை எளிதாக நடத்திச் செல்ல முடியும். ஆனால் யாத்திரையில் மனிதனுடைய எல்லாவிதமான திறமைக்கும் மிகுந்த சோதனை ஏற்படுகிறது. நன்கு திறமைபடைத்த ஆண்கள், பெண்கள் தாமாகவே முன்னேறுகிறார்கள்.

இந்த எண்ணம் இங்கே ஏன் எழுந்தது என்பதுபற்றித் தெரிவிக்க இங்கே நிற்கப்போவதில்லை. நாங்கள் இப்பொழுதே பேடாகாட்டுக்குப் போய்ச் சேரவேண்டும். மழை 'இதோ வந்துவிட்டேன்' என்று பயமுறுத்திக்கொண்டிருக்கிறது. இது மழைக்காலம் இல்லை. ஆனால் இந்தியாவின் எல்லாப் பக்கங்களி லிருந்தும் மக்கள் காங்கிரஸ் மகா நாட்டிற்காக பைஜ்பூரில் கூடியிருக்கிறார்களே, நாமும் ஆங்காங்கு பல இடங்களைப் பார்த்தவண்ணம் பைஜ்பூருக்குப் போய்ச்சேருவோமே என்று மழைக்குத் தோன்றிவிட்டது. ஆனால் குளிர்காலத்தில் மழையின் கால்களுக்கு அவ்வளவு பலம் வருவதில்லை. ஆதலால் ஓடிக் கொண்டிருக்கும்போதே அது வழியிலேயே விழுந்துவிட்டது. பைஜ்பூர் வரை வந்துசேர முடியவில்லை. அதன் கையில் ஒருக்கால் "சுயராஜ்ஜிய ஜோதி" இருந்திருந்தாலாவது அது எழுந்திருந்து மறுபடி மேலே செல்ல மக்கள் உதவிபுரிந்திருப்பார்கள்.

ஒருவிதமாக, எங்கள் இரண்டு கார்களும் எண்ணெய் வேகத்தில் சென்று மாலையில் பேடாகாட்டை அடைந்தன. சலவைக்கல் பாறைகளைப் பார்ப்பதற்காக இந்த நேரத்தில் யாரும் இதற்கு முன் வந்திருப்பார்களா என்பது சந்தேகம்தான்.

ஆனால் இயற்கைப் பித்துப் பிடித்தவனுக்கு நேரத்தைப் பற்றிக் கவலையென்ன?

இங்கே வந்து நாங்கள் மிகவும் யோசிக்கவேண்டியதாயிற்று. அருகிலேயே ஒரு குன்றின் மேல் மஹாதேவர் கோவிலைச் சுற்றி அறுபத்துநான்கு பெண்மணிகள் யோகத்தில் ஈடுபட்டுத் தவம் புரிந்துகொண்டிருந்தனர். தவம் புரிந்துகொண்டே அவர்கள் அகலியைப்போன்று கல்லாய்ச் சமைந்திருக்கவேண்டும். ராமருடைய கால்கள் படுவதற்குப் பதிலாக இவர்களில் பலர்பேரில் முஸல்மான் களின் தடிகள் பட்டதால் இவற்றில் பல மிகவும் சிதைவடைந் திருந்தன. இந்தக் குன்றுக்கு அப்பால் ‘துவாந்தார்’ என்ற பிரசித்திபெற்ற நீர்வீழ்ச்சி இருக்கிறது. அதைப் பார்க்கப்போவதா அல்லது சலவைக் கற்பாறைகளைப் பார்ப்பதற்காகப் படகில் செல்வதா என்ற யோசனை.

அங்கே இரண்டு படகுகளே இருந்தன. ஆகையால் நாங்கள் எல்லோரும் ஏதாவது ஒரு விஷயத்தில் ஒத்துப்போவதில் லாபமில்லை. ஆகவே நாங்கள் இரண்டு பிரிவுகளாகப் பிரிந்தோம். இந்த இடம் சலவைக்கல் பாறைகளுக்குப் புகழ்பெற்றது. ஆகையால் பெரிய பிரிவு அவற்றைப் பார்க்கவிரும்பிற்று. சிறிதளவு வெளிச்சம் பாக்கியிருந்தது. அதிலேயே சலவைக்கல் பாறைகளைப் பார்ப்பதென நிச்சயமாயிற்று. மற்றொரு பிரிவு தவம்புரியும் பெண் யோகிகளைப் பார்க்கப் புறப்பட்டது. நான் இந்தப் பிரிவில்தான் இருந்தேன். துவாந்தார் குன்றின்மீது நாங்கள் ஏறத்தொடங்கினோம். கையிலுள்ள ஒரு டார்ச்லைட்டின் உதவியால் எல்லா யோகினிகளையும் பார்த்தோம். இந்த உருவங்களெல்லாம் மிகவும் அழகாக, கலைநிரம்பியதாக நிர்மாணிக்கப்பட்டிருந்தன. கோவிலுக்குள் வீற்றிருக்கும் மஹாதேவன், நந்தி இவைகளும் பார்க்கத் தகுந்தவையே.

என் மனத்தில் ஒரு எண்ணம் உதித்தது. யுத்தத்தில் காயமடைந்தால் உடனே வைத்தியம் செய்து கொண்டு சரியாகி விடுகிறோம். கிராமத்தில் யாராவது இறந்துவிட்டால் இறந்தவரை உடனே எரித்து விடுகிறோம், அல்லது புதைத்து விடுகிறோம். தரையின் மீது பால் சிந்தினால் அமங்களமாகக் கருதி அதன் கறை தரையின் மேல் இருக்கவிடாமல் உடனே துடைத்து விடுகிறோம். மனித இயல்பு இவ்வாறிருக்கும் போது பின்னமடைந்த சிலைகள் மட்டும் ஏன் அப்படியே இருக்கவிடுகிறோம்? மத வெறி பிடித்த முஸல்மான்களின் செயல்களை நினைவூட்டுவதற்காகவா? அல்லது நமது கோழைத்தனம், நமது பொறுப்புணர்வற்ற

தன்மை இவைகளை ஒப்புக்கொள்ளும் வகையிலா? இணையற்ற கலைச் செல்வங்களைச் சிருஷ்டிக்கும் கலை நாட்டில் அழிந்து விட்டது என்ற நிலைமை இருந்தாலாவது இந்தப் பழைய கலைகளில் எஞ்சியவைகளைப் பத்திரமாகப் பாதுகாப்பதில் அர்த்தமிருக்கிறது. ஆபூ மலையின் தேல்வாடா கோவிலின் சலவைக் கல் தொழில் செய்யும் சிற்பிகளை அங்கு நிரந்தரமாகவே வேலைக்கு வைத்திருப்பதைப் பார்த்திருக்கிறேன். கோவிலின் எங்கேயாவது ஏதாவது சிதைவு ஏற்பட்டுவிட்டால், உடனே அதை மராமத்துச் செய்து பழையபடி செய்து விடுகிறார்கள். இதே மாதிரி, லாகூர் பொருட்காட்சிக் கூடத்திலும் சிற்பங்களுக்கு வைத்தியம் செய்யும் சர்ஜன், திறமையான ஒரு கலை நிபுணர் இருக்கிறார். அவர் காயமடைந்த சிலைகளின் கால், கை மூக்கு, உதடு இவற்றைச் சிமெண்டினால் மிக நேர்த்தியாகச் செப்பனிட்டு, பார்ப்பவர்களுக்கு யாதொரு வேறுபாடும் தோன்றாதபடி செய்துவிடுகிறார். ஆனால், நமது கோயில்களிலுள்ளவர்களிடம் என்னதான் திறமையிருக்கிறது? நம் சமூகத்தின் நிலைமை வளர்ப்பவன் இல்லாத, யாருக்கும் சொந்தமில்லாத கால்நடைகள் போல் இருக்கின்றன.

யோகினிகளின் ஆசிகளைப் பெற்றுக்கொண்டு நாங்கள் குன்றிலிருந்து கீழே இறங்கத் தொடங்கினோம். மாலை வெளிச்சம் இன்னும் கொஞ்சம் பாக்கியிருந்தது. ஆகையால் நாங்கள் கொஞ்சம் வேகமாகவே துவாந்தார் அருவியைத் தேடத் தொடங்கினோம். முன்னால் வேகமாக ஓடும் நண்பர்களின் லகாணை இழுப்பதும், பின்தங்கி மெதுவாக நடப்பவர்களுக்கு சவுக்கு அடி கொடுப்பதுமாகிய இரண்டு காரியங்களும் ஒரே நாவினால் செய்யப்படவேண்டியிருந்தன. புதிய சுதந்திரத்துடன் இங்குமங்கும் அலையும் கன்றுகளையோ, ஆடுகளையோ ஒன்று சேர்க்க முயன்றால் அவை தம் கூட்டத்தை விட்டுவிட்டு தூர ஓடுவதிலேயே தீரம் காட்டுகின்றன என்பது எனது அனுபவம். அவற்றின் மேல் கோபமடைந்து அவற்றைத் திருப்பிக் கொண்டு வருவதில் ஏற்படும் கஷ்டத்தினால் கூட்டத் தலைவனுக்கும் தன் பெருமை மிகவும் உயர்ந்திருப்பதாகத் தோன்றுகிறது. ஒருவருக்கொருவரிடையே உள்ள போட்டியின் ஆனந்தத்தை இருவருமே விட்டுக் கொடுக்கத் தயாராயிருப்பதில்லை.

எங்கள் கண்பார்வை சென்றவிடமெல்லாம் வெண்ணிறக் கற்களே காணப்பட்டன. ஒரு இடத்தில் நாங்கள் 'சங்க்-ஏ-ஜராஸத்'தின் ஒரு வயலையே கண்டோம். சங்க்-ஏ-ஜராஹத் என்பது ஒரு அற்புதமான வஸ்து. அதுவும் கல் தான்; ஆனால்

மிகமிக வழவழப்பான கல்; அதாவது பென்ஸிலின் 'லெட்' போல. சிறு பிராயத்தில் எனக்கு ஒரு தடவை சீதபேதி ஏற்பட்டு விட்டது. அப்பொழுது இந்த சங்கே-ஜராஹத்தைப் பொடி செய்து வஸ்திரகாயம் செய்து மற்ற மருந்துகளோடு கொடுத்தார்கள். அப்பொழுதிலிருந்து எனக்கு இந்த சங்கே-ஜராஹத்தினிடம் ஒரு விசேஷப்பற்றுதல். வயிற்றுக் கடுப்பினால் குடலில் புண் ஏற்பட்டு விட்டால் அந்தப் புண்ணை ஆற்றுவதற்கு இந்தச் சூரணம் மிகவும் உபயோகமானது. புண் ஆறின பிறகு இந்தத் தூள் தானாகவே கழிவுப் பொருள்களுடன் வெளிவந்து விடுகிறது. கல்லின் தூள் ஜீரணமாக முடியாதல்லவா! வயற்றில் தங்கி விட்டால் நோய் உண்டாகும். ஆனால் அது தன் வேலை முடிந்தவுடனேயே அதிக உபசாரத்தை எதிர்பார்க்காமல் வெளியே வந்துவிடுகிறது.

இப்பொழுது நாலா பக்கமும் இருள் சூழ்ந்துகொண்டு விட்டது. எங்கும் பயங்கரமான தனிமை. எங்கள் குழு இந்த ஏகாந்தத்தைக் கிழித்துக் கொண்டு முன்னேறிக் கொண்டிருந்தது. காற்று சற்று மந்தமாயிருந்தது. எப்பொழுது மழை வருமோ தெரியாது. உயரத்தில் கருமேகங்களுக்கு நடுவே ஒரு பக்கம் ஒரே ஒரு நட்சத்திரம் காணப்பட்டது. அது மின்னிக் கொண்டிருக்க வில்லை, பாவம் மிகவும் துக்கத்தோடு எட்டிப் பார்த்துக் கொண்டிருந்தது. ஏதோ ஒரு பெரிய வீட்டின் ஜன்னலிலிருந்து தனியாயிருக்கும் ஒரு கிழவி மக்கள் நடமாட்டமற்ற பாதையைப் பார்த்துக் கொண்டிருப்பது போலத் தோன்றிற்று. நாங்கள் முன்னேறிச் சென்றோம். பூமி மிகவும் ஈரமாகி விட்டது. நடுநடுவே தண்ணீரும் சேறும் நிறைந்த பள்ளங்களும் இருந்தன.

இருட்டு மிகவும் அதிகரித்து விட்டது. பள்ளங்களின் நடுவில் பாதை உண்டாக்கிக் கொண்டு போவது கஷ்டமாயிருந்தது. முன்னேறுவதில் உற்சாகம் குறைந்து கொண்டிருந்தது. இவ்வளவு சிக்கலான பாதையில், இருள் சூழ்ந்த இரவில் இத்தனை தூரம் வந்ததிலேயே உல்லாச யாத்திரையின் ஆனந்தம் ஏற்பட்டு விட்டதாகக் கருதித் திரும்பிச் செல்ல நினைத்தோம். மனத்தில் பயமும் ஏற்பட்டது - மக்கள் நடமாட்டமற்ற, பயங்கரமான இந்த இடத்தில் எங்காவது திருடர்களைச் சந்திக்க நேர்ந்துவிட்டால்!

சிலருக்குத் தனியாக யாத்திரை செய்யும் போது திருடர்கள் பயம் ஏற்படுவதுண்டு. கூட்டம் அதிகமாக இருந்தால் இந்த பயம் எல்லோரிடையேயும் பங்கிடப்பட்டு ஒவ்வொருவர் பங்குக்கும் கொஞ்சம் தான் வருவது போலிருக்கிறது. அது தவிர, ஒவ்வொரு வரும் மற்றவர் உதவியால் தத்தம் பயத்தைத் தன் மனத்துக்

குள்ளேயே அடக்கிக் கொள்கின்றனர். இன்னும் சிலரது விஷயம் இதற்கு நேர்மாறாக இருக்கிறது. தனியாக இருந்தால் அவர்களுக்குத் தங்களைப் பற்றி ஒன்றும் கவலையில்லை. என்ன நேர்ந்தாலும் சரி, அடிதடி நிலைமை ஏற்பட்டுவிட்டால் கூட திருப்தியாகச் சண்டை போட்டுவிட்டுப் பெருமையோடு உடல் முழுவதும் காயத்தோடு காட்சியளிப்பதில் ஒன்றும் நஷ்டம் தோன்றுவதில்லை. அதிலும், அஹிம்சைக் கொள்கையைக் கடைப்பிடிப்பவரானால் கோபம் கொள்ளாமல், பயப்பட்டு ஓடாமல், அடி வாங்கிக் கொண்டேயிருப்பதில் தனி மகிழ்ச்சி. சத்தியாக்ரஹக் கொள்கையோடு அடிவாங்கினால் அதன் பொறுப்பு அடிப்பவன் பேரில்தான் ஏற்படும். ஏனெனில் அஹிம்சைக் கொள்கையுள்ள மனிதனை அடிப்பவன் ஒவ்வொரு கணமும் தன் மனத்தில் தன்னையே நொந்து கொள்கிறான்.

ஆனால் பெரிய கூட்டத்தை அழைத்துக் கொண்டு போகும்போது யார் எவ்விதமாக நடந்துகொள்வார் என்ற நம்பிக்கை இருப்பதில்லை. குழந்தைகளும், பெண்மணிகளும் கூட இருந்தால் இன்னும் முற்றிலும் வேறுவிதமாக யோசிக்க வேண்டியிருக்கும். தன்னைத் தானே ஆபத்துக்குள்ளாக்கிக் கொள்வதில் உள்ள ஆனந்தம் இம்மாதிரியான சந்தர்ப்பங்களில் ஏற்படுவதில்லை. எல்லோரும் சத்யாக்கிரஹியாயிருந்தால் விஷயம் வேறு. ஆனால் ஒரே கலப்பான கதம்பக் கூட்டத்தை அழைத்துச் செல்லும்போது ஆபத்து உள்ள இடங்களுக்கு முற்றிலும் செல்லக்கூடாது. ஸ்ரீகிருஷ்ணனுடைய குடும்பத்தாரின் கூட்டத்தை அழைத்துச் செல்லும் அர்ஜுனன் கூட என்ன பாடுபட்டான் என்பதை நாம் புராணங்களில் படித்திருக்கிறோம்.

இந்த இருட்டில் பாறைகளுக்கு இடையில் எதுவரை செல்வது, அங்கே என்ன காணக்கிடைக்கும் என்பது ஒன்றும் புலனாகவில்லை. ஆதலால் திரும்பிச் செல்வது தான் நல்லது என்று தோன்றிற்று. இதற்குள் வலது பக்கமாக ஒரு சிறிய குடிசை தென்பட்டது. இப்படிப்பட்ட மக்கள் நடமாட்டமில்லாத இடத்தில் திருடன்கூடத் திருடமாட்டான். அவன் எதைத் திருடிச் செல்வது? திருடிக் களைத்துப் போன பிறகு அமைதியைத் தேடி அமருவதற்கு இது ஏற்ற இடம். திருடர்களைத் தேடிச் செல்பவர்களுக்கு இது போன்ற இடத்துக்கு வரும் எண்ணமே தோன்றியிருக்காது. அப்படியானால் இந்தக் குடிசையில் பரம் பொருளைத் தியானிக்கும் யோகியான சாது யாராவது இருக்கலாமோ! நாங்கள் குடிசைக்கருகில் சென்றோம். உள்ளே

ஒருவரும் இல்லை! அப்படியானால் இந்தக் குடிசை சாதுக் களுடைய குடிசையல்ல. பக்கிரிகள் பகல் முழுவதும் எங்கு சுற்றிக் கொண்டிருந்தாலும் இரவில் தன் மசூதியில் வர மறந்து போவ தில்லை. பாபாஜீ (சாதுக்கள்) இரவு நேரத்தை வெளியே கழிப்பதைவிட தமது தோழியான அகிற்புகையோடு கூடக் கழிப்பதையே அதிகம் விரும்புவார்கள்.

அப்படியானால் இந்தக் குடிசை ஏதாவது மீன் பிடிப் பவருடைய குடிசையாயிருக்கும். யாருடையதாயிருந்தாலென்ன, நாம் இன்றிரவை இதிலேயா கழிக்கப் போகிறோம்? இன்னும் சிறிது முன்னே சென்ற பிறகு வழி சரியாயில்லாததால் இருட்டில் மேலே செல்லுவது ஆபத்து என்று தோன்றிற்று. ஆகையால் நான் உத்திரவு போட்டேன், "வாருங்கள்! திரும்பிச் செல்வோம்!" இதற்குள் எங்கள் நல்லெண்ணத்தைப் பரீட்சிப்பது பூர்த்தியாகி விட்டது போல மேகங்கள் விலகின. எங்கள் தலைக்கு நேர் மேலாகப் பிரகாசிக்கும் சந்திரன் **"பஶ்ய ஆஸ்சர்யாணி பாரத"** "ஹே பாரத பத்ரனே! ஆச்சரியங்களைப் பார்ப்பாயாக!" எனக்கூறி அக்கம் பக்கத்திலுள்ள பிரதேசத்தை யெல்லாம் பிரகாசிக்கச் செய்தது. சூரியன் எல்லா வற்றையும் வெட்ட வெளிச்சமாக்கி விடுகிறான். ஆகையால் அதனுடைய வெளிச்சத்தில் யாதொரு காவியமும் இல்லை. இருள் சூழ்ந்த இரவில் ஆகாயத்தில் நட்சத்திரங்களுக்கு இடையே உலாவும் பார்வையை சந்திரன் கீழே பூமியின் மேல் அனுப்பி, "கொஞ்சம் கண்களால் பார்; பாக்கியைக் கற்பனையால் நிரப்பிக்கொள்" என்று கூறுகிறான்.

சந்திரன் சிறிது உதவி புரிந்ததால் தூரத்திலிருந்து துவாந்தார் நீர் வீழ்ச்சியின் ஒலியும் கேட்கத் தொடங்கியது. என் உத்திரவு ஒருபக்கம் கிடைத்தது, எல்லோரும் வேக வேகமாக நடக்கத் தொடங்கினர். சற்று முன்னேறிச் சென்றதும் துவாந்தார் தென்பட்டது. "ஆஹா! பால் அருவி விழுவது போல் இருந்தது - ஸர்ஸர் தபதப ! கரரா தபதப ! மதம் பிடித்த தண்ணீர் பெருகி வழிந்துகொண்டேயிருந்தது. அதிலிருந்து எழும் நீர்த்திவலை எங்கும் பொழிந்து கொண்டிருந்தது. பனித்துளிப் படலம் வீசி விழுந்துகொண்டிருந்தது. இந்த சூஷ்மமான மெல்லிய ஜீவகணங்கள் (நீர்த்துளிகள்) எங்கள் வாழ்வை மிளிரச் செய்தன. சந்திரன் மகிழ்ச்சியுடன் சிரித்துக்கொண்டிருந்தான், தண்ணீர் விளையாடிக் கொண்டிருந்தது. நீர்த்திவலைகள் பறந்து கொண்டிருந்தன. காற்று மெல்ல அசைந்துகொண்டிருந்தது. நாங்கள் மயக்கத்தில் மூழ்கிக்கொண்டிருந்தோம் - 'இங்கே

பாருங்கள், அங்கே பாருங்கள் ! என்ன ஆனத்தம் !' என்ற சொற்கள் அருவிபோல எழத்தொடங்கின. பல்வேறு பருவங்களில் 'துவாந்தார்' எவ்வாறு காட்சியளிக்கிறது. என்று எங்களூடன் கூட வந்திருக்கும் ஆள் வர்ணிக்கத் தொடங்கினான். இங்கே மக்கள் நீந்துவதற்கும் எங்கே போகிறார்கள், எங்கிருந்து குதிக்கிறார்கள், கோடையில் நீர்வீழ்ச்சியின் உயரம் எவ்வளவு இருக்கும் என்பது போன்ற பல விஷயங்களை அவன் எங்களுக்கு எடுத்துரைத்தான். அவன் தெரிந்துவைத்துக் கொண்டிருந்த விஷயங்கள், அவனுடைய ரஸிகத்தன்மை இவற்றால் அவனிடம் எங்களுக்கு மரியாதையும் ஏற்பட்டுவிட்டது. இப்பொழுது எல்லோரும் பேசாமல் அமைதி யாகி 'துவாந்தாரோடு ஒன்றறக் கலப்பதில் ஈடுபட்டோம். எத்தனை பவ்யமான, புனிதமான காட்சி !

அரணிக் கட்டையால் கடைந்தால் முதலில் சூடு உண்டாகிறது, பிறகு புகை கிளம்புகிறது. புகை அதிகரித்தவுடன் அதிலிருந்து நெருப்புப் பொறிகள் பறக்கின்றன. பிறகு நெருப்பு கொழுந்துவிட்டு எரியத் தொடங்குகிறது. இதேபோலத்தான் இயற்கையை அனுபவிக்கும் யாத்திரையில் முதலில் ஒரு ஆவல் எழுகிறது. அந்த ஆவலிலிருந்து அற்புதம் உண்டாகிறது. அற்புத உணர்ச்சி மிகவும் அதிகமாக உண்டானவுடன் திடீரென்று பக்தி அலைகள் எழுகின்றன. 'சரி, வாருங்கள். இங்கே இந்தப் பாறையின் மேல் அமர்ந்து பிரார்த்தனை நடத்துவோம் ! பிரார்த்தனை நடத்த இவ்வளவு புனிதமான இடமும் இவ்வளவு சுலபமான நேரமும் எப்பொழுதும் கிடைக்காது.' நாங்கள் உடனே கீழே உட்கார்ந்து கொண்டோம். 'யம் ப்ரஹ்மா வருணேந்தர ருத்ர:' ஸ்லோகத்தின் ஒலி 'துவாந்தாரின்' காதில் விழுந்துகொண்டிருந்தது.

வெவ்வேறு நேரங்களில் வெவ்வேறு ராகங்கள் பாடப்படுவது போல வெவ்வேறு இடங்களில் வெவ்வேறு துதிப்பாடல்கள் எனக்குத் தோன்றும். பாரதத்தின் தென்கோடியான கன்யா குமாரிக்கு நான் மூன்று முறை சென்றேன். அப்பொழுது எனக்கு பகவத்கீதையின் பத்தாவது, பதினொன்றாவது அத்தியாயங்கள் நினைவுக்கு வந்தன. விபூதி யோகம், விசுவரூப தர்சனம் இவை களைப் பாராயணம் பண்ண இதுவே எற்ற இடம். இலங்கைக்கு மத்தியில் அனுராதபுரத்திற்கு அருகில் மஹேந்திர பர்வதத்தின் உச்சியில் மாலை வேளையில் சென்றபோது "ஈஸாவாஸ் யோபநிஷத்" பாடினேன். அனாத்மவாதிகளான புத்தரின் சீடர்களுக்கு ஈசாவாஸ்ய உபநிஷத்தைக் கேட்டு எவ்வாறு இருந்திருக்குமோ தெரியாது. புனாவிலிருந்து சிவநேரிக்குச்

சென்றிருந்த போது மசூதியின் உயரமான படிகளில் ஏறிக் கொண்டு, சிவாஜியின் குழந்தைப் பருவ இடத்தைப் பார்த்த போது, ஏனோ எனக்கு 'மாண்டுக்யோபநிஷத்' பாடுவதுதான் உசிதமாகப்பட்டது. இந்த உபநிஷத்து ஸ்ரீசமர்த்த ராம்தாஸுக்குப் பிடித்திருந்தது என்று சொல்லவும் யாதொரு ஆதாரமும் இல்லை. இருந்த போதிலும்

'ந அந்த: ப்ரக்ஞம் ந ப$_3$ஹி: ப்ரக்ஞம் நோ அப$_4$யத: ப்ரக்ஞம் ந ப்ரக்ஞானக$_4$னம் ந ப்ரக்ஞம் நாப்ரக்ஞம்!'

இந்த வரிகளைப் பாடும்போது நான் சிவாஜிகாலத்து மஹாராஷ்டிரர்களோடும், ஆத்மாராம் பக்தரிடம் அபேத பக்தியைச் செலுத்தும் சாதுக்களோடும் முற்றிலும் ஒன்றிக் கலந்துவிட்டேன். அந்நேரத்தில் மனத்தில்- 'நான் இந்தத் தனித் திருக்கும் தன்மையை விரும்பவில்லை. இந்த எல்லாக் காட்சி களோடும் ஒன்றாக, எல்லாம் ஒரே மயமாக ஆகிவிடட்டும்!' என்ற எண்ணேமே எழுந்தது. துவாந்தாரின் மதத்தையும் நீர்த் திவலைகளின் சிரிப்பையும் கண்டவுடன் இங்கு 'ஸ்திதப்ரஞ்ஞ' ஸ்லோகங்கள் பாடுவதே சரியாகப்பட்டது.

அடக்கமுடியாத பாவங்களை வெகு நேரம்வரை அனுப வித்துக் கொண்டிருப்பது அவசியமில்லை. ஒரே ஆலாபனையில் ஒரு அகிலம் முழுவதும் வ்யாபிக்கும் பாவசிருஷ்டியை அடக்க முடியும். ஒரே ஒரு நீர்த் துளியில் பிரசண்டமான சூரியனும் பிரதிபலிக்க முடியும். ஒரே ஒரு தீக்ஷா மந்திரத்தால் பல யுகங்களின் அஞ்ஞானத்தை, அறிவின்மையைப் போக்கமுடியும். ஒரு கணத்திலேயே நாங்கள் துவாந்தாரின் சூழ்நிலையை நன்கு ஏற்றுக்கொண்டு விட்டோம். கண்களின் சக்தி எத்தனை விசித்திரமானது ! துவாந்தாரை வாயினால் பருக முடியாது. நாங்கள் கும்பமுனி அகஸ்தியரா என்ன? ஆனால் எங்கள் இரு சிறு கருவிழிகள் இடைவிடாது பெருமளவில் வழிந்தோடும் இந்த அருவியை மிகவும் திருப்தியாகப் பருகின, தொண்டை வரை பருகின. இப்படிப்பட்ட கண்ணால் பருகும் செயலை தொண்டைவரை என்பதைவிட 'இமை வரை' எனக் கூறுவது பொருத்தமாகும் எனத் தோன்றுகிறது. நாங்கள் எல்லோரும் தத்தம் கண்களில் இந்தக் கொள்ளைப் பொருளை நிரப்பிக் கொண்டு திரும்பினோம். எங்களுடைய பூதகணக் கூட்டம் பலவிதமாகப் பேசிக்கொண்டும், கர்ஜித்துக்கொண்டும் கார்கள் நின்று கொண்டிருந்த இடத்தை நோக்கிப் புறப்பட்டது.

இங்கே 'பேடாகாட்'டின் சலவைக்கல் பாறைகளைப் பார்த்துவிட்டுத் திரும்பிய கூட்டமும் எங்களோடு சேர்ந்து கொண்டது. ஒருவருக் கொருவர் தாம் பார்த்த அனுபவங்களைச் சொல்லிக்கொண்ட பிறகு, நாங்கள் பெரிய மனிதர்கள்போல 'இப்பொழுது இந்நேரத்தில் துவாந்தாருக்குச் செல்வது சரியல்ல. நீங்கள் காரில் ஏறிக்கொண்டு ஜபல்பூருக்குச் சென்று இப்பொழுது போய்விட்டு வந்த இடத்திலேயே சற்று படகில் உல்லாசமாக உலாவுங்கள். நாங்களும் சிறிது நேரத்தில் வந்து விடுகிறோம்' என்று உபதேசம் கொடுத்தோம். எங்களுடைய இந்த உபதேசம் அவர்களுக்குப் பிடித்திருந்ததோ இல்லையோ, ஆனால் ஏற்றுக் கொள்வதைத் தவிர வேறு வழியில்லை.

பாதையின் ஓரத்தில் இறங்கி,இருட்டில் தடுமாறிக்கொண்டே நாங்கள் பிரவாகத்தின் கரைவரை வந்து இரு பிரிவுகளாகப் பிரிந்து இரண்டு படகுகளில் அமர்ந்தோம். எங்கள் படகு முன்னே சென்றது. எங்கும் அமைதி அரசுபுரிந்து கொண்டிருந்தது. அதன் ஆழத்தைக் கணக்கெடுப்பது போல நடுநடுவே எங்கள் படகுகளின் துடுப்புக்கள் தாளத்தோடு ஒலித்தன. சந்திரன் தனது மின்னும் தீவட்டியைத் தலையில் ஏந்திய வண்ணம் எங்களுக்குச் சொல்லிக் கொண்டிருந்தான் - 'இதன் அக்கம் பக்கத்துச் சோபை பகல்வேளையில் எவ்வாறு இருக்கும் என்று கற்பனை செய்து கொள்ளுங்கள்' பல இடங்களில் ஒரே இருட்டு. நடுவே நிலவின் திட்டுக்கள். ஆகாயம் ஆங்காங்கு மேகங்கள் கூடியதாயிருந்தது. ஆதலால் நிலவு மோர் போல மெல்லியதாகப் பரவியிருந்தது. மேகங்கள் நடு நடுவே மல்துணிபோல மெல்லியதாகத் தென் பட்டன. ஆகையால் அவற்றின் பாலும் கவனம் சென்று கொண்டிருந்தது. இருபக்கங்களிலும் சலவைக்கல் பாறைகள் எவ்வளவு உயரமாக நின்றிருந்தன! உயரம், அதோடு பயங்கரம்! அரக்கர்கள் கூட்டம் போல. இந்தப் பாறைகளுக்கு நடுவே நர்மதை வளைந்து வளைந்து தனது சக்ரவ்யூகத்தை அமைத்துக் கொண்டிருந்தது.

உயரமான பாறைகள் அல்லது மலைக்கற்கள் ஒன்றுக் கொன்று மிக அருகில் வரும் இடங்களில் 'முன்காலத்தில் ஒரு சேனை வீரன் தன் குதிரையைச் சுண்டிவிட்டு இந்தப் பாறையி லிருந்து அந்தப் பாறைமீது தாவினான்' என்பது போன்ற கதைகள் உலாவுகின்றன. குரங்குகள் இவ்வாறு தாவுகின்றன என்பதில் ஐயமில்லை. இன்றுகூட இதுபோன்ற கட்டுக் கதைகளை படகோட்டிகள் சொல்லக் கேட்கலாம்.

இந்தப் பாறைகளுக்கு நடுவே பல குகைகளும் உள்ளன. இவற்றில் முனிவர்கள் தவம் புரிவதற்காக இருந்திருப்பார்கள். சரித்திர மத்திய காலத்தில் அரசகுடும்பத்தாரும், நாட்டின் சுதந்திரத்துக்காகத் தவம் புரிந்தோரும் இங்கு தங்கியிருந்திருப் பார்கள் என நினைக்கிறேன். வளைகளில் நுழையும் எலிகள் போல, படகுகள் இவர்களுக்கு ரகசியமாக உணவும், செய்திகளும், ஆறுதலும் அளித்துக் கொண்டிருக்கும். இந்தக் குகைகளுக்குப் பேசும் சக்தியிருந்தால் சரித்திரத்தில் கூறப்படாத பல நிகழ்ச்சிகள் பற்றிக் கூறக்கூடும்.

குகைகளுக்கு நடுவில் படகில் செல்லும்போது நாங்கள் முற்றிலும் அமைதியின் பிறப்பிடம் என்று கூறத்தகுந்ததோர் இடத்துக்குச் சென்றோம். இங்கே நாங்கள் துடுப்புப் போடு வதையும் நிறுத்திவிட்டு அங்குள்ள அமைதிக்குப் பங்கம் ஏற்பட்டு விடப்போகிறதே என்ற பயத்தினால் மூச்சு விடுவதைக்கூட நிறுத்திவிட்டோம். அங்கே பிரார்த்தனை ஏதாவது சொன்னோமா இல்லையா என்று நினைவில்லை. ஆனால் மனத்துக்குள்ளேயே பதினாறு ருசாக்கள் கொண்ட புருஷசூக்தத்தை மிக ஆர்வத்துடன் உச்சரித்தேன். பிறகு தோன்றிற்று, ‘இவ்வளவு அமைதியான இடத்தில் சமாதியில் ஈடுபட்டிருக்க வேண்டும்’. எவ்வளவு நேரம் படகில் இருந்தோமோ தெரியவில்லை. இதற்குள் மற்றொரு படகு அங்கு வந்து சேர்ந்தது. அதில் இருந்த கூட்டத்தினர் ஒரு அழகான பாட்டுப் பாடினர். அக்கம் பக்கத்திலுள்ள குகைகள் இதை எதிரொலிக்கச் செய்யலாமா வேண்டாமா என்ற தயக்கத்துடன் பதிலளித்துக் கொண்டிருந்தன. படகுக்காரன், “இனி இதற்குமேல் போக முடியாது, இவ்வளவுடன் திரும்ப வேண்டியதுதான்” என்று கூறினான். நாங்களும் ஓடிக் கொண்டிருந்த உள்ளத்தைப் பின்னால் இழுத்து “வா, திரும்பிச் செல்லலாம்; **‘புநர் ஆக₃மநாய’** பிறகு மறுபடி வரலாம்’ - என்று கூறினோம்.

இனி அங்கு போகவேண்டுமானால் மழைக்கால முடிவில் நிலவு வெளிச்சம் உள்ள நாட்களாகப் பார்த்து இரவும், பகலும் சேர்ந்து காவியமே உருவெடுத்து வந்தது போன்ற இடத்தில் படகில் மிதந்து கொண்டேயிருக்கும்படி செல்லவேண்டும். உண்மையிலேயே, இந்த ரமணீயமான இடத்தைப் பார்த்து மனத்தில் ஒரு நிச்சயம் ஏற்பட்டது- ‘இனி எப்பொழுதாவது இங்கு வர நேர்ந்தால் இங்கிருந்து கிளம்பவே கூடாது.”

(அக்டோபர், 1937.)

44. துவாந்தார்

ஒன்று, இரண்டு, மூன்று துவாந்தாரை இப்பொழுது நான் மூன்றாவது தடவையாகப் பார்த்துவிட்டேன். துவாந்தார் என்ற பெயர் மிகவும் அழகாயிருக்கிறது. இந்தப் பெயரிலேயே எல்லாக் காட்சியும் அடங்கிவிடுகிறது. ஆனால் இந்தத்தடவை இந்த அருவியைப் பார்க்கும்போதே மனத்தில் ஒரு கேள்வி பிறந்தது, இதை 'தார்துவான்' என்று ஏன் சொல்லக்கூடாது? தாரை விழுகிறது, நீர்த்திரைகள் எழும்புகின்றன. உடனே அதிலிருந்து நீர்த்துளிகள் கிளம்பி நீர்த்துளி மேகங்கள் காற்றில் மிதக்கின்றன. ஆகையால் 'தார்துவான்' **(துவான் - புகை; துவான்தார் - புகைபோல் மண்டியிருப்பது.)** என்ற பெயர்தான் பொருத்தமானது. ஆனால் இந்தப் பெயர் நிலைக்க முடியாது.

ஜபல்பூரில் உருண்டையான கற்பாறைகள், மின்னும் குளங்கள் முதலியவற்றைப் பார்த்துக்கொண்டே நர்மதையின் கரைக்கு வந்து சேருகிறோம். வழியிலுள்ள காட்சி இது காவியம் நிறைந்த இடம் என்று கூறுகிறது. நாலா பக்கமும் பல பெரிய சிறிய மரங்கள். பக்கத்தில் ஒரு பெரிய மண்மேடு சரிந்து விழுந்திருக்கிறது. ஆனால் அதன் உச்சியில் உள்ள ஒரு மரம் அதன் பாதிவேர் தனியாகப் போய்விட்டபோதிலும் கவலை யில்லாமல் இருக்கிறது. இம்மாதிரியான மரங்களிடமிருந்துதான் நாம் வாழ்க்கையை வாழ்வதற்கு தீக்ஷை பெறவேண்டும்.

குன்று உடைகிறதே ஒழிய உடைந்த பாகம் வெகு சுலபத்தில் தரையில் படுத்துவிடுகிறதில்லை. இன்னும் ஓரிரு ஸ்தூபங்களையும் ஒரு பெரிய உச்சியையும் அது படைத்துவிட்டது. அழிவிலிருந்து புதிய படைப்பை எற்படுத்தி அது கல்பகால சிருஷ்டிகர்த்தாவைப் போல் தன்னை நினைத்துக்கொள்கிறது. பாலத்தைக் கடந்து நாங்கள் முன்னேறிச் சென்று யோகினிகள் இருக்கும் குன்றின் கீழேயுள்ள காட்சியைப் பார்த்தோம். இந்தக்காட்சி மிகவும் எளிமையானது. அதன் எளிமையைக்கண்டு கோபம் வருவதில்லை. இங்கே பல ஏழைத் தொழிலாளிகள் கல்லினால் பற்பல சாமான்கள் தயார் செய்து விற்பதற்காக உட்கார்ந்திருக்கின்றனர். கருப்பு, சிவப்பு, வெள்ளை, மஞ்சள், நீலம் ஆகிய பற்பல வர்ணங்களில் சிவலிங்கங்கள், அவற்றுக்குப் பக்கத்தில் "சங்கே-ஜராஹத்' தினால் செய்த பெட்டிகள், கோவில்கள், யானைகள் இன்னும் பற்பல பொருள்கள், விளையாட்டுச் சாமான்கள் முதலியன கூட்டமாக இருக்கும். யாருக்கு எது பிடித்திருக்கிறதோ அதை வாங்கிச்

செல்கின்றனர். இன்று இந்த விளையாட்டுச்சாமான்கள் ஒரே ஆசனத்தில் அமர்ந்திருக்கின்றன. நாளை எந்த வஸ்து எங்கே போய்ச்சேருமோ ! சில இந்நாட்டைவிட்டு வெளியேகூடச் செல்லும், அங்கே பலகாலம் வரை துவாந்தாரின் தொடர்ந்த சங்கீதத்தை நினைத்துக்கொண்டிருக்கும்.

இங்கிருந்து துவாந்தார் வரை கால்நடையாக நான் இருமுறை புனிதயாத்திரை செய்தேன். ஒருமுறை இரவில் சென்றேன். மறுமுறை அதிகாலையில் நீராடும் வேளையில் சென்றேன். ஒவ்வொன்றின் அனுபவமும் தனியாயிருந்தது. இன்று பிற்பகல் வேளையைத் தேர்ந்தெடுத்திருந்தேன். இந்தத்தடவை அதிகம் சிரமம் ஏற்படவில்லை. ப்யோஹார் ராஜேந்திரசிங் சிரமமில்லாமல் சென்றுவிட்டோம். ‘சங்கே-ஜராஹத்’ கல்வயல் வரை சென்று காரிலிருந்து இறங்கி அங்கேயுள்ள மூன்று கடைகளைக் கடந்து கற்களின் நடுப்பாதை வழியாக துவாந்தாருக்குப் போய்ச் சேர்ந்தோம். கற்கள் எங்களுக்கு இடையூறு ஏற்படுத்த ஏற்படுத்த, எங்களுக்கு உற்சாகமும் அதிகரித்து வந்தது.

அருவி, நீர்வீழ்ச்சி, அதாவது வாழ்க்கையில் ஆழமான வீழ்ச்சி. ஆனால் இங்கே அப்படித் தோன்றவில்லை. முதல் தடவை டிஸம்பர் மாதத்தில் இருட்டு நேரத்தில் சென்றிருந்தோம். ஆகாயத்திலுள்ள மேகங்கள் சந்திரனுக்கு எதிராகச் சதி செய்திருந்தன. ஆகையால் நிலவு வீசவேண்டிய இரவாயிருந்தும் அங்கே அமாவாசை போன்ற பயங்கரம். அமாவாசையில் வானத்து நட்சத்திரங்கள் இந்த பயங்கரத்தை அலட்சியமாகக் கருதிச் சிரித்துச் சமாளித்தது விடுகின்றன. ஆனால் மேகங்களுக்கு இம்மாதிரி ஏற்படும் என்ற நம்பிக்கையில்லை. பலன் என்னவென்றால், அன்றுஇரவு துவாந்தார் தன்னுடைய தனிப்பெருமையினால் மட்டுமே எங்களை மகிழ்விக்க வேண்டியதாயிற்று. இரவு நேரப் பிரார்த்தனையை முடித்துவிட்டு நாங்கள் துவாந்தாரின் ஆனந்தத்தை அனுபவித்துவிட்டுத் திரும்பினோம்.

இரண்டாவது தடவை திரிபுரா காங்கிரஸுக்குப் பிறகு, பகல் சுமார் 9-10 மணிக்கு, ஏறிவரும் வெயில் எங்களை வரவேற்பதை ஏற்றுக்கொண்டு புறப்பட்டோம். துவாந்தாரை முற்றிலுமாக நாங்கள் அன்றுதான் கண்டுகளிக்க முடிந்தது. மார்ச் மாதம், ஆகையால் தண்ணீரில் வெப்பம் காணப்பட்டது. குன்றின் சில வளைந்த மேடுபள்ளமான படிகளின் வழியாக இறங்கி, நாங்கள் கீழே துவாந்தார் விழுவதைப் பார்த்தோம். தண்ணீரின் ஓட்டமும், ஊற்றுப்போல எழும் நீரின் சலனமும், மனத்தை மிகவும் வியக்கத்

தக்க முறையில் நிலைப்படுத்திஸ்தம்பிக்கச் செய்துகொண்டிருந்தன. தண்ணீரை நோக்கி இமைகொட்டாமல் பார்த்துக்கொண்டிருந் தால் புதிது புதிதாக மலரும் நீர்த்தாரைகள் வேமென்னும் சாமதி நிலைபெற்று நின்று கொண்டிருப்பதுபோலத் தோன்றின. இந்தத் தருணத்தில் நான் பார்க்கமுடிந்த ஓர் காட்சி-அங்குள்ள பாசிபடிந்த கற்கள், மேல் பக்கத்தில் என்ன நிறமாகக் காட்சி யளித்தாலும், அவற்றினுள்ளே அன்பின் அடையாளமான நிறத்தையே (சிவப்பு நிறம்) கொண்டிருக்கின்றன-தண்ணீரின் வேகத்தால் ஒரு கல் துண்டம் தெறித்து விழுந்தது. அதன் உட்புறத்து இளஞ்சிவப்பு நிறம் தெளிவாகத் தெரிந்தது, அதற்குக் காயம் பட்டுவிட்டது போல!

துவாந்தாரைப் பார்ப்பதற்கு மிக நல்லகாலம் தீபாவளிக் காலந்தான். மழை இல்லாததால் பாதையில் எங்கும் சேறு கிடையாது. மழைக் காலத்தில் போனால் அந்தப் பிரதேசம் முழுவதும் தண்ணீரால் நிரம்பியிருப்பதால் அருவி விழ வழியில்லை. மழைக் காலத்தில் இந்தப் பெரிய, மனத்தை உருக்கும் நீர்வீழ்ச்சிகள் கீழே தண்ணீரில் பார்த்தாலே தலையைச் சுற்றவைக்கக்கூடிய சுழல்களை ஏற்படுத்தும். இந்தச் சுழல்களின் பயங்கரத்தைப் பார்ப்பதற்காக இங்கு வருவதானால் நான் இங்கு வராமலேயே இருந்துவிடுவேன். நீரின் சுழல்களின் வசீகரம் சற்று மாறுபட்ட தானது. சிற்சில சமயங்களில் சாலை அழைப்பதாகவும் இருக்கும்!

தீபாவளிக்காலத்தில் நீர்ப்பெருக்குநன்கு திரண்டு, அருவியின் சோபை மிகவும் அதிகரித்துக் காணப்படும். இளம் வெயிலுக்குப் பிறகு நீர்த்திவலைகளாலான மேகங்களின் வசீகரம் மனதை மகிழ்விக்கக் கூடியதாயிருக்கும். இன்றைய சூழ்நிலை அம்மாதிரித் தான் நாங்கள் எதிர்பார்த்தபடியே இருந்தது. நீர்த்திவலையின் மேகங்கள் வெகு தூரத்திலிருந்தே தென்பட்டன. சமையலறையின் புகையைப் பார்த்தவுடன் விருந்தாளியின் மனதில் ஆனந்தம் ஏற்படுவதுபோலவே இந்த நீர்ப்புகை மேகங்களைக் கண்ட வுடனேயே நான் இன்று எவ்விதமான விருந்துபசாரம் கிடைக்கப் போகிறது என்று கற்பனை செய்து கொண்டேன். 'தார்துவான்' போன்றதொரு அருவியைக் காணச் செல்லும்போது, அங்கு அமைக்கப்பட்டுள்ள சாதாரண மரப்பாலம்கூட கலை நிரம்பிய தாகவும், விருந்தோம்பல் நிறைந்ததாகவும் காணப்படுகிறது. எங்களுக்குப் பழக்கமான ஒரு கரையில்போய் அமர்ந்தவுடனேயே அன்பால் நனைந்த காற்று ஒரு நீர்த்திவலைப் படலத்தை எங்கள்

பால் அனுப்பி, 'வாருங்கள்... உங்கள் வரவு நல்வரவாகுக' என்று முகமன் கூறி வரவேற்றது. ஒரு நொடிப்பொழுதிலேயே வழி நடையால் ஏற்பட்ட சிரமமெல்லாம் தீர்ந்துவிட்டது. நாங்கள் புத்துணர்ச்சிபெற்று, புதுக் கண்களோடு துவாந்தாரைப் பார்க்கத் தொடங்கினோம்.

துவாந்தார் பெரிய பாறைப் பரப்பில் ஏற்பட்டுள்ள அரை வட்ட வடிவமானதோர் நீர்நிலை. அதிலிருந்து நீர்க்கூட்டங்கள் கீழே குதிக்கும்போது, நடுவில் கண்ணாடிபோன்ற பச்சைநிறம் காணப்படுகிறது. அது விஷம்போல பயத்தை உண்டாக்குகிறது. அதன் இடதுபக்கத்தில் அதாவது எங்களுக்கு வலதுபக்கத்தில் உள்ள பாறை யானையின் தலைபோல் முன்னால் நீட்டிக் கொண்டிருக்கிறது. அதன் மேலிருந்து தண்ணீர் கீழே விழும் போது எண்ணற்ற வைர மாலைகள் ஒவ்வொரு படியாகக் கீழே குதிப்பதில் ஒன்றோடொன்று போட்டியிடுவதுபோலத் தோன்றுகிறது. அவை குதித்துக்கொண்டே சிரித்துக் கும்மாளம் அடிக்கின்றன; தண்ணீரைப் பிழிந்து பிழிந்து அதிலிருந்து வெண்மை நிறத்தை உண்டாக்குகின்றன. நடுவிலுள்ள முக்கியமான அருவி கீழே பள்ளத்தாக்கில் விழுந்தவுடனேயே மறுபடி மேலே எழும் வேகத்தைப் பார்த்தால் ஆகாய வாணங்களுக்குக் கூடப் பொறாமை ஏற்படும். ஒரு நீர்த்தாரை மேலே பறந்து பிறகு தளர்ச்சியடைந்து விடுகிறது. இதற்கு மேலும் சில தாரைகள் புது வேகத்துடன் அதன் பின்னாலேயே வந்து அதனுடன் மோதி அதைக் கலைத்துவிடுகின்றன. உடனே அதனுடையே ஜலகணங்கள் பூமியின் ஈர்ப்புச் சக்தியையும் மறந்து, புகைபோல ஆகாயத்தில் சஞ்சரிக்கத் தொடங்குகின்றன. இந்த நீர்த்துளிகள் சிறிது மேலே வந்தவுடன் காற்றுவீசி அதை நாலாபக்கமும் பரப்பிவிடுகிறது. இந்தப் புகை அலைகள் காற்றில் மெல்லியதாகவும், கனமாகவும் பரவி மிதக்கும்போது 'வாயில் துணி'களில் பூவேலைகள் அச்சிடப்பட்டதுபோல் காணப்படுகின்றன.

இன்னும் கீழே! கீழே தண்ணீருக்கு ஏற்பட்டுள்ள குதூகலத்தை வர்ணிக்கவே முடியாது. எத்துணை தூரம் கீழே விழுகிறதோ அந்த அளவுக்கு மேலே கிளம்புகிறது. பச்சை வர்ணத்தின் நடுவே வெள்ளை நிற நுரையை உண்டாக்கி, மனம்போனபடியெல்லாம் விளையாடுகிறது. இந்த அபூர்வமான ஆனந்தத்தை நினைத்துப் பார்த்து கீழேயுள்ள நீர் அடிக்கடி மேலே பொங்கி வந்தது. வண்ணான் துறையில் காணப்படும் சோப்பு நுரையை உவமை கூறுவது மட்டமான உவமையெனக் கருதப் படாது என்றால்,

நான் இங்கே கீழேயுள்ள தண்ணீரையும் நுரையையும் அதற்குத் தான் ஒப்பிடுவேன். ஆனால் வண்ணானின் சோப்பு நீர் அசுத்த மாயிருக்கும்; அதில் சலனமும், குதூகலமும் இருக்காது; கவலை யற்றுத் தாண்டவம் புரியாது. குதூகலம் சற்றுக் குறைந்தாலும் முகத்தில் மறுபடி சலனமற்ற தோற்றத்தைக் கைக்கொள்ளும் கலையும் அங்கு கிடையாது. இங்கு இருக்கும் தண்ணீரைப் பார்த்து வண்ணான் துறையின் நினைவு ஏன் வந்தது? இது சற்றும் உசிதமாகத் தோன்றவில்லை.

மனிதன் சமாதிநிலையின் ஆனந்தத்தை அனுபவிக்க விரும்பினால் இங்கே வரவேண்டும். அவன் எந்தவிதத்திலும் இங்கே ஏமாற்றமடைய வேண்டியிருக்காது. வலப்பக்கத்திலுள்ள குன்றின் இரண்டு படிகளில் மறுபடி கீழே இறங்கினேன். இந்தத் தடவை இங்கே உபநிஷத்துப் பாராயணம் செய்யத் தோன்றிற்று. மேலே சூரியன் காய்ந்து கொண்டிருந்தான். நான் **"பூஷந்நே$_3$கர்ஷே யம! ஸூர்ய! ப்ராஜாபத்ய! வ்யூஹரச்மிந் ஸமூஹதேஜோ"** என்று பாடத் தொடங்கினேன். ஸ்தோத்திரம் முடிவுக்கு வரும்போது நான் **"ஓம் க்ரதோ ஸ்மர, க்ருதம் ஸ்மர!"** என்று கூறியவுடன் திடீரென்று எனது மூன்று நான்கு ஆண்டு வாழ்க்கை ஒன்று சேர்த்து இந்த அருவியின் தாரையில் முன்வந்து நின்றது. நான் எனது வாழ்க்கையை இதனுடைய மதம் பிடித்த, கவலையற்ற வாழ்க்கையோடு ஒப்பிட்டுச் சீர்தூக்கப் பார்ப்பதுபோல் தோன்றிற்று. இந்த உரைகல் என் வாழ்க்கை சரியாக அமையவில்லை எனக் காட்டுவது போலவும், அதனால் நான் சஞ்சலப்படுவதுபோலவும் தோன்றிற்று. மறுகணமே இந்த மூன்று ஆண்டுகளின் நினைவும் நீர்த்திவலைகளாக மாறி ஆகாயத்தில் பரவிவிட்டன. நான் அருவியோடு ஒன்றறக் கலந்து விட்டேன். உண்மையிலேயே இந்த அருவி பூர்ணமானது. நான் இந்தப் பூர்ணத்தின் ஒரு அம்சம், ஆகையால் தத்துவப்படி நானும் பூர்ணமானவன். நாங்கள் இருவரும் மாறுபட்டவர்கள் அல்ல, ஒரே பரம தத்துவத்தின் சிறிய பெரிய அங்கங்கள். இந்த எண்ணம் உதித்ததுமே சித்தம் அமைதியுற்றது. நான் மேலே வந்தேன்.

சரோஜினியும் இந்தக் காட்சிகள் யாவற்றையும் ஆவல் நிறைந்த கண்களோடு பருகிக்கொண்டிருந்தாள். இந்த மகிழ்ச்சியை யெல்லாம் எவ்வாறு புரிந்துகொண்டு, எவ்வாறு ஜீரணிப்பது, எவ்வாறு வெளியிடுவது என்பவைபற்றி இனிய கவலைகள் அவளுடைய கண்களில் தெரிந்தன.

இங்கிருந்து உடனே திரும்பி அறுபத்துநான்கு யோகினி களைத் தரிசிக்க வேண்டியிருந்தது; நர்மதையின் நீர்ப் பெருக்கைக் காத்து வரும் வெள்ளை, நீல, பச்சை மலைகளைக் காண வேண்டியிருந்தது. ஆகையால், மருமகள் பிறந்தகத்திலிருந்து மாமியார் வீட்டிற்குச் செல்லும்போது எவ்வாறு இரு பக்கத்து சுகதுக்கங்களையும் கலந்து நினைத்துப்பார்த்துக் கொள்கிறாளோ அதே மாதிரி துவாந்தார் அருவிக்கு வணக்கம் செலுத்தி விட்டு நாங்கள் திரும்பினோம்.

பாரதத்தில் பற்பல அருவிகள் இடைவிடாமல் விழுந்து கொண்டேயிருக்கின்றன, மனிதனுக்கு அடக்கத்தோடு கூடவே உன்மத்தம் நிறைந்த நிலையையும் கற்பித்துக் கொண்டிருக் கின்றன. ஆயிரக்கணக்கான ஆண்டுகளாக துவாந்தார் இதே மாதிரி இடைவிடாமல் வீழ்ந்து கொண்டேயிருக்கிறது. ஸ்ரீராமர் இங்கு வந்திருக்கக்கூடும்; வசிஷ்டரும், விசுவாமித்திரரும் இதில் நீராடியிருக்கக் கூடும்; சந்திரகுப்தன், சமுத்திரகுப்தன் இவர் களுடைய சேனைகள் இங்கு வந்து ஜலவிஹாரம் செய்திருக்கக் கூடும். ஸ்ரீசங்கராச்சாரியார் இங்கே அமர்ந்து துதிகள் அருளிச் செய்திருக்கக்கூடும். கல்சுரி, வாகாடக வமிசத்து வீரர்கள் இதே தண்ணீரில் தமது காயங்களைக் கழுவியிருக்கக் கூடும். அல்ஹணா தேவி அவர்களும் இங்குதான் அமர்ந்து அறுபத்து நான்கு யோகினிகளுக்குச் சிலை, அவர்களது நினைவுச் சின்னம் அமைக்கச் சங்கற்பம் எடுத்துக்கொண்டிருப்பாள். மேலும், வருங்காலத்தில் இந்தத் துவாந்தாரின் கரைகளில் என்னவெல்லாம் நடைபெறுமோ யார் கூறமுடியும்? துவாந்தாருக்கே இதெல்லாம் தெரியாதே ! அது இடைவிடாமல் விழுந்துகொண்டேயிருக்கிறது. நீர்த்திவலைகளாக மாறிப் பறந்து சென்றுகொண்டிருக்கிறது.

(நவம்பர், 1939.)

45. சிவநாத்தும் ஈபும்

கல்கத்தாவுக்குப் போய்வரும்போதெல்லாம் பல நதிகளைச் சந்திக்கிறேன். இந்தப் பிரதேசத்தின் சரித்திரம் எனக்குத் தெரியாது. இதை நினைக்க வெட்கமாயிருக்கிறது. இங்குள்ள மக்கள் எவ்வளவு எளிய சுவபாவமுள்ளவர்கள், எவ்வளவு நல்லவர்கள் ! அவர்கள் மனிதர்களை சம்ஹாரம் செய்யும் கலையைத் தெரிந்து கொண்டிருந்தால் அவர்களுடைய பெயர் சரித்திரத்தில் நிலைபெற்றிருக்கும். சிலர் இறந்து அமரராகிறார்கள். சிலர்

கொல்லுபவர்கள் என்ற பெயரில் அமரராகின்றனர். மாலிக் கபூர், காலாபஹாட் போன்றவர்கள் இரண்டாவது வகையைச் சேர்ந்தவர்கள்.

இந்த ஆறுகளின் கரையில் சண்டைகள் நடந்திருக்குமா இல்லையா என எனக்குத் தெரியாது. ஆகையால் இந்த ஆறுகளின் நீர் இன்னும் புனிதமாகவே எனக்குத் தோன்றுகிறது. சர்மண்வதீ ஆறு வேள்விப் பசுக்களின் இரத்தத்தினால் சிவப்பாகிவிட்டது. சோண் கங்கை இவையிரண்டும் சக்கரவர்த்திகளின் பேராவல்களின் இரத்தத்தை ஜீரணித்தது. இந்த ஆறுகளும் அதே மாதிரி செய்திருந்தால் அதில் ஆச்சரியம் ஒன்றுமில்லை. ஆனால் எனக்கு நிச்சயமாகத் தெரியாத வரையில் இந்தச் சந்தேகத்தின் பலனை அவற்றுக்கே அளித்துவிடுகிறேன்.

ஆனால் இந்த ஆறுகளின் கரையில் பல சாதுக்கள் அவசியம் தவம் புரிந்திருப்பார்கள். நன்றி அறிவோடு இவற்றைப் பற்றித் துதி பாடியிருப்பார்கள். இதுவும் எனக்குத் தெரியாது. இருந்த போதிலும் நான் என்னை இந்தியன் என்று கூறிக் கொள்கிறேன் !

ஒருமுறை நான் 'த்ருக்' சென்றிருந்தேன். அப்பொழுது சிவநாத் நதியைப்பற்றிக் கொஞ்சம் அறிந்துகொண்டேன். கோண்ட், பீலர்கள் போன்ற மலை ஜாதியினருக்கு அது அன்னை. 'சத்தீஸ்கட்' முழுமைக்கும் அது பாலூட்டி வளர்த்த அன்னை. அதனுடைய கருணை நிறைந்த கதை* **('துர்தைவீ சிவநாத்' என்ற கட்டுரையைப் பாருங்கள்)** மனத்தைத் துக்கத்தில் ஆழ்த்துகிறது. புண்ணியம் நிறைந்த நீரையுடைய ஆற்றின் கதை இவ்வாறுதான் இருக்குமா? ஆனால், பாவம், நதி என்ன செய்யும்? வென்ற ஆசிரியர்கள் அதன் கதையை எழுதியிருப்பார்களே யானால் அதில் ஆனந்தம் நிரம்பியிருக்கும். இதுவோ தோற் கடிக்கப்பட்ட, அடக்கப்பட்ட, என்ன செய்வதென்று புரியாத ஆதி குடிமக்களின் நினைவை எடுத்துக்கொண்டு ஓடும் நதியல்லவா? இதனுடைய கதைகள் இம்மாதிரி வருத்தம் நிறைந்ததாகத்தான் இருக்கமுடியும்.

கல்கத்தா செல்லும் பாதையில் சிவநாத் ஆறு பலமுறை குறுக்கிடுகிறது. அது கூறுகிறது : "அரசர்கள், சாதுக்கள் இவர்களுடைய சரித்திரத்தால் நீ திருப்தியடைந்துவிடக்கூடாது. வென்றவர்கள், சக்கரவர்த்திகளுடைய சரித்திரங்களில் நீ மக்கள் உள்ளத்தைக் காண முடியாது. பிராம்மணர்கள் அல்லது சமணர்கள், முல்லாக்கள் அல்லது மிஷனரிகள் (கிருஸ்தவப் பிரசாரர்கள்) யாருமே எவர்களுடைய துக்கத்தையும் அறிந்த

தில்லையோ அப்படிப்பட்ட மலைஜாதி மக்களுடைய துன்பம், கவலைகளைப் பற்றித் தெரிந்துகொள்ளும் விரதத்தை உனக்கு அளிக்கிறேன். இந்த விரதத்தை ஏற்றுக்கொள்ளும் தைரியம் உனக்கு இருக்கிறதா?"

ஹிந்துஸ்தானத்தின் ஊமை மக்களுக்குப் பேச்சும், பேச்சு சக்தி மூலம் ஒற்றுமையும் அளிக்கும்பொருட்டு நான் ஹிந்துஸ்தானி (பாஷை) பிரசாரம் செய்கிறேன். இதன் பொருட்டுத்தான் நான் சமீபத்தில் புனாவுக்குச் சென்றுவந்தேன். அந்த வேலையாகத் தான் இப்பொழுது 'ராம்கட்'டுக்குப் போய்க்கொண்டிருக்கிறேன். அங்கே நடைபெறப்போகும் சாங்கிரஸில் எல்லா மாகாணத்து மக்களும் வருவார்கள். காந்திஜீயின் கட்டாயத்தின்பேரில் இப்பொழுது காங்கிரஸ் மகா நாடுகள் கிராமப் பகுதிகளில் நடைபெற்று வருகின்றன. இது எல்லாம் சரிதான். ஆனால் ராம்கடில் இந்த மலைநாட்டு மக்கள் வருவார்களா? பீஹாரின் 'சந்தால்', 'ஹோ' ஜாதியினர் ஒருக்கால் வரலாம். ஆனால் இந்த 'சிவநாத்'தின் புத்திரர்கள் வருவார்களா இல்லையா எனத் தெரியவில்லை.

* * *

இன்று காலையிலிருந்து பல ஆறுகளைப் பார்த்துவிட்டேன். பெரிய அகலமான பாறைகளையுடைய ஆறுகளையும் பார்த்தேன், சேறு நிறைந்த ஆறுகளையும் பார்த்தேன். கரையில் ஒரு மரம் கூட இல்லாத ஆறுகளையும் பார்த்தேன், மரங்களினாலேயே பெரிய சுவர் எழுப்பியிருக்கும் நதிகளையும் பார்த்தேன். வெண்மையான கொக்குகள் நதிகளின் சேற்றில் தன் கால் அடையாளங்களைப் பதித்துக்கொண்டிருந்தன. ஆனால் இந்தச் சரணலிபியில் யாதொரு சரித்திரமும் புலப்படவில்லை. யாதொரு கதையும் தென்படவில்லை. ஆறு பெரிய நம்பிக்கையோடு எழுதிக் கொண்டே போகிறது. ஏமாற்றத்தோடு தான் எழுதியதையே அழித்துக்கொண்டும் போகிறது. பிறகு புதிய எழுத்தாளர்கள், பாடகர்களை எதிர்பார்த்துக் கொண்டிருக்கிறது.

நாங்கள் ஜார்ஸுகுடா ஜங்ஷனை நெருங்கிக் கொண்டிருந் தோம். ஒரு சிறு ஸ்டேஷன் வந்தது. இதற்குள்ளாகவே எங்களுக்குக் கீழே ஒரு அழகான நதி ஓடிக் கொண்டிருப்பதைப் பார்த்தோம். எல்லா நதிகளுமே அழகாகத்தான் இருக்கின்றன; ஆனால் இந்த நதியினிடம் மிக அழகான உருவங்கள் அமைக்கும் கலை விசேஷமாகக் காணப்பட்டது. நீரின் ஓட்டத்தில் சுழல்கள்

உண்டாகக்கூடும். பாசியினால் நீரின் பரப்பிற்கு விசேஷ உருவம் ஏற்படக்கூடும். மேலேயிருந்து கொண்டு இவற்றையெல்லாம் பார்த்தவுடன் எனக்கு ரவீந்திரநாதரின் சித்திரம் நினைவுக்கு வந்தது. இந்த நதியின் உருவங்கள்கூட யாதும் கூறாமல், ஒன்றுமே தெரியப்படுத்தாமல், இதயத்தின் உள்பாகம் வரை போய்த்தொட்டன. அங்கே நிரந்தரமாகத் தமது முத்திரையைப் பதித்துக்கொண்டிருந்தன. இதன் பெயர்தான் உண்மையான கலை!

ஆனால் இந்த ஆற்றின் பெயர் என்ன? பரிச்சயம் ஏற்பட்டு, பெயர் மட்டும் தெரியாவிட்டால் என்ன விசித்திரமான நிலைமை யாயிருக்கும் ! இதற்குள் 'ஈப்' ஸ்டேஷன் வந்தது. நாங்கள் அங்குள்ளவர்களிடம் இந்த ஆற்றின் பெயர் என்ன எனக் கேட்டோம். அவர்கள் இதன் பெயர் 'ஈப்' என்று கூறினார்கள். ஆற்றின் பெயரிலேயே ஸ்டேஷனின் பெயர் எற்பட்டிருக்கிறதா? ஆனால் இது சரியில்லையென யார் கூறமுடியும்? மனத்தில் சற்று சந்தேகம் மட்டும் ஏற்பட்டது. இங்கு 'பேடேன்' என்ற ஒரு ஆறு ஈபுடன் கலக்கிறது. ஸ்டேஷன் பேடேனின் கரையில் இருக்கிறது. ஈப் சற்றுப் பெரிய நதி. ஆதலால் பேடேனுக்கு அநீதி விளைவித்துவிட்டு ஈபின் பெயர் இடப்பட்டிருக்கிறது. பேடேனும் சாதாரணமான ஆறு அல்ல. மிகவும் அகலமானது. வெகு துரத்திலிருந்து வருகிறது. ஆனால் சற்றும் கர்வம் கொள்ளாமல் அது தனது தண்ணீரையெல்லாம் ஈபினிடம் ஒப்படைத்து விடுகிறது. தன் பெயரைக் கூட பழையபடி வைத்துக் கொள்ளக் கட்டாயப்படுத்தவில்லை. நான் ஈபினிடம் கேட்டேன். "இதோ பார், தாராள குணத்தில் இந்த பேடேன் உன்னைவிட உயர்ந்ததா இல்லையா?" ஈப் சற்று முகபாவத்தை மாற்றிக் கொண்டு பதிலளித்தது - "இதெல்லாம் உங்களைப் போன்ற மனிதர் களுக்குத்தான் தெரியும். - பேடேன் தனது பெயரையும் விட்டு விட்டுத் தனது தண்ணீரையும் எனக்கு அளித்துவிட்டது. இந்த தாராள குணத்திற்காக அதைப் புகழ்வதற்குப் பதிலாக அதனிடமிருந்து தன்னை அர்ப்பணித்துக் கொள்ளும் தீக்ஷை பெற்றுக் கொண்டு அதே மாதிரி ஆவது எனக்கு அதிகமாகப் பிடித்திருக்கிறது.

"இதோ பார், அதனுடைய தண்ணீரையும் எனது தண்ணீரையும் சேர்த்து மஹா நதிக்கு அளிப்பதற்காக நான் சம்பல்பூருக்குச் சென்றுகொண்டிருக்கிறேன். அங்கே போனவுடன் நானும் எனது பெயரைவிட்டுவிடுவேன். இதுபோலப்படிப்படியாக பெயர், உருவம் முதலியவற்றைத் தியாகம் செய்வதனாலேயே

எங்கள் எல்லோருக்கும் மஹாநதி என்ற மஹத்துவம் கிடைத் திருக்கிறது. அதுவும் கடைசியில் சமுத்திரத்திற்கு யாவற்றையும் அர்ப்பணித்துக் கொள்வதற்காகத்தான்."

போய்க் கொண்டிருக்கும் போதே ஈப் அனுஷ்டுப் சத்தத்தில் ஒரு ஸ்லோகம் கூறிற்று:

ஸர்வே மஹதத்வம் இச்சந்தி குலம் தத் அவஸீததி
ஸர்வே யத்ர விநேதார: ராஷ்ட்ரம் தன் நாஶம் ஆப்நுயாத்!

ஈபினுடைய இந்தச் செய்தியைக் கேட்டுவிட்டுத்தான் நான் ராம்கடுக்குச் சென்றேன்.

(மார்ச்,1940.)

46. துர்தைவீ சிவநாத்
(துர்பாக்கியம் படைத்த சிவநாத்)

நேற்றும் இன்றும் சிவநாத் ஆற்றின் தரிசனம் செய்தேன். கல்கத்தாவுக்குப் போகும் போதும் வரும்போதும் சிவநாத்தை ஓரிரு தடவை கடக்கவேண்டியிருக்கிறது. இங்கே பெரிய உயரமான பாலத்தின் மீதிருந்து பார்க்கும்போது சிவநாத் பெரியபெரிய பாறைகளுக்கு நடுவே பாய்வது தெரிகிறது. நேற்றுமாலை 'பாலோட்' இலிருந்து திரும்பும் போது முக்கியமாக சிவநாத்தின் கரையில் உலாவச் சென்றோம்.

சாதுர்மாஸ்யம் ஆரம்பமாகிவிட்டது. ஆனால் ஆற்றில் இதுவரை தண்ணீர் வரவில்லை. பலன் என்னவென்றால் சிவநாத் விரஹத்தில் உழலும் பெண்மணி போல துக்கம் தோய்ந்து காணப்பட்டாள். ஆவணி, புரட்டாசியில் இரு கரைகளையும் கடந்து வெகுதூரம் பரவிவரும் அதே நதி இன்று இவ்வாறு மலைப்பாம்பு ஒடுங்கிக்கிடப்பது போல அடங்கிக்கிடப்பதைக் கண்டால் யார் மனத்திலுமே துக்கம் ஏற்படாமலிருக்க முடியாது.

'த்ருக்' ஊர்க்காரர்களிடம் சிவநாத்தைப் பற்றி, இந்த ஆறு எங்கிருந்து வருகிறது, எவ்வளவு நீளமானது, இதற்கப்புறம் இது என்ன ஆகிறது!" என்று கேட்டேன். ஆனால் ஒருவராலும் சரியானபடி ஒன்றும் கூறமுடியவில்லை. இந்த ஆற்றைப்பற்றிய வர்ணனைப் புராணங்கள் எங்கேயாவது இருக்கிறதா? இதைப் பற்றி ஏதாவது நாட்டுப்பாடல் உண்டா? ஏதாவது கதைகள்

உண்டா? ஒரு கேள்விக்காவது 'ஆம்' என்று பதில் கிடையாது. ஆற்றைப் பற்றி அறிந்துகொள்ளும்படி என்ன இருக்கிறது? தினமும் காலையில் அதைப் பயன்படுத்திக்கொள்கிறோம். போதும், இதைவிட அதிகமாக அதற்கும் நமது வாழ்க்கைக்கும் என்ன சம்பந்தம்?

கடைசியில் நான் த்ருக் தாலுக்காவின் 'கஜெட்டியரை' வரவழைத்தேன். அதில் மேலேயுள்ள கேள்விகளுக்குப் பதில் கிடைத்தது. அதோடு கூட, சிவநாத்தைப்பற்றி ஒரு நாட்டுக் கதையும் கொடுக்கப்பட்டிருக்கிறது. இந்தக் கதையைப்பற்றித் தான் நான் இன்று இங்கே சொற்பொழிவில் கூற விரும்புகிறேன்.

சிவா என்ற பெயருள்ள ஒரு கோண்ட் ஜாதிப் பெண் இருந்தாள். காட்டு, கோண்ட் ஜாதியைச் சேர்ந்தவளாயிருந்த போதிலும் அவள் நல்ல பண்பும் ரசிகத் தன்மையும் உடையவள். அவள் மேல் கோண்ட் ஜாதியையே சேர்ந்த ஒரு பையன் மனதைப் பறிகொடுத்தான். பெண்ணின் மனதைச் கவரக் கூடியவகையில் அவனிடம் ஒன்றுமில்லை. மனம் போனபடி நடப்பதும் அதட்டி மற்றவர்களிடம் வேலை வாங்குவதும்தான் அவனுக்குத் தெரியும். அவன் சிவாவையே நினைத்துக்கொண்டிருந் தான். அவளை அடைய யாதொரு வழியும் தெரியாமல் கவலைப் பட்டுக் கொண்டிருந்தான். கடைசியில் தனது ஜாதியின் வழக்கப்படி அவன் ஒருநாள் சந்தர்ப்பம் பார்த்து சிவாவைத் தூக்கிச் சென்று ராக்ஷஸ முறையில் அவளைக் கடிமணம் புரிந்து கொண்டான்.

மணமுறைகளைப் பூர்த்தி செய்வது அவனுக்குச் சுலபமா யிருந்தது. ஆனால் சிவாவைத் தனதாக்கிக் கொள்வது, தன் வசப்படுத்திக் கொள்வது சுலபமாயில்லை.

சிவாவைப் போன்ற பண்பும், பாவனையும் நிறைந்த பெண் அவனை ஏன் ஏறிட்டுப் பார்க்கப்போகிறாள்! இந்த ஜட முட்டாள் நயமாக நடந்துகொள்வதை எவ்வாறு அறிவான்! அவன் கணவன் என்ற ஜம்பத்தைக் காட்ட முயன்றான். பெண்ணும் தன் சாமர்த்தியத்தைக் காட்டத்தொடங்கினாள். சிவாவைக் கொள்ளையடித்துக கொண்டு வந்த யுவன் சிவாவின் கோபம் மூண்ட மனத்திற்கு முன் தோற்றுவிட்டான். அவனுடைய கோபம் அதிகரித்தது. உடலையே எல்லாமாகக் கருதும் மனிதன் உடலை விட்டு வெளியே செல்ல முடியாது. அவன் கடைசியில் சிவாவைக் கொன்றுவிட்டான். அவளுடைய உடலைத் துண்டம் துண்டமாக வெட்டி ஓர் ஆழமான பள்ளத்தாக்கில் வீசியெறிந்து விட்டாள்.

சிவாவின் உடல் விழுந்த இடத்திலிருந்து உடனே ஒரு ஆறு கிளம்பிற்று. அதுதான் இந்த சிவநாத். இது கடைசியில் மஹாநதி யோடு ஐக்கியமாகி விடுகிறது.'

இன்று காலை நாங்கள் பேமேத்ராவுக்குப் புறப்பட்டோம். வழியில் ஒரு சம்பவம் நிகழ்ந்துவிட்டது. ஓடிக் கொண்டிருந்த எங்கள் மோட்டார் ஒரு மாட்டு வண்டியோடு மோதிவிட்டது. ஒரு காளையினுடைய கொம்பு ஒடிந்துவிட்டது. நாங்கள் நின்றுவிட்டோம். மாட்டைக் கவனிக்க ஓடினோம். மாட்டின் தொங்கிக்கொண்டிருக்கும் கொம்பை வெட்டிவிடும்படி நான் ஆலோசனை கூறினேன். ரத்தம் வழிந்து கொண்டிருந்த இடத்தில் பெட்ரோலில் நனைத்துத் துணியைக் கட்டினோம். சூழ்நிலை ஒருவிதமாக சோகம் நிறைந்ததாக ஆகி விட்டது. இந்த நிலையில் சிவநாத்தை மறுபடி பார்த்தோம். இங்கே ஆற்றின் பரப்பு மிகவும் அழகாயிருக்கிறது. அக்கம்பக்கத்திலுள்ள கற்கள் நாவல் பழநிறமாயிருக்கின்றன. நதியின் நீர்ப்பாகமும் மிக அழகா யிருக்கிறது. காவியமயமான தோற்றம். ஆனால் சிவாவின் கருணை நிறைந்த கதை மனத்தில் நிரம்பியிருந்தது. ஆதலால் சிவநாத்தைக் காண்பதில் துக்கத்தின் சாயைதான் மேலிட்டது.

சிவநாத்தின் தலைவிதியே இவ்வாறுதான் போலும்! கடைசியில் மனத்தில் துக்கத்தைக் குறைத்துக கொள்வதற்காக இந்தக் கடிதத்தை எழுதினேன். இப்பொழுத இதயத்தின் பாரம் சற்றுக் குறைந்துள்ளதாகக் காணப்படுகிறது.

(மே, 1940.)

47. சூர்யா

மழைக் காலமாயிருந்துங்கூட நாங்கள் காசாவிலுள்ள சர்வோதயக் கேந்திரத்தைப் பார்வையிடச் சென்றோம். அங்கு செல்வதற்கு இது ஏற்ற தருணமல்ல. ஆகையால்தான் நாங்கள் அங்கு சென்றோம். மழைக் காலத்தில் சிறுசிறு 'ஆறுகள்' பாதையில் ஓடத் தொடங்குகின்றன. அவற்றில் தண்ணீர் அதிகரித்து விட்டால் மோட்டார்களும், பஸ்களும் மணிக்கணக்காக நின்று விடுகின்றன. நம் சர்வோதய ஊழியர்கள் நமது ஆதிவாசி சகோதரர்களுக்கு இம்மாதிரித் தருணத்தில் எவ்வாறு தொண்டு புரிகிறார்கள் என்று பார்த்துவர நினைத்தோம்.

இந்தியாவின் மேற்குக் கரையிலுள்ள ஒரு அழகான இடத்தைப் பற்றி எனக்கு நன்கு பரிச்சயம் உண்டு. பம்பாய்க்கு வடக்கே சுமார் 100 மைல் தூரத்தில் போர்லீகோல்வட் என்ற இடம் இருக்கிறது. அங்கு நான் பல மாதங்கள் தங்கியிருந்தேன். அங்கே கடலின் அலைகளோடு நித்தமும் விளையாடியிருக்கிறேன்.* **(இந்த இடத்தைப் பற்றிய வர்ணனை நான் எனது மருபூமி அல்லது ஏரி என்ற கட்டுரையில் விரிவாக விளக்கியிருக்கிறேன்.)** கடலின் நீர் வற்று அலைகளால் ஒன்று அல்லது ஒன்றரை மைல் வரை பின்னால் போய்விடும். அப்பொழுது கடற்கரை முழுவதும் ஈரமாகிவிட்ட டென்னிஸ் கோர்ட் மாதிரி ஆகிவிடும். நாங்கள் எட்டுப்பத்துப் பேர் இந்த ஈரமணல்மீது நடந்து கடலின் அலையைத் தேடப் புறப்படுவோம். பொங்கும் அலை எழும்போது அவை எங்களைத் துரத்தும். நாங்கள் கரையை நோக்கி ஓடுவோம். அலைகள் படையெடுப்பதும் நாங்கள் உயிருக்குப் பயந்து ஓடுவதுமான இந்த விளையாட்டு மிகவும் வேடிக்கையாயிருக்கும். பார்த்துக் கொண்டிருக்கையிலேயே திறந்த வெளியான மைதானம் முழுவதும் ஏரிபோல ஆகிவிடுகிறது. காற்று தண்ணீருடன் விளையாடத் தொடங்கிவிடுகிறது. இந்த உப்பு நீரிலும் மணலிலும் கூட ஓரிரு இடங்களில் மரங்கள் வளர்ந்திருந்தன. அவற்றுடைய வழவழப்பான இலைகளைப் பார்த்து நான் 'விளையும் பயிர் முளையிலே' என்று கூறுவேன்.

இந்த விசாலமான ஏரிமைதானத்தில் ஓர் உதாவரண்*- **(உதாவரணன் - உத் - தண்ணீர்; தரையின் மேல் பரப்பைச் சூழ்ந்து கொள்ளும் ஆவரணம். வாதாவரண் - வாதம் அல்லது வாயுமண்டலம் சூழ்ந்து கொள்வது)** பிரஜைகளின் மிகப் பெரிய சிருஷ்டி, அமைந்திருக்கிறது. பல விதமான சங்குகள், பற்பலவிதமான நண்டுகள், இன்னும் பல ஜீவ உயிரினங்கள் அங்கே இருந்தன. அவற்றின் ஓடுகளும், எலும்புகளும் கரைகளில் கிடந்தன.

போர்டீ'யில் நான் வசிக்கச் சென்றிருந்த சமயம் அங்கே ஒரே ஒரு நல்ல ஹைஸ்கூல்தான் இருந்தது. இப்பொழுது அது நல்ல பெரிய கல்வி ஸ்தாபனமாக வளர்ந்துவிட்டது. சிறுவர் கல்வி, முதியோர் கல்வி, நயீதாலீம், ஆதிவாசிகள் கல்வி, ஆசிரியர் பயிற்சி போன்ற பல ஸ்தாபனங்கள் அங்கே ஏற்பட்டு விட்டன. இப்பொழுதெல்லாம் போர்டீ அரசியல் விழிப்புக்கும் கல்விப்பரப்புக்கும் சமூகத் தொண்டுக்கு ஒரு முக்கியமான கேந்திரமாக விளங்குகிறது.

போர்டீக்குத் தெற்கே நான் ஒருமுறை சிஞ்சணீக்கும் சென்றிருந்தேன். அங்கேயுள்ள தொழிலாளிகள் துணிகளில் பூவேலை அச்சடிக்கும் மர அச்சுக்கள் தயாரிப்பதில் இந்தியா முழுவதிலும் பெயர் பெற்றவர்கள். இந்தத் தடவை சிஞ்சணீ, போர்டீ இரண்டிற்கும் இடையிலுள்ள டஹாணுவிற்குச் சென்று வந்தேன். இதுவும் கடற்கரையிலுள்ள ஓர் இடம். அங்கேயும் இயற்கையழகு போர்டீயை விடக் குறைந்ததில்லை.

பல நூற்றாண்டுகளுக்கு முன் ஈரானிலிருந்து வந்து குடியேறிய சில ஈரானியர்கள் இங்கே இருக்கிறார்கள். வீட்டில் ஈரானிய மொழி பேசுகிறார்கள். இப்பொழுது இவர்கள் ஈரானிலிருந்து வந்துள்ள பழங்கால பார்ஸீ மக்களோடு நெருங்கிக் கலந்து விட்டார்கள். குஜராத்தியும் மராட்டியும் நன்றாகப் பேசுகிறார்கள். இந்த ஈரானியர்களுடைய தோப்புக்கள் தோட்டங்கள் பார்க்கத் தகுந்தவை. அனுபவம் மிக்க பயிர்தொழிலினாலும், நல்ல உழைப்பினாலும் இவர்கள் லட்சக் கணக்கில் பணம் சம்பாதித் திருக்கிறார்கள். நம் நாட்டில் குடியேறி இவர்கள் நம் நாட்டு வருவாயை நன்கு அதிகரித்திருக்கிறார்கள். இங்குள்ள குடியானவர் களுக்கு நல்ல போதனைகள் அளித்திருக்கிறார்கள். இவர்கள் நமது வந்தனத்துக்கு உரித்தானவர்கள்.

டஹாணூவிலிருந்து 16 மைல் கடந்து நாங்கள் காசாவுக்குச் சென்றோம். என்னுடைய ஒரு பழைய மாணவர் முரளீதர் காடே என்பவர் அங்கே கிராம சேவை புரிந்து வருகிறார். இந்த ஆண்டுதான் அவரும் அவருடைய மனைவியும் காசா கேந்திரத்தின் பொறுப்பை ஏற்றிருக்கின்றனர். வெகு சீக்கிரத்திலேயே இங்குள்ள கலாச்சாரச் சூழ்நிலை நன்கு முன்னேற்றமடைந்துவிட்டது. ஆசார்ய ஸ்ரீ சங்கர் ராவ் பீஸே அவர்களுடைய தூண்டுதலால் இந்தப் பணி நடந்தேறி வருகிறது.

டஹாணூவிலிருந்து காசாவுக்குப் போகும் வழியில் ஒரு உயரமான மலைச்சிரகம் தென்படுகிறது. சிகரத்தின் தோற்றத்தைப் பார்த்தால் இதை 'ருஷ்யசிருங்கர்' என்று கூறலாம். விசாரித்துப் பார்த்ததில் இந்தச் சிகரத்தின் உச்சி பலமானதாயில்லை எனத் தெரியவந்தது. கற்களைப் பிடித்துக்கொண்டு யாராவது உயர ஏற முயன்றால், கற்கள் உடைந்து துண்டங்கள் கையோடு வந்து விடுகின்றன. எனக்குப் பயம் என்னவென்றால் ஆயிரம், இரண்டாயிரம் ஆண்டுகளுக்குள் இந்த மலை முழுவதும் காற்று மழை, வெய்யிலினால் பாதிக்கப்பட்டு மலையின் உயரம் முற்றிலும் குறைந்துவிடும் என நினைக்கிறேன். இந்த மலையின் உச்சியில்

ஸ்ரீ மஹாலக்ஷ்மியின் ஆலயம் இருக்கிறது. யாரோ ஒரு கர்ப்பிணி ஸ்திரீ மஹாலக்ஷ்மியைத் தரிசிப்பதற்காக உயரச் சென்றதும் களைத்துவிட்டாளாம். மஹாலக்ஷ்மி கனவில் கோயில் அர்ச்சகரிடம், “என் பக்தர்கள் இவ்வாறு கஷ்டப்படுவதை நான் சகித்துக்கொண்டிருந்த முடியாது. என்னைக் கீழே கொண்டு போய் விடு” என்று கூறினாளாம். இப்பொழுது அந்த மலையின் பள்ளத்தாக்கிலேயே மற்றொரு மஹாலக்ஷ்மி கோவில் கட்டப் பட்டிருக்கிறது.

காசாவின் அருகில் ஒரு நல்ல ஆறு ஓடுகிறது. அதன் பெயர் சூர்யா. இந்த ஆற்றைப் பற்றியும் ஒரு கதை உலவுகிறது. பாண்டவர்கள் இவ்வழியாக யாத்திரை செல்லும் பொழுது பீமனுக்கு அவ்விடத்து ‘ஸ்தான தேவதை’ யான (அந்தப் பிரதேசத்துக் காப்புத் தெய்வம்) மஹாலக்ஷ்மியை மணந்து கொள்ள விருப்பம் ஏற்பட்டது. அதுபற்றித் தன் விருப்பத்தைத் தெரிவித்தபோது; மஹாலக்ஷ்மி கூறினாள்- “இங்கிருந்து சில யோசனை தூரத்தில் ஓடும் சூர்யா நதியைத் திருப்பி நீ இந்த மலையின் காலடியில் ஓடச் செய்தால் நான் உன்னை மணப்பேன். இதில் மற்றொரு நிபந்தனை என்னவென்றால், இந்த வேலை முழுவதையும் நீ ஓர் இரவுக்குள்ளேயே முடித்துவிட வேண்டும். காலையில் கோழி கூவுவதற்குள் நீ இதைச் செய்து முடிக்கவில்லையானால் நம் திருமணம் நடைபெற முடியாது.” பீமன் இதற்கு ஒப்புக்கொண்டான். பெரிய பெரிய பாறைகளைக் கொண்டு வந்து அவன் நதியின் ஓட்டத்தைத் தடுத்தான். ஒரு சிறு இடம் பாக்கி இருந்தது. அதற்கு வேண்டிய கல் கிடைக்காததால் அவன் அவ்விடத்தில் தன் முதுகையே நிறுத்தி நின்று கொண்டான். அவ்வளவுதான், ஆற்றின் பிரவாஹம் அதிகரித்து திசை மாறி, மஹாலக்ஷ்மி மலையின் பக்கமாகத் திரும்பத் தொடங்கியது. மஹாலக்ஷ்மிக்கு இந்தச் சாதாரண மனிதனை மணக்க வேண்டி யிருக்குமே என்ற பயம் ஏற்பட்டுவிட்டது. தேவர்களிடம் தந்திரம், சூது அதிகம் உண்டு. தோற்றுப் போகும் நிலைமை ஏற்பட்டுவிட்டால் அவர்கள் ஏதாவது செய்துவிடுவார்கள், எப்படியாவது வழி கண்டுபிடித்து விடுவார்கள்.

இங்கு பீமன் அணையின் கற்களுக்கு நடுவே முதுகை வைத்துக் கொண்டு தண்ணீர் மலையின் கீழே எப்பொழுத பாயும் என்று எதிர் பார்த்துக்கொண்டிருந்தான். இதற்குள் மஹாலக்ஷ்மியே சேவல் உருவம் எடுத்து, பொழுது விடிவதற்கு முன்பே, ‘கொக்கரக்கோ’ என்று குரல் கொடுத்தாள். பாவம், பீமன்

உரிய நேரத்திற்குள் வேலை முடியவில்லையே என்று மிகவும் ஏமாற்றம் அடைந்தான். அவன் அங்கிருந்து எழுந்தான். அவன் எழுந்தவுடன் அந்த இடத்தின் வழியாக தண்ணீர் வேகமாகப் பாய்ந்தது. அந்தத் தண்ணீரோடு அவனுடைய விருப்பமும் அடித்துக்கொண்டு போகப்பட்டது.

இது போலத்தான் போக்கிரி தேவர்களுக்கும் பலசாலியான அசுரர்களுக்கும் நடந்த சண்டைகள் கணக்கற்ற நாட்டுக்கதைகளிலும், புராணங்களிலும் காணப்படுகின்றன.

நாங்கள் பல பசுமையான வயல்களைக் கடந்து சூர்யாவின் கரைக்குவந்துசேர்ந்தோம்.மழைக்காலம்.தண்ணீர் மிக அதிகமாகப் பெருகி பீமா ஏரியைக் கடந்து வழிந்து கொண்டிருந்தது. காட்சி மிகவும் கவர்ச்சி நிரம்பியிருந்தது. தண்ணீர் மிகவும் வேகமாக ஓடி வழியும் இடத்தில், நாங்கள் எங்கள் கற்பனை மூலம், பீமன் அமர்ந்திருப்பதைக் கண்டோம். நாங்கள் அவனுக்கு வணக்கம் செலுத்தினோம். அவன் வருத்தத்துடன் தலையை அசைத்தான், பிறகு தியானத்தில் ஆழ்ந்துவிட்டான்.

நாங்கள் காசாவுக்குத் திரும்பிவந்தோம். அங்கு நடந்து வரும் வேலையைக் கவனித்தோம். ஆதிவாசிகளின் வாழ்க்கையைச் சித்தரிக்கும் கண்காட்சியைப் பார்த்தோம். உணவருந்திவிட்டு, அங்குள்ளவர்களோடு அளவளாவிவிட்டு, பஸ்ஸில் அமர்ந்து மஹாலக்ஷ்மி ஆலயத்தைப் பார்க்கப் புறப்பட்டோம். வழியில் ஆதிவாசிகளின் குடிசைகளையும், வயல்களையும் பார்த்தோம். இந்த ஜாதியினர் பின்தங்கியிருந்தபோதிலும் தம் வாழ்வின் ஆனந்தத்தை இழக்கவில்லை. மஹாலக்ஷ்மி ஆலயம் குன்றின் கீழே ஒரு ரமணீயமான இடத்தில் அமைந்திருக்கிறது. தேவியின் பக்தர்கள் வெகுதூரம் வரை பரவியிருக்கிறார்கள். ஒவ்வொரு ஆண்டும் இங்கு பெரிய திருவிழா நடைபெறுகிறது. ஒரு லட்சம் மக்கள் கூடிவிடுகிறார்கள்.

யாத்திரிகர்கள் தங்குவதற்காக சிலர் இங்கே நல்ல சத்திரம் கட்டியிருக்கின்றனர். அதைப் பார்த்தோம். சத்திரம் கட்டப் பணம் கொடுத்தவர்களின் பெயர்கள் சலவைக் கற்களில் பொறிக்கப்பட்டிருக்கின்றன. பெயர்களைப் படித்து எனக்கு மிகவும் ஆச்சரியம் உண்டாயிற்று. எல்லாப் பெயர்களும் ஆப்பிரிக்காவின் தெற்கு ரொடீஷியாவில் குடியேறியுள்ள குஜராத்தி ரஜகர்களுடைய பெயர்கள்! சிலர் நூறு ஷிலிங்க் அளித்திருந்தனர். சிலர் ஆயிரம் அளித்திருந்தனர். ரொடீஷியா

எங்கே, குஜராத் எங்கே! தானா ஜில்லாவின் மஹாராஷ்டிர மக்களுக்கு நடுவில் குஜராத்தி மக்களால் கட்டப்பட்ட சத்திரம் எங்கே!

சுதந்திர சர்க்காரின் உதவியால் இந்த ஆதிவாசி வாலிபர்கள் மிகுந்த உற்சாத்துடன் புதுப்புது விஷயங்களைக் கற்று வருகின்றனர். தங்கள் ஜாதியின் முன்னேற்றத்தைப்பற்றியும் சிந்திக்கத் தொடங்கி யிருக்கின்றனர். நான் அவர்களிடம், "நீங்கள் எல்லோரும் மிகவும் பின்தங்கியிருக்கிறீர்கள். உங்கள் ஜாதியின் முன்னேற்றத்தைப் பற்றித்தான் சிந்திக்கவேண்டும். அதுதான் சரி! ஆனால் நீங்கள் உங்கள் ஜாதியைப்பற்றி மட்டுமல்லாமல் இந்தியா முழுமையையும் பற்றிச் சிந்திக்கும் நாள் வர வேண்டுமென்று விரும்புகிறேன். நீங்கள் உங்களது ஜாதிக்குமட்டுமல்லாமல் நாட்டிற்கே தலைவர் களாகவேண்டும். தன் கூட்டத்தினரை மட்டுமே சிந்திப்பவனுக்கு முன்னேற்றம் ஏற்படுவதில்லை. பின்தங்கியபடியே இருக்கிறான். எவனொருவன் உலகம் முழுவதையும்பற்றிச் சிந்தித்து, உலக முழுவதற்கும் தொண்டு புரிகிறனோ அவனுடைய ஜாதிதான் உண்மையான முன்னேற்றம் அடைய முடியும்" எனக் கூறினேன்.

நான் எனது மனதிற்குள் கூறிக்கொண்டேன்- "இவர் களிடம் பீமனைப்போன்று பலம் ஏற்பட்டு இங்குள்ள வெள்ளை ஆடை அணியும் உயர்ஜாதி மக்களிடம் அந்நாட்டு தேவி மஹாலக்ஷ்மியைப் போன்று சாமர்த்தியமும் ஏற்பட்டால் பலன் என்ன ஆகியிருக்கும்! அப்படியாகிவிட்டால் இங்கு வெறும் தண்ணீரைக் கொண்டதான சூர்யா நதி ஓடாது."

கலியுகத்தின் மஹிமை எனக் கருதியல்லாமல், சத்யயுகத்தை நிலை நாட்டுவதற்காக நாம் இந்த ஆதிவாசி மக்களை நம்முடன் ஐக்கியப் படுத்திக்கொள்ளவேண்டும். நான்கு வர்ணத்தை (ஜாதியை) மறுபடி நிலைநாட்டுவது, ஆதிவாசி பழங்குடி மக்களை முன்னேற்றத்துக்குக் கொண்டுவருவது என்ற பரோ பகாரப் பேச்சு, இவைகளையெல்லாம் இனி விட்டுவிட வேண்டும். இவர்களிடையேயும் நம்மிடையேயும் யாதொரு ஏற்றத்தாழ்வும் இருக்கவே கூடாது. (ஸெப்டம்பர், 1951.)

48. அபரீ ஈப்

நான் கல்கத்தாவிலிருந்து வர்தாவுக்குப் போய்க்கொண்டிருந் தேன். ரயிலில் இரவில் ஒன்றும் போர்த்திக்கொள்ளாமல்

தூங்கிவிட்டேன். போர்த்திக் கொள்ள வேண்டிய அவசியமும் இருக்கவில்லை. இருந்த போதிலும், போர்த்திக்கொண்டாலும் ஒன்றும் தவறும் இல்லை. காலையில் 5 மணிக்கு விழித்தவுடன் காற்றில் கொஞ்சம் குளிர்ச்சி தென்பட்டது. போர்த்திக் கொண்டிருந்தால் நன்றாக இருந்திருக்கும் என்று கூட நினைத்தேன். கடைசியில், இனிமேல் யோசித்து என்ன பயன் என்று கூறிக் கொண்டே எழுந்திருந்தேன். கவிகளுக்கு வருங்காலம் எந்த அளவுக்குத் தெரியுமோ அந்த அளவுக்கு வெளிக்காட்சி தென் பட்டது. காட்சி முழுவதும் குதூகலம் நிரம்பியதாய் இருந்தது, ஆனால் முற்றிலும் தெளிவாயில்லை.

இதற்குள் ஓர் ஆறு வந்தது. பாலத்தின் இரு கரைகளுக்கும் நடுவே அதன் தாரைகள் பல வரிசைகளாகப் பிரிந்து ஓடின. ஒவ்வொரு நதியும் இவ்வாறுதான் ஓடுகிறது. ஆனால் இந்த நதி விசேஷமாக வெகு அழகுடன் ஓடிக்கொண்டிருந்தது. மெல்லிய இருட்டு பாக்கியிருந்த காலைவேளை. ஆகாயம் இந்தத் தண்ணீரைக் கொண்டு வெள்ளி தயார் செய்யலாமா அல்லது பழங்காலத்துப் பளபளப்புடன் கூடிய முகம் பார்க்கும் கண்ணாடி தயாரிக்கலாமா என்று இன்னும் நிச்சயிக்கவில்லை.

நாங்கள் பாலத்தின் நடுவே வந்தோம். நான் பிரவாகத்தின் அழகை ரசிக்கத் தொடங்கினேன். இதற்குள் யாரோ தண்ணீரின் பரப்பின்மீது வெள்ளை வர்ணத்தைத் தூவிவிட்ட மாதிரியும், அதனால் தண்ணீரின் பரப்பில் பல டிஸைன்கள் (நோட்டுப் புத்தக அட்டைகளுக்கு உபயோகிக்கும் மார்பிள் காகிதத்தின் டிஸைன்கள்போல) ஏற்பட்டுவிட்டன. (இதற்கு இந்தியில் அப்ரீ என்று பெயர்.) இதைப் பார்த்து நான் மகிழ்ச்சி யடைந்தேன். சமீபத்தில்தான் நான் டில்லி ஜாமியா மில்லியாவின் சிறு குழந்தைகள் காகிதங்களின்மேல் அப்ரீ (மார்பிள்) டிஸைன்கள் தயாரிப்பதைப் பார்த்திருந்தேன். எனக்கு இந்த இயற்கையான டிஸைன்கள் மிகவும் கவர்ச்சி தருகின்றன.

இந்த ஆற்றின் பெயர் என்ன? யார் தெரிவிப்பார்கள்? பரவாயில்லை, ஒருவரும் கூறாவிட்டால் நான் இதை அப்ரீ என்றே அழைப்பேன்.

நதி போய்விட்டது. அது எங்கிருந்து வரும் நதி என்றறிய ஆவல் உண்டாயிற்று. ஏனெனில் அதற்குப் பிறகு புகை கக்கும் ஓரிரு 'சிம்னி' கள் தான் காணப்பட்டன. அருகிலுள்ள கிராமத்தில் மின்சார விளக்குகளும் தென்பட்டன. ரயில்வே கால அட்ட

வணையைப் புரட்டிப்பார்த்துக்கொண்டே, 'இப்பொழுது தானே மணி ஐந்து அடித்திருக்கிறது. நாம் எங்கே இருக்கிறோம்?' என்று அதனிடம் கேட்டேன். அதன் பதிலைக் கேட்டவுடனேயே என் வாயிலிருந்து நன்கு பரிச்சயமுள்ளதற்கு அறிகுறியான தொனி கிளம்பிற்று- "ஓஹோ! இது நமக்குத் தெரிந்த ஈப் அல்லவா!" ராம்கட்டுக்குப் போகும்போது அது எத்தனை அழகான தோற்றங்களில் காட்சியளித்தது! அதை நான் எவ்வாறு புரிந்து கொள்ளாமலிருக்க முடியும்? அப்ரீயின் இந்தக் கலையழகு எல்லா ஆறுகளாலும் காண்பிக்க முடியுமா?

இந்த ஈப் இந்த அப்ரீக் கலையை எந்தப் பள்ளியில் கற்றிருக்கக் கூடும்? ஒருக்கால் உலகமே இந்த அப்ரீ டிஸைன் கலையை முதன் முதலாக இதனிடமிருந்துதான் கற்றிருக்குமோ? (மே,1941.)

49. தேந்துலாவும் சுகாவும்

இன்று நான் இதுவரை நினைத்திராத மிக அசாதாரணமான ஆனந்தம் அனுபவிக்க முடிந்து, நாங்கள் வர்தாவிலிருந்து 'த்ருக்' குக்கு வந்திருந்தோம். பக்கத்திலுள்ள இரு கிராமங்களிலுள்ள ஆதாரக் கல்வி ஆசிரியர்கள் பயிற்சி நிலையம் ஒன்றின் திறப்பு விழாவுக்காக நாங்கள் அதிகாலை 4 மணிக்கு 'த்ருக்' குக்கு வந்து சேர்ந்தோம். குளித்துவிட்டுச் சிற்றுண்டி அருந்தினோம். பிறகு பாலோட் டுக்குப் புறப்பட்டோம். 'த்ருக்' கிலிருந்து பாலோட் தெற்கே சரியாக 37 மைல் தூரத்தில் இருக்கிறது. நேரானவழி, கயிற்றினால் கோடுகள் போட்டுத் தயார் செய்யப்பட்டதுபோல. 'பாலோட்' டுக்குப் போய்ச் சேர்ந்தோம். இங்கிருந்து சமீபத்திலேயே தேந்துலா அணையும், கால்வாயும் இருக்கின்றன என்று சிலர் தகவல் தெரிவித்தனர். தங்கள் ஊரிலுள்ள சாதாரண வஸ்துகூட அவ்வூர்வாசிகளுக்கு மிக முக்கியம் உள்ளதாகத் தோன்றும். பாயீ தாமஸ்கர் என்பவர் பிரசங்கத்துக்குப் பிறகு 'நாம் அணையைப் பார்க்கச் செல்லாம்' என்று சொன்னவுடன் நான் சரி யென்று கூறிவிட்டேன். அங்கே பார்க்கக்கூடிய ஏதாவது இருக்கும் என்று எனக்குத் தோன்றவில்லை. நம்மை அழைத்திருப்பவர்களின் உற்சாகத்தைக் குறைக்கக்கூடாது என்பதற்காக நான் 'சரி' என்று கூறிவிட்டேன்.

முழு 37 மைல் யாத்திரையிலும் ஓர் இடத்திலாவது பள்ளம், குழிகள் கிடையாது. தரை எங்கும் சமதளமாகவே இருந்தது. இது போன்ற சமதரையுள்ள சாலையைப் பார்த்த பிறகு ஓரிரு ஓடையோ,

ஓரிரு அணையோ பார்க்கக் கிடைத்ததால் சற்று ருசிமாற்றமான உணர்வு ஏற்படுமே என்றும், நான் சரியென ஒப்புக்கொண்டேன். புனாவின் பண்ட்- கார்டன் முதல் பிரம்மாண்டமான வாட்கர் அணைவரை பார்த்திருப்பவனுக்கு இந்த அணையைப் பார்க்க வெகுவாக ஆவல் இருக்காது.

விஜயவாடாவில் கிருஷ்ணாவின் அழகான அணை, 'கோகாக்'க்குக் கருகில் கடப்பிரபாவின் அணை, லோனவலாவின் இரண்டு மூன்று அழகான அணைகள், மைசூரில் பிருந்தாவனைப் பேணி வளர்க்கும் 'கிருஷ்ணராஜசாகரம்' என்ற சக்கரவர்த்திபோன்ற ஏரி, தில்லிக்கு அருகில் யமுனையின் கவர்ச்சி நிறைந்த ஓக்லா அணை, நாசிக்குக்கருகிலுள்ள 'ப்ரவரா' வின் அழகு பொருந்திய மயிர்க்கூச் செரியக்கூடிய அணை, இப்படிப்பட்ட பல நீர் நிலைகளை நான் கண்டு களித்திருக்கிறேன்.

பாவ் நகருக்கருகிலுள்ள போர் குளத்தைப்பற்றி நான் ஏற்கெனவே வருணித்திருக்கிறேன். விஜயவாடாவின் கிருஷ்ணா நதிக்கு நான் எனது அஞ்சலிகளைச் சமர்ப்பித்திருக்கிறேன். மற்றவைகளைப் பற்றி இதுவரை எழுதவில்லையென்று குறைதான். இருந்த போதிலும் இன்று ஒரு உயர்ந்த ரகமான நீர்ப்பெருக்கைக் காணும் வாய்ப்பு கிடைக்கும் என நான் எதிர்பார்க்கவேயில்லை. பிரசங்கம், பேச்சுக்கள், உணவு முதலியவற்றை முடித்துக் கொண்டு நாங்கள் தெந்துலா வாய்க்காலைப் பார்க்கப் புறப்பட்டோம். அணையின் மேல் கார் செல்வதற்கு அனுமதி பெறுவதற்காக ஒருவன் முன்னால் சென்றான். அவன் வருவதை எதிர்பார்த்துக் கொண்டிருக்கப் பொறுமையில்லை; அனுமதி கிடைத்துவிடும் என்ற எண்ணத்துடன் நாங்கள் வெகுவேகமாகச் சென்று அணைக்கருகில் வந்து சேர்ந்தோம். பாலத்தின் மேல் சென்றோம். நான் பிரமித்தே போய்விட்டேன்!

எவ்வளவு நீளமான நீர்ப்பரப்பு! தண்ணீரும் எவ்வளவு நிர்மலமானது! ஆகாயமே ஆனந்தப் பெருக்கெடுத்து கீழே இறங்கிவிட்டது போல் தோன்றிற்று. தண்ணீரின் நிறம்! ஊதா, நீலம், ஆகாயத்து மேகங்கள் இளஞ்சிவப்பு! அதுவும் நிரந்தர மானதல்ல! ஆகாயத்து மேகங்கள் மிதந்து செல்லச் செல்ல தண்ணீரின் நிறமும் மாறிக் கொண்டே வந்தது. சிறு அலை களினால் தண்ணீர் மிக அழகாக மலர்ந்து காணப்பட்டது. அதோடு கூட மேலேயிருந்து இந்த வர்ண ஜாலங்களும் சேர்ந்து கொண்டன. பிறகு கேட்பானேன்! எங்கு பார்த்தாலும் கவிதை அசைந்தாடிக் கொண்டிருந்தது. அற்புதம் நடனம் புரிந்து கொண்டிருந்தது.

தனக்கு ஏற்பட்டுள்ள பெருமை யாரால் கிடைத்தது என்பது இரு கரைகளுக்கும் தெரியும்; ஆதலால் அவை வணக்கத்துடன் இந்த நீர்ப்பரப்பைப் புகழ்ந்து கொண்-டிருந்தன.

இந்த அணையின் பெருமை அதன் விசாலமான பரப்பைக் தவிர மற்றொரு விஷயத்தையும் பொருத்திருந்தது. தேந்துலா, சுகா இவையிரண்டும் சகோதரிகள். தேர்ந்துலா அக்கா. அது 30-40 மைல் தூரத்திலிருந்து வருகிறது. அதற்கு முன்னால் சுகா சிறுபெண். மூன்று மைல் தூரத்திலிருந்துதான் இங்கு வருகிறது. இவையிரண்டும் அருகில் நெருங்கும் இடத்தில் அன்பே உருவான இந்த அணை அவர்கள் முன்னால் படுத்து என் மேல் ஆணை, நீங்கள் மேலே போகக்கூடாது' என்று கூறுகிறது. சுமார் 3 மைல் நீள அணை இந்த இரு ஆறுகளையும் தடுத்து நிறுத்துகிறது. பிறகு தன் இஷ்டப்படி சிறிது தண்ணீரை வெளிவிடுகிறது. பச்சை மண்ணால் ஆன இத்தனை நீளமான அணை இந்தியாவில் வேறு எங்கும் கிடையாது. ஏன், உலகிலேயே வேறு எங்கும் கிடையாது. அணைக்குக் கீழே 15 மைல் தூரம் வரையிலுள்ள பூமி இவ்வளவு அன்பளிப்பான தண்ணீரை ஏற்றுக்கொள்ள மறுத்துவிடுகிறது. ஆகையால் இந்தக் கால்வாய் 60-70 மைல் வரை இருபக்கங்களிலுமுள்ள வயல்களுக்குத் தன் தண்ணீரைப் பாய்ச்சி உதவுகிறது. கால்வாயினால் மேலேயுள்ள வயல் தண்ணீரில் மூழ்கிவிட்டது என்பதை வெறும் கண்களால் எவ்வாறு கற்பனை செய்து பார்க்க முடியும்?

ஆராய்ச்சி செய்து பார்த்ததில் சுமார் 300 சதுர மைல் நிலப்பரப்பில் விழும் தண்ணீர் இங்கு தேங்குகிறது. தண்ணீரின் பரப்பு 16 சதுர மைல். 1910-ல் இந்த அணையை நிர்மாணிக்கும் வேலை தொடங்கிற்று, முக்கால் கோடி ரூபாய் செலவில் வேலை பூர்த்தியாயிற்று. மழைக் காலத்தில் இந்த இருநதிகளின் தண்ணீரும் ஒன்று சேருகிறது. பிறகு, தண்ணீரில் மூழ்கியிருக்கும் பிரதேசம் முழுவதையும் பார்த்து, **'ஸர்வத: ஸம்ப்லுதோத$_3$கே'** யின் நினைவு வருகிறது. நடுவிலுள்ள திட்டு தன் தலையைச் சிறிது உயர்த்த முயலும் போது அதைப்பார்த்து நமக்குச் சிரிப்பு வருகிறது. இன்று இந்தத் திட்டின் மீது உயரமான மரங்கள் **'யத்$_3$பா$_4$வி தத்$_3$ ப$_4$வது'** என்ற எண்ணத்தோடு நின்றுகொண்டிருக்கின்றன. அவைகள் அந்த விளிம்பு உள்ள படகில் ஏறிக் கொண்டு எங்கேயாவது போக வேண்டுமா என்ன? இது போன்ற மரங்கள் முடிந்தமட்டும் மிக ஒய்யாரமாக நிற்கின்றன. கடைசியில் வேர் ஆட்டம் கண்டவுடன் தண்ணீரில் விழுந்து விடுகின்றன.

காகா காலேல்கர்

கோடையில் இரு நதிகளும் தனியாகப் பிரிந்துவிடும் போது, வெய்யில், பிரிவு இவற்றினால் இவை அதிகமாகப் வரண்டுவிடாமலிருக்கும் பொருட்டு, இரண்டிற்கும் இடையில் ஒரு வாய்க்கால் வெட்டி இரண்டினுடைய தண்ணீரையும் ஒன்றோடொன்று கலக்க ஏற்பாடு செய்யப்படுகிறது. நதிகளுக்கும் இதயம் உண்டு என்பது தெரிந்தவர்களுக்குத் தான் தெரியும். அவற்றிடம் தாயன்பு உண்டு, நன்னடத்தை உண்டு, தீவிர ஆவல் உண்டு, கழிவிரக்கமும் உண்டு. இந்த இரு சகோதரிகளும் எது செய்தாலும் ஒன்று மற்றொன்றின் சோபையைப் பார்த்துப் பொறாமையோ, சக்களத்தி எண்ணமோ அவற்றிடம் சற்றும் காணப்படுவதில்லை. அணை என்ற கட்டாயத் தன்னடக்கம் மூலம் அவற்றுடைய சக்தி பெரிதும் அதிகரித்திருப்பதால் அவற்றுக்கு ஓர் எண்ணம் உதிக்கிறது. ஓடிக் கொண்டிருப்பதே ஆற்றின் கடமையல்ல. அகலமாகப் பரவி ஆசிகூறும் தன்மையை மேற்கொள்வதும் 'நதி தர்ம' மாகும், என்ற உபதேசத்தை எல்லா ஆறுகளுக்கும் கூறும் பொருட்டே இவையிரண்டும் இங்கே பரவிக் கிடக்கின்றன போலத் தோன்று கிறது.

ஆற்றின் கரைகளில் மரங்கள் நின்றிருக்குமானால் அங்கு ஒரு தனிப்பட்ட அழகு காணப்படுகிறது. இந்த மரங்கள் நதியின் பரப்பை மூடுவதற்கு வீண் முயற்சி செய்யும்போதுகூட அவை நல்ல வனப்பையே உண்டாக்குகின்றன. நாங்கள் நதிக்கரையின் மரங்களைச் சந்திப்பதற்காகச் சென்றோம். நடுப்பகல் நேரம் தூக்கக்கலக்கத்தில் இருந்த அந்த மரங்கள் ஆற்றோடு அளவளாவிக் கொண்டே தூக்கத்தில் ஆழ்ந்து கொண்டிருந்தன. நாலா பக்கமும் வெப்பமும் குளிர்ச்சியும் கலந்த அமைதி பரவியிருந்தது. பற்பல விதமான பறவைகள் மட்டும் கூக்குரல் எழுப்பிக் கொண்டு ஒன்று மற்றொன்றிடம் இந்தக் காவியமயமான காட்சியை அனுபவிக்கும் படித் தூண்டிக் கொண்டிருந்தன.

சிவப்பு நிறச் சிலந்திப் பூச்சிகள் தம் பசையினால் மரங்களின் இலைகளை ஒன்றோடொன்று ஒட்டவைத்து, இந்தக் காவியக் காட்சிகளையெல்லாம் நிரப்பிவைத்துக் கொள்ளும் பொருட்டு, பைகள் தயார் செய்து கொண்டிருந்தன. என் கண்களும் மன தென்னும் பையைத் தயார் செய்து அதில் எதிரிலுள்ள காட்சி களையெல்லாம் நிரப்பிக் கொள்வதற்காக அந்தப் பிரதேசம் முழுவதையும் பருகிக் கொண்டிருந்தன.

நதிக்கு இதில் யாதொரு ஆட்சேபணையும் இருக்கவில்லை.

(மார்ச், 1940.)

50. ரிஷிகுல்யாவின் பெருந்தன்மை

இன்று மஹாசிவராத்திரி. நித்திய வேலைகளையெல்லாம் ஒரு பக்கம் வைத்துவிட்டு, நதி, நதியைப் படைத்தவன், நதிபதி இவற்றைத் தியானிப்பதற்காக அமர்ந்துள்ளேன். நதிகள் யாவும் லோக மாதாக்கள். அவற்றின் 'ஜீவன் லீலை'களைப் பலவிதங்களில் நினைவுபடுத்திக் கொண்டு புனிதமடைந்துள்ளேன். முன்னோர்கள், நதிகளின் வழிபாட்டை நீராடல், தானம், பானம், (நீர் அருந்துதல்) இம்மூன்று விதங்களிலும் செய்ய வேண்டும் என்று கூறியிருக்கின்றனர். எனக்குத் தோன்றிற்று. வெறும் நீராடுதல் தானம், பானம் மட்டும் ஏன்? செலுத்தக் கூடாது? இவ்வாறு நினைத்து நான் நதியைப் பாடவும் நிச்சயித்துக் கொண்டேன். 'லோக மாதா' மேலும் இந்த ஜீவன் லீலா ஆகிய இரு நூல்களிலும் இந்தப் பாட்டு கிடைக்கும்.

இப்பொழுது என் முன் ஒரு சிறு புனிதமான ஆறு வந்து காதில், "என்னை மறந்து விட்டாயா?" எனக் கூறிற்று. நான் சற்று வெட்கப் பட்டுக் கொண்டே அதற்கு வணக்கம் செலுத்தினேன். இந்த ஆறு கலிங்க நாட்டில் 125 மைல் தூரம் மட்டுமே ஓடக் கூடிய 'ரிஷிகுல்யா' எனப்படுவது.

ரிஷிகுல்யா ஆற்றின் பெயரை நான் இதற்கு முன் கேட்ட தில்லை. நான் அசோகனின் கல்வெட்டுக்களைப் பார்க்க மிகவும் பித்துக் கொண்டிருந்தேன். 'ஜூகட்'டின் கல்வெட்டுக்களைக் கண்டிருக்கிறேன். ஒரிஸாவின் கல்வெட்டுக்களையும் பார்த்து விட வேண்டியதுதான் என்று மனத்தில் தோன்றியது. கலிங்க நாட்டின் 'தௌலீ' கல்வெட்டுக்களைப் பார்த்திருக்கிறேன். எனது சரித்திரக் கண்ணோக்கு கேட்கத் தொடங்கியது-' இன்னும் சற்றுத் தெற்கே சென்று ஜெனகட்டின் பிரசித்தி பெற்ற கல்வெட்டுக்களைப் பார்க்காமல் எப்படி இருக்கமுடியு?' அதைத் திருப்தி செய்யும் பொருட்டு 'கஞ்ஜம்' நோக்கிப் போக வேண்டியிருந்தது. அந்த யாத்திரை மிகவும் ரம்மியமாய் இருந்தது. ஆனால் அதை விவரிக்கத் தொடங்கினால் அது ரிஷிகுல்யாவைவிட நீண்டதாக ஆகிவிடும்.

இந்த ஆறு சில்கா ஏரியில் கலப்பதற்குப் பதிலாகக் கஞ்ஜம் வரை எவ்வாறு சென்றது; அங்கு சென்று கடலிலேயே ஏன் கலக்க முற்பட்டது என்பது வியக்கத்தகும் விஷயமாகும். ஒருக்கால் கடலரசனின் மனைவி என்ற பெயரை அடைவதற்காக இவ்வாறு செய்தது போலும். ஆனால் இங்குள்ள கடலில் யாதொரு

உற்சாகமும், கவர்ச்சியும் காணப்படவில்லை. மணலுடன் விளையாடுவதுதான் அதனுடைய வேலை.

ரிஷிகுல்யா சிறிய நதிதான். ஆனால், அதன் பெயரினால் அதற்குப் பெருமை ஏற்பட்டிருக்கிறது. ஏனெனில் இத்தனை சிறிய நதிக்கும் கப்பம் கட்ட (அதனுடன் கலக்க) ‘பத்மா’, ‘பாகுவா’ என்ற இரு நதிகள் வருகின்றன. மேலும் சில நதிகள் இத்துடன் கலக்கின்றன. ஆனால் தரித்திரனுடைய சேர்க்கையால் எங்கே யாவது செல்வம் வளருமா? கோடைக் காலம் வந்தவுடன் ஒரே வறட்சிதான்.

ரிஷிகுல்யாவின் கரையில் அஸ்கா என்ற ஒரு சிறுகிராமம் இருக்கிறது, சிறிய கிராமம் என்றால் அழகாக இருக்கக் கூடாது என்று கூறமுடியுமா? நதிகள் சங்கமம் ஆகுமிடத்தில் அழகைத் தனியாக அழைக்க வேண்டிய அவசியமேயில்லை. இங்குதான் ரிஷிகுல்யாவுடன் சேரும் பொருட்டு ஒரு பெரிய மஹாநதியே வந்திருக்கிறதே! இவையிரண்டும் சேர்ந்து கரும்பு விளைவிக்கின்றன, நெல் விளைவிக்கின்றன, மக்களுக்கு இனிமையான உணவு அளிக்கின்றன. போதையை விரும்புகிறவர்களுக்கு இங்கே மதுவும் கிடைக்கிறது. இந்த ‘தேவபூமி’யில் மக்கள் ‘சுராபானம்’ செய்வதை உசிதம் என்று கூறுவதா, தவறு என்று கூறுவதா? சுரா அருந்துபவர்கள் சுரர்கள் அதாவது தேவர்கள். சுரா அருந்தாதவர்கள் அசுரர்கள் - ஈரானிய மக்கள் தேவர், அசுரர் களைப் பற்றிக் கூறும் வியாக்யானம் இது !

ரிஷிகுல்யா என்ற பெயர் யார் வைத்திருக்கக்கூடும்? இதன் அருகிலுள்ள வேறு இரு ஆறுகளின் பெயர்களும் இதேமாதிரிக் கவிதை நிரம்பியவை, கலாச்சாரம் நிரம்பியவை. ‘வம்சதாரா’, ‘லாங்குல்யா’ போன்ற பெயர்கள் அங்குள்ள பழங்குடி மக்களால் கொடுக்கப் பட்டவையாய் இருக்கமுடியாது எனத் தோன்றுகிறது.

இந்தப் பிரதேசம்முழுவதும் கலிங்கத்தின் கஜபதிகள், ஆந்திரநாட்டு வெங்கிகள், தமிழ்நாட்டின் சோழர்கள் இவர் களுடைய பெரிய ஆசைகளுக்கு இலக்கான யுத்தபூமியாக இருந்துவந்தது. அப்படியானால் இந்தப் பெயர்கள் எல்லாம் சோழமன்னன் ராஜேந்திரனால் வைக்கப்பட்டவையா அல்லது கலிங்கத்தின் கஜபதிகளால் வைக்கப்பட்டவையா - யாரால் கூறமுடியும்? ஜௌகட்டினுடைய சரித்திரப் பிரசித்திபெற்ற கல்வெட்டுக்களைப் பார்வையிட்டுவிட்டுத் திரும்பும் வழியில் மாலையில்ரிஷிகுல்யாவைத்தரிசித்தோம்.சம்ஸ்கிருதஇலக்கியத்தில் ‘ததிகுல்யா’, ‘க்ருதகுல்யா’, ‘மதுகுல்யா’ *** (ததி - தயிர்; க்ருதம் - நெய்; மது - தேன்; குல்யா - குலத்திலுதித்தவள்)** போன்ற

பெயர்களைப் படித்து நாக்கில் ஜலம் ஊறுவதுண்டு. ரிஷிகுல்யா' என்ற பெயரைக் கேட்டு நான் பக்தியால் நிரம்பிவிட்டேன். அதற்கு வணங்கி விட்டு, மாலைநேரப் பிரார்த்தனையை அங்கேயே செய்து முடித்தேன்.

சிறு ஆற்றைக் கடப்பதற்குப் படகும் சிறியதாகத்தான் இருக்கும். அன்று எங்களுடைய அதிர்ஷ்டம் இந்தச் சிறுபடகு கூடப் பாதியளவு தண்ணீரால் நிரம்பியிருந்தது. படகிலுள்ள தண்ணீரை வெளியே அள்ளிக்கொட்ட எங்களிடம் கோப்பை, செம்பு ஒன்றும் இல்லை. ஆகையால் செருப்புக்களைக் கையில் எடுத்துக்கொண்டு நாங்கள் வெறுங் காலுடனேயே படகில் பிரவேசித்தோம். ஆற்றில் காலை நனைக்கவேண்டாம் என நினைத்தோம். ஆனால் படகிலிருந்து தண்ணீர் எங்கள் கால்களைக் கழுவிவிட்டது. நின்றுகொண்டிருந்தால் படகு கவிழ்ந்துவிடும், உட்கார்ந்தால் இடுப்புவேட்டி ஈரமாகிவிடும். இந்தச் சங்கடத்தி லிருந்து தப்புவதற்காக நாங்கள் படகின்விளிம்புகளைப் பிடித்துக் கொண்டு குத்திட்டு உட்கார்ந்துகொண்டோம். இதே நிலையில் அமர்ந்தவண்ணம் நாங்கள் வேதகாலத்து, புராணகாலத்து, ரிஷிகளை தியானித்துக் கொண்டே அவர்களுடைய 'குல்யா'வை (குலத்துதித்தவளை)க் கடந்தோம். அன்றிலிருந்து இந்த ரிஷி குல்யாவைப் பற்றி மனத்தில் ஆழ்ந்தபக்தி வேறூன்றிவிட்டது. குக்குடாசனத்தில் அமரும் சுகம் நினைவிலிருக்கும் வரை அந்த இரவுநேரச் சம்பவமும் ஒருபொழுதும் உள்ளத்தை விட்டு அகலாது.

அங்கே வசித்து வந்த ஒரு உபாத்தியாயரிடம் ரிஷகுல் யாவைப் பற்றித் தெரிந்துகொள்ள விரும்பினேன். அவர் ஒரியா பாஷையிலுள்ள ஒரு நீண்டகாவியத்தை மிகவும் சிரமப்பட்டு எழுதி என்னிடம் அனுப்பிவிட்டார். அந்தக் காவியத்தின் சுவையை நான் இதுவரை அனுபவிக்க முடியவில்லை. ரிஷி குல்யாவினிடம் உள்ள பக்தியைத் திடப்படுத்திக் கொள்வதற்கு நவீனகாலக் காவியம் எதுவும் தேவை இல்லை. மஹா சிவராத்திரி யன்று ரிஷிகுல்யாவைக் குறித்து நடத்திய துதிகளை அவள் மகிழ்ச்சியோடு ஏற்றுக்கொண்டு என்னைப் பூரணமாக ஆசீர்வதித் திருப்பாள் என நம்புகிறேன்.

மஹாசிவராத்திரி.
27-02-1957.

51. ஸஹஸ்ரதாரா

பழைய கடன்கள் தீர்ந்துபோகலாம், ஆனால் பழைய சங்கற்பங்கள் தீராது. இருபத்தைந்து ஆண்டுகளுக்குமுன்பு நான் டேராடூனில் இருந்தபோது ஸஹஸ்ரதாராவைப் பார்க்கச் சங்கற்பம் செய்து கொண்டேன். தீவிர ஆவல் இருந்தபோதிலும் அப்பொழுது போக முடியவில்லை. சிலநாட்கள் வரை மனத்தில் சற்று துக்கமாயிருந்தது; ஆனால் பிறகு அது தீர்ந்துவிட்டது. உலகில் ஸஹஸ்ரதாரா என்று ஓர் இடம் இருக்கிறது என்பது மறந்துபோய்விட்டது. ஆனால் சங்கற்பம் எங்காவது மறைவதுண்டா?

ஆசார்ய ராம்தேவர் அவருடைய கன்யாகுருகுலத்தை நான் ஒரு முறை பார்வையிடவேண்டும் என்று மிகவும் கட்டாயப் படுத்தினார். நானும் இந்த ஸ்தாபனத்தைப் பார்க்கவே விரும்பினேன். சென்ற ஆண்டு போகமுடியவில்லை. வாக்களித்ததற்குக் கட்டுப் பட்டு இந்த ஆண்டு அங்கு சென்றேன். இனிமேல் இயற்கைக்குப் பின்னால் பைத்தியமாக அலையக்கூடாது. இனி சாதாரண மக்களோடு கலந்து பழகவேண்டும். ஸ்தாபனங்களைப் பார்க்க வேண்டும்; தேசிய விஷயங்களைப் பற்றிச் சர்ச்சை செய்ய வேண்டும்; நல்ல மனிதர்களைத் தேடி நற்பணிகளில் ஈடுபடுத்த வேண்டும். ஊழியர்களோடு தம் எண்ணங்கள் அனுபவங்களைப் பற்றிப் பேச வேண்டும் - ஆகிய பல்வேறு எண்ணங்கள் மனத்தில் எழுந்துகொண்டிருந்தன. அப்படியிருக்கையில் ஸஹஸ்ரதாராவைப் பற்றி நினைவு எங்கிருந்து வரப்போகிறது? நான் ஹிந்தி - ஹிந்துஸ்தானி சர்ச்சையில் ஈடுபட்டிருந்தேன். இதற்குள் ஒரு நண்பர் வந்தார். சிலர் அவரை அறிமுகப்படுத்தினர். அவர் கூறினார் - 'டேராடூனில் பார்க்கத்தகுந்த இடங்களில் காட்டிலாக்கா கல்லூரி, சேனைவீரர்களின் பயிற்சிக் கல்லூரி முதலியவையும், இயற்கைக்காட்சிகளில் 'குச்சுபானீ'யும், ஸஹஸ்ரதாராவும் முக்கியமானவை.' கடைசிப் பெயரைக் கேட்டவுடனேயே இருபத்தைந்து ஆண்டு மறதியைப் பெயர்த்துக்கொண்டு பழைய நினைவும் சங்கற்பமும் பூதம் மாதிரி கண்களுக்கெதிரே வந்து நின்றன. இப்பொழுது இந்தச் சங்கற்பத்தை நிறைவேற்ற முயற்சி யெடுத்துக்கொள்வதைத் தவிர வேறு வழியில்லை.

காருக்கு ஏற்பாடாயிற்று. வடக்கே 5, 6 மைல் தூரம் கடந்து ராஜாபூருக்குப் போய்ச்சேர்ந்தோம். இங்கிருந்துதான்

மேலே மசூரிக்குப் போகும் பாதை ஆரம்பமாகிறது. நாங்கள் ராஜா பூரிலிருந்து சுமார் 2.5 மைல் கிழக்குநோக்கி காட்டில் கால்நடை யாகச் சென்றோம். சரியாக 65 நிமிஷங்கள் நடந்து ஸஹஸ்ரதாராவை அடைந்தோம்.மாலைநேரம்,பின்பக்கம் சூரியன் மறைவதற்கு ஆயத்தம் செய்துகொண்டிருந்தான். அவனுடைய கிரணங்கள் எங்கள் பாதையில் பட்டுக்கொண்டிருந்தன. 8-10 நிமிடங்களில் நாங்கள் மனிதவாழ்க்கையை விட்டுவிட்டு காட்டில் பிரவேசித்தோம். தண்ணீர் ஓடி ஓடிப் பள்ளங்கள் விழுந்திருந்தன. அவற்றின் வழியாக நாங்கள் செல்லவேண்டியிருந்தது. நாங்கள் பேசிக் கொண்டே பக்கத்திலுள்ள காட்சிகளைக் கண்டுகளித்துக் கொண்டே போய்க்கொண்டிருந்தோம். அமர்நாத், துங்கநாத், பத்ரீவிசால் முதலிய இடங்களைப் பார்த்திருப்பவனுக்கு மசூரியின் மலை என்ன பிரமாதம்? இருந்தபோதிலும் பல வருடங்களுக்குப் பிறகு இமயமலையின் அடிவாரத்திற்குப் போகநேர்ந்தது. ஆகையால் இந்தக் காட்சியும் கண்களுக்கு மகிழ்ச்சி அளித்துக் கொண்டுதானிருந்தது.

மசூரியின் மலைகளில் பலதடவைகள் மண்மேடுகள் சரிந்துவிழுகின்றன; இதை ஆங்கிலத்தில் 'Land slide' என்று கூறுவர். இதைப் பார்த்தால் ஏதோ ஒரு பெரிய யுத்தவீரனுக்கு பலத்த காயம் பட்டிருப்பது போல் தோன்றுகிறது. பெரிய பெரிய மலைகள் சிறிய பெரிய மரங்களால் மூடப்பட்டிருக்கும் போது, நடுநடுவே அவற்றின் ஒரு பெரிய பகுதி சரிந்து காலியாகக் காட்சியளித்தால் அது மனத்தில் ஒரு விசித்திரமான எண்ணத்தை ஏற்படுத்துகிறது. இப்படிப்பட்ட அசாதாரணமான விபத்துக்கு யாதொரு நிவாரணமும் கிடையாது. இப்படிப்பட்ட விபத்தும், காயமும் மலையினுடைய மரியாதைக்கு உகந்த பெருமையையே காட்டுகின்றன.

நாங்கள் கீழேயிறங்கி மறுபடி ஏனினோம். மறுபடி இறங்கி மறுபடி ஏறினோம். அங்கிருந்து தலைசுழலக் கூடியதான ஒரு இறக்கம் வந்தது. நாங்கள் நாற்காற்ப் பிராணிகளாக மாறி மெதுவாகக் கீழேயிறங்கினோம். வழியில் ஆங்காங்கு வரண்ட கல்தளமுள்ள ஆறுகள் இருந்தன. மழைக் காலத்தில் இவை மிகவும் அட்டகாசம் புரிகின்றன. இதனால் பள்ளத்தாக்கு முழுவதும் ஆயிரம் குரலில் எதிரொலிக்கின்றது. ஆனால் இன்று நாலாபக்கமும் பயங்கரமான அமைதி நிலவிற்று. பல பறவைகள் ஒன்றோடொன்று பேசிக்கொள்ளும் ஒலி கேட்டது. இதுவும் இல்லா விட்டால் இங்கே மிகுந்த பயம் உண்டாகியிருக்கும்.

மறுபடி ஒரு இறக்கம். இங்கே ஸ்லேட் கற்கள் காணப்பட்டன. அவற்றைப் பிடித்துக்கொண்டால் சிலசமயம் நொறுங்கித் தூளாகிவிடும்.

ஒரு விதமாக நாங்கள் கீழே இறங்கி வந்துவிட்டோம். ஒருமணி நேரம் நாங்கள் இவ்வாறு கழித்திருக்கிறோம். நாங்கள் யாருடைய காரில் வந்திருந்தோமோ அவர், "நான் இங்கேயே உட்கார்ந்திருக்கிறேன், நீங்கள் போய் வாருங்கள்" என்றார். நான் கூறினேன்- "உங்களிடம் நாங்கள் ஒருமணி நேரத்தில் திரும்பி வருவதாக வாக்களித்தோம். ஆகையால் நீங்கள் திரும்பிச் செல்லுங்கள். டேராடூனுக்கு சரியான நேரத்தில் போய்ச் சேருங்கள். நாங்கள் வாடகை பஸ்ஸில் வந்து சேருகிறோம்." இதற்குள் ரணபீர் சொன்னார் - "இனி பத்தே நிமிடங்களில் நாம் போய்ச் சேர்ந்து விடலாம். எதிரில் உள்ள குன்றின் மீது குடிசை தென்படுகிறதே அதன் அருகில்தான் இருக்கிறது ஸஹஸ்ரதாரா."

இவ்வளவு தூரம் வந்தபிறகு இன்னும் 5 நிமிஷங்கள்தானே என நினைத்து மேலே சென்றோம். பின்பக்கம் திரும்பிப் பார்த்தால் சூரியன் ஆகாயத்தில் தொங்கிக்கொண்டிருந்தது. பள்ளத் தாக்கின் மலைச் சிகரங்கள் கையை நீட்டிப் பந்தைப் பிடிப்பது போல அதைப் பிடிக்க முயலுவதுபோல் தோன்றிற்று. மேலே தூக்கிப் போட்டு விளையாடும் போது குழந்தை தாயாரின் கைகளில் விழும்போது சிரிப்பது போன்றிருந்தது அந்தக் காட்சி. இம்மாதிரியான தருணத்தில் அன்னையின் அன்புப் பெருக்கை மனத்தில் நினைத்து மகிழ்வதா, அல்லது குழந்தையின் நம்பிக்கை நிறைந்த சிரிப்பை எண்ணி மகிழ்வதா? இரண்டில் எந்த ஆனந்தத்தோடு மனத்தை லயப்படுத்துவது என்று புரியாமல் மனது தத்தளிக்கிறது. இந்த ஒரு காட்சியைப் பார்ப்பதற்காகவே இவ்வளவு தூரம் வருவதில் தப்பொன்றுமில்லை! ஆனால் மனத்தின் சங்கற்பம் ஸஹஸ்ரதாராவைப் பார்க்கவேண்டும் என்பது. ஆகையால் அந்த நீண்ட சூரிய கிரணங்களினிடமிருந்து பார்வையைத் திருப்பிக்கொண்டே முன்னேறிச் சென்றோம்

இதற்குள் திடீரென ஒரு பெரிய அருவி தபதபவென்று வீழ்ந்துகொண்டிருப்பது காணப்பட்டது. உயரத்திலிருந்து நிர்மலமான தண்ணீர் மண்ணாலான உறுதியான இயற்கைச் சுவற்றிலிருந்து உருண்டு வழிந்துகொண்டிருந்தது. அது மிகவும் கம்பீரமாக ஒரே சீராகக் கீழே இறங்கிக்கொண்டிருந்தது. அருகில் யாராவது இருக்கிறார்களா இல்லையா என்று பார்க்கக் கூட அதற்கு நேரமில்லை; என்ன நடந்து கொண்டிருக்கிறது

என்பதைப் பற்றியும் அதற்குக் கவலையில்லை. இடைவிடாமல் தபதப தபதப என்று ஒலித்துக் கொண்டேயிருப்பதுதான் அதன் வேலை. பாறையின் மீதிருந்து தண்ணீர் விழுவதில் ஆச்சரியம் ஒன்றுமில்லை; ஆனால் இங்கு தன் பிடிவாதத்தை விடாது மண் மேலிருந்தல்லவா விழுகிறது! நான் பார்த்துக்கொண்டேயிருந்து விட்டேன். தண்ணீரின் கம்பீரமான காட்சியில் இத்தனை போதை, மயக்கம் இருக்கும் என்று கள் குடிப்பவர்களுக்குத் தெரிந்தால், அவர்கள் கள் குடிப்பதை விட்டுவிட்டு இங்கேயே வந்து அமர்ந்து விடுவார்கள். நாங்கள் திரும்பிச் செல்லவேண்டும் என்பதைக்கூட ஒரு கணத்துக்கு மறந்துவிட்டேன். ஒரே ஒரு கணத்துக்குத்தான் என்றாலும், இயற்கையோடு ஒன்றிப் போய் விட்ட அந்த ஒரு கணத்தில் அத்வைத* **(கடவுளும் மனிதனும் இரண்டல்ல; ஒன்றே எனும் கொள்கை)** ஆனந்தத்தை அனுபவித்தேன். தன் நினைவையே மறந்துவிட்டபிறகு ஆனந்தத்தைத் தவிர வேறு ஒன்றும் இருக்கவே முடியாது.

அப்படியானால் நாம் எதை ஜடச்சிருஷ்டி என்று கூறுகிறோமோ அது உயிர்ற்றதல்ல. அத்வைத ஆனந்தத்தின் சமாதியில் ஐக்கியமாகிக் கிடக்கிறது என வைத்துக்கொள்ளலாமா? இதற்கு பதில் யாரால் கூற முடியும்? யார் கேட்கவும் முடியும்?

ரணவீர் இப்பொழுது, "நாம் இன்னும் சற்று முன்னே செல்லலாம்" என்று சொன்னார். மேலும் தாமதப்படுத்த எனக்கு விருப்பமில்லை. ஆனால் ஏதாவது கொஞ்சம் பாக்கியிருந்து விட்டது. என்ற குறை மனத்தில் இருக்கக்கூடாதே என்ற எண்ணத்துடன் சற்று முன்னேறிச் சென்றேன். கீழே தண்ணீர் ஓடிக்கொண்டிருந்தது. சிறிது தண்ணீர் அருந்தினேன். இந்த ஆற்றின் நீர் சர்மரோகங்களுக்கு நல்லது என்று சொல்லப்படு கிறது. இந்தத் தண்ணீரின் குணங்களைப்பற்றி யோசித்துக் கொண்டேயிருந்தேன். மனது இப்பொழுதுதான் சமீபத்தில் பார்த்த அருவியின் தபதப சத்தத்தோடு சேர்ந்து தாளம் போட்டுக் கொண்டிருந்தது. இதற்குள் வலப்பக்கத்தில் ஒரு வளைந்து தொங்கும் குகையின் மேலிருந்து தண்ணீர் சொட்டு வதைப் பார்த்தேன். அதனுடைய ஒலி மிகவும் இனிமையாக, அடக்கமாக, ஜலதரங்கத்தின் ஒலி அல்லது வாத்திய கோஷ்டியின் ஒலி போன்று இருந்தது.

இதுதான் உண்மையான 'ஸஹஸ்ரதாரா'. ஆயிரக்கணக்கான துளிகள் இந்தக் குகையின் மேலிருந்தும், உள்ளிருந்தும், இடை விடாமல் விழுந்து கொண்டிருக்கின்றன. ஒரு பக்கமாக நாங்கள்

மேலேறிச் சென்றோம். அங்கே வேறொரு ஆழமான குகை இருந்தது. நடுவில் தூண் போன்றதொரு கல். நாங்கள் அதன் நான்குபக்கமும் சென்று வந்தோம். நாலாபக்கமும் ஸஹஸ்ரதாரா மழையைப் பொழிந்துகொண்டிருந்தது. மலைமுழுவதும் கரைந்து கொண்டிருப்பது போலக் காணப்பட்டது. நாங்கள் மிகவும் நனைந்து விட்டோம். ஒரு மணிநேரம் வேகமாக நடந்து வந்ததில் தேகத்தில் உஷ்ணம் உண்டாகியிருந்தது. இப்பொழுது நனையும்போது ஆனந்தமாயிருந்தது. இந்தக் காட்சி எத்தனை குளுமையாயிருந்தது! இங்கே வசிப்பதற்கு மனிதப்பிறவி உபயோக மில்லை. இங்கே தவளை உருவெடுத்து சாதுர் மாஸ்யத்தில் வேதமந்திரங்களைக் கூறிக்கொண்டிருக்க வேண்டும். சற்று முன்பு சக்திவாய்ந்த அருவியோடு லயித்துப் போயிருந்த மனது இப்பொழுது ஒரு கணத்திலேயே சொட்டுப் சொட்டாக விழும் ஸஹஸ்ரதாராவோடு லயித்துவிட்டது. ரணவீர் பாயிக்கு நான் மிக்க வந்தனம் தெரிவித்தேன். ஏனென்றால், இந்த அளவு காட்சியைப் பார்ப்பது பாக்கியிருந்திருந்தால் மிகவும் வருத்தம் ஏற்பட்டிருக்கும். மழையின்போது ஒதுங்கி நின்றுகொள்ளத் தகுதியுள்ள பல குகைகள் இங்கே இருந்தன. ஆனால் கோடை காலத்திலும் தன் வயிற்றில் மழையைச் சேகரித்து வைத்துக் கொண்டிருக்கும் குகை இதுதான் நான் முதன் முதலில் பார்த்தது. சிலோனில் ஓரிடத்தில் சித்திரங்கள் நிறைந்த ஒரு குகை இருக்கிறது. அதில் ஒரு சிறு அருவி விழுகிறது. ஆனால் இதுபோன்ற இடைவிடாது மழை பொழியும் குகை இங்குதான் முதன் முதலாகக் கண்டேன். எங்களுக்குத் திரும்பிவர அவசரம். ஆனால் இந்த மழைக்கு அவசரமேயில்லை. அதற்கு அதன் வாழ்க்கையின் பணி கிடைத்துவிட்டது. பாறைகளின் மீது படிந்திருந்த பாசியினால் கால் வழுக்கிற்று; இங்கேயுள்ள அழகு, கவர்ச்சி, புனிதத் தன்மை, அமைதி இவற்றினால் மனதும் கால்களும் இங்கேயே ஒட்டிக் கொண்டன. இந்த நிலையிலேயே எவ்வளவு அதிக நேரம் இருக்க முடியுமோ இருக்கவேண்டும் என்று மனது ஆசைப்பட்டது.

கடைசியாக அங்கிருந்து திரும்ப வேண்டியதாயிற்று. இப்பொழுது இருமடங்கு வேகமாகச் செல்லவேண்டும். வழியில் சில தொழிலாளிகளும், இடையர்களும் வேகமாகச் சென்று கொண்டிருந்தனர். பாவம் ஏழை மக்கள்! மிகவும் கஷ்டத்துடன் இம்மாதிரியான இடங்களில் வாழ்க்கை நடத்துகின்றனர். ஆனால் எங்களுக்கு இவர்களிடம் பொறாமை, ஹைஸ்ரதாராவின் அமுதம் நிறைந்த பார்வைக்கு நேரே வாழும் வாய்ப்புக் கிடைத் திருக்கிறதே என்று.

இறங்கி வரும்போது சுலபமாக வந்து விட்டோம். ஆனால் இப்பொழுது இருட்டில் ஏறிச்செல்வது எங்ஙனம் என்ற கவலை. ஏதாவது தடி ஊன்றிக்கொள்ளக் கிடைத்தால் நல்லது என்ற எண்ணம் அங்கே ஒரு கிராமாந்திரக் கடை இருந்தது. கடைக்காரனிடம் "அப்பா, ஒரு நல்ல கம்பு கொடுப்பாயா!" என்று கேட்டேன். எனக்கு ஒரு காது செவிடு, அவனுக்கோ இரண்டு காதுகளும் செவிடு. நான் சொல்லுவது அவனுக்குப் புரியவில்லை. நான் பொறுமையிழந்து விட்டேன். கூட இருந்தவர்களில் ஒருவர் சமிக்ஞை மூலம் அவனுக்கு விஷயத்தைத் தெரிவித்தார். அவன் உடனே உள்ளேயிருந்து தனது மூங்கில் தடியை எடுத்துக் கொண்டு வந்து கொடுத்தான். காசு கொடுத்தால் அவன் வாங்கிக்கொள்ள மறுத்துவிட்டான். தடியை வாங்கிக் கொண்டதால் நான் அவனுக்குப் பெருமை தந்ததுபோல, கண்களில் உணர்ச்சி தெரிவித்துக்கொண்டே அவன், "நீங்கள் எடுத்துக் கொள்ளுங்கள்" என்று கூறினான். ரணவீர் அவனுடைய காதுகளில் மிகவும் உரக்க, "இவர் மஹாத்மா காந்திஜீயின் ஆசிரமத்திலிருந்து வருகிறார்" என்று சொன்னார். அப்பொழுது அவனுக்கு ஏற்பட்ட நன்றி உணர்ச்சிக்கும், எனக்கு உண்டான சங்கோசத்துக்கும் அளவேயில்லை. தடியைப் பெற்றுக்கொண்டு நான் புறப்பட்டுவிட்டேன்.

நாங்கள் இப்பொழுது பேசுவதை நிறுத்திவிட்டோம். கால்கள் வேகமாகச் சென்றுகொண்டிருந்தன, மனத்தில் பிரார்த்தனை நடத்திக் கொண்டிருந்தேன். ஆகாயத்தில் குருவும், சுக்கிரனும் சந்திரனைப் பற்றி ஏதேதோ பேசிக் கொண்டிருந்தனர்.

கார் கொண்டுவந்திருந்த நண்பர் எங்களை எதிர்பார்த்துக் கொண்டு உட்கார்ந்திருந்தனர். எங்களைச் சந்தித்தவுடன் அவர் கூறினார்,

"நீங்கள் ஓடோடியும் போய்விட்டு ஓடோடியும் வந்து விட்டீர்களே! நான் இங்கே அமைதியாக இந்தப் பள்ளத்தாக்கின் கவர்ச்சி பொருந்திய பரப்பையும், மங்கிக்கொண்டிருக்கும் வெளிச்சத்தையும், மாறிக்கொண்டிருக்கும் வர்ணங்களையும் பார்த்து மகிழ்ந்து கொண்டிருந்தேன். இப்பொழுது கூறுங்கள், அதிகமான ஆனந்தம் யார் அனுபவித்தார்கள்!"

நானும் எதிரொலி மாதிரி, "உண்மைதான், யார் அதிகம் அனுபவித்தார்கள்!" என்றேன். (டிஸம்பர், 1936.)

52. குச்சுபானீ

குச்சுபானீ இயற்கையின் ஓர் அழகான கேளிக்கை. நான் 1937 ஆம் ஆண்டில் டெஹ்ராடூனுக்குப் போயிருந்தபோது ஒருநாள் அவகாசம் இருந்தது. பல நண்பர்கள், "வாருங்கள் குச்சுபானீ பார்க்கச் செல்லலாம்" என அழைத்தனர். மற்றும் சிலர் ஸஹஸ்ரதாரா பார்க்க விரும்பினர். குச்சுபானீ என்ற பெயர் கவர்ச்சியாகத்தான் இருந்தது. ஆனால் பல நாட்களாக மறதியென்ற திரையில் மறைந்திருந்த பழைய சங்கற்பம் ஸஹஸ்ர தாராவைப் பார்க்கவே வற்புறுத்திற்று. ஆதலால் குச்சுபானீயைப் பார்ப்பது ஒத்திப் போடப்பட்டது.

1939ல் கன்யா குருகுலத்தில் விழாவின் நிமித்தம் டெஹ்ராடூன் செல்ல நேரிட்டது. இந்தத் தடவை குச்சுபானீ என்னை அழைக்காமல் இருந்துவிடுமா? அவசரமில்லாமல் சாதாரணமாக டெஹ்ராடூனிலிருந்து குச்சுபானீக்குப்போக 2-3 மணி நேரம் போதுமானதாயிருந்தது. காரில்லாமல் கால்நடையாகச் சென்று வரவே 3-3$^{1}/_{2}$ மணி நேரம் போதும். முதலில் கார்கள் செல்வதற்காக அமைக்கப்பட்டுள்ள அஸ்பால்ட் ரோடு 1$^{1}/_{2}$ மைல் வரை, உயரமான மரங்களுக்கு நடுவே கொஞ்சம் கொஞ்சமாக எங்களை மலைக்குமேலே இட்டுச் செல்கிறது. அங்கிருந்து எதிரே மலையின் மேல் ஒளிவீசும் கந்தர்வ நகரம் போன்ற மசூரி தென்படுகிறது. அங்குள்ள பங்களாக்களின் வளைந்து நெளிந்த வரிசை மாலைச் சூரியகிரணங்களில் மின்னும்போது, ஒளிவீசும் சதுரமான சிக்கிமுக்கிக் கற்கள் கிடப்பதுபோல் தோன்றுகிறது.

பாதையை விட்டுவிட்டு நாங்கள் இடதுபக்கத்து வயல்களில் இறங்கினோம். எதிரில் 'சால விருக்ஷங்' களின் ஒரு கூட்டம் தென்பட்டது. அந்தச் சால விருக்ஷங்களுக்கு இடையில் பாறைகளோடு விளையாடிக்கொண்டே ஒரு ஆறு இடதுபக்கமாகச் சென்றுகொண்டிருந்தது. தற்சமயம் அதில் அதிகம் தண்ணீர் இல்லை. வளைந்த கோணலான பற்பல பாறைகள்தாம் அதில் அதிகம் காணப்பட்டன. சாதாரணமாக தண்ணீர் இல்லாத ஆற்றைப் பார்ப்பது எனக்கு அவ்வளவாகப் பிடிப்பதில்லை. ஆனால் இரண்டு பக்கங்களிலும் உயரமான குன்றுகளும், அந்தப் பிரதேசம் முழுவதும் மக்கள் நடமாட்டமற்று இருக்கும்போது வரண்ட ஆறுகூட பயங்கரமும், ஆழமும் கலந்து காணப்படுகிறது. தண்ணீர் ஓடாவிட்டாலும்கூட பசுமையான காடுகளுக்கு நடுவில் வெண்மையான நீண்ட பாறைகள் மலைகளுக்கிடையே

தன் பாதையை அமைத்துக்கொண்டு காட்சியளிக்கும்போது, மனத்தில் இந்தக் கற்கள் பள்ளிச் சிறுவர்கள் விளையாட்டில் ஓடிக்கொண்டே திடீரென்று நின்றுவிட்டதுபோல் ஓர் உணர்ச்சி தோன்றுகிறது.

நாங்கள் முன்னேறிச்சென்று மேலே ஏறி, பிறகு கீழேயிறங் கினோம். பசுமையான பாசிகளின்மேல் நடக்கவேண்டியிருந்தது. ஆதலால் வெகுதூரம் பார்வையைச் செலுத்துவதற்குப்பதிலாக ஆகாயத்தைப் பார்த்துக்கொண்டே செல்வதில் திருப்தி அடைந்தோம். நடுநடுவே மஞ்சள், வெள்ளை மலர்கள் படர்ந் திருப்பதைப் பார்த்து இங்கே ஏதோ சில பங்களாக்கள் இருக்கின்ற போல் தோன்றிற்று. ஆனால் மறுகணமே இதுபோன்ற காட்சிகளைக் கண்டுதான் பட்டணவாசிகளுக்கும் தங்கள் வீடுகளுக்கு அக்கம் பக்கத்தில் மலர்ச்செடிகள் அமைக்கும் எண்ணம் தோன்றியிருக்கும் என நிச்சயித்துக் கொண்டேன். பங்களாக்களின் சுவர்கள் இயற்கையன்னையின் மடியிலிருந்து விடுபட்ட மனிதர்களுக்காக ஏற்பட்டவை. இங்கேயோ இயற்கையின் மிகப்பெரிய அரண்மனை, நான்கு திசைகளும் அதன் மதிற்சுவர்கள், ஆகாயம் அதன் மேல்மாடியும் சந்திரன் நட்சத்திரங்களைக் கொண்டே விதானம் விரிக்கப்பட்டுவிடுகிறது. காற்று வீசி இந்த விதானம் அழுக்கடைந்து தூசி படிந்துவிடாமல் இருக்கும் பொருட்டு மெல்லிய மேகத்திரையினால் அது மறைக்கப்பட்டிருக்கிறது.

மலர்கள் ஆனந்தமாகச் சிரித்துக்கொண்டிருந்தன. யாரைப் பார்த்துச் சிரித்துக்கொண்டிருந்தனவோ தெரியவில்லை. நாங்கள் வரும் தகவல் இவைகளுக்குக் கொடுக்கவுமில்லை; கொடுத்திருந் தாலும் அவைகளையே வேட்டையாடுபவர்களது வருகை அவைகளுக்குப் பிடித்திருக்குமோ என்னவோ!

இவைகளிடையே சிறுசிறு குடிசைகள். இந்தக் குடிசைகளை அவமானத்துக்குள்ளாக்கும் சுண்ணாம்புக்காரை வீடுகளும் வந்து கொண்டிருந்தன. நல்ல பாதையும், முனிசிபாலிடி வசதிகளும் இல்லாத வீடுகள் காட்டுவனப்புடன் நன்கு கலந்துவிட்டிருந்தன. அவை அங்குள்ள கிராமிய வாழ்க்கையின் பெருமையை அதிகரிக்கவே செய்தன. வெள்ளையரின் சேனையிலிருந்து ஓய்வுபெற்ற கோர்க்கா (கூர்க்கா) சேனை வீரர்கள் இங்கு இயற்கையன்னையின் மடியில் தம் நாட்களை மகிழ்ச்சியுடன் கழித்துக்கொண்டு தங்களது கிழ எலும்புகளுக்கு ஓய்வு கொடுத்துக் கொண்டிருந்தனர்.

நாங்கள் முன்னேறிச்சென்றோம். நேர்பாதையில் அல்ல, மலைப்பிரதேச ஒற்றையடிப் பாறையில், வளைந்து வளைந்து செல்லும் அந்தப் பாதைகள் வழியாகச் சென்றுகொண்டிருந்தோம். இடது பக்கம் போகவேண்டுமானால் சில சமயங்களில் வலப்பக்கத்துக்குப் பாதை வழியாகச் சென்று அதைச் சற்றுப் புகழ்ந்துவிட்டுச்செல்லவேண்டியிருக்கிறது.சி.சந்தன் சொன்னான்- "ஆகாயத்தின் அழகான தோற்றமும், கணத்துக்குக் கணம் மாறும் மேகங்களும் நம் கவனத்தைக் குறைத்து அஜாக்கிரதையா யிருந்தால் இந்த மலை ஆற்றில், கற்களைப் போலத்தான் உருளவேண்டியிருக்கும்!" அவள் கூறியது உண்மைதான். பெரிய பெரிய கற்கள்மீது கால்களை வைத்துச் செல்வது தனி மகிழ்ச்சி தரும் விஷயம்தான். ஆனால் அவை ஒரே தூரத்திலா இருக்கின்றன? எந்தக் கல் எங்கே இருக்கிறது. மனிதனின் பாரம் விழுந்ததும் தன் இடத்தைவிட்டு அசையாமல், இருக்கக்கூடிய தைரியமுள்ள கல் எது - என்று பாதையைச் சர்வே செய்த வண்ணம் முன்னேறிச் செல்லும்போது, ஒவ்வொரு அடியிலும் தன் சித்தத்தைச் செலுத்த வேண்டியிருக்கிறது. கையில் பஞ்சுப்பட்டையை வைத்துக் கொண்டு நூல் நூற்கும்போது ஒவ்வொரு ஒற்றை அங்குலத்திலும் நம் கவனமும் நூற்கப்படுகிறது. அதேமாதிரி மலை யாத்திரைகளின் ஒவ்வொரு அடியிலும் நமது சித்தம் யாத்திரையோடு கலந்து விடுகிறது. ஆதலால் தான் யாத்திரையின் ஆனந்தமும் அதிகரிக்கிறது.

இப்பொழுது ஒரு விசாலமான ஆறு கீழே தென்பட்டது. வலப்பக்கத்துக் குகையிலிருந்து கிளம்பி இடப்பக்கம் இரண்டு கிளையாகப் பிரிந்து செல்கிறது. இந்த ஆற்றுக்குப் பக்கத்திலேயே வேறு இரண்டு பிரவாகங்கள் ஏதோ ஒரு அரசனின் மறைந்த கீர்த்திபோல மெதுவாகப் போய்க்கொண்டிருந்தன. அவற்றின் நீர் குழந்தைகளின் சிரிப்பு அல்லது கோபம்போல களங்கமற்ற தாயிருந்தது. சிறிது பருக வேண்டுமென்று ஆசை உதித்தது. ஆனால் தர்மதேவ் அவர்களுடைய விருப்பம் குறுக்கிட்டது. அவர் சொன்னார்- "பாருங்கள், எதிரே அருவி தென்படுகிறது. ஒரு காலத்தில் நான் தினந்தோறும் இங்கு வந்து இதன் தண்ணீரை அருந்துவது வழக்கம். அங்கேயே போகலாம் வாருங்கள்."

நாங்கள் சென்றோம். அங்கே ஒரு சிறு குன்றின் இடுப்பில் ஒரு சிறு பிறை (தட்டு) இருந்தது. அமிழ்தம் போன்ற அருவிக்கு அங்கிருந்துதான் கிளம்ப வேண்டுமென்று மனத்தில் உதித்திருக் கிறது! யாரோ ஒரு பரோபகாரச் சிந்தனையுள்ள மனிதர் அந்தப்

பிறையின் அருகில் ஒரு மரக்குழாய் வைத்திருந்தார். ஆகையால் நாங்கள் அந்தத் தண்ணீரை அருந்துவதில் யாதொரு சிரமமும் இருக்கவில்லை. தண்ணீர் அருந்துவதற்குமுன் மேற்குக் திசையில் மலைவாயிலில் விழும் சூரியனுக்கு மானசீகமாக அர்க்கியம் செலுத்த நான் மறக்கவில்லை.

இப்பொழுது சூரியனின் கிரணங்கள் பரவிக்கொண்டிருந்த திசையின், ஆற்றில் கரையோரமாக மெதுவாகச் செல்லத் தொடங்கினோம். மேற்கொண்டு என்ன காணக்கிடைக்கும் என்று ஒன்றும் தெளிவில்லை. ஆற்றின் ஆரம்பம் பார்க்கக் கிடைக்குமா? அல்லது மேலேயிருந்து தண்ணீர் விழுமா? அல்லது ஹைஸ்ரதாராபோல தண்ணீரில் கந்தகம் கலந்திருக்குமா? இப்படிப்பட்ட பற்பல கற்பனைகள் உள்ளத்தில் உதித்தன. இந்த அருவியின் பெயரைப்போலவே இதன் ரஹஸியமும் எங்களுக்குத் தெரியாமலிருந்தது. “குச்சுபானீ”யில் உள்ள குச்சு என்ற சொல் குஹ்ய (ரகசியமானது) என்ற சொல்லின் திரிபு என்று கூறப்படுகிறது. வெகுதூரத்தில், ஒரு பொந்து காணப்பட்டது. அங்குபோய்ச் சேர்ந்த பிறகுதான் எங்களுக்கு ‘குச்சுபானீ’ என்பதின் பொருள் என்ன என்று விளங்கிற்று.

ரயில்பாதை ஏற்படுத்துவதற்காக மலையை உடைத்து சுரங்கப்பாதை அமைப்பதுபோல ஒரு பிடிவாத குணமுள்ள அருவி, குன்று முழுவதையும் இந்தப் பக்கத்திலிருந்து அந்தப் பக்கம்வரை துளைத்துத் தன் பாதையை அமைந்திருந்தது! உருக்கு அரம், மரம் அல்லது கல்லை வெட்டிக்கொண்டே கீழே இறங்குவதுபோல, இந்த அருவியானது ஒரு குன்றைச் சரிநேராக வெட்டியிருந்தது. இதில் யாதொரு உபாயமும் கையாளப் படவில்லை. வஜ்ரம் போன்ற உறுதியான பாறைகளைத் துளைத்து தண்ணீர் ஊடுருவிப் பாயும்போது, மனத்தில் வியப்புக்கலந்த கேள்வி பிறக்கிறது- இவையிரண்டில் சாமர்த்தியசாலி யார்? அசைவுறாத மலையும் அதன் பழமையான பாறைச் சுவர்களுமா அல்லது ஒரு கணமும் யோசனைசெய்து தயங்காமல் தன்னை பலிகொடுக்கத் தயாராகித் துள்ளும் இளகிய மனதுபடைத்த தண்ணீரா?

அந்தப் பள்ளம் அல்லது குகையில் பிரவேசிக்க முயலும் போது மனது சற்று நடுங்குறுவதில் ஆச்சரியம் ஏதும் இல்லை. அந்தக் காட்சி அத்தனை அற்புதம் நிறைந்ததாயிருந்தது. அது சாவின் வாயில் நுழைவது போன்ற சாஹஸச் செயல்தான். உள்ளே நுழைந்த உடனேயே எனக்கு பகவத்கீதையின் 11 வது அத்தியாயத்தின் சுலோகங்கள் நினைவுக்குவரத் தொடங்கின.

இருந்தபோதிலும் மலை, நீர் இவற்றின் சக்திகளின் மூலம் தனது சாமர்த்தியத்தை வெளிப்படுத்தும் இயற்கை அன்னையின் சுபாவத்தின் மீது நம்பிக்கை வைத்த படியே நாங்கள் உள்ளே பிரவேசித்தோம்.

அந்தக் குன்றின் இயற்கையான மேல் பூச்சில் அடுக்கப் பட்டுள்ள கருப்பு, சிவப்பு, வெள்ளை நிற உருண்டையான கற்கள் சிமெண்டினால் செய்து பொருத்தப்பட்டதுபோல் தோன்றின. தண்ணீரின் அடக்கமான பிரவாகம் கால்களுக்குக் கீழே சிறுசிறு கற்களின் மேலே தனது வெற்றியை முழக்கிக்கொண்டு ஓடிக் கொண்டிருந்தது. தலையை நிமிர்த்திப் பார்த்தால் குன்றை வெட்டி அமைக்கப்பட்டிருந்த 20, 30 அடி உயரமுள்ள இரண்டு சுவர்கள் தம் பல்லாண்டு காலத்துச் சரித்திரத்தைக் கூறிக் கொண்டு நின்றிருந்தன. எனக்குப் பதிலாக வேறு பூதத்துவ ஆராய்ச்சி நிபுணர் யாராவது இங்கு வந்தால் அவர் முதலில் இந்தக் கல் கிரானைட் கல்லா அல்லது Sand-Stane ஆ, என ஆராய்ச்சி செய்வார். பிறகு சுவரின் உயரம் எவ்வளவு, தண்ணீரின் வேகம், கனம் எவ்வளவு, ஒவ்வொரு பத்து ஆண்டிலும் தண்ணீர் எவ்வளவு ஆழமாகப் பாய்கிறது என்றெல்லாம் கணக்கெடுத்து ‘இந்த இயற்கைச் சுரங்கத்தின் வயதை நிர்ணயித்து இந்த மலையருவியின் பிரவாகம் ஐம்பதினாயிரம் ஆண்டுகளுக்கு மேலாகத் தனது விளையாட்டை நடத்திக் கொண்டிருக்கிறது’ எனக் கூறுவார். அருகிலுள்ள சுவரில் பதிந்துள்ள பலநிறக் கற்களைப் பார்த்து விட்டு அவைகளின் வயதைக் கேட்பார்; பிறகு அவற்றை இணைக்கும் மண் இறுகி சிமெண்ட் மாதிரி ஆக எத்தனை ஆண்டுகள் ஆகியிருக்கும் எனக் கணக்கிட்டு, குன்றின் வயதையும் (நமக்காக) நிர்ணயிப்பார். இங்கே நிகழ்ந்த பூமியதிர்ச்சியைப்பற்றிய செய்தி யார் மூலமாவது தெரிந்துவிட்டால் தம் கணக்கில் அதன்படி மாற்றம் செய்து புதுநிர்ணயம் தெரிவிப்பார். இந்தப் பூச்சில் தோல் அல்லது மெல்லிய வலை போன்ற டிஸைன் ஏற்பட்டிருந்தால், அது எப்படி ஏற்பட்டது; அதிலிருந்து மெல்லிய நீர்த்திவலைகள் எவ்வாறு வெளிவருகின்றன என்பதையும் அறிவிப்பார். உண்மை யாகவே, வான சாஸ்திரம் போல, பூமி சாஸ்திரமும் மிகவும் விசித்திரம் நிறைந்ததுதான். இந்த ஆராய்ச்சிகள் மனோதத்துவ ஆராய்ச்சியைவிடச் சிக்கலில் சற்றும் குறைந்ததல்ல. இந்த மூன்று கலைகளுமே மனிதனின் புத்திபலத்தின் வியக்கத்தக்க, கவர்ச்சி மிக்க எடுத்துக்காட்டாகும்.

நாங்கள் அந்தக் குகையில் வெகுதூரம் சென்றுவிட்டோம். ஓர் இடத்தில் உயர ஏறவும் வேண்டியிருந்தது. அருகிலேயே ஒரு

சிறு அருவி விழுந்துகொண்டிருந்தது. சற்று மேலே சென்ற பிறகு கற்களாலும், சுண்ணாம்பாலும் கட்டப்பட்ட இரண்டு சுவர்களைப் பார்த்து நான் என் சிரிப்பை அடக்கிக்கொள்ள முடியவில்லை. மலையின் இதயத்தைத் துளைத்து மறுபக்கம் வரை சென்றிருக்கும் தண்ணீரை இரண்டு சுவர்களால் தடுத்து நிறுத்திவிட முடியும் என மனிதன் நினைத்துவிட்டானே! எனது எண்ணத்தைப் புரிந்து கொண்டவுடனேயே 'நான் கூட அதை நினைத்துத்தான் சிரிக்கிறேன்' எனக் கூறியது மலையின் பிளக்கப்பட்ட இதயம். உடைந்த உள்ளமானாலும் அது மிகக் கம்பீரமாகவே காணப் பட்டது. ஆனால் மனிதன் கட்டிய சுவர் ஆங்காங்கு இடிந்து, அவனுடைய எண்ணங்களைப் போலவே வெறுப்பும் ஏளனமும் நிறைந்த எண்ணத்தை உண்டாக்கிக்கொண்டிருந்தது. ஏதோ ஒரு அதிகப்பிரசங்கி மனிதனுக்குக் கன்னத்தில் அடிவிழுந்து, அவன் முகம் களையிழந்து காணப்படுவது போல இந்தச் சுவர்களை வெகு நேரம் பார்த்துக் கொண்டிருக்கவும் ஆசை ஏற்படவில்லை. ஒருவனுடைய தோல்விக்குச் சாட்சியாக நீண்ட நேரம் வரை எவ்வாறு இருந்து கொண்டிருக்க முடியும்?

உள்ளே முன்னேறிச் செல்லச்செல்ல அந்தக் குகையின் சோபையும் அதிகரித்துக் கொண்டே போயிற்று. இதற்குள் அந்த இரு சுவர்களுக்கு நடுவில் ஒரு பெரிய பாறை விழ முயன்று சிக்கிக்கொண்டிருப்பது காணப்பட்டது. அது மேலேயிருந்து குதித்திருக்கும், அருகிலுள்ள சுவர்கள் அதனிடம், "அன்பனே! சற்றுப் பொறு. தண்ணீரின் விளையாட்டில் இடையூறு விளை விக்காதே!" என்று கூறியிருக்கும். பாவம், அது என்ன செய்யும்! நடுவிலேயே தொங்கிக்கொண்டு நிற்கிறது! தலைகீழாகக் தொங்கிக் கொண்டு தண்ணீரின் விளையாட்டுக்களை வேறு வழியின்றிப் பார்த்துக்கொண்டிருப்பதுதான் அதன் தலையில் எழுதியிருந்தது போலும்! அதனிடம் இரக்கம் தெரிவித்தவாறு மேலே சென்றவுடன் மற்றொரு பாறை இதைப்போலவே தொங்கிக்கொண்டு தன்னை விட மும்மடங்கு பளுவுள்ள ஒரு பாறையின் சுமையையும் தாங்கிக் கொண்டிருப்பது காணப்பட்டது. நாங்கள் அதற்குக் கீழேயும் குனிந்து சென்றோம். அருகிலுள்ள சுவர்கள் சற்று அழுந்தி அகன்றுவிட்டால் எங்கள் எலும்புகளெல்லாம் சுக்கு நூறாகிவிட வேண்டியதுதான். ஓரிரு கண நேரத்துக்குத் தண்ணீரின் நிறம் சிவப்பாக மாறியிருக்கும். பிறகு இயற்கை சொல்லியிருக்கும்- "எனக்கு ஒன்றும் தெரியாது. 2-3 ஆவல் பிடித்த மனிதர்கள் தங்களது அர்த்தமற்ற ஆவலுக்கு இவ்வாறு விலை அளித்திருப் பார்கள். இதை நான் எவ்வளவு

தூரம் நினைவில் வைத்துக் கொள்வது! அவர்களைப் போன்ற வேறு யாராவது இங்கே வந்தால் கற்களில் சிக்கியிருக்கும் சில பொருள்கள் அவர் களுக்குக் கிடைக்கும். அவர்கள் உண்மையும் பொய்யும் கலந்த சில கற்பனைகளைச் செய்து, தம் விருப்பப்படி ஏதாவது முடிவுக்கு வருவார்கள். வேறு என்ன?''

நடந்துகொண்டேயிருப்பதில் எங்களுக்குக் களைப்பு ஏற்படவில்லை. ஆனால் குளிர்ந்த தண்ணீரில் கூரான கற்களின் மேல் கால்களை ஊன்றி நடப்பதால் கால்கள் வலியெடுக்கத் தொடங்கின. ஆனால் அந்த குகைப்பிரவேசத்தின் ஆச்சரிய மூட்டும் அனுபவங்களை நினைத்துத் திருப்தியடைந்தோம். உள்ளே எத்தனை தூரம் முன்னேறமுடியும்? கடைசியில் முன்னேறும் ஊக்கம் தடைப்பட்டது. மனம் சொல்லிற்று- "தோற்றுப்போய் எவ்வாறு திரும்புவது? இவ்வளவு தூரம் வந்த பிறகு மறுபக்கம் வரை செல்ல வேண்டியதுதான். மறு முனையைப் பார்க்காத மனம் என்ன மனித மனம்!''

முன்னேறியதும் பாதை சற்றுக் குறைந்தது. ஆகையால், புத்தி வந்தவர்கள்போல, இனி மேற்கொண்டு காட்சி கவர்ச்சி யற்றதாயிருக்கும் என்று கூறிக்கொண்டு, அங்கே போகா விட்டால் பரவாயில்லை என்று திரும்பிவிட்டோம். மறுபடி அதே காட்சி! அதே பயம்! அதே ஆவல்! அதே எண்ணங்கள்!!

அந்தக் குகையிலிருந்து வெளிவர 16 நிமிடங்கள் ஆயின. எனது வழக்கப்படி நான் இந்த யாத்திரையின் நினைவுச் சின்னமாக இரண்டு அழகான வழவழப்பான கற்களைப் பொறுக்கிக் கொண்டேன். இருட்டில் வேகவேகமாக அடியெடுத்து வைத்துக் கொண்டே வீட்டுக்குத் திரும்பினோம். மனத்தில் ஒரே ஒரு கேள்வி எழுந்து கொண்டிருந்தது- இந்த வஜ்ஜிரம் போன்ற பழைய மரங்களா, அல்லது இந்தப் "பணிவான, ஆனால் தன் குணத்தில் விடாப்பிடியான வாழ்க்கை தர்மத்தை வகுத்துக் கொண்டே சத்யாக்ரஹியான தண்ணீரா?''

53. பெண் நாகம் போன்ற தீஸ்தா

நான் சில ஆண்டுகளுக்கு முன்பு டேராடூனுக்கும், காலிம் பாங்குக்கும் சென்றிருந்தபோது நான் தீஸ்தாவை முதன் முதலாகக் கண்டேன். முதன்முதலில் கண்டபோதே தீஸ்தாவினிடம் எனக்கு வெகுவாக அன்பு ஏற்பட்டுவிட்டது. தீஸ்தாவைப்பற்றி ஏதாவது புராணக்கதை எனக்குத் தெரிந்திருந்தால் அதனிடம் எனக்கு

பக்தியும் ஏற்பட்டிருக்கும். ஆனால் இந்த புயல் போன்ற ஆறு இமயத்தின் மலைகளின் வழியாகத் தன் பாதையை வகுத்துக் கொண்டும், பாறைகளோடு மோதிக்கொண்டும் தன் வழியில் வரும் சிறிய பெரிய கற்களை உருட்டிக்கொண்டும், பலவிதங்களில் கர்ஜித்துக் கொண்டும் உருண்டோடி வரும்போது அதனுடைய உற்சாகம், திடமான உறுதி, கோபம் இவைகளைப்பார்த்துக் அதனிடம் அன்பும், மரியாதையும் உண்டாகிறதே தவிர பக்தி ஏற்படுவதில்லை.

தீஸ்தாவை முதன் முதலாகப் பார்த்தபோது இந்த மலை யாற்றின் வாழ்க்கையைக் கொஞ்சமாவது பார்க்கத்தான் வேண்டும் என்று மனத்தில் சங்கற்பம் எழுந்தது. வெகு வேகமாக ஓடும் மலையாற்றின்மேல் அமைந்திருக்கும் பிரம்பு அல்லது மூங்கிலாலான ஆபத்து நிறைந்த பாலங்கள்மீது நின்று கொண்டு பிரவாகத்தைப் பார்ப்பது ஒரு தனி அனுபவம். இந்தப் பாலம் ஆற்றின் பிரவாகத்தை எதிர்த்துக்கொண்டு மேல் பரப்பில் வேகமாக ஓடுவது போன்றதோர் உணர்ச்சியேற்படுகிறது. அதிக நேரம் கவனத்துடன் பார்க்கப் பார்க்க எதிர்திசையில் ஓடுவதான இந்த பிரமை அதிகரித்துக்கொண்டே போகிறது.

ஒரு நாள் மனத்தில் கூறிக்கொண்டேன், ‘இதை பிரமை என்று ஏன் கொள்ளவேண்டும்? இது ஒரு விதமான தீக்ஷை. இந்த அனுபவத்தின் மூலம் இயற்கை நமக்கு உணர்த்துகிறது-’ சற்றும் கவலையில்லாமல் இந்த ஆறு எவ்வாறு மலையிலிருந்து கிளம்பிச் சமவெளியை நோக்கி ஓடிக்கொண்டு கடலைத் தேடுகிறதோ, அதே கவலையற்ற தன்மையோடும், குதூகலத்தோடும் இந்தப் பிரவாகத்தின் கரையோரமாக முழு ஆபத்தையும் வரவேற்றுக் கொண்டு மேலேறிச் சென்று இந்த ஆற்றின் உற்பத்தியைத் தேடிக் கண்டுபிடி.”

ஏதாவதொரு மலையாறு வழியில் ஏதாவது ஸரஸ் (ஸரோவர் - ஏரி) யில் புகுந்து வெளிவருமானால் அதை ஸர-யூ அல்லது ஸரோ- ‘(ஸரஸி’ லிருந்து பிறந்தவள்) என அழைக்கிறோம். அது மலைச்சிகரத்தில் குவிந்திருக்கும் ‘ஹிம’த்திலிருந்து (ஹிமம்- பனி) வெளிக்கிளம்பும்போது அதை ஹைமவதி என்று கூறுகிறோம். சாதாரணமான ‘பர்வதத்’திலிருந்து கிளம்பும் எல்லா ஆறுகளுக்கும் பொதுப்பெயர் ‘பார்வதி’தான். ஹிமாலயத்தின் இந்த எல்லாப் பெண்களின் பெயர்களையும் சேகரித்தால் அவற்றின் எண்ணிக்கை பல்லாயிரம் ஆகிவிடும்.

தீஸ்தாவின் உண்மையான பெயர் 'த்ரீ -ஸ்ரோத்ரா'. வடகிழக்கு ஆப்பிரிக்காவில் நைல் நதிக்கு இரண்டு தனித்தனி உற்பத்தி ஸ்தானங்கள் உண்டு. இரண்டும் வெகு தூரத்திலுள்ள இரண்டு ஏரிகளிலிருந்து புறப்படுகின்றன. வெண்ணிறமான நைல், நீலநிறமான நைல், இவ்விரண்டின் சங்கமத்தால் எகிப்து நாட்டின் அன்னையாகிய பெரிய நைல்நதி உருவாகிறது. அதேமாதிரி தீஸ்தாவும் மூன்று (ஸ்ரோத) ஆறுகளின் சேர்க்கையால் உண்டாகியிருக்கிறது. ஓர் ஆற்றின் பெயர் 'லாசூங் சூ' (சூ என்றால் ஆறு). இந்த ஆறு 'கான்சேங் ஜௌங்கா' சிகரத்தின் தெற்கிலிருந்து உற்பத்தியாகிறது. மற்றொரு ஆற்றின் பெயர் 'லாசேன்சூ' இது 'பாவ்ஹுன்ரீ' சிகரத்தின் வடபாகத்திலிருந்து கிளம்புகிறது. இது வழியில் 'சோல்ஹாமோ', 'கோர்டாமா' என்ற இரு ஏரிகளின் தண்ணீரை எடுத்துக்கொண்டு வழி ஏற்படுத்திக் கொண்டே முதலில் மேற்கு நோக்கிப் பாய்ந்து, பிறகு மெதுவாகத் தெற்கு நோக்கித் திரும்புகிறது. இவ்விரண்டும் சங்கமமாகுமிடத்தில் 'சுங்தாங்' என்ற புத்தர் கோவில் இருக்கிறது. 'லாசூன்சூ'வும் 'லாசேன்சூ'வும் 'ஸீவ்வோ' வும் 'ஸினோலோசூ' 'தாலூங்சூ' இம் மூன்று ஆறுகளின் சேர்க்கையால் தீஸ்தா உண்டாகிறது. பிறகு அது நேராகத் தெற்கு நோக்கிப் பாய்கிறது. இன்னும் சற்று முன்னேறிய பிறகு இருபக்கங்களில் பல ஆறுகள் இதனுடன் வந்து கலக்கின்றன. இவற்றில் மிக முக்கியமானவை திக்சூ, ரோரோசூ, ரோங்கனீசூ, ரங்போகு, ரங்கீத்சூ என்பவையாகும்.

எங்கெல்லாம் இரு ஆறுகள் கலக்கின்றனவோ அங்கெல்லாம் ஒரு புத்தர் கோவில் காணப்படுகிறது. இதை இங்குள்ள மக்கள் 'கோம்போ' எனக் கூறுகிறார்கள்.

நான் தீஸ்தாவினால் கவரப்பட்டு முதன் முதலாக இங்கே பிரவேசித்தபோது, ரங்கீத் சங்கமம், ரங்போ சங்கமம் இவற்றைப் பார்த்தேன். சங்கமத்தின் இரு ஆறுகளின் நிறமும் இங்கே தனித்தனியாகக் காணப்படுகின்றன. இந்தத் தடவை இந்த இரு சங்கமங்களையும் திருப்தியாகக் கண்டேன். கூடவே சிக்கிமின் தலைநகரான 'கோத்தோக்' கின் கிழக்கேயுள்ள ரோரோசூ, ரோங்கனீசூ இவற்றின் சங்கமத்தையும் 'சிங்டங்' கில் பார்த்தேன். 'சங்கம்' என்றாலே அழியா ஜீவனுள்ள காவியமாகும்.

மாபெரும் வெற்றி பெறுவதற்காகப் பல அரசர்களின் சேனைகள் ஒன்று சேரும்போது அவைகளின் சங்கற்பத்தின், உறுதியின் சக்தி பெருக்கெடுப்பதுபோல, இந்த எல்லா ஆறுகளின் தண்ணீரையும் ஏற்றுக்கொண்டு தீஸ்தா நதி ஜலவதி, வேகவதி

என பலம் கொண்டவளாகத் திகழ்கிறது. இவ்வாறு புது பலம் பூண்டவளாக இது மலைகளோடு சச்சரவு செய்து கொண்டே சமவெளிக்கு வந்து சேருகிறது. இங்கே அது 'சிலீகுடீ'* **(சிலிகூரி, ஜல்பைகூரி)** வரை செல்லாமல் 'ஜலபாய்குடீ' ரங்கபூரைத் தரிசித்துக் கொண்டு கடைசியில் பிரம்மபுத்ரவில் ஐக்கியமாகிறது.

நமது முன்னோர்கள் ஆறுகளை இருவிதமாகப் பிரித்திருக் கின்றனர். ஓர் ஆறு மற்ற பல ஆறுகளின் தண்ணீரை எடுத்துக் கொண்டு புஷ்டியடையும்போது அதை 'யுக்தவேணி' என்று கூறுகிறோம். வெண்கங்கை, கருயமுனை, தென்படாத ஸரஸ்வதி. இம்மூன்றும் சேர்ந்து பிரயாகைக்கருகில் 'திரிவேணி' ஏற்படுகிறது. பஞ்சாபில் ஏழு நதிகளின் தண்ணீரை ஏற்றுக்கொண்டு 'யுக்தவேணி' ஆகிறது. பிறகு அதே நதி பல பிரிவுகளாகப் பிரிந்து பற்பல முகங்களாகக் கடலில் விழும்போது அதை முக்தவேணி என்று கூறுகிறோம். ஆறுகளின் வாழ்க்கையை நாம் வேறு விதமாகவும் இரு பிரிவுகளாகப் பிரிக்கலாம். மலைகளில் கட்டுப்பட்ட வாழ்க்கை, சமவெளிகளில் சுதந்திரமானதோடு முடிவடைந்து விடுகிறது. பிறகு அது தனக்கு உறுதியான வாழ்க்கை கிடைக்கக் கூடிய இடத்தில் தனது போக்கை அமைத்துக்கொள்கிறது. ஆனால் வங்காளத்தைப்போன்ற கற்களற்ற சமவெளியான இடத்தில் அது பல தாரைகளில் பிரிந்துவிடுகிறது. நாம் நதிகளின் மலைப்பிரதேச வாழ்க்கையை குமரிப்பெண்களின் கபடமற்ற, உலகமறியாத வாழ்க்கையோடு ஒப்பிடலாம். சமவெளியில் போய்ச் சேர்ந்தவுடனேயே அது பல வயல்களுக்கு ஸ்தன்ய பானம் கொடுத்துக் கலிம்போங் கொண்டே பிரஜைகளின் தாயாக மாறுகிறது. தார்ஜிலிங், கலிம்போங் மலைகளிலிருந்து கிளம்பிய பிறகு 'தீஸ்தா' ஓரிரு இடங்களில்தான் கட்டுப்பாடு அனுபவிக்கவேண்டியிருக்கிறது; அதாவது அஸ்ஸாமை நோக்கிச் செல்லும் ரயில் பாலங்களில் ஒன்று புதிதாகக் கட்டப்பட்ட அஸாம்லிங்க் பாலம், மற்றொன்று நாம் கட்டி பாகிஸ்தானின் கையில் சென்றுவிட்ட ரங்கபூருக்கருகிலுள்ள பாலம்.

தீஸ்தா நதியின் சமவெளி வாழ்க்கை சற்று விசித்திர மானது. திபேத்திலுள்ள பல கணவர்களை மணந்து கொள்ளும் முறை ஒருக்கால் அதற்கு நினைவு வந்ததுபோலும். ஒரு காலத்தில் அது கங்கையோடு கலந்ததுண்டு. இந்த நூறு இருநூறு ஆண்டு களுக்குள்ளாக அது பல பராக்கிரமச் செயல்கள் புரிந்தது. அங்குள்ள மக்கள் அதை 'பகலா'(பைத்தியம்) என்றுகூடச் கூறியதுண்டு. இன்றுகூட அதனுடைய ஒரு பிரவாகம் 'சிறிய

தீஸ்தா' என்று அழைக்கப்படுகிறது. மற்றொன்று 'கிழ தீஸ்தா', மூன்றாவது 'மரித்த தீஸ்தா'. அது தனது தண்ணீரை கர்தோயா ஆற்றுக்கு அளித்தது, 'காகாத்'துக்கும் அளித்தது. சமவெளியில் அது யுக்தவேணியாகவும் ஆகிறது, முக்தவேணியாகவும் ஆகிறது. தீஸ்தாவின் சஞ்சலமான சுவபாவத்தைப் புரிந்து கொள்வதும் அதைச் சரிப்படுத்துவதும் மனிதர்களுக்கு மிகவும் கடினமான காரியம். அது அடிக்கடி இடம் மாறுவதைப் பார்த்தால் அதனுடைய பல பிரவாகங்களுக்கு நிலையான பெயர் கொடுப்பதும் அதை நினைவில் வைத்துக் கொள்வதும் கஷ்டம். 'காலிகா' புராணத்தில் தீஸ்தா நதியின் வர்ணனை காணப்படுவதாகச் சொல்லப்படுகிறது. அதிலுள்ள கதை யாதெனில் பார்வதி ஏதோ ஓர் அசுரனுடன் போரிட்டாள். அந்த மதம் பிடித்த அசுரன் 'நான் சிவனைத்தான் உபாசிப்பேன், பார்வதியை உபாசிக்கமாட்டேன்' என்று கூறிவந்தான். பார்வதிக்கும் அந்த அசுரனுக்கும் பயங்கரமான சண்டை நிகழ்ந்தது. சண்டை செய்யும் போதே அசுரனுக்கு மிகவும் தாகம் ஏற்பட்டது. அவன் சிவனிடம், 'ஹே ப்ரபு! என் தாகத்தைத் தீர்த்துவைப்பாய்' என்று பிரார்த்தித்துக் கொண்டான். என்ன ஆச்சரியம்! சிவனிடத்தில் அவனுடைய வேண்டு கோள் போய்ச் சேர்ந்தவுடனேயே பார்வதியின் ஸ்தனங்களிலிருந்து ஸ்தன்யதாரை கிளம்பிற்று. அதுதான் இந்த தீஸ்தா. அசுரர் தலைவனுடைய தாகத்தைத் தீர்ப்பதற்காக இந்த ஆறு உற்பத்தியானதால் இதன் பெயர் 'திருஷ்ணா' - (தாகம்) என ஏற்பட்டு, அந்தத் 'திருஷ்ணா' தான் தீஸ்தா என மாறிற்று. ஓர் ஆற்றை எவ்வாறு திருஷ்ணா எனக் கூறுவது என்பது புலப்படவில்லை. (திருஷ்ணா - தாகம்) திருஷ்ணா 'தண்ஹா' என மாறக்கூடும், ஆனால் 'ண'காரம் முற்றிலும் மறைந்து போய்விடுவது சரியாகத் தோன்றவில்லை.

எதுவாயிருந்தாலும் சரி, தீஸ்தாவின் வாழ்க்கைக்கதை ஆரம்பத்திலிருந்து கடைசிவரை மிகவும் கவர்ச்சி பொருந்திய தாகவும் நினைவிலிருத்திக் கொள்ளக்கூடியதாகவும் இருக்கிறது. மலைகளில் இந்த ஆறுகள் ஓடுமிடத்தில் உஷ்ணம் மிக அதிகமாக இருக்கிறது. ஆகையால் மலேரியாக் கொசுக்களும் அதிகம். ஒருக்கால் இதனால்தான் தீஸ்தாவைப்பற்றி ஒருவரும் நாட்டுப் பாடல் எதுவும் பாடவில்லை போலும்.

ஆனால் இப்பொழுது நாம் விஞ்ஞான உலகத்தில் பிரவேசித்திருக்கிறோம். மலேரியாக் கொசுக்களை அழிக்க முடியும். ஆற்றின் பிரவாகம் வேகமாக உள்ள இடத்தில் யந்திரங் களை அமைத்துப் பல விதங்களில் ஆற்றின் நீரை உபயோகப்

படுத்தலாம். தீஸ்தா உற்பத்தியாகும் இடம் ஒருக்கால் 6-7 ஆயிரம் அடி உயரத்தில் இருக்கும். அது மலைப்பிரதேசத்தை விட்டு வெளிப்படும்போது அது கடல் மட்டத்திலிருந்து 700 அடி உயரத்தில்தான் இருக்கிறது. வெகு விரைவிலேயே ஒரு 6 அயிரம் அடி உயரத்தை இழந்துவிடும்போது, அம்மாதிரியான ஆற்றை எந்த விதத்திலும் பயன்படுத்திக்கொள்ளலாம். ரம்பத்தினால் மரம் அறுக்கும் வேலையும், மாவு அரைக்கும் வேலையும் இந்த ஆறுகள் செய்கின்றன. இப்பொழுது இதிலிருந்து மின்சாரம் உற்பத்திசெய்யும் வேலை தொடங்கும். அது ஏற்பட்டுவிட்டால் சீக்கிரம் அதனுடைய உருவமே மாறிவிடும்.

தார்மிக மனப்பான்மையுடைய நம் முன்னோர்களின் யந்திரபுத்தியும் தர்ம காரியங்களில்தான் ஈடுபட்டு வந்தது. ஓர் இடத்தில் நாங்கள் பார்த்தோம் - மலை ஆற்றுக்கு எதிரே ஒரு சக்கரம் அமைத்து அதைக்கொண்டு "ஓம் மணி பத்மே ஹூம்", என் ற ஜபத்தைக் குறிக்கும் கட்டைகள் சுழல வைக்கப்படுகின்றன. இந்த யந்திரசாதன ஜபத்தின் புண்ணியம் அந்த யந்திரத்தை அமைத்தவனுக்குப் போய்ச் சேருகிறது.

இந்தப் புண்ணியத்தின் பெரும் பங்கு அந்த ஆற்றுக்குத் தான் கிடைக்க வேண்டும். *(7-10-65)*

54. பரசுராம குண்டம்

இந்தியாவின் கிட்டத்தட்ட வடகிழக்கு எல்லைக்கருவில் லோஹித்பிரம்மபுத்ரவின் கரையில் பிரம்ம குண்டம் அல்லது பரசுராம குண்டம் என்ற ஒரு புண்ணிய நதி இருக்கிறது, திபேத்து, சைனா, பர்மா இவற்றின் எல்லைக்கருகில் காட்டு ஜாதியினருக்கு நடுவில் இந்தியப் பண்பாட்டின் புராதன வளர்ச்சிக் கூடமாயிருந்தது. இந்த பரசுரம குண்டம் மேற்கு சமுத்திரத்தின் கரையில் சஹ்யாத்ரி மலையடிவாரத்தில் பிராம்மணர்களைக் குடியேற்றிய பார்கவ பரசுராமர் பாரதம் முழுவதிலும் யாத்திரை செய்துகொண்டே வடகிழக்கு எல்லையை அடைந்து ப்ரம்மகுண்டத்தில் மன அமைதி பெற்றார். இதுதான் இந்த இடத்தின் சரித்திரப் புகழ்.

நான் அஸ்ஸாம் மாகாணத்தில் சென்ற நாள் முதற்கொண்டு பரசுராம குண்டத்துக்குச் சென்று நீராடி, நீர் அருந்தி, தானதருமம் செய்ய வேண்டும் என்ற ஆவல் உண்டு. அரசியல், பூகோள,

இன்னும் மற்ற காரணங்களால் இதுவரை அங்கு செல்ல முடியவில்லை. ஆனால் மஹாத்மா காந்தியின் அஸ்தி மற்ற தீர்த்தங்கள் மாதிரி பரசுராம குண்டத்திலும் கரைக்கப்பட்டது என்று கேள்விப்பட்டவுடன், அங்கு செல்லும் ஆவல் மிகவும் தீவிரமாகிவிட்டது. இந்த ஆண்டு சர்வோதயத் தொண்டர்களில் பலர் பிப்ரவரி 12-ல் சர்வோதய மேளா நடத்துவதற்காக அங்கே செல்லப் போகிறார்கள் என்று கேள்விப்பட்டவுடன் இந்த சந்தர்ப்பத்தை விட்டுவிடக் கூடாது என்று மனத்தில் நிச்சயம் ஏற்பட்டு விட்டது. பலாஸவாடிக்கருகில் பல ஆண்டுகளாக நடைபெற்றுவரும் மோமான் ஆசிரமத்து நிர்வாகி திரு.புவனசந்திர தாஸ் அவர்களும் எனக்கு அழைப்பு விடுத்துவிட்டார்.

அடிக்கடி பூலோகத்தில் யாத்திரை செய்து பூகோள சாஸ்திரத்தை வளர்த்தவர்களில் முக்கியமான பூகோளசாஸ்திர நிபுணர்களில் நாரதர், வியாஸர், தத்தாத்ரேயர், பரசுராமர், பலராமர் இவர்களுடைய பெயர்கள் எல்லோருக்கும் நன்கு தெரிந்திருக்கும். இவர்களில் வியாஸரும் பரசுராமரும் தத்தம் செயல்களின் சிறப்பினால் அழியாப் புகழ் எய்திவிட்டனர். பாரதநாட்டுக் கலாச்சாரத்தைச் சேகரித்து அதை வளர்த்துப் பரப்பிய பணி மஹரிஷி வியாசரைச் சாரும். வியாஸர் இந்தப் பணியைச் செய்த அளவுக்கு வேறு யாரும் செய்யவில்லை. ஆகையால் தான் அவருக்கு வேதவ்யாசர் என்ற சிறப்புப் பெயரும் ஏற்பட்டது. அவருடைய உண்மையான பெயர் கிருஷ்ணத்வை பாயனர் என்பது.

பரசுராமரோ அகத்திய முனிவரைப் போல கலாச்சாரப் பிரசாரகராயிருந்தார். புராதன காலத்தில் மானிட ஜாதி உயிர்வாழ்வதற்கு பயங்கரமான யுத்தம் நடந்த வேண்டியிருந்தது - காடுகளோடும் காட்டிலுள்ள மிருகங்களோடும். காடுகள் ஆக்கிரமிப்புச் செய்து பலதடவை மனிதக் கலாச்சாரத்தை விழுங்கியிருக்கிறது.இதற்குச் சான்று இன்றுகூட கம்போடியாவில் 'ஆன் கோர்வாட்' 'ஆன் கோர்தாம்' இவற்றில் காணக் கிடைக்கிறது. உயரமான அரண்மனைகளும் பெரிய பெரிய கோவில்களில் சிகரங்களும் மண்மேடாகிவிட்டன. காட்டின் பெரிய மரங்கள் அவற்றின் மேல் தம் கொடியை நாட்டிவிட்டன. நம் நாட்டில் கூட கணக்கற்ற கோயில்கள் ஆல், அரசு மரங்களின் வேர்களில் சிக்கிக்கொண்டு உருவிழந்து காணப்படுகின்றன.

அந்த யுகத்தில் பரசுவை (கோடரி) எடுத்துக்கொண்டு மனிதக் கலாச்சாரத்தைக் காத்துப் பரப்புவதற்கான பணியை

பகவான் பரசுராமர் புரிந்தார். புராணக்கதை பிறப்பின் போதே பரசுராமர் கையில் பரசு இருந்ததாகக் கூறுகிறது. செல்வந்தர் வீட்டில் பிறக்கும் குழந்தையைப்பற்றி ஆங்கிலத்தில் 'He is born with a silver spoon in his mouth' என்று கூறுவதுண்டு. இதே போலத்தான் பரசுராமர் விஷயத்திலும்.

பரசுராமர் பிராம்மணர், ஆனால் அவருடைய பழக்க வழக்கங்கள் யாவும் க்ஷத்திரியர்களைப் போன்றவை. காடுகளை அழிப்பதற்காகக் கையில் கோடாரியை எடுத்து வீசும் போதே, அவர் ஸஹஸ்ரார்ஜுன சக்கரவர்த்தியின் ஆயிரம் கைகளின் மேலும் அந்தக் கோடரியை வீசினார். க்ஷத்திரியர்களுடைய அட்டஹாசத்தினால் கோபமடைந்து அவர்களுக்கு எதிராக பரசுராமர் 21 தடவை யுத்தம் புரிந்தார். க்ஷத்திரிய தர்ம முறைப் படியே க்ஷத்திரியர்களை அழிக்க இந்த பிராம்மணர் 21 தடவை முயன்றார். பரசுராமருடைய தகப்பனார் மிகுந்த கோபமுள்ளவர். ஒரு நாள் அவர் மற்றப் பிள்ளைகளிடம் 'உன் தாயார் நடத்தை கெட்டவள், அவளைக் கொன்றுவிடு' என்று உத்திரவிட்டார். அவர்கள் மறுத்துவிட்டனர். அவர் பரசுராமர் பக்கம் திரும்பி, 'மகனே, நான் சொல்லும் காரியத்தைச் செய்துமுடி. இந்த ரேணுகாவைக் கொன்றுவிடு' என்று கூறினார். கோடாரியை வீசும் பழக்கமுள்ள, கீழ்ப்படிதலுள்ள மகன் அதிகம் யோசிக்கவில்லை. அவன் தாயாருடைய தலையை உடனே துண்டித்தான். தகப்பனார் மகிழ்ச்சியடைந்து, 'நீ எனக்குப்பிரியமான, நான் சொன்ன வேலையைச் செய்து முடித்தாய். உனக்கு என்ன வரம் வேண்டுமோ கேள்' எனக் கூறினார். மகனுக்கு இப்பொழுது ஒரு வாய்ப்புக் கிடைத்துவிட்டது. தகப்பனாருடைய தவம் முழுவதையும் அவன் நான்கே வரங்களில் பிழிந்து வாங்கி விட்டான். "என் தாயார் மறுபடி உயிர் பெற்று எழுந்துவிட வேண்டும்; என் சகோதரர்களை நீங்கள் சாபம் கொடுத்து ஜடமாக்கி விட்டீர்கள், அவர்களும் உயிர் பெற்று எழவேண்டும்; தங்களுக்கு ஏற்பட்ட தண்டனையை அவர்கள் மறந்துவிட வேண்டும். நான் தாயைக் கொன்ற பாவத்திலிருந்து விடுபட்டு சிரஞ்சீவியாக வாழ வேண்டும்." தகப்பனார் சொன்னார் - "மற்ற எல்லா வரங்களும் கொடுத்துவிடுகிறேன். ஆனால் தாயாரைக் கொன்ற பாவத்தைப் போக்கிக் கொள்ள என்னால் வரமளிக்க இயலாது. என் தவத்தில் கூட இதற்குச் சக்தி கிடையாது." பரசுராமர் வருத்தமடைந்து அங்கிருந்து சென்று விட்டார். சிறிது காலத்துக்குப் பிறகு பரசு தரித்த ராமரை வில்லேந்திய ராமர் தோற்கடித்தார். ஏனெனில்

யுத்த சாஸ்திரம் மிக அதிகரித்து விட்டிருந்தது. பரசுவைவிட வில் அம்பின் சக்தி அதிகம், வெகுதூரம் வரை செல்லக்கூடியது.

பரசுராமர் பாரதநாட்டில் பிரயாணம் செய்வதிலேயே ஆயுள் முழுவதையும் செலவு செய்தார். பல நதிகளையும் சாதுக்களையும் தரிசித்தார். சித்தம் அமைதியடைந்தது, 'லோஹித் பிரம்மபுத்ர'வின் கரையில் பிரம்ம குண்டத்தில் அவரது கையி லிருந்து கோடாலி விழுந்து விட்டது. இந்த ஆயுத சன்னியாஸம் தான் இந்தப் பரசுராம குண்டத்தின் தலபுராணம். பரசுராமனது வாழ்க்கைச் சரித்திரத்தில் மேற்குக் கரையிலிருந்து வடகிழக்கு முனைவரையிலுள்ள பாரத நாட்டைப்பற்றி ஒரு பழங்காலத்துச் சரித்திரம் முழுவதும் அமைந்திருக்கிறது. பரசுராம குண்டத்துக்கு யாத்திரை செய்து பல சாது மகாத்மாக்கள் இங்குள்ள காட்டு ஜாதியினரிடையே இந்தியக் கலாச்சாரத்தைப் பரப்பியிருக்கிறார்கள். இந்தப் பிரதேசத்துக் குடிமக்கள் ருக்மிணி இவர்கள் நாட்டின் மகள் என்றும் ஆதலால் கிருஷ்ணன் இவர்களது மருமகன் என்றும் கூறுகிறார்கள்.

புராதன காலத்துக் கலாச்சாரத் தூதர்கள் இங்கு விஜயம் செய்த மாதிரியே, புத்த பகவானின் சீடர்களும் இங்கு வந்திருக்கக் கூடும். பௌத்த பிக்ஷுக்கள் இமயமலையைக் கடந்து திபேத்துக்கும் சென்றிருக்கக்கூடும், கப்பல் மூலமாக சீனாவுக்கும் சென்றிருப் பார்கள். அதற்குப் பிறகு அஸ்ஸாம் மாகாணத்தில் அஹிம்ஹா தர்மத்தின் வெள்ளம் ஸ்ரீ சங்கரதேவருடைய காலத்தில் ஏற்பட்டது. ஸ்ரீ சங்கரதேவர் உண்மையான சாக்தர். அந்தப் பிராந்தியத்தின் ஆசாரம் சீர்குலைந்திருப்பதைக் கண்டு மனமுடைந்து அவர் வைஷ்ணவராகி, அஸ்ஸாம் மாகாணம் முழுவதிலும் தர்மோப தேசம், நாட்டியம், சங்கீதம், சித்திரக் கலை முதலியவற்றின் மூலம் சமுகத்தைத் தூய்மைப் படுத்தும் பணியும் கலாச்சாரத்தைப் பரப்புவது போன்ற பணியும் நீண்டகாலம் வரை செய்து வந்தார். இதுபோலவே சைதன்ய மஹாபிரபுவின் வைஷ்ணவ தர்மப் பிரசாரம் மணிப்பூர் பக்கத்தில் நடைபெற்றது. சங்கரதேவரின் பிரசாரத்தின் பிரபாவம் அஸ்ஸாம் மாகாணத்து மலைநாட்டு மக்களின் மீது இன்னும் அதிகமாக ஏற்படவில்லை.

அஹிம்சா தர்மத்தின் புத்தம் புதிய மிகப்பெரிய வெள்ளம் மஹாத்மா காந்திஜியின் சத்தியாக்கிரஹ சுயராஜ்ஜியக் கிளர்ச்சி களின் மூலம் அஸ்ஸாம் மாகாணத்தில் புகுந்தது. அதன் மிக அதிகமான பிரபாவம் நாகா, மிஷமீ, அபோர், டபலா முதலிய உண்மையான மலை ஜாதியினரின் பேரில் ஏற்படவேண்டும். இதற்காக ஷில்லாங், கோஹீமா, மணிபூர், சாதியா முதலிய

முக்கியமான கேந்திரங்களுக்கு அருகில் பல ஆசிரமங்கள் அமைக்கப்பட வேண்டியது மிகவும் அவசியம்.

இவற்றில் சாதியாவுக்கருகில் பிரம்மபுத்ராவில் வந்து கலக்கும் அநேக நதிகளும் உபநதிகளும் விசிறிபோல் அமைந்திருக் கின்றன. நோவாடிஹங், டேங்காபானீ, லோஹித், டிகாரூ, தேவபாணீ, குண்டில், டிபங், ஸேஸேரீ, லாவீ போன்ற பல நதிகள் தமது தண்ணீரைக் கொடுத்துக் கொடுத்து பிரம்மபுத்ரவைப் புஷ்டியாக்குகின்றன. சாதியாவிலிருந்து பல பாதைகள் பல திசைகளில் சென்று பல காட்டு ஜாதிகளுக்குச் சேவைபுரிகின்றன. சாதியாவுக்கு அருகிலேயே, சுலேகாடா, மிஷமீ மக்கள் வசிக்கிறார்கள். அவர்கள் இயற்கையிலேயே மிக சாந்தமானவர்கள். மூலப்பிரம்மபுத்ரவின் வடபகுதிக்குப் பெயர் திஹங் என்பது. அதற்கும் மேலே அது மானஸ ஸரோவரிலிருந்து இமயமலையின் கிழக்குப் பக்கமாகப் பாயும்போது அதை 'ஸான்போ' என்று பெயரிட்டு அழைக்கிறார்கள்.

இந்த நதிகள் எல்லாவற்றின் கரையிலும் மலைச்சாதி சகோதரர்கள் வசிக்கிறார்கள். அவர்களிடம் அன்பு கொள்வது நம் கடமையாகும். இந்த வேலை அரசாங்கத்தின் மூலம் அதிகம் நடைபெற முடியாது, அதற்கு பரசுராமர், புத்தர், போன்ற கலாச்சாரத்தில் தேர்ந்த மஹாபுருஷர்கள் தாம் தேவை. அதாவது புது நோக்கும், புதிய சக்தியும், புதிய ஆதர்சமும் (கொள்கையும்) தேவை.

இந்த வேலையெல்லாம் யார் செய்வார்கள்? இது பாரத நாட்டின் வாலிபர்கள், யுவதிகளுடைய பணியாகும். கிறிஸ்தவர்கள் தம்நோக்கின் படி நல்லதோ கெட்டதோ சிறிது பணி புரிந்திருக் கின்றனர். அவர்களுடைய நோக்கு எப்பொழுதுமே சுத்தமாகத் தான் இருந்திருக்கிறது என்று கூறுவதற்கில்லை. இந்நிலையில் தேசத் தலைவர்கள் தீர்க்க திருஷ்டியுடன் இம்மாதிரியான இடங்களைப் பார்வையிட்டு, மனிதத் தன்மையின் பெயரால் சுத்தமான கலாச்சாரத்தைப் பரப்பும் நோக்கம் கொண்ட வாலிபர்களை இங்கு அனுப்பவேண்டும். *(வர்தா, 21-03-1950.)*

55. இரு சென்னைச் சகோதரிகள்

இந்த இரு சகோதரிகளிடமும் எனக்கு அளவற்ற இரக்கம் உண்டு. சென்னை நகரம் இவ்விருவர்களுடைய பெருமையை

அதிகப்படுத்தியது போலவே இவர்களை அதிக அளவுக்கு அலட்சியப்படுத்தியுமிருக்கிறது.

சென்னை நகரத்தின் பெருமை கூட செயற்கையானது தான். அதனிடம் அழகான யாதொரு மலையும் கிடையாது, பெரிய நதியினால் ஏற்பட்ட வளைகுடாவும் கிடையாது. வியாபாரம் அல்லது சேனை நிலையிலும் சென்னைக்கு யாதொரு உண்மை யான, சொந்தமான, அசலான மகத்துவம் கிடையாது. ஆனால் சரித்திர நிகழ்ச்சியின் காரணமாக ஆங்கிலேயர்கள் இதைத் தேர்ந்தெடுக்க வேண்டியதாயிற்று. இங்குள்ள இந்நகரத்தையே சேர்ந்த மக்களுக்கு இந்த நகரத்தினிடம் அன்பு குறைவாய் இருந்தது என்று யாரும் கூறமுடியாது. எந்த இந்தியர்கள் அல்லது மீனவர் ஜாதியைச் சேர்ந்த ஆதிவாசிகள் இந்நகருக்குச் சென்னபட்டணம் அல்லது ஸுவர்ணபுரி என்று பெயரிட்டார்களோ, அவர்கள் இந்த நகரத்தின் விதியைப்பற்றி முன்கூட்டியே நினைத்திருப்பார்களா?

எதுவாயினும் சரி, ஆங்கிலேயர்கள் இங்கே தங்கள் முகாமை அமைத்துக் கொண்ட நாளிலிருந்து இந்தப் பட்டணத்தின் பாக்கியமும் வைபவமும் அதிகரித்துக் கொண்டுதான் வந்திருக்கின்றன. இந்த நகரத்துக்கு உபயோகமாயிருந்து வரும் இவ்விரு சகோதரிகளுடைய பாக்கியமும் மாறிக்கொண்டே வந்திருக்கிறது. ஒன்றின் பெயர் கூவம், மற்றொன்றின் பெயர் அடையாறு. இவ்விரு ஆறுகளும் கிழக்கு நோக்கி ஓடி கிழக்குச் சமுத்திரமாகிய வங்கக்கடலில் கலக்கின்றன.

சென்னையும் அதன் சுற்றிலும் உள்ள பூமி முற்றிலும் சமதரையானது. இங்கும் சிறியதும் பெரியதுமான பல குளங்கள், ஏரிகள் உள்ளன. ஆனால் இப்பொழுது அவைகளின் சோபை குறைந்து விட்டது.

தர்க்கப்படி பார்த்தால், பூமி சமதளமாக, கற்கள், பாறைகள் நிறைந்தாக இல்லாதிருந்தால், ஆறு தனது பாதையை நேராகத் தோண்டிக் கொண்டு அமைத்துக் கொள்வதில் யாதொரு இடையூறும் இருக்கமுடியாது. ஆனால் ஆறுகள் அவ்வாறு செய்வதில்லை. சிறிது தூரம் வரை ஆறு ஒரு பக்கம் பாய்ந்து, சற்றுக்களைத்து மறுபக்கம் திரும்பி வேறுபக்கம் போய்விடும். மறுபடி முன்னேறி திசையை மாற்றிக் கொள்ளும். இவ்விதம் பாம்பு நெளிவது போல் வளைந்த பாதையில் தான் முன்னேறும்.

மலை ஆறுகளுக்கு வேறுவழி கிடையாது. மலைகள், குன்றுகளுக்குநடுவில்எங்கேபாதைகிடைக்கிறதோ அவ்வழியாகத்தான்

செல்ல வேண்டியிருக்கிறது. தீஸ்தா கூட, "நான் இயற்கை யாகவே ஸர்ப்பம் போன்றவளல்ல. வக்ரமாகச் செல்வது என் சுபாவம் அல்ல. ஆனால் அது என் தலைவிதியாகிவிட்டது' என்று கூறும். காஷ்மீரில் ஓடும் விதஸ்தா அல்லது ஜீலம் இவ்வாறு கூறித் தப்பித்துக் கொள்ள முடியாது. கிட்டத்தட்ட சக்ரவட்டமாகச் சுற்றிக் கொண்டே போவதும் முன்னேறிச் செல்லச் சற்றும் உற்சாகம் காட்டாததுமே இந்த காஷ்மீரத்து விதஸ்தாவின் சுவபாவமாகிவிட்டது. பீஹாரில் ஓடும் பற்பல ஆறுகளைப்பற்றியும் இவ்வாறே கூறலாம். ஒரு தடவை நான் பிஹார் மாகாணத்தில் ஆகாயவிமானம் மூலம் பல இடங்களுக்குச் செல்ல வேண்டியிருந்தது. நான் பீஹார் மாகாணத்தை எத்தனை தடவை இம்மாதிரி பல திசைகளிலிருந்து கடந்திருப்பேனோ தெரியாது. ஆகாயவிமானத்தில் பறக்கும்போது கூட நான் பீஹார், வங்காளத்து நதிகளை வெகு உயரத்திலிருந்து பார்த்திருக்கிறேன்; அப்பொழுது அவற்றின் வக்ரகதித் திறமையைக் கண்டு வியந்து மரியாதை செலுத்தியிருக்கிறேன்.

இந்தியாவின் ஒரு பெரிய தேசப்படம் தயார் செய்து அதில் நதிகளின் பாதைகளை மட்டும் குறித்தால், அதில் வளைகோடு களின் பெரிய கோலாகலம் மனத்தைக் கவரக் கூடியதாயிருக்கும். ஆற்றுக்கு வலப் பக்கமும், இடப்பக்கமுமாகத் திரும்பித் திரும்பிச் செல்லாவிட்டால் மகிழ்ச்சி இராது. ஒரு பக்கத்தில் உள்ள உயரமான கரையைத் தேய்த்துக் கரைத்துக் கொண்டே செல்வது, மற்றொரு பக்கத்திலுள்ள தாழ்ந்த கரையை ஒவ்வொரு ஆண்டும் மூழ்கடித்து, சிறிது காலத்துக்கு அங்கே ஜலப்பிரளயத்தை உண்டாக்கிவிடுவது - இதுதான் ஆறுகளின் வருடா வருட விளையாட்டாகும். ஆனால் ஆறுகள் பெரிய பெரிய பட்டணங்களுக்கு நடுவில் சிக்கிக் கொண்டு தவிக்கும்போதும், அல்லது இரக்கப்பட்டுத் தன் இரு மருங்கிலும் மக்களைக் குடியேற அனுமதிக்கும்போதும், அவைகளுடைய இந்தச் சுதந்திர வாழ்வு ஒரேயடியாகப் பறிபோய் விடுகிறது. அப்பொழுது அவற்றின் வாழ்க்கை டாங்கா இழுக்கும் குதிரை போல ஆகிவிடுகிறது. இதுபோன்ற ஆறுகள் தங்கள் பாதைகளை நிச்சயப்படுத்திவைத்துக் கொண்டால்கூட அவைகளின் அழகு முற்றிலும் அழிந்துவிடுகிறது.

லண்டனில் தேம்ஸ் நதி, பாரிஸில் ஸீன் நதி, லிஸ்பனில் டேகஸ் நதி இம்மூன்றினுடைய கட்டுண்ட அவலநிலையைக் கண்டு என்மனம் பலதடவை அழுதிருக்கிறது. கர்வம் கொண்ட, தன்னிச்சைப்படி ஓடும் நைல்நதி வேறுவழியின்றி அல்காஹேரா (கெய்ரோ) நகருக்கு நடுவில் செல்லும்போது, அதைக்கண்டு துக்கம் ஒரு பக்கமும் கோபம் ஒரு பக்கமும் ஏற்படுகிறது. ஆறுகளை

இப்படி அவமதிப்புக்குள்ளாக்கும் மானிட சமூகத்தை எப்படிக் கட்டுப்படுத்துவது என்பதுபற்றி பல தடவை மனத்தில் யோசனை உண்டாகிறது.

அடையாறு, கூவம் இவையிரண்டில் கூவம் நதிக்கு கட்டுப்பாடு அதிகம். ஏனெனில் அது நகரத்துக்கு நடுவில் செல்கிறது. அடையாறு நதி சென்னை நகரத்துக்குத் தெற்கே ஓரத்தில் இருப்பதால் சற்று வசதி அதிகம்.

ஆனால் - இங்கேயும் ஆனால் குறுக்கிடுகிறது - மனிதன் இதை அவமதிக்காவிட்டாலும் நதிபதியான கடல் அவமதிக்கிறது. பாவம், வெகு ஆவலோடு கடலுடன் கலக்கச் செல்கிறது, ஆனால் கடல் மரியாதையில்லாமல் பெரிய பெரிய அலை களோடு மணலைக் கொண்டுவந்து அதற்குமுன் ஒரு பெரிய அணை கட்டிவிடுகிறது.

அன்னை வஸந்தை (அன்னிபெஸன்ட்)யின் பிரம்மக்ஞான ஆசிரமத்தை நான் முதன் முதலில் பார்க்கச் சென்றபோது, நதியும் கடலும் கலக்கும் காட்சியைக் கண்டுகளிக்கும் பொருட்டு நதியின் கடைசி வரை சென்றேன். ஆனால் புறக்கணிக்கப்பட்ட அடையாறு தன் தண்ணீரை எடுத்துவந்து எதிர்பார்த்து நிற்கிறது. கடலோ தான் எழுப்பிய அணைக்கு அப்பால் இருந்துகொண்டு, அலைகளின் மூலம் பெரிதாகச் சிரித்துக் கொண்டிருக்கிறது. கடலினிடம் சற்றுக் கோபமும் உண்டாயிற்று. இதற்கு கொஞ்சம் கூட இரக்கம் இல்லையே! சிறிதாவது வழிவிடக் கூடாதா? ஆனால் கடலுக்கும் நதிக்கும் நடுவில் பரவியுள்ள மணல் மேட்டின் மேல் நடக்கும்போதே அடையாறுக்கு அவமானம் விளைவிப்பதில் நானும் சம்பந்தப்பட்டவன் என்ற எண்ணம் தோன்றிற்று. அங்கிருந்து திரும்பி வந்துவிட்டேன். இதற்குப் பிறகு பலதடவை சென்னைக்குச் சென்றிருக்கிறேன், பகவதி அடையாறைத் தரிசித்திருக்கிறேன். ஆனால் அந்த அணைமீது நடக்க மனம் வரவில்லை.

கூவத்தின் நீரைக்காட்டிலும் அடையாற்றின் தண்ணீர் அதிகம் சுத்தமாயிருப்பதாகத் தோன்றுகிறது. இங்கே காற்று சுத்தமாயிருப்பதால் தண்ணீரும் சுத்தமானதாக, மின்னக் கூடியதாகக் காணப்படுகிறது. இந்த ஆற்றின் நடுவில் வடக்குப் பக்கத்தில் ஒரு பெரிய பணக்காரரின் வீடு இருக்கிறது. அரண்மனை போன்ற வீடு. அது ஆற்றின் அழகைக் குலைக்கவில்லை. ஆற்றினால் அந்த வீடுதான் அதிகம் எடுப்பாக, கவர்ச்சிகரமாகக் காணப் படுகிறது.

நான் அடையாற்றுக்குப் போகும்போதெல்லாம் அதன் கரையில் இனிமையான இளநீர் அருந்துவது வழக்கம். அதைத் தான் இயற்கையன்னையின் பிரசாதமாகக் கருதுவேன். அடையாறோடு கூடவே கூவத்தையும் பார்ப்பதுண்டு. ஆனால் அதனிடம் இதுவரை மனத்தில் இரக்கம்தான் தோன்றிவந்திருக்கிறது. சென்னையின் செயின்ட் ஜார்ஜ் கோட்டையின் காரணமாக கூவத்தின் அழகு சற்று அதிகரித்தும்கூட அதற்காக இரக்கப்படவே வேண்டியிருக்கிறது.

ஆங்கிலேயர்கள் அடையாற்றிலிருந்து கூவம் வரை ஒரு சிறு கால்வாய் வெட்டியிருக்கிறார்கள். அதன் பெயர் பக்கிங்காம் வாய்க்கால். இந்தக் கால்வாயினால் என்ன லாபம் என்று புரியவில்லை. ஆனால் அதன் பெயரை எத்தனை தடவை கேட்டாலும், அது என் மனத்தில் உறுத்தியே வந்திருக்கிறது.

இந்த ஆறுகள் சென்னை நகரத்துக்கு நடுவே ஓடாவிட்டால் நான் இவற்றிற்கு அஞ்சலிகூடச் செலுத்தியிருக்கமாட்டேன். இவற்றின் அழகையும், பெருமையையும் அதிகரிக்கச் செய்ய சென்னைவாசிகளால் முடியவில்லை. சென்னை வாசிகள் இவற்றைப் பயன்படுத்திக் கொண்டார்களே தவிர இவற்றுக்குச் சற்றும் சேவைபுரியவில்லை, இவற்றைச் சற்றும் கவனிக்கவே யில்லை என்ற துக்கம் சென்னையைப் பற்றி எப்பொழுதும் இருந்துகொண்டேயிருக்கிறது.

(2 ஜூன், 1957.)

56. முதல் கடல் தரிசனம்

தகப்பனாருக்கு சதாராவிலிருந்து கார்வாருக்கு மாற்றல் ஆகிவிட்டது. நாங்கள் சதாராவிடமிருந்து விடைபெற்றுக் கொண்டோம். வீட்டில் நரசா என்ற ஒரு காளை இருந்தது. அதை நாங்கள் பேலகுந்திக்கு மாமா வீட்டிற்கு அனுப்பிவிட்டோம். மஹாதூவுக்கு விடை கொடுத்து அனுப்பிவிட வேண்டிய தாயிற்று. பாவம், அழுது அழுது அவன் கண்கள் சிவந்து விட்டன. வேலைக்காரி மதுராவை வேலையிலிருந்து நிறுத்தும் போது தாயார் அவளுக்கு ஒரு நல்ல புடவை கொடுத்தாள். அவள் எங்களுக்கு நிரம்ப ஆசிகள் கூறினாள். வீட்டுச் சாமான்கள் பலவற்றை ஒழுங்குபடுத்திவிட்டு நாங்கள் முதலில் ஷாஹ்பூருக்குச் சென்றோம். அங்கு சில நாட்கள் தங்கிய பிறகு 'வெஸ்டர்ன்

இண்டியா பெனின்ஸுலர் ரயில்வே'யில் முர்கான்வ்க்குச் சென்றோம். வழியில் குஞ்ஜு ஸ்டேஷனில் தண்ணீர் பவுன்டன்கள் அமைக்கப்பட்டிருந்தன. பார்க்க மிக அழகாயிருந்தன. லோண்டா வில் வண்டி மாறி நாங்கள் W. I. P. ரயில் வண்டியில் அமர்ந்தோம்.

கோவா-இந்தியா எல்லையில் 'காஸில் ராக்' ஸ்டேஷன் இருக்கிறது. அங்கே சுங்க இலாக்கா அதிகாரிகள் எங்களைச் சோதனை போட்டார்கள். எங்களிடம் சுங்கம் செலுத்த வேண்டிய சாமான் என்ன இருக்கப் போகிறது? ஆனால் வழியில் குழந்தை களுக்குக் கொடுப்பதற்காக டப்பாக்களில் லட்டு நிரப்பிக்கொண்டு வந்திருந்தோம். அவற்றைப் பார்த்து சுங்க இலாக்கா அதிகாரியின் வாயில் ஜலம் ஊறிற்று. அவன் சங்கோசமில்லாமல் எங்களிடம் லட்டு கேட்டே விட்டான். அவன் 'தாங்கள் இந்த லட்டுக்களை எங்களுக்குக் கொடுத்து விடுங்கள்' என்று கூறினான். "சரி, இந்த லட்டுக்களெல்லாம் இங்கேயே தீர்ந்துபோய்விடும்" என்று நிச்சயித்துக் கொண்டேன் அம்மாவுக்கு மனம் இளகிவிட்டது. அவள் சொன்னாள் - "எடுத்துக்கொள். இது என்ன பிரமாதமான விஷயம்!" ஆனால் அப்பா நடுவிலேயே, "வேறு யாருக்கு வேண்டுமானாலும் கொடு. ஆனால் இந்த ஆளுக்குக் கொடுக்காதே. இது லஞ்சம் கொடுக்கிறது போலாகும்."

அவன் சொன்னான்- "நாங்கள் யாரிடமாவது சொல்லப் போகிறோமா என்ன? உங்களிடம் சுங்கவரி வசூலிக்கத் தகுந்த பொருள்கள் ஏதாவது இருந்து நாங்கள் உங்களிடம் சுங்கம் வசூலிக்காவிட்டால் நீங்கள் லட்டு கொடுப்பது லஞ்சமாகக் கருதப்படும்."

அப்பா சொன்னதைப் பொருட்படுத்தாமல் அம்மா மூன்று ஆள்களுக்கு ஒவ்வொரு பெரிய லட்டு கொடுத்தாள். அசல் நெய்யில் செய்யப்பட்ட லட்டு இதற்குமுன் அவர்கள் சாப்பிட்டதில்லை போலும். அவர்கள் லட்டுத் துண்டுகளை வாயில் திணித்துக் கொண்டு கன்னத்தையும் லட்டுமாதிரி ஆக்கிக் கொண்டார்கள்.

அப்பாவைப் பார்த்து அம்மா சொன்னாள், "நான் வீட்டு வேலைக்காரர்களுக்குத் தின்பதற்குச் சாமான்கள் கொடுப்ப தில்லையா? இவர்கள் என் பிள்ளைகள் போலிருக்கிறார்கள். இவர்களுக்குத் தின்னக் கொடுக்க ஏன் தயங்க வேண்டும்? இன்றுவரை யாராவது என்னிடம் கேட்டு நான் இல்லையென்று சொன்னதுண்டா? இன்றுமட்டும் இந்த லஞ்ச விவஹாரம் எங்கிருந்து வந்தது!"

'காஸில் ராக்' இலிருந்து 'தினஃகாட்' வரையிலுள்ள அழகைக் கண்குளிரக் கண்டோம். அதில் பார்க்கவேண்டிய அழகு அதிகமாயிருந்ததா அல்லது ஒருவர் மற்றொருவருக்குச் சொல்ல வேண்டியது அதிகமாயிருந்ததா என்று கூறுவது கடினம். நாங்கள் வலப்பக்கத்து ஜன்னல்களிலிருந்து இடப்பக்கத்து ஜன்னல்வரை பிறகு அங்குமிங்கும் ஓடி ஓடி ரயிலில் இருந்த மற்ற பிரயாணிகளுக்கும் மிகவும் தொல்லை கொடுத்துவிட்டோம்.

பிறகு தூத்சாகர் அருவி வந்தது. அது எங்களையும்விட வேகமாகத் துள்ளிற்று. நாங்கள் இதற்கு முன்பு அருவிகள் பார்த்ததில்லை. இவ்வளவு பால் அருவியாக வழிந்து கொண்டிருப்பதைப் பார்த்து எங்களுக்குப் பெரிதும் மகிழ்ச்சி ஏற்பட்டது. எங்களுடைய ரயிலும் மிகவும் ரஸிகத் தன்மை வாய்ந்தது. அருவிக்குச் சரியாக எதிரில் உள்ள பாலத்தில் வந்து அது நின்றுவிட்டது. குளிர்ந்த நீர்த்திவலைகள் காற்றில் மிதந்து வந்து எங்கள் தேகத்தில் பட்டு மெய்சிலிர்க்க வைத்தது. அன்று நாங்கள் தூங்கப் போகும் நேரம் வரை அருவியைப் பற்றியே பேசிக்கொண்டிருந்தோம்.

நாங்கள் முர்கான்வுக்குப் போய்ச்சேர்ந்தோம். இப்பொழுதெல்லாம் முர்கான்வை மார்மகோவா என்று சொல்கிறார்கள். ஸ்டேஷனிலிருந்து இறங்கி பல தண்டவாளங்களைத் தாண்டி ஒரு ஹோட்டலுக்குப் போய்ச் சேர்ந்தோம். அங்கு உணவு முடித்துக் கொண்ட பிறகு நான் அங்கு கிடந்த கிளிஞ்சல்களைச் சேகரித்து விளையாடத் தொடங்கினேன். இதற்குள் கேஸு ஓடோடி என் அருகில் வந்தான். அவனுடைய விரிந்த கண் களையும் மேல் மூச்சு வாங்குவதையும் கண்டு எனக்கு அவனை ஏதோ ஒரு காளை துரத்தி வருகிறதோ என்று தோன்றிற்று.

அவன் கத்திக்கொண்டே, "தத்தூ ! தத்தூ ! சீக்கிரம் வா! அங்கே பார், எவ்வளவு தண்ணீர் ! கிளிஞ்சலை வீசி எறிந்து விட்டு வா. சமுத்திரமடா ! வா என்னோடு, நான் காண்பிக்கிறேன்." என்று கூறினான். குழந்தைப் பருவத்தில் ஒருவனிடம் உள்ள உற்சாகம் மற்றொருவனிடம் பாய்வதற்கு அதற்கு வேண்டிய காரணத்தை ஆராய அவசியம் இருப்பதில்லை. என்னிடமும் கேஸுவைப் போலவே உற்சாகம் நிரம்பிவிட்டது. நாங்கள் இருவரும் ஓடத் தொடங்கினோம். கோந்தூ வெகு தூரத்திலிருந்த படியே நாங்கள் ஓடுவதைப் பார்த்து விட்டு தானும் ஓடத் தொடங்கினான். நாங்கள் மூவரும் பயித்தியங்கள் போலத் தலைகால் புரியாமல் ஓடினோம் !

நாங்கள் கண்டது என்ன? எதிரில் அளவில்லாத தண்ணீர் துள்ளிக் கொண்டிருந்தது. இவ்வளவு தண்ணீர் நாங்கள் இது வரை பார்த்ததேயில்லை. நான் ஆச்சரியத்தோடு கண்களை விரித்தபடி சொன்னேன்- "அப்பப்பா ! எவ்வளவு தண்ணீர் !" இரண்டு கைகளையும் அகலமாக விரித்தேன், மார்புகூட அகன்று விட்டது. எங்கள் தகப்பனார் அப்பொழுது எங்களைப் பார்த்திருந்தால் அப்படியே ஒரு போட்டோ எடுத்திருப்பார். "எவ்வளவு தண்ணீர் ! இவ்வளவு தண்ணீர் எங்கிருந்து வந்தது ! பாரேன் ! வெயிலில் எப்படி மின்னுகிறது !"- நாங்கள் ஒருவருக்கொருவர் கூறிக்கொண்டோம். வெகுநேரம்வரை நாங்கள் கடலைப் பார்த்துக்கொண்டேயிருந்தோம். ஆனால் திருப்தியேற் பட வில்லை. அடிவானம்வரை தண்ணீர் பரவியிருந்தது. அதனால் சும்மாயிருக்க முடியவில்லை. அதோடுகூட நாங்களும் ஆடத் தொடங்கினோம். உரக்கக் கூவத்தொடங்கினோம், - 'சமுத்திரம்! சமுத்திரம் !' ஒவ்வொரு தடவை 'சமுத்திரம்' என்று சொல்லும் போதும் 'முத்ர' என்ற இடத்தை மிக அதிகமாக அழுத்திக் கூறினோம். கடலின் அகலம், பரப்பு, அலைகளின் விளையாட்டு, அடிவானத்தின் கோடு இவையெல்லாம் இப்பொழுதுதான் முதன் முதலாகப் பார்க்கக் கிடைத்தது. அதனால் எங்களுக்கு ஏற்பட்ட அளவுகடந்த ஆனந்தத்தை வெளியிட எங்களிடம் வேறு யாதொரு வழியும் இருக்கவில்லை. கடலின் அலை பெரிதாக வளர்ந்து, உப்பி, பிறகு உடைந்துவிடுகிறது. அதே மாதிரி நாங்களும் ராகத்தோடுகூடவே ஒலி செய்துகொண்டு ஆடத்தொடங்கினோம். ஆனால் நாங்கள் அலையல்லவே. ஆதலால் விரைவில் களைத்துவிடுவோம். நாங்கள் சற்று இங்கு மங்கும் பார்த்தோம். ஓரிடத்தில் ஒவ்வொரு அறையளவு பெரிய செங்கல்கள் அடுக்கி வைக்கப்பட்டிருந்தன. சில கோணலா யிருந்தன, சில நேராக இருந்தன. கடையில் சோப்புக்கட்டிகள் அல்லது தீப்பெட்டிக் கட்டுகள் அடுக்கி வைக்கப்பட்ட மாதிரி இருந்தன. உண்மையில் அவை முரகான்வின் பாலம், பெரிய பெரிய கற்களைக்கொண்டு கட்டப்பட்டிருந்தது. கோவில் காளையைப்போல் கடல் அலைகள் வந்து வந்து அந்தப் பாலத்தில் மோதிக்கொண்டிருந்தன.

நாங்கள் வீட்டுக்குத் திரும்பினோம் ; கடல் எப்படியிருக் கிறது. என்பது பற்றி வீட்டில் மற்ற மக்களுக்கு விபரம் தெரிவித்துக் கொண்டிருந்தோம். கடல்போன்ற எங்களுடைய பேரிரைச்சலுக்கு முன் 'தூத்சாகரின்' ஒலி எம்மாத்திரம் !

சூரியன் கடலில் மறைந்துவிட்டான். எங்கும் இருள் சூழ்ந்து கொண்டது. நாங்கள் சாப்பாட்டை முடித்துக்கொண்டு பாலத் தோடு கட்டப்பட்டு மிதந்துகொண்டிருந்த கப்பலில் ஏறினோம். இரும்புக் கம்பியால் அமைக்கப்பட்ட கூண்டுக்கருகில் ஒரு பெஞ்சின்மீது உட்கார்ந்துகொண்டு கோந்தூவும் நானும் ஒட்டகக் கழுத்துப்போன்ற நீண்ட கிரேன்கள் எவ்வாறு கனமான பண்டங் களைத் தூக்கி ஒரு பக்கம் வைத்துக்கொண்டிருக்கின்றன என்பதைப் பார்த்துக்கொண்டிருந்தோம். எங்களுக்கு எதிரிலுள்ள ஒரு 'கிரேன்' ஒரு பெரிய குவியலிலிருந்து மூட்டைகளைத் தூக்கித் தூக்கி எங்கள் கப்பலின் வயிற்றை நிரப்பிக்கொண்டிருந்தது. யந்திரங்களின் 'கர்ர், கர்ர்' சப்தத்துடன் மாலுமிகளும் 'ஆபேஸ்' 'ஆர்யா' என்ற குரல் எழுப்பிக்கொண்டிருந்தனர். அவர்கள் 'ஆபேஸ்' என்று கத்தும் போது சங்கிலி பிணைக்கப்படும். 'ஆர்யா' என்று செல்லும்போது தளர்த்தப்படும். இவை அரபி மொழிச் சொற்கள் எனக்கூறப்படுகிறது.

நாங்கள் இந்தக் காட்சியைப் பார்ப்பதில் ஈடுபட்டிருந்த போது எங்கள் பின்பக்கத்திலிருந்து எங்கள் காதுக்குள் 'போம் போம்' என்று பெரிய குரல் ஒலித்தது. நாங்கள் இருவரும் பயந்து பெஞ்சிலிருந்து கீழே குதித்து இங்குமங்கும் பார்க்கத் தொடங் கினோம். இது என்ன காது ஜவ்வைக் கிழிக்கும் சத்தம் ! இதற்குள் அந்த சத்தம் நின்றுவிட்டது. பலகைப்பாலம் பின்னால் இழுக்கப் பட்டுவிட்டது. போகவர இருந்த பாதையில் மறுபடி தடை ஏற்படுத்தப்பட்டது. 'தங் தங்' என்ற சப்தம் செய்துகொண்டே கப்பல் கரையைவிட்டு நகரத் தொடங்கியது. ஒரு நொடியிலேயே அது தூர விலகிப்போய் விட்டது. சிலர் கைக்குட்டையை ஆட்டியும், சிலர் கையை ஆட்டியும் ஒருவருக்கொருவர் விடை கூறிக்கொண்டிருந்தனர். இதுபோன்ற சந்தர்ப்பங்களில் சிலருக்கு ஏதாவது விஷயம் மறந்துபோய் திடீரென நினைவுக்கு வருகிறது. வெகு பலமாகத் கத்தி அதைக் கூறுவார்கள். மற்றவர் அதைப் புரிந்துகொள்ளாமலேயே 'ஆம், ஆம்' என்று கூறித் தலையசைப் பார்கள்.

தரையோடு எங்கள் தொடர்பு துண்டிக்கப்பட்டது. கப்பலின் மூலம் நாங்கள் கடலின்மீது செல்லத் தொடங்கினோம். நாங்கள் இந்த வேடிக்கையெல்லாம் பார்த்தவண்ணம் எங்கள் இடத்தில் உட்கார்ந்து கொண்டோம். கப்பலில் எல்லா இடங்களிலும் மின்சார விளங்குகள் இருந்தன. கப்பலின் சுவர்களிலேயே சிறிய விளக்குகள் பொருத்தப் பட்டிருந்தன.

கடலைப்பற்றியும் கடல் யாத்திரையைப் பற்றியும் இது தான் எங்கள் முதல் அனுபவம்.

57. ஐம்பத்தாறு ஆண்டுப் பசி

சுமார் 1893-ஆம் ஆண்டில் நான் முதன் முதலாக கார்வாருக்குப் போனேன். மர்மகோவா துறைமுகத்திலிருந்து நான் முதன் முதலாக ஒளி பொருந்திய கடலைப் பார்த்தபோது ஆச்சரியத்தில் மூழ்கிவிட்டேன். இரவு 9 மணிக்கு நாங்கள் நீராவிக் கப்பலில் அமர்ந்தோம். கப்பல் கரையைவிட்டுக் கடலை நோக்கிப் புறப்பட்டது. எனது மூளையும் தனது வழக்கமான மூளையை விட்டுவிட்டுக் கற்பனையில் மிதக்கத் தொடங்கியது. அதிகாலையில் நாங்கள் கார்வாரை அடைந்தோம்.

யாத்திரையின் களைப்பு நீங்கியவுடனேயே நாங்கள் கடற்கரையில் உலாவுவதற்குப் புறப்பட்டுவிட்டோம். கரையிலிருந்து கடலில் மூன்று மலைகள் காணப்பட்டன. அவற்றில் ஒன்று 'தேவ்கட்', இரண்டாவது 'மத்தலிங்ககட்', மூன்றாவது 'கூர்மகட்', தேவ்கட்டின்மேல் கலங்கரை விளக்கம் இருந்தது. இந்தக் கலங்கரை ஸ்தூபிக்கு அருகில் ஒரு பருமனில்லாத கொடிமரம் ஒன்றும் காணப்பட்டது. கடற்கரையில் விளையாடிக் களைத்துப்போன பிறகு கலங்கரை ஸ்தூபியில் எரியும் விளக்கை முதலாவதாகப் பார்க்க நாங்கள் போட்டியிடுவோம். சில சமயம் இந்தப் பரந்த நீரின்மேல் நாங்கள் கார்வாருக்கு வந்தபோது, இரவில் இந்த 'தேவ்கட்' மலையை ஏன் பார்க்கவில்லை என்று மனத்தில் கேள்வி கேட்டுக்கொண்டேன்.

ஏதாவது கப்பல் வரும்போது தேவகட்டிலுள்ள கொடிமரத்தில் சிவப்புக்கொடி ஒன்று பறக்கவிடப்படும். அதைப் பார்த்து, கார்வார் துறைமுகத்திலுள்ள கொடிமரத்திலும் கொடி பறக்கவிடப்படும். இங்கே உள்ள ஒருவன் தூரதிருஷ்டிக் கண்ணாடி மூலம் தேவகட் மலையைப் பார்த்தவண்ணம் இருப்பான். அங்கே கொடி காணப்பட்டவுடன் அவன் இங்கேயும் கொடியேற்றி விடுவான். சிலசமயம் நான் தூரத்திலுள்ள தேவகட் மலையில் பறக்கும் கொடியைப் பார்த்துவிட முடிந்தது.

ஒருநாள் நான் தந்தையிடம் தேவகட் மலையில் கொடி யார் பறக்கவிடுகிறார்கள், விளக்கு யார் ஏற்றுகிறார்கள் என்று கேட்டேன். அவர் பதிலளித்தார், "அங்கே ஒரு மனிதன் இதற்காகா நியமிக்கப்பட்டிருக்கிறான். மாலைநேரம் ஆனவுடன் அவன்

விளக்கு ஏற்றுகிறான். தூரத்தில் வரும் கப்பலைப் பார்த்தவுடன் கொடிமரத்தில் கொடி பறக்கவிடுகிறான். தேவகட்டின் விளக்கைப் பார்த்ததும் மாலுமிகளுக்குக் கார்வார் துறைமுகம் சமீபித்து விட்டது என்று தெரிந்துவிடும். விளக்கிற்குக் கீழே பாறை இருக்கிறது என்று அவர்களுக்குத் தெரியும். ஆகையால் அவர்கள் விளக்குக்கருகில் செல்லமாட்டார்கள்."

"விளக்குத் தூணைக் கவனித்துக்கொள்ளும் மனிதனுக்கு உணவு வசதி எப்படிக் கிடைக்கிறது? குடிநீர் அவனுக்கு எங்கிருந்து கிடைக்கிறது?" என்று நான் கேட்டேன்.

"அவன் கார்வாரிலிருந்து படகில் உணவு எடுத்துச் செல்லுகிறான். தேவகட்டில் ஒருக்கால் கிணறு அல்லது கற்குழி இருக்கும். அதில் மழைநீர் தேக்கப்படும்."

"நாம் அங்கே போகமுடியாதா? ஒரு தடவை அங்கே போய் வந்தால் என்ன? எப்பொழுதும் அங்கேயே இருந்தால் என்ன ஆனந்தமாயிருக்கும்? மாலைநேரம் வந்ததும் விளக்கு ஏற்றுவது, நீராவிப்படகைப் பார்த்ததும் கொடி உயர்த்துவது ! இவ்வளவு தான் வேலை, மற்ற நேரமெல்லாம் நம்முடையதுதான்; எப்படி வேண்டுமானாலும் செலவு செய்யலாம். யாரும் நம்மைச் சந்திக்கவரமாட்டார்கள். நாமும் யாரையும் சந்திக்கவேண்டிய தில்லை."

தகப்பனார் எங்கள் வீட்டுச் சொந்தக்காரர் ராம்ஜீ சேட்டைக் கேட்டார். அவர் கப்பல் தலைவனோடு பேசினார். மறுநாளே ராம்கட்டுக்குப் போவதாக ஏற்பாடு ஆயிற்று. நாங்கள் எல்லோரும் வண்டியில் அமர்ந்து துறைமுகத்துக்குப் போய்ச் சேர்ந்தோம். பெரிய பாய்மரக் கப்பலில் போவது ஆனந்தமாயிருந்தது. பாய்மரம் விரிந்தது. கப்பல் ஆடி அசைந்துகொண்டே நகர்ந்தது. கப்பல் அழகாக அசைந்ததே தவிர வேகமாகப் போகவில்லை. காரணம் விசாரித்த பிறகு கப்பல்த்தலைவன், "காற்று அனுகூல மாயில்லை. காற்றின் போக்கைப் பார்த்தால் கப்பல் தேவகட் போய்ச் சேர மாலை நேரம் ஆகிவிடும்போல் தோன்றுகிறது" என்று சொன்னான். எனக்கு ஒன்றும் ஆட்சேபணையில்லை. நாள் முழுவதும் கப்பலில் ஆடி அசைந்து கொண்டேயிருக்கலாம் மாலை நேரம் ஆனதும் தீபம் ஏற்றுவதை அருகிலிருந்தே பார்க்கலாம். ஆனால் இவ்வளவு நல்ல விஷயம் தகப்பனாருக்குப் பிடிக்கவில்லை. அவர் கப்பல் தலைவனிடம் கேட்டார். கப்பல் தலைவன், "காற்று சரியாக வீசாவிட்டால் நாம் என்ன செய்ய

முடியும்?" என்றுகூறி விட்டான் ராம்ஜீசேட் தகப்பனாரிடம் கேட்டார். தகப்பனாரும், வேறு வழியில்லை, திரும்பிவிட வேண்டியதுதான் என்று கூறிவிட்டார்.

அவ்வளவுதான், திரும்பிவிட உத்தரவாயிற்று. பாய்மரங்கள் மாற்றப்பட்டன. இந்த மாறுதல்கள் எல்லாம் எவ்வாறு செய்கிறார்கள் என்பதைக் கவனிப்பதில் நான் ஈடுபட்டிருந்தேன். இதற்குள்ளேயே கப்பல் தளத்துக்குத் திரும்பி வந்துவிட்டது. இவ்வளவு தூரம் போவதற்கு ஒரு மணி நேரம் ஆகியிருந்தது. ஆனால் திரும்பிவர ஐந்தே நிமிடங்கள் பிடித்தன. நாங்கள் போனதுபோலவே திரும்பி வந்தோம். ஏமாற்றம் நிறைந்த முகத்தோடு வீடு சேர்ந்தேன்; என் தோழர்களிடம் நாங்கள் தேவகட் போவதற்காகப் புறப்பட்டோம் என்றுகூடச் சொல்ல வில்லை.

இதற்குப் பிறகு சுமார் ஐந்து வருடங்கள் நான் கார்வாரில் இருந்தேன். ஆனால், பிறகு ஒரு முறைகூட தேவகட் செல்ல முயலவேவில்லை. சூரியன் மறையும் நேரத்தில் அங்கு விளக்குத் தூணில் விளக்கு ஏற்றப்படும்போது நான் மனத்துக்குள்ளேயே அந்த 'fairy-land'ல் என்ன அற்புதங்கள் இருக்குமோ என்று கேட்டுக் கொள்வேன். நாற்பது ஆண்டுகளுக்குப் பிறகு, அதாவது இன்றிலிருந்து பத்து ஆண்டுகளுக்கு முன்பு நான் மறுபடி ஒருமுறை கார்வாருக்குப் போயிருந்தேன். ஆனால் அப்பொழுதும் தேவகட் செல்ல முடியவில்லை. இந்தத் தடவை கார்வாருக்குச் சென்றபோது தேவகட் செல்லாமல் திரும்புவதில்லை என்ற உறுதியோடு சென்றேன். அங்குள்ள நண்பர்களிடம் நான் தேவகட் செல்வதற்காக ஒருநாள் ஒதுக்குமாறு சொல்லி விட்டேன். தேவகட்டில் பார்க்கத் தகுந்த முக்கியமான விஷயம் ஒன்று மில்லை. ஆனால் ஐம்பத்தாறு ஆண்டுகளாக இருந்துவந்த சங்கல்பம், அதை விடுவிக்கவேண்டியது அவசியமாகிவிட்டது.

தேவகட் கார்வார் கரையிலிருந்து சுமார் மூன்று மைல் தூரத்தில் கடலில் இருக்கும் ஒரு குன்று. கார்வார் துறை முகத்துக்கு இது மிகுந்த அழகான காட்சியாகும். சமுத்திரத்தின் மேற்பரப்பிலிருந்து சுமார் 210 அடி உயரம் இருக்கும். அதில் உள்ள விளக்குக் கம்பம் 72 அடி உயரமானது.

மதுவிலக்குக் காரணமாக போலீஸ்காரர்கள் கரையைக் காவல் புரிய வேண்டியதாயிற்று. அதற்காக அவர்களிடம் ஒரு நீராவிப்படகு இருக்கும். அதில் எங்களை ஏற்றிச் செல்வதாக

ஏற்பாடாகியிருந்தது. இந்த ஏற்பாடெல்லாம் வேறு ஏதாவது காரியத்தினால் தடைபடக் கூடாது என்பதற்காகவே நாங்கள் அதிகாலையில் எழுந்திருந்து துறைமுகத்துக்குப் போய்விட்டோம். காலைப் பிரார்த்தனையும் சிற்றுண்டியும் வீட்டிலேயே வைத்துக் கொள்ளும் அளவுக்கு ரஸிகத் தன்மையற்றவர்கள் அல்ல. மாலுமிகள் சிறிது நேரம் கழித்து வந்தனர். நாங்கள் நடத்தும் பிரார்த்தனையைக் கேட்க கார்வார் மலைக்குப் பின்னாலிருந்து ஸவிதா நாராயணனும் (சூரியனும்) வந்து சேர்ந்தான். ஸவிதா நாராயணனை ஈன்றெடுத்த அன்னை "கீழ்த்திசை" எவ்வளவு முகமலர்ந்திருந்தாள் ; கடலில் நீரும் கீழ்த்திசையின் ஆனந்தத்தால் மின்னும் அலைகளோடு வந்து கொண்டிருந்தது. நான் தரைப் பக்கம் பார்த்தேன். வலப்பக்கம் கார்வார் துறைமுகம் சிறிய பெரிய படகுகளை எழுப்பிக் கொண்டும் அவிழ்த்துக்கொண்டு மிருந்தது. அதற்கருகிலுள்ள பள்ளத்தாக்கின் தென்னை மரங்கள் காற்றை எதிர்பார்த்துக்கொண்டு நின்றுகொண்டிருந்தன. சனிக்கிழமைகளில் போடப்படும் குண்டு இப்பொழுதெல்லாம் போடப்படுவதில்லையாதலால் கொடிமரத்துக்கருகில் வாயைத் திறந்துகொண்டு கிடந்தது. அதற்கருகில் உள்ள மரங்கள் காளீ நதிவரை பரவிக் கிடந்தன. மஹாபாரத யுத்தத்தின் அரசர்கள் விசுவரூபத்தின் வாயினுள் கைக்கியமானது போன்று மூன்று நான்கு கப்பல்கள் காளீ நதியின் முகத்துவாரத்துக்குள் பிரவேசித்துக் கொண்டிருந்தன. சதாசிவகட் மலை சற்று கம்பீரமாக இந்தப் பிரதேசம் முழுவதையும் காவல் புரிந்து கொண்டிருந்தது.

பாயீ பத்மநாத் காமத் என்னை தேவகட்டுக்கு அழைகத்துச் சென்று வருவதாக வாக்களித்திருந்தார். அவர் அதற்காக எல்லா முன்னேற்பாடுகளும் செய்துவைத்திருந்தார் ; அவர் எனக்கு தென் பகுதி மலையின் பள்ளத்தாக்குக்கருகில் 'சந்திரபாகி' கரையைக் காண்பித்தார். முன்னொரு காலத்தில் ஐரோப்பிய மாதர்கள் அங்கே குளித்தார்களோ என்னவோ, அதன் பெயர் 'Ladies Beach' என்று ஏற்பட்டிருக்கிறது.

கோவாவின் நாகரிகத்தில் மூழ்கிப்போன 'கவி போர்கர்' என்பவரும் எங்களுடன் வந்திருந்தார். எங்களுடைய உல்லாசத்தை அதிகப்படுத்துவதற்காக பாயீகாமத் 'சைத்ரீகர் ஸ்ரீராமநந்தை'யும் அழைத்து வந்திருந்தார். தகப்பனார், மற்ற பெரியவர்கள் முன்னிலையில் அவர் மிக அடக்கமாக அமர்ந்திருந்தார். ஆனால் நடுக்கடலில் வந்தவுடனேயே மலைகள், மேகங்கள், சூரியன், பறவைகள், கப்பல்களின் பாய்மரங்கள், கடலில் அலைகள் இவற்றின் கவர்ச்சிக்கிடையே அவருடைய கலையுள்ளம்

நாங்கள் இருப்பதையெல்லாம் மறந்து, பல நாட்கள் பட்டினி கிடந்தவன் சாப்பாட்டில் ஈடுபடுவதுபோல நாலாபக்கமும் சூழ்ந்திருக்கும் காவியக் காட்சிகளை இமை கொட்டாமல் பார்த்துப் பருகத் தொடங்கினார். நாங்கள் விரலால் கமிக்ஞை காட்டி அவரை மற்றவர்களுக்கும் காட்டினோம். ஆனால், அவருடைய சிறிய, கூர்மையான கண்கள் மட்டும் நாலாபக்கமும் சுழன்று கொண்டிருந்தன.

எங்களுடன் வந்திருந்த கவி சாஸ்திர முறைப்படி இறை வணக்கம் முடியும்வரை காத்திருந்தார். இறை வணக்கம் முடிவடைந்தவுடன் அவர் கடல் அலையைப் பற்றி ஒரு ஓடப் பாட்டுப்பாடத் தொடங்கிவிட்டார். பாட்டின் பாணி ஓடக்காரனின் பாணியாக இருந்தாலும் அதன் உட்கருத்து ஓடக்காரனின் உள்ளத்தைச் சேர்ந்ததாயில்லை. அந்தப் பாட்டில் ஏழை ஓடக்காரன் பேசவில்லை. ஆனால் உன்மத்தமடைந்த கவி தனது அழகான உணர்ச்சிகளை நீரூற்றுப்போல வெளிக்கிளப்பிக் கொண்டிருந்தான். அன்று எங்கள் குழுவில் ஒருவர் கூட மனக்குழப்பம் ஒன்றுமில்லாதிருந்தனர். ‘ஹிந்து பள்ளி’யின் ஆசிரியர் குல்கர்ணி அவர்களும் உற்சாகம் அடைந்துவிட்டார். சரோஜ் தன் இடத்தை விட்டு எழுந்து பாய்லருக்கருவில் போய் நின்று கொண்டான். தனது சுவபாவத்துக்கு மாறாக அவன் அன்று தலைமை வகித்து நின்றது கண்டு எனக்கு மகிழ்ச்சி உண்டாயிற்று.

கடல் நீரின்மேல் பிரயாணம் செய்வதில் பல வழிகள் உள்ளன. ஒவ்வொன்றிலும் தனித்தனி ருசி உண்டு. அலைகளின் அடியை வாங்கிக்கொண்டு நீந்திக்கொண்டே வெகுதூரம் வரை செல்வதில் ஒரு வித ஆனந்தம். மார்புக்குக் கீழே துள்ளும் அலைகளின் மேல் சவாரி செய்யும் ஆனந்தத்தை அனுபவித்தவன் அதை ஒரு நாளும் மறக்க முடியாது. ஆற்றின் நீரைப்போன்று கடலின் நீர் நம்மை மூழ்கவைக்கும் நோக்கத்திலேயே இருப்பதில்லை. கடல் நீர் யாரையாவது தனக்குள் ஐக்கியமாக்கிக் கொள்ளு மானால் அது வேறு வழியில்லாமல் தான் நடக்கும். மற்றப்படி, அதன் கொள்கை எப்பொழுதும் தன்மேல் நீந்துபவனைக் கடக்கச் செய்வதுதான்.

நீண்ட, குறுகலான படகில் அமர்ந்து ஒரே துடுப்பு மூலம் ஒவ்வொரு அலை மேலும் ஏறி இறங்கிக்கொண்டே செல்வது மற்றொரு வழி. இரண்டு அலைகளுக்கு நடுவில் படகு கோணலாக, குறுக்கே நின்று விட்டால் ஆபத்துத்தான். இதைச் சமாளித்து விட்டால் கடலின் ஆனந்தத்தோடு தாமும் சேர்ந்து ஆனந்தம் அனுபவிக்கவும் இதை விடச் சிறந்த சாதனம் கிடையாது.

பெரிய படகில் இருவர் இருவராக உட்கார்ந்து கொண்டு துடுப்புத் தள்ளுவது மற்றொரு ஆனந்தம். நாம் மவுனமாக இருந்துகொண்டு இந்த ஆனந்தத்தை அனுபவிக்க முடியாது. துடுப்பின் தாளத்தின் போதை தலைக்கு ஏறி அனாயாசமாக பாட்டு வெளிக்கிளம்புகிறது.

நீராவிப் படகில் சவாரி செய்யும் மகிழ்ச்சி இம்மூன்றையும் விடச் சற்றுக்குறைந்ததுதான். ஏனென்றால் அதைச் செலுத்துவதற்கு மனிதனின் தோள்வலிமை சற்றும் தேவைப்படாது. சுங்கானைப் பிடிப்பவன் மட்டும் கைகளுக்குக் கொஞ்சம் கசரத் செய்ய வேண்டியிருக்கிறது. இந்த நீராவிப்படகில் இவ்வளவுதான் நாம் காண்பிக்க வேண்டிய திறமை. ஆனால், இந்தப் படகு மூலம் நீரைக் கிழித்துக் கொண்டு போவதில் உடல் முழுவதிலும் மகிழ்ச்சி பாய்கிறது. படகு நேராக ஓடும்போது அதனுடைய வேகம் நம்முடைய ஒவ்வொரு நரம்பிலும் நுழைகிறது. மோட்டார் ஓட்டுவதைக் காட்டிலும் 'ஸ்டீம்லாஞ்சு' ஓட்டுவதில் பல மடங்கு அதிகம் ஆனந்தம் ஏற்படுகிறது.

இந்த ஆனந்தத்தை அனுபவித்துக் கொண்டே, கடலில் நீர் எங்கெங்கே எவ்வளவு ஆழமாயிருக்கும் என்று யோசித்தவண்ணம் நாங்கள் தேவ்கட்டை நோக்கிச் சென்று கொண்டிருந்தோம். நான் வேறு ஒரு விஷயம் பற்றிச் சிந்திக்கத் தொடங்கினேன். மிகவும் கீழேயுள்ள நீர் மேலேயிருக்கும் நீரின் அழுத்தத்தினால் நசுங்கிவிடாதா? மேலேயுள்ள நீரைக் காட்டிலும் கீழே உள்ள நீர் அதிகம் கனமாகத் தான் இருக்கும். சிற்சில மீன்கள் அந்தக் கடினமான நீரைத் துளைத்துக்கொண்டு கீழே இறங்க முடியாது என நினைக்கிறேன். பாதரசக் குளத்தில் நாம் இறங்கினால் மரக்கட்டை மாதிரி மேல்பரப்பில் தான் நீந்திக்கொண்டிருப் போம். சிற்சில மீன்களின் நிலைமையும் கீழேயிருக்கும் கனமான நீரில் இதுபோலத்தான் இருக்கும்.

தேவகட் மலையின் சமீபத்தில் நெருங்க நெருங்க, பக்கத்தி லுள்ள மற்ற குன்றுகளும், பாறைகளும் தெளிவாகத் தெரியத் தொடங்கின. கடலும், வானும் கலக்கும் அடிவானமும் இன்று மிகவும் தெளிவாக இருந்தது- "இங்கே பூமி முடிவடைகிறது. சுவர்க்கம் ஆரம்பமாகிறது" என்று யாரோ ஊசியால் கோடு போட்டுக் காண்பிப்பது போல் தோன்றியது.

இரண்டு கப்பல்கள் தத்தம் பாய்களில் காற்றை நிரப்பிக் கொண்டு யாத்திரைக்குக் கிளம்பின. அந்தப் பாய்களில் காற்றோடு

கூட சூரியனின் கிரணங்களும் நுழைந்துவிட்டன. இந்த பாரத்தினால் பாய்கள் கிழிந்துவிடும் போல் தோன்றிற்று. பாய்கள் மின்னுவதைப் பார்த்தால் அவை பட்டினால் ஆனவையாக அல்லது தந்தத்தால் செய்யப்பட்டவையா என்று சந்தேகம் தோன்றியது. காற்று அவற்றில் நுழையும் போது பாய்கள் வாழையிலை போன்ற வடிவமடைந்து காட்சியளிக்கின்றன.

தேவகட்டுக்கு மிகச் சமீபமாக நெருங்கிவிட்டோம். மலையின் பாறைகள் எல்லாம் மரஞ்செடிகளால் மூடப்பட்டிருந்தன. மேலேயுள்ள தீபஸ்தம்பம் ஆகாயத்தை நோக்கிச் சுட்டிக் காட்டிக் கொண்டிருந்தது. இப்பொழுது 'வாபர்' இதற்கு மேல் போக முடியாது. பாக்கியுள்ள ஆழமில்லாத சிறு தூரத்தைக் கடப்பதற்காக வாபர் தன்னோடு ஒரு சிறு 'வேலையாளை'க் கட்டி இழுத்துக்கொண்டு வந்து கொண்டிருந்தது. அந்தச் சிறு படகில் இறங்கி மலையின் கரைக்கருகே போய் இறங்கினோம். அங்குபோய்ச் சேர்ந்தவுடனேயே பழுத்த இலந்தைப் பழங்கள் எங்களை வரவேற்றன. மேலே ஏறும்போதே பெரிய பெரிய மரக்கிளைகளையும் ஆலமரத்து விழுதுகளையும் பார்த்துக் கொண்டே கலங்கரைவிளக்கத்தின் அடியில் வந்து சேர்ந்தோம். கலங்கரை நிர்வாகி மிகவும் நல்லவர், ஒரு முஸல்மான். அவர் எங்களை வரவேற்றார். குன்றின்மீது சில தொழிலாளிகள் வசித்துவந்தனர். அவர்கள் ஆடு கோழிகள் வளர்த்து வந்தனர். கடற்கரையிலிருந்து பறந்து வந்து இங்குள்ள மரங்களில் தங்கி இளைப்பாறும் பறவைகள் இங்குள்ள சூழ்நிலையை அழகு படுத்தி வந்தன. புனிதமான ரிஷி முனிவர்கள் போல இவை காட்சியளித்தன.

'வாபரில்' அமர்ந்திருந்த போது காலையில் நாங்கள் ஆத்ம வழிபாடு (இறை வணக்கம்) நடத்தினோம். இங்கே வந்தவுடன் வயிற்று வழிபாட்டை முடித்துக் கொண்டோம்; நாலாபக்கமும் உள்ள அழகையெல்லாம் திருப்தியாகப் பார்த்த பிறகு கலங்கரை விளக்கத்தின் வயிற்றின் வழியாக உயரத்தில் ஏறினோம். விளக்கிலிருந்து கிளம்பும் ஒளியை சாமர்த்தியமாகத் திருப்பி நீர்ப் பரப்பின் மேல் ஒரே மாதிரியாக விழச்செய்யும் இரண்டு பெரிய பூதக் கண்ணாடிக் கேடயங்களை நாங்கள் இப்பொழுதுதான் முதன் முதலாகக் கண்டோம். பரவளையம், 'அதிபரவளையம்' கணித முறைகள் இங்கே நன்கு பயன் படுத்தப்படுகின்றன. Conic sections இன் ரகசியத்தை அறிந்தவன்தான் இதைப் புரிந்து கொள்ள முடியும். நாங்கள் அந்த விளக்கின் திசையைச் சற்று விலக்கி வெகுதூரம்

வரை கடலின் அழகைக் கண்டுகளித்தோம். பிறகு இவ்வளவோடு திருப்தியடையாமல் விளக்கின் பக்கத்திலுள்ள காலரியில் சுதந்திரமாக உலாவி பத்துத்திசைகளையும் பார்வையிடத் தொடங்கினோம்.

இந்தக் காட்சியைக் காண்பதற்காக நான் ஐம்பத்தாறு ஆண்டுகளாக ஆவலை வளர்த்து வந்தேன். அந்தக் காட்சியை இன்று கண்டேன். கண்களுக்கு நல்ல விருந்து கிடைத்தது. இந்தக் குன்று முழுவதும் ஒரு கப்பல் போலவும் இந்த தீபஸ்தம்பம் அதன் தண்டு (Mast) போலவும் நாங்கள் கப்பலில் ஏறி நான்கு பக்கங்களிலும் காவல் புரியும் மாலுமிகள் போலவும் தோன்றிற்று. கப்பலின் தண்டைப் போல இருந்த இந்தத் தீபத்தண்டு அசைவதில்லை. ஆனால் இப்பொழுது தான் வாபரில் பிரயாணம் செய்துவிட்டு வந்து சேர்ந்த எங்கள் போதை நிறைந்த மூளை தீபஸ்தம்பத்தையும் இவ்வாறு அசைவது போல் கற்பனை செய்துகொண்டது.

இத்தனை உயரத்திலிருந்து நாலாபக்கமும் பார்ப்பதில் ஒரு தனி ஆனந்தம். குதுப்மீனாரின் உச்சியிலிருந்து பாரதநாட்டின் பற்பல தலைநகர்களின் சுடுகாட்டைப் பார்ப்பதில் உள்ள துக்கம் இங்கு ஏற்படுவதில்லை. இங்கே நாம் பார்க்கும் கடலில் பழங் காலத்திலிருந்து பல கப்பல்கள் மூழ்கியிருக்கலாம். ஆனால் அவற்றின் சோகம் இங்குள்ள சூழ்நிலையில் சற்றும் காணப்பட வில்லை. கடலில் கடந்த காலம், வருங்காலம் என்ற பேச்சுக் களுக்கு இடமில்லை. இங்கே நிகழ்காலம், என்றும் அழியாத நிரந்தரக் காலம் இவ்விரண்டிற்குத்தான் இடமுண்டு. இவற்றின் ஆட்சிதான் இங்கு நடைபெறுகிறது. புயல் வீசும்போது இது தான் கடலின் உண்மையான, நிலையான சொரூபம் எனத் தோன்றுகிறது. இன்றைய தினம் போல எங்கும் அமைதி நிலவுவதைப் பார்த்தால் புயல் வெறும் மாயை என்றும் தோன்று கிறது. உண்மையில் கடலில் முகம் புத்தபகவானின் அமைதியையும் அவருடைய புலனடக்கத்தையும் வெளிக்காட்டுவதற்காகவே சிருஷ்டிக்கப்பட்டதாகும்.

இத்தனை பெரிய கடலுக்கு ஆசிகூறும் ஆற்றல் ஆகாயத் தினிடம் தான் இருக்கமுடியும். ஆகாயம் சாந்தமான சித்தத்துடன் நாலா பக்கமும் பரவிக் கடலின்மேல் காவலாகக் குவிந்திருந்தது. இந்த மூடியின் மேல் யாதொரு வேலைப்பாடும் இருக்கவில்லை, இது பறவைகளுக்குப் பொறுக்கவில்லை. ஆதலால் அவை அதன்மேல் பலவிதமான கோடுகள் கிழிக்க முயன்று கொண்டிருந்

தன. இந்த முயற்சி தாற்காலிகமாகத்தான் இருந்தது. ஒரு குழந்தை மிகவும் கம்பீரமாகவுள்ள ஒரு மனிதனைச் சிரிக்கவைப்பதற்காக அவன் முன்சென்று பயந்துகொண்டே சற்றுக் குரங்குச் சேஷ்டைகள் செய்வது போலக் கடலின் நீலநிறம் ஆகாயத்தின் நீல வர்ணத்தைச் சிரிக்கவைக்க முயன்று கொண்டிருந்தது.

கடவுளின் இவ்வளவு விசாலமான, பரந்த தரிசனம் கிடைத்தவுடன் பகவத்கீதையின் பதினோறாவது அத்தியாயம் நினைவுக்கு வந்திருக்க வேண்டும். ஆனால் பழங்காலம் வரை போவதற்கு முன்னால் ஆவல் நிறைந்த மனம் சமீபகாலத்து ஒரு நிகழ்ச்சியையே நாடிற்று. இருபது ஆண்டுகளுக்குமுன் நான் இலங்கையின் தென்கோடியில் மாதாரவரை சென்றிருந்தேன். அப்பொழுது அங்குள்ள தீபஸ்தம்பத்தின் மீது ஏறி அங்குள்ள காட்சியை நல்ல வெய்யிலில் கண்டேன். அந்தக் காட்சி இதை விடப் பன்மடங்கு விசாலமானது. அங்கு பார்வையை Compass ஆக உபயோகப்படுத்தி மனிதன் எத்தனை பெரிய வட்டம் வேண்டு மானாலும் வரையலாம். அந்த வட்டத்தின் தென் அரைவட்டம் இந்து மஹா சமுத்திரத்தின்மீது விழுந்து, வடபகுதி தென்னைமர ஓலைகளை விசிறிக் கொண்டு வெய்யில் மின்னும் வனப் பகுதியின் மீது பட்டது. இங்கே தேவகட்டின் மீதிருந்து கிழக்குப்பக்கத்தில் சூரியநாராயணனின் பாதபீடம்போன்று விளங்கும் மலை காட்சியளித்தது. அதற்குக் கீழே பரவியிருந்த கார்வார்க்கடல் அமைதியாகக் காட்சியளித்தது. அதன்மேலுள்ள படகுகளின் ‘டிஸைன்கள்’ மிகவும் மங்கலாகத் தென்பட்டன. மேற்குப் பக்கத்திலோ அரபுநாட்டை நினைவுபடுத்தும் ஒரு பெரிய கடல். இந்தக் காட்சி மனத்துக்குச் சற்று வியாகூலம்தான் அளித்தது.

‘நமோஸ்து தே ஸர்வத ஏவ ஸர்வம்’ - (எல்லாம் நிறைந்த பரம்பொருளே உனக்கு வணக்கம் !) இவ்வளவுதான் வாயிலிருந்து கிளம்ப முடிந்தன.

இதற்குள்ளேயே எங்களுடைய சங்கோசம் நிறைந்த சைத்ரீகன் ஒரு மூலையில் உட்கார்ந்துகொண்டு அருகிலுள்ள ஒரு பெரிய பாறையையும் அதனருகில் பாயும் கடலையும் வரையத் தொடங்கினான். வீட்டிற்கு வந்தவுடன் அவன் அதை எனக்கு அன்பளிப்பாகக் கொடுத்தான். இன்று எனது ஐம்பத்தாறு ஆண்டு பசி தீர்ந்தது. இந்தச் சம்பவத்தின் நினைவாக நான் அந்தச் சித்திரத்தை ஏற்றுக்கொண்டேன்.

தேவகட்டின் கலங்கரையைப் பற்றிய காவியம் இவ்வாறாகப் பூர்த்தியடைந்தது.

(மே, 1947.)

58. பாலைவனம் அல்லது ஏரி

ஏதாவது ஒரு சம்பவம் முடிந்துபோய் விட்டால் அதன் பெருமை குறைந்துவிடுமா?

ஆறுமணி நேரத்துக்கு முன்பு எங்குமே தண்ணீர் காணப் படவில்லை. வடக்கிலிருந்து தெற்குவரை நேராகக் கடற்கரை பரவியிருக்கிறது. மேற்குத் திசையில் வானம் தாழ்ந்து தரையைத் தொடும் அடிவானம்வரை தண்ணீர் என்ற பெயரேயில்லை, ஒரு அலைகூடக் காணப்படவில்லை. இந்த இடத்தை முதன் முதலாகப் பார்ப்பவர்களுக்கு இது ஏதோ ஒரு பாலைவனம் போலத் தோன்றும். மழையினால் நனைந்திருக்கிறது, அவ்வளவு தான், எனத் தோன்றும். அல்லது இது ஏதோ சேறு. இதில் புல் விளையவில்லை என்றும் தோன்றும். கண்ணுக்கு எட்டிய தூரம் வரை சமதரையாக பூமியைப் பார்க்க எத்தனை ஆனந்த மாயிருக்கிறது! இதுபோன்ற சமதரை தயார்செய்யும் வேலை எந்த எஞ்சினீயருக்காவது ஒப்படைக்கப்பட்டால் அவன் மிகவும் சிரமப்படவேண்டியிருக்கும். ஆனால் இது இயற்கையின் தொழிலல்லவா! உயரமான மலைகளில் கம்பீரம் காணப் படுகிறது. இதுபோன்ற சமதளப் பிரதேசங்களில் விசாலமும் விஸ்தீரணமான பரப்பும் காணப்படுகிறது. நாங்கள் இந்த விசாலத்தை அனுபவிப்பதில் ஈடுபட்டிருந்தோம். இதற்குள் வெகுதூரத்தில் அடிவானத்தில் கப்பல்போல ஏதோ தென் பட்டது. 'தரையின்மேல் கப்பலா! இது என்ன?' இதற்குள் தெற்கிலிருந்து வடக்குவரை பரவியுள்ள ஒரு பழுப்புநிறக் கோடு ஆழமாகத் தென்பட்டது. நடுநடுவே அதில் வெண்மையான அலைகள் காணப்பட்டன. ஒரு தண்ணீர்ச் சேனை, சேனாபதியின் 'ஏக் கதார்!' உத்தரவுப்படி அலைகள் முன்னேறத் தொடங்கின. வந்துவிட்டது. தண்ணீர் பாதி தூரம்வரை பரவிவிட்டது; சூரியன் ஆகாயத்தில் உயர எறிக் கொண்டிருந்தது, வெயில் அதிகரித்துக் கொண்டிருந்தது. அலைகளின் பைத்தியமும் அதிகமாகி வந்தது. இந்த அலைகள் கடவுளால் ஒப்படைக்கப்பட்ட ஏதாவதொரு பெரிய பணியை நிறைவேற்றுவதற்காகச் சென்று கொண்டிருக் கின்றனவா? அவை எமதூதர் போலல்லாமல் தேவதூதர்கள் போல இருந்தன. காட்டில் ஓநாய்களின் கூட்டம் தாவிக் குதித்துக் கொண்டு ஓடிவருவதுபோல இந்த அலைகளின் கூட்டம் ஓடிவந்து கொண்டிருந்தது. சந்தடியற்ற ஈரமான பாலைவனம் இருந்த இடத்தில் தாவிக்குதித்து கர்ஜனைபுரியும் அலைகடல் பரவி

விட்டது. முழுவேகத்தில் பொங்கு அலைகள் (Ebb tide) உருவாகிக் கொண்டிருந்தன. அலைகள் வந்து வந்து கரையோடு மோதிக் கொண்டிருந்தன. அந்த அலைகளைச் சிறிதுநேரம் சற்று உற்றுப் பார்த்துக்கொண்டிருந்தால் அலைகள் ஜடவஸ்துக்கள் அல்ல, சேதனம் பொருந்தியவை (அசைவுள்ளவை) என்ற எண்ணமே மனத்தில் உதிக்கும். அலைகளுக்கும் தமக்கென இயற்கையான நிகழ்ச்சிகள் உண்டு. நாலாபக்கமும் தண்ணீர்தான். இடது பக்கத்திலுள்ள பனை மரங்கள் தண்ணீரில் ஆடத்தொடங்கின; சிறிதுநேரத்தில் தண்ணீரில் மூழ்கிவிடும் போலத் தோன்றிற்று. அலைகளின் மதம் அடங்கவில்லை, யானைபோல் ஓடி வருகின்றன, கரையில்வந்து விளையாடுகின்றன. எத்தனை அற்புதமான காட்சி! தரை சரிவானதாக இருந்தது. தண்ணீர் ஆறுபோலப் பாயும்போது அதில் ஆச்சரியம் ஒன்றுமில்லை. பள்ளத்தை நோக்கிப் பாய்வதுதான் தண்ணீரின் இயற்கை. ஆனால் சமதரையான பூமியில் தண்ணீரே இல்லாத இடத்தில் வெள்ளமோ மழையோ இல்லாமல் திடீரென்று தண்ணீர் ஓடிவந்து தரையின்மீது பரவத் தொடங்கினால் அது எத்தனை ஆச்சரியத்தை விளைவிக்கும்! நாங்கள் சற்றுமுன்பு உலாவி ஓடிக்கொண்டிருந்த இடத்தில் காலைக்கூட வைக்கமுடியாமல் நீர்ப்பெருக்கு எவ்வாறு ஏற்பட்டது? இத்தனை குறைவான நேரத்தில் இவ்வளவு மாறுதல்களா? காற்றில் கைகளை வீசிக் கொண்டு நடந்துகொண்டிருந்த இடத்தில் இப்பொழுது துள்ளும் அலைகளுக்கு நடுவில் கைகளாகிய துடுப்புக்களைத் தள்ளிக் கொண்டு போகும் ஆனந்தம்! குதிரையின்மீது அமர்ந்து உலாவப் புறப்பட்டிருப்பதுபோல் உணர்ச்சி! இந்தப் பொங்கு அலையின்போது யாராவது இங்கே வந்துபார்த்தால் இந்த உப்பு நீர் ஏரி இங்கே ஆயிரம் ஆண்டுகளாக இதேமாதிரி இருந்து வருவதுபோல் தோன்றும். ஆனால் சிறிதுநேரம் நின்றிருந்து கவனித்தால் இத்தனை பெரிய மஹாயுத்தம்போன்ற முன்னேற்றத் துக்கும் முடிவு ஏற்பட்டுவிடுகிறது என்பது தெரியவரும். அலைகள் தமது லீலையை எவ்வாறு பரப்பியதோ அவ்வாறே அதை முடித்துக்கொள்ளும் நேரமும் வந்தது, கடவுளின் வேலை முடிந்துவிட்டமாதிரி, கடவுள் தனது பிராணசக்தியைத் திரும்ப இழுத்துக்கொண்டு விட்டமாதிரி, இப்பொழுது ஒவ்வொரு அலையும் கரையைநோக்கி ஓடத்தொடங்குகிறது. தண்ணீர் பின் நோக்கிச் சென்றுகொண்டிருக்கிறது என்பது நன்கு தெரியவரும்.

சரி, தண்ணீர் பின்னால் நகரத்தொடங்கிற்று. கடலுக்கு அப்பால் ஏதாவது பெரிய குழி இருக்கிறதா, அதை நிரப்புவதற்

காகத்தான் இந்தத் தண்ணீரெல்லாம் ஓடிக்கொண்டிருக்கிறதா? முன்னால் உள்ள அலை திரும்பிச் செல்வதைப் பார்த்து பிறகு வந்த அலைகள் உற்சாகமிழந்து சிரிக்கத் தொடங்குகின்றன.

கடலிலுள்ள தண்ணீரை யார் மதிப்பிடுவது? அதை யார் அளப்பது? இவ்வளவு தண்ணீர் ஏன் வந்தது, ஏன் திரும்பிப் போய்க் கொண்டிருக்கிறது? இதை யாரும் கேட்பவர்கள் இல்லையா? அல்லது கேட்பவர் இருக்கிறார்கள் என்பதால் தான் ஒழுங்கான முறையில் வந்துபோய்க் கொண்டிருக்கின்றதா? இதைப்பற்றி நினைக்க நினைக்க இச்சம்பவம் மனத்தில் நன்கு பதியத் தொடங்குகிறது. பொங்கு அலையும் வடியும் அலையும் (ebb tides and low tides) என்பது என்ன? கடலின் சுவாசிக்கும் செயலா? அவற்றால் என்ன பயன்? பொங்கு அலை, வடியும் அலை, இல்லாவிட்டால் கடலின்நிலைமை என்ன ஆகும்? கடலில் வாழும் பிராணிகளின் வாழ்க்கையில் என்னென்ன மாறுதல்கள் ஏற்படும்? சந்திர சூரியர்களின் கவர்ச்சி, பூமியின் அடிப்பரப்பிலிருந்து கடல் பிரிக்கப்படுகிறது. என்பதெல்லாம் சரிதான். ஆனால் இவற்றின் உத்தேசம்தான் என்ன என்பதையே என் மனம் அதிகம் அறிய விரும்பிற்று. ஆனால் இந்த ஆவல் இன்னும் பூர்த்தியாகாமலே இருக்கிறது.

அலைகள் பொங்குவதையும் வடிவதையும் எத்தனைமுறை பார்த்தாலும் அவை எப்பொழுதும் ஒரேமாதிரி அற்புதமாகவே தோன்றுகின்றன. அப்பொழுது கடவுள் தமது சிருஷ்டியில் எங்கும் ஞானமயமான பிரபுவாக, எல்லையற்ற பரம்பொருளாக இருந்துவருகிறார் என்ற நம்பிக்கை ஏற்படுகிறது. **ஸர்வம் ஸமாப்னோஷி ததோ$_3$ அஸி ஸர்வ** என்று கூறி இதயம் அதை வணங்குகிறது. படைப்பு மஹத்தானது என்றால் அதை படைத்த பிரபு எவ்வாறாக இருப்பார்? அவரை யார் அறிந்துகொள்ள முடியும்? மற்றவர் அவரை அறிந்துகொள்ள வேண்டும், புரிந்து கொள்ளவேண்டும் என்ற கவலை அவருக்கே இருக்குமோ?

(போர்டீ, 1 மே, 1927.)

59. சாந்தீபூர்

சென்றதடவை நான் சாந்தீபூரில் பார்த்தகாட்சி இம்முறை பார்க்கக் கிடைக்காதோ என்ற பயம் எனக்கு. ஆகையால் மனதில் அதிகம். நம்பிக்கை வைக்கக்கூடாது. என்று தேற்றிக்கொண்டே

காகா காலேல்கர் 303

நாங்கள் சாந்தீபூருக்குப் புறப்பட்டோம். இருந்தபோதிலும் சாந்தீபூர், சாந்தீபூர்தான். அதனுடைய சாதாரணமான அழகு கூட அசாதாரணமாகத்தான் இருக்கும்.

கல்கத்தா - கடக் பாதையில் பாலாஸோர் அல்லது பாலேச்வர் என்ற ஒரு பகுதி இருக்கிறது. சாந்தீபூர் அங்கிருந்து எட்டுமைல் கிழக்கே கடற்கரையில் அமைந்திருக்கிறது. சர்க்காரின் சேனைப்பிரிவினர் அந்த இடத்தைச் சற்று உபயோகப்படுத்தி வருகின்றனர். ஆனால் அதன் பெருமை இதனால்மட்டும் அதிகரித்துவிடவில்லை. இங்கிருந்து மூன்று மைல் தூரத்தில் 'பூடீ-பலங்' ஆறு கடலோடு கலக்குமிடத்தில் ஒரு அழகான துறைமுகம் அமைக்கமுடியும். காற்றுவாங்கவும் ஒரு அழகான இடம் அங்கே ஏற்படுத்தமுடியும். ஆனால், அங்கே இவற்றில் யாதொன்றும் இதுவரை அமைக்கப்படவில்லை. இன்று சாந்தீ பூருக்கு உள்ள பெருமையெல்லாம் அதனுடைய பழைய இயற்கை யான அழகினால்தான். ஆகையால் நான் அதற்கு 'கீழ்த் திசையின் போர்டீ' என்று பெயர் கொடுத்திருக்கிறேன்.

பம்பாய்க்கு வடக்கே கோல்வட் ரயில் நிலையத்திலிருந்து ஒன்றரை மைலில் போர்டீ என்ற ஓர் இடம் இருக்கிறது. அங்கே கடலில் வற்று அலைஏற்படும்போது சுமார் ஒன்றரை மைல் வரை காலியிடத்தை ஏற்படுத்தி விடுகிறது. கடலில் நீர் அடிவானம் வரை போய்விடுகிறது. கடற்கரை முழுவதும் தேவர்களுடைய அல்லது தானவர்களுடைய ஈரமடைந்த டென்னிஸ் கோர்ட்டைப் போல நேராகவும் சமதரையாவும் இருக்கிறது. பொங்கு அலையின் போது தண்ணீர் பெருகி ஒரு நொடிப்பொழுதிலேயே கரை முழுவதும் தண்ணீர் நிரம்பி ஏரியைப்போல அலைவீசத் தொடங்குகிறது. ஒரு முகூர்த்த நேரத்தில் தண்ணீர் நிரம்பிய ஆழமற்ற ஏரி இயற்கையின் இந்த விளையாட்டைப் பார்த்து எனக்கு ஆச்சரியம் உண்டாயிற்று. அதைப்பற்றிய வர்ணனையை எழுதியபொழுது இதைப் போன்றதொரு இடத்தை இயற்கை யன்னை கிழக்குப் பக்கத்திலும் சிருஷ்டித்து வைத்திருப்பாள் என்று நான் கனவிலும் கருதவில்லை.

நான் தேசிய மொழிப் பிரசாரத்துக்காக இதற்குமுன் கல்த்தாவிலிருந்து உத்கல்லுக்கு வந்திருந்தபோது பாலாஸோரி லுள்ள வேலைகளை முடித்துக்கொண்டு முக்கியமாக சாந்திபூரைப் பார்ப்பதற்காகவே இங்கு வந்திருந்தேன். வழியில் பல இடங்களில் தண்ணீர் நிறைந்த பள்ளங்களில் நீலோற்பலம் மலர்ந்திருப் பதைப் பார்த்து ஏற்பட்ட மகிழ்ச்சிக்கு அளவேயில்லை. தாமரை

வெண்மையானதாயிருக்கும்போது அது தபஸ்வினி மஹாஸ்வேதை (காதம்பரியில் வரும் ஒரு தபஸ்வினி)யின் நினைவு வரும். அதே தாமரை சிவப்பாயிருக்கும்போது கந்தர்வ நகரத்தின்மீது அரசு செலுத்தும் காதம்பரிபோலத் தோன்றுகிறது. ஆனால் நீலோற்பலம் சாக்ஷாத் குஞ்சவிஹாரி ஸ்ரீகிருஷ்ணனை நினைவூட்டுகிறது. நம் நாட்டில் நீலோற்பலம் அதிகமாகக் காணக் கிடைக்கவில்லையாதலால் எனக்கு இவ்வாறு தோன்றுகிறது போலும். ஆனால் இந்தப் பாதையில் நீலோற்பலத்தை ஏராளமாகப் பார்த்து எனக்கு அளவு கடந்த ஆனந்தம் ஏற்பட்டது என்பதில் யாதொரு சந்தேகமும் இல்லை.

பாலாசோரிலிருந்து சாந்திபூருக்குச் செல்லும் பாதை நேர் பாதை. முஸாபரி பங்களாவின் வாயில் வரை போய்ச் சேர்ந்த பிறகும் கடல் தெரிவதில்லை. ஆனால், அது தெரியும்போது அதுன் விசாலமான பரப்பு உள்ளத்தைக் கொள்ளை கொள்கிறது. சென்ற தடவை நாங்கள் போயிருந்தபோது பொங்கு அலை கொஞ்சம் கொஞ்சமாக அதிகரித்துக் கொண்டு வந்தது. அடி வானத்திலிருந்து அலைகள் நேர் இணையாக வந்துகொண்டிருந் தன. இரண்டு மூன் று மைல் தூரத்துக்கு நீளமாகக் கட்டப் பட்டுள்ள கயிறுகளை யாரோ இழுத்துக்கொண்டு வருவது போலத் தோன்றிற்று. என்னோடுகூட யாராவது பள்ளி மாணவன் இருந்திருந்தால் நான்அவனிடம் ‘நீ நோட்டுப் புத்தகங்களில் வரையும் கோடுகள் இவற்றைப்போல நேராகவும் இணை கோடுகளாகவும் அழகாக இருக்க வேண்டும்’ என்று சொல்லி யிருப்பேன். எல்லாப் பக்கமும் சம தரையாக யிருக்குமானால் ஆங்கில எழுத்தாளர்கள் அதை டென்னிஸ் கோர்ட்டுடன் ஒப்பிடுவது வழக்கம். ஆனால் டென்னிஸ் கோர்ட் எங்கே! பல மைல்கள் பரந்து கிடக்கும் அகன்ற நீண்ட மணல் மைதானம் எங்கே !

இந்தக் காட்சி முழுவதையும் மனம் குளிரக் கண்டேன். மனத்திற்குத் திருப்தியேற்பட்ட பிறகும் பார்த்தேன். எதிரிலிருந்து பார்த்தேன், பக்கத்திலிருந்து பார்த்தேன். எவ்வளவு புண்ணிய சாலிகள் நாம் என்ற நன்றியுணர்ச்சியோடு பார்த்தேன். பிறகு யோசிக்கத் தொடங்கினேன்- ‘இப்பொழுது இதைப்பற்றி என்ன செய்யவேண்டும்? இதைப்பற்றி எழுதவேண்டும் என்பதில் ஐயமில்லை. அரசனுக்கு ஒரு ரத்தினம் கிடைத்தால் அதை மிக பத்திரமாகக் கஜானாவில் சேர்ப்பிக்கிறான். பெண்களின் கையில் மலர் கிடைத்தால் அதைத் தலையில் சூடிக்கொள்ளும்வரை அவர்களுக்குத் திருப்தி ஏற்படாது. இயற்கையை உபாசிக்கும் ஓர்

எழுத்தாளனுக்கு ஏதாவது கண் கவரும் காட்சி காணக் கிடைத்து விட்டால் அதற்குத் தனது கட்டுரையிலோ, கவிதையிலோ இடம்கொடுத்து நிலைபெறச்செய்யும்வரை அவனுக்கும் திருப்தி ஏற்படாது. இந்தக் காரியம் வீட்டுக்குத் திரும்பிச்சென்ற பிறகு தானே முடியும். இப்பொழுது இங்கே என்ன செய்யவேண்டும்!' இயற்கையின் பரப்பு அகலமாயிருந்தாலென்ன, உயரமாயிருந்தா லென்ன, அதைக் கண்களால் மட்டும் அனுபவித்தால் போதாது, கால்களுக்கும் சிறிது பங்கு அளிக்கத்தான் வேண்டியிருக்கிறது.

நாங்கள் பிரயாணிகள் விடுதியின் மாடியிலிருந்து இறங்கி, கீழே சிரிக்கும் வெண்மணலில் வந்துசேர்ந்தோம். இதற்குள் நாங்கள் இங்குமங்கும் ஓடிக்கொண்டு பூமியின் வயிற்றுக்குள் மறைந்து கொள்ளும் பெரிய பெரிய ரத்தினங்களைக் கண்டோம். அவற்றின் நிறம் எவ்வளவு சிவப்பாகவும் பளபளப்பாகவும், நீரோட்டம் பொருந்தியதாகவுமிருந்தது! வெல்வெட்டில் நடு நடுவே பளபளப்பான சிவப்பும் வெளுத்த சிவப்பும் மாறிமாறிக் காட்சியளிக்கும். இதே மாதிரியான காட்சி மாணிக்கத்திலும் காணப்படும். இது போன்ற கவர்ச்சியை நாங்கள் இந்த ஓடும் ரத்தினங்களிலும் கண்டோம். இந்த நண்டுகள் கவர்ச்சியாக இருந்ததோடு பயங்கரமாகவும் இருந்தன. அவை கடித்து விட்டால் அவற்றின் நிறம்போலவே சிவப்பு இரத்தம் கால்களிலிருந்து கசியுமே என்ற பயம். ஆனால் அவை பயம் உண்டாக்குவதைக் காட்டிலும் பயந்த சுபாவம் அதிகம் கொண்டிருந்தன. மனிதர் களைக் கண்டவுடன் அவை உடனே தம் வீடுகளில் பதுங்கிக் கொண்டன. நாங்கள் அவைகளுக்குப் பின்னால் ஓடி அவைகளின் ஓட்டத்தைக் கண்டு மகிழ்ந்தோம்.

ஓடும்போதே நாங்கள் டப்பாக்கள் போன்ற பல சங்குகளைக் கண்டோம். அவைகளின் மேல் உள்ள கோடுகளின் வடிவங்களைப் பார்த்து எனக்கு இவற்றைப் பார்த்துத்தான் இங்குள்ள கோயில் களின் கலசங்கள் தயார் செய்யப்பட்டிருக்கவேண்டும் என்ற எண்ணம் தோன்றியது. மதலாலாசா பல அழகான சங்குகளைப் பொறுக்கியெடுத்துக் கொண்டாள். அவைகளில் துவாரங்கள் இருந்ததால் அவைகளைக் கொண்டு மாலை கோக்கலாம் என்று எனக்குத் தோன்றிற்று.

கடற்கரை, அதன் அலைகள், சிவப்பு நண்டுகள் இவை களைப் பற்றிப்பேசிக் கொண்டே நாங்கள் திரும்பி வந்தோம். சில நீலோற்பல மலர்களையும் சேகரித்துக் கொண்டோம். பாரத நாட்டில் நாங்கள் தரிசித்த இடங்களின் பட்டியலில் மற்றொரு

நல்ல உயர்ந்த இடத்தின் பெயரும் சேர்ந்தது என்று திருப்தி அடைந்தோம்.

இந்தத்தடவை மறுபடியும் பாலாசோருக்குச் சென்ற பொழுது இந்தக் காட்சிகள் யாவும் நினைவுக்கு வந்தன ; அவற்றின்பால் உள்ள சிரத்தையைத் தெரிவித்துக் கொள்ளும் பொருட்டு மறுமுறை அங்கு செல்லத் திட்டம் அமைத்தோம்.

வானில் மேகம் சூழ்ந்திருந்தது. இருந்த போதிலும் சாந்தி பூருக்குப் போய்ச் சேர்ந்தவுடன் மேகங்களிலிருந்து விடுபடும் சூரியனைக் காண முடியும் என்ற நம்பிக்கை யேற்பட்டது. ஆதலால் மூன்றரை மணிக்கு எழுந்திருந்து காலைக் கடன்களை முடித்துக்கொண்டு 4 மணிக்கு டாக்டர் புவன் சந்திரரின் காரில் அமர்ந்து 8 மைல் தூரம் கடந்து சென்றோம். வழியில் பள்ளங்களும் இல்லை, ஸ்ரீ கிருஷ்ணனின் கண்களோடு போட்டியிடும் நீலோற் பலமும் இல்லை. அஷ்டமி தினத்துச் சந்திரன் ஆகாயத்தில் மங்கலாகப் பிரகாசித்துக் கொண்டிருந்தது ஆதலால் இம்முறை அமைதியாக அலைவீசும் ஏரிதான். காணக் கிடைக்கும் என்று நான் ஊகித்துக் கொண்டேன். எங்களுக்கு ஏற்கெனவே தெரிந்த பிராயண விடுதியின் முற்றத்தில் காரை நிறுத்தினோம். இங்கிருந்து பார்த்தபோது தண்ணீர் முன்பே பின்நோக்கித் திரும்பிப் போய்விட்டது எனத் தெரிய வந்தது. வெகுதூரம் வரை சேறு கலந்த தண்ணீர்தான். மணற்குவியலைத்தான் அதிகமாகக் காண முடிந்தது. ஐந்தாறு நிமிஷங்கள் முன்னால் வந்திருந்தால் சூரியன் தண்ணீரில் கால் வைத்து வரத் தொடங்குவதைப் பார்த்திருக் கலாம். ஆகாயத்தில் மேகம் சூழ்ந்திருந்தது. ஆனால் சூரியனுக் கருகிலுள்ள அடிவானம் நிர்மலமாகவும், அழகாகவும் இருந்தது. ஆங்காங்கு சில மேகங்களின் திட்டுக்கள் சூரியனின் அழகை அதிகப்படுத்திக் கொண்டிருந்தன. சூரியனைக் கண்டதும் நான் எப்பொழுதும் கூறும் சுலோகத்தைச் சொல்லத் தோன்றவில்லை. நான் இரு கைகளையும் சேர்த்து நீர் எடுத்து அர்க்கியம் மட்டும் கொடுத்தேன் ; பிறகு தூரத்தில் கடலிலிருந்து வெளிக்கிளம்பிக் கொண்டிருக்கும் சூரிய நாராயண பகவானுக்கு துதி கூறி, மனத்தில் மனுபகவானுடைய கீழ்க்கண்ட சுலோகத்தை மட்டும் கூறிக்கொண்டேன்.

ஆபோ நாரா இதிப்ரோக்தா ஆபோவை நரஸூனவ;!
தா யதஸ்ய அயனம் ஜாதம் இதி நாராயண ஸ்ம்ருத:!

இதற்குள் அம்ருதலால் கீழ்க்கண்ட பாட்டுப் பாட்டினார்-

ப்ரத$_2$ம ப்ரபா$_4$த உதி$_3$த தவ க$_3$க$_3$னே – வங்காளி மொழி

மணல்வரை இறங்கிச் செல்ல எங்களுக்கு அதிகநேரம் ஆகவில்லை. சங்கோசப் பிராணியான நண்டுகள் தத்தம் வளைகளில் புகுந்துகொண்டு எங்களை வரவேற்றன.

திரும்பிச் சென்றுகொண்டிருக்கும் கடல்நீர் தூரத்திலிருந்த படியே எங்களை ஜாடையாகக் கேட்டதும் - என்ன இங்கு வரை வரவேண்டுமா? தண்ணீரின் அழைப்பை எவ்வாறு மறுப்பது?

நாங்கள் முன்னேறிச் சென்றோம். நடுநடுவே இரண்டு நான்கு அங்குலத் தண்ணீர். அதில் காலை ‘சப் சப்’ என்று வைத்துக் கொண்டே சென்றோம். ஒரு தடவை சூரியனைப் பார்க்க எதிரே முகத்தை உயர்த்துவோம், ஒரு தடவை பின்னால் திரும்பிக் கடற்கரையைப் பார்ப்போம். சில சவுக்கு மரங்கள், ஓரிரு குடிசைகள். கொடியேற்றும் கொடி மரம், இவற்றைத் தவிர அங்கு வேறு ஒரு கவர்ச்சியும் இல்லை. இதைக் காட்டிலும் காலுக்குக் கீழே உள்ள தண்ணீரில் தெரியும் மேகங்களின் நிழலைப் பார்ப்பது அதிகம் ஆனந்தம் அளிப்பது போல் தோன்றிற்று. பின்னால் நகர்ந்து சென்றுகொண்டிருக்கும் தண்ணீரின் மயக்கத்தின் பின்னால் நாங்கள் வெகுதூரம் சென்றிருப்போம். ஆனால் எங்களுக்கு வேறுசில வேலைகளும் உள்ளன. இங்கேயே அதிக நேரம் ஆனந்தமாகக் கழித்துக் கொண்டிருக்க முடியாது என்பதையும் நாங்கள் மறக்கவில்லை. கரையிலிருந்து எவ்வளவு தூரம் வந்திருப்போம் என்று கணக்கிடுவதற்காகத் திரும்பும் பொழுது காலடிகளை எண்ணிக் கொண்டே வந்தோம். ஆயிரம் அடியெடுத்து வைத்து சிவப்பு நண்டுகள் ஓடிவிளையாடும் இடத்திற்கு வந்து சேர்ந்தோம். மேலே ஏறி வந்தவுடன் பார்த்தால் அந்தப் பொல்லாத தண்ணீர் மெதுவாக எங்கள் பின்னாலேயே வந்துகொண்டிருக்கிறது! தண்ணீர் பெருகி வருவதைப் பார்த்தவுடன் சில மீனவர்கள் மணற்பரப்பின் மேல் ஊன்றியுள்ள கம்பங்களின் உதவியால் வலைவிரிக்கத் தொடங்கியிருக்கிறார்கள்.

பழைய கதைகள் ‘சாப்பிட்டான், குடித்தான், அரசு செலுத்தினான்’ என்று முடிவதுண்டு. எங்கள் வர்ணனைகள் பெரும்பாலும் ‘பிரர்த்தனை நடத்தினோம், பிறகு சிற்றுண்டி அருந்தினோம்’ என்று முடிவதுண்டு. எங்களுடன் வந்திருந்த ஒரு சகோதரர் சொன்னார், ‘இப்பொழுதெல்லாம் இராணுவத்தினர் இங்கே பீரங்கி சுடும்போது பூகம்பம் மாதிரி அதிர்ச்சி ஏற்படுகிறது. உயிரைப் பறிக்கும் சாமான்கள் சரியானபடி தயாராகி

யிருக்கின்றனவா என்று பரீட்சித்துப் பார்க்கும் இடம் இதுதான். இவ்வளவு பெரிய சத்தமாயிருந்தாலும் கிளர்ச்சிக்குப் பிறகு அமைதி நிலவுவதுபோல் எல்லா சத்தமும் ஆகாயத்தில் கலந்து கடைசியில் அமைதி தான் எஞ்சியிருக்கிறது.

ஓம் சாந்தி : சாந்தி: சாந்தி:

(மே, 1941.)

60. எங்கும் அரசுபுரியும் ஜ்வார் – பாடா*[1]

ஒவ்வொரு அலையும் கரைவரை வந்து பிறகு திரும்பிச் சென்றுவிடுகிறது. இது ஒரு விதமான பொங்கு அலை அல்லது வற்று அலைதான். இது அற்ப ஆயுள் படைத்தது. பெரிய அலைகள் பனிரண்டு மணிக்கு ஒருமுறை வருகின்றன. இது எப்படிப்பட்ட பொங்கு அலை? அக்ஷயத்ருதியை தினத்தன்று தான் பெரியதாக அலை பொங்கி வருமாமே! ஆண்டு முழுவதிலும் அதுதான் பெரிய பொங்கு அலையென்றால், எல்லாவற்றிலும் சிறிய பொங்கு அலை எப்பொழுது வருகிறது?

நாம் சுவாசிப்பதுகூட ஒரு விதத்தில் 'ஜ்வார் பாடா'தான். இதயத்தில் துடிப்பு ஏற்படுகிறது. அதனோடு கூடவே உடல் முழுவதிலும் இரத்தம் பாய்கிறது. இதுவும் ஒருவதமான 'ஜ்வார்-பாடா'தான். சிறு பிராயம், வாலிபப்பருவம் ஆகியவை கூட ஜ்வார்-பாடா தான். இந்த ஜ்வார் - பாடாவின் நிகழ்ச்சி பெரிதாக வளர்ந்து வளர்ந்து பிரபஞ்சம் முழுவதிலும் பரவி விடுகிறது. எங்கு பார்த்தாலும் இந்த ஜ்வார் பாடாவின் ஆட்சிதான். தேசங்களிலும் இந்த 'ஜ்வார்-பாடா' உண்டு. கலாச்சாரங் களிலும் இதைக காணலாம். மதவிஷயங்களிலும் இது நிகழ்கிறது. ஒவ்வொரு வற்று அலைக்குப் பிறகும் பொங்கு அலைக்கு ஊக்கம் அளிக்கும் ஸ்ரீராமசந்திரன் அல்லது ஸ்ரீகிருஷ்ண சந்திரன் போன்ற அவதார புருஷர்களும் உண்டு. கடலின் ஜ்வார்-பாடாக்களை ஊக்குவிக்கும் சந்திரனைக் கண்டுதான் ஸ்ரீ ராமனுக்கும், ஸ்ரீ கிருஷ்ணனுக்கும் 'சந்திரன்' சேர்த்து ராமச் சந்திரன், கிருஷ்ணசந்திரன் எனக் கூறத் தொடங்கினார்களோ? இவர்களுக்கு சந்திரனை உவமை கூறத் தொடங்கினார்களோ! கவிகள் கூறுகிறார்கள்- இருவருடைய ரூபலாவண்யமும் மிகவும் கவர்ச்சி பொருந்தியதாய் இருந்தது; ஆதலால் இவர்ளைச் சந்திரனுக்கு ஒப்பிட்டார்கள். கவிகள்

1.ஜ்வார். பொங்கு அலை- Ebb tide; பாடா - வற்று அலை - Low tide

கூறுவது உண்மையாகத் தான் இருக்கவேண்டும். ஆனால், தர்மம் வற்றிப் போவதைத் தடுத்து புதிய எழுச்சிக்கு ஊக்கம் அளிக்கும் அவர்கள் இருவரும் தர்ம சந்திரர்கள், ஆகையால்தான் அவர்களை சந்திரனோடு ஒப்பிட்டுக் கூறினார்கள் என ஏன் கூறத் கூடாது? இந்தக் காரணம் இதுவரை கூறப்படாதிருந்தாலும் இன்றிலிருந்து நாம் தர்மக் கடலின் சந்திரர்கள் என்ற பெயரால்தான் இவர்களுக்கு ராமச்சந்திரன், கிருஷ்ணசந்திரன் என்ற பெயர்கள் உண்டாயின என்று கொள்ளலாம்.

நீருக்குப் பதில் நிலத்தையும், நிலம் இருக்கும் இடத்தில் நீரையும் தோற்றுவிக்கக் கூடிய சக்தி எல்லாம் நிகழ்த்தவல்ல வனான, அந்த ஈசுவரனின் மாயையாகும். இந்த மாயையை நாம் இங்கு தினந்தோறும் காண்கிறோம். இருத்தபோதிலும் நாம் ஏன் பக்தியை மேற்கொள்ளுவதில்லை? ஏதாவதொரு அற்புத விஷயம் தினந்தோறும் நிகழ்வதால் அது சாரமற்றதாக ஆகிவிடுமா? என் வாழ்க்கையில் மூன்று வஸ்துக்கள் தம் கம்பீரத்தன்மையால் மிகவும் பிரபாவம் ஏற்படுத்தியிருக்கின்றன. இமயமலையின் உயர்ந்த நிமிர்ந்து நிற்கும் சிகரங்கள், கிருஷ்ண பக்ஷத்து ரத்தினம் பதித்த கருமையான ஆகாயம், இடைவிடாமல் பரம்பொருளின் துதிபாடும் மஹா சாகர் (பெருங்கடல்). மூவாயிரம் ஆண்டுகள் அல்லது இரண்டாயிரம் ஆண்டுகளுக்கு முன்னால் (ஓராயிரம் ஆண்டுகள் இங்கே கணக்கோயில்லை) புத்த பகவானின் சீடர் களான சன்னியாசிகள் புத்தரின் உபதேசங்களைப் பல நாடுகளில் பரப்பிக்கொண்டு இங்குதான் வந்திருப்பார்கள். ஸோபாராவி லிருந்து கான்ஹேரீ வரை, பிறகு அங்கிருந்து காராபுரீவரை, பிறகு தானாஜில்லா, புனா ஜில்லாக்களின் எல்லையில் உள்ள நானாகாட், லேண்யாத்ரி, ஜுன்னர் முதலிய இடங்கள் வரை, கார்லாபாஜாவின் பழங்கால மலைகள்வரை. பிறகு இப்பக்கத்தில் நாசிக்கிலுள்ள பாண்டவ குகைகள் வரையிலும் அமைதிக் கடல் போன்ற புத்த பிக்ஷுக்கள் சென்று தர்மப் பிரசாரம் செய்து வாழ்ந்து வந்த காலத்தில் பாரத நாட்டுச் சமூகம் இன்றைய சமூகத்திலிருந்து முற்றிலும் வேறுபட்டதாயிருந்தது. அக் காலத்துப் பிரச்சினைக்ள இக்காலத்துப் பிரச்சினைகளைவிட வேறுபட்டவை. அக்காலத்திய நடை முறைகளும் வேறு. ஆனால் அக்காலத்திய கடல் இதுவேதான். அக்காலத்திலும் இது இம்மாதிரியேதான் கர்ஜித்துக் கொண்டிருந்திருக்கும் - இருந்து கொண்டிருக்கும் என்பானேன். கர்ஜித்துக் கொண்டிருந்தது. மேலும், "கண்களால் காண்பவையெல்லாம் அழிவுள்ளவை. கர்மம் ஒன்றும் சத்தியமானது; கம்யோகம் (சேர்க்கை) ஏற்படு

வதற்கெல்லாம் வியோகம் (பிரிவும்) உண்டு; இந்த சம்யோக வியோகங்களுக்கெல்லாம் அப்பாற்பட்டு நிற்பவர்களுக்குத்தான் சாசுவதமான மோக்ஷசுகம் கிட்டும்" - என்ற உபதேசத்தை இன்று போல அன்றுகூட மஹாசாகர் (பெருங்கடல்) அளித்துக் கொண்டிருந்தது. இன்று அந்தக்காலம் இல்லை. மஹா சாகரத்தின் பெயரும் மாறிவிட்டது. ஆனால் அது அளித்துவரும் செய்தி மட்டும் மாறவில்லை. ஜ்வார்-பாடாக்களுக்கு, ஏற்ற இறக்கங் களுக்கு, அப்பாற்பட்டவர்களுக்கே அழியாத்தன்மையுள்ள அமைதி கிடைக்கும். அவர்கள் 'ஸுகதர்கள்' நற்கதியடைந்தவர்கள், நல்ல முறையில் சென்றவர்கள், மறுபடி மீளாமல் சென்றவர்கள். பொங்கு அலை மறுபடியும் வரும். வற்று அலை மறுமுறை வரும். ஆனால் அவர்கள் மறுபடியம் வரமாட்டார்கள், 'ததாகத்' புத்த பகவான் உண்மையிலேயே 'ஸு-கதர்' தான்.

(போர்டீ, 7 மே, 1927.)

61. அர்ணவத்தின் அறைகூவல்
(கடலின் அழைப்பு)

சமுத்திரம் அல்லது சாகரம் என்ற பரிச்சயமான சொல்லை விட்டு விட்டு நான் 'அர்ணவம்' என்ற சொல்லை ('அர்ணவ கா ஆமந்த்ரண்' என்பதில் உள்ள) ஆமந்த்ரண் என்ற சொல்லுடன் மோனைக்காகத் தேர்ந்தெடுக்கவில்லை. அர்ணவம் என்ற சொல்லில் உயரமான அலைகளின் இடைவிடாத தாண்டவம் தொனிக்கிறது. புயல், அமைதியின்மை, சுகமற்ற சூழ்நிலை, வேகம், பிரவாகம், இன்னும் ஒவ்வொரு விதமான கட்டுப் பாட்டையும் எதிர்த்து அதிருப்தி அல்லது கோபம் தெரிவிக்கும் பாவம் இந்த 'அர்ணவம்' என்ற சொல்லில் அடங்கியிருக்கிறது. அர்ணவம் என்ற சொல்லின் தத்துவார்த்தம் (மூலப்பதவுரை), அச்சொல்லின் உச்சரிப்பு இவையிரண்டும் அச்சொல்லின் பாவத்தை வெளிப்படுத்த மிகவும் உதவுகின்றன. ஆதலால் தான் வேதங்களில் அர்ணவம் என்ற சொல் பலமுறை கடலுக்கு அடைமொழியாகப் பயன்படுத்தப்பட்டிருக்கிறது. முக்கியமாக வேகத்தின் மிகப் பிரசித்தி பெற்ற அகமர்ஷண சூத்திரத்தில் அர்ணவம் அல்லது கடல் என்ற சொல் வரும் இடத்தில் அதன் பெருமை மிக நன்றாகத் தெரிவிக்கப்பட்டிருக்கிறது.

இப்படிப்பட்ட அர்ணவத்தின் செய்தியை இன்றைய நம் உலகத்தோர் முன்பு தெரிவிக்கும் சக்தி எனக்குக் கிடைக்கும்

பொருட்டு நான் வேத தேவர்களில் ஒருவரான கடலரசன் வருணனுக்கு வந்தனை செய்கிறேன்.

பாதை இல்லாத இடத்தில் பாதையை உண்டுபண்ணு பவன் வருணன். சண்டமாருதத்தின் தாண்டவத்தால் பாலை வனத்தில் மணல் அலைகள் துள்ளும் போது அங்குகூட யாத்ரீகர்களுக்கு வழிகாட்டியாக உதவுவது வருணன் தான். எல்லையற்ற ஆகாயத்தில் தன் இறக்கைகளின் சக்தியைப் பரீட்சிக்கும் முக் கண்டங்களின் யாத்ரீகர்களான பறவைகளுக்கு ஆகாயப் பாதையைக் காட்டுவதும் வருணன் தான். வேத காலத்து புஜ்யு***(புஜ்யு - இதன் விபரம் கடைசியில் கொடுக்கப்பட்டிருக்கும் அனுபந்தத்தில் பார்க்கவும்)**விலிருந்து, நேற்றுத் தான் மீசை முளைத்த இளம் மாலுமிகள் வரை ஒவ்வொருவனுக்கும் கடலில் வழிகாட்டுபவன் வருணன் தான் ; அதே போல் புதுப்புது க்ஷேத்திரங்களில் பிரவேசித்து, புதுப்புது மார்க்கங்கள் ஏற்படுத்திக் கொள்ளும் யமராஜனுக்கு தைரியமும், தூண்டுதலும் அளிக்கும் குருவும் இந்த வருணன் தான்.

வருணன் யாத்திரீகர்களுக்கு வழிகாட்டியாக இருப்பது போல மனித சமூகத்துக்கு நியாயமும் ஒழுக்கமும் கட்டுப்பாடும் போதிக்கும் தேவதையும் அவனே. 'ருதம்', 'சத்யம்' இவற்றைக் கண்டவன். ஆதலால் அவன் ஒவ்வொரு ஆத்மாவுக்கும் சத்தியப் பாதையில் செல்லும்படி ஊக்கமளிக்கிறான். நியாய வழியில் செல்வதால் உள்ள சௌந்தரியம், மனத்திருப்தி, கடைசியில் வெற்றி இவற்றைப் பற்றி வருணனிடமிருந்து கற்றுக்கொள்ள வேண்டும். எவனாவது லோபியான, பின்னால் வருபவற்றை உணர்ந்து கொள்ளமுடியாத மனிதன் வருணனின் இந்த நியாய உணர்ச்சியை மதிக்காவிட்டால், வருணன் அவனைத் தன் வயிற்றுக்குள் அடக்கிக்கொண்டு விடுவதும் உண்டு. இதன் மூலம் மனிதன் பேராசையின் பலம் ஒருபொழுதும் நல்லதாக இருக்காது என்பதைப் புரிந்துகொள்ள முடிகிறது.

தனது பெருமையும், மஹிமையும் குறைந்துவிடக் கூடாது என்பதற்காக பரம மங்களகாரகனான, கல்யாண காரகனான சதாசிவன் சிலசமயம் ருத்ரரூபம் எடுத்துக்கொள்வது போல ரத்னாகரமான கடலும் பயங்கொள்ளி மனிதர்களை அட்டகாசம் புரியும் அலைகளுக்கு அருகில் கூட நெருங்க விடுவதில்லை. கடற்கரையில் நின்றுகொண்டு அலைகள் வருவதையும் போவதையும் பார்த்த போதும், அமாவாசை, பௌர்ணமி தினங்களில் கடல் பொங்குவதைக் கண்டபோதும், புத்திக்கு

ஒன்றும் எட்டாத நிலையில் மனது கூறிற்று- "என்ன, இவ்வளவு கூடவா புரியவில்லை? நீ மூச்சு விடுவதனால் உன் மார்பு விரிந்து சுருங்குவது போல, இந்தப் பெரிய கடல் மூச்சு விடுவதனால் ஏற்படும் இதயத்துடிப்பு இது. இது அதனுடைய மன உணர்ச்சி. தரையில் வாழும் மனிதர்கள் செய்யும் பாவங்களையும், புரியும் உபத்திரவங்களையும் மன்னித்துவிடும் சக்தி பெறும் பொருட்டு, இந்தப் பெருங்கடல் இவ்வளவு தூரம் இதயத்துக்குப் பயிற்சி யளித்து வலுப்படுத்திக்கொள்ள வேண்டியிருக்கிறது!

பலஹீனமானவர்களைப் பயமுறுத்தி தூரத்திலேயே நிறுத்தி வைத்துவிடும். அதே அலைகள் தீரம் பொருந்தியவர்களுக்கு அன்போடு நுரைததும்ப அழைப்புவிடுத்துக் கூறுகிறது- "வாருங்கள்! இந்த அசைவற்ற பூமியின் மேல் ஏன் நிற்கிறீர்கள்? இவ்வாறு நின்றுகொண்டிருந்தால் உங்கள்மேல் துருப்பிடித்து விடும். இந்தாருங்கள், ஒரு படகை எடுத்துக் கொண்டு அதில் ஏறிக் கொள்ளுங்கள். பாயை விரித்துக் கொண்டு காற்றின் பிராணன் உங்களை எடுத்துச்செல்லும் இடத்திற்குச் செல்லுங்கள். நரங்களெல்லாம் கடலின் குழந்தைகள். ஆனால் காற்றுத்தான் எங்களது சிக்ஷாகுரு. அது எங்களை ஆட்டி வைக்கும்படி நாங்கள் ஆடுகிறோம். நீங்களும் இதே விரதம் எடுத்துக் கொண்டு எங்களுடன் வாருங்கள்" மனத்தில் நல்ல உற்சாகமுள்ள யாரும் இந்த அழைப்பை ஏற்றுக்கொள்ளாமலிருக்க முடியாது.

சிறு பிராயத்தில் நீங்கள் சிந்துபாதின் கதை படித்திருக்கிறீர் களல்லவா? சிந்துபாதுவிடம் கணக்கற்ற செல்வம் இருந்தது. நிலம், வீடு எல்லாம் இருந்தன. தனது அன்பினால் அவனது வாழ்க்கையை மலரச் செய்யும் பந்துக்களும் அவனைச் சுற்றி இருந்தனர். இருந்த போதிலும் கடலின் கர்ஜனையைக் கேட்கும் போதெல்லாம் அவனால் வீட்டில் இருக்க முடிவதில்லை. அலைகளின் ஊஞ்சலை விட்டுவிட்டு, வீட்டிலுள்ள கட்டிலின் மேல் தூங்குபவன் புத்தியற்றவன். மனது கூறிற்று- "புறப்படு." உடனே சிந்துபாது கடல் யாத்திரைக்காகப் புறப்பட்டுவிட்டான். அதில் அவன் மிகவும் சிரமப்பட்டான். அவனுக்கு நல்ல அனுபவங் களுக்குப் பதிலாக கஷ்டமான அனுபவங்களே அதிகம் ஏற்பட்டன. ஆகையால் சவுக்கியமாகத் திரும்பி வந்தவுடன் அவன் இனி நான் கடல் யாத்திரை என்ற பேச்சே எடுக்கமாட்டேன் என்று சபதம் செய்து கொண்டான்.

ஆனாலும், என்ன இருந்தாலும் அது மனிதன் செய்து கொண்ட சங்கற்பம் தானே. இந்தப் பிரதிக்ஞைக்குக் கடல்

அரசனான வருணனுடைய ஆசி எங்கே கிடைக்கப் போகிறது! சில நாட்கள் கழிந்தன. வீட்டு வாழ்க்கை அவனுக்கு 'சப்' பென்றிருந்தது. இரவில் தூங்க முயன்றாலும் தூக்கம் வருவதில்லை. அலைகள் அவனோடு விடாமல் பேசிக் கொண்டேயிருந்தன. பின் இரவில் சற்றுக் கண் அயர்ந்தால் கனவிலும் அலைகளே குதித்துக் கொண்டிருந்தன; அவை விரல்களை அசைத்து அசைத்து இவனை அழைத்துக் கொண்டிருந்தன. பாவம், எத்தனை தூரம் பிடிவாதம் பிடிப்பான்! எதிலும் மனது செல்லாமல் அவன் உலாவச் சென்றால், அவனுடைய கால்கள் தோட்டத்தின் பாதையை விட்டுவிட்டுக் கடற்கரையின் வெண்மையான, மின்னும் மணல் மீது அழைத்துச் செல்லும். கடைசியில் அவன் நல்ல நல்ல கப்பல்களை வாங்கினான். திடமான மனதுள்ள மாலுமிகளை வேலைக்கு அமர்த்தினான். பலவிதமான பொருள் களைச் சேகரித்துக் கொண்டான். பிறகு 'கடற் கடவுளுக்கு ஜே!" என்று கூறிக்கொண்டு எல்லாக்கப்பல்களையும் கடலில் செலுத்தி விட்டான்.

இது சிந்துபாதின் யாத்திரை என்ற கற்பனைக் கதை. ஆனால் நம் நாட்டைச் சேர்ந்த 'ஸிம்ஹபுத்ர விஜயன்' சரித்திரத்து நபர், தகப்பனார் அவனை எங்கும் போகவிடுவதில்லை. அவன் மிகவும் வேண்டிக் கொண்டான். ஆனால் வெற்றி பெறவில்லை. கடைசியில் அலுத்துப் போய் அவன் குறும்புகள் செய்தான். மக்கள் கஷ்டப்பட்டு அரசனிடம் போய் முறையிட்டனர்- "அரசே! தாங்கள் தங்கள் குமாரனை நாட்டைவிட்டு வெளி யேற்றுங்கள். அல்லது நாங்கள் நாட்டை விட்டுப் போய்விடு கிறோம்." தகப்பனார் பெரிய பெரிய கப்பல்களைக் கொண்டு வரச்செய்தார். அவற்றில் தம் மகனையும் அவனுடைய தோழர் களையும் ஏற்றி, "இப்பொழுது நீ எங்கு வேண்டுமானாலும் போகலாம். மறுபடி இங்கே வந்து உன் முகத்தைக் காட்டாதே" என்று கூறினார். அவர்கள் புறப்பட்டனர். சௌராஷ்டிரத்தின் கரையை விட்டுப் ப்ருகுகட்ச் (இன்றைய படோச்) கரையைக் கடந்து ஸோபாரா, தாபோள் இவற்றையும் கடந்து மங்களாபுரி வரை போய்ச் சேர்ந்தனர். அங்கும் அவர்கள் தங்கமுடியவில்லை. ஆதலால் தைரியத்துடன் முன்னேறிக் கொண்டே தாமிரத் வீபத்தில் (இலங்கை) போய்க் குடியேறினார்கள். ஸிம்ஹபுத்ர விஜயன் அந்நாட்டின் அரசனானான். விஜயனின் தகப்பனார் தன் மகன் திரும்பி வரக்கூடாது என்று தான் உத்தரவிட்டிருந் தான். ஆனால் அவனுடன் கூட வேறுயாரும் போகக் கூடாது என்று சொல்லவில்லை. ஆகையால் பல கடல் வீரர்கள் விஜயன்

சென்ற வழியே சென்று புதுப்புது வெற்றிகள் கண்டனர். அவர்கள் ஜாவா, பாலித்வீபம் முதலிய இடங்களுக்குச் சென்றனர். அங்குள்ள செழிப்பு, சூழ்நிலை இயற்கையழகு இவைகளைக் கண்ட பிறகு அங்கிருந்து திரும்பிவர மனமில்லை. இதற்குப் பிறகு அவர்களுடைய நாட்டின் வாலிபர்கள் மேற்குக் கரையைக் கடந்து இலங்கை சென்று இலங்கைப் பெண்களை மணந்து கொள்வது வழக்கமாக ஆகிவிட்டது!

இங்கு வங்காளத்து ஆற்றங்கரைவாசிகள் ஆற்றின் முகத்து வாரம் வழியாகவே கடலில் பிரவேசிக்கத் தொடங்கினர். எந்தத் துறைமுகத்திலிருந்து கிளம்பி தாமிரலிப்தம் வரை போய்ச் சேரமுடியுமோ அந்தத் துறைமுகத்துக்கே அவர்கள் தாமிரலிப்தம் (இன்றைய 'தாம்லுக்') எனப் பெயரிட்டுவிட்டார்கள். இவ்விதம் தாம்ரத்வீபமாகிய இலங்கையில் அங்கவங்க நாட்டின் வங்காளிகள், ஓரிஸ்ஸாவின் கலிங்கர், மேற்கு நாட்டின் குஜராத்திகள் ஆகிய யாவரும் ஒன்று சேர்ந்தனர். சென்னைப் பக்கத்து திராவிடர்கள் வெகு காலத்திற்கு முன்பே அங்கே போய்ச் சேர்ந்திருந்தனர். இவ்வாறு கிழக்கு, மேற்கு, தென்னிந்திய மக்கள் தத்தம் அர்ணவத்தின் அழைப்பை ஏற்றுக் கொண்டு இலங்கையில் ஒருங்கே கூடினர்.

பகவான் புத்தர் நிர்வாணம் (மோக்ஷம்) அடைய வழி கண்டுபிடித்தார். தம் சீடர்களுக்கு ஆணையிட்டார்- 'இந்த அஷ்டாங்கமுடைய தர்ம தத்துவத்தைப் பிரசாரம் செய்ய பத்துத் திசைகளிலும் செல்லுங்கள்.' அவர் தாமே வடஇந்தியாவில் நாற்பது ஆண்டுகள் பிரசாரவேலையில் ஈடுபட்டார். தமது ராஜ்ஜியத்தை இமயம் முதல் குமரிவரை பரப்புவதற்காகப் புறப்பட்ட அசோகச் சக்கரவர்த்திக்கும் தமது திக்விஜயத்தை விட்டுவிட்டு 'தர்மவிஜயம்' செய்யவேண்டும் என்று தோன்றிற்று. தர்மவிஜயம் என்றால் இன்று நடைபெறுவது போல் மதத்தின் பெயரால் பல்வேறு நாட்டு மக்களைக் கொள்ளையிட்டு அடிமைகளாக்கிக் கெடுத்துவிடுவது அல்ல. ஆனால் மக்களை மங்களகரமான மேன்மை பெருந்திய வழியில் இட்டுச்சென்று தமது வாழ்க்கையைப் பயனுள்ளதாகச் செய்துகொள்ளும் அஷ்டாங்க மார்க்கத்தை அவர்களுக்குப் போதிப்பதாகும். காண்டாமிருகம் போல் சற்றும் பயமில்லாமல் காடுகளில் உலாவிக்கொண்டிருந்த புத்தபகவானின் சீடர்கள் கடலின் அழைப்பைக்கேட்டுப் பல்வேறு நாடுகளுக்குச் செல்லத் தொடங்கினர். சிலர் கிழக்கு நோக்கிச்சென்றனர், சிலர் மேற்கே சென்றனர். இன்றுகூட, கிழக்கு மேற்குக் கடற்கரைகளில் இந்த

பிக்ஷுக்களின் மலைகளில் குடையப்பட்ட விஹாரங்கள் காணப் படுகின்றன. ஸோபாரா, கான்ஹேரீ, காராபுரி முதலிய இடங்கள் புத்தமதப் பிரசாரகர்கள் வெளிநாடுகளுக்கு யாத்திரை புரிந்ததைக் காட்டுகின்றன. ஓரிஸ்ஸாவின் கண்டகிரி, உதயகிரி, இவற்றின் குகைகளும் இதற்குச் சான்றாக உள்ளன.

இந்த புத்தமதப் பிரசாரகர்களிடமிருந்து ஊக்கம்பெற்று, புராதன காலத்துக் கிறிஸ்தவர்களும் கடற்பாதையில் செல்லத் தொடங்கி, பல நாடுகளில் கடவுள் பக்தனான பிரம்மச்சாரி ஏசுவின் உபதேசங்களைப் பரப்பினார்கள்.

தன் சுயநலத்துக்காகக் கடல் யாத்திரை செய்பவர்களுக்கும் கடல் உதவிபுரிகிறது. ஆனால் வருணன் கூறுகிறான்- "தன்னலம் படைத்தவர்களுக்கு நான் ஊக்கமளிப்பதில்லை. முற்றிலும் உண்மையான மதப்பிரசாரத்துக்காக வருவார்களானால் அவர்களுக்கு எனது ஆசிகள். அவர்கள் மஹிந்தன் ஆனாலும் சரி, சங்கமித்ராவானாலும் சரி, விவேகானந்தர் ஆனாலும் சரி, செயின்ட் பிரான்ஸிஸ் ஜேவியர் ஆனாலும் சரி, அல்லது அவருடைய குருவான இக்னேஷியஸ் லயோலாவானாலும் சரி."

இப்பொழுது அர்ணவத்தின் உதவிபெறும் தன்னலம் படைத்தவர்களின் நிலைமையைக் கவனிப்போம். மக்ரானிய மக்கள் பலுசிஸ்தானத்திற்கு மேற்கே இருந்துகொண்டு மேற்குக் கடற்கரையில் பிரயாணம் செய்துவந்தனர். ஆகையால் இந்தியாவின் வாணிபம் அவர்கள் கையில்தான் இருந்துவந்தது. பிடிவாதமாக வெகு முயற்சியோடு அதை அவர்கள் தங்கள் வசமே வைத்துக்கொள்ள விரும்பினார்கள். ஆதலால் ஒரு யாத்திரீகனுக்கு வேறு கடல்மார்க்கம் தேடிப்பிடிக்கவேண்டும் என்று தோன்றிற்று. வருணன் அவனிடம் கூறினான்- "நீ ஒரு குறிப்பிட்ட மாதத்தில் உனது கப்பலை மட்டும் கடலில் செலுத்தினால் நேராகக் கள்ளிக்கோட்டை வரை போய்ச் சேர்வாய். ஓரிரு மாதங்கள் அங்கே வியாபாரம் செய்துவிட்டுத் திருப்பிவரத் தயாராயிரு. இதற்குள் நான் எனது காற்றைத் திருப்பி வீசச்செய்து நீ வந்த வழியிலேயே உன்னை உன் நாட்டில் சேர்ப்பித்து விடுகிறேன்." இந்தக் கதை கி.மு. 50-ஆம் ஆண்டில் நடந்தது.

புராதன காலத்தில் மேற்கே வெகுதூரத்தில் வைகிங் என்ற பெயருள்ள கடற்கொள்ளைக்காரர்கள் வசித்துவந்தனர். அவர்கள் வருணனுக்கு மிகவும் பிரியமானவர்கள். கிரீன்லாந்து, ஐஸ்லாந்து, பிரிட்டன், ஸ்காண்டிநேவியாவுக்கு மத்தியிலுள்ள குளிர்ச்சி

யான, கொந்தளிப்பு அதிகமுள்ள கடலில் அவர்கள் யாத்திரை செய்து வந்தார்கள். இன்றைய ஆங்கிலேயர்கள் அவர்களுடைய வமிசத்தில் வந்தவர்களே. கடற்கரையிலுள்ள நார்வே, பிரிட்டன், பிரான்ஸ், ஸ்பெயின், போர்ச்சுகீசு முதலிய நாடுகள் முறை வாரியாகக் கடல்யாத்திரை செய்தார்கள். இவர்கள் எல்லாருமே இந்தியாவுக்கு வர விரும்பினார்கள். நடுவில் கிழக்குப் பக்கத்தில் முஸல்மான்களுடைய ராஜ்ஜியங்கள் இருந்தன. அவற்றைக் கடந்து அல்லது தவிர்த்து இந்தியாவுக்கு வழி கண்டுபிடிக்க வேண்டியிருந்தது. எல்லோரும் வருணனை வழிபட்டுவிட்டு கடல் மார்க்கமாகப் புறப்பட்டனர். ஒரு சிலர் வடதுருவத்தை நோக்கியும், வேறு சிலர் அமெரிக்காவை நோக்கியும் சென்றனர். மற்றும் சிலர் ஆப்பிரிக்காவை இடமாகச் சுற்றிவந்தனர். கடைசியில் எல்லாருமே இந்தியாவை வந்தடைந்தனர். சமுத்திரம் அதாவது இலக்குமியின் தந்தை, அதில் பிரயாணம் செய்பவன் கட்டாயம் இலக்குமியின் கிருபைக்குப் பாத்திரமாவான். இவர்கள் எல்லோரும் புதுப்புது நாடுகளை வென்றனர், பெரும் பொருள் சேகரித்தனர். ஆனால் வருண தேவனின் நியாய ஆசனத்தை மறந்து விட்டார்கள். வருணதேவன் நீதிக்கடவுள். அவனிடம் தைரியமும் உண்டு, நல்ல விஷயத்துக்காகச் சினந்துகொள்ளும் இயற்கையும் உண்டு. அவன், இவர்களுக்கு நான் கடல் அரசை அளித்தேன், ஆனால் இவர்கள் அரசர்களுக்குரிய நீதி தர்மத்தைக் கடைப்பிடிக்க வில்லை என்பதைக் கண்டதும், தனது ஆசிகளைத் திரும்பப் பெற்றுக்கொண்டு இவர்கள் எல்லோருக்கும் ஜலோதர தண்டனை (தண்ணீரில் மூழ்கிவிடும் தண்டனை) அளித்துவிட்டான். இப்பொழுது இந்த நாடுகள் பாரதம், ஆப்பிரிக்கா முதலிய நாடுகளிலிருந்து கொண்டுவந்த பொருள்களைத் தங்களுக்குள் சண்டையிடுவதில் செலவுசெய்யத் தொடங்கின. தங்கள் உயிர்களோடுகூட அந்தச் சொத்து முழுவதையும் தண்ணீரின் வயிற்றில் சேர்ப்பித்துக் கொண்டிருக்கின்றனர். கடற்கப்பலாயிருந்தால் என்ன, ஆகாயக்கப்பலானாலென்ன, கடைசியில் எல்லாமே கடலின் வயிற்றுக்குள்தான் போய்ச்சேரவேண்டியிருக்கிறது. இப்பொழுது வருணராஜன் கோபமடைந்திருக்கிறான். அவனுக்கு இப்பொழுது நன்றாக நம்பிக்கை ஏற்பட்டிருக்கிறது. அதாவது கடலினிடமிருந்து உதவி பெறுபவர்கள் நல்ல (சாத்வீகமான) உயர்ந்த குணம் படைத்தவர்களாக இல்லாவிடில் அவர்கள் கட்டாயம் உலகில் உபத்திரவத்தையே விளைவிப்பவர்களாகி விடுகிறார்கள். இதுவரை வருணன் விஞ்ஞானிகளுக்கும், வான சாஸ்திரிகளுக்கும், மாணவர்களுக்கும், லோகசேவகர்களுக்கும்

காகா காலேல்கர்

கடல்யாத்திரை புரிய ஊக்கமளித்து வந்தான். ஆனால் இப்பொழுது பாரதநாட்டுக்கு வருணன் ஒரு புதுவிதமான தூண்டுதல் அளிக்க விரும்புகிறான். பாரதநாட்டின்முன் ஓர் புதிய 'மிஷன்' வைக்க விரும்புகிறான். என்ன, நீங்கள் அதைக் கேட்கத் தயாராயிருக் கிறீர்களா?

நாம் மேலைக்கடலின் கரையில் வசிக்கிறோம். இரவும், பகலும் மேலைக்கடலின்*(நமது இந்த அண்டை இடத்தை நாம் அரபிக்கடல் என்று கூறுகிறோம். இது விசித்திரமானதொரு விஷயம். வெளிநாட்டிலிருந்து வரும் வெள்ளையர் அதை அரபிக் கடல் என்று கூறிக் கொள்ளட்டும். நமக்கு இது பம்பாய்க்கடல் அல்லது மேற்குக்கடல் ஆகும். இந்தப் பெயரைத்தான் நாம் கொள்ளவேண்டும்.) அழைப்பைக் கேட்கிறோம். இதுவரை நாம் செவிடர்களாயிருந்தோம். கடல் விடுக்கும் செய்தி, வருணன் விடுக்கும் செய்தி நம் காதுகளில் பட்டுக்கொண்டுதான் இருந்தது; ஆனால் காதுக்குள்ளே புகமுடியவில்லை. ஆனால் இப்பொழுது அந்த நிலைமையில்லை. ஐரோப்பாவின் மஹாப்ரஜையான ஆங்கிலேயர் நம் மீது ஆதிக்கம் செலுத்தி நம்மை மயக்கத்தில் ஆழ்த்தி வைத்திருந்தனர். இப்பொழுது இந்த மயக்கம் இறங்கி விட்டது; நம் காதுகள் திறந்து கொண்டு விட்டன. உலகத்தின் படத்தை நாம் புதிய கண்களோடு பார்க்கத் தொடங்கியிருக் கிறோம். இப்பொழுது நாம், பெருங்கடல்கள் பூகண்டங்களை உடைப்பதற்காக இல்லாமல் சேர்ப்பதற்காகப் பயன்படுகின்றன, என்று புரிந்துகொள்ளத் தொடங்கியிருக்கிறோம் ஆப்பிரிக்காவின் கிழக்குக்கரை முழுவதும், கல்கத்தாவிலிருந்து சிங்கப்பூர், ஆல்பனீ (ஆஸ்திரேலியா) வரையிலுள்ள கரை இவையாவும் நமக்கு அழைப்பு விடுகின்றன- "கடவுள் உனக்கு அளித்திருக்கும் ஞானம், நன்னெறி, பெருமை முதலியவை இங்குள்ள மக்களுக்கும் பயன்படும்படி முயற்சி செய்." ஒரு பக்கம் ஆப்பிரிக்கா, மற்றொரு பக்கம் ஜாவா, பாலீ, ஆஸ்திரேலியா, டாஸ்மானியா ஆகியவைகளும் பஸிபிக் கடலின் கணக்கற்ற தீவுகளும் இருக்கின்றன. இவை யாவும் அர்ணவத்தின், கடலின் குரல் மூலமாக நமக்கு வேண்டு கோள் விடுக்கின்றன. இந்த இடங்களுக்கெல்லாம் கடலின் தூண்டுதலின் பேரில் பல போதகர்கள் சென்றார்கள். ஆனால் அவர்கள் தங்களுடன் மதுவையும் எடுத்துச் சென்றார்கள். வெவ்வேறு வமிசங்களுக்கிடையில் ஏற்றத்தாழ்வு உணர்ச்சியை எடுத்துச் சென்றார்கள். ஏசு கிறிஸ்துவை மறந்துவிட்டு அவருடைய பைபிளை மட்டும் எடுத்துச் சென்றார்கள். இந்த பைபிளோடு கூட அவர்கள் தங்கள் நாட்டு வாணிபத்தையும் பரப்பினார்கள்.

கடல்தான் அவர்களை அழைத்துச் சென்றது என்பதில் ஐயமில்லை. ஆனால் வருணன் அவர்கள் மீது கோபம் கொண்டிருக்கிறான். பாரத நாட்டினரான நாம் முன்காலத்தில் சைனாவுக்குச் சென்றோம்; யவனர்களின் நாடான கிரேக்க நாட்டுக்குச் சென்றோம்; ஜாவா, பாலித்தீவுக்கு சென்றோம். நாம் **ஸர்வே ஸந்து நிராமயா:** என்ற கலாச்சாரத்தைப் பரப்பினோம். ஆனால் நாம் அந்த இடங்களில் தம் ஆட்சியை நிலைநாட்டும் கெட்ட எண்ணம் கொள்ளவில்லை. மற்றவர்களைக் காட்டிலும் நமது கை சுத்தமாய் இருக்கிறது. ஆகையால் வருணன் நமக்குக் கட்டளை விடுத்திருக்கிறான்- "மற்றவர்கள் வெற்றிக் கொடியை எடுத்துச் சென்றனர். நீ அஹிம்சா தர்மத்தின் மூவர்ண அபயக்கொடியை ஏந்திச்செல். நீ செல்லுமிட மெல்லாம் சேவையின் நறுமணத்தை எடுத்துச்செல். மற்றவர்களை அபகரிப்பதற்காக அல்லாமல், பின்தங்கியவர்களுக்கு அறிவுபுகட்டிப் பேணி வளர்ப்பதற்காகச் செல். ஆப்பிரிக்காவின் சாளிக்கிராம நிறத்துச் சகோதரர்கள் உன்னை அழைக்கின்றனர். கீழ்த்திசையிலுள்ள தாழம்பூ நிறமக்கள் உன் வரவை எதிர்பார்த்துக் கொண்டிருக் கின்றனர். இவர்கள் எல்லோருக்கும் தொண்டு புரியும் பொருட்டுச் செல். எல்லோரிடமும் அஹிம்சையே பெரிய மதம், பெரிய கொள்கை என்று கூறு. ஏற்றத்தாழ்வு எண்ணங்கள், கர்வம், அகங்காரம் போன்ற மட்டமான சுபாவங்களுக்கு இந்த அஹிம் சாதர்மத்தில் இடம் இல்லை. போகம், ஐசுவரியம், இரண்டுமே வாழ்க்கையின் துருக்கள் (வாழ்க்கையைக் களங்கப்படுத்துபவை). தன்னடக்கம், தொண்டு, தியாகம், தன்னை அர்ப்பணித்தல், இவைகளே வாழ்வை மேன்மையுறச் செய்பவை. இந்தக் கொள்கையை யாரெல்லாம் புரிந்து கொண்டீர்களோ அவர்கள் புறப்படுங்கள். கிழக்குச் சமுத்திரம், மேற்குச் சமுத்திரம் இவையிரண்டிற்கும் நடுவில் தெற்கு நோக்கிச் செல்லும் ஆயிரக்கணக்கான மைல் நீளமுள்ள கரை தயார் செய்து பாரத நாட்டிற்கு இந்து மஹா சமுத்திரத்தில் அளிக்கப்பட்டிருக்கும் இடம் கடலுக்கு எதிராகி, கடலுக்குப் பிடித்தமில்லாத கொள்கைகளுக்காக ஒருபோதும் இருக்க முடியாது. அது அஹிம்சையென்னும் உலக தர்மத்தை உலகம் முழுவதற்கும் தெரியப்படுத்தும் பொருட்டே ஏற்பட்ட தாகும்."

ஐரோப்பாவின் மஹாயுத்தத்துக்கு பிறகு உலகத்தின் உருவம் எப்படி வேண்டுமானாலும் மாறிவிட்டுப் போகட்டும். ஆனால் எண்ணற்ற பாரத வீரர்கள் வெளிநாடுகளில் வசிக்கும் பொருட்டு அர்ணவத்தின் அறைகூவலை ஏற்று, அதன் செய்திக்குச் செவிமடுத்து, வருணனிடம் தீக்ஷை பெற்றுக்கொண்டு, கொஞ்சங்

கொஞ்சமாகப் பல வெளிநாடுகளில் பரவுவார்கள் என்பதில் யாதொரு ஐயமும் இல்லை. கடலின் பரப்பின்மேல் தம் கப்பல்கள் பல மிதந்து செல்வதைக் காண்கின்றேன்; அவை களுடைய அபயக் கொடிகள் ஆகாயத்தில் வீசிப்பறப்பதைப் பார்க்கின்றேன்; இதனால் என் மனது மகிழ்ச்சியினால் துள்ளுகிறது. கடலின் அறைகூவலை நானே ஒருக்கால் இப்பொழுது ஏற்க முடியாது, ஆனால் வாலிபர்களின் மனது வரை அதைத் தெரியப் படுத்த முடியும். இதுவே எனது பெரும் பாக்கியம்! வருண ராஜனுக்கு எனது வணக்கங்கள் ! வருண ராஜனுக்கு ஜே !

(அக்டோபர், 1940.)

62. தெற்கு முனையில்

தனுஷ்கோடிக்கு நான் முதன் முதலில் சென்றது சுமார் இருபது ஆண்டுகளுக்கு முன்பு. ராஜாஜி என்னோடுகூட வரதா சாரியை அனுப்பியிருந்தார் என்று எனக்கு நினைவு. வரதாசாரி பெரிய ராமாயண பக்தர். வழி முழுவதும் ராமாயணத்தைப் பற்றியே ரசமான பேச்சுக்கள். நாங்கள் தனுஷ்கோடிக்குப் போய்ச் சேர்ந்தவுடன் வரதாசாரியின் சனாதன மனது சிராத்தம் செய்யத் துடித்தது. ஒரு நல்ல பிராமணரைக் கண்டுபிடித்து அவர் சிராத்த காரியத்தில் முனைந்துவிட்டார். எங்களுக்கு எதிரும் புதிருமாக கர்ஜித்துக் கொண்டிருக்கும் ரத்னாகரம், மகோததி ஆகிய கடல்களின் அழகைக் கண்டுகளிக்க நல்ல வாய்ப்புக் கிடைத்துவிட்டது.

இரண்டு ஆறுகளின் சங்கமம் அல்லது பிரயாகை பல இடங்களில் காணக்கிடைக்கிறது. சங்கமத்தின் காவியம் ஆரியர் களின் இதயம் அல்லது மனத்தில் புகுந்தவுடன் அவர்கள் அங்கே யாகங்கள் செய்யத் தொடங்கிவிட்டார்கள். யாகங்கள் செய்வதற்கு ப்ரகிருஷ்டமான அல்லது ப்ரசஸ்தமான இடங்களை அவர்கள் ப்ர-யாக (பிரயாகை) எனக் கூறினர்.

இரண்டு ஆறுகள் சேரும்போது பெரும்பாலும் ஆங்கில 'Y' எழுத்துப் போன்ற வடிவம் ஏற்படுகிறது. மஹாரரஷ்டிரத்தின் 'கல்ஹாட்'டுக்கருகில் இரு ஆறுகள் எதிரெதிராக வந்த கலக்கின்றன. பிறகு சமகோணமாக ஓடுகின்றன. அவை ஆங்கிலத் தின் T என்ற எழுத்துப் போன்று ஐந்து கரைகள் உள்ளவையாக மாறுகின்றன. இரண்டு ஆறுகள் எதிரெதிராக வந்து ஒன்றை

யொன்று தழுவிக் கொள்கின்றன, ஆகையால் அதை 'ப்ரீதி - சங்கமம்' (அன்புச் சேர்க்கை) எனக் கூறுகிறார்கள்.

கங்கையாற்றோடு யமுனையாறு கலக்கும் இடத்திலும் கிட்டதட்ட T போன்ற உருவமே ஏற்படுகிறது. ஆதில் கங்கை நேராகச் செல்கிறது; யமுனை யாதொரு ஆடம்பரமுமில்லாமல் சற்று சம்பிரமத்தோடு (வளைந்து கொடுத்து) கங்கையோடு கலக்கிறது. யமுனை முதலில் **'ஆத்மனி அப்ரத்யந்ய'** (தன்னிடமே நம்பிக்கையில்லாது) போலக் காணப்படுகிறது. ஆனால் கங்கையோடு கலந்தபிறகு இரு சகோதரிகளும் ஆனந்தத்தால் பித்துப்பிடித்தவர்கள் போல ஆகிவிடுகின்றனர்; ஒருவர் மற்றொருவருடன் உடனே கலந்து விட்டால் கலக்கும் ஆனந்தம் அற்றுவிடுமே என்ற பயத்தால் வெகு தூரம்வரை இரண்டும் சற்றுக் குறைந்தும் அதிகமுமாகவே கலந்து வருகின்றன. தர்மகவிகள் (தார்மீகக் கவிகள்) இந்த ஸ்தலத்துக்கு 'ப்ரயாக் ராஜ்' என்ற கவுரவமிக்க பெயரை சும்மா கொடுத்துவிடவில்லை. ஆனால், ஒரு ஆறு கடலுடன் கலக்கும் போது இந்த 'கடல் ஆறு சங்கமம்' அனுபவிக்கும் போதை சிவனும் பார்வதியும் சந்திப்பதைப் போல அற்புதம் நிறைந்த காட்சியாகத் திகழும். இதை வர்ணிப்பது சாதாரண மொழியால் இயலாத காரியம். மனிதன், தான் மனிதன் என்பதை மறந்து, தன் சக்தியைக் காட்டிலும் உயரப் பறந்து, கடல் ஆற்றின் இந்த அஸமானமான **'அஸமான' இன் அ** என்ற எழுத்தைப் போன்று) அசாதாரணமான சங்கமத்தை வர்ணிக்கவேண்டும்.

ஆனால் தனுஷ்கோடியிலோ விஷ்ணுவும் சிவனும் சந்திப்பது போன்று இரண்டு கடல்களின் சங்கமம் ஏற்படுகிறது. ரத்னாகரம் மானார் (Manar) மன்னார் - பக்கத்திலிருந்து வருகிறது. மகோததி பாக் (Palk) ஜலசந்திப் பக்கத்திலிருந்து வருகிறது. இவையிரண்டும் உடனே கலந்துவிடுவது எப்படி? பூமி இராமருடைய வில்லின் வளைந்த தண்டை நடுவில் குறுக்கே போட்டு இவ்விருவரையும் சுமார் ஒரு கோசதூரம் சந்திக்க முடியாமல் தடுத்திருக்கிறது. இங்கே ரத்னாகரம். குதிக்கிறது, அங்கே மஹோததி கர்ஜிக்கிறது. காற்றின் கட்டளைப்படி இரண்டும் தத்தம் பிரவாகத்தைப் பெருக விடுகின்றன.

பிறகு, இவையிரண்டும் கலந்து பேசிக்கொள்வதும் எத்தனை விசித்திரமாக இருக்கிறது! மஹோததி பசுமை நிறம் பூண்டால் ரத்னாகர் முழுவதும் நீலநிறமாக மாறிவிடுகிறது. ரத்னாகர் பசுமை நிறத்தை ஏற்றுக் கொண்டால் மஹோததி ஆகாயத்திற்கும் வர்ணம்

கற்பிக்கும் திறமையோடு ஆழ்ந்த நீலவர்ணத்தைப் பெருகச் செய்கிறது.

இரண்டிற்கும் தாங்கள் கலந்துவிட ஆசையிருந்தும், கலக்க முடியவில்லை என்ற எண்ணம் தோன்றும்போது, இரண்டும் கோபத்தால் துள்ளிக்கொண்டே யிருக்கின்றன. ஒவ்வொரு கணத்திலும் புதுப் புதுக் கோபத்தை வெளிப்படுத்துகின்றன. ஒரு முறை சந்திக்க சந்தர்ப்பம் கிடைத்துவிட்டதும் மிகவும் அமைதியும் எளிமையும் வரவழைத்துக் கொண்டு இரண்டும் கலக்கின்றன. அப்பொழுது பார்த்தால் இவற்றிக்கு இவ்வாறு கலக்க யாதொரு ஆவலும் இருக்க வில்லை போல் தோன்றும், கலக்கவேண்டி யிருந்தது. ஆதலால் கலந்து விட்டோம், என்பதுபோல் தோன்றும். கவலையையெல்லாம் தூரவிலக்கி வைத்துவிட்டன. இரண்டும் நேரடியாகக் கலந்தவுடன் குளம் போன்ற அமைதி காணப்படு கிறது. ஆச்சரியம் என்ன இருக்கிறது? அத்வைதத்தில் ஆனந்தத்தின் உச்ச எல்லைதான் இருக்க முடியுமே தவிர உன்மத்தத்திற்கு (போதைக்கு) இடம் ஏது?

தனுஷ்கோடியின் முனையில் நின்றுகொண்டு ஒரு முறை வட்டமாகத் திருப்பிப் பார்க்கவேண்டும். நாம் நடந்துவந்த தரை அளவை விட்டுவிட்டால் மற்ற எல்லாப் பக்கங்களிலும் கடல் வளையமும் அடிவானத்தின் வளையமும் ஒன்றுசேர்ந்து ஓர் கண்கொள்ளாக் காட்சியை உண்டுபண்ணுகிறது. ரங்கூன் அல்லது கராச்சிக்குச் செல்லும் போது நடுக்கடலில் இருந்து பார்த்தால் நாலாபக்கமும் இதே மாதிரி கடல் அடிவானவளையம் சேருவதைக் கண்டால் மனதில் ஒரு அழகான கற்பனை உதயம் ஆகிறது- அடிவானம் வரை பரவியிருக்கும் நீர்ப்பரப்பின் மேல் அதே அளவு பெரிய ஆனால் பன்மடங்கு உயரமான ஒரு மூடியைக் கவிழ்த்து வைக்கப்பட்டிருக்கிறது. இந்த மிகப் பெரியடப்பாவில் நமது சிறு கப்பல்கள் துச்சமான பொருள்கள் போலக் காணப்படும். இவற்றில் நாம் பத்திரமாகச் சேமித்து வைக்கப்பட்டிருக்கிறோம். இந்த நிலைமையைப் பற்றி அதிகம் யோசித்தால் மனதில் நமது துச்சமான நிலைமை நன்கு புலனாகிறது.

தனுஷ்கோடியின் விஷயம் வேறு மாதிரியானது. பூமியோடு நாம் இணைக்கப்பட்டிருக்கிறோம். காலடியில் உறுதியான தரை. இந்தத் தரை சிறிது சிறிதாக விரிந்து ஒரு பெரிய தேசத்தை, ஒரு பரந்த கண்டத்தை நோக்கி இட்டுச் செல்கிறது. இந்த எண்ணம் நமக்கு ஆறுதல் அளிப்பதோடு மட்டுமல்லாமல், பெரிய தன்னம்பிக்கை கொள்ள உதவுகிறது. தனுஷ்கோடியின் முனைக்கு நான் எத்தனை

தடவை சென்றிருக்கிறோனோ அத்தனை தடவையும், மனிதனின் சுயகௌரவத்தின் உணர்ச்சி மிகத் தெளிவாக எற்பட்டிருக்கிறது. ஆகையால் நான் எனது நிலையில் உறுதியாக நின்றுகொண்டு கடலுக்கு வழிபாடு செய்ய முடிந்தது.

நான் மண்டபத்தைவிட்டு பாலத்தின் வழியாக பாம்பனுக்குச் சென்றபோதெல்லாம் இந்தப் பிரதேசத்தைப்பற்றி 'ரகுவம்ச'த்தில் காளிதாஸன் எழுதியுள்ள வர்ணனை நினைவுக்கு வருவதுண்டு. காளிதாஸனைப் போல் வர்ணனைத் திறன் எனக்கு இல்லாவிடினும், என் மனதில் நான் அவர்களைப்போன்ற உள்ளம் படைத்தவன் என்பதில் சற்றும் ஐயம் இல்லை. நான் கவிகள் போன்ற கீர்த்தி விரும்புபவனா காளிதாஸனோடு என் பெயரைச் சேர்த்துக்கொள்வதில் சங்கோசம் கொள்ள? என்னைக் கண்டு சிரிப்பவர்களுக்கு நான் கீழ்க்கண்ட வசனத்தைத்தான் கூற விரும்புகிறேன் :

'பர்வதே பரமாணௌ ச பதா$_3$ர்த்த$_2$த்வம் ப்ரதிஷ்டிதம்'

ஆனால் நான் தனுஷ்கோடிக்கு அருகில் வந்தவுடன் காளிதாஸனை மறந்து விடுகிறேன். இலங்கைக்கு எவ்வாறு போய்ச்சேருவது என்ற யோசனையில் ஆழ்ந்துள்ள அனுமானின் நோக்கோடு தெற்கு நோக்கிப் பார்க்கிறேன். வானரக் கூட்டத் தலைவர்கள் சேதுவைக்கட்டும் கற்பனை செய்து, அதைக் காரியத்திலும் நிறைவேற்றியதை நினைத்து, அந்தத் தலைவர்களுடைய நோக்கோடு தலைமன்னாரைப் பார்க்கிறேன். இவ்வாறான கற்பனையை ஓடவிட்டுக் களைத்துப் போகும்போது, பல புண்ணிய தீர்த்தங்களைத் தரிசித்துவிட்டு இராமேச்சுவரம் வந்து சேர்ந்துள்ள வயோதிக யாத்திரீகர்களின் இதயத்தை வரவழைத்துக் கொண்டு கற்பனை செய்யத் தொடங்குகிறேன்- "ஒரு பூர்ணமான வாழ்க்கையைக் கிட்டத்தட்டப் பூர்த்தி செய்துவிட்டு நான் பாரத நாட்டின் எத்தனையோ ஜீவன் நிறைந்த பிரதேசங்களைப் பார்த்துவிட்டேன். இப்பொழுது திரும்பிச் சென்று என்ன செய்ய வேண்டும்? இவ்வுலகத்தின் பணிகளை ஒருவாறாகப் பூர்த்தி செய்தாகிவிட்டது. வெற்றி கிட்டியதோ அல்லது தோல்வியோ, அதே வாழ்க்கையை மறுபடி நடத்த வேண்டிய தில்லை. இப்பொழுது இந்த வாழ்க்கை முழுவதும் கழிந்துபோன வாழ்க்கையாகவே இருந்துவிட்டுப் போகட்டும், அதுவே நல்லது. பின்னால் திரும்பி அதைப்பார்க்க வேண்டிய நினைவுத்திறனும் இப்பொழுது இல்லை. இனிமேல் 'ஸாம்பராய்' பரமார்த்த வாழ்க்கையைப்பற்றி, அவ்வுலகத்தைப் பற்றிச்

சிந்தனை செய்வது தான் சிறந்த காரியமாகும்." இதுபோன்ற எண்ண அலைகள் மனதில் எழும்போது மனது ஒரு பக்கம் சஞ்சலமடைகிறது, மறுபக்கம் மிகவும் அமைதியை அடைகிறது.

இம்முறை நான் தனுஷ்கோடிக்கு வந்தபோது வழக்கப்படி மஹோததியின் நீராடினேன். பெருங்கடலினிடம் மன்னிப்பும் கேட்டுக் கொண்டேன். ஆனால் மனதில் ஒரே எண்ணம், அதாவது இங்கு மறுபடி வரவேண்டியிருக்காது. சிலோனுக்கு எப்பொழுதாவது போக வேண்டியிருக்கும். ஆனால் தனுஷ் கோடியைத் தரிசிப்பது இதுவே கடைசி. இந்த எண்ணம் மனதில் ஏன் வந்தது என்று கூறமுடியவில்லை. ஆனால் மனதில் ஓர் விதத் திருப்தி நிறைந்த எண்ணம் இந்தத் தடவைதான் ஏற்பட்டது என்பதில் சந்தேகமில்லை.

ராமேஸ்வரம்-தனுஷ்கோடிக்குப் பிறகு கன்யாகுமரி. ஒரு இடம் மிக உயர்ந்தது என்றால், மற்றொன்று மிகமிக உயர்ந்தது. இங்கே இரண்டு அல்ல மூன்று கடல்கள் கூடுகின்றன. சங்கமத்தின் இந்தச் சூழ்நிலை அபேத பக்தியின் ஆனந்தத்தைப் போன்றது. "இங்கே இந்துமஹா சமுத்திரம் முடிவடைகிறது. இங்கு பம்பாய்ச் சமுத்திரம் அல்லது மேலைக்கடல் ஆரம்பமாகிறது. பிறகு வங்காள அல்லது கிழக்குக் கடல் ஆரம்பமாகிறது"-என இங்கே கூறவும் முடியாது. இங்கு தான் பாரதவர்ஷத்தின் தெற்குக் கோடி இருக்கிறது. மூன்று கடல்களும் அதை மூன்று பக்கங்களிலிருந்தும் தழுவிக்கொண்டிருக்கின்றன. சங்கமம் என்று நாம் கூறுகிறோம். கடல்களுக்கு சங்கமம் என்று ஒன்றும் இல்லை. சங்கமத்தின் கற்பனை நம்முடையதுதான். கடல்களிடம் கேட்டால் அவை கூறும்- "பேதம் என்று ஒன்றுமேயில்லாதிருக்கையில் அது தீர்ந்துவிட்டது என்பது போன்ற பேச்சுக்கு இடம் ஏது? "ஸம் - கம்" என்ற கற்பனையே முற்றிலும் தவறனது. உண்மையில் அதை "ஸம் - பவன்' என்று கூறுவதுதான் சரி. பூர்ணமான ஐக்கியம் இருக்குமிடத்தில் அதன் எந்தப் பாகத்துக்கும் என்ன பெயர் வேண்டுமானாலும் கொடுக்கலாம். நாமரூபத்தின், பெயர் உருவின் த்வைதம் இங்கு பலமிழந்து குன்றி விடுகிறது ; பிறகு சுத்த அத்வைதம் தான் தனது முழு பலத்துடனும் முழுச்சோபை யுடனும் கர்ஜிக்கிறது."

கன்யாகுமரியில் நான் உணர்ந்த கவர்ச்சியும், கம்பீரமும், இமயமலையையும், காந்திஜீயின் வாழ்க்கையையும் தவிர வேறு எங்குமே நான் கண்டதில்லை.

கன்யாகுமரியின் பெருமையைப் பற்றி நான் முதன் முதலாக காந்திஜீயிடம்தான் கேட்டேன். அவர் எந்த இயற்கைக் காட்சி யையும் பற்றி வர்ணிப்பது மிக அரிது. ஆனால் கன்யாகுமரிக்குச் சென்றுவிட்டு ஆசிரமத்துக்குத் திரும்பிய பிறகு அவர் என்னிடம் இந்த இடத்தைப் பற்றி மிகவும் உற்சாகத்தோடு வர்ணித்தார்.

1927- ஆம் ஆண்டில் நான் அவரோடு தென்னிந்திய யாத்திரையில் சென்றபோது நாகர்கோவிலுக்கும் சென்றோம். அங்கு போனவுடன் அவர் எங்களை வரவேற்று உபசரிப்பவர் களிடம், “காகா கன்யாகுமரி செல்லவேண்டும். அதற்காக காருக்கு ஏற்பாடு செய்யுங்கள்” என்று சிபாரிசு செய்தார். அன்று அவர் இரண்டு தடவை “காகா, கன்யாகுமரி சென்றுவர ஏற்பாடு செய்து விட்டீர்களா?” என்று விசாரித்தார்.

‘பா’வைச் சரிப்படுத்தி அழைத்துச் செல்வதில் எனக்கு அதிகச்சிரமம் ஏற்படவில்லை. வேறு இரு சகோதரர்களும் எங்களுடன் சேர்ந்து கொண்டனர். பாபூஜீ எந்தக் காட்சியைப் பற்றி வாயாரப் புகழ்ந்தாரோ அந்தக் காட்சியைக் காண்பதற்கு என் ஆவல் மிகமிக அதிகரித்தது. இங்கு வந்த பிறகு அந்த எண்ணம் போதை மாதிரி மாறிவிட்டது. இந்தக் குறிப்பிட்ட யாத்திரைக்குப் பிறகும் பலமுறை இங்கு வந்திருக்கிறேன். ஒவ்வொரு தடவையும் அதே போதை தான்.

இதில் ஆச்சரியப்படத்தக்க விஷயம் என்னவெனில், இந்த போதையோடு கூடவே மனதில் பிரம்மச்சரியத்தைப் பற்றியும் ஆழ்ந்த, தீவிர எண்ணங்கள் ஏற்படாமலிருப்பதில்லை. இது தேவி கன்யாகுமரியின் இருப்பிடம், ஆகையால்தான் இவ்வித எண்ணம் ஏற்படுகிறது என்பதில்லை; நான் இவ்வாறு ஒரு பொழுதும் நினைத்ததில்லை. சுவாமி விவேகானந்தர் இங்கு வந்தவுடன் இதே மாதிரி போர்தையை அனுபவித்தார் என்பதாலும் என் மனத்தில் பிரம்மச்சரியம் பற்றிய எண்ணம் உண்டானதில்லை. காந்திஜீயின் கம்பீரத்துடனும் இந்த எண்ணம் எவ்விதத்திலும் சம்பந்தப்பட்டதல்ல. ஆனால் இந்த எண்ணங்கள் ஸ்வயம்பூவாக, தாமாகவே என் மனதில் உதிக்கின்றன.

இப்பொழுது (5-01-1947 தேதியன்று) நான் மூன்றாவது தடவையாக இங்கே வந்திருக்கிறேன். வந்தவுடனேயே முதலில் கடலின் அலைகள், ஆகாயத்திலுள்ள மேகங்கள், கிழக்கு மேற்கு அடிவானம், பின் பக்கத்துக் குன்றுகள் எல்லாச் சினேகிதர்களையும் பார்த்தேன்.

இன்று புஷ்யமாதம், சுக்லபக்ஷ திரயோதசி. இன்று சந்திரன் ரோகிணியில், அல்லது மிருகசீர்ஷத்தில் இருக்க வேண்டியது. நாங்கள் மோட்டார் வேகத்தில் சிறிதுசிறிதாக பாதையைக் கடந்து கன்யாகுமரியை நோக்கிப் போய்க்கொண்டிருந்தோம் ; அப்பொழுதே சந்திரன் ஆகாயத்தில் உயரக்கிளம்பி, 'எப்பொழுது சூரியாஸ்தமனம் ஏற்படும், எப்பொழுது நான் ஆகாயத்தின் மீது எனது ஆதிக்கத்தைச் செலுத்தவது' என்று எதிர்பார்த்துக் கொண்டிருந்தது. 'சந்தியா' தனது வர்ணஜாலங்களைப் பரப்பு வதற்குச் சந்திரன் இடம் கொடுக்க வில்லை. இருந்த போதிலும் தனக்குக் கிடைத்த சிறு சந்தர்ப்பத்தில் சந்தியா பலவித வர்ணக் காட்சிகளை அள்ளித் தெளித்தது.

சூர்யாஸ்தமனம் பார்க்க எங்களுக்கு மிகுந்த ஆசை. ஆனால் மேற்குச்திசையிலுள்ள மேகங்கள் கேலி செய்துகொண்டே கூறின- "யாராவது மறைவதைப் பார்ப்பதற்கு இத்தனை ஆவல் கொள்ளுவது தகுதியா? உண்மையில் சூரியன் மறைவதே யில்லை. உங்கள் பார்வையிலிருந்துதான் வெளிச்சம் மறைகிறது. அதற்காகச் சூரியனைக் காண்பதற்குப் பதிலாக உதயம் அல்லது அஸ்தமன நேரங்களில் **'உதயே ஸவிதா'** என்றபடி அது ஒரேமாதிரியான நிலையை அடைந்து ஏற்படுத்தும் நிறத்தையே ஏன் பார்க்கக் கூடாது?"

சூரியன் அடிவானத்துக்குக் கீழே போன பிறகு மேகமாகிய ஜன்னல்கள் வழியாக சூரிய வெளிச்சத்தின் செந்நிறக் கதிர்கள் மேல் நோக்கிப் பரவின. மேல் நோக்கிப்பரவியதைவிட அதிகமாக தெற்கு வடக்குத் திக்குகளில் பரவின. ஜன்னல்கள் அதிகம் இல்லை; ஆனால் இருந்தவை மிகப்பெரியவை. ஆதலால் கிரணங்கள் செந்நிறப்பட்டைகள் தீட்டப்பட்டது போல் காணப்பட்டன. ஆகாயம் தன் முழு வைபவத்தோடு விளங்கிற்று. நான் எதிர் பார்த்ததை விட அதிகநேரம் இந்தக் காட்சி இருந்தது. இதனால் அதையே பார்த்துக்கொண்டிருக்கவேண்டும் என்ற அபிலாஷை கொண்ட மனதிற்குச் சற்றுத் திருப்தி ஏற்பட்டது.

'குமாரி'யின் திருமணம் நடைபெறாததால் அக்ஷதை சிதறிக்கிடந்த பக்கத்திலுள்ள பாறையின் மீது நாங்கள் அலைகளின் தாண்டவத்தைப் பார்க்கும் பொருட்டுப் போய் உட்கார்ந்தோம். பார்த்துக்கொண்டிருக்கும் போதே சந்தியா மேற்கில் மறைந்து சந்திரனின் ஆதிக்கம் ஆரம்பமாகிவிட்டது. மேகங்கள் ஆகாயத்தில் சூழ்ந்து கொள்ள விரும்பிய ஆசை இன்னும் பூர்த்தியடைய வில்லை. இதற்குள் தெற்குப்பக்கத்து மேகங்களிலிருந்து ஒரு

நட்சத்திரம் மின்னத் தொடங்கிற்று. இது வேறு யாராக இருக்க முடியும்? அகஸ்திய நக்ஷத்திரம்தான் கீழ்த்திசையில் உதயமாகிக் கொண்டிருந்தது. யமுனா, யாமமத்ஸ்யம் இவைகளும் சாய்வு கோடுகளாக ஆகாயத்தில் காட்சியளித்தன. தென்திசையைத் தியானம் செய்துகொள்ளும் பலனும் கிட்டியது. திருப்தியடைந்த கண்களோடு வடதிசைப்பக்கம் திரும்பினோம். அங்கு ஆகாயத்தில் தேவயானி (cassiopeia)யின் M மேலே ஏறிக்காணப்பட்டது. அதற்குக் கீழே கிட்டத்தட்ட அடிவானத்துக்கருகில் ஒரு பனைமர உயரத்தில் துருவ குமாரன் (துருவ நக்ஷத்திரம்) அமர்ந் திருப்பது காணப்பட்டது. தேவயானியையும், துருவனையும் பார்த்துக்கொண்டே மேற்குப்பக்கம் பார்வையைச் செலுத்தினோம். அங்கே ஹம்ஸம் கூறிற்று, "சிரவணம் மறைந்து வெகு நேரமாகி விட்டதே." ஆதலால் கிழக்குப் பக்கம் பார்வையைச் செலுத்தினோம். பிரம்மஹ்ருதயம் கூறிற்று, "பிரம்ம மண்டலத்தை இப்பொழுது எங்காவது காணலாமே."

நாங்கள் மறுபடியும் தெற்குப்பக்கம் திரும்பினோம். அகஸ்தியர் அதிக உயரத்தில் வரவில்லை. அவரது குடிசையைக் கற்பனை செய்து கொள்ளவும் முடியவில்லை. ஆனால் 'வேடன்' காணப்படவேண்டுமே. வேடன் எவ்வளவு தேஜஸ் உள்ளவனாய் இருந்தாலும் மேகங்களின் திரையை எவ்வாறு துளைக்க முடியும்? ஆகவே நாங்கள் எங்களுடைய பார்வையைக் கொண்டு மேகத்திரையை ஊடுருவிப் பார்க்க முயற்சி செய்தோம். அந்தப் பக்கம் வேடனுடைய ஒளி, இந்தப் பக்கம் எங்கள் பார்வை, இரு தாக்குதலுக்கும் நடுவில் மேகம் பலஹீனமடையத் தொடங்கிற்று. மெல்லிய திரைக்குப் பின்னால் உள்ள நாடகபாத்திரங்கள் தெரிவது போல 'வேடனும்' கண்ணுக்குத் தெரிந்தது. கொஞ்சங் கொஞ்சமாக வேடம் முழு உருவத்தில் எதிரில் தோன்றிற்று. அதன் பிறகு வேடன், அகஸ்தியர், யமுனா, யாமமத்ஸயம் 'இவையாவும் சேர்ந்து தெலுங்கு எழுத்துக்களின் தலைக்கோடு வடிவத்தில் தெரிந்தன.

இப்பொழுது மிருகசீர்ஷம் தெரியும், ரோஹிணி மின்னும், இந்த நம்பிக்கையோடு வானைப் பார்த்துக் கொண்டிருந்தோம். இதற்குள் (இரவு நாதனான) சந்திரன் தன்னைச் சுற்றிலும் வளையம் ஏற்படுத்தியது; இந்தத் தங்க வளையத்தோடு கூடவே ஆகாயத்தில் மேகமும் கூடத் தொடங்கின. இரவு நேர மேகங்கள் எங்கள் கவனத்தை அதிகம் ஈர்க்க முடியவில்லை. ஆகையால் நாங்கள் கருமை பூண்ட கடலின் கம்பீரமான நீர்ப்பரப்பின்

மேல் நடனமாடும் வெண்ணிற நுரைகளின் ஒளிக் கோடுகளைக் கண்டுதான் திருப்தியடைய வேண்டியிருந்தது.

கடல் நீர்ப் பரப்பின்மேலும், ஆகாயத்தின் மேகக் கூட்டங்கள் மீதும் பற்பல வர்ணங்களின் நடனத்தைக் கண்குளிரப் பார்த்த பிறகு, மனதிற்கு ஏற்பட்ட மட்டற்ற திருப்தியில் 'ஸ்திதப்ரக்ஞனின்' பெருமையைப் பாடுவதிலும், 'சந்தியோபாசனம்' செய்வதிலும் மனதிற்கு மிகுந்த ஆனந்தம் ஏற்பட்டது. இந்தக் கடல் பூர்ணமானது, அதன்மேல் பரவியிருக்கும் ஆகாயமும் பூர்ணமானது. இவை யிரண்டையும் தரிசிப்பதால் வாழ்க்கையின் அந்திநேரத்தில் இதயத்தில் உதயமாகும் சாந்தி நிறைந்த ஆனந்தமும் பூர்ணமானது. இந்த மூவகைப் பூர்ண நிலையில் ஏதாவது ஒன்றிரண்டை நீக்கி விட்டாலும் சரி, ஏதாவது ஒன்றைச் சேர்த்தாலும் சரி, பூர்ணத் தன்மையில் ஒன்றும் குறைவு ஏற்படாது. நாம் சாதித்த பூர்ணத்துவம் நிலையானது. ஏனெனில் இந்தப் பரம்பரைப் பண்பாட்டோடு நாம் பிறந்திருக்கிறோம். அந்த எல்லை வரை போய்ச் சேருவதில் தாமதம் ஏற்பட்டதுதான் குற்றம். நாம் சாதித்து அடைந்துள்ள பூர்ணத்துவத்தை நாம் நன்கு ஏற்றுக்கொண்டுவிட்டோம். இப்பொழுது அங்கிருந்து இப்பாலோ, அப்பாலோ நகரும் பிரச்சினையே கிடையாது.

எது (விராட்) மிகப் பெரியதானதோ, எல்லையற்ற அநந்தமோ, மிகமிக உயர்ந்ததோ அதனோடு ஒன்றாகக் காலந்துவிட்ட பிறகு எந்த விதமான, சாதாரண முறையிலான வாழ்க்கை நடத்த முடியுமோ அதுதான் உண்மையான பிரம்மச்சரியம். இச்சைகளை அடக்கிக் கொண்டால் அது மறுபடி எப்பொழுதாவது தலைதூக்க முடியும். இச்சையைக் கொன்றுவிட்டால் அது பூதம்போலத் தொந்தரவு கொடுக்கும். அதைத் திருப்தி செய்து கொள்ள உபாயங்கள் செய்தால் அது கெட்ட வழக்கமாக எப்பொழுதும் நிலையாக ஒட்டிக்கொள்ளும் மேலும் மேலும் வளரும். அதை வரவேற்றாலோ அது நினைவில் சுழன்று கொண்டேயிருக்கும். இச்சைகளை எதிர்த்து நின்று அவற்றிடம், 'நீ யார்?' என்று கேட்கவேண்டும். 'நீ நண்பன் போல நடித்து சத்துருவாக வந்திருக்கிறாயா அல்லது வாழ்க்கையை வளம் பெறச் செய்யக்கூடிய சாதனையாக வந்திருக்கிறாயா' எனக் கேட்க வேண்டும். இச்சைகள் தெளிவாக, வெட்ட வெளிச்ச மாகாத வரையில் தான் அதில் மோகம் இருக்கும். தெளிவற்றதும் ஒரு பக்கம் மட்டும் காணப்படுவதுமான பொருள்களில்தான் மோகம் இருக்க முடியும். இச்சைகளுக்கு அடிமையாவதில் முக்கியமாக

உதவுவது அஞ்ஞானமாகிய இருட்டு. இச்சைகளைக் கண் மூடித்தனமாக வெறுப்பதும் அதற்கு வலுவையே ஊட்டுகிறது. பரமசிவன் போன்று மூன்று கண்கள் கொண்டு இச்சையைப் பார்க்கவேண்டும். அப்பொழுது அதனுடைய விரோதம் தானாகவே முடிவடைந்துவிடும்.

இச்சையை எதிர்ப்பது வெறும் தவத்தினால் மட்டும் முடியாது. உண்மை யாதெனில் பிரக்ஞை ஸ்திரமடைந்த பிறகு இச்சைகளை எதிர்க்கவேண்டிய அவசியமே இருக்காது!

வாழ்க்கையில் நிறைவு பெறாத உணர்ச்சி இருக்கும் வரை பிரம்மச்சரியம் கைகூடிவிட்டது என்று கூற முடியாது. நிறைவு அடையாதது ஒன்றும் பெரிய இடையூறு இல்லை. பாலகனிடம் அபூர்ணத்வம் (நிறைவு பெறாத நிலைமை) இருக்கத்தான் இருக்கிறது. அவன் களங்கமற்ற எண்ணத்தோடு வாழ்க்கை வாழ்கிறான். அப்பொழுது அவனுடைய நிறைவு பெறாமையும் இயற்கையான முறையில் தானாகவே குறைந்து கொண்டு வருகிறது. நான் பூர்ணத்துவம் அடையாதவன் என்ற எண்ணம் வந்தால் மனிதன் உடனே துச்சமானவனாகிவிடுகிறான். கடலைப் போல் பூர்ணமான பிறகு அலைகள் எவ்வளவு தாவிக் குதித்தாலும் சரி, நீர்க்கூட்டம் எங்கே ஓடினாலும் சரி, கடலுக்கு எங்கும் ஓடிப் பாயவேண்டிய அவசியமில்லை. அது 'ஆத்மநி த்ருப்த:' ஆனது, (தன்னில் நிறைவு பெற்றது). ஆகையால் அதற்குத் தனது வரம்பை மீறவேண்டிய தேவையில்லை. தன் வரம்பைப் பற்றிய சிந்தனையே அதற்கு இல்லை. ஆதலால்தான் அது முற்றிலும் இயற்கையான முறையில் தன் வரம்பைக் காத்துக்கொள்ள முடிகிறது. இதுதான் உண்மையான பிரம்மசரியம்.

பிரார்த்தனையை முடித்துக்கொண்டேன். கடந்த நான்கு நாட்களின் சம்பவங்களை எழுதவேண்டும் என்ற எண்ண அலையெழுந்தது. கொஞ்சம் எழுதிய பிறகுதான் தூக்கம் வந்தது.

மறுநாள் பிரம்ம முகூர்த்தத்தில் பூதம்போல் நான் கடற்கரையில் போய் உட்கார்ந்திருப்பேன். ஆனால் மழை வந்து தடுத்துவிட்டது. பிரார்த்தனை நேரத்தில் கடற்கரைக்குச் சென்று கொண்டே ஆகாயத்தை உற்று நோக்கினேன். தெற்குப் பக்கத்தில் வானம் நிர்மலமாகவும், அழகாகவும், ஸ்படிகம் போலவும் இருந்தது. ஆதலால் கிழக்குப் பக்கத்தில் குவிந்துள்ள மேகங்களைக் கண்டு கோபம் வந்தது. இந்த மேகங்களும் தெற்குப் பக்க மேகக்கூட்டத்தைப் பின்பற்றினால் இவைகளுக்கு என்ன குறைந்து விடும்?

காகா காலேல்கர் 329

தெற்கே 'திரிசங்கு' அசையாமல் நின்றுகொண்டிருந்தது. ஜய விஜயர்கள் அதற்கு வாயிற்காவலர்களாக அமைந்திருந்தனர். 'கொரோனா' ஒரு பக்கமாகக் கிடந்தது. அவை யிரண்டிற்கும் நடுவில் சில அழகான நட்சத்திரங்கள் காணப்பட்டன. அம்மாதிரி யான நட்சத்திரங்கள் வர்தா அல்லது பம்பாயில் வசிப்பவர்கள் ஒரு பொழுதும் காணமுடியாது.

வடதிசையில் 'சப்தரிஷி' வளைந்து காணப்பட்டது. துருவம் கிட்டத்தட்ட பூமியைத் தொட முயன்று கொண்டிருந்தது. சுவாதியும் சித்திரையும் தலையின் மேல் மின்னிக்கொண்டிருந்தன. ஹஸ்தம் சற்றுக் கோணலாகக் காணப்பட்டது. மேற்கே சந்திரன் மறைந்து விட்டது. ஆனால் சந்திரனின் நிலவு மட்டும் தெரிந்து கொண்டிருந்தது. புனர்பூசத்தின் படகில் "ப்ரச்வனன்" மட்டும் மேகங்களைத் துளைத்துக் கொண்டு எட்டிப் பார்த்துக் கொண்டிருந்தது. தனி நட்சத்திரமான 'ஏகாகீ' தன் இயல்புப்படி ப்ரச்வனன், மகம் இவற்றோடு 'டூ' விட்டுவிட்டுத் தனித்து நின்றுகொண்டிருந்தது. மகத்தின் கருக்கரிவாள் பல்குனியின் நாற்கோணத்தைத் தாங்கிக் கொண்டிருந்தது. கிழக்கே விசாகைக்குக் கீழே குருவும் சுக்கிரனும் காணப்பட்டனர். இவையிரண்டும் மிகவும் உயரத்தில் வந்து விட்டபடியால் மெல்லிய அனுவும், வளைந்த கேட்டையும், கூர்மையான மூலமும் அவற்றுக்கு ஆதரவாயிருந்தன. குருவும், சுக்கிரனும் பாரிஜாதத்துக்கருகில் வரும்போது இவை மூன்றையும் ஒப்பிட்டுப் பார்ப்பது ருசிகர மாயிருக்கிறது. செவ்வாய் இவற்றுக்கருகில் இல்லையே என்ற எண்ணம் அவ்வளவு அதிகமாக வருத்தம் தரவில்லை.

எனக்கு பாரத நாட்டைப்பற்றி ஒரு ஜ்யோதிர்மயமான விளக்கம் தோன்றுகிறது. கன்யாகுமரிக்குத் தெற்கில் நாம் போவோமானால் துருவனைக் காணமுடிவதில்லை. காச்மீரத்துக்கு வடக்கே போனால் தெற்குப்பக்கத்திலுள்ள 'அகஸ்தியரை'க் காண முடியாது. ஆகையால் எனது விளக்கம் என்னவென்றால், எந்த இடத்தில் துருவன், அகஸ்தியர் இரண்டும் காணப்படுகின்றனவோ அதுதான் நமது பாரத நாடு.

எல்லாப்பிராணிகளும் வயிறு நிரப்புதல் என்னும் வேள்விக் கர்மாவைச் செய்யவேண்டியிருப்பது போல் நாங்களும் செய்து முடித்து விட்டு குளிக்கும் பொருட்டு தண்ணீரில் இறங்கினோம். குளிப்பதற்காகப் புதுமுறையில் தயார் செய்யப்பட்ட குளம்போன்ற இடம் இது. இதில் கடல்நீர் இடைவிடாது வந்துகொண்டே யிருக்கிறது. பாதிக்குளம் 4 அடி ஆழமாகவும் பாக்கிப் பாதி 9

அடி ஆழமாகவும் அமைக்கப்பட்டிருக்கிறது. உடைமாற்றிக் கொள்வதற்காக இரண்டு அறைகள் கட்டப்பட்டிருக்கின்றன. இது போன்ற நல்ல ஏற்பாடு தார்மீக உணர்ச்சிக்கு எதிரானது என்று கூற முடியாது. குளித்து முடித்து விட்டு நாங்கள் தேவி கன்யா குமரியைத் தரிசிக்கச் சென்றோம். இந்தக் கோவில் திருவாங்கூர் ராஜ்ஜிய எல்லையில் இருக்கிறது. ஆதலால் வெகுகாலம் முன்பே ஹரிஜனங்களுக்குத் திறந்து விடப்பட்டுள்ளது. கோவிலுக்கு அருகிலேயே சர்க்காரின் பிரகடனம் தொங்கவிடப்பட்டிருக்கிறது- "பிறப்பினாலும் மதத்தினாலும் ஹிந்துவாக உள்ளவர்கள் இந்தக் கோவிலில் பிரவேசிக்கலாம்."

இந்த ஆலயத்தின் சிற்பக்கலை சாதாரணமானது, ஆனாலும் அழகானது. கல்தூண்களின்மீது மேல் தளத்திற்காகவும் கற்களே குறுக்கே வைக்கப்பட்டிருப்பதால் ஆலயம் முழுவதும் உள் பக்கமாக ஒரு நிலவறை போலத் தோன்றுகிறது. தேவியின் உருவம் கிழக்கு நோக்கி இருக்கிறது. ஆனால் அந்தப் பக்கத்திலுள்ள கதவு மூடப்பட்டிருப்பதால் தேவியும் கடலைத் தரிசிக்கமுடியாது, கடலுக்கும் தேவியின் தரிசனம் கிடைக்காது. பாவம் வங்கக் கடல், ஒருக்கால் ஒருபொழுதும் தான் பிறப்பினாலும் மதத்தினாலும் ஹிந்துதான் என்று வாதாடவில்லை போலிருக்கிறது. கடலான படியினால் அது தன் வரம்பை மீறி கோவிலுக்குள் நுழையவும் முடியாது.

கன்யாகுமரியின் கதை மிகவும் கருணை நிரம்பியது. இங்கே கரை மீது சிதறிக் கிடக்கும் 'அட்சதை' போன்ற வெண்மையான பெருமணல், ரத்தினக்கல்தூள் போன்ற சிவப்பு மணல்பொடி, மையுறிஞ்சியாக உபயோகப்படுத்தப்படும் கருமணல் இவையாவும் அந்தக் கருணை நிரம்பிய கதையை இன்னும் அதிகம் கருணை யுள்ளதாக்கவே உதவுகின்றன.

உலகத்து மஹாகாவியங் களெல்லாமே கருணையான முடிவு கொண்டவை என்றால் இந்துமஹா சமுத்திரத்தின் தேவதையான தேவி கன்யாகுமரியின் கதையும் கருணை முடிவுள்ளதாக இருப்பதுதான் பொருத்தமானது. கருணாரசத்தில் உள்ள ஆழத்தின் மூலம்தான் வாழ்க்கையின் உண்மை நிலை விளங்கக்கூடும்.

து$_3$க்$_2$க$_2$ம் ஸத்யம் சுக$_2$ம் மாயா, து$_3$க்$_2$க$_2$ ஜந்தோ: பரம் த$_4$னம்!
..து$_3$க்$_2$க$_2$ம் ஜீவன ஹ்ருத்$_3$க$_3$தம்!!

(துக்கமே சத்தியமானது. சுகம் என்பது மாயை, துக்கமே பிராணிகளின் உண்மையான மேன்மையான சொத்து. துக்கமே வாழ்க்கையில் இதயத்தினுள் பிரவேசித்திருப்பது.)

ஆழமில்லாத வாழ்க்கையானது சுகம்தான் வாழ்க்கையின் லட்சியம், வாழ்க்கையின் சாரம் என்று கருதுகிறது. இந்த மயக்கத்தைத் தீர்க்கும் பொறுப்பு துக்கத்துக்குக் கொடுக்கப் பட்டிருக்கிறது. துக்கத்தினிடம் தோல்வியடையாமல் எந்த மனிதன் வாழ்க்கையின் சாதனையாக துக்கத்தை ஏற்றுக்கொள் கிறானோ, அவன்தான் சகதுக்கம் எல்லாவற்றிற்கும் அப்பாற் பட்டவனாகி வாழ்க்கையின் நிறைவின் ஆனந்தத்தை அனுபவிக்க முடியும். இந்த ஆனந்தம் சுக துக்கங்களுக்கெல்லாம் அப்பாற் பட்டதாகையால் கடலைப்போல் கம்பீரமானதாகவும், வானைப் போல் எல்லையற்றதாகவும் இருக்கிறது.

இந்த ஆனந்தத்திற்கு யாருடனும் மணவாழ்க்கையில் பிணைக்கப்படும் பாக்கியம் இல்லை !

(டிஸம்பர், 1947)

63. கராச்சிக்குச் செல்லும் வழியில்

(ஒரு கடிதத்திலிருந்து)

பம்பாயின் விழிப்புக்கு என் கடனைச் செலுத்தும் பொருட்டு நான் சீக்கிரமே தூங்கிவிட்டேன். காலை நான்கு மணிக்கு எழுந்திருந்தேன். நீராவிக்கப்பல் அசைந்தசைந்து முன்னேறிக் கொண்டிருந்தது. இங்கே எங்குமே தரை காணப்படுவதில்லை. மேலே ஆகாயம், கீழே தண்ணீர். தண்ணீரின் மீது மனிதனுக்கு எத்தனை நம்பிக்கை ! பார்வையிலிருந்தே தரை மறைந்திருந்தும் கூட அவன் இரவும் பகலும் கடலின் மீது யாத்திரை புரிகிறான். சம்ஸ்கிருதத்தில் தண்ணீர் 'ஜீவன்' என்று கூறப்படுகிறது. தாகமாயிருக்கும்போது வயிற்றில் செல்லுவது 'ஜீவன்'. புயலின் போது நாம் எதனுடைய வயிற்றில் சென்றுவிட வேண்டி யிருக்கிறதோ அது 'மரணம்' இம்மாதிரியான தண்ணீருக்கு நம் முன்னோர்கள் இரு வெவ்வேறு சொற்களைக் கற்பனை செய்ய வில்லை.

பிரார்த்தனைக்காக என்கூட வந்திருந்தவர்களை எழுப் பலாமா வேண்டாமா என்று சற்றுநேரம் யோசித்துக்கொண்டிருந்

தேன். பிறகு மனதோடு ஒப்பந்தம் செய்துகொண்டேன், "கப்பலாகிய தொட்டிலில் தூங்கிக்கொண்டிருக்கும் இந்தக் குழந்தைகளை எழுப்புவதற்குப் பதிலாக தனியாகவே மெல்லிய குரலில் பிரார்த்தனையை நடத்துவது தான் சரி." ஆனால் இதை 'கூட்டுப் பிரார்த்தனை' என்று எவ்வாறு கூறுவது? மனதில் 'அருகிலுள்ள கான்வாஸை நகர்த்தி, என்னோடு பிரார்த்தனையில் கலந்துகொள்ள நக்ஷத்திரங்கள் ஏதாவது விழித்துக் கொண்டிருக்கின்றனவா இல்லையா என்று பார்ப்போம்' என்று தோன்றிற்று. அனுஷம் கூறிற்று, "நான் இப்பொழுதுதான் விழித்துக் கொண்டேன். கிருஷ்ண சந்திரன் வரவேண்டிய ஏற்பாடுகள் தான் பாக்கி," (அனுஷத்திற்கு அனுராதா என்ற பெயரும் உண்டு. இதிலிருந்து ராதா - கிருஷ்ணன் என்ற கற்பனை. கிருஷ்ணனை 'கிருஷ்ண சந்திரன்' எனக்கூறும் வழக்கம் உண்டு. இது சந்திரனைக் குறிக்கும் சொல்லாகவும் அமைந்திருக்கிறது.)

இதற்குள் தனது இரு கொம்புகளையும் உயர்த்தி சந்திரன் கூறிற்று - "ஏற்பாடுகளுக்கு ஒன்றும் கொம்பு முளைக்கவேண்டியது பாக்கியில்லை. நான் தான் வந்துவிட்டேனே!" அதன் இடது கையில் பாரிஜாதம் இருந்தது. இதனால் அது மிகவும் அழகாகக் காணப்பட்டது. பார்த்துக்கொண்டிருக்கும்போதே அபிஜித்தும் அடிவானத்திலிருந்து கிளம்பிற்று. பிறகு, சுவாதி, பாரிஜாதம், அபிஜித் இம்மூன்றும் சேர்ந்து ஒரு முக்கோணமாகி அதன் 'பிரமிட்' ஒன்று கிழக்கு அடிவானத்தில் உருவாகிவிட்டது. இவையெல்லாவற்றையும் கூடவைத்துக்கொண்டு நான் பிரார்த்தனையைச் செய்து முடித்தேன்.

இதற்குள் சந்திரன் இன்னும் சற்று உயர வந்துவிட்டது. எங்களுடைய கப்பலிலிருந்து சந்திரனின் அடிவரை ஒரு தங்கப் பாளம் தண்ணீரில் மின்னத் தொடங்கியது. எனக்குத் தோன்றிற்று - "சந்திர மண்டலத்துக்குப் போவதற்கு இது எத்தனை எளிதான பாதை! கப்பலிலிருந்து இறங்கிப்போக வேண்டியதுதான் பாக்கி. ஆனால் மேல் நாட்டு மக்கள் கூறுகிறார்கள்; சந்திரலோகத்தில் பைத்தியங்கள்தாம் வசிக்கிறார்கள் என்று. ஆகையால் மறுபடி யோசித்தேன்- "இத்தனை முயற்சிக்குப் பிறகும் அங்கே என் போன்ற என் இனத்தைச் சேர்ந்தவர்கள் தான் கிடைப்பார் களானால் இவ்வளவு முயற்சி ஏன் எடுத்துக் கொள்ள வேண்டும்?"

* * *

எனக்கு வானத்திலுள்ள மேகங்கள் மிகவும் பிடித்திருக்கின்றன. சிறியதோ, பெரியதோ வெள்ளையோ, கறுப்போ, முழுமேகமோ, அல்லது உடைந்ததோ - மேகங்கள் எனக்குப் பெரிதும் மகிழ்ச்சி தருபவை. ஆனால் இரவுநேர மேகங்கள் எனக்குச் சற்றும் பிடிக்காது. அவற்றின் உருவமும் நிறமும் கவர்ச்சியுள்ளதாக இருந்தபோதிலும், நட்சத்திரங்களுக்கு நடுவில் அவை பூதங்கள் போல அல்லது கொலைகாரர்கள் போல ஒளிந்து மறைந்து செல்கின்றன - இதுதான் எனக்குப் பிடிப்பதில்லை.

உஷாக் காலத்திற்கு (பொழுது புலர்வதற்கு) முன் ஆகாயம் எத்தனை சாத்வீகமாகவும் ரமணீயமாகவும் தோன்றுகிறது! நிலவில் கடலின் அலைகள் - அழகான மெல்லிய அலைமாலைகள் - மெதுவாகப் புன்சிரிப்புச் செய்யும்போது ஸாகர் பாபா - கடல் தாத்தாவின் முகத்தில் ஏற்படும் சுருக்கங்கள் சரியானபடி எண்ணிப் பார்க்கக் கூடிய அளவு தெளிவாயிருந்தன. ஆனால் இடையூறு விளைவித்துத் திருப்திப்படும் இந்த மேகங்கள் நடுவில்வந்து எல்லாவற்றையும் கெடுத்து விட்டன.

நாங்கள் வேகமாக முன்னேறிக்கொண்டிருந்தோம். கிழக்குப் பக்கம் அதாவது எங்களுக்கு வலப்பக்கத்தில் தரை காணப்படுகிறதா இல்லையா என்ற சந்தேகத்தில் நான் ஆழ்ந்திருந்தேன். இதற்குள் திடீரென்று விளக்குகள் தென்பட்டன. நாங்கள் ஸ்ரீகிருஷ்ணனின் துவாரகைக்கு அருகில் வந்திருக்கிறோம் என்ற நம்பிக்கை ஏற்பட்டது. சற்று தூரத்தில் மற்றொரு விளக்குவரிசை தென் பட்டது. அதில் ஒரு கலங்கரை விளக்கத்தின் ஒளி ஏதோ ஓர் கிழவனின் பழைய நினைவுகள் போல நடுநடுவே தெளிவாகக் காணப்பட்டது. அதற்குப் பிறகு ஒரு மில்லின் 'புகைபோக்கியிலிருந்து கிளம்பும் புகையின் ஓர் அமைதியான ஆறு அடிவானத்துக்குச் சரியாக சமதூரத்தில் ஓடிக்கொண்டிருந்தது.

ஆகாயத்தில் நட்சத்திரங்களைப் பார்த்ததும் உனது நினைவு வந்தது. காலைநேர உஷாவுக்கும் உனக்கும் என்ன தோழமை என்று புரியவில்லை. நாம் சந்திப்பதற்கு முன்பே 'போர்டீ'யில் கீழ்த்திசைக்கு 'அனுசூயா' என்ற பெயர் கொடுத் திருந்தேன். 'ஜீவனனோ ஆனந்த்'***(ஜீவனனோ ஆனந்த் - வாழ்க்கையின் ஆனந்தம் அல்லது தண்ணீரின் ஆனந்தம்)** என்ற நூலில் 'அனசூயாப்ராசீ' என்ற குறிப்பை அவசியம் பார்க்கவும்.

(30-12-1937)

64. கடலின் முதுகின் மேல்

(கல்கத்தாவிலிருந்து ரங்கூனுக்குச் செல்லுகையில்)

மாலை மணி நான்கு இருக்கும். எங்கள் கப்பல் புறப்பட்டது. வெய்யில் அடங்கியிருந்தது. காற்று மந்தமாக வீசிக்கொண்டிருந்தது. தண்ணீரின் மேல் நடம்புரியும் சூரியனின் ஒளியில் மஞ்சள் வர்ணம். படரத் தொடங்கியிருந்தது. சிவப்பு "போயான்" களிலிருந்து தப்பித்துக்கொண்டு கப்பல் முன்னேறிக்கொண்டிருந்தது. இரு கரைகளிலும் கப்பல்கள் காணப்பட்டன. சிறுசிறு படகுகளும் காணப்பட்டன. செயின்ட் வில்லியம் கோட்டையை விட்டு விலகி நாங்கள் முன்னேறிக் கொண்டிருந்தோம். சில துறைமுகங்களில் சிறுசிறு கப்பல்கள் கட்டப்பட்டுவந்தன. இரு பக்கத்துத் தரையும் தண்ணீரின் மட்டத்தைவிட அதிகம் உயரமாய் இல்லை. ஆகையால் இரு பக்கங்களிலும் வெகு தூரத்திலுள்ள இடமெல்லாம் பார்க்கமுடிந்தது. ஆனால் மனத்துக்குத் திருப்தி யளிக்கக்கூடிய யாதொரு காட்சியும் இல்லை. இம்மாதிரியான பெரிய ஆறுகள் கடலோடு கலக்கச்செல்லும் இடத்தில் கரைகள் மிகவும் அசுத்தமாயிருக்கும். அலைகளின் ஏற்றம் வற்றுதல் காரணமாக நனைந்த சேற்றில் நண்டுகளைத் தவிர வேறு ஒன்றும் காணப்படுவதில்லை.

நாங்கள் முன்னேறிச் செல்லச்செல்ல நதியும் அகலமாகிக் கொண்டு வந்தது. கரையில் வெண்மணல் காணப்பட்ட பிறகு தான் மனத்துக்குச் சற்று நிம்மதி ஏற்பட்டது. 'சுந்தரவன'த்துப் பிரதேசத்தைக் கடந்தோம். இரவு நெருங்குவதற்கு முன்பே நாங்கள் டயமண்ட் ஹார்பரில் வந்து சேர்ந்தோம். எங்கள் கப்பல் இப்பொழுது அலையோடு கூடவே ஆடத்தொடங்கியது. சிறிதுநேரம் கப்பலின் மேல்தளத்தின் மீது நின்றுகொண்டு இந்தியாவின் கரை மறைவதைப் பார்த்தோம். பிறகு தலைசுற்ற ஆரம்பித்தது. ஆதலால் உணவு அருந்திவிட்டுத் தூங்கிவிட்டோம். தூங்கச்செல்வதற்கு முன்பு பிரார்த்தனையில் கிரிதாரி என்பவர் இரவீந்திரநாத டாகூரின் 'ஆகுனேர் பரசமணி சோன்வாஓ ப்ரானே' என்ற அழகான பாடலைப் பாடினார். அதைக் கேட்பதற்காகப் பலபேர் குழுமிவிட்டனர். இருந்தபோதிலும் எங்கள் படுக்கைகளை விரித்துக் கொள்வதில் ஒரு கஷ்டமும் இருக்கவில்லை.

காலையில் எல்லோருக்கும் முன்னால் நான் விழித்துக் கொண்டேன். அருணோதயம்கூட ஆகவில்லை. ஆகாயத்தில் சந்திரன் செல்வதுபோல கப்பலும் தனியாக தண்ணீரைக் கிழித்துக் கொண்டு சென்றுகொண்டிருந்தது. கப்பலின் வயிற்றில் உள்ள இயந்திரமாகிய இதயம் தன் துடிப்பை ஒலிக்காதிருந்தால் வெளியிலுள்ள அமைதி இத்தனை அழகாகத் தோன்றியிருக்காது. நாலாபக்கமும் கடல் குளிர்ந்த இரும்பு அல்லது ஈயத் தண்ணீர் போலப் பரவியிருந்தது. நான் மேல் தளத்தில் போய் நின்று கொண்டேன். கப்பல் அசைய அசைய, தண்ணீரும் மேலே ஏறும் அல்லது கீழே தணியும். நாலா பக்கமும் எங்கும் அலைகள்! அவை ஒன்றோடொன்று மோதும்போது அவற்றிலிருந்து வெண்மையான நுரை கிளம்பும். இருட்டில்கூட இந்த நுரை பிரகாசிக்கும். இம்மாதிரி பிரகாசிக்கும்போது வளைந்து நெளிந்த கோடுகளினாலான பல உருவங்கள் ஏற்படும். கப்பல் அசைந்தசைந்து செல்லும்போது அதன் பிரதிபலிப்பு நம் மூளையிலும் ஏற்படும். நாம் அலைகளின் முடிவற்ற தாண்டவ லீலைகளைக் காண முற்படும்போது அதன் மகிழ்ச்சி நமக்கு போதையூட்டுகிறது.

சற்று முன்னே சென்றபிறகு அலைகள் அடங்கிவிட்டன. கடலின் இதயம் ஆங்காங்கு மேலும் கீழும் எழும்பித் தணிந்து வந்தது. சாதாரணமாக அலைகள் எழும்பித் தணிவதைப் பார்ப்பதில் ஆனந்தம் ஏற்படுகிறது. ஆனால் அது அவ்வளவு கம்பீரமாக இருப்பதில்லை. த்வனிகாவியத்தின் ரகசியம் சொற்களின் மூலம் காட்டப்பட்டால் குறைந்துவிடுவது போல, அலைகள் வெடித்து விழுவதில் அவற்றின் கம்பீரம் குறைந்துவிடுகிறது. ஆனால் அலைகள் உள்ளுக்குள்ளேயே குதித்து அடங்கியிருக்கும் போது அவை அநந்தமாகவும் அவ்யக்தமாகவும் காணப்படுகின்றன. இருட்டிவிட்ட போதிலும் சுத்தமான காற்று வீசும் போது வானும் கடலும் சந்திக்கும் வளையம் நம் கவனத்தைக் கவராமல் இருக்க முடியாது. கடலின் கருமையைவிட இருண்ட வான் அதிகமாக வெளிச்சத்துடன் கூடியதாயிருக்கிறது. ரிஷிகளின் தத்து வங்கள் எல்லையற்ற ஆகாயத்தில் மின்னும் தாரகைகள் போல் தெளிவாக இருக்கின்றன. அதே நேரத்தில் இவ்வுலக வாழ்க்கையின் வருங்காலம் அவர்களுடைய தீர்க்க திருஷ்டிக்குக் கூட, எவ்வாறு கடலின் நீரின் அளவைப்பற்றிப் புரிந்துகொள்ள முடியாதோ அதே போல புலப்படாததாகவே இருந்து வருகிறது.

இவ்விதமாக தியாகத்துக்கும் கற்பனைக்கும் இடையே விளையாட்டு நடந்து கொண்டிருந்தது. இதற்குள், இந்த சோபை

குறையத் தொடங்கிற்று. அருணோதயம் கிழக்குத் திசையை நிர்ணயித்துக் காட்டிற்று. நான் இந்தக் காட்சியைக் காண்பதற்காக ஜீவத்ராமை (கிருபாலானியை) எழுப்பினேன். ஆனால் அவர் விழித்துக்கொள்வதற்கு முன்பே கிரிதாரி விழித்துக்கொண்டு விட்டான். அவன் கேட்டான் - "என்ன விஷயம்? எனக்குச் சொல்லுங்கள்?" நான் அவனுக்கு என்ன சொல்லட்டும்? அவனுக்குச் சுட்டிக் காண்பிப்பதற்கு அங்கே ஏதாவது பறவை அல்லது கப்பல் இருந்ததா? நான் அவனிடம் சொன்னேன், "அங்கே செவ்வானம் தெரிகிறது பார். சற்று நேரத்தில் அங்கே சூரியன் உதயமாகும்."

இப்பொழுது கடல் தன் நிறத்தை மாற்றியது. கீழ்த் திசையிலிருந்து சிவந்த நாவல் பழ நிறத்தில் ஒரு அருவி பெருகி வந்து கொண்டிருந்த மாதிரி இருந்தது. இதில் வேடிக்கை என்ன வென்றால், மேற்கேயும் இதே நிறத்தின் சாயை தெரிந்தது. ஆம், மேற்குத் திசையில் கடலைவிட வானமே அந்த ஜாலத்தை அதிகம் ஏற்றுக் கொண்டிருந்தது. கிழக்கின் மகிழ்ச்சி அதிகரிக்கத் தொடங்கிற்று. செந்நிறத்தில் ஓர் பிரகாசமும் சேர்ந்துகொண்டது. இங்கும் நிறம் சிந்தூரமாக மாறி, சிந்தூரம் தங்க மயமாக மாறிற்று. பம்பாயில் வசிக்கும் நாங்கள் மேற்குக் கரையில் கடலில் மறையும் சூரியனின் அழகைப் பலமுறை பார்த்திருக்கிறோம். ஆனால் கடலைக் கடைந்து உதயமான இலக்குமியைப்போல் உதயமாகிக் கொண்டிருக்கும் உஷையின் வளரும் அழகைப் பார்க்கும் மகிழ்ச்சி இணையற்றது. வானம் சிரிக்கச் சிரிக்க கடலின் முகத்திலும் மகிழ்ச்சியும், வெட்கமும் கலந்த கோடுகள் படரத் தொடங்கின- இரண்டு சம வயதுள்ள சினேகிதர்களிடையே ஏதோ வினோதமான பேச்சு நடைபெற்றுக் கொண்டிருப்பது போல.

ஒரு பக்கம் காலை வேளையின் இந்த வினோதத்தைப் பார்க்க ஆவல் பொங்கிக்கொண்டிருந்தது. மறுபக்கம் கப்பல் அசைவதனால் தலை சுழல ஆரம்பித்தது. சிறிது நேரம் அலைகள் நின்று கப்பலும் அசையாமல் நின்றால் நல்லது என்று தோன்றிற்று. ஆனால் மனிதனின் ஆசைகளுக்கும் கடலின் அலைகளுக்கும் எப்பொழுதாவது முடிவ உண்டா? அலுத்துப்போய் சாய்வு நாற்காலியில் உட்கார யோசித்த பொழுதே பால சூரியனின் பிம்பம் தண்ணீரில் குளித்துவிட்டு வெளிக்கிளம்பிற்று. முளைத் தெழுந்து வரும் சூரியனின் பிம்பத்தின் மீது ஒரு வித விசேஷமான 'நீரோட்டம்' காணப்படும். சூரியன் குளிர்ந்த நீருக்குள்ளிலிருந்து

நடுங்கிக்கொண்டே கிளம்பி வருவதுபோல் தோன்றும். தண்ணீரின் மேல் பரவியிருக்கும் பிரகாசத்தைப் பார்த்தால் அது சூரியன் குளித்தபோது உடலிலிருந்து கழுவி விடப்பட்ட தங்கத்தூள் பரவியிருப்பதுபோல் தோன்றும். சூரிய பிம்பம் முழுவதும் வெளிக் கிளம்பியவுடன் நான் ஸவிதா நாராயணனின் தியான மந்திரத்தைப் பாடினேன். "த்₄யேய: ஸதா₃ ஸவித்ருமண்ட₃லமத்₄யவர்த்தீ"

(சூரிய மண்டலத்தின் மத்தியிலிருப்போனை தியானம் செய்கிறேன்.)

ஜீவத்ராமினால் இம்மாதிரி கம்பீரமான சூழ்நிலையைச் சகித்துக் கொள்ள முடிவதில்லை. அவர் திடீரென்று கூறினார், "போதும், நிறுத்துங்கள். என்ன குரங்கு பாஷையெல்லாம் பேசிக்கொண்டிருக்கிறீர்கள்." நான் அவரிடம் கூறினேன், "மன்னித்துக் கொள்ளுங்கள். தாங்கள் தவறாகக் கூறுகிறீர்கள். இது தங்களுடைய மொழி இல்லை. இது சமஸ்கிருத மொழி." இந்த வினோதத்தில் பக்தியின் அளவு குறைந்துவிட்டது. பிரார்த்தனையை ஒருவிதமாக முடித்துக்கொண்டேன். பிறகு கப்பலில் தினந்தோறும் எந்த பயங்கரப் பரீட்சையை முடிக்க வேண்டியிருக்கிறதோ அதைப்பற்றிச் சிந்திக்கத் தொடங்கினேன். சௌசத்துக்கு கப்பலின் மேல்தளத்திலிருந்து கீழே இறங்கிப் போக வேண்டும். கீழ்த்தளம் எப்பொழுதுமே அசுத்தமாய் இருக்கும். அதிலும் காலை வேளைகளில் அது நரகத்தோடு போட்டியிடும். அங்குள்ள காற்றே ஆபாசமானது. மூச்சுத் திணறக் கூடியது. மக்கள் ஆங்காங்கு வாந்தியெடுக்கிறார்கள். இயந்திரங்கள் நீராவியிலிருந்து கிளம்பும் ஒருவித துர்நாற்றம், மாலுமிகளின் சமையலறையிலிருந்து கிளம்பும் மீன், வெங்காயம் இவற்றின் துர்நாற்றம் இரண்டும் கலந்து வீசும். தளத்தின் வழியாகச் செல்வதற்குப் பதிலாக கடலில் குதித்து விடுவது எனக்குச் சுலபமாகத் தோன்றிற்று.

* * *

நான் கிரிதாரியை, "வா, சாப்பிடவந்து உட்கார்" என்று கூப்பிட்டேன். அவன், "எனக்குப் பசியில்லை" என்று கூறி விட்டான். ஜீவத்ராமும் உணவு வேண்டாமென்று கூறி விட்டார். நான் சொன்னேன், "அப்பனே! வெயில் அதிகரித்து விட்டால் தலை சுழல ஆரம்பிக்கும். பிறகு சாப்பிடவே முடியாது. இப் பொழுது வெயில் இல்லை. வயிறு நிறையச் சாப்பிட்டு விட்டால் வெயிலுக்கு முன்னால் எல்லாம் ஜீரணம் ஆகிவிடும்." கிரிதாரி கேட்டான், "தேகப்பயிற்சி செய்யாமலே ஜீரணம் ஆகிவிடுமா?"

நான் பதில் சொன்னேன், "நம் எல்லோருடைய சார்பிலும் இந்தக் கப்பல் தேகப்பயிற்சி செய்து கொண்டிருக்கிறது. ஆகையால் நீ அதைப்பற்றிக் கவலைப்படாதே." கிரிதாரியால் நான் சொன்னதைப் புரிந்துகொள்ள முடியவில்லை. என் முகத்தையே பார்த்துக் கொண்டிருந்தான். நாங்கள் மூவரும் வயிறு நிறைய உணவு அருந்தினோம். மூவரிலும் ஜீவத்ராமே தேர்ந்தவர். அவர் ரஸமுள்ள பழங்களையே அதிகம் உட்கொண்டார். நான் எனக்கு வேண்டியவைகளைச் சாப்பிட்டுவிட்டு ஒரு முழு எலுமிச்சம் பழத்தை உறிஞ்சினேன். பாவம், கிரிதாரிக்கு வாழைப்பழங்கள் தாம் பிடித்திருந்தன. அவன் அதையே அதிகம் சாப்பிட்டான். ஆனால் ஓரிரு மணி நேரத்திலேயே அதற்காக மிக வருந்தினான், பிறகு பிரயாணம் முழுவதிலும் பழத்தைப் பற்றி நினைக்கவே யில்லை.

நடுப்பகல் கழிந்தது. எனக்கு என் பலவீனம் தெரியும். நான் படுக்கையை விரித்துக்கொண்டு கைகால்களை நீட்டிவிட்டேன். கையில் மற்றொரு எலுமிச்சம்பழத்தை வைத்துக்கொண்டு கண்களை மூடிக் கொண்டேன். சென்னைப் பக்கத்து ஏதோ ஒரு கப்பல் கல்கத்தாவை நோக்கிப் போய்க்கொண்டிருந்தது. தூரத்தி லிருந்தே அதைப் பார்த்து மக்கள், "அதோ பார் கப்பல்" என்று கூவத் தொடங்கினார்கள். இதற்குள் இரண்டு கப்பல்களும், "போங்! போங்!" என்று கூவி ஒன்றுக்கொன்று வணக்கம் தெரிவித்துக்கொண்டன.

ஆனால் நான் கண்களை மூடிய வண்ணம் கற்பனை யினாலேயே இந்தக் காட்சியை யெல்லாம் பார்த்தேன். கிரிதாரியினால் இருக்கமுடியவில்லை. அவன் சட்டென்று எழுந்து நின்றுகொண்டான். அவன் எழுந்து நின்ற உடனேயே அவன் சாப்பிட்ட வாழைப்பழங்கள் வயிற்றில் தங்கியிருக்க மறுத்துவிட்டன. அவன் பயப்பட்டான். நான் படுத்துக்கொண்டிபடியே அவனுக்குத் தண்ணீர் கொடுத்தேன். ஓர் இஞ்சித் துண்டமும கொடுத்தேன். சிறிது அமைதியான பிறகு அவன் என் படுக்கையில் வந்து படுத்துக்கொண்டான். ஆனால் ஒரு முறை கலக்கப்பட்ட வயிறு அமைதியாக இருக்குமா?

நாங்கள் மேல்தளத்தில் படுத்திருந்தோம். அங்கே ஒரு பக்கம் மேலேயுள்ள கேபினில் இரண்டு நாட்டுக் கிறிஸ்தவர்கள் உட்கார்ந்திருந்தனர். அவர்களில் ஒருவனுக்கு வாந்தியெடுத்தது. அவன் வேகமாக வாந்தியெடுக்க எடுக்க, அவனது நண்பன் அவனைக் கேலி செய்துகொண்டிருந்தான். கிரிதாரி சற்றுச் சிரிப்பான், பிறகு வருந்துவான்.

இவ்வாறாக, மாலை நேரம் வந்தது. எனக்கும் கொஞ்சம் உயிர் வந்தது. நாங்கள் மறுபடியும் கொஞ்சம் உணவு அருந்தினோம். ஆனால் அது யாருக்குமே சரியாகப் பிடிக்கவில்லை. ஒத்துக் கொள்ள வில்லை. மாலை நேரத்தின் அழகை நான் உட்கார்ந்த படியே பார்த்து ரசித்தேன். நாங்கள் இப்பொழுது 'காலா பானீ'* **("காலா பானீ" - ஹிந்தியில் காலா - கருமை; பானீ - தண்ணீர். முன்பு அந்தமான் தீவிலுள்ள ஜெயிலுக்குத் தண்டனையாக அனுப்புவதற்கு ஹிந்தியில் "காலா பானீ தண்டனை" என்ற சொல் வழங்கி வந்தது)** க்கு வந்து விட்டோம். உண்மையாகவே தண்ணீரின் நிறம் மனதில் பயத்தை ஏற்படுத்தும் வண்ணம் கருப்பாக இருந்தது. மக்கள் சொல்லத் தொடங்கினர், "இப்பொழுது அந்தமான் வரப்போகிறது". சிலர், "இல்லை. நமது கப்பல் அங்கிருந்து வெகுதூரத்தில் இருக்கிறது. நமக்கு அந்தத் தீவு தென்படாது" என்று கூறினார்.

மாலை நேரத்தின் அழகு இணையற்றதாகத்தான் இருந்தது. காலை நேர வர்ணங்களும், மாலைநேர வர்ணங்களும் ஒரே மாதிரியாக இருப்பதில்லை. உதயமும், அஸ்தமனமும் எப்படி ஒரேமாதிரியானதாயிருக்க முடியும்? உதயம் வளரும் பால்யகாலம், ஆனால் அஸ்தமனமோ வெற்றி கொண்ட வீரனின் மரணம் போன்று சோகம் நிறைந்தது. உஷாவின் முகத்தில் கவர்ச்சி பொருந்திய சிரிப்பு இருக்கும்; சந்தியாவின் முகத்திலோ சற்றே காணக்கூடிய உல்லாசமும், அழகும் இருக்கும். கடலின் நிறம் மறுபடியும் மாறத் தொடங்கியது. சூரியன் மறைந்தது, சிறிது சிறிதாக நட்சத்திரங்களாகிய பாரிஜாத மலர்கள் மலரத் தொடங்கின.

கப்பலின்மேல் மின்சார விளக்குகள் வெகுநேரத்திற்கு முன்பே எரியத் தொடங்கிவிட்டன. எனக்கு இந்த விளக்குகள் குழந்தைப் பருவத்திலிருந்தே மிகவும் பிடித்திருந்தன. இவை மிகவும் தெளிவானவை. சமீபத்தில் உள்ள எல்லாப் பொருள்களும் நன்கு தெரிகின்றன. ஆனாலும் கண்களைக் கூச வைப்பதில்லை. இருட்டை அழித்து விட்டுத் தனது ஆட்சியை நிலைநிறுத்த வேண்டுமென்ற பேராசை அவைகளிடம் கிடையாது. இருளோடு இனிமையான ஒப்பந்தம் செய்து கொண்டு 'நீயும் இரு, நானும் இருக்கிறேன்' என்ற வாழ்ந்கை நியதியை அவை விரும்புகின்றன. நகரங்களின் மின்சார விளக்குகள் நியதியை அவை விரும்பு கின்றன. நகரங்களின் மின்சார விளக்குகள் புதிய உபாத்தியாயர் போல ஒளி முழுவதையும் கொட்டிவிட விரும்புகின்றன. கப்பலின்

விளக்குகளோ யோகிகளைப்போல '**ஆத்மந்யேவ ஸந்துஷ்ட**' வாக (தன்னுள் அடக்கமாக) இருக்கின்றன.

படுக்கையில் படுத்தவண்ணம் நாங்கள் இந்த விளக்கு களைப் பற்றிப் பேசிக்கொண்டிருந்தோம். இதற்குள் எங்கள் கப்பல் 'போங் போஓங்' என்று கத்திற்று. நான் உடனே, அது தூரத்தில் மற்றொரு எருமையைப் பார்த்துவிட்டு என்று புரிந்து கொண்டேன். இதற்குள் தூரத்திலிருந்து அதேமாதிரி கத்தும் குரல் கேட்டது. நான் எழுந்து உட்கார்ந்துகொண்டேன். இரவு நேரத்தில் கடலில் கப்பலைப் பார்ப்பது எனக்கு மிகவும் பிடிக்கும். ஒரு நீண்ட மின்சார விளக்கு வரிசையும் மஸ்தூலில் இரண்டு சிவப்பு விளக்குகளும் பூதம் என இருட்டில் ஓடும் போது, நாம் ஏதோ 'Fairyland'ல் பிரவேசிப்பது போன்ற உணர்ச்சி தோன்றும். கப்பல் தன் திசையை மாற்றும்போது எதிரிலுள்ள காட்சிகளும் புதுப்புது விதமாக மலர்கின்றன. கப்பல் தூரத்தில் சென்று மறையும்போது இந்தக் காட்சி தூக்கத்தினால் நினைவுக்கும் மறைவுக்கும் நடுவிலுள்ள கண்ணாமூச்சி விளையாட்டைப் போலக் காணப்படுகிறது. வானத்திலுள்ள நட்சத்திரங்களைப் பார்த்தவண்ணம் நான் கண் அயர்ந்துவிட்டேன்.

மூன்றாவது நாள் காலையில் மழை பெய்யத் தொடங்கியது. கப்பலிலுள்ள ஒரு கிறிஸ்துவ அதிகாரி எங்களைக் கீழே போகச் சொன்னான். மக்களுக்கு அதன் காரணம் உடனே தெரியவில்லை. அவன் சொன்னான், "ஒரு பெரிய புயல்காற்று ஆக்னேய (தென்கிழக்கு) திசையிலிருந்து இந்தப்பக்கம் வருவதுபோல் தோன்றுகிறது. இதற்கு சைக்ளோன் என்று பெயர். சைக்ளோனில் நமது கப்பல் சிக்கிக் கொண்டால் பெரிய ஆபத்து ஏற்பட்டுவிடும், பல கப்பல்கள் சைக்ளோனில் அகப்பட்டுக் கொண்டு தவிக்கும். மேல்தளத்திலேயே நீங்கள் உட்கார்ந்திருந்தால் புயலில் தூக்கி யெறியப்படுவீர்கள்!"

எல்லோரும் பயந்துபோய் ஒவ்வொருவராகக் கீழே இறங்கினார்கள். நாங்கள் கீழே போக மறுத்துவிட்டோம். அவன் எங்களுக்கு எவ்வளவோ புத்தி புகட்டினான். நாங்கள் சொன்னோம், "புயல் வந்தால் இந்தப் பெரிய பெரிய கயிறுகளைப் பிடித்துக் கொண்டு இருந்து விடுவோம்". "ஆனால் மழையில் நனைந்து விடுவீர்களே!" "நனைந்தால் உலர்ந்தும் விடுவோமே!" எங்களுடைய பிடிவாதத்தைக் கண்டு அவன் பேசாமல் போய்விட்டான். மழை வந்தது. நல்ல சரியான மழை, புயலின் சுற்றளவு மூன்று நான்கு மைல் தூரம் இருக்கும். நல்ல வேளையாக

அது எங்கள் கப்பல் வரை வரவில்லை, வால் நட்சத்திரம் மாதிரி அதன் நாலா பக்கங்களிலும் வால்கள் உண்டு. இம்மாதிரியான ஒரு வாலின் அடிதான் எங்கள் கப்பலிலும் கொஞ்சம் அடித்தது. நாங்கள் நன்றாக நனைந்துவிட்டோம். ஆதலால் கீழே போவதற்குப் பதிலாக மேலே கேபினுக்குப் போனோம்.

கடைசியில் ஒருவாறாக ரங்கூன் வந்து சேர்ந்தோம். துறைமுகத்தில் அங்கு இறங்கும் மக்களை வரவேற்பவர்கள் வந்திருந்தனர். அவர்களுடைய கூட்டம் மிக அதிகமாயிருந்தது. டாக்டர் ப்ராணஜீவன் மேத்தா எங்களை அழைத்துச் செல்ல துறைமுகத்துக்கு வந்திருந்தார். ரங்கூனில் பல இடங்களில் ரப்பர் ரோடுகள் இருக்கின்றன. ஆதலால் வண்டிகள் ஓடும்போது குதிரைகளின் குளம்பொலிச் சத்தம் மட்டும் தான் கேட்கும்.

அன்று எங்களுக்கு எங்கள் கால்களின் கீழே உள்ள தரை அசைவது போலவே தோன்றிக்கொண்டிருந்தது. ஒரு நாள் முழுவதும் களைப்பாறிய பிறகுதான் மூன்று நர்ள கப்பல் யாத்திரையின் சிரமம் நீங்கியது.

(மார்ச், 1927)

65. ஸரோவிஹார்

(ஏரி விளையாட்டு)

நாங்கள் ரங்கூனுக்கருவிலுள்ள பிரசித்தமான ஏரியைப் பார்க்கத் திட்டமிட்டிருந்தோம். ஐரோப்பாக் கண்டத்தின் அமைப்புப்போலவே இந்த ஏரியின் அமைப்பும் வளைந்து நெளிந்து இருக்கிறது. அதில் பல விரிகுடாக்கள், முனைகள், ஜலசந்திகள் முதலியன இருக்கின்றன. ரங்கூன் கொங்கணத்து அக்ஷரேகையில்தான் இருக்கிறது. கடலுக்கருகில் இருக்கிறது. ஆகையால் அங்குள்ள காட்டுவளமும் கொங்கணத்தைப் போலவே மனதிற்குப் பிடித்தாக இருக்கிறது நாலாபக்கமும் பெரிய பெரிய மரங்கள், இயற்கை தனது பெருமை முழுவதையும் வெளிக் காட்டுவதற்காகவே இம்மரங்களை இத்தனை உயரமாக வளர்த்திருப்பதுபோல் தோன்றிற்று. காட்டுப்பிரதேசமும் ஜலதேவதையும் சந்திக்கும் இடத்தில் லஷ்மி அழைக்காமலே வருவாள். நாங்கள் பிற்பகலில் அந்த ஏரிக்குப் போய்ச் சேர்ந்தோம். வெகுநேரம் வரை அந்த ஏரிக்கரையில் உலாவினோம். ஏரியின் சௌந்தர்யம் ஒவ்வொரு முனையிலிருந்தும் வெவ்வேறு மாதிரி

யாகத் தோன்றிற்று. சில மரங்கள் தம் அழகினால் கர்வம் பிடித்தவை, எப்பொழுது பார்த்தாலும் ஏரியின் தண்ணீரில் தம் உருவத்தைக் காண்பித்துக்கொண்டிருந்தன.

சுற்றிச் சுற்றி வந்து எங்கள் தைரியம் தீர்ந்துவிட்டது. ஏரிகளைக் கடவுள் படகுகளில் உல்லாசமாகச் சுற்றி வரத்தான் அமைத்திருக்கிறான். ஜான் என்ற ஒருவனுடைய படகில் அமர்ந்தோம். ஒன்றும் திட்டமில்லாமல் பல திசைகளில் சுற்றி வந்தோம். நடுவில் ஒரு தீவு இருந்தது. அதைச் சந்திக்காமல் எப்படித் திரும்பி வருவது ? தீவில் ஒரு அழகான தங்கும் விடுதி கட்டப்பட்டிருந்தது. அதன் படிகளின் இருபக்கங்களிலும் சிமிண்டினால் கட்டப்பட்ட இரண்டு பெரிய மலைப் பாம்புகள் நீளமாகப் படுத்திருந்தன. படகை ஓட்டும்பொழுதே ஒரு திருப்பத்தில் 'ஸ்வேடகான் பகோடா' தனது உயரமான ஸ்தூபியோடு காட்சியளிக்கிறது. ஆக்ராக் கோட்டையிலிருந்து தாஜ்மஹாலைப் பாரப்பதில் ஏற்படும் அதே அளவு ஆனந்தம் இங்கும் ஏற்பட்டது. ஒரு வஸ்துவின் அருகில் சென்றால் அதனுடைய முழு அழகும் வெளிப்படுகிறது. ஆனால் அதன் காவியாந்தம் தூரத்திலிருந்தால் தான் மலருகிறது. இந்தத் தத்துவத்தை அறிந்துதான் சூரியன், சந்திரன், எண்ணற்ற நட்சத்திரங்கள் யாவும் நம்மிடமிருந்து வெகு தூரத்தில் சஞ்சரிக்கின்றன போலும்.

மாலை ஆகிவிட்டபடியால் நாங்கள் வேறு வழியின்றித் திரும்ப வேண்டியதாயிற்று. ஸரோவர் எங்களுக்கு சகுந்தலையைப் போல் மறுமுறை வரும்படி அழைப்பு விடுத்தது. ஆதலால் மறுநாள் அங்கு குளிக்கும் திட்டம் ஏற்படுத்திக்கொண்டு நாங்கள் ஒரு பெரிய கூட்டமாக அங்கே புறப்பட்டோம். அங்கு போய்ச் சேர்ந்தவுடன் எங்களுடன் வந்திருந்தவர்கள் கூறினார்கள்- "வெள்ளையர்களின் படகுவிடும் துறை இங்கு இருக்கிறது. ஆகையால் இங்கே குளிக்கத் தடை விதிக்கப்பட்டிருக்கிறது. காலை ஆனவுடனேயே அல்லி இதழ் மூடிக்கொள்ளுவது போல் என் உற்சாகம் குன்றிவிட்டது. இத்தனை முயற்சிக்குப் பிறகு ஏரியில் நீந்தும் ஆனந்தம் அனுபவிக்கமுடியவில்லையென்றால் யாருக்குத்தான் மகிழ்ச்சியிருக்கும்? ஆனால் என்னுடன் வந்திருந் தவர்கள் சத்யாக்கிரஹிகளா என்ன? அவர்கள் வெளிப்படையாக சட்டத்தை மீறுவதையே பெரிதும் விரும்பினர். அவர்கள் முதலிலேயே ஒரு தனிமையான இடத்தைக் கண்டுபிடித்திருந்தனர். அங்கே வெள்ளையர்களின் படகும் வரமுடியாது, அவர்களுடைய பார்வையும் விழமுடியாது. நான் இந்த இடத்துக்கு வந்ததும்

இது மற்ற இடங்களைவிட அழகிலும் கவர்ச்சியிலும் சற்றும் குறைந்ததில்லை என்று கண்டுகொண்டேன். தனிமையில் திருட்டுத் தனமாகக் குளிப்பதிலும் ஒரு தனி ஆனந்தம் இருக்கத்தான் இருந்தது. கிரிதாரிக்கு நீந்தத் தெரியாது. அதற்கு முதல் பாடமும் இங்குதான் ஆரம்பமாயிற்று. தண்ணீரில் நீந்தும் அனுபவமும், ஆனந்தமும் ஒருவனுக்கு முதன் முதலாக ஏற்படுவதை எதனோ டாவது ஒப்பிட முடியுமானால் முட்டையை உடைத்துக்கொண்டு வெளிவரும் பறவைக் குஞ்சுகளின் ஆனந்தத்துடன் ஒப்பிடலாம். வெய்யில் உக்ரமாகிக்கொண்டு வந்தது. இருந்த போதிலும் கிரிதாரிக்குத் தண்ணீரைவிட்டு வெளியே வர மனமில்லை. இன்னும் அரைமணி நேரம் தண்ணீரில் இருக்க அனுமதிக்கும் படி அவன் என்னிடம் ஆங்கிலத்தில் வேண்டிக் கொண்டான். அதை நான் ஏற்றுக்கொள்ளாவிட்டால் அவன் வங்காளியில் வேண்டிக்கொள்வான். மொழிகளை மாற்றி மாற்றிக்கேட்டால் வேண்டுகோளுக்குப் பலம் அதிகரிக்கும் போல அவனுக்கு எண்ணம். அவனை நான் கோபித்துக் கொள்ள விரும்பவில்லை. நாங்கள் திருப்தி உண்டாகும்வரை ஜலவிஹாரம் செய்தோம்.

யயாதிகூட தன் வாழ்க்கையின் ஆனந்தங்களையெல்லாம் விட்டுவிட நேர்ந்தபோது, நாங்கள் நீந்தும் ஆனந்தத்தை நிறுத்திக் கொள்ள வேண்டியிருந்ததில் என்ன ஆச்சரியம்? களைத்திருந்தாலும் பளுவில்லாத உடலுடன் திரும்பினோம். வழியில் வெகுதூரம் வரை அன்னாசிப் பழத் தோட்டங்கள் இருந்தன. இவ்வளவு பெரிய அன்னாசிப் பழத்தோட்டம் நான் இதுவரை பார்த்த தில்லை. ஆகையால் வயிற்றில் பசி கிண்டிக் கொண்டிருந்த போதிலும், இங்கே அன்னாசிப் பழம் கிடைக்க யாதொரு வழியும் இல்லாதபோதிலும், வெகு நேரம் நாங்கள் அந்தத் தோட்டத்தைப் பார்த்தபடி நின்று கொண்டிருந்தோம்.

(மார்ச், 1927.)

66. சுவர்ணதேசத்தின் அன்னை ஐராவதி

ஈராவதி என்று சொல்லலாமா அல்லது ஐராவதி என்று சொல்லலாமா? நான் நினைக்கிறேன், ஈரா என்ற புல்லின் பெயரால் இந்த ஆற்றின் பெயர் ஈராவதி என்று ஏற்பட்டிருக்கும். இதன் கரையிலுள்ள புஷ்டி தரக்கூடிய புல்லைத் தின்றுவிட்டு மதர்த்திருக்கும் யானையை ஐராவதி என்று கூறியிருப்பார்கள். அல்லது இந்திரனுடைய ஐராவதம் போலவே 'யானை நடை'யில்,

பெரிய உருவத்தில் செல்லும் இந்த ஆற்றைப் பார்த்து ஏதோ ஒரு பௌத்த பிக்ஷுவுக்கு, 'சரி, இதையே நாம் ஐராவதி என்று கூறலாமே' என்று தோன்றியிருக்கும்.

ஆனால் சரித்திரத்தின் கற்பனை அலைகளில் மிதப்பது வெற்று ஆட்களுக்குத்தான் சரி, யாத்திரீகர்களுக்கு இது சரியாகாது.

ஐராவதி இந்துஸ்தானத்தில் இருந்திருந்தால் சம்ஸ்கிருதக் கவிகள் அதைப்பற்றி ஐராவதியளவு விரிவான காவியப் பிரவாகம் ஏற்படுத்தியிருப்பார்கள். பிரம்ம தேசத்துக் கவிகள் தமது இந்த அன்னையைப் பற்றிப் பல காவியங்கள் இயற்றியிருப்பார்களா என்பதுபற்றி நமக்குத் தெரியாது. பிரம்ம தேசத்து (பர்மீய) மொழி நமது தாய்மொழியுமில்லை, சாஸ்திர மொழியுமில்லை, அரசியல் மொழியுமில்லை. தனது அண்டை நாட்டின் மொழியைக் கற்றுக்கொள்ளும் பரந்த மனோபாவம் நம்மிடம் ஏது? பல ஆண்டுகள் வெளி நாட்டில் தங்கினால் நாம் அங்குள்ள மொழியில் பேசலாம். ஆனால் அந்த மொழியின் இலக்கியத்தின் மேன்மையை அறிய நாம் முயற்சி எடுத்துக் கொள்வதில்லை. யாராவதொரு ஆங்கிலேயன் பர்மீய மொழியைக் கற்றுக்கொண்டு பர்மீயக் கவிதையை ஆங்கிலத்தில் மொழிபெயர்த்துக் கொடுத்தால் ஒருக்கால் நாம் அதைப் படிப்போம்.

எந்த நாடும் ஐராவதியைப் போன்றதொரு ஆற்றினால் கர்வம் கொள்ளக்கூடும், அல்லது அதனிடம் நன்றியுடன் இருக்கலாம். பிரம்ம தேசத்தில் ரங்கூனிலிருந்து நேர் வடக்கே மாண்டலே வரை நாங்கள் ரயிலில் யாத்திரை செய்தோம். அங்கிருந்து அருகிலுள்ள அமராபுராவுக்குச் சென்று நாங்கள் முதன் முதலாக ஐராவதியை தரிசித்தோம். அமராபுராவுக் கருகில் மிகப்பெரிய புத்தர் சிலைகள் இருக்கின்றன என்று முன்பே தெரிந்திருந்தால் நாங்கள் பகவான் புத்தரை தரிசிப்பதலிருந்தே இந்த ஐராவதி யாத்திரையைத் தொடங்கியிருப்போம்.

இங்கே நதி மிகவும் அகலமாயிருக்கிறது. நதியின் பிரவாஹம் பலவானான; தைரியம் பொருந்திய யுத்த வீரனுடைய 'யானை நடை' போன்று இருக்கிறது. இவ்விதமான நதியின்மீது படகு அல்லது நீராவிக்கப்பலில் அமர்ந்து பிரயாணம் செய்வது வாழ்க்கையில் ஒரு பெரிய பாக்கியமாகக் கருதப்படவேண்டும்.

அமராபுராவிலிருந்து மாண்டலேக்குத் திரும்பிச்சென்று நாங்கள் நீராவிக்கப்பலில் அமர்ந்தோம். கடலில் யாத்திரை செய்வது வேறு விஷயம், ஆற்றில் யாத்திரை செய்வது வேறு

காகா காலேல்கர்

விஷயம். ஆற்றில் அலைகள் கிடையாது. இருபக்கத்துக் கரைகளும் நம்முடன் ஒத்துழைக்கும். 'ஜீவன்' என்ற பெயர் பூண்ட ஆனால் உயிரைக் கொள்ளை கொள்ளும் ஒரு பெரிய பூதத்தினிடம் அகப்பட்டுக்கொண்டு விட்டோம் என்று நமக்குத் தோன்றாது. ('ஜீவன்' - வாழ்வு. வட மொழியில் 'ஜீவன்' என்ற சொல்லுக்குத் தண்ணீர் என்றும் பொருள் உண்டு.) பூமியின் கோளமானது காற்றில் பழங்காலத்திலிருந்தே புரிந்துவரும் யாத்திரையைப் போலவே, ஆற்றில் யாத்திரை செய்வதும் அமைதியும் மகிழ்ச்சியும் பொருந்தியதாகும். இன்றுகூட, இந்த ஐராவதி யாத்திரையை நினைத்தால், எனக்கு திரௌபதியைப் போன்று கர்வம்கொண்ட நர்மதையின் சாணேத்-கர்னாலிப் பக்கத்து யாத்திரை, ஸீதையைப் போன்ற தாப்தீயில் கடல் சங்கமம்வரை செய்த யாத்திரை, காசித்தல மகிமை பூண்ட பாரதத்துக்கே அன்னை போன்ற கங்கையாற்றில் செய்த யாத்திரை, மதுரா பிருந்தாவனத்திலுள்ள கிருஷ்ணனின் தோழியான யமுனை யாத்திரை, காஷ்மீரத்து நந்தவனத்திலுள்ள பர்வதகுமாரியான விதஸ்தா யாத்திரை, காட்டு வனப்போடு கூடிய கோமந்தகப் பிரதேச யாத்திரை, கேரளப் பிரதேச ஜல யாத்திரை, ஆக எல்லா யாத்திரைகளும் ஒரேயடியாக நினைவுக்கு வருகின்றன. இவைகளில், உள்ளத்திற்கு முற்றிலும் திருப்தி ஏற்படக்கூடிய யாத்திரை விதஸ்தா, ஐராவதி இவ்விரு ஆறுகளில்தான் நிகழ்ந்தன. ஐராவதி ஆறு சிந்து, கங்கை, பிரம்மபுத்திர, நர்மதை ஆகியவற்றை நிகர்த்ததாகும். ஐராவதியின் பரப்பையும் பிரவாகத்தையும் பார்த்தவுடனேயே இது ஏதோ ஒரு பெரிய ராஜ்ஜியத்தின்மீது அரசு செலுத்திவரும் அரசி போலத் தோன்றும். ஆராகானும் பெகுயோமாவும் ஐராவதியை வெகுவாகக் காப்பாற்றுகின்றன. கூடவே, அதன் கவுரவத்தை மதிக்கும் பொருட்டு அவை மரியாதையுடன் விலகியே நிற்கின்றன.

எங்கள் கப்பல் புறப்பட்டது. மாலைநேரம் வந்ததும் கன்றுகள் பசுவை நோக்கி ஓடுவதுபோல, அக்கம்பக்கத்திலுள்ள பரந்த பிரதேசத்திலுள்ள உழைப்பாளி வர்க்கத்து மக்கள் கூட்டம் கூட்டமாக ஐராவதியின் கரையில் கூடுகின்றனர். எங்களுடைய கப்பல் ஒரு நடமாடும் கடைத்தெரு போன்றிருந்தது. ஏதாவது சிறு துறைமுகம் வந்ததும் மக்களுக்கு அறிவிப்பதற்காக அது ஊதத் தொடங்கும். அவ்வளவுதான், எறும்புக்கூட்டம் ஊர்ந்து வருவதுபோல் மக்கள் ஓடோடியும் வரத்தொடங்குவார். உடனே பற்பல விதமான உணவுப்பண்டங்கள், துணிகள், பிரம்புக் கூடைகள், கைவினைப் பண்டங்கள், இன்னும் மற்றப் பண்டங்கள் கப்பலின் மேல்பரப்பில் வைக்கப்படும். கப்பலிலும் சில

வியாபாரிகள் தங்கள் தங்கள் பொருள்களை வைத்துக்கொண்டு தயாராக இருப்பார்கள். பறவைகளின் கூவு ஒலி போன்று வியாபாரத்தின் ஒலி ஆரம்பமாகிவிடும். மொழி ஒருக்கால் தெரிந்திருந்தால் இந்தச் சத்தத்தைக்கேட்டு அலுத்து விடுவோம். ஆனால் இங்கே மக்கள் சண்டைபோட்டுக்கொண்டால் என்ன, அழுது கத்தினாலென்ன, எங்களுக்கு எல்லாம் ஒருமாதிரித்தான். ஏதோ ஒரு பெரிய நாடகம் நடப்பது போலத்தான். வியாபாரம், பண்டமாற்று, முடிவடைந்ததும் கப்பல் புறப்பட்டுவிடும். கன்று ஈனத் தயாராயிருக்கும் எருமை போன்று எங்கள் கப்பல் அசைந்து கொண்டே செல்லத்தொடங்கும். கப்பலிலுள்ள ஒரு கீழ்த்தரமான வெள்ளைக்கார அதிகாரியோடு ஆரம்பத்திலேயே எங்களுக்குச் சச்சரவு ஏற்பட்டுவிட்டபடியால் ஆரம்பத்திலேயே எங்கள் உற்சாகமெல்லாம் குறைந்துவிட்டது. ஆனால் மந்தமான காற்று வீசியதில் இதெல்லாம் மறந்துவிட்டது, நாங்கள் இயற்கையைப் போல் மகிழ்ச்சியடைந்தோம்.

மறுபடி ஒரு துறைமுகம் வந்தது. இங்கு கொஞ்சம் அதிக மாகவே வியாபாரம் நடந்திருக்கும். சிறியதும் பெரியதுமான கணக்கற்ற படகுகள் ஆற்றின் கரையில் மிதந்துகொண்டிருந்தன. கால்நடைகளின் முதுகின்மேல் ஈக்கள் மொய்ப்பதுபோல, கிராமாந்தரக் குழந்தைகள் இந்தப் படகுகளில் குதித்து விளையாடிக் கொண்டிருந்தனர். பர்மா தேசத்து மக்கள் பச்சை குத்திக் கொள்வதில் மிகவும் விருப்பமுள்ளவர்கள். அவர்களுடைய தாழம்பூ நிறத் தோலின்மேல் சிவப்பு, பச்சை நிறங்களில் பச்சை குத்திய டிஸைன்கள் மிகவும் அழகாய் இருக்கும். மஹாராஷ்டிர தேசத்து மக்களுக்கு ஒரு நம்பிக்கை - இந்தப் பிறப்பில் உடம்பில் நகைகள்போல் பச்சை குத்திக்கொண்டால் அடுத்த பிறவியில் நிறையத் தங்க நகைகள் கிடைக்கும்; நெற்றியில் பொட்டுப்போல் பச்சை குத்திக்கொண்டால் பெண்களுக்கு அகண்டமான சௌபாக்கியம் கிடைக்கும். இதே போன்றதோர் நம்பிக்கை இங்கும் மக்களிடையே இருக்கிறதுபோலும். ஏனெனில், இந்நாட்டு கிராம மக்கள் இடுப்பிலிருந்து முழங்கால்வரை பலவிதமான பூவேலைகள், வர்ணங்கள் உள்ள பச்சை குத்திக்கொள்கிறார்கள். ஆதலால் இவர்கள் குளிப்பதற்காகத் தண்ணீரில் இறங்கும் போது உடலில் உடை இல்லாவிட்டால்கூட நிர்வாணமாய் இருப்பது தெரிவதில்லை. கப்பல் அதிகநேரம் தங்கும்போது நாங்கள் இறங்கி, பக்கத்தில் உள்ள கிராமத்திற்குச் சென்று வருவோம். பர்மிய வீடுகள், ஊர்களை நாங்கள் நன்கு பரிச்சயப் படுத்திக் கொண்டுவிட்டோம். அவர்களுடைய மொழியைப் புரிந்துகொள்ள முடியாவிட்டாலும்,

இந்த ஆடம்பரமற்ற கிராமிய மக்களுடைய வாழ்க்கை எங்களுக்கு நன்கு புரியத் தொடங்கிவிட்டது. அரசியல் துறையினர், வியாபாரிகள், இவர்களுடைய விருப்பு வெறுப்புக்களைத் தனியாகப் பிரித்து விட்டால், மதப் பற்றுள்ள அல்லது மதங்களை மதிக்காத மக்களுடைய கற்பனைச் சிருஷ்டிகளை ஒருபுறம் வைத்துவிட்டால், மானிடஜாதி எங்கும் ஒரே மாதிரியானதுதான். உலகம் முழு-வதிலும் எல்லாக் கிராமங்களும் உருவத்திலும் சுவபாவத்திலும் ஒரே மாதிரியாகத்தான் இருக்கும் என்றே நான் கருதுகிறேன்.

நடுநடுவே ஸ்தூபிகளும் கோவில்களும் வந்தன. உயரமான குன்றுகளும், சிகரங்களும் மனிதர்களுக்கு எப்பொழுதுமே பிரியமானவை. அதிலும் நைல்நதி போன்றதான இந்த ஐராவதி நாலா பக்கத்திலும் தனது கிருபையான உபத்திரவத்தை விளைவிக்கும்போது இந்த உயரமான சிகரங்கள்தான் மனிதர் களுக்கு அடைக்கலமாக அமையும். மனிதன் அவற்றிடம் தனக்குள்ள நன்றியறிதலை கோவில்கள் கட்டி வெளிப்படுத்தா விட்டால் வேறு எவ்வாறு வெளிப்படுத்துவது? இயற்கை நமக்கு, பசுமையான இலைகளுக்கு நடுவே மஞ்சளான பழங்கள் நன்கு சோபிக்க முடியும் எனக் கற்றுக்கொடுத்திருக்கிறது. இவற்றை யெல்லாம் கற்றுக்கொண்டு இங்குள்ள மக்கள் மரங்களுக் கிடையில் கோவில்கள் கட்டி அவற்றின் உச்சியில் ஆகாயத்தின் எல்லையற்ற தன்மையைக் குறிக்கும் தங்க விரல்களையும் உயரமாக எழுப்பியிருக்கின்றனர். இயற்கையின் அழகை மனிதன் அதிகப் படுத்த முடியாது என்று கருதுபவர்கள் ஒருமுறை இங்குவந்து இந்த ஸ்தூபிகளைப் பார்க்கவேண்டும்.

நடுப்பகல் வேளை. ஆங்கிலம் தெரிந்த ஒரு பர்மீயக் கல்லூரிக்காரரோடு நாங்கள் பேசிக்கொண்டிருந்தோம். இதற்குள் ஒரு அமைதியான குரல் கேட்டது. “சிந்த்வீன்” ஆறு தனது கப்பத்தை எடுத்துக்கொண்டு ஐராவதியைச் சந்திக்க வந்து கொண்டிருந்தது, இவையிரண்டும் சந்தித்த காட்சி எத்தனை அழகாயிருந்தது! அந்தக் காட்சி சமர்த்த ராமதாஸ சுவாமியும் சத்த துகாரமும் சந்திப்பது போலிருந்தது. அல்லது சதுரங்க விளையாட்டில் ஈடுபட்டிருக்கும் காளிதாஸருக்கு பவபூதீ தனது உத்தர ராம சரிதத்தைச் சொல்லிக் கொண்டிருப்பது போல் தோன்றிற்று.

கற்பனை மூலம் தான் ‘சிந்த்வீன்’ இன் எனக்குத் தெரியாத “ஷான்” பிரதேசங்களில் உலாவிவிட்டு வந்தேன். கையில் வில், அம்பு அல்லது கோடரி எடுத்துக்கொண்டு உலாவும் பல

கவலையற்ற, பயமற்ற காட்டு ஜாதியினரை அங்கு சந்தித்தேன். சிறிதளவு சந்தேகம் ஏற்பட்டாலும் உயிரை மாய்த்துவிடுபவரும், நம்பிக்கை ஏற்பட்டுவிட்டால் தம் உயிரையே கொடுக்கத் தயாராக இருப்பவர்களுமான இந்த இயற்கையன்னையின் குழந்தைகளைத் தரிசித்தது நாகரிகமென்னும் சேற்றைக் கழுவிக் கொள்ளும் மங்கள ஸ்னானம் போல இருந்தது. கப்பலின் மீது உள்ள பறவை எவ்வளவுதான் பறந்தாலும் கடைசியில் கப்பலின் மீதுதான் வந்து உட்காருவது போல, என் கற்பனையும் காட்டில் உலாவிவிட்டு மறுபடியம் கப்பலிலேயே வந்து சேர்ந்தது. ஏனெனில் 'பகோகு' துறைமுகத்தை வந்தடைந்து விட்டோம்.

பகோகுவுக்கருகில் சேறு நிறைந்த ஒரு ஆற்றில் குளித்து விட்டு, பர்மீய வரவேற்பையும் ஏற்றுக்கொண்டு நாங்கள் மறுபடி கப்பலில் வந்து அமர்ந்தோம். பிறகு மண்ணெண்ணைக் கிணறு களைப் பார்ப்பதற்காக **"யேனன்ஜான்வ்"** வரை சென்றோம். இங்கே அமெரிக்கத் தொழிலாளிகளின் ராஜ்ஜியம்தான் நடை பெறுகிறது என்று கூறலாம். அருகில் காட்டுவளமே கிடையாது, மிகமிகக் குறைவு. இங்கே ஒரு பக்கம் இந்த மண்ணெண்ணெய்க் கிணற்று வயல்கள், மறுபக்கம் குன்றின் மேல் உள்ள சிறிய பழைய புத்தர் கோவிலின் க்ஷேத்ரம். இவையிரண்டையும் பார்த்து மனதில் பற்பல விதமான எண்ணங்கள் உண்டாயின. கோவிலின் சிற்பவேலைப்பாட்டில் யானையின் வாயையுடைய ஒரு பறவை செதுக்கப்பட்டிருந்தது. இதேமாதிரி பல சேர்க்கைகள் இங்கு காணப்பட்டன. அருகிலுள்ள ஒரு பௌத்த மடத்தில் சில பௌத்த சன்னியாசிகள் ராகத்தோடு மாலை நேரப் பிரார்த் தனையோ அல்லது அதுபோன்ற வேறு ஏதாவது சடங்கோ செய்துகொண்டிருந்தனர். ஐராவதி யாதொரு பாரபட்சமும் இல்லாமல் மண்ணெண்ணைக் கிணறுகளின் பம்புகளின் சத்தத்தையும் தன் இதயத்தில் தாங்கிக்கொண்டு, **'அனிச்சா ப$_3$த ஸகாரா உப்பாதவ்யயத$_4$ம்மிநோ'** என்ற களைத்துப் போன அல்லது 'சிரந்தன்' பழமையான செய்தியையும் ஏற்றுக்கொள்கிறது.

அமெரிக்காவின் சாமர்த்தியம் மிகவும் இணையற்ற தாயிருந்த போதிலும், அந்த நாடு இன்னும் குழந்தைதானே! அதற்கு வாழ்க்கையின் ரகசியம் இத்தனை சீக்கிரம் எப்படி விளங்கும்? அதற்கு நதியின் கரையில் 3, 4 ஆயிரம் அடி ஆழத்தில் வெட்டி எண்ணெய் எடுப்பதுதானே தெரியும். உலகத்தில் படைக்கப்பட்ட எல்லாப் பொருள்களும் அழிகின்றன. எல்லாமே அழியக்கூடியவை, சாரமற்றவை. சாரம் ஒரே ஒரு விஷயத்தில்

தான் இருக்கிறது - அதாவது இதிலிருந்து தப்பித்துக்கொண்டு மோக்ஷமடைவதில்தான். இந்தத் தத்துவத்தை எந்த அமெரிக்க நாட்டினன் ஏற்றுக் கொள்வான்? ஆனால் ஐராவதி புதிய உற்சாகத்தினால் ஒரு பொழுதும் ஞானம் பெறவும் மறுக்காது, அதிக ஞானத்தின் பாரத்தினால் உற்சாகத்தை இழக்கவும் இழக்காது. அதன் பணி ஒன்றே ஒன்று தான் - பெருங்கடலில் கலந்து விட வேண்டும். இந்தக் கலத்தலினால் கிட்டும் ஆனந்தத்தையே எப்பொழுதும் அழியாமல் காப்பாற்றி வைத்துக்கொள்ள வேண்டும்.

'யேனன்ஜான்வ்' இலிருந்து நாங்கள் 'ப்ரோம்' வரை சென்றோம். பிறகு அங்கே ஐராவதியிடம் விடை பெற்றுக் கொண்டோம். இங்கிருந்து மேலே சென்று இந்த மஹாநதி பல முகத்துவாரங்கள் வழியாகக் கடலில் விழுகிறது. ஐராவதி உண்மையாகவே சுவர்ணபூமியின் அன்னைதான்.

(*மார்ச், 1927*)

67. கடல் நடுவில்

(ஆப்பிரிக்கா செல்லுகையில்)

பம்பாயிலிருந்து மார்மகோவா வரை இந்தியாவின் மேற்குக் கரை தெரிகிறது. தாயார் கண்ணிலிருந்து மறையும்வரை குழந்தைக்கு, தான் தாயாரோடு கூட இருப்பதாகவே நம்பிக்கை ஏற்படும். அதே போன்று இந்தியாவின் கரை தெரியும் வரை எங்களுக்கு இந்தியாவை விட்டு வந்ததாகத் தோன்றவேயில்லை. மார்ம கோவாவை விட்டு எங்கள் கப்பல் 'கம்பாலா' தன் நாட்டுக் கரைக்கு நேர் கோணமாக நேராகப் பரந்த கடலில் பிரவேசித்தது. சிறிது நேரத்திலேயே இந்தியாவின் கரை கண்ணைவிட்டு விலகியது ; நாலா பக்கமும் எங்கும் தண்ணீர்தான் காணப்பட்டது. இரவு வந்தது. ஆகாயத்தின் ஜனத்தொகை ஆனால் பூமத்திய ரேகையை நெருங்க நெருங்க, காற்று, மேகம் இவற்றின் குழப்பம் அதிகமாயிற்று. பருவம் நன்றாய் இருந்ததால் கடல் அமைதி யாயிருந்தது. அலைகள் சற்றுச் சிரித்துவிட்டு அமர்ந்துதுவிடும். சில அலைகள் சிறு தும்மலைப் போல எழும் நிலையிலேயே அமர்ந்துவிடும். கடலின் நிறம் சில சமயம் ஆகாயக் கருமையாக இருக்கும், சில சமயம் நல்ல கருப்பாகிவிடும். கப்பல் தண்ணீரைக் கிழித்துக் கொண்டு முன்னேறும்போது, அதன் இருபக்கங்களிலும்

உண்டாகும் வெள்ளை நுரையினால் பலவிதமான 'மார்பிள் பேப்பர்' டிஸைன்கள் உண்டாகும். ஆரம்பத்தில் கடலின் முகத்தில் தோலின்மேல் ஏற்படும் சுருக்கங்கள் போன்ற சுருக்கங்கள் காணப்பட்டன. சில சமயம் இந்தச் சுருக்கங்கள் மறைந்து, தண்ணீர் ஓர் மின்னும் பாத்திரம் போல அழகாகக் காணப்படும். கப்பல் மெதுவாக அசைந்து கொண்டே சென்றது. கப்பல்கள் சிறியவையாயிருந்தால் அதிகமாக அசையும். பெரியகப்பல்கள் தங்கள் அழுத்தமான நடையை எளிதில் கைவிடுவதில்லை. எதிரில் அலைகள் வரும்போது அசைவதோடு கூட, குதிரைச் சவாரி செய்பவன் மாதிரி முன்னும் பின்னுமாக அசையும். இதை ஆங்கிலத்தில் 'பிச்சிங்' எனக் கூறுவர். இந்தப் பிச்சிங் வெகு நேரம் நீடித்தால் மனிதனுக்கு ஒத்துவராது. ஆனால் அதைத் தடுப்பது எப்படி? ஊஞ்சலில் ஆடினால் அலுத்துப் போனவுடன் ஊஞ்சலை நிறுத்தி விட்டுக் கீழே இறங்கலாம். ஆனால் இங்கேயோ ஒருமுறை கப்பலில் உட்கார்ந்துவிட்டால் எட்டு நாட்கள் வரை அதில் இருந்தபடியே அதன் அசைவுகளையெல்லாம் அனுபவிப்பதைத் தவிர வேறு வழி இல்லை. சில சமயங்களில் மனதில் சந்தேகம் தோன்றுகிறது -இருவித நடைகளும் கலப்பதினால் சுழல் ஏற்பட்டுவிடுமோ என்று. மனதில் உடனே பயமும் புகுந்து விடுகிறது - சுழலைப்பற்றிச் சந்தேகம் எழுந்ததால் சுழல் வந்தே தீருமோ என்று. உணவு உட்கொள்ளும்போது உணவைருசித்துச் சாப்பிட்டாலும் கூட மனதில் சந்தேகம் தோன்றுகிறது. சாப்பிட்ட தெல்லாம் வயிற்றில் தங்குமா என்று. இந்தச் சந்தேகத்தைத் தீர்ப்பது எளிதல்ல. எது எப்படியானாலென்ன, நாங்கள் எட்டு நாட்கள் பொழுதை ஆனந்தமாகக் கழித்தோம். கடைசி நான்கு நாட்கள் மிகவும் கஷ்டமாயிருக்கும் என்று எங்களை மக்கள் பயமுறுத்தி விட்டனர். ஆனால் அப்படி ஒன்றும் நேரவில்லை. ஆம், பூமத்தியரேகையைக் கடந்த தினத்தன்று மட்டும் காற்று சற்று பலமாக வீசிற்று. ஆனாலும் அதனால் நாங்கள் வருத்தமடைய வில்லை.

நாலாபக்கமும் எங்கும் தண்ணீரே சூழ்ந்திருக்கும்போது, சிறிது நேரத்துக்கு ஆனந்தமாயிருக்கிறது. பிறகு, சூழ்நிலை முழுவதும் கம்பீரமாகிவிடுகிறது. இந்தக் கம்பீர நிலைமை குறையும்போது கண்களுக்குச் சற்றுச் சிரமம் ஏற்படுகிறது. எங்களுடைய பார்வை முழுவதும் ஒரு கப்பலுக்குள்ளேயே அடங்கியிருப்பது போலத் தோன்றும். பரந்த கடலுக்கு முன்னால் அது எத்தனை சிறியது, எத்தனை சாதாரணமானது! அது கடலின் தயவினால் வாழும் வஸ்து. அதைத்தவிர எங்கும் தண்ணீர் தான்.

இவ்வளவு அதிகமான தண்ணீர் எதற்கு? இதன் உத்தேசம் என்ன? தரையின் மேல் இருக்கும்போது மிகமிகப் பெரிய விசாலமான பரப்பைப் பார்க்காவிட்டாலும், மனதில் ஒரு பொழுதும் இவ்வளவு பெரிய பூமிப் பரப்பு ஏன் படைக்கப் பட்டிருக்கிறது என்ற எண்ணம் மனதில் தோன்றுவதில்லை. ஆனால் கடலில் செல்லும்போது தண்ணீரைப் பார்த்து இந்த மாதிரியான எண்ணம் மனதில் கட்டாயம் எழுகிறது. தரையைப் பார்த்துப் பழகிய கண்களுக்கு அகண்ட விஸ்தாரமான நீர்ப் பரப்பைப் பார்த்து அலுத்து விடுகிறது. கடைசியில், அவை அடிவானத்தில் பரவியிருக்கும் மேகங்களைப் பார்த்து அமைதி யடைகின்றன. ஆனால் இந்த மேகங்கள் பெரும்பாலும் குறிப்பிட்ட உருவம் இல்லாமல் அர்த்தமற்றவையாக இருக்கின்றன.

இரவு நேரத்தில், அதிலும் அதிகாலையில் தாரகைகளைப் பார்ப்பதில் மிகவும் ஆனந்தமாயிருந்தது. ஆனால் முழு ஆகாயத்தை யும் பார்க்கவிடமாட்டோம் என்று கூறிக்கொண்டு மேகங்கள் குழந்தைகள் போல் ஆகாயத்தின் முகத்திற்கெதிரே கைகளை வீசிக்கொண்டிருந்தன. அவற்றின் கிருபையால் இப்பொழுது ஆகாயம் எவ்வளவு தெரிந்ததோ அதை மட்டும் பார்ப்பதில் ஈடுபட்டோம். வியாழக்கிழமை காலை நேரம். கப்பல் நேராகப் போய்க்கொண்டிருந்தது. அதன் முக்கியமான கம்பத்துக்கு நேர் பின்னால் 'சர்மிஷ்டை' காணப்பட்டாள். கீழே இறங்கிக்கொண் டிருக்கும் துருவனுக்குப் பக்கத்தில் தேவயானி உதயமாகிக் கொண்டிருந்தது. ஐந்து மணி சுமாருக்கு முப்பக்கமுள்ள சிரவண நக்ஷத்ரம் தலைக்கு நேரே தொங்குவது தெரிந்தது. ஹம்ஸம், அபிஜித், பாரிஜாதம் இவை மூன்றும் சேர்ந்து ஒரு அழகான விதானம் விரித்திருந்தன. இடதுபக்கம் குரு, சந்திரன், சுக்கிரன் ஒரே வரிசையில் வந்துவிட்டன. சந்திரனின் நிலவு மிகவும் மந்தமாக மோர்கரைத்ததுபோல் இருந்தது. எதிரில் இடதுபக்கம் விருச்சிகராசி தனது அனுராதா (அனுஷம்), கேட்டை, மூலம் இவற்றுடன் தொங்கிக் கொண்டிருந்தது. வலப்பக்கத்தில் சுவாதி அஸ்தமாகிக் கொண்டிருந்தது. பாவம் மீனராசி கிட்டத்தட்ட அடிவானத்தோடு சேர்ந்துவிட்டது.

மறுநாள் சந்திரன் சற்று துருவன் பக்கம் சாய்ந்தது. சப்தரிஷியைத் தரிசித்துவிட்டு நாங்கள் தூங்கச் செல்ல ஆயத்தம் பண்ணிக்கொண்டிருந்தோம். அந்த நேரத்தில் புனர்வசுவின் படகும் எங்களோடு கூடவே தெற்குப் பக்கத்தில் யாத்திரை புறப்பட்டுவிட்டதைக் கண்டு மகிழ்ச்சியுண்டாயிற்று. புனர்வசுவின்

படகில் உட்காரவேண்டும் என்று சித்திரை கொண்டுள்ள ஆசை இதுவரை பூர்த்தியாகாமலே இருக்கிறது. ஒருக்கால் மக நக்ஷத்திரத்தின் பொறாமைதான் இதில் தடங்கல் விளைவிக்கிறது போலும் ! சனிக்கிழமையன்று சந்திரனும், சுக்கிரனும் சேர்ந்துள்ள காட்சி மிக அழகாயிருந்தது. கடைசி நேரத்தில் இந்த இரண்டும் சிறிது நீல நிறம் பூண்டன. கன்யா ராசியின் அகலமாக பாதை இங்கு நன்றாக உயரத்தில் ஏறியிருப்பது காணப்பட்டது. துருவன் நேற்றிலிருந்து மறைந்துவிட்டது.

அதிகாலையில் உஷா வரவேற்புக்கூறுவதற்காகப் புன்சிரிப்புச் செய்யும்போது, அடிவானம் முழுவதிலும் வெள்ளி போன்ற தொரு பளபளப்பான கரை உண்டாகிறது. இதற்குப் பிறகு கடல் மகிழ்ச்சியோடு சிரிக்கத் தொடங்குகிறது, உஷா வெளிப்படுவதற்கு வேண்டிய அழகான சூழ்நிலையை ஏற்படுத்துகிறது.

சனிக்கிழமையன்று எதிர்ப்பக்கமாக வரும் ஒரு கப்பல் தென்பட்டது. தனது விளக்கை ஒளி பெறப் பிரகாசிக்கச் செய்து அது எங்கள் கப்பலுக்கு வணக்கம் தெரிவித்தது. எங்கள் கப்பலும் பதிலுக்கு வணக்கம் தெரிவித்திருக்கும். இரு கப்பல்களும் மிகவும் சமீபத்தில் வந்துவிட்டால் 'ஹார்ன்' ஊதுகின்றன. ஆனால் ஒலி கேட்கமுடியாத தூரத்தில் இருந்தால் வெளிச்சத்தின் மூலம் பேசிக்கொள்ளவேண்டியிருக்கிறது. முழு நான்கு நாட்கள் தனிமையாக இருந்த பிறகு, எங்கள் கப்பலைப் போலவே மற்றொரு கப்பல் தண்ணீரில் மிதந்து வருவதைக் கண்டு மகிழ்ச்சி உண்டாயிற்று. எங்கள் கப்பலிலுள்ளவர்கள் ஆப்பிரிக்காவைப் பற்றிக் கனவுகள் கண்டு கொண்டிருந்தனர், எதிரில் வரும் கப்பலில் உள்ளவர்களோ இந்தியாவைப் பற்றிக் கனவு கொண்-டிருந்தனர்.

கப்பலிலுள்ள யாத்ரீகர்களை மூன்று ஜாதியினராகப் பிரிக்கலாம். முதல் பிரிவினர் கவுரவம் மிக்க ஜாதியினராகத் தங்களை பாவித்துக்கொண்டு தீண்டாமையை அனுபவிப்பவர்கள். அவர்களுக்கு அதிகமான வசதிகள் கிடைக்கின்றன என்பது ஒருபுறம் இருக்கட்டும்; அவர்களுடைய பெருமை எல்லாம் அவர்களுடைய பிரதேசத்தில் வேறு யாரும் நுழையக்கூடாது என்பதுதான். மேல் தளத்தில் பெரும் பகுதி அவர்கள் இளைப் பாறவும் விளையாடவும் ஒதுக்கிவைக்கப்படுகிறது. இரண்டாவது பிரிவு யாத்திரீகர்களுக்கும் நிரம்ப வசதிகள் கிடைக்கின்றன. ஆனால் மூன்றாவது பிரிவினர் மனிதவர்க்கத்தினராகவே கருதப்படாதவர்கள். அவர்களுடைய கூட்டம் ஆட்டு மந்தை மாதிரி எங்குவேண்டுமானாலும் திணிக்கப்படும். சேர்ந்தாற் போல்

காகா காலேல்கர் 353

எட்டு நாட்கள்வரை மிருகங்கள் போல வாழ்க்கை அனுபவிப்பது என்பது சாதாரணமான துன்பம் இல்லை.

இப்பொழுது மூன்றாவது, இரண்டாவது ஆகிய இரண்டு வகுப்புக்களுக்கும் நடுவே 'இடைப்பட்ட வகுப்பு' என்ற ஒரு வகுப்பு ஏற்படுத்தப்பட்டிருக்கிறது. அது விலங்கு, மனிதன் இரண்டிற்கும் நடுவிலுள்ள வானர வர்க்கம் என்று கூறப்படலாம். அதில் கூட்டம் அதிகமாக இருந்த போதிலும் பிரயாணிகள் மனிதர்களைப்போலத் தூங்கமுடியும் என்பது ஒரு வசதி.

நாங்கள் கப்பலில் இருக்கிறோம் என்ற தகவல் தெரிந்து பலர் எங்களைக்கண்டு பேசவந்தனர். காலையிலும் மாலையிலும் நாங்கள் பிரார்த்தனை நடத்துகிறோம் என்ற தகவல் தெரிந்து, பல மாலுமிகள் எங்களை கீழ்தளத்தில் வந்து பிரார்த்தனை நடத்தச் சொல்லி அழைத்தனர். அநேகமாக எல்லா மாலுமிகளும் சூரத் ஜில்லாவைச் சேர்ந்தவர்கள். பஜனையை நன்கு ரசிப்பவர்கள். அவர்களுக்கு பஜனைப்பாட்டுக்கள் நிறையத் தெரியும்,தாளத்தோடு பாடக்கூடியவர்கள். அவர்களுடைய பஜனை மண்டலி கூடும் போது, அவர்கள் நாள் முழுவதும் ஏற்படும் களைப்பையும், வாழ்க்கையின் எல்லாக் கவலைகளையும் மறந்துவிடுவார்கள். நீலநிற உடை அணிந்து கொண்டு பகல் முழுவதும் இயந்திரம் போன்று வேலை செய்பவர்கள் இவர்கள்தான் என்று தெரிந்திருந்தும் நம்பமுடிவதில்லை. அவர்களுடைய கூட்டத்தில் நான் பல பிரசங்கங்கள் செய்தேன். அவர்களுடைய வாழ்க்கை ஒருவிதமான அரிய சாதனை என்பதை நான் அவர்களுக்கு அறிவுறுத்த முயன்றேன். 'கரையின் மேல்தான் சுவர் எழுப்ப முடியும், கடலின் மேல் சுவர் எழுப்பமுடியாது. ஆதலால் மாலுமிகளுடைய கூட்டத்தில் ஜாதி மதம் என்ற சுவர்கள் இருக்கக்கூடாது' என்று நான் அவர்களுக்குக் கூறினேன். அவர்கள் கடல்போல விசாலமான மனதுடையவர்களாயிருத்தல் வேண்டும் என்றும் எடுத்துரைத்தேன்.

நாங்கள் இவ்வாறு பஜனையில் ஈடுபட்டிருக்கும்போது, ஒருநாள் இரவு, கப்பலிலுள்ள கோவா மக்கள் ஆண் பெண்கள் கலந்த ஒரு நடனத்திற்கு ஏற்பாடு செய்தனர். இதற்காக அவர்கள் சந்தா வசூலித்ததில் நாங்களும் எங்கள் பங்கைச் செலுத்தினோம். ஆதலால் நாங்களும் அங்கு சென்று பார்க்க உரிமையுள்ளவர் களானோம்.

கோவாவிலுள்ள கிறிஸ்தவர்களில் யூரேஷியாவைச் சேர்ந்தவர்கள் மிகச் சொற்பமே. மதத்தினால் கிரிஸ்தவர் களாகவும்,

ஆனால் ஹிந்துஸ்தானத்து ரத்தம் உள்ளவர்களுமான மக்கள் கையாண்டுவரும் மேல் நாட்டுப் பழக்கவழக்கங்கள் பார்த்து ரசிக்கத் தகுந்தவை! சிலர் ஜோடி நடனக் கலையின் அடக்கமான ஆனந்தத்தை அனுபவித்து வந்தனர்; சிலர் மிக கம்பீரமாக, பற்றற்ற, முற்றிலும் இயந்திரம் போன்ற உணர்ச்சியுடன் நடனம் செய்து வந்தனர். அவர்கள் ஏதோ ஒரு சமூக வழக்கத்தை நிறைவேற்றிவருபவர்கள் போலக் காணப்பட்டனர். ஆனால் வேறு சிலர் ஜோடி நடனத்தில் நியமங்களுக்கு உட்பட்ட அளவுக்கு அதில் உச்சவரம்பு வரை ஒருவரோடொருவர் கலந்து நடனம் புரிந்தனர். ஒருசில ஜோடிகளில் உயரமும் வயதும் மிகமிக ஏற்றத் தாழ்வாயிருந்ததால், அதைப் பார்த்ததும் இத்தனை கேலிக் கூத்துக்கு இவர்கள் எவ்வாறு மனமுவந்து ஈடுபட்டனர் என்று யோசிக்கத் தோன்றுகிறது. ஒடுக்கமான இடத்தில் இத்தனை மக்களுடைய நடனமும் ஒருவாறாக நிறைவேறியது. கடைசிவரை விழித்துக் கொண்டிருக்க இச்சையில்லாததால் பதினோரு மணிக்கு முன்பே நாங்கள் தூங்கச் சென்றுவிட்டோம்.

எங்களுடைய கப்பல் மேற்கு நோக்கி, அதாவது பூமியின் கதிக்கு எதிர்த்திசையில் சென்று கொண்டிருந்தது. ஆகையால் ஒவ்வொரு நாளும் நாங்கள் கடிகாரத்தின் முட்களைத் திருப்ப வேண்டியிருந்தது. கப்பலிலிருந்து எங்களுக்கு அறிவிப்புக் கிடைக்கும்- "நள்ளிரவில் அரை மணி நேரம் குறைத்துக் கொள்ளுங்கள், அல்லது ஒரு மணி நேரம் குறைத்துக் கொள்ளுங் கள்." இயற்கையின் நியமத்தைப் புரிந்து கொண்டு நாங்கள் இந்த அளவு நஷ்டத்துக்குத் தயாரானோம். ஆப்பிரிக்காவுக்குப்போய்ச் சேருவதற்குள் நாங்கள் இவ்விதமாக இரண்டரை மணி நேரத்தை இழந்துவிட்டோம். (பெல்ஜியன் காங்கோவுக்குப் போவதற்குள் மேலும் ஒரு மணி இழக்க வேண்டியதாயிற்று.)

பூகோளத்தின் தத்துவங்களை அறியாதவர்களுக்காக இந்தத் தகவலைத் தெரிவிக்கவேண்டியது அவசியமாகிறது- அதாவது, ரேகாம்சத்தின் ஒவ்வொரு பதினைந்து டிகிரியிலும் ஒவ்வொரு மணி கூட்டிக் கொள்ள அல்லது குறைத்துக்கொள்ள வேண்டியிருக்கிறது. பசிபிக் சமுத்திரத்தில் கப்பல் ஆசியாவுக்குப் அமெரிக்காவுக்கும் நடுவில் 180 ரேகாம்சத்தில் இருக்கும்போது, அவை போகும்போதோ அல்லது வரும்போதோ முழு ஒரு நாளைக் கூட்டிக்கொள்ளவோ, குறைத்துக்கொள்ளவோ வேண்டி யிருக்கிறது. இந்த ரேகாம்சத்தை ஆங்கிலத்தில் 'டெட்லைன்' என்று கூறுகிறார்கள். நம் நாட்டில் 'அதிக மாதம்' ஏற்படுவது போல்

'டெட்லைனில்' போகும்போது ஒரு அதிக நாள் ஏற்படுகிறது. திரும்பிவரும்போது ஒருநாள் குறைகிறது.

எட்டு நாட்களாக ஒரு பத்திரிகையும் படிக்கக் கிடைக்கவில்லை. தபால் கிடையாது, சந்திப்பவர்கள் கிடையாது, யாதொரு நகரமோ, கிராமமோ பார்க்க முடியவில்லை. ஒரு மலை அல்லது தீவுகூட காணக் கிடைக்கவில்லை. இந்நிலையில் மணிகளும், நாட்களும் பேசாமல் நமக்குத் தெரியாமல் கழிந்து விடும்போது, கிழமைகள், தேதி ஒன்றுமே நினைவில் இருப்பதில்லை. எங்களுடைய கப்பலின் உயரத்தைக் கணக்கிட்டு நான் எங்களை எந்த அளவுக்குக் கடல் சூழ்ந்திருக்கிறது என்று அறிய முயன்றேன். அப்பொழுது கப்பல் அதிகாரிகள் மூலம் தெரியவந்தது-250 சதுர மைல் கடல் பரப்பு எங்கள் கண்முன் பரவிக்கிடந்தது.

எப்படிப்பட்ட பெரிய அமைதி! அசைந்து ஆடி, பிரவாகித்துக் கொண்டிருந்த நிலையிலேயே ஸ்திரமான அமைதியும் ஆகாயத்தின் ஆசீர்வாதத்துக்குக்கீழே பொங்கிக்கொண்டிருந்தது- Swelling and rolling peace - abiding and abounding! எப்படியோ தெரியவில்லை. இந்த அமைதியை அனுபவித்தவுடன் என்னிடம் மனிதவர்க்கத்திடம் அன்பு பெருகிக்கொண்டிருந்தது; மனித சமூகம் முழுவதிற்கும் 'மங்களமுண்டாகட்டும்!' என்று ஆசீர்வாதம் கூறிக்கொண்டிருந்தேன். மானிட ஜாதியின் சரித்திரம் இன்றும்கூட மொத்தத்தில் அழகானதாக அமைந்தபாடில்லை. இந்தக் கடலே எத்தனை அநியாயத்தையும் அக்கிரமத்தையும் கண்டிருக்கும்! எத்தனை அடிமைகளின் பெருமூச்சுக்கள் இங்குள்ள காற்றில் கலந்திருக்கும்! எத்தனையோ வேண்டுகோள்கள் சூரியன், சந்திரன் அல்லது நட்சத்திரங்கள் வரை சென்றும்கூட பயனற்றுப்போயிருக்கும்! இவ்வளவு நடந்திருந்தும்கூட மனித இரத்தத்தினால் கடலில் செந்நிறம் வரவில்லை. துன்பப்பட்டவர்களுடைய பெருமூச்சினால் இங்குள்ள காற்று களங்கமடையவில்லை, அல்லது மக்களுடைய ஏமாற்றத்தினால் ஆகாயத்தின் ஜோதிகள் ஒளியிழக்கவில்லை யென்றால், மனித வர்க்கத்தின் சிறிதளவு சரித்திரத்தைப் படித்து விட்டு மனித வர்க்கத்தின்பால் நான் கொண்டுள்ள எனது அன்பு ஏன் குறுகியதாக மாறவேண்டும்? எனது கணக்கற்ற குற்றங் குறைகளை மறந்துவிட்டு நான் என்மேலேயே அன்புகொள்ள முடியுமானால், என்னைப்பற்றி நான் பலவிதமான நம்பிக்கைகள் கொள்ள முடியுமானால், என்னுடைய பிரதிபிம்பமேயான மனிதவர்க்கத்திற்கு எனது அன்பு ஏன் குறைவாகக் கிடைக்க வேண்டும்?

இவ்விதமான எண்ணங்களுடன் கூடவே ஆப்பிரிக்காவின் பூமியின்மீதுள்ள மூன்று கண்ட வாசிகளின் கூட்டு வாழ்க்கையைக் காண்பதற்காக, மொம்பாசாவுக்குப் போய்ச்சேர்ந்தேன். இந்த எட்டு நாட்களில் நிறைய எழுதிப்படிக்க வேண்டும் என்று நான் திட்டமிட்டிருந்தது ஒன்றும் நடைபெறவில்லை. ஆனால் இந்த எட்டு நாட்களும் வாழ்க்கையைப் பற்றிச் சிந்தித்தல், வாழ்க்கையின் தரிசனம்பற்றி யோசித்தல் ஆகியவற்றுடன் கழிந்தன.

(நவம்பர், 1950.)

68. ரேகை தாண்டல்

பூமத்தியரேகை***(Equator)** பூமியின் இடுப்பின் மேகலை. இலங்கைக்குத் தெற்கே போயிருந்தபோது இத்தனை தூரம் வந்தும் பூமத்திய ரேகை வரை செல்ல முடியவில்லையே என்று மனதில் பெரிய ஆதங்கம் இருந்தது.இலங்கைக்குத்தெற்கேகால்,தேவேந்திரா, மாதாரா வரை சென்றோம். அப்படியும், தெற்கே ஆறு டிகிரிக்கு மேல் செல்ல முடியவில்லை. கன்னியாகுமரிக்குச் சென்றபோது அதிகப்படியாக எட்டு டிகிரிவரைதான் செல்லமுடிந்தது. அதற்கு மேல் போகமுடியவில்லை. சி.சதீஷ் சிங்கப்பூரிலிருந்தபோது ஒருமுறை அங்கு செல்ல ஆசைப்பட்டேன்- அவனைப் பார்ப்பதற் காக அல்ல, ஆனால் பூமத்தியரேகையைத் தாண்ட முடியும் என்ற ஆசையினால்தான். ஆனால் வரைபடத்தைப் பார்த்தபோது சிங்கப்பூரும் பூமத்தியரேகைக்கு இப்பக்கமே இருக்கிறது என்று தெரிந்தவுடன் அந்த உற்சாகமே போய்விட்டது.

ஆனால் இந்த பூமத்தியரேகையில் அப்படி என்ன இருக்கிறது? தரையிலோ அல்லது தண்ணீரின் மீதோ வெள்ளை, கருப்பு, அல்லது மஞ்சள்கோடு ஒன்றும் தீட்டப்பட்டிருப்பதில்லை இருந்தபோதிலும் பூமத்தியரேகைப் பிரதேசம் காவியமயமானது என்பதில் யாதொரு ஐயமுமில்லை.

அந்தப் பிரதேசத்தைப் பற்றி நினைக்கும்போது எனக்கு சாந்தா துர்க்கா, அர்த்தநாரி நடேசர் இவர்களுடைய நினைவு வருகிறது. சாந்தா துர்க்கை ஒருபக்கம் மங்களகரமான சாந்தாவாகவும் மறுபுறம் பயங்கரியான துர்க்கையாகவும் இருக்கிறாள். மஹா தேவனும் இம்மாதிரித் தான். அவருடைய வலதுமுகம் அழகாக, மங்களகரமாக இருக்கிறது, இடதுமுகம் உக்கிரமான ருத்ரமான முகம். அர்த்தநாரி நடேசர் ஒரு பாதியில் பெண்ரூபமாகவும் மற்றொரு பாதியில் ஆண்ரூபமாகவும்

இருக்கிறார். ஒருமைப்பாட்டு வாதிகளான நமது முன்னோர்கள் ஹரிஹரேசுவரரை இதே கற்பனையோடுதான் கண்டிருக்கின்றனர். சிவன், விஷ்ணு இருவரும் சேர்ந்ததுதான் ஹரிஹரேசுவரர்.

பூமத்தியரேகையில் இதுபோன்ற ஒன்றுக்கொன்று விரோத மான ருதுக்களின் சேர்க்கை அமைந்திருக்கிறது. வடகோளார்த்தத் தில் கோடைகாலம் இருக்கும்போது தென் கோளார்த்தத்தில் குளிர் காலம் இருக்கும். ஒன்றில் வசந்தகாலமா யிருக்கும்போது மற்றொன்றில் சரத் ருதுவாயிருக்கும் பூமத்தியரேகை கோடை, குளிர் இருபிரதேசங்களும் கைகுலுக்கும் ஒரு பிரதேசம். வயதுவந்த சரத் ருதுவும் பால வசந்த ருதுவுக்கு விளையாட்டுக் காட்டமுடியும்.

இப்படிப்பட்டதோர் இடத்தில் எல்லையற்ற அமைதிதான் இருக்குமானால் அங்கு வாழ்க்கை முற்றும் 'சப்' பென்றிருக்கும். விளையாட்டே பிரதானமான இயற்கையால் இதை இவ்வாறு சகித்துக்கொள்ள முடியும்? கங்கை, யமுனையின் வெண்மையும் கருமையுமான நீரின் சங்கமம் எப்பொழுதும் தாண்டவம் புரிந்துகொண்டிருக்கலாம். ஆனால் தெற்கு வடக்கின் சங்கமம் மட்டும் நடம்புரியாமல் இருப்பது எவ்வாறு சரியாகும்?

இன்று பூமத்திரேகையில் வந்து சேர்ந்திருக்கிறோம். காற்று இடைவிடாமல் நடம் புரிந்துகொண்டிருக்கிறது. சலனம் என்பது எங்காவது நிலைபெற்றிருக்குமானல், அது இங்குதான். இங்குள்ள இயற்கை நிலைமை ஒரு கையினால் கோடையின் முதுகில் தட்டிக் கொடுக்கிறது, மற்றொரு கையினால் குளிரின் முதுகைத் தடவிக்கொடுக்கிறது.

பூமத்தியரேகை, அதாவது தராசில் நிறுக்கப்பட்ட பாரபட்ச மற்ற நியாயம். வடதுருவம் காணப்படும், தென்துருவம் காணப் படாது என்பது இங்கே கிடையாது. இங்கே ஆகாயத்தில் மிருகசீரிஷ நட்சத்திரத்தின் வயிற்றில் நுழையும் பாணம் இங்கோ, அங்கோ தாழவோ சரியவோ முடியாது. நேராக கிழக்கில் உதயமாகி வான உச்சியைத் தொட்டுக்கொண்டு அது மேற்கில் மறையும். இந்த ஒரு பிரதேசம்தான் வான உச்சி 'விஷுவத் ரேகை'யின் மீது அமரக்கூடியதான உன்னதமான இடம். பூமியின்மீது பூமத்தியரேகை இருப்பது போல் ஆகாயத்தில் விசுவவளையம் (Celestial equator). அங்கே எங்களுக்கு வர்ணங்கள் நிறம்பிய வணக்கம்கூற, ஒரு வானவில் தெற்குப் பக்கத்தில் உதயமாகியிருந்தது. இப்பொழுது திருப்தியடைந்தோம். ஆனால் தெற்குக் கோளார்த்தத்தில் என்னென்ன பார்க்க, அறிந்து

கொள்ளக் கிடைக்கும், என்னென்ன அனுபவங்கள் ஏற்படும் என்ற ஆவல் எழத் தொடங்கியிருக்கிறது. பூமத்திரேகையைத் தாண்டமுடிந்த பாக்கியம் என்றென்றும் நினைவிலிருக்கும்.

(மே, 1950.)

69. நீலோத்ரி

(1)

ஆப்பிரிக்காதேச யாத்திரை செய்தபிறகு மற்றொரு எண்ணம் வடகிழக்கு ஆப்பிரிக்காவின் அன்னைபோன்ற, வடக்கு நோக்கிப் பாயும் நைல் நதியின் உற்பத்தி ஸ்தானமாகிய ‘நீலோத்ரி’ யைக் காண்பதாகும். கங்கோத்ரி, யமுனோத்ரி, ஆகிய இடங்களுக்கு யாத்திரை சென்றுவிட்டு வந்தபிறகு நீலோத்ரிக்கும் சென்று விட்டு வரவேண்டும் என்று தோன்றிற்று. அந்த நாள் இப் பொழுது நெருங்கிக்கொண்டிருந்தது. ஜூலை முதல் தேதியன்றே நாங்கள் ‘கம்பாலா’ வை விட்டு ‘ஜிஞ்ஜா’ வுக்குப் புறப்பட்டோம். சில அவசரமான சொந்த வேலைகளின் நிமித்தம் அப்பாசாஹப் இன்று நைரோபிக்குத் திரும்பிச் சென்றுவிட்டார். நாங்கள் மோட்டாரில் யாத்திரையைத் தொடங்கினோம்.

கம்பாலாவிலிருந்து ஜிஞ்ஜாவரை பாதை மிக அழகாயிருக்கிறது. பல அகலமான சிறுசிறு குன்றுகளை ஏறிக்கடந்து எங்கள் கார் நீலோத்ரி வரையிலான 52 மைல் தூரப்பாதையைக் கடந்து கொண்டு எங்கள் ஆவலை அதிகரிக்கச் செய்துகொண்டிருந்தது. ஜிஞ்ஜாவரை போய்ச் சேருவதற்கு முன்பே எங்களுடைய சங்கற்பம் நிறைவேறியது, நீலோத்ரியின் தரிசனம் கிடைத்தது. வலதுபக்கம் விக்டோரியா அல்லது அமர்ஸர் ஏரி வெகுதூரம் வரை பரந்திருந்தது. அதிலிருந்து சரளமாக துள்ளிக் குதித்து நைல் நதி உற்பத்தியாகிறது. நாங்கள் நதியின் பாலத்தின் மேல் போய்ச்சேர்ந்தோம். மோட்டாரிலிருந்து இறங்கி வலதுபக்கம் திரும்பி ரிப்பன் ஃபால்ஸ் என்ற மிகப் புகழ்பெற்ற ஒரு சிறு அருவியில் நாங்கள் நைல் நதியைத் தரிசித்தோம்.

அருவியின் நீர்த்திவலைகளால் அருவியின் கால்கள் மூடியிருக்கின்றன. தலையின்மேல் மகுடம் ஒளி வீசிக்கொண்டிருக்கிறது. பின்னால் ஒரு பசுமையான மரம் இந்த மகுடத்தை அலங்கரித்துக் கொண்டிருக்கிறது. தேவியின் இரு கைகளிலும் நெற்கதிர்களும், முகத்தில் மகிழ்ச்சி நிறம்பிய வாத்ஸல்யம் மலர்ந்திருப்பது

போலவும் உள்ள மூர்த்தியின் கற்பனை உதயமாயிற்று. அவ்வுருவம் நீலநிறமாயில்லாமல் சற்றுக் கருமைபடர்ந்த வெளிர்ச்சிவப்பு நிறமாய் இருந்தது. உடல் முழுவதிலும் நீர்த்தாரைகள் ஓடிக் கொண்டிருந்தன. இதனால் தேவியன் முகத்தின் புன்சிரிப்பு மேலும் கவர்ச்சியாயிருந்தது.

மனநிறைவு பெறும்படியாகத் தரிசனம் செய்தபிறகு நாங்கள் இடது பக்கம் பார்த்தோம். வலதுபக்கத்துத் தண்ணீர் எங்களிட மிருந்து விலகி ஓடிப்போய்க் கொண்டிருந்தது. இரண்டிலும் தண்மை வெவ்வேறாக இருந்தது. வலப்பக்கம் ரிப்பன் அருவி, இடப்பக்கம் சற்று தூரத்தில் ஓவென் அருவி. நம்நாட்டில் அதை ஒருவரும் அருவி என்று ஒருக்காலும் கூறமாட்டார்கள். நீர் மட்டத்தில் சில அடிகள் வித்தியாசம் ஏற்பட்டதாலேயே அருவியாகிவிடுமா! தண்ணீர் 'தபதப' என்று விழுந்து எவ்வளவு தண்ணீர் கீழே விழுகிறதோ அதே அளவு தண்ணீர் மறுபடி குதித்து எழுந்து நாலாபக்கமும் நுரையும், நீர்த்திவலைகளின் மேகமும் சூழ்ந்திருக்கும்போதுதானே அருவியெனக் கூறத் தகுதியுள்ளதாகும்.

ஏதாவதொரு யாத்திரை முடிவடைந்த உடனேயே கோவிலுக்குச் சென்று அம்பிகையை தரிசனம் செய்வதை யாத்திரீகர்கள் பாஷையில் 'தூல்பேனட்' என்று கூறுவார்கள். (தூல் - தூசி); பேன்ட் - சமர்ப்பித்தல். கால்நடையாக யாத்திரை புரிந்து உடல் முழுவதிலும் தூசிபடிந்திருக்கும்போது மிகுந்த ஆவலுடன் அதே தூசிபடிந்த நிலையில் அம்பிகையை தரிசிக்கச் சென்று அம்பிகையின் பாதங்களில் விழுந்து வணங்கு வதற்கு 'தூல் பேன்ட்' என்று கூறுவார்கள். நாங்களோ மோட்டாரில் வந்திருந்தோம். காலையில் சிறிது மழைபெய்திருந்தது. ஆதலால் வழியில் தூசி இருக்கவில்லை. ஆகையால் இந்த முதல் தரிசனத்தை "பீனிபேன்ட்" எனக் கூறலாம். (பீனி - மெல்லிய நறுமணம், பேன்ட் - சமர்ப்பணம்) 'பாவபீனீ' என்று கூறினால் மேலும் அதிகமாகப் பொருத்தமாயிருக்கும். தேவியின் மூர்த்தி நனைந் திருக்கிறது தரை நனைந்தது, கண்கள் உணர்ச்சிப் பெருக்கால் நனைந்தவை, பலவிதமான பாவங்கள் "எண்ணங்களின் கலப்பினால் இதயம் ஈரமாயிருந்தது. "அத்₃ய மே ஸஃபலம் ஜன்ம, அத்₃ய மே ஸஃபலா: க்ரியா:" இன்று நான் பிறந்தது பயனுள்ள தாயிற்று, இன்றே என் செயல்கள் பயனுள்ளவையாயின. இந்த வரியை எவன் முதன்முதலாகப் பாடியிருப்பானோ, அவன் என்னைப் போன்ற எண்ணற்ற யாத்திரீகர்களின் பிரதிநிதியாய் இருந்திருப்பான்.

நைல் அன்னையின் இந்த முதல் தரிசனத்தை மனதில் பதிய வைத்துக்கொண்டே நாங்கள் ஜிஞ்ஜாவில்-பிரவேசித்தோம். குஜராத் வித்யாபீடத்தில் ஒரு காலத்தில் மாணவனாயிருந்த அட்வொகேட் திரு. சந்தூபாயீ படேல் வீட்டில் நாங்கள் தங்கினோம். பழைய மாணவர்களுடைய வீட்டில் விருந்துபசாரம் ஏற்றுக்கொள்வதில் உள்ள ஆனந்தம் மிகவும் அலாதியானது. அதோடு கூடவே, சற்றுக் கசப்பானதும் கூடத்தான். தன் வீட்டில் கிடைக்கக்கூடிய மிக நல்ல வசதிகளை நமக்கு அளித்துவிட்டு தான் சிரமம் அனுபவிப்பதில் ஆனந்தம் அடைவார்கள்; ஆனால் நமக்கு சங்கோசம் ஏற்படாமல் இருக்க முடியாது.

இப்பொழுது நாங்கள் நீலோத்ரியை முறைப்படி தரிசிப்பதற்காகப் புறப்பட்டோம். அமர்ஸரின் தண்ணீர் பாறைகளின் ஓரங்கள் வழியாகக் கீழே இறங்கி, நைல் நதியை உண்டாக்கும் இடத்துக்கு நாங்கள் போய்ச் சேர்ந்தோம். வேக வேகமாகத் தண்ணீருக்கருகில் சென்று முதலில் கால்களைக் குளிரச்செய்தோம், ஆசமனம் செய்து இதயத்தைக் குளிரச் செய்தோம். பிறகு ஒரு கணநேரம் அந்த இடத்தை தியானம் செய்து கொண்டோம். என் வழக்கப்படி ஈசோபனிஷத்து, மாண்டூக்ய உபநிஷத் அல்லது அகமர்ஷண சூக்தம் வாயிலிருந்து கிளம்பியிருக்க வேண்டும். ஆனால் திடீரென்று இந்தச் சுலோகம் வெளிவந்தது :

த்$_4$யேய: ஸதா$_3$ ஸவித்ருமண்டலமத்$_4$யவர்த்தீ
நாராயணஸ்ஸரஸிஜாஸனசந்நிவிஷ்ட: !
கேயூரவான் மகரகுண்ட$_3$லவான் கிரீடீ
ஹாரீ ஹிரண்மயவபூர்த்$_3$ருதஶங்கசக்ர: !!

(சூரிய மண்டலத்தில் இருப்பவனாயும், பத்மாசனத்தில் அமர்ந்திருப்பவனாயும், தோளணிகளையும் மரகதக் காதணிகளையும் கிரீடத்தையும் மாலைகளையும் அணிந்தோனாயும், பொன்னிறமேனியனாயும், சங்கு சக்கரங்களை ஏந்தியோனாயும் உள்ள நாராயணன் தியானிக்கத் தகுந்தவன்.)

நைல் நதியின் கரையில் வெவ்வேறு நேரங்களில் வெவ்வேறு இடங்களில் மூன்று தடவை நீலாம்பாவை தியானித்தேன், ஒவ்வொரு தடவையும் என் வாயிலிருந்து தவறாமல் இதே சுலோகம்தான் வெளி வந்தது. இப்பொழுது நான் எகிப்து நாட்டுக் கலாச்சாரத்தைக் கூறும் புராணங்களில் நைல் நதிக்கும், சூரியபகவானுக்கும் ஏதாவது முக்கியமான சம்பந்தம் உண்டா என்று ஆராய்ச்சி செய்யவேண்டும்.

நான் சம்ஸ்கிருதக் கவியாக இருந்திருந்தால் இந்த ஆற்றின் நீரில் வசிக்கும் மீன்கள், நீரின் மேல் பறக்கும் பறவைகள், அதன் கரையில் புரளும் நீர்யானை இவைகளுக்குக் கிடைத்துள்ள பாக்கியத்தைப் பற்றி ஸ்தோத்திரங்கள் பாடியிருப்பேன். நைல் நதிக்கரையில் உள்ள வாடர்வொர்க்ஸ்' இன் மேற்பார்வைக்காக நியமிக்கப்பட்டிருக்கும் ஒரு குஜராத்தி நண்பரிடம் அவருடைய பாஷையிலேயே பேசி, அவருக்குக் கிடைத்துள்ள பாக்கியத்துக் காகப் பொறாமை தெரிவித்துக்கொண்டு நான் இவ்வாறு கூறித் திருப்தி யடைந்தேன் - "நீங்கள் எத்தனை பாக்கியசாலி! உங்களுக்கு இரவும் பகலும் நைல் நதியை தரிசித்துக் கொண்டிருக்க வாய்ப்புக் கிடைக்கிறது. மேலும், இங்கிருந்து அசையாமல் இருப்பதற்காக உங்களுக்குச் சம்பளமும் கொடுக்கப்படுகிறது!" அவருக்கு இம்மாதிரி தனது பாக்கியத்தைப் பற்றிய உணர்ச்சி தோன்று கின்றதா இல்லையா என்று பார்க்கவோ கேட்கவோ நான் அங்கு நிற்கவில்லை.

நதிகள் இருவிதமானவை. என்று என் எண்ணம். மலையி லிருந்து கிளம்புபவை, ஏரியிலிருந்து கிளம்புபவை. முதல் ரகத்தை நான் சைலஜா***(சைலஜா - மலையின் மகள்; பார்வதி - பர்வதத்தின் மகள்; ஸரோஜா - ஸரோ அல்லது ஏரியிலிருந்து பிறந்தவள்; 'ஸரோஜா'வின் அர்த்ம் தாமரையும் ஆகும்)** அல்லது பார்வதி எனக்கூற விரும்புறேன் இரண்டாவது ரகத்தை ஸ்ரோஜா எனக் கூறப் பிரியப்படுவேன். (உலகம் முழுவதிலுமுள்ள தாமரைப் பூக்கள் என்னை மன்னித்து விடும் என்று நம்புகிறேன்.) சைலஜா ஆறுகளின் உற்பத்தி ஸ்தானம் மிகவும் சிறியதாகவும், மெல்லியதாகவும், மிகமிகத் துச்சமானது போலவும் இருக்கும். ஆகையால் அவைகளிடம் மரியாதை தெரிவித்துக் கொள்ள, பெரிய பெரிய மகாத்மியங்கள் எழுதவேண்டியிருக்கிறது. கங்கோத்ரிக்கருகில் கங்கையின் பிரவாகம் சில சமயங்களில் சாதாரண மனிதன் கூட இந்தக் கரையில் ஒருகாலும் அந்தக் கரையில் ஒருகாலுமாக வைத்துக் கொண்டு நிற்கும்படி ஒடுக்கமாக இருக்கிறது. 'ஸரோஜா' ஆறுகளின் விஷயம் வேறு. மிக விசாலமான நீர்ப்பெருக்கி லிருந்து இஷ்டப்படி எவ்வளவு தண்ணீர் இழுத்துக்கொள்ள முடியுமோ எடுத்துக் கொண்டு அந்நதிகள் ஓடத் தொடங்கு கின்றன. அவை ஓடும் போதும் ஒலிக்கும் போதும் பிறப்பிலிருந்தே நல்ல பணக்கார, ஸ்ரீமானாக இருக்கும் பாவம் நன்கு வெளிப்படுகிறது.

நீலோத்ரி யாத்திரை புரிவதில் மற்றொரு அடக்க முடியாத கவர்ச்சி உண்டு. மகாத்மா காந்தியடிகளின் பூதவுடலை டில்லியில்

ராஜ்காட்டில் அக்னிக்குச் சமர்ப்பித்தபிறகு அவருடைய அஸ்தியை பாரதத்தின் பல்வேறு ஆறுகளிலும் உலகத்தின் பல்வேறு புண்ணிய தீர்த்தங்களிலும் சேர்க்கப்பட்டது. அவற்றில் ஒன்று இந்த நீலோத்ரி.

நாங்கள் ஜிஞ்ஜா நகர மக்களின் விருந்தினராக இருந்தோம். இங்குள்ள மக்கள் எங்கள் வருகையின் முழுப்பயனை அடைய விரும்பினர். காந்திஜீயின் அஸ்தி கரைக்கப்பட்ட இடத்திற்கருகில் ஒரு நினைவுச்சின்னத்தூண் எழுப்ப விரும்பி, அதற்கான அடிக்கல் என்னைக் கொண்டு நாட்டச்செய்ய ஏற்பாடு செய்திருந்தனர்.

1950, ஜுலை 2-ஆம் தேதி ஆடிமாத கிருஷ்ணபக்ஷம் திருதியை தினத்தன்று காலையில் நூற்றுக் கணக்கான மக்களின் முன்னிலையில் நான் இந்தப்பணியை நிறைவேற்றினேன். இந்த விழாவிற்காக காந்திஜீயின் ஒரு மிகப்பெரிய படம் எதிரில் வைக்கப்பட்டிருந்தது.என்மேல் அதன் பார்வை விழுந்தவுடனேயே நான் மிகவும் சஞ்சலமடைந்தேன். வைதீகச் சடங்குகள் பூர்த்தியடைந்த பிறகு நான் காந்திஜீயின் வாழ்க்கையைப் பற்றிச் சிறிது பேசினேன். ஆப்பிரிக்காதான் அவருடைய தபோபூமி என்று கூறினேன். போட்டோ எடுப்பது போன்ற தற்காலக் காரியங்கள் முடிவடைந்த பிறகு, கரையிலுள்ள ஒரு பாதையின் மீது அமர்ந்து நைல் அன்னையின் அழகான நீர்ப் பிரவாகத்தைக் கண்கொட்டாமல் பார்த்தவண்ணம் நான் அந்தர்முகமாக தியானம் செய்தேன். அத்தருணத்தில் நான் என் மனத்தில் யோசித்தேன் - 'ஐரோப்பா, ஆப்பிரிக்கா, ஆசியா இந்த மூன்று பெரிய கண்டங்களைச் சேர்ந்தவர்களும், மற்றும் அமெரிக்காவைச் சேர்ந்தவர்களுமான பெரிய மனிதர்களும் சாதாரண மனிதர் களுமான பல வயதுள்ள ஆண் பெண்கள் இங்கு வருவார்கள். அவர்கள் சர்வோதய ரிஷியான காந்திஜீயின் வாழ்க்கைப் பணிகள், அவரது கடைசித் தியாகம் இவற்றைப் பற்றிச் சிந்திப்பார்கள். அவர்கள் அச்சமயம் மனிதர்களுக்கிடையே இருக்கும் ஏற்றத்தாழ்வுகளை மறந்து உலகக் குடும்பத்தை நிர்மாணிப்பதற்கான சங்கற்பம் எடுத்துக்கொள்வார்கள்.' இந்த வருங்கால யாத்திரீகர்கள் யாவருக்கும் நான்அவ்விடத்திலிருந்த படியே எனது வணக்கங்களை அனுப்பினேன்.

(2)

நைல் நதி இரு கிளைகளாக ஓடுகிறது - வெள்ளை நைல், நீல நைல். ஜிஞ்ஜாவுக்கருகில் உற்பத்தியாவது வெள்ளை நைல்கிளை.

நீல நிறக்கிளையும் 'ஸரோஜா' தான். எதியோபியா நாட்டில் (இதை நாம் ஹப்ஸியானா அல்லது அபிஸீனியா என்றும் கூறுகிறோம்) தானா என்ற பெயருள்ள ஒரு ஏரி இருக்கிறது. இந்த ஏரியிலிருந்து நீல நிற நைல் உற்பத்தியாகிறது. இந்தக் கிளைகள் லட்சக்கணக்கான ஆண்டுகளாக ஓடிக்கொண்டிருக்கின்றன. தன் கரைகளிலுள்ள மக்கள், பறவைகள், மிருகங்கள் இவற்றுக்கு இவை தண்ணீர் கொடுத்து வளர்க்கின்றன. ஆனால் ஐரோப்பிய மக்கள் தெரிந்துகொள்ளாத விஷயம் ஒன்றும் இருப்பதில்லை. ஒருவிதத்தில் அவர்கள் கூறுவதும் சரியே. மற்ற மக்கள் ஒரு நதியின் கரையில் வசித்துக்கொண்டிருந்தும் அந்த நதி எங்கிருந்து வருகிறது, மேலே எங்கே போகிறது என்று கண்டுபிடிப்பதில்லை. உதாரணமாக, திபேத்திய மக்களுக்கு மானஸரோவரிலிருந்து உற்பத்தியாகும் 'ஸான்போ' (பெரிய பிரவாகம்) நதியைப் பற்றித் தெரியும். அவர்களுக்கு இதைப் பற்றி அதிக பட்சமாக இது கிழக்கு நோக்கிச் சென்று காட்டில் மறைந்து விடுகிறது என்று மட்டும்தான் தொரியும். இந்தப் பக்கத்தில் நம் மக்கள் பிரம்ம புத்திரவின் உற்பத்தி ஸ்தானத்தைத் தேடிக்கொண்டு அதே காட்டின் இப்பக்கத்து முனைவரை போய்ச் சேர்ந்தார்கள். அதற்கு மேல் அவர்களுக்குத் தெரியாது. பிறகு எப்பொழுதோ சில ஆங்கிலேயர்கள் தகுந்த சூழ்நிலை இல்லாதபோதிலும் இந்தக் காடுகளைக் கடந்தபோது தான்அவர்கள் திபேத்திலுள்ள 'ஸான்போ' ஆறுதான் இந்தப் பக்கம் வந்திருக்கிறது, அது மேலும் பல பெரிய சிறிய நதிகளைச் சேர்த்துக்கொண்டு 'ப்ரம்மபுத்திர' ஆகியிருக்கிறது எனக் கண்டு பிடித்தார்கள்.

நைல் நதியின் உற்பத்தியைக் கண்டுபிடிப்பவர்களில் மிஸ்டர் ஸ்பீக் என்பவர் கடைசியில் வெற்றியடைந்தார். அவர் ஜிஞ்ஜாவுக் கருகிலுள்ள ஏரியிலிருந்து கிளம்பும் நதிதான் எகிப்தியாரின் அன்னையான நைல் நதி என்று நிரூபித்தார். அவர் இந்தியாவில் சர்க்கார் வேலையில் இருந்தார். அவருக்குப் பழங்காலத்து ஹிந்துக்கள் இன்றைய எகிப்தாகிய மிச்ர தேசத்தைப்பற்றி நிறைய விஷயம் அறிந்திருந்தார்கள் என்று தெரியவந்தது. அவர் ஆராய்ச்சி செய்து சம்ஸ்கிருதப் புராணங்களில் நைல்நதி இனிய நீர் நிறைந்த அமரஸரிலிருந்து புறப்படுகிறது, இந்தப் பிரதேசத்தில் தான் சந்திரகிரி இருக்கிறது. நேர் தெற்கில் மேருமலை இருக்கிறது என்றெல்லாம் கண்டுபிடித்துத் தெரிந்து கொண்டார். புராணங் களிலிருந்து சில சம்ஸ்கிருத சுலோகங்களை மொழிபெயர்க்கச் செய்தார். அதன் உதவியைக்கொண்டு நைல் நதியின் உற்பத்தி ஸ்தானத்தைக் கண்டுபிடிக்க நிச்சயம் செய்துகொண்டார்.

அவர் முதலில் ஜான்ஸிபாருக்குச் சென்றார். அங்கிருந்து எல்லா ஏற்பாடுகளும் செய்துகொண்டு கெனியாப் பிரதேசத்தைக் கடந்து உகாண்டாவுக்குச் சென்றார். அவர் அங்கே அமரசரஸைச் சேர்ந்த 'அச்சோத்' ஏரியைப் பார்த்தார். (இனிய நீரை உடைய ஏரியை அச்சோதா என்று கூறுகிறோம். அங்கிருந்து உற்பத்தியாகும் நைல் நதியையும் கண்டுபிடித்தார். ஸுடான், எகிப்து நாடுகளில் ஓடும் நதி இந்த நைல் நதிதான் என்று அவர் நிரூபித்தார். இந்த விஷயம் நடந்து இன்னும் முழு நூறு ஆண்டுகள்கூட ஆகவில்லை.

ஆப்பிரிக்காக் கண்டம் உண்மையாகவே அங்கே வசிக்கும் பல ஆப்பிரிக்க ஜாதி மக்களின் நாடு. இந்தப் பிரதேசத்தைப்பற்றி ஐரோப்பிய மக்களுக்கு அதிகம் ஒன்றும் தெரியாது. அது அங்கே உள்ள மக்களின் குற்றமாகாது. ஐரோப்பா, அதிலும் முக்கியமாக அரபிஸ்தானத்து மக்கள் ஆப்பிரிக்காவின் கரையில் வந்து அங்குள்ள மக்களைப் பிடித்துத் தத்தம் நாடுகளுக்கு எடுத்துச் சென்று அடிமைகளாக்கி விற்று வந்தனர். இவ்வாறு பிடிபட்டவர்களில் பெண்களும் இருந்தனர். குழந்தைகளும் இருந்தனர். ஆனால் கொள்ளைக்காரர்கள் இவர்களை மனிதர்கள் என்று ஏன் கருதப்போகிறார்கள்?

சில மிஷனரிகள் இப்படிப்பட்ட காட்டுஜாதி மக்களைக் கடைத்தேற்ற வேண்டுமானால் அவர்களை கிறிஸ்தவர்களாக ஆக்க வேண்டும் என்று நினைத்தார்கள், மிகவும் லோபியான வியாபாரிகள்கூட எந்த அடர்ந்த காட்டுப்பிரதேசத்தில் போகத் தைரியம் கொள்ள மாட்டார்களோ அங்கே இந்த உற்சாகம் நிறைந்த மதப் பிரசாரகர்கள் போய்விடுவார்கள். அங்கு போய் அங்குள்ள மொழியைக் கற்றுக்கொண்டு மக்களுக்கு ஏசுநாதருடைய நல்லாசிகளைக் கூறுவார்கள்.

பிற்காலத்தில் ஐரோப்பிய மன்னர்கள் ஆப்பிரிக்க நாட்டைத் தங்களுக்குள் பங்கு போட்டுக்கொண்டனர். இதில் அவர்கள் ஒரு ஒழுங்குமுறைக் கட்டுப்பாடு வைத்தார்கள். அதாவது, எந்தப் பிரதேசத்து மதபோதகர்கள் எந்த அளவு பிரதேசத்தைத் தேடிக் கண்டுபிடித்தார்களோ அந்த அளவு பிரதேசம் அந்த தேசத்து அரசனின் சொத்தாகக் கருதப்படவேண்டும். இதில் ஒரு தடவை என்ன நடந்து விட்டதென்றால், ஸ்டான்லி என்ற பெயருள்ள ஒரு மிஷனரி ஆங்கில நாட்டு அரசனிடம் காங்கோ நதிப் பிரதேசத்தைக் கண்டுபிடிக்க அனுமதி கேட்டான். இங்கிலாந்தின் அரசனான, அங்கு ஆட்சி புரியும் பார்லிமெண்டு இந்த உதவி அளிக்கவில்லை. ஆதலால் இவர் பெல்ஜியம் நாட்டு

அரசனிடம் சென்றார். அரசன் லியோபோல்ட் பெரிய பேராசைக் காரன், உற்சாகம் மிகுந்தவன். அவன் ஸ்டான்லிக்கு எல்லா விதமான உதவிகளும் அளித்தான். இதன் பலனாக ஆப்பிரிக்காக் கண்டத்தைப் பங்கிட்டபோது காங்கோ நதிப்பிரதேசம் பெல்ஜியத்துக்குக் கிடைத்தது. ‘பெல்ஜியம் காங்கோ’ என்று அழைக்கப்படும் இந்தப் பிரதேசம் கிட்டத்தட்ட இந்தியா அளவு பெரியது. அங்கிருந்து ரப்பர் சேகரிப்பதற்காக அங்குள்ள குடிமக்கள்மீது ஆங்கிலேயர்கள் இழைத்த இன்னல்கள் கணக் கற்றவை. அதைப்பற்றிப் படித்து மயிர்க்கூச்செரிகிறது. உணர்ச்சி மிகுந்த மனிதர்கள் இதைப் படித்தால் ரத்தம் கொதிக்க ஆரம்பித்து விடும் (அல்லது இரத்தம் உறைந்துவிடும்). இருந்த போதிலும் இந்த வெள்ளையர்கள் இங்குள்ள ஆதிக் குடிமக்களைச் ‘சீர்திருத்தவும்’ செய்திருக்கிறார்கள். இப்பொழுது இந்தக் குடிமக்கள் துணி உடுத்துகிறார்கள், தலையில் வகிடு எடுத்துக்கொள்கிறார்கள், மதுவும் அருந்துகிறார்கள். இவ்விதமாக அவர்களில் பலர் கிறிஸ்தவர்களாக மாறியிருக்கிறார்கள்.

நம் நாட்டு மக்கள் உகாண்டாவுக்குச் சென்று பருத்தி விவசாயம் செய்தனர். அரசாங்கத்தாரின் உதவியால் அங்கே பெரிய எஸ்டேட்டுகளை ஏற்படுத்திப் பல கோடி ரூபாய்கள் சம்பாதித்தனர். நாமும் அங்குள்ள மக்களைச் சீர்திருத்தினோம். தையல்வேலை, தச்சுவேலை, கொத்துவேலை, சமையல்வேலை முதலிய தொழில்களில் நாம் அவர்களுக்கு உதவி புரிந்தோம். ஆகையால் அங்குள்ள மக்கள் இந்த வேலைகளில் தேர்ச்சி பெற்றனர். இந்தியாவிலிருந்து வரும் துணிகள், வெளிநாட்டிலிருந்து வரும் மது வகைகள் இவற்றை விற்பதற்காகக் கடைகள் திறந்து அவர்களுடைய வாழ்க்கையின் ஆனந்தத்தை அதிகரிக்கச் செய்ய, அனுபவிக்க வழிசெய்து கொடுத்தோம்.

நல்ல நிறமுள்ள, கோதுமை நிறமுள்ள மக்களின் இந்தச் சாதனைக்குச் சாட்சியாக இந்த நைல்நதி இங்கே பேசாமல் ஓடிக் கொண்டிருக்கிறது. அது தனது பரோபகாரத்தைத் தனது இரு கரைகளிலும் வெகுதூரம் வரை பரப்பிவருகிறது.

நம் தேசத்தில் கங்கை நதிக்கு எத்தனை பெருமை உண்டோ அதைவிட அதிகமான தீவிரத்துடன் இங்கு நைல் நதிக்கு மகத்துவம் உண்டு. எகிப்து நாட்டின் ‘கலப்புக் கலாச்சாரம்’ உலகத்தின் எல்லாவற்றையும் விட முக்கியமான பழமையான ஐந்தாறு கலாச்சாரங்களிலும் காணப்படுகிறது. அதன் பிரதிபலிப்பு ஐரோப்பாவின் சரித்திரத்தின் மீது மட்டுமல்லாமல், மதத்தின்

மேலும் ஏற்பட்டிருக்கிறது. நம் நாட்டில் நான்கு வர்ணங்கள் (ஜாதிகள்) கொண்ட கலாச்சாரம் வளர்ந்த மாதிரியானதோர் கலாச்சாரம் எகிப்து நாட்டிலும் காணப்படுகிறது. அதன் பிரதிபலிப்பு கிரேக்க வேதாந்தியான ப்ளேட்டோவின் சமூக அமைப்பின்மீதும் காணப்படுகிறது. சாதுர்வர்ணமான கலாச்சாரம் (நாற்சாதிக் கலாச்சாரம்) அந்தக்காலத்திற்கு எத்தனை அனுகூலமான தாகவும் உயர்ந்ததாகவும் இருந்தபோதிலும், ஐரோப்பாக் கண்டம் அதை ஜீரணித்துக்கொள்ள முடியவில்லை. ஐரோப்பாவில் பரவியுள்ள கிறிஸ்தவ மதம் எகிப்து நாட்டிலும் சற்றுக் குறைவாகப் பேணிவளர்க்கப் படவில்லை. ஆனால் அங்கு (எகிப்தில்) வளர்ந்துள்ள வைராக்கியம், தவம், கட்டுப்பாடு இவற்றை நன்கு கவனித்தபிறகு ஐரோப்பா அதை விட்டுவிட்டது. இருந்த போதிலும், ஐரோப்பாவின் கலாச்சாரத்தின் மூலத்தைத் தேட வேண்டுமானால் எகிப்து நாட்டின் சரித்திரத்திலும் சற்றுப் பிரவேசிக்கத்தான் வேண்டியிருக்கிறது. இந்தச் சரித்திரம் அமைத்தவர்கள் ஓரளவுக்கு நைல் நதிக்குக் கடன்பட்டவர் களாயிருக்கிறார்கள்.

ஆற்றின் நீர் எவ்வாறு முன் நோக்கியே பாய்கிறதோ, பின் நோக்கி ஓடாதோ, அதேமாதிரி எகிப்தின் கலாச்சாரமும் நைல் நதியின் உற்பத்தி ஸ்தானத்தை நோக்கி உகாண்டாப் பிரதேசத்தில் பிரவேசிக்க முடியவில்லை என்ற விஷயம் நம் கவனத்தைக் கவராமல் இருக்க முடியாது. எகிப்து நாட்டு மக்கள் அமரஸருக்கு அருகில் வந்து குடியேறியிருந்திருப்பார்களானால், ஆப்பிரிக்கா மட்டுமல்லாமல் உலகத்தினுடைய சரித்திரமே வேறு விதமாக எழுதப்பட்டிருக்கும்.

நமது நாட்டு நதிகளின் எத்தனை உற்பத்தி ஸ்தானங்களை நாம் இதுவரை பார்த்திருக்கிறோமோ அவையாவும் காடுகளிலோ அல்லது நாம் எளிதில் நுழைய முடியாத இடங்களிலோதான் இருக்கின்றன. இந்த உற்பத்தி ஸ்தானங்கள் மிகச் சிறியவையாகவும் இருக்கும். நைல் நதியின் உற்பத்தியோ மிக விசாலமானது என்பதில் சந்தேகமில்லை. ஆனால் அந்த உற்பத்தி ஸ்தானத்தில் ஒரு நகரம் அமைந்துவிட்டதுதான். ஒரு பெரிய குறையாக அமைந்து விட்டது. நம் நாட்டில் கிருஷ்ணாவும் அவளுடைய நான்கு தோழிகளும் ஸஹ்யாத்ரி மலையின் எந்த இடத்திலிருந்து உற்பத்தியாகின்றனரோ அந்தப் பிரதேசம் யாரும் நெருங்க முடியாததும் புனிதமானதுமாயிருந்தது. சாது மஹாத்மாக்கள் அங்கு மஹாபரமேஸ்வர சிவனைப் பிரதிஷ்டை செய்தார்கள்.

ஆனால் ஆங்கிலேயர்கள் அந்த இடத்தைத் தங்களுடைய கோடை வாசஸ்தலமாக ஆக்கி, அந்தத் தவபூமியை கேளிக்கை யிடமாக மாற்றிவிட்டார்கள் என்ற விஷயம் இங்கே ஜிஞ்ஜாவிலும் நினைவுக்கு வராமலிருக்க முடியவில்லை.

இப்பொழுது அங்கே ஓவென் அருவிக்கெதிரில் ஒரு பெரிய அணைகட்டி மின்சாரம் தயாரிக்கப்படும். உலகத்திலேயே இது ஓர் அற்புதமான அணையாய் இருக்கும். அதன் சக்தி உகாண்டாவில் மட்டுமில்லாமல் சூடான், எகிப்து நாடுகளுக்கும் கிடைக்கப்போகிறது. இதனால் விளைச்சல் அதிகரிக்கும், பஞ்சம் தீரும். கணக்கற்ற அஸ்வத்தாமாக் (Hores - power) களுடைய சக்தி மனிதனுடைய உதவிக்காகக் கிடைக்கப் போகிறது. ஆகையால் இவ்விதமான முயற்சிக்கு ஆசி கூறத்தான் வேண்டும். இருந்த போதிலும், இதயம் கூறிக்கொண்டிருக்கிறது - இதன் முன்னால் மனித சமூகம் இழக்கவிருக்கும் ஒரு பெரிய வஸ்துவை எந்தப் பெரிய வைபவமும் ஒருக்காலும் ஈடுசெய்ய முடியாது.

நைல் நதி அன்னையாயிருந்தது, தேவியாயிருந்தது, இப் பொழுது அது நிகழ்காலத்தில் 'லோகதாத்ரீ' வளர்ப்புத் தாயாக ஆகப்போகிறது!

(நவம்பர், 1950)

70. மழைப் பாட்டு

காளிதாஸனுடைய ஒரு சுலோகம் எனக்கு மிகவும் பிடித்திருக்கிறது. ஊர்வசி மறைந்துவிட்ட பிறகு பிரிவால் துயரடைந்த அரசன் புரூரவன் மாரிக்காலத்தின் ஆரம்பத்தில் ஆகாயத்தை நோக்குகிறான். ஒரு ராட்சதன் ஊர்வசியை அபகரித்துக் கொண்டு செல்வதாக அவனுக்கு பிரமை ஏற்படுகிறது. ஆனால் வெறும் பிரமைதான் என்பதை உணர்ந்து கொண்டபிறகு இந்த பிரமைக்கு அடிப்படையில் உண்மையான நிலைமை யாதாய் இருந்தது என்பதை வர்ணித்திருக்கிறான். புரூரவா கூறுகிறான்- "ஆகாயத்தில் காணப்படும் பிரம்மாண்டமான, கருமையான உருவம் வெறிபிடித்த அரக்கன் அல்ல, இயற்கையின் வானவில் தான். இங்கே ஏதோ பொழிகிறதே அது அம்பு மழையல்ல, நீர்த்தாரைகள் பொழிகின்றன; நடுவில் தனது ஒளியோடு ஏதோ ஒரு பொருள் மின்னுகிறதே அது எனது அன்பான ஊர்வசி அல்ல, உரைகல்லில் உரைக்கப்பட்ட தங்கக்கோடு போன்றதான மின்னல் கோடுகள் தான்!"

கற்பனை இறக்கை கட்டிப் பறக்கும்போது தானும் அதோடு ஆகாயத்தில் பறப்பதுதான் கவிகளின் இயல்பு. ஆனால் ஆகாயத்தில் சுதந்திரமாகச் சுற்றிய பிறகு, பறவை கீழே தன் கூட்டில் வந்து நிம்மதியாக உட்காரும்போது, அதனுடைய அனுபவத்தின் இனிமையே தனித் தன்மை வாய்ந்தது. உலகத்தில் பல்வேறு பிரதேசங்களில் சுற்றிவிட்டுத் தன் நாட்டிற்குத் திரும்பிவந்த பிறகு, மனதிற்குப் பல விதமான மகிழ்ச்சி ஏற்படுகிறது, மன உறுதி கிடைக்கிறது, கவலையற்ற, நிலையான ஆனந்தம் கிட்டுகிறது. இந்த உணர்ச்சிகளை அதிகம் வெளிநாடுகளிலேயே இருக்க நேரிடும் ஒருவன்தான் வர்ணித்துக் கூறமுடியும். கற்பனைக் கோட்டைகளுக்குப் பிறகு, நீர்த்தாரைகளைப்போல கீழே இறங்கிவரும் மகிழ்ச்சியை விவரிப்பதற்கு காளிதாஸன் மாரிக் காலத்தையே தேர்ந்தெடுத்தான் என்பதில் எனக்குப் பெரிய திருப்தி.

இந்நாட்களைப்போல் பிரயாணத்துக்கு வேண்டிய வசதிகள் இல்லாததும், இயற்கையை வென்றுஅதன்மேல் ஆதிக்கம் செலுத்தும் மனப்பான்மை மனிதனுக்கு இல்லாததுமான அந்தக் காலத்தில் மக்கள் குளிர் காலத்தின் இறுதியில்தான் யாத்திரைக்குக் கிளம்புவார்கள். பிறகு பல்வேறு நாடுகளின் பண்பாடுகள், பழக்க வழக்கங்களைப் பார்த்துவிட்டு, எல்லாவிதச் சாதனைகளையும் நிறைவேற்றிவிட்டு மாரிக்காலத்துக்கு முன்பே வீடு திரும்பி விடுவார்கள்.

அந்தக் காலத்தில் கலாச்சார ஒருமைப்பாட்டைத் தன் இதயத்தின் பணியாக ஏற்றுக்கொண்ட பல பாதைகள் பல கண்டங்களை ஒன்று சேர்த்தன. வாழ்க்கைப் பிரவாகத்தைத் தடை செய்யும் இடையூறுகள் அதிகம் இல்லை. ஜீவனப் பிரவாகத்தைத் (நீர்ப் பிரவாகத்தை - ஜீவன் = நீர்) தடுக்கும் பாலங்களும் அதிகம் இல்லை. தண்ணீரின்மேல் ஓரிரு இடங்களில் மனிதர்களுக்கு உதவுவதற்காக தண்ணீரைச் சற்றே தடை செய்யும் சேதுக்களே இருந்தன. இந்த சேதுக்களின் தடை தண்ணீருக்கு இடைஞ்சலாகத் தோன்றும்போது தண்ணீர்ப் பிரவாகம் இந்த சேதுக்களைத் தகர்த்துவிட்டு ஓடுவதற்கு வழிசெய்து வந்தன. இது பழைய முறை. இதனால்தான் நதிகளில் தண்ணீர் அதிகரித்து, பாதைகளையும் பாலங்களையும் தகர்க்கும் முன்னரே யாத்திரீகர்கள் தத்தம் வீடுகளுக்குத் திரும்பிவிடுவது வழக்கம். ஆதலால்தான் மழைக்காலத்தை ஆண்டு முழுவதிலும் மகிமை பொருந்திய பருவமாகக் கருதுகிறார்கள். உண்மையில் 'வர்ஷ' என்ற சொல்தான் 'வர்ஷா' என்று ஆயிற்று.(வருஷம், மழை) 'நான்

குறைந்த பட்சம் ஐம்பது வர்ஷங்களை, மாரிக் காலங்களையாவது பார்த்திருக்கிறேன்' என்பது போன்ற வழக்குச் சொல்லின் மூலமாக நமது முன்னோர்கள் தமது அனுபவங்களைப்பற்றிக் கூறி கர்வம் கொள்வதுண்டு.

சிறுபிராயத்திலிருந்தே மாரிக்காலத்தினிடம் எனக்கு விசேஷமான கவர்ச்சி உண்டு. கோடைகாலத்தில் குளிர்ந்த பனிக்கட்டிகளைப் பொழியும் மழையினிடம் எல்லோருக்கும் கவர்ச்சி இருப்பதுண்டு. ஆனால் மேகங்களின் கூட்டங்களைச் சுமந்துகொண்டு காற்று வீசும் போதும், மின்னல்கள் வெட்டி வெட்டி வீசும்போதும், இப்பொழுது ஆகாயம் பொத்துக் கொண்டு கீழே விழுந்துவிடப்போகிறது என்று தோன்றும் தருணத்தில் ஏற்படும் மழையில் படையெடுப்பு எனக்கு மிகவும் பிடித்திருக்கும். மழையின் இந்த மகிழ்ச்சியினால் இதயம் முற்றிலும் நிரம்பியிருக்கும்போது அதை வார்த்தைகளால் வெளிப்படுத்த முடியாது. வெளிப்படுத்த முயன்றாலும் யாரும் பரிவுடன் கேட்க மாட்டார்கள் என்ற எண்ணத்தால் என் மனம் புழுங்கிவிடும்.

அக்கம்பக்கதிலுள்ள குன்றுகளிலிருந்து அனுமானைப் போல் ஆகாயத்தில் ஓடும் மேகங்களைப் பார்த்து என் இதயம் பாரத்தினால் அழுந்துவது போல் தோன்றும். நொடிப்பொழு திலேயே பரந்த ஆகாயம் சுருங்கி விட்டது. திசைகள்கூட ஓடோடி அருகில் வந்து நின்றுவிட்டன. அருகிலுள்ள இயற்கை யெல்லாம் ஒரு சிறு கூடுமாதிரி உருவம் எடுத்தது. இந்த அனுபவத்தினால், இந்த உணர்ச்சியினால் எனக்கு ஒரு பறவை தனது கூட்டிற்குத் திரும்பிவந்தவுடன் அனுபவிக்கும் மகிழ்ச்சி ஏற்பட்டது.

ஆனால் நாங்கள் கார்வாருக்குச் சென்றபோது முதல் தடவையாக கடற்கரையில் மழை பெய்யும் காட்சியைக் கண்டு எனக்கு ஏற்பட்ட மகிழ்ச்சியை ஏதோ ஒரு புது சிருஷ்டியில் போய்ச்சேர்ந்ததனால் ஏற்படும் மகிழ்ச்சியுடன்தான் ஒப்பிட முடியும்.

மழையின் தாரைகள் கீழே தரையை அடிப்பதை நான் கண்டிருக்கிறேன். ஆனால் அதே நீர்த்தாரைகள் கடல்நீரைப் பிரம்பால் அடிப்பதுபோல் அடிப்பதையும், அந்த அடியினால் கடல்நீரின்மேல் தடம் உண்டாவதையும் பார்த்து இத்தனை பெரிய கடலினிடம்கூட எனக்கு இரக்கம் உண்டாயிற்று. மேகங்கள், மழைநீர்த் தாரைகள் இவைகளெல்லாம் சேர்ந்துகொண்டு ஆகாயத்தையே இல்லாமல் அழித்துவிட நினைத்தபோது எனக்கு அது விசேஷமாக வருத்தம் தரவில்லை. ஏனென்றால்

சிறுபிராயம் முதற்கொண்டே நான் இந்தக் காட்சியைக் கண்டு பழக்கப்பட்டிருக்கிறேன். ஆனால் மழைத்தாரைகளும், மேகங்களும் கடலை வெட்ட முயலும்போதுதான் எனக்கு மனச்சஞ்சலம் ஏற்படும். அழுகை வராது, ஆனால் அப்பொழுது ஏற்படும் அனுபவத்தை வெளிப்படுத்த 'விம்மி விம்மி' என்ற சொற்களை உபயோகப்படுத்தத் தோன்றுகிறது. மழை வேண்டுமானால் மலையைத் தாக்கட்டும். வேண்டுமானால் வயல்களைக் குளமாகவும் பாதைகளை ஓடைகளாகவும் ஆக்கட்டும். ஆனால் கடலைத் தனது பாயைச் சுருட்டச்சொல்லிக் கட்டாயப்படுத்தும்போது மழையின் செயல் வரம்பு மீறியதாக எனக்குப் படும். மரியாதை யற்ற, அலட்சியம் நிறைந்த இந்தக் காட்சியைப் பார்ப்பதுகூட எனக்குச் சரியாகத் தோன்றாது.

* * *

நான் எனது இந்த வேதனையை பூகோள சாஸ்திரம் மூலம் நிவர்த்தி செய்துகொண்டேன். சூரியபகவான் கடலினிடமிருந்து வரி வசூலிக்கிறார். ஆகையால் சூடான காற்றில் நீர்த்திவலைகள், தண்ணீரின் ஈரம், ஒளிந்துகொள்கிறது. இந்த ஈரம்தான் நீராவியாக மாறி மேலே சென்று குளிர்ச்சி அடைந்து மேகமாக மாறுகிறது. கடைசியில் இந்த மேகங்களிலிருந்தே நன்றிப் பெருக்கின் தாரைகள் உண்டாகத் தொடங்கி அவை மறுபடியும் கடலுடன் கலந்துவிடு கின்றன.

பகவத்கீதையில் இந்த வாழ்க்கைச் சக்கரம் சுழன்று கொண்டேயிருக்கக்கூடியது, ஆதலால் இந்த ஜீவச்சிருஷ்டியும் நிலையானது என்று கூறப்பட்டிருக்கிறது. இந்த 'ஜீவன் சக்கரத்'தைத் தான் கீதை 'யக்ஞம்' என்று கூறுகிறது. இந்த 'யக்ஞ சக்கரம்' இல்லா விட்டால் சிருஷ்டியின் பாரம் கடவுளுக்குக்கூடத் தாங்கமுடியாத தாகியிருக்கும். 'யக்ஞ சக்ரம்' என்பதன் பொருளாவது - ஒன்றை யொன்று சார்ந்திருத்தல் மூலமாக சம்பாதித்துக்கொள்ளப் பட்ட ஸ்வாஸ்ரயம் (தன் மேலேயே நம்பிக்கையோடு இருத்தல்). மலைகளின் மீதிருந்து நதிகள் பெருக்கெடுத்து ஓடிவருதல், அவற்றால் கடல்கள் நிரம்பிவிடுதல், பிறகு கடலினால் காற்று ஈரமாதல், உலர்ந்த காற்று சந்துஷ்டியடைந்தவுடன் தன்னிடமுள்ள நிறைவை மேகங்கள் ரூபமாக ஓடச்செய்தல், பிறகு அவை மறுபடி தனது அவதார வேலையைத் தொடங்குதல் - இந்த உயர்ந்த அமைப்பைப் பற்றித் தெரிந்துகொண்ட பிறகு எனக்கு ஏற்பட்ட திருப்தி இந்தப் பரந்த பூமியைவிடச் சற்றும் குறைந்ததல்ல.

அன்றிலிருந்து ஒவ்வொரு மழையும் வாழ்க்கைத் தர்மத்தைப் பற்றி மேலும் மேலும் தீக்ஷையளிப்பதாகவே இருந்து வந்திருக்கிறது.

மழைக்காலம் எவ்வாறு சிருஷ்டியின் ரூபத்தை மாற்றி விடுகிறதோ அதேபோன்று என் இதயத்தின் மேலும் ஒரு புது மெருகு பூசுகிறது. மழைக்காலத்துக்குப் பிறகு நான் புது மனிதனாக மாறுகிறேன். மற்றவர்களுடைய மனத்தின்மீது வசந்தருதுவினால் என்ன பிரபாவம் ஏற்படுமோ அதேமாதிரிப் பிரபாவம் என் மனதில் மழைக்காலத்தினால் ஏற்படுவதுண்டு. (இதை எழுதிக் கொண்டிருக்கும்போதே சாபர்மதி ஜெயிலில் இருக்கும்போது நான் மழைக்கால முடிவில் குயில் கூவுவதைக் கேட்டு **வர்ஷாந்தே வஸந்த - மழை முடிவில் வசந்தம் *** என்ற ஒரு கட்டுரை குஜராத்தியில் எழுதியது நினைவுக்கு வருகிறது.)

* * *

கிரீஷ்ம ருதுவை பூமாதாவின் தவம் எனக்கூறலாம். பூமி பிளக்கும் வரை பூமி உஷ்ணத்தை ஏற்றுத் தவம் புரிந்து ஆகாயத் தினிடமிருந்து ஜீவன் தானம் (தண்ணீர் தானம்) அளிக்கும்படி பிராத்தனை செய்கிறது. வேதகால ரிஷிகள் ஆகாயத்தைத் தந்தையாகவும் பூமியை அன்னையாகவும் கூறி இருக்கின்றனர். பூமியின் கடுந்தவத்தைக் கண்டு அகாயமாகிய தந்தையின் மனம் இளகுகிறது. அது பூமியின்மீது கருணை காட்டுகிறது. இதனால் பூமி த்ருணபாலகர்களால் (புல் பூண்டு என்னும் பாலகர்களால்) பூரிப்படைகிறது. பிறகு லக்ஷாவதியான தண்ணீரின் சிருஷ்டி நாலாபக்கமும் துள்ளிக்குதித்து உலாவத் தொடங்குகிறது. முதலிலேயே சிருஷ்டியின் இந்த ஆவிர்பாவத்தோடு (ஆவேசத் தோடு) என் மனம் ஒன்றாக இருந்து வந்திருக்கிறது. கறையானுக்கு இறக்கை முளைத்தவுடன் மறுநாளே அவை யாவும் இறந்து விடுகின்றன. அவற்றின் இறக்கைகள் தரையின்மேல் சிதறிக் கிடப்பதைக் கண்டு எனக்கு குருக்ஷேத்திரத்தின் நினைவு வரும் 'வெல்வெட் பூச்சி' (இந்திரகோபப் பூச்சி) தரையிலிருந்து பிறந்து தனது செந்நிறத்தால் பூமியின் சோபையை அதிகரிக்கச் செய்து விட்டு மறைந்துவிடும்போது எனக்கு அவை தன் வாழ்க்கை மூலம் வெளிப்படுத்திய சிரத்தையைக் கண்டு பரவசம் உண்டாகும். புஷ்பங்களின் பல்வேறு ரகங்களையும், நிறங்களையும் தோற்கடிக்கும் பட்டுப்பூச்சிகளின் (வண்ணத்துப் பூச்சிகளின்) இறக்கைகளைக் கண்டு நான் இயற்கையினிடமிருந்து கலைப்பாடம் கற்றுக்கொள் கிறேன். அன்பு நிறைந்த கொடிகள் தரையின்மேல் படர்ந்து

உலாவுகின்றன. மரங்களின்மேல் ஏற்கின்றன, கிணறுகளின் ஆழத்தை அளக்கின்றன. இதைக்கண்டு என் மனமும் அவைகளைப் போலவே கோமளமாகவும், எங்கும் எதனுடனும் ஒட்டிக்கொள்ளக் கூடியதாகவும் ஆகிவிடுகிறது. ஆகையால் மழைகாலத்தில் வெளிச் சிருஷ்டியில் எங்கும் 'ஜீவன் சம்ருத்தி'யாக (தண்ணீர் யதேஷ்டமாகி)க் காணப்படுவதுபோல, எனக்கு இதய (மன) நிறைவும் ஏற்படுகிறது. மழை பாக்கியில்லாமல் பொழிந்து ஆகாயம் நிர்மலமாகி விடும்போது, எனக்கும் மனதில் ஒருவிதமான சித்தி கிட்டியதாகத் தோன்றுகிறது. இக்காரணத்தினால்தான் மாரிக்காலம் எனக்கு எல்லா ருதுக்களிலும் உயர்ந்ததாகத் தோன்றுகிறது. இந்த நான்கு மாதங்களில் ஆகாயத்திலுள்ள தேவர்கள் தூங்கிவிட்டாலும்கூட என் இதயம் விழிப்புடன் இருக்கும், வாழ்ந்து நிலைத்து நிற்கும். நான் இந்த நான்கு மாதக்காலத்தோடு ஒன்றறக் கலந்துவிடுகிறேன்.

"மது$_4$ரேண ஸமாபயேத்" மதுரபாவத்தோடு முடிப்பது என்ற நியாயப் படி வசந்தருதுவைக் கடைசியில் வர்ணிக்கும் பொருட்டுகாளிதாஸன் 'ருது சம்ஹாரம்' என்ற நூலை கிரீஷ்மருது (கோடைக்காலம்) விலிருந்து தொடங்கியிருக்கிறான். நான் ருதுக்களின் தீக்ஷை பெற்று எனது வாழ்வின் உறுதியை விவரிக்க விரும்பினால், ஒரு விதமாக மாரிக் காலத்தோடு ஆரம்பித்து, பிறகு வேறு விதமாக அதே மாரிக் காலத்தோடு முடிப்பதையே தான் பெரிதும் விரும்புவேன்.

(ஜூலை, 1952)

ooo

அநுபந்தம்

[சமூக வாழ்க்கைக்கு மிகவும் பயனுள்ள தொழிற்கலைகளைக் கற்றுக் கொண்டோ அல்லது நடத்திக்கொண்டோ போகையில், சிறிதுசிறிதாக எந்த அறிவோ அல்லது விவரங்களோ எவ்வளவு தேவையோ, அந்த அறிவை முழுவதும் கற்றுக்கொண்டு அதைப் பயன்படுத்திக்கொள்ளுவதுதான் வாழ்க்கையை வளமுறச் செய்துகொள்வதற்கு இயற்கையான வழி. வாழ்வதற்கு என்னென்ன தொழில் செய்யவேண்டுமோ அதனுடன் சம்பந்தப்பட்ட விவரங்களை இங்குமங்கும் தேடிக்கொள்வதில் மிகுந்த மன மகிழ்ச்சி ஏற்படுகிறது. இவ்வாறு சரியான தருணத்தில் தேடிக் கொண்ட அறிவு நன்கு பயன்படுகிறது. வெகுசுலபமாக வாழ்வில் கலந்துவிடுகிறது.

இவற்றையெல்லாம் பார்த்துத்தான் கல்வி நிபுணர்கள் கல்வி முறையில் புதுவழிகளைப் புகுத்தி யிருக்கின்றனர் ; அதாவது வாழ்க்கை வாழ்ந்து கொண்டே அல்லது வாழ்வதற்காக வேண்டிய கலையைக் கற்றுக்கொண்டே, அக்கலையைக் கையாண்டு கொண்டே எந்தத் தேவையான அறிவு பரிமாறிக்கொள்ள முடியுமோ அதைத்தான் கல்வியின் போதனா முறையாகக் கொள்ளவேண்டும். இந்த முறையை ‘அநுபந்தம்’ அல்லது கோரிலேஷன் (Correlation) என்று கூறுகிறார்கள்.

சம்ஸ்கிருத நூல்களின் பழைய உரையாசிரியர்கள் இந்த நடை முறையைக் கையாண்டுதான் எந்த நூலையும் அறிமுகப் படுத்திக் கொண்டே பற்பல விஷயங்களைப் பற்றிய அறிவு புகட்டியிருக்கிறார்கள். மூல ஆசிரியர் பற்பல விஷயங்களில் தேர்ந்தவராயிருந்து அவருடைய நூலில் அந்த வித்தைகளின் நுணுக்கங்கள் கூறப்பட்டிருந்தால், உரையாசிரியர் அந்த வித்தை களைப் பற்றிய தேவையான எல்லா விவரங்களையும் தன் உரை நூலில் நிரப்பி விடுகிறார்.

தற்காலத்தில் பாடப் புத்தகங்கள் படிப்பதோடுகூட ‘நோட்ஸ்’ களும் படிக்க அளிக்கப்படுகின்றன. புத்தகங்களும் ஆங்கிலத்தில், அதன் நோட்ஸ்களும் ஆங்கிலத்திலேயே. இவ்விதமாக அன்னிய மொழி மூலமாகப் படிக்கும் செயற்கை நிலைமையின் காரணமாக,

மாணவர்கள் நோட்ஸை மனப்பாடம் பண்ணி, பாடம் பண்ணிய விஷயங்களையே பரீட்சைகளில் எழுதித் தேர்ச்சி பெற்று வரத்தொடங்கினர். இந்த நிலைமையின் காரணமாக நோட்ஸ் கொடுக்கும் வழக்கம் மிகவும் நிந்தனைக்குள்ளாகியிருக்கிறது. ஆதலால் நல்ல ஆசிரியர்கள் முக்கியமான புத்தகங்களுக்கு நோட்ஸ் கொடுப்பதைத் தம் கவுரவத்துக்கு இழுக்காகவும் கருதுகின்றனர்.

ஆனால் அநுபந்தம் என்ற முறையில் விளக்கக் குறிப்புகள் எழுதி, சந்தர்ப்பத்துக்கேற்றவாறு நல்ல பல்வேறு அறிவுகளை அளிக்க முற்பட்டால், இந்த முறை எல்லாவிதத்திலும் விரும்பக் கூடியதாகவும் நன்மை பயக்கக் கூடியதாகவும் இருக்கும்.

என் பல ஆசிரிய நண்பர்கள் எனது சில புத்தகங்களுக்கு இவ்விதமான குறிப்புகள் எழுதியிருக்கின்றனர். நானும் அவர்களுக்கு இதில் உதவி புரிந்திருக்கிறேன். ஆசிரியர்களுக்கும் மாணவர்களுக்கும் எங்கு பெரிய நூலகங்கள் கிடைக்க வழியில்லையோ, அங்கே இம்மாதிரியான குறிப்புகள் மூலமாகப் புத்தகங்களைப் படித்து அறிந்து கொள்ளுதல் போதுமானதாகக் கருதப்படும். புத்தகங்களைப்பற்றி தன் பாஷையிலேயே எழுதப்பட்ட குறிப்புகள் இவ்வித அநுபந்தமாகப் பயன்படும். ஆகையால் கல்வித் துறை நிபுணர் கொடுக்கும். குறிப்புகளை நான் அநுபந்தங்கள் (Correlations) எனவே கருதி வந்திருக்கிறேன். இந்தப்புத்தகத்தை யாராவது ஆசிரியர் படிக்க நேரிட்டால், அவர்கள் இந்தக் குறிப்புகளை 'அநுபந்தம்' என்ற முறையிலேயே பயன் படுத்துவர் என நம்புகிறேன். ஆசிரியரின் உதவியில்லாமல் இந்நூலைப் படிக்கும் வாலிபர்கள் இந்தக் குறிப்புகளைப் பயன் படுத்தும்போது இதன் மூலமாக அவர்களுக்கு அநுபந்தத்தைப் பற்றி ஓரளவு விவரம் புரியக் கூடும் - காகா காலேல்கர்]

முதல் பக்கம் (Title Page)ல் உள்ள சுலோகம்

விஶ்வஸ்ய மாதர: "இவ்விதமாக எத்தனை நதிகளின் நினைவு வந்ததோ அவற்றின் பெயர்களை நான் கூறிவிட்டேன். இவை யாவும், உலகத்தின் அன்னைகள், எல்லாம் மிகுந்த சக்தி வாய்ந்தவை, பெரிய பலன்கள் அளிக்கக்கூடியவை."

திருதராஷ்டிரனின் கேள்விக்குப் பதில் கூறுகையில் சஞ்ஜயன் பாரதவர்ஷத்தை வர்ணிக்கிறான். அப்பொழுது பாரதத்தின் நதிகளின் பெயர்களைக் கூறிய பிறகு மேற்கொண்டு இந்த வாக்கியத்தை (உபசம்ஹாரரூபமாக)க் கூறுகிறான். மகாபாரதத்தின் பீஷ்மபர்வத்தின் ஒன்பதாவது அத்தியாயத்தின் 37-வது 38-வது

சுலோகங்களின் முதல் இரண்டிரண்டு அடிகளைத் தொகுத்து இந்தச் சுலோகம் தயார் செய்யப்பட்டிருக்கிறது.

யதாஸ்ம்ருதி: கருத்து என்னவென்றால் 'நதிகள் எண்ணற்றவை. ஆனால் எத்தனை எனக்கு நினைவுக்கு வந்தனவோ அத்தனை நதிகளின் பெயர்களை மட்டும் கூறினேன்' 37-வது சுலோகத்தின் கடைசி இரண்டு அடிகளில் தெளிவாக இவ்வாறு கூறப்பட்டிருக்கிறது:

ததா$_2$ நத்$_3$யஸ்த்வப்ரகாஶா: ஶதஶோஅத$_2$ ஸஹஸ்ரஶ:!

'இம்மாதிரியே, நமக்குத்தெரியாத பல நூறு, பல்லாயிரம் நதிகள் உள்ளன.'

(இதில், சஞ்ஜயனுக்கும் (இந்நூலின் ஆசிரியருக்கும் கூட) தனது தேசத்தின்பால் உள்ள பக்தி வெளிப்படுகிறது. 'ஸுஜலா ஸுபலா' அன்னைகளின் மேன்மையை யாரும் குறைவாகக் கருதிவிடக் கூடாது என்ற, மிகுந்த சினேகத்தினால் உண்டாகும் சந்தேகத்தின் நிவாரணமும் இந்தச் சுலோகத்தினால் கிடைக்குமல்லவா?)

ஜீவன் லீலா

பக். 12. **'டலயோ: ஸாவர்ண்யம்'** (ட)வும் (ல)வும் ஒரே வர்ணத்தைச் சேர்ந்தவை. **'ட$_3$லயோரமேத$_4$:'** என்று கூடச் சொல்வதுண்டு. மூல ஆசிரியர் **'ட$_3$லயோ: ஸாவர்ண்யம்'** எனவே எழுதியிருக்கிறார்.

பக். 15. **'லிம்பதீவ'** இருள் அங்கங்களை மெழுகுவது போலிருக்கிறது, ஆகாயம் அஞ்சனத்தை (கருமையை)ப் பொழிவது போலிருக்கிறது.

பக். 17. **"நாடு என்பது..........மக்களுமாவார்"** (அபப்ரம்ச மொழியின் கீழ்க்கண்ட செய்யுளோடு ஒப்பிட்டுப் பார்க்கவும் :

ஸரிஹிம் ந ஸரேஹிம் ந ஸரவரோஹிம் நஹி
உஜ்ஜாணனேஹிம் !

தேஸ ரவாண்ணா ஹோந்தி வத$_4$ நிவஸந்தேஹிம் ஸுவ
ணேஹிம் !!

(ஹே மூடனே! தேசம் ஆற்றினாலும் ரமணீயமாவதில்லை, ஏரிகளாலும் ரமணீயமாவதில்லை. குளங்களாலும் ரமணீயமடைவ

தில்லை, அல்லது தோட்டங்கள் காடுகளாலுமில்லை. ஆனால். அதில் வாழும் நல்ல மனிதர்களால்தான் ரமணீயமாகிறது.)

நதி நீர்ப்பண்பாடு

பக்.19. "க்ஷேமேந்திரர்" : பதினொன்றாவது நூற்றாண்டைச் சேர்ந்த ஒரு காஷ்மீர தேசத்துக்கவி. இவர் நாற்பதுக்கும் மேற்பட்டதான நூல்கள் இயற்றியிருந்ததாகக் கூறப்படுகிறது. அவற்றில் பாரதமஞ்சரி, ப்ருஹத்கதா மஞ்சரி, ந்ருபாவலி, முக்கியமானவை.

பக்.21. மீனல்தேவி : கர்னாடக ராஜ்ஜியத்தின் சந்திராவதி நகரத்து அரசகுமாரி; கர்ணதேவ் ஸோலங்கியின் பத்னி, சித்தராஜர் ஜயசிம்ஹனின் அன்னை; தோல்காவின் பிரசித்திபெற்ற 'மலாவ்' குளம், 'வீரம்காம்' இன் 'முனஸர்' குளம் இவற்றை இவள்தான் கட்டுவித்தாள். இவள் சோமநாதர் ஆலயத்துக்குத் தரிசனத்துக்குச் செல்லும் யாத்திரிகர்கள் மீது விதிக்கப்பட்டு வந்த வரியை நீக்கினாள். இவள் பிரஜைகளை மிகவும் நேசித்துவந்தாள்.

பக்.21. ***ஊர்வசி :*** *'உர்' நாட்டின் ஊர்வசி.*

நதீ$_3$ முகே$_2$நைவ ஸமுத்$_3$ரம் ஆவிஶேத்

நதியின் முகத்துவாரம் மூலம் கடலின் புகுவது.

பக்.23. "ஆறு தன் தர்மத்தில்..." இது கூல்மர்யாதா (கரை மரியாதை, கரை வரம்பு) எனப்படுவது. 'குல்மர்யாதா' (குல மரியாதை) என்ற பதத்திலிருந்து ஏற்படுத்தப்பட்ட சொல்.

பக்.23. ***"நாமரூபங்கிளை" :"பெயர் உருவம் முதலியவற்றைத் தியாகம் செய்துவிட்டு :*** *முண்டகோபநிஷத்தின் கீழ்க்கண்ட வாக்கியத்தை நினைவுபடுத்திக்கொள்ளுங்கள் :*

யதா$_2$ நத்$_3$ய: ஸ்யந்த$_3$மானா: ஸமுத்$_3$ரே
அஸ்தம் க$_3$ச்சந்தி நாமரூபே விஹாய!

(எவ்வாறு ஓடும் ஆறுகள் பெயர் உருவம் முதலியவற்றை விட்டு விட்டுக் கடலில் மறைந்து விடுகின்றனவோ)

நின்று கரம் குவித்தல்

பக். 23. ***உபஸ்தானம் :*** *வந்தனம், பூஜை, உபாசனை - சூர்ய உபஸ்தானம், சந்தியோபஸ்தானம் போன்றவை.*

பக். 24. ***நம் முன்னோர்களின் நதி பக்தி :*** *ஆசிரியன் ஸரஸ்வதி புத்ரன் - ஸாரஸ்வதன், இந்த விஷயம் இங்கு நினைவுக்கு வராமலிருக்க முடியாது.*

பக். 24. **பக்தி நிறைந்த இந்த மனவெழுச்சிகளைக் கேட்டு:** *பக்தியைக் காதால் கேட்டு - காதால் கேட்பது மூலம் பக்தி செலுத்தி. (அன்புடனும் மரியாதையுடனும் கேட்பதுகூட பக்தியின் ஒரு புண்ணிய மயமான ரூபம்தான்.)*

பக்.24. **"பண்பாட்டு வளர்ச்சியில் புஷ்டியடையும்":** *உலகத்தின் ஏராளமான நாகரிகங்களின், கலாச்சாரங்களின் வளர்ச்சி ஆறுகளின் கரைகளில்தான் ஏற்பட்டது. உதாரணமாக, எகிப்து நாட்டின் நாகரிகம் நைல்நதிக் கரையில்தான் வளர்ச்சி யடைந்தது. காடில்யா (ஈராக்)வின் நாகரிகம் யூப்ரடிஸ் டைக்ரஸ் ஆறுகளின் கரைகளில் வளர்ந்தது. சைனாவின் கலாச்சாரம் யாங்சேக்யாங், ஹோஆங்ஹோ, இவற்றின் கரைகளிலும், மத்திய ஆசியாவின் கலாச்சாரம் அமு, சர் இவற்றின் கரைகளிலும், பாரதநாட்டின் கலாச்சாரம் பஞ்ச சிந்துக்கள், கங்கா - யமுனா, தாபீ - நர்மதை, கிருஷ்ணா, கோதாவரி இவற்றின் கரைகளிலும் உருவாகி வளர்ச்சியடைந்தன.*

பக்.25. பகவான் சூர்யநாராயணனின் அன்பைப்பற்றி : தாப்தி - தபதி சூரியனின் புத்திரியாகக் கருதப்படுகிறது. அவள் சம்வரண் ராஜாவின் பத்னி, கருவின் தாயார். குஜராத்திக் கவி பிரேமாநந்தரின் பெயரால் வழங்கப்படும் 'தபத்யாக்யான்' இல் இந்தத் தபதியின் கதை காணப்படுகிறது.

பக். 26. **சரித்திரத்தின் உஷாக்காலம் :** *சாதாரணமாக, உஷக்கால என்ற சொல் உபயோகிக்கப்பட்டு வருகிறது. ஆனால் இங்கு வேண்டுமென்றே 'உஷாக்காலம்' என்ற சொல் உபயோகிக்கப் பட்டிருக்கிறது. இந்தப் பிரதேசத்துச் சரித்திரத்தில் கூறப்பட்டிருக் கிறது - பிரம்மபுத்திரவின் வடகரையில் தேஜ்பூருக் கருகில் பாணாசுரனும் உஷாவும் வசித்துவந்தனர்.*

உஷா-அநிருத்தனின் கதை பாகவதத்தின் பத்தாவது ஸ்காந்தத்தின் 62, 63-வது அத்தியாயங்களில் வருகிறது. பலிச் சக்ரவர்த்தியின் பிள்ளையான பாணாசுரனின் மகளான உஷா ஒருநாள் ஏதோ ஒரு அழகான வாலிபனோடு கூடினதாகக் கனவுகண்டாள். கனவு மறைந்த பிறகு அவள் அந்த வாலிபனது பிரிவினால் கலக்கமடைந்து ஏதோ உளறினாள். அவளுடைய தோழி சித்ரலேகா இந்த உளறலைக் கேட்டாள். அவள் கேட்டவுடன் உஷா தன் கனவின் விவரம் முழுவதையும் கூறினாள். அத்துடன், அந்த யுவனை மணக்காமல் உயிர் வாழ முடியாதென்றும் கூறினாள். சித்ரலேகா ஒவ்வொன்றாகப் பல

சித்திரங்கள் தயார் செய்து அவளுக்குக் காட்டினாள். கடைசியில் கிருஷ்ணனின் பேரனான அநிருத்தனுடைய சித்திரத்தைப் பார்த்து உஷா இந்த வாலிபனைத்தான் நான் கனவில் கண்டேன் என்று கூறினாள்.

இதற்குப் பிறகு சித்ரலேகா தனது யோக பலத்தால் துவாரகைக்குச் செல்கிறாள். அங்கிருந்து, தூங்கிக்கொண்டிருக்கும் அநிருத்தனைக் கட்டிலோடு தூக்கிக்கொண்டு வந்துவிடுகிறாள். உஷாவும் அநிருத்தனும் கந்தர்வ முறைப்படி மணந்துகொள் கின்றனர்.நான்குமாதங்கள் இருவரும் இங்கேயேகூடியிருக்கின்றனர். உஷாவின் தகப்பனாருக்கு உஷாவின் அந்தப்புரத்தில் யாரோ ஒரு ஆடவன் இருக்கிறான் என்ற தகவல் தெரிந்தவுடன் அவன் மிகவும் கோபமடைந்து அங்கே சென்று அநிருத்தனின் மேல் பாய்கிறான். இருவருக்கும் பலமான சண்டை நடக்கிறது. இதில் பாணாசுரன் அநிருத்தனை நாகபாசத்தால் கட்டிக் கைது செய்துவிடுகிறான்.

இங்கே துவாரகையில் அநிருத்தனைக் தேடுகின்றனர். நாரதர் வந்து அநிருத்தனை பாணாசுரன் சோணித்புரத்தில் (தற்காலத்து தேஜ்பூர்) கைது செய்து வைத்திருப்பதாகக் கூறுகிறார். யாதவர்கள் இதனால் கோபமடைந்து சோணித்புரத்தின் மேல் படையெடுக்கின்றனர்; பாணாசுரனைத் தோற்கடித்து உஷா, அநிருத்தனோடுகூட குதூகலத்துடன் துவாரகைக்குத் திரும்பு கின்றனர்.

“முன்னேறிச் செல்லும் கொள்கைப்படி” : ஸம்பூ$_4$ய ஸமுத்தா$_2$ந சம்பூய சமுத்தான் : இதன் கொள்கை ஒன்று சேர்ந்து முன்னேறிச் செல்லும் கொள்கை. Joint stock கொள்கை. ஸ்மிருதிகளில் இந்த வார்த்தை காணப்படுகிறது.

பக்.27. **“கடலுடன் கலக்கச் செல்லும்போதே...நின்று விடும்”**. தெற்கு குஜராத்தில் ‘பல்ஸாட்’க்கருகில் உள்ள ‘வாங்கீ’ ஆறுகூட தன் பெயரைப் போலவே வளைந்து நெளிந்து சென்று, சரியாகக் கடலுக்கருகில் மறுபடி ஒரே திருப்பமாகத் திரும்பி இரண்டு மூன்று மைல் வடக்கே ஓடி ஔரங்கா நதியோடு கலந்து, அதோடு தான் கடலில் விழுகிறது.

1. தோழி மார்க்கண்டி

பக். 37. **மார்க்கண்டி :** பெல்காமிலிருந்து ஒன்பது மைல் தூரத்தில் ஆசிரியனின் கிராமமான பேலகுந்திக்கருகில் ஓடும் ஆறு.

வைத்யானத் (பைஜ்நாத்) பெல்காமைச் சேர்ந்த ஒரு மலை. இந்த மலையின் மேல் நல்ல மருந்து மூலிகைகள் இருப்பதாக வைத்தியர்கள் கூறுகிறார்கள்.

எங்கள் தாலுக்காவின் : கர்னாடகப் பிரதேசத்து பெல்காம் தாலுக்கா.

பக். 38. **மார்க்கண்டேயர் :** மிருகண்டு முனிவருடைய புத்திரன், மார்க்கண்டன்.

ஸாதூ ஸுந்தர் : மத்திய காலத்துக் கவி ஒருவரால் இயற்றப் பட்ட மார்க்கண்டேய உபாக்யானத்தில் இந்த வரிகள் காணப்படு கின்றன. மராட்டிப் பெண்கள் பலருக்கு இந்தக் கவிதைகள் மனப்பாடம் உண்டு.

பக். 39. **ம்ருத்யுஞ்சயர் :** மஹாதேவ (சிவ)னின் பெயர். இது 'அலுக் சமாஜம்' இதில் வேற்றுமையுருபுச் சின்னம் மறைவதில்லை. ஒப்பிட்டுப் பாருங்கள் :

தனஞ்ஜயன், ஸமிதிஞ்ஜயன், கணஞ்ஜயன் (Dictator)

அவனுடைய ஆயுள் பிரவாகம் : கதையில் கூறப்பட்டிருக் கிறது. அவனுக்கு ஏழு அல்லது பதினான்கு கல்ப காலம் வரை வாழ வயது கிடைத்திருந்தது. இதை அனுசரித்துத்தான் யாரை யாவது ஆசீர்வதிக்கும் போது 'மார்க்கண்டாயு பவ' என்று ஆசீர்வதிக்கின்றனர். ஆனால் இந்தக் கட்டுரையில் அதன் அர்த்தம் நதி என்ற ஆயுள் தாரை என ஆகும். இது ஆசிரியருடைய கற்பனையாகும்.

பக். 39. **"நான் சகோதரியைப் பார்க்கச் செல்லுவேன்"** - பாயிதூஜ் என்ற பண்டிகையின்போது கார்த்திகை மாத சுக்லபக்ஷது விதியை. அந்த நாளன்றுதான் யமுனை தன் சகோதரனான யமனைத் தன் வீட்டிற்கு அழைத்து வந்து அவனுக்குப் பூஜைகள் செய்தாள். அவனுக்கு விருந்து அளித்தாள். ஆகையால் இந்த நாளை 'யமத்விதீயா' என்றும் கூறுவார்கள். இந்த நாளன்று சகோதரி தன் சகோதரனைத் தன் வீட்டிற்கு அழைத்துவந்து அவனுக்குப் பூஜை செய்து விருந்து அளிக்கிறாள். விருந்து அளிக்கும்போது கீழ்க்கண்ட மந்திரத்தைச் சொல்லி அவனை ஆசமனம் செய்யச் சொல்கிறாள் :

ப்$_4$ராதஸ் தவானுஜாதாஹம் புக்ஷ்வ பக்த்வம் இதம் சுபம்!
ப்ரீதயே யமராஜஸ்ய யமுனாயா விசேஷத:!

(ஹே சகோதரனே! நான் உனது தங்கை. என்னால் தயார் செய்யப்பட்ட இந்த அன்னத்தைத் தாங்கள் சாப்பிடுங்கள். இதனால் யமராஜனும், முக்கியமாக அவருடைய சகோதரி யமுனையும் மகிழ்ச்சி யடையட்டும்.)

மூத்த சகோதரியாயிருந்தால் **'ப்$_4$ராதஸ்தவாக்$_3$ரஜாதாஹம்'** *என்று கூறுகிறாள்.*

ம்ருகநக்ஷத்ரம் : *'பாயிதூஜ்' குளிர் காலத்தில் வருகிறது. அந்நாட்களில் மிருகசீரிஷ நக்ஷத்திரம் இரவு முழுவதும் ஆகாயத்தில் காணப்படும். இதனால்* **'ம்ருக$_3$நீதா ராத்ரய:'!**

லாவண்ய : *(சம்ஸ் - லவண + ய) இனிமை, தோற்றம், யௌவனத்தின் காந்தி. அதன் லக்ஷணம் :*

முக்தாஃபலேஷு சா$_2$யாயா: தரலத்வமிவாந்தரா!
ப்ரதிபா$_4$தி யத$_3$ங்கே$_3$ஷு தல்லாவண்யமிஹோச்யதே!!

2. கிருஷ்ணாவின் நினைவுகள்

பக். 40. **தாரா** *கிருஷ்ணாவின் கரையில் உள்ள நகரம். ஆசிரியனின் பிறந்த தேசம். இது ஷாஹு போன்ற மகாராஷ்டிர மன்னர்களின் ராஜதானியாயிருந்தது. சிவாஜியின் பேரன்* **ஸ்ரீஷாஹு மஹாராஜ்**. *சம்பாஜியின் மகன், அவனுடைய பெயரும் சிவாஜி தான். ஔரங்கசீப் அவனுக்கு ஷாஹு என்று பெயரிட்டான். சிறு பிராயத்தில் ஷாஹு டில்லியில் சிறைப்பட்டு இருக்கவேண்டியிருந்தது. அங்கே அவன் அனுபவித்த ஆடம்பர சுகபோகங்களினால் அவன் தன் ராஜ்ஜியத்தின் பொறுப்பைத் தனது பிரதான பேஷ்வாவிடம் ஒப்படைத்துவிட்டுத் தான் சாதாராவில் வசித்து வந்தான்.*

பக்.40. **நாங்கள் பல குழந்தைகள் :** *ஆசிரியனும் அவரது சகோதரர்களும்.*

பக்.40. **வாசுதேவர்கள்** *மயிற் சிறகுகளின் தொப்பி அணிந்து கொண்டு, பஜனை பாடிக்கொண்டு பிச்சை வாங்கும் ஒரு சம்பிரதாயத்தினர்.*

வெண்ண்யா : *சதாராவின் ஒருசிறு ஆறு.*

நரஸோபாசீ வாடீ : *கிருஷ்ணாவின் கரையில் குருந்த் வாடாவுக்கருகில் இந்த இடம் இருக்கிறது. இது தத்தாத்ரேயரின் புனிதக்ஷேத்ரம்.*

பக்.41. **"ஓரிரு முறை சுவை பார்த்தவன்..... விரும்புவான்" ஆசை கொள்வான்.**

சீக்கியர்களின் குருவான நானக்ஷாவைப்பற்றி ஒரு கதை உலவுகிறது. அவர் சுவர்க்கத்திற்குச் சென்றார், ஆனால் அங்கேயும் அவர் வருத்தத்தோடு இருந்தார். கடவுள் இதன் காரணத்தைக் கேட்டார். அவர் பதில் கூறினார்: 'சுவர்க்கத்தில் எல்லாம் இருக்கிறது. ஆனால் சோளக் கொண்டைகள் இல்லை. 'ஸரஸோன்' (வெண் கடுகு) செடிகளும் கிடையாது. இவைகளை உண்பதற்காக பூலோகத்துக்குத் திரும்பிப்போய்விட எண்ணம் தோன்றுகிறது.'

நாட்டுப்பற்றுள்ள பிரதேச ஜாதி மக்களுடைய மனதுதான் இம்மாதிரிக் கதைகளைச் சிருஷ்டிக்க முடியும்.

சாங்களீ : *கிருஷ்ணாவின் கரையில் உள்ள ஒரு நகரம். நம்நாடு சுதந்திரம் அடைவதற்கு முன் இருந்த ஒரு சமஸ்தானம்.*

"ஒரே மாதிரியான தொனி" : ஏகஸ்ருதி: *- இது ஒரு வைதிகச் சொல். இதன் பொருள் : எதில் மாறுபாடுகள் கிடையாதோ அது; தேவங்களில் மூன்று விதமான உச்சாரணங்கள் சொல்லப்பட்டிருக் கின்றன-உதாத்த, அனுதாத்த, ஸ்வரித். இவைகளில் ஏதாவதொன்றை எடுத்துக்கொண்டு யாதொரு விதமான மாறுபாடுகளும் செய்யாமல் தொடர்ந்தாற்போல் உச்சாரணம் செய்வது 'ஏகஸ்வர உச்சாரணம்' எனப்படும். ஆங்கிலத்தில் 'மனாடொனஸ்'* (Monotonous).

"ஸமர்த்த குரு ராமதாசர்" : *சுவாமி ராமதாஸர். சிவாஜியின் குரு. அவர் பிரம்மச்சாரியாயிருந்தார். அவர் பல மடங்களை ஸ்தாபித்து மதப் பிரசாரம் செய்தார். 'தாஸபோத்' 'மனோபோத்' முதலிய முக்கியமான கிரந்தங்களை இயற்றியவர்.*

பக். 42. **கோர்படே** *சந்தாஜீ. சிவாஜியின் ஒரு சேனைத் தலைவன். ராஜாராமின் காலத்தில் தனாஜீ, சந்தாஜீகோர்படே இவ்விரு சேனாதிபதிகளுக்கும் இடையில் பெரிதும் விரோதம் இருந்துவந்தது. கோர்படே முரார் ராவ் (1704-1777) என்பவரும் ஷாஹூவின் முக்கியமான சர்தார்களில் ஒருவராயிருந்தார். தனது பராக்கிரமத்தால் கர்னாடகம் முழுவதையும் ஜயித்து இவர் குத்தியில் ராஜதானியை அமைத்தார். ஆகையால் 'இவரை குத்தீகர் கோர்படே' என்றும் கூறுவதுண்டு. சந்தாசாஹிபுக்கும் பேஷ்வாக்களுக்கும் திருச்சிராப்பள்ளியில் நடந்த கோரமான சண்டையில் இவர் பேஷ்வாக்களுக்கு வெற்றி தேடித் தந்தார். ஆதலால் ஷாஹூ அவருக்கு கர்நாடகத்தின் 'ஸர்தேஷ்முகி'*

பதவியும் திருச்சிராப்பள்ளிக் கோட்டையின் சுபேதார் பதவியும் அளித்தார். கடைசியில் ஹைதர்அலி அவரைக் கைது செய்து வெள்ளிக் கைவிலங்கு, கால் விலங்குகள் இட்டு கபாலதுர்க்கத்தில் சிறை வைத்திருந்தார். அங்கேயே அவர் மரணமெய்தினார்.

படவர்த்தன் : *பரசுரம் பாவு (1739-1799). சவாய் மாதவராவ் பேஷ்வாவின் காலத்தில் இருந்த பெரிய சேனாதிபதி, பெரிய தீரவீரர். ஹைதர்அலியோடு நடத்திய யுத்தத்தில் ஒன்றன்பின் ஒன்றாக இவருடைய மூன்று குதிரைகள் செத்தன. இருந்தபோதிலும் இவர் மனம் கலங்கவில்லை. 1781-ல் ஆங்கிலச் சேனாதிபதி 'கோடர்ட்' டைத் தோற்கடித்தார். 1796-ல் நானாபர்னவிஸுடன் இவருக்கு சற்று மனத்தாங்கல் ஏற்பட்டுவிட்டது. ஆகையால் பர்னவிஸ் இவரைக் கைது செய்தார். 1798 விடுதலையடைந்தார். ஆனால் உடனேயே பட்டண்கடி யுத்தத்தில் சேர்ந்து அங்கேயே சண்டையிட்டுக் கொண்டே இறந்தார்.*

நானா பர்னவிஸ் : *(1742-1800) மஹாராஷ்டிர ஆட்சியின் கடைசிக் காலத்தில் இருந்த ஒரு மிகப் பெரிய ராஜதந்திரி.*

ராம்சாஸ்திரி ப்ரபுணே : *(1720-1789) பேஷ்வாக்களின் காலத்தைச் சேர்ந்த ஒரு பெரிய நியாயவாதி. இருபதாவது வயது வரை இவர் எழுதப்படிக்கத் தெரியாதவராயிருந்தார். எந்த சாஹுகாரிடம் இவர் வேலை பார்த்தாரோ அவன் இவருடைய மனம் புண்படும்படியான சில வார்த்தைகள் கூறிவிட்டான். ஆகையால் இவர் படிப்பதற்காக காசிக்குச் சென்று, பெரிய வித்துவானாகவும், தர்மசாஸ்திர நிபுணராகவும் ஆனார். 1751-ல் பேஷ்வாக்களின் தர்பாரில் அவர் பணி ஏற்றுக் கொண்டார். பிறகு 1759-ல் பிரதான நியாயாதிபதியானார். அவர் மிகவும் பற்றற்றவர். ஆடம்பரமற்றவர். பெரிய மாதவராவ் இவர் ஆலோசனைப்படியே காரியங்கள் செய்து வந்தார். நாராயணரா வின் கொலைக்காக இவர் ராகோபாவுக்கு மரண தண்டனை மூலம் பிராயச்சித்தம் செய்துகொள்ளும்படி கொஞ்சங்கூடத் தயங்காமல் தண்டனை அளித்தார்.*

தேஹு : *இந்திராயணீ நதிக்கரையில் அமைந்துள்ள ஒரு கிராமம். பூனாவுக்கருகில் இருக்கிறது. மஹாராஷ்டிரத்து சந்த துகாராமின் கிராமமாதலால் மிகவும் புனிதமாகக் கருதப்படுகிறது.*

ஆளந்தீ : *இந்திராயணீ நதிக்கரையில் அமைந்துள்ள ஒரு கிராமம். பூனாவுக்குச் சமீபத்திலேயே இருக்கிறது. இங்கு சந்தஞானேஸ்வரர் உயிருடனேயே சமாதியானார். தேஹு ஆளந்தி*

ஆறு இந்திராயணீ பீமா ஆற்றுடன் கலக்கிறது. இந்த பீமா பண்டரிபுரத்துக்கருகில் வளைந்து ஓடுகிறது, ஆகையால் அதை ‘சந்திரபாகா’ என்று கூறுகிறார்கள். இதற்குப் பிறகுதான் அது பெரியதாக மாறிகிருஷ்ணாவுடன் கலக்கிறது.

துங்கபத்ரா: ‘துங்கா’ ,‘பத்ரா’ இந்த இரு நதிகளும் சேர்ந்து துங்கபத்ரா உண்டாகிறது.‘முலாமுடா சங்கமம்’ அத்தியாயத்தைப் பார்க்கவும். துங்கபத்ராவின் கரையில் ஹம்பிக் கருகில் கர்னாடக சாம்ராஜ்ஜியத்தின் தலைநகரான விஜயநகரம் அமைந்திருந்தது.

தெலுங்கண (தெலங்கண்): திரிலிங்கப் பிரதேசம். “எவனுடைய வயிற்றில் கிருஷ்ணாவின் ஒரு சொட்டுத் தண்ணீ ராவது சேர்ந்திருக்குமோ அவன் தனது மஹாராஷ்டிர மனப் பான்மையை ஒரு பொழுதும் மறக்க முடியாது. “மேலும், “கிருஷ்ணாவினிடம் பாரபட்சமான பிராந்தீய மனப்பான்மை கிடையாது.”-என்ன இந்த இரண்டு வாக்கியங்களுக்கிடையில் வேறுபாடு இருக்கிறதா? ஆசிரியர் கூறுவதாவது: மஹா-ராஷ்டிரத்தின் நற்குணங்களைக் குறித்து மனதில் மரியாதையான எண்ணம் இருக்கத்தான் இருக்கும்; ஆனால் மூன்று மாகாணங் களிடம் நெருக்கமான உறவு உண்டான பிறகு மனதில் குறுகிய மனப்பான்மை வரவே முடியாது.

பக். 42. **மலையின் அஸ்திகள்:** மலையின் எலும்புகளாகிய கற்கள், பாறைகள்.

44 . **வாழ்க்கையின் லீலை** (ஜீவனலீலை) ஜீவன் அதாவது ஜலம், ஜீவன் அதாவது வாழ்க்கை. இங்கே அந்தச் சொல் இவ்விரு அர்த்தங்களிலும் பிரயோகிக்கப்பட்டிருக்கிறது.

‘அநந்தபுவா மரடேகர்’: காகா சாஹப் அவர்களின் நண்பர். அவருடைய புனிதமான நினைவைக் குறித்து காகாசாஹப் தனது ‘ஹிமாலய யாத்திரை’* (**‘இமய மலை யாத்திரை’யின் போது: ஹிந்தியில் ‘ஹிமாலய கீ யாத்ரா’ என்ற புத்தகம் நவஜீவன் பிரகாசன் மந்திர் சார்பாக வெளியிடப்பட்டிருக்கிறது**) என்ற புத்தகத்தை அர்ப்பணித்திருக் கிறார்.

ஸ்ரீசமர்த்த ராமதாசரும் அவரது சீடர்களும் ஏற்படுத்தியுள்ள பல மடங்களில் ‘மரடே மடம்’ ஒன்று. இந்த மடத்தின் கிருகஸ் தாசிரம மடாதிபதிகளின் வமிசத்தில் உதித்தவர் அனந்தபுவா. இவருடைய தகப்பனார் பௌராணிகர், கீர்த்தனாசாரியர், அனந்தபுவா முதலில் மராட்டி பயிற்சிக் கல்லூரியில் ஆசிரியராயிருந்தார். பிறகு அவர் காகாசஹப்புக்கு முன்னால்

பரோடாவின் கங்கநாத் வித்யாலயத்தில் சேர்ந்தார். இந்த வித்யாலயத்துக்காக நன்கொடை வசூலிக்கும் பொருட்டு அவர் பரோடா ராஜ்ஜியம் முழுவதிலும் சுற்றுப்பிரயாணம் செய்தார். அவருடைய மாதாந்தரச் செலவு ஒருபொழுதும் பத்து ரூபாய்க்கு மேல் ஆனதுகிடையாது. இந்த ஸ்தாபனத்தின் நியமங்களின் படி அவருடைய செலவுக்குமேல் சொந்தச் செலவுக்காக ஐந்து ரூபாய் எடுத்துக்கொள்ளவேண்டியிருந்தது. அவர் இந்த ஐந்து ரூபாய்களை மாணவர்களுக்காவோ அல்லது கணக்கில் விட்டுப்போன தவறுகளுக்காக ஈடுகட்டவோ பயன்படுத்திவந்தார். வாழ்க்கையில் இவரை குஜராத்தின் பிரசித்திபெற்ற நிர்மாணத்திட்ட ஊழியர் ஸ்ரீரவிசங்கர் மஹாராஜுடன் ஒப்பிடலாம். அவருடைய புனிதமான வாழ்க்கையைப் பார்த்துப் பலர் அவரிடம் மந்திரக்கயிறுகள் கேட்பதுண்டு. ஆனால் அவர் ஒருபொழுதும் ஒருவருக்கும் மந்திரக்கயிறு கொடுத்ததில்லை. அவர் ‘என்னிடம் இதற்குள்ள தகுதி கிடையாது’ என்று கூறிவிடுவார்.

எனது அண்ணன்: தேசியக் கல்விவேலையில் ஆசிரியரைக் காட்டிலும் முன்னதாகவே அவர் ஈடுபட்டு வந்திருந்தார். அதிகம் தியாகமும் புரிந்தவர் ஆதலால்.

கங்கோத்ரி: இமய மலையின் ஒரு புண்ணிய தீர்த்தம். கங்கை இங்கிருந்து தான் உற்பத்தியாகிறது. உண்மையில் கங்கை கங்கோத்ரியிலிருந்து சுமார் 14 மைல் தூரத்திலுள்ள கோமுகத்தி லிருந்துதான் கிளம்புகிறது.

அமர்நாத்: இந்தப் புண்யஸ்தலம் காஷ்மீரத்தில் இருக்கிறது. இங்கே ஒரு குகையில் பனிக்கட்டியாலான சுயம்புவான சிவலிங்கம் காணப்படுகிறது.

வாயீ: கிருஷ்ணா நதிக்கரையில் அமைந்துள்ள ஒரு புண்ணிய ஸ்தலம். இங்கே சம்ஸ்கிருத வித்தையின் பரம்பரை நன்கு காக்கப்பட்டுவருகிறது.

வாயீ..... கங்கை: வாயீ வாசிகள் அன்புடனும் பக்தியுடனும் கிருஷ்ணாவை கங்கை என்று கூறுகிறார்கள்.

சிரஸ்னானம்: மழைக் காலத்தில் வாயீயின் சில கோவில்கள் ஆற்றின் நீரில் கலசம்வரை மூழ்கிவிடுகின்றன.

பக். 44. ***சுயராஜ்ஜிய முனிவர்:*** சுயராஜ்ஜியத்தையே பற்றி தியானம் செய்தவர். சுயராஜ்ஜியத்திற்காகத் தவம் புரிபவர். சுயராஜ்ஜியத்தின் மந்திரம் எல்லோருக்கும் அளிப்பவர்.

"சுயராஜ்ஜியம் எனது பிறப்புரிமை" என்ற லோகமான்ய திலகருடைய வாக்கியம், அறைகூவல் மிகவும் பிரசித்திபெற்றது.

பக்.42. **பட்- வர்த்தன்:** (பட்-வஸ்திரம்: வர்த்தன்- வளரச் செய்தல்;) துரௌபதியின் வஸ்திரத்தை கிருஷ்ணன் வளரச் செய்ததை நினைவுபடுத்திக்கொள்ளுங்கள்.

விஜயவாடா: ஆந்திர மாகாணத்தின் ஒரு முக்கியமான பட்டணம். இதுவும் கிருஷ்ணா நதிக்கரையில் இருக்கிறது.

ஸ்ரீ அப்பாஸ் அவர்கள்: (1854-1936) என்றும் இளமை மாறாத தேசபக்தர் அப்பாஸ் தயாப்ஜீ அவர்கள். காங்கிரஸின் மூன்றாவது கூட்டத்தின் தலைவராயிருந்த ஸ்ரீ பத்ருதீன் தயாப்ஜீயின் சகோதரர் புதல்வர். முதலில் இவர் பரோடா ராஜ்ஜியத்தில் ஒரு பெரிய கோர்ட்டின் நீதிபதியாயிருந்தார். பிற்கால வாழ்க்கையில் இவர் காந்திஜீயிடம் மிகவும் ஈடுபாடு கொண்டார். அப்பொழுது அவர் குஜராத்தின் பொது வாழ்வில் மிகப் பெரிய பங்குகொண்டார். பஞ்சாப் படுகொலையின் விசாரணையில், ஒற்றுழையாமை இயக்கத்தில், திலகர் சுயராஜ்ஜிய நிதிதிரட்டுவதில், சர்க்கார்ப் பள்ளிக்கூடங்களிலும் அன்னியநாட்டுத் துணிகளின் கடைகளிலும் மறியல் செய்வது, காதி விற்பனை, இந்து- முஸல்மான் ஒற்றுமை ஏற்படுத்துவது வெள்ளத்தால் பாதிக்கப்பட்டவர்களுக்கு நிவாரணம் அளிப்பது, பார்டொலி சத்தியாக்கிரஹத்தின்போதும், உப்புச் சத்தியாக்கிரஹத்துக்காக 'தர்சணா'வுக்கு வந்திருந்த சத்யாக்கிரஹிகளுக்குத் தலைமை வகித்தல் ஆகிய பற்பல காரியங்களில் இவரது திறமையை, மிக்க பல தரப்பட்ட தேச சேவையை நாம் கண்டிருக்கிறோம்.

பக்.45. **திரு. புன்தாம்பேகர்:** பம்பாயின் தேசீய மஹா வித்யாலயத்தில் ஆச்சாரியராயிருந்தவர். அவர் பாரிஸ்டாயிருந்தார். பிறகு காசி ஹிந்து சர்வகலாசாலையில் சரித்திரத்திற்குப் பிரதான பேராசிரியராயிருந்தார். பிறகு நாகபுரி சர்வகலாசாலையில் அரசியல் பிரிவின் தலைவராகவும் வேலை பார்த்திருக்கிறார்.

கித்வானி அவர்கள்: குஜராத் வித்யாபீடத்தின் துணை வேந்தர் (Vice-chancellor). குஜராத் மஹாவித்யாலத்தின் முதல் ஆச்சாரியர். முழுப்பெயர் அஸீத்மல டேக்சந்தத் கித்வானி. குஜராத்துக்கு வருவதற்கு முன் இவர் தில்லியில் ராமஜஸ் கல்லூரியின் தலைமைப் பேராசிரியராயிருந்தார்.

கிருஷ்ணாம்பிகை: அன்னை கிருஷ்ணாநதி.

ராம் சாஸ்திரி: ராம்சாஸ்திரி ப்ரபுணே, நியாயமூர்த்தி. வாயீக்கருகில் கிருஷ்ணா நதிக்கரையில் வதித்தார்.

நானா பர்னாவிஸ்: வாயீக்கருகில் 'மேணவலி' யில் வசித்துவந்த அரசியல் மேதை.

தேசீய ஹிந்தி: சுத்தமான, கலப்பற்ற ஹிந்தி மாகாண ஹிந்தி எனப்படும். பல மொழிகளின் பிரபாவத்தால் உருவான ஹிந்தியின் பெயர் 'தேசீய ஹிந்தி'.

3. முலாமுட்டா சங்கமம்

பக். 46. **மிஸிஸிப்பி- மிஸௌரி:** நீளம் 5431 மைல். இவை இரண்டும் சந்திக்கும் இடத்தில் அதன் அகலம் 5000 அடி.

சீதாபிராட்டியை அபகரித்ததிலிருந்து... வரையிலுள்ள சரித்திரம்: இராவணன் சீதாபிராட்டியை அபகரித்துக்கொண்டு செல்லும் போது சீதாதேவியின் புடவையின் ஒரு நுனி ஹம்பிக் கருகிலுள்ள ஒரு பாறையில் உராய்ந்து, அதனுடைய கோடுகள் இன்றும் காணப்படுகின்றன. விஜயநகர சாம்ராஜ்ஜியத்தின் வேலைகளும் துங்கபத்ராவின் கரையில்தான் நடந்துவந்தது. சாம்ராஜ்யம் 1346 ஆம் ஆண்டில் அமைக்கப்பட்டது. இது கிருஷ்ணாநதியிலிருந்து கன்யாகுமரிவரை பரவியிருந்தது. இருநூறு ஆண்டுகளுக்கும் மேலாக முஸல்மான்களின் தாக்குதல்களை எதிர்த்து நின்று. 1565 ஆம் ஆண்டு இந்த சாம்ராஜ்ஜியம் முடிவடைந்தது. இதைப்பற்றிய முழு விவரமும் 'A Forgotten Empire' என்ற ஆங்கிலப் புத்தகத்திலும், 'விஜய நகர சாம்ராஜ்ஜியத்து வரலாறு' என்ற ஹிந்திப் புத்தகத்திலும் கொடுக்கப்பட்டிருக்கிறது.

கடக்வாஸலா: பூனாவிலிருந்து சிம்மகட்டுக்குப் போகும் வழியில் உள்ள இடம். இங்கு பூனாவின் 'வாடர்வொர்க்ஸ்' இருக்கிறது. சுதந்திர இந்தியாவின் 'தேசீய பாதுகாப்புப் படைப் பள்ளி' இங்கே அமைக்கப்பட விருக்கிறது.

செடி கொடிகளற்ற குன்றுகள்: சன்னியாசிகளின் தலையைப் போன்றவை. (சிகரத்தின்மீது ஒரு மரமாவது செடியாவது இல்லாததால் மொட்டையான)

லக்டீபுல்(மரப் பாலம்): ஒருக்கால் முன்பு இந்தப் பாலம் மரத்தால் செய்யப்பட்டதாயிருந்திருக்கலாம். அல்லது இதற்கருகில் மரம், கட்டை விற்பனை நடந்திருக்கலாம். அஹமதாபாத் திலுள்ள 'எலிஸ்பிரிட்ஜ்' என்ற இரும்புப் பாலத்தைத்கூட 'லக்டியாபுல்' என்றுதான் சொல்லுகிறார்கள்.

பக். 46 ***ஓங்காரேஸ்வார்:*** *இங்கே ஒரு சுடுகாடு இருக்கிறது - மற்றொரு சுடுகாடு 'லக்டீபுல்' லுக்கருகில் இருக்கிறது.*

பக். 47 ***காப்டன் மாலட்:*** *பேஷ்வாக்கள் முறையை அழிக்கச் சதி வகுத்தவன். ஆங்கிலேயன்.*

பக்.47. ***பாண்டார்கர்:*** *டாக்டர் ஸர். ராமகிருஷ்ண பாண்டார்கர்; சம்ஸ்கிருதக் கல்வியிலும் கீழ்த்திசைக் கல்வியிலும் ஆராய்ச்சிகள் நடத்திய நிபுணர். 'பிரார்த்தனா சமாஜ' த்தின் தலைவர்.*

குஜராத்தின் குபேரன்: *கர்வே பல்கலைக் கழகத்துடன் பெயர் சம்பந்தப்பட்டிருக்கும் ஸர். விட்டல்தாஸ் தாமோதாஸ் டாகர்ஸீ.*

பக்.48 ***எளிய பெயரைக்கொண்ட:*** *வீடு, பெரிய அரண்மனை மாதிரி இருக்கிறது. ஆனால் பெயர் 'பர்ணகுடி' என வைக்கப்பட்டிருக்கிறது. இந்தப் பர்ணகுடியில் மகாத்மாஜீ இரண்டு தடவை உபவாசம் இருந்தார்.*

எரவாடா ஜெயில்: *பல பெரிய சிறிய தேசபக்த வீரர்களையும், கூடவே காந்திஜீயையும் கைதுசெய்து வைக்கப்பட்டிருந்த இடமாகையாலும், ஹரிஜனங்களுக்கு ஓட்டுரிமைபற்றி அங்கு ஏற்பட்ட ஒப்பந்தம் காரணமாகவும் இந்த ஜெயில் நாடுமுழுவதிலும் பிரசித்தியடைந்து விட்டது. காந்திஜீ இதை 'எரவாடா மந்திர்' என்று கூறிவந்தார்.*

பக்.48. ***தீன்ஷாமேத்தாவின் விருந்துபசார மாளிகை:*** *இங்கே அவர் ஓர் இயற்கைச் சிகித்ஸாலயம் ஏற்படுத்தியிருந்தார். 1944-ம் ஆண்டில் ஜெயிலிலிருந்து விடுதலையான பிறகு காந்திஜீ இயற்கைச் சிகித்ஸையைப் பிரசாரம் செய்தார். அதையொட்டி அவர் இந்த இயற்கைச் சிகித்ஸாலயத்தில் சிலநாட்கள் தங்கியிருந்தார். உருளீகாஞ்சனில் அவர் ஒரு புது இயற்கைச் சிகித்ஸாலயம் திறந்தார். அது இன்றுவரை நடைபெற்று வருகிறது.*

சிம்ஹகட்டில் வசித்த நாட்கள்: *இந்நூலின் ஆசிரியருக்கு க்ஷயரோகம் ஏற்பட்டது. அப்பொழுது அவர் வெகுகாலம் சிம்ஹகட்டில் வசித்துவந்தார்.*

4. கடல் நதி சங்கமம்

பக். 49. ***சவுக்குமர (ஸரோ)க் காடு:*** *ஆசிரியரின் 'ஸ்மரண் யாத்ரா'வின் ஸரோ பார்க் என்ற அத்தியாயம் பார்க்கவும்.*

(இந்தப் புத்தகம் ஹிந்தியில் நவஜீவன் ப்ரகாசன் மந்திர் மூலமாகப் பிரசுரிக்கப்பட்டிருக்கிறது. இதில் காகாசாஹேபின் ஆறாவது வயதிலிருந்து 18வது வயது வரையில் உள்ள வாழ்க்கைச் சரித வர்ணனைகள் உள்ளன.

தனது வரம்பை ஒருபொழுதும் மீறாமல்: *சந்திரனின் பிரபாவத்தால் கடலில் நீர் பொங்கிவரும்போது மேலே எழும்பி நதியில் புகுந்து எதிர்நோக்கி வருகிறது: பிறகு தண்ணீர் வடியும் போது மறுபடி வழிவிடுகிறது.*

பக்.52. ***ஜம்னோத்ரி:*** *இமயமலையின் உத்தராகண்டத்தில் ஒரு புண்யதீர்த்தம். இங்கிருந்து தான் யமுனை உற்பத்தியாகிறது.*

மஹாபலேஸ்வரம்; *இது கிருஷ்ணாவின் உற்பத்தி ஸ்தானம், இந்த இடம் சதாராவில் இருக்கிறது.*

த்ரயம்பகம்: *நாஸிக்குக்கருகில் இருக்கிறது. இது கோதாவரியின் உற்பத்தி ஸ்தானம்.*

உற்பத்தியை ஆராய்வது: *கங்கோத்ரி, யமுனோத்ரி, கேதாரம், பத்ரீ, அமர்நாத், கோஜர்நாத், மானசரோவர், ராகஸ்தால், பரசுராம குண்டம், அமரகண்டக், மஹாபலேஸ்வர், த்ரயம்பகம், இந்த எல்லா தீர்த்தங்களும் ஆறுகளின் உற்பத்தி ஸ்தானத்தைத் தேடும் இயற்கையான ஆவலினால் ஏற்பட்ட புண்ணிய இடங்கள் என்பது என் எண்ணம். வடதுருவத்துக்கு அருகில் வசிக்கும் ஆரியமக்கள் தங்களுக்கு உஷ்ணத்தை அளிக்கும் சூரியன் எங்கிருந்து உதயமாகிறது. எங்கே அஸ்தமனமாகிறது என்று தெரிந்துகொள்ளும் பொருட்டு வெளியே புறப்பட்டுச் சென்று, நாலாபக்கங்களிலும் மஹாத்வீபங்களில் பரவிவிட்ட மாதிரியே இந்தியாவின் புத்திரர்கள் தங்கள் ஆடுமாடுகளை ஓட்டிக்கொண்டு நதிகளின் உற்பத்தி ஸ்தானங்களைத் தேடிக் கொண்டு கிளம்பி அலைந்திருப்பார்கள் என்பதில் யாதொரு ஐயமில்லை."-இமய மலையின் யாத்திரை' -அத். 21, பக். 109.*

அஜந்தாக் குகைகளின் அருகில்கூட ஒரு சிறுநதியின் உற்பத்தி ஸ்தானம் இருக்கிறது.

சங்கர்ராவ் குல்வாடி அவர்கள்: *கார்வார்ப் பிரதேசத்தி லுள்ள ஒரு சர்வோதய ஊழியர்.*

கவி போர்க்கர்: *கோவாவின் கொங்கணி மராட்டி மொழி களின் பிரசித்தமான கவி.*

5. கங்கைத் தாய்

பக்.52.**தேவவ்ரதனான பீஷ்மர்:** சாந்தனு மஹாராஜாவுக்கும் கங்கைக்கும் பிறந்த எட்டாவது குமாரனான தேவவ்ரதன். தம் தகப்பனார் சாந்தனு சத்யவதி என்ற மீனவகுலப் பெண்ணை மணந்து கொள்ள வேண்டுமென்பதற்காக, இவர் வாழ்நாள் முழுவதும் பிரம்மச்சாரியாக இருந்துவிடுவதாக கடுமையான பிரதிக்ஞை செய்து அதை நிறைவேற்றினார். பீஷ்ம (அதாவது பீஷணமான - கடுமையான) பிரதிக்ஞை எடுத்துக்கொண்டபடியால் அவர் பீஷ்மர் என்ற பெயரால் குறிப்பிடப் படலானார். இதனால் இன்றுகூட யாராவது பெரியதொரு பிரதிக்ஞை எடுத்துக்கொள்ளும்போது அதை 'பீஷ்மப் பிரதிக்ஞை' என்று கூறுவதுண்டு.

ஆரியர்களின் பெரிய பெரிய சாம்ராஜ்ஜியங்கள் : ஹர்ஷர், மௌரியர், இவர்களின் சாம்ராஜ்ஜியங்கள்.

பக்.53. **குரு பாஞ்சாலம் :** டில்லிக் கருகிலுள்ள பிரதேசம் குரு எனவும், கங்கை யமுனைக்கு நடுவிலுள்ள பிரதேசம் பாஞ்சாலம் எனவும் கூறப்பட்டுவந்தது.

"அங்க வங்க" கங்கையின் வலதுகரையில் இருந்த பிரசித்தி பெற்ற ராஜ்ஜியத்தின் பெயர் அங்கநாடு. அதன் ராஜதானி சம்பா நகரம். இந்த நகரம் தற்காலத்து பாகல்பூரிலோ அதற்கு அருகில் எங்கேயோ இருந்தது. 'வங்க' என்பது கிழக்கு வங்காள நாடு. இதில் வங்காளத்துக் கடற்கரையும் சேர்ந்திருந்தது. வடக்கு வங்காளத்துப் பிரதேசத்தின் பெயர் கௌடம் அல்லது புண்ட்ர தேசம்.

பக். 53. **"கங்கையை நாம் தரிசிக்கும்போது நினைவுக்கு வருவது"**. கங்கை நதிக்கரையில் விவசாயம், வியாபாரம் இவை மட்டுமே வளர்ச்சியடைந்தது என்பதல்ல; காவியம், தர்மம், சௌர்யம், பக்தி - சுருக்கமாக முழுக்கலாச்சாரமும் வளர்ச்சியடைந்திருந்தது.

ஜவாஹர்லால் நேரு அவர்கள் தமது 'டிஸ்கவரி ஆப் இந்தியா' என்ற நூலில் பாரதத்தின் நதிகளைப்பற்றி எழுதுகையில் கங்கையைக் குறித்து இவ்வாறு எழுதியுள்ளார்:

".......And the Ganga, above all the river of India, which has held India's heart captive and has drawn uncounted millions to her banks since the dawn of history. The story of the Ganga, from her source to the sea, from old times to new, is the story of India's civilization and culture, of the rise and the fall of empires, of great and proud cities, of the adventure of man and the quest of the mind which has so occupied India's thinkers, of the richness and fulfilment of life as well as its denial and renunciation, of ups and downs, and growth and decay, of life and death." P. 43.

"........கங்கையோ குறிப்பாக பாரதத்தின் நதி. இதிஹாசத்தின் ஆரம்ப காலத்திலிருந்தே அது பாரதத்தின் இதயத்தின் மீது தனது ஆதிக்கத்தைச் செலுத்தி வந்திருக்கிறது. தனது கரைகளின் பால் எண்ணற்ற மக்களைக் கவர்ந்திருக்கிறது. கங்கையின் உற்பத்தி ஸ்தானத்திலிருந்து கடலோடு அது சங்கமம் ஆகுமிடம் வரை, புராதன காலத்திலிருந்து தற்காலம் வரையிலான அதன் கதை, பாரதத்தின் கலாச்சாரம் நாகரிகம் இவற்றின் கதையாகும் - சாம்ராஜ்யங்களின் எழுச்சி வீழ்ச்சிகளின், விசாலமான கவுரவம் பொருந்திய நகரங்களின், மனிதர்களின் சாஹஸத்தின், பாரதத்தின் சிந்தனையாளர்கள் சதா சுறுசுறுப்பாக வைக்கக்கூடிய தத்துவங் களின் ஆராய்ச்சியைப் பற்றியவைகளின், வாழ்க்கையின் வளம், வெற்றி இவற்றின் நிவ்ருத்தி சன்யாசம் இவற்றின் ஏற்றத் தாழ்வுகளின், விருத்தி, க்ஷயம் ஆகியவற்றின் வாழ்க்கை, மரணம் ஆகியவற்றின் கதையாகும்."

பக். 53. ***உத்தரகாசி :*** *கங்கோத்திரியிருந்து கிளம்பிய பிறகு கங்கை முதன் முதலாக வடதிசை நோக்கிப் பாயும் இடம். 'ஹிமாலய யாத்திரை' புத்தகம் - அத்தி. 35 பார்க்கவும்.*

தேவப்பிரயாகை : *பாகீரதியும், அலகநந்தாவும், சங்கம மாகும் இடம். 'ஹிமாலய யாத்திரை' - அத். 25 பார்க்கவும்.*

லக்ஷ்மண ஜூலா : *ரிஷிகேசத்துக் கருகில் கங்கை நதிக்கரையில் இது இருக்கிறது. இங்கே முதலில் மூங்கில் பாலம் இருந்தது. இப்பொழுது அங்கே இரும்புச் சங்கிலியும் இரும்புக் கம்பிகளும் உள்ள தொங்கும் பாலம் அமைக்கப்பட்டிருக்கிறது. இங்குதான் லக்ஷ்மணனுக்குக் கோயில் அமைக்கப்பட்டிருக்கிறது. (இமாலய யாத்திரை - அத்தி. 23 பார்க்கவும்)*

பெரிய கடைவாய்ப்பல் : *ஒப்பிட்டுப் பார்க்கவும் :*

'பஹுதத்$_3$ரம் பஹுதத்$_3$ம்ஷ்ட்ராகராலம்'! *கீதை, 11, 24;*
'தத்$_3$ம்ஷ்ட்ராகராலானி ச தே முகா$_2$னி' *கீதை, 11, 25.*

திரிவேணி சங்கமம் : *கங்கை, யமுனை, (மறைந்த) சரஸ்வதி சங்கமம். பிரயாகையில் மூன்று நதிகளின் பிரவாகமும் சங்கம மாகின்றன. ஆகையால் அந்த இடத்தை யுக்ததிரிவேணி என்று*

கூறுகிறார்கள். வங்காளத்தில் ஒரு பிரவாகத்திலிருந்து பல பிரவாகங்கள் ஏற்பட்டுவிடுகின்றன. ஆதலால் அங்கே அதை முக்த திரிவேணி எனக் கூறுகிறோம்.

கங்கை சகுந்தலையைப் போன்று......காட்சியளிக்கிறான்: பக்கம் 54 பார்க்கவும்.

சர்மிஷ்டை தேவயானியின் கதை : அசுரர்களின் குருவான சுக்ராச்சாரியாரின் மகள் தேவயானிக்கும் அசுர அரசன் விருஷபர்வாவின் மகளான சர்மிஷ்டைக்கும் நல்ல நட்பு இருந்து வந்தது. ஒரு நாள் இருவரும் ஜலக்ரீடை செய்யச் சென்றனர். குளித்தபிறகு தேவயானி முதலில் வெளியே வந்தாள். அவள் தவறுதலாக சர்மிஷ்டையின் உடைகளை அணிந்துகொண்டாள். இதனால் இருவருக்கும் சச்சரவு ஏற்பட்டது. சர்மிஷ்டை தேவயானியை ஒரு கிணற்றில் தள்ளி விட்டாள். சிறிது நேரத்தில் வேட்டையாடும் பொருட்டு வந்த யயாதி அரசன் தண்ணீர் தேடிக்கொண்டு அவ்வழி வந்தான். அவன் தேவயானியைக் கிணற்றிலிருந்து வெளியே எடுத்தான். தேவயானி வீட்டுக்குச் சென்று தன் தகப்பனாருக்கு முழு விவரத்தையும் கூறினாள். சுக்ராச்சாரியார் சோபமடைந்து விருஷபர்வாவின் ராஜ்ஜியத்தை விட்டு வெளியேறிவிட நிச்சயித்தார். கடைசியில் அரசன் சர்மிஷ்டையை தேவயானியின் பணிப்பெண்ணாக அமர்த்த ஒப்புக்கொண்டான். இதன் பிறகே சுக்ராச்சாரியார் சாந்த மடைந்தார். கடைசியில் தேவயானி அரசன் யயாதியை மணந்து கொண்டாள். அவள் தன் பணிப் பெண் சர்மிஷ்டையையும் அழைத்துக்கொண்டு தன் கணவரின் இல்லத்துக்குச் சென்றாள். சர்மிஷ்டையின் ரூபாலாவண்யம் குணம் ஆகியவற்றைக் கண்டு யயாதி அவளை விரும்பி ரகசியமாக மணந்து கொண்டான். கடைசியில் அவளுடைய கடைசிப் புதல்வன் 'புரு' தன் தகப்பனாரின் இராஜ்ஜியத்திற்கு அரசனான்.

ஆகையால் தேவயானியின் கதையைக் கேட்டு, இவ்விடம் மிக சிரமத்தின் பேரில் ஒன்றுசேரும் கங்கை யமுனை நதிகளின் பிரவாகம் நினைவுக்கு வருகிறது.

பக். 54. **'பிரயாகராஜ்'** : (ப்ர + யஜ் + அ) நல்ல முறையில் பூஜை செய்வது : எங்கே உத்தமமான முறையில் பூஜை நடந்ததோ அப்படிப்பட்ட இடம். யாக - யக்ஞம். யக்ஞம் அல்லது வேள்வி செய்வதற்குத் தகுதியான புனிதமான இடம். கங்கை, யமுனை, சரஸ்வதி நதிகள் சங்கமமாகுமிடம் ; அலஹாபாத்.

பக். 54. **சரயூ :** *கைலாய மலையின்மீதுள்ள மானஸ ஏரியிலிருந்து இது உற்பத்தியாகிறது.* **மானஸ் ஸர** *இன்* **ஸர** *என்ற சொல்லின் பொருள் ஏரி.* **(ஸரோவர்)** *ஸரோவரிலிருந்து கிளம்பியதால் இந்நதி ஸரயூ எனப் பெயர் பெற்றது. அயோத்திமா நகரம் இந்நதியின் கரையில் தான் இருக்கிறது. அதைத்தான் 'காக்ரா' என்றும் கூறுகிறார்கள்.*

சம்பல் : *பக். 54 பார்க்கவும்.*

ரந்திதேவன் : *பக். 54 பார்க்கவும்.*

சோணபத்ர : *பக்.55 பார்க்கவும்.*

கஜேந்திரனின் துயரம் : *பக்.55 பார்க்கவும்.*

பக். 55. **பாடலீபுத்ரம் :** *பீஹார் ராஜ்ஜியத்தின் இன்றைய பாட்னா நகரம். இதை குஸும்பூர் என்றும் அழைத்து வந்தார்கள். சந்திரகுப்த மௌர்யன், அசோகன் முதலிய சக்கரவர்த்திகளின் தலைநகராக இருந்தது. குரு கோவிந்தசிம்மான் பிறந்த இடமாகிய குருத்வாரா இங்குதான் இருக்கிறது.*

மகத சாம்ராஜ்ஜியம் : *சமுத்ரகுப்தனின் காலத்தில் இந்த சாம்ராஜ்யம் சிந்துவிலிருந்து காவேரி வரை பரவியிருந்தது.*

பெருந்தன்மை (தாக்ஷிண்ய) : *சம்ஸ்கிருத மொழியில் தாக்ஷிண்ய என்ற சொல்லுக்கு இரு அர்த்தங்கள் உண்டு - தக்ஷிண (தெற்கு) திசை, வினயமான (அடக்கமான) சுவபாவம். ஆசிரியர் இங்கு இரு அர்த்தங்களையும் குறிப்பிட்டிருக்கிறார். இங்கிருந்து இரு நதிகளும் தெற்கு நோக்கி ஓடத் தொடங்கு கின்றன என்பது ஒன்று; மற்றொன்று அவை அடக்கத்தைக் கையாளுகின்றன. அடக்கம் (மரியாதை) என்ற அர்த்தத்தில் 'தாக்ஷிண்ய' என்ற சொல்லின் லக்ஷணம் இவ்வாறு தரப்பட்டுள்ளது*

தா$_3$க்ஷிண்யம் சேஷ்டயா வாசா பரிசித்தானுவர்த்தனம்

(முற்றிலும் நல்லெண்ணத்தால் தூண்டப்பட்டு வாக்கினாலும் செயலினாலும் பிறர் விருப்பப்படி நடப்பது.)

பக். 56. **சகரபுத்திரர்கள் :** *சூரிய வம்சத்து அரசனான பாஹுசத்துருக்களால் தோற்கடிக்கப்பட்ட பிறகு அரசாட்சியை விட்டுவிட்டு இமயமலையின் காடுகளுக்கு ஓடிவிட்டான். அங்கேயே அவன் மாண்டான். அச்சமயம் அவனுடைய ஒரு ராணியான யாதவி கர்ப்பமாயிருந்தாள். அவளுடைய சக்களத்தியான மற்றொரு ராணி அவளுடைய கர்ப்பத்தைக் கலைக்கும் பொருட்டு அவளுடைய ஆகாரத்தில் விஷத்தைக் கலந்துவிட்டாள். ஆனால்*

கர்ப்பம் சிதைவுறவில்லை. அவளுக்கு ஒரு மகன் பிறந்தான். அவன் ‘கர்’ என்ற விஷத்தோடு பிறந்தான். ஆதலால் அவனது பெயர் ஸகர் (கர் ஓடு கூடியவன்) என ஆயிற்று. சகரன் பெரியவனான பிறகு தன் ராஜ்ஜியத்தை மீண்டும் சத்துருக்களிடமிருந்து அடைந்தான். அவனுக்கு ‘சைல்யா’ என்றதொரு அரசி இருந்தாள். அவள் ‘அசமஞ்சஸ்’ என்ற ஒரு மகனையும், ஒரு மகளையும் ஈன்றாள். சகரனுடைய மற்றொரு அரசி ‘வைதர்மீ’ என்பவள். அவள் ஒரு மாமிச பிண்டத்தைப் பெற்றாள். அந்த மாமிச பிண்டத்திலிருந்து அறுபதினாயிரம் புத்திரர்கள் பிறந்தனர். சகரன் 99 யாகங்கள் செய்து முடித்த பிறகு, நூறாவது யாகத்தைத் தொடங்கும் பொருட்டு யாகக் குதிரையை விட்டபோது, இந்திரன் அந்தக் குதிரையைத் திருடி பாதாளலோகத்திலுள்ள கபில முனிவருடைய ஆசிரமத்தில் கொண்டுபோய்க் கட்டிவைத்து விட்டான். சகரனின் அறுபதினாயிரம் புத்திரர்களும் குதிரையைத் தேடத் தொடங்கினர். அவர்கள் பூமி முழுவதையும் தோண்டி விட்டார்கள். அதனால் அதில் தண்ணீர் நிரம்பிவிட்டது. ஆகையால் இவ்வாறு தண்ணீர் நிரம்பிய பாகம் சகரனின் பெயரால் ‘சாகரம்’ என ஆயிற்று. மிகுந்த பிரயாசையின்பேரில் அவர்கள் பாதாளத்துக்குப் போய்ச் சேர்ந்தார்கள். அங்கே அவர்கள் கபில முனிவருடைய ஆசிரமத்தில் குதிரை கட்டப் பட்டிருப்பதைக் கண்டவுடன், முனிவரையே திருடன் என எண்ணி அவரை மிகவும் அவமானப் படுத்தினார்கள். இதனால் முனிவர் கோபமடைந்து அவர்களைச் சாம்பலாக்கிவிட்டார். இதன் பிறகு அஸமஞ்ஜஸின் புத்திரன் **‘அம்சுமான்’** முனிவரைச் சந்தோஷப்படுத்தி குதிரையை மீட்டுக்கொண்டு வந்தான். இவ்விதமாக யாகம் பூர்த்தியடைந்தது. முனிவரும் சந்தோஷ மடைந்து அம்சுமான் தனது அறுபதினாயிரம் பித்ருக்களும் முக்திபெற வழி கூறினார். அதாவது-யாராவது சுவர்க்கத்திலிருக்கும் கங்கையை பூமிக்குக் கொண்டுவந்து அந்த கங்கை நீரை அவர்கள் மீது பாய விட்டால், அந்த அறுபதினாயிரம் சகரபுத்ரர்களும் முக்தியடைவார்கள். ஆகையால் அம்சுமான் தனது எஞ்சிய வாழ்க்கையைத் தவம் செய்வதில் செலவு செய்தான். அம்சுமானின் புத்திரனாகிய திலீபனும் இந்தத் தவத்தைத் தொடர்ந்து நடத்தினான். கடைசியில் திலீபனுடைய குமாரனான பகீரதன் மிகக் கடுமை யான தவம் புரிந்து கங்கையை பூமிக்குக் கொண்டுவந்து தனது முன்னோர்கள் மீது பாயச் செய்தான். அவர்கள் யாவரும் முக்தி அடைந்தனர். இங்கே அதைத்தான் குறிப்பிடப்பட்டிருக்கிறது. பகீரதன் கங்கையைக் கீழே இறக்கிக் கொண்டு வந்தபடியால் அதன் பெயர் பாகீரதி என்றும் ஆயிற்று.

(பகீரதன் இவ்வாறு கங்கையை சகரபுத்திரர்கள் இருக்கும் இடம் வரை ஓடச்செய்யக் கால்வாய் அமைப்பதில் நிபுணனாயிருந்ததை நினைவிற் கொண்டு (irrigation) என்ற சொல்லுக்கு ஆசிரியர் ஒரு அழகான பரிபாஷைச் சொல் அமைத்துள்ளார். அதுதான் 'பகீரத வித்யா' அல்லது பகீரதக் கலை.)

6. யமுனா ராணி

பக். 56. **வானைத் தொடும், வானைத் துளைக்கும்** *- இந்த இரண்டிற்கு மிடையே உள்ள வேறுபாட்டைக் கவனிக்கவும்.*

பக். 57. **அசித முனிவர்** *- மகரிஷி வியாசருடைய ஒரு சீடர் 'ஹிமாலய யாத்திரை' என்ற புத்தகத்தின் 33-வது கடைசி பாகத்தைப் பார்க்கவும். (அசித - கருப்பான)*

பக். 57. **தேவாதிதேவனான மஹாதேவன் :** *சுவர்க்கத்திலிருந்து இறங்கி வரும் கங்கையை மகாதேவன் தமது ஜடைகளில் தாங்கிக்கொண்டார்.*

பக். 57. **ஒரு கவியுள்ளம் படைத்த முனிவர் :** *ஆசிரியர் அவருக்கு 'யாமுன ரிஷி' எனப் பெயரிட்டுள்ளார். 'ஹிமாலய யாத்திரை' அத். 31 பார்க்கவும்.*

பக். 58. **இரு நதிகளுக்கும் நடுவிலுள்ள (அந்தர்வேதீ):** *முற்காலத்தில் கங்கைக்கும் யமுனைக்கும் இடையே உள்ள பிரதேசத்தை அந்தர்வேதீ எனக் கூறிவந்தனர். இதையொட்டி தற்காலத்தில் இரு ஆறுகளுக்கு நடுவில் உள்ள எந்த இடத்தையும் 'அந்தர்வேதீ' (தோஆப்) என்று கூறுகின்றனர்.*

பக். 58. **ஸ்ரீநகர் :** *காஷ்மீரத்திலுள்ள ஸ்ரீநகர் அல்ல. இந்த இடம் கேதாருக்குப் போகும் வழியில் வருகிறது. இது 'சித்தபீடம்' என்றும் கூறப்படுகிறது. இங்கே அனுஷ்டிக்கப்படும் சாதனை வீணாவதில்லை, கட்டாயம் பலன் அளிக்கிறது. 'ஹிமாலய யாத்திரை' அத். 26, "ஜீவன் கா காவ்ய" என்ற ஆசிரியரது மற்றொரு நூலிலுள்ள சங்கராசாரியாரைப் பற்றிய அத்தியாயம் முதலியவற்றைப் பார்க்கவும்.*

பக். 58. **பிரம்மாவர்த்தம் :** *குருக்ஷேத்திரத்துக்கு அருகில் உள்ள த்ருஷத்வதீ, ஸரஸ்வதீ இவற்றுக்கு இடையே உள்ள பிரதேசம். இந்நாட்களில் பிரம்மாவர்த்தத்தை பிடூர் என்று கூறுகிறார்கள்.*

கொலைக்கள பூமிகளை : *ஏனெனில் இங்கு பல பயங்கரமான யுத்தங்கள் நிகழ்ந்துள்ளன.*

புத்திமதி நிறைந்த குரல் : தோழமை நிறைந்த ஆலோசனை (அபிப்பிராயம்) அல்லது உடன்பாட்டுக்கான வார்த்தைகள். கௌரவர்களுக்கும் பாண்டவர்களுக்குமிடையே சமாதானம் ஏற்படவேண்டும் என்பதற்காக ஸ்ரீ கிருஷ்ணன் அத்தினபுரத்தில் உடன்படிக்கைக்கான பேச்சு வார்த்தைகள் நடத்தினார்.

(மயிர்க்கூச்செறியும்) ரோமஹர்ஷண : ஸம்வாதம் இமம் அஸ்ரௌஷம் அத்பூதம் ரோமஹர்ஷணம். பகவத்கீதை *18-48.*

யமதர்மராஜனுடைய சகோதரி :-

யமனும் யமீ என்ற யமுனையும் அசுவினீகுமாரனான சூரியனுக்கும் அவனது பத்தினியான 'ஸம்க்ஞா'வுக்கும் பிறந்த குழந்தைகள். ஒருமுறை 'ஸம்க்ஞா' தன் தகப்பனாரான விசுமகர்மாவின் வீட்டிற்குச் செல்ல விரும்பினாள். ஆனால் சூரியன் அனுமதி தரவில்லை. ஆகையால் அவள் தனது மாயையின் சக்தியால் 'சாயா' என்ற ஒரு பெண்ணை சிருஷ்டிசெய்து சூரியனுக்கருகில் வைத்துவிட்டு, தான் தனது தகப்பனார் வீட்டிற்குச் சென்றுவிட்டாள். சாயாவும் ஸம்க்ஞாவும் ஒருவரையொருவர் முற்றிலும் ஒத்திருந்தனர். ஆதலால் சூரியனுக்கு இவள் 'ஸம்க்ஞா' இல்லை என்று தெரியவில்லை. சாயாதான் யமனை வளர்த்தாள். ஆனால் கடைசியில் அவளிடம் மாற்றாந்தாய்க்குள்ள குணங்கள் ஏற்பட்டுவிட்டன. அவள் யமனைப் புறக்கணிக்கலானாள், அதிகம் கவனிப்பதில்லை. இதனால் கோபமடைந்த யமன் அவளைக் காலால் உதைக்க முற்பட்டான். அப்பொழுது சாயா அவனைச் சபித்தாள். இதனால் யமனுடைய இரு கால்களிலும் புண்கள் ஏற்பட்டு அதில் புழுக்கள் உண்டாகி விட்டன. யமன் எல்லா விஷயத்தையும் சூரியனிடம் கூறினான். யமனுக்கு அவன் ஒரு நாயை அளித்தான். அது அவனுடைய புண்களிலிருந்து சீழையும், புழுக்களையும் நக்கத் தொடங்கிற்று.

யமன் தக்ஷப்பிராஜபதியின் பதின்மூன்று பெண்களை மணந்து கொண்டான். இந்த விவாஹங்களில் அவனுக்கு 'சிரத்தா'வின் மூலம் சத்யமும், 'மைத்ரீ' மூலம் பிரசாதமும், 'தயை' மூலம் அபயமும், சாந்தி மூலம் 'ஸம'மும், துஷ்டி மூலம் ஆனந்தமும், புஷ்டி மூலம் சர்வமும், கிரியை மூலம் யோகமும், உன்னதி மூலம் தர்ப்பமும், புத்திமூலம் 'அர்த்த'மும், மேதா மூலம் ஸ்மிருதியும், திதிக்ஷா மூலம் மங்களமும், லஜ்ஜா மூலம் வினயமும், மூர்த்தி மூலம் நரன், நாராயணன் என்ற இரு புத்திரர்களும் உண்டானார்கள்.

யமன் ஜீவன்களின் பாவபுண்ணியங்களைக் கண்டு நியாயம் வழங்குகிறான். சித்திரகுப்தன் என்ற ஒரு மந்திரி பாவபுண்ணியங்களுக்கான கணக்குகளை வைத்துக்கொண்டு, யமனுக்கு நியாயம் வழங்கும் காரியத்தில் உதவி புரிகிறான். தண்டம் அவனது ஆயுதம், எருமைக்கடா அவனது வாகனம்.

சிருஷ்டி முழுவதின் பேரிலும் அரசு செலுத்தும் இப்படிப்பட்ட சகோதரனுடைய சகோதரியும், அதேமாதிரி கீர்த்தி வாய்ந்தவளாகத்தான் இருப்பாள். ஆதலால் அவளுடைய சகோதரன் ஆவதற்கு மனிதனிடம் அசாதாரணமான திறமை வேண்டும். யாதொரு சாதாரண மனிதனும் இந்த இடத்தை ஏற்றுக்கொள்ள முடியாது.

பக். 59. **பாரிஜாத புஷ்பம் போன்ற :** *அழகாகவும் மிருதுவாகவும் உள்ள.*

உறைந்தபோன கண்ணீரின் : *வெண்மையே உருவான தாஜ்மகல். ஆசிரியர் தாஜ்மகலைப் பற்றிய தமது வர்ணனையில் எழுதியிருக்கிறார்- "இது கல்லறை அல்ல, ஆனால் ஒரு ரசிகனான சக்கரவர்த்தியின் துக்கம் உறைந்து பனிபோல் வெண்மையாகி அமைந்துள்ளதோர் இடம். கவி ரவீந்திரநாத்தாகுர் இதனை 'காலத்தின் கன்னங்களில் வழிந்தோடியுள்ள கண்ணீர்த் துளிகள்' என வர்ணித்துள்ளார்.*

ஏ கதா ஜானிதே துமி பா$_4$கத இஸ்வர ஷாஜஹான்,
கலஸ்ரோதே பே$_4$ஸே ஜாய ஜீக$_3$த யௌவன க$_4$னமான!
ஶுகு தவ அந்தரவேத$_3$னா
சிரஞ்தன ஹயே தா$_2$க், ஸம்ராடேர சிலயே ஸாதனா!
ராஜஸக்தி வஜ்ரஸுகடின
ஸந்த்$_4$யா ரக்தராக$_3$ ஸம தன்த்$_3$ராதலே ஹய ஹோக லீன.
கேவல ஏகடி தீ$_3$ர்க்க$_4$ஸம்வாஸ
நித்ய உச்சவஸித ஹயே ஸகருண கருக ஆகாஶ,
ஏயி தவ மனே சி$_2$ல ஆஶ
ஹீரா முக்தா மாணிக்யேர க$_4$டா
ஜேன ஞூன்ய தி$_3$கன்தேர இன்த்$_3$ரஜால இந்த்$_3$ரத$_4$னுச்ச$_2$டா
ஜாய ஜதி$_3$ லுப்த ஹயே ஜாக்
ஶுது$_4$ தா$_2$க்
ஏகபிந்து$_3$ நயனேர ஜல
காலேர கபோலதலே ஶுப்$_4$ர ஸமுஜ்வல
ஐ தாஜ்மஹல!!

"எவ்வாறு தண்ணீர் உறைந்து வெள்ளைப் பனியாக மாறிவிடுகிறதோ அல்லது நெய் உறைந்து வெள்ளையாகத் தோற்றமளிக்கிறதோ, அதேமாதிரி சக்கரவர்த்தியின் கண்ணீர்த் துளிகள் உறைந்து அவை வெண்மையான சலவைக்கல்லாக உருவெடுத்திருக்கின்றன" - இதுவே மேற்கண்ட பாடலின் கருத்தாகும்.

'சர்மண்யவதீ' - அத்தியாயம் 41 பார்க்கவும்.

பக். 59. **சிந்து :** மால்வா வழியாக ஓடும் இந்தப் பெயர் உள்ள சிறு நதி. இதைப்பற்றி 'மேகதூத' காவியத்தின் 29-வது சுலோகத்தில் குறிப்பிடப்பட்டிருக்கிறது.

வேணீபூ$_4$தப்ரதனுஸலிலா ஸாவதீதஸ்ய ஸிந்து$_4$:
பாண்டுச்சாயா தடருஹதரும்ப்$_4$ரஶ ிபி$_4$ர் ஜீர்ணபர்ணை:
ஸௌபா$_4$க்யம் தே ஸுபு$_4$க விரஹாவரஸ்த$_2$யா வ்யஞ்ஜயந்தீ
காச்யம் யேன த்யஜதி விதி$_4$நா ஸ த்வயைவோபபாத்$_3$ய:!!

மஹாகவி பவபூதியின் 'மாலதீ மாதவ'த்தின் நான்காவது அங்கத்தின் கடைசி விபாகத்தில் மகரந்தன் மாதவனிடம் கூறுகிறான்- 'எழுந்திரு, பாரா, சிந்து நதிகளின் சங்கமத்தில் நீராடிவிட்டு நாம் நகரத்தில் பிரவேசிக்கலாம்.'-

தது$_3$த்திஷ்ட பாராஸிந்து$_4$ஸம்பே$_4$த$_3$மவகா$_3$ஹ்ய நகரீமேவ ப்ரவிசாவ:!

காளிதாஸரின் 'மாளவிகாக்னிமித்ர' நாடகத்தின் 5-வது அங்கத்தின் 14-வது, 15-வது சுலோகங்களுக்குக் கீழே இந்த நதியைப் பற்றிய வர்ணனை இவ்வாறு வருகிறது :

யௌஸௌ ராஜஸூயயக்ஞதீ$_3$க்ஷிதேன மயா
ராஜபுத்ரஶதபரிவ்ருதம் வஸுமித்ரம் கோ$_3$ப்தாரம்
ஆதி$_3$ஶ்ய ஸம்வத்ஸரோபாவர்த்தநீயோ
நிரர்கலஸ்துரகோ$_3$ விஸ்ருஷ்ட: ஸ:
ஸிந்தோ$_4$ர்த$_3$க்ஷிணரோத$_4$ஸி சரந்நஶ்வாநீகேன
யவனானாம் ப்ரார்த்தி$_2$த:!

(ராஜசூய யாகத்துக்காக தீக்ஷை எடுத்துக்கொண்டு நான் ராஜகுமாரர்களால் சூழப்பட்ட வசுமித்ரனுக்கு, காப்பாற்றும் உத்தரவு பிறப்பித்து ஒரு வருஷத்தில் திரும்பிக் கொண்டுவர வேண்டுமென்று சொல்லி, விட்ட குதிரையானது சிந்துவின் தெற்குக் கரையில் சுற்றிக் கொண்டிருந்தது. அங்கு யவனர்களுடைய குதிரைக் கூட்டம் அதைத் தடுத்தது.)

பக். 60. **அக்ஷயவடம் :** பிரயாகை, புவனேச்வரம், கயை முதலிய ஸ்தலங்களில் நடப்பட்டிருக்கும் வடவிருக்ஷம் (ஆலமரம்). இந்த மரத்தை பூஜிப்பதால், இதற்குத் தண்ணீர் ஊற்றுவதனால், அக்ஷயமான குறைவற்ற புண்ணியம் கிடைக்கும். ஆதலால் அதை அக்ஷயவடம் என்று கூறுகிறார்கள். 'இமயமலை யாத்திரை' அத். 2-ல் பார்க்கவும்.

பக். 60. **அசோகனின் கல்தூண் :** இதில் அசோகனுடைய தர்மக் கோட்பாடுகள் பொறிக்கப்பட்டிருக்கின்றன. 'இமயமலை யாத்திரை' அத். 2-ல் பார்க்கவும்.

ஸரஸ்வதீ : வாக்கு. மறைந்து ஓடும் ஸரஸ்வதீ நதியையும் இங்கு குறிக்கப்பட்டிருக்கிறது.

பக். 60. **காதம்பம் :** ராஜஹம்ஸம் எனப்படும் வெண்ணிற அன்னம்.

வெண்மையான சீலம் படைத்த : யாருடைய சீலம் (ஒழுக்கம்) சுத்தமாக, களங்கமற்றதாக இருக்கிறதோ.

நீலோற்பலம்-இந்தீவர ச்யாமள : நீலோத்பலம் போன்ற கருமை வண்ணமான. இந்தீவர்-நீலோத்பலம். சமஸ்கிருதக் கவிகளின் கற்பனையானது-இந்தீவரச்யாமம், வெளிர்சென்னிறம் இவற்றின் சேர்க்கையால் ஒவ்வொன்றின் சோபையும் அதிகரிக்கிறது. பார்க்கவும்:

இந்தீ$_3$வரச்யாமதநுர்நுபோ அ ஸௌ த்வம் ரோசனா
கௌரஶரீரயஷ்டி:!

அந்யோந்யசோபா$_4$பரிவ்ருத்$_3$த$_4$யே வாம் யோ$_3$கஸ்தடித்
தோய த$_3$யோரிவாஸ்து! – **ரகுவம்சம், 6–65**

பக். 61. **அமிர்த வெள்ளம் (சுதா - ஜலா)** சுதா - அம்ருதம்; அமிர்தம் போன்ற தண்ணீரை உடையவள்; அமிர்தத்தின் நிறம் வெள்ளை எனக் கூறப்படுகிறது. ஆகையால் இங்கு ??? இந்த அர்த்தத்திலும் எடுத்துக்கொள்ளப்படலாம். மேற்கொண்டு, சுதாவுக்கு மற்றொரு அர்த்தம் சுண்ணாம்பு. சுண்ணாம்பின் நிறமும் வெண்மைதான். இந்த அர்த்தத்தின் படியும் வெண்மை யான தண்ணீரை உடையவள் என்றே கூறலாம்.

பக். 61. **ஜாஹ்னவீ :** கங்கை, சகரபுத்திரர்களின் மோக்ஷத்தின் பொருட்டு பகீரதன் கங்கையை அழைத்துக்கொண்டு போய்க் கொண்டிருந்தான். வழியில் ஜஹ்னு என்ற ஒரு ராஜரிஷியின் யாகப் பொருள்கள் அதில் அடித்துக்கொண்டு போகப்பட்டன. இதனால் கோபமடைந்த ரிஷி தமது தபோபலத்தினால் கங்கையைக்

குடித்துவிட்டார். ஆனால் பகீரதன் அவரை மிகவும் வேண்டிக் கொண்டான். அப்பொழுது அவர் தமது காதிலிருந்து (பலர் தொடையிலிருந்து எனக் கூறுவர்) கங்கையை வெளியே விட்டார். இதனால் கங்கைக்கு ஜாஹ்னவீ என்ற பெயரும் ஏற்பட்டது.

7. மூல த்ரிவேணி

பக்.61.**பிரம்மகபாலம்** : இமயமலையிலுள்ள பத்ரிநாராயண தீர்த்தத்தில் இந்தப் பெயருள்ள ஒரு பாறை இருக்கிறது. இந்தப் பாறையின்மேல் உட்கார்ந்துகொண்டு பித்ருக்களுக்குச் சிராத்தம் செய்தால் சிராத்தம் செய்வோரது எல்லா முன்னோர்களும் ஒரே தடவையில் முக்தியடைகிறார்கள் என்றும், சிராத்தம் செய்பவன் முன்னோர்களின் கடனிலிருந்து ஒரேயடியாக விடுபட்டுவிடுகிறான் என்றும் சாஸ்திரங்களில் கூறப்பட்டுள்ளது. 'இமாலய யாத்திரை' - அத். 42 பார்க்கவும்.

8. ஜீவனதீர்த்தமெனும் ஹரித்துவாரம்

பக். 63. **'த்ரிபதகா'** - மூன்று வழிகளில் பாயும் ; சுவர்க்கம் நோக்கிப்பாயும் மந்தாகினி, பூலோகம் நோக்கிப் பாயும் கங்கை, பாதாளம் நோக்கிப் பாயும் போகவதி.

மோஹல்லா : சீக்கிய குருக்களின் பாடல்களின் கடைசியில் நானக்கினுடைய பெயரே வருகிறது. இதனால் எந்தப் பாட்டு எந்த குருவினால் இயற்றப்பட்டது என்பது பெயரினால் அறிந்து கொள்ள முடியாது. "கிரந்த சாஹப்"பைத் தொகுக்கத் தொடங்கிய போது இந்த எல்லாப் பாடல்களும் குருக்களின் வரிசைக் கிரமமாகப் பிரிக்கப்பட்டன. ஒவ்வொரு பாடல்களும் தனித்தனி மோஹல்லாக்களாகக் கருதப்பட்டன. இதனால் இப்பொழுது எந்தப் பாடல் எந்த குருவினால் இயற்றப்பட்டது என்று அறிய முடிகிறது.

பக். 65. **ஆஸாதி-வார்** : அஸாவேரீ ராகம்.

மோக்ஷ சேனை : விடுதலை அணி, Salvation Army என்றழைக்கப்பட்ட, ராணுவ முறையில் அமைக்கப்பட்ட, கிறிஸ்தவ மக்களின் ஓர் ஸ்தாபனம். இதன் அங்கத்தினர்கள் காவி உடை அணிகின்றனர்.

பக். 66. **உஷாதேவி - வாஜினீவதீ உஷா** : ரிக்வேதத்தின் உஷா பற்றிய சூக்தத்தில் அதை வாஜினீவதி என்று கூறப்பட்டிருக் கிறது. அங்கே அதன் அர்த்தம், 'பலம் பொருந்திய' அல்லது 'செழிப்புடன் கூடிய' என ஆகும்.

உஷஸ்தத் சித்ரதமா ப$_4$ர அஸ்மப்$_4$யம் வாஜினீவதீ|
யேன தோகம் ச தனயம் ச தா$_4$மஹே||

(ஏ! பலம் பொருந்திய செழிப்புடன் கூடிய உஷாவே! எமக்கு அழகு (பலம், செழிப்பு) அளி! அதனால் நாங்கள் புத்திரர்களையும், பௌத்திரர்களையும் (பேரன்களையும்) உண்டாக்கச் சக்தி அடைவோமாக) - மண்டலம் 1, சூக்தம் 92-13.

'வாஜ்' என்ற சொல்லுக்கு பலம், வீரியம், வேகம் என்ற அர்த்தங்கள் உண்டு. இதையொட்டி பலவான், வீர்யவான், வேகவான் இவர்களை 'வாஜின்' எனக் கூறுவர். இதற்கு மற்றொரு பொருள்- இந்த எல்லாக் குணங்களும் படைத்த யுத்த ரதத்தின் குதிரை. இதனுடைய பெண்பால் 'வாஜினீ' ஆகும். இதை அனுசரித்து வேகம் படைத்த குதிரையை ஓட்டுபவனையோ அல்லது அம்மாதிரிக் குதிரையின் சொந்தக்காரனையோ 'வாஜினீவத்' எனச் சொல்லுவர். இதற்குப் பெண்பால் 'வாஜினீவதீ' ஆகும். இந்த அடைமொழி சிந்து அல்லது ஸரஸ்வதியுடன் சேரும்போது அதன் பொருள் பலம் பொருந்திய, வேகமுள்ள குதிரைகள் நிறைய உள்ளதான என்றும் ஆகும்.

பலமும் வீர்யமும், சம்பருத்தி அதாவது செழிப்பின் ஆதாரமாகும். ஆதலால் வாஜினீவதீ என்ற சொல்லுக்கு செழிப்பு அல்லது வளம் என்ற பொருளும் ஏற்படும். தானியம் ஒருவிதமான வளம்தான். இதனால் சிற்சில சமயங்களில் 'வாஜினீவதீ'யின் பொருள் தானியம் படைத்தவள் எனவும் ஆகும்.

ஸ்வச்வா ஸிந்து$_4$: ஸுரதா$_2$ ஸுவாஸா ஹிரண்மயீ ஸுக்ருதா வாஜினீவதீ|

ஊர்ணாவதீ யுவதி: ஸுலமாவத்யூதாதி$_3$ வஸ்தே சுப$_4$கா மது$_4$வ்ருத$_4$ம்||

மம்.10 சூ82–8

(உத்தமமான குதிரைகளையும், நல்ல ரதங்களையும், அழகான ஆடைகளையும் உடையவளும் ஹிரண்யம் உடையவளும், கட்டமைப்பானவளும், அன்னம் (தானியம்) நிரம்பியவளும், கம்பளி, சணல், உள்ளவளும் யுவதியானவளும், சௌபாக்கிய மானவளுமான சிந்து மதுவ்ருத் என்ற (மது அதிகம் வளர்க்கும்) செடியைத் தரித்திருக்கிறாள்.)

‘கடோபனிஷத்’தில் ‘வாஜஸ்ரவஸ்’ என்ற சொல் வருகிறது. அங்கு ‘வாஜ்‘இன் பொருள் ‘அன்னம்’ ஆகும். அன்னதைத் தானம் செய்வது முதலிய செய்கையால் எவனுக்கு ஸ்ரவஸ் அதாவது கீர்த்தி கிடைத்திருக்கிறதோ, அவன் வாஜஸ்ரவஸ் எனப்படுவான்.

வாஜீகர மருந்து அதாவது சக்தி நிறைந்த மருந்து. வாஜீகரணப் பிரயோகம் அதாவது சக்தியைப் பெருக்கும் பிரயோகம் - இந்தச் சொற்களும் இதனுடன் சம்பந்தப்பட்டவை.

9. தக்ஷிண கங்கை கோதாவரி

பக்..67 **உடேனியாம்** அதிகாலையில் எழுந்திருந்து வாயால் சந்திர மௌலியான சிவனின் பெயரைக் கூறு! ஸ்ரீ பிந்துமாதவத்துக் கருகில் கங்கையில் நீராடு. கோதாவரியில் நீராடு. கிருஷ்ணா, வெண்யா, துங்கபத்ரா, சரயூ, காளிந்தீ, நர்மதை, பீமா, பாமா இந்த எல்லா ஆறுகளிலும் கோதாவரி முக்கியமானது, இந்த கங்கையில் நீரரடு.’

‘ஸ்ரீ ராமச்சந்திரனின் மிகவும் இனிமை பொருந்திய நாட்கள்’:

சீதையோடும் லக்ஷ்மணனோடும் வனவாசத்தில் கழித்த நாட்கள்.

‘வாழ்க்கையின் பயங்கரமான அதிர்ச்சி’ : சீதை அபகரிக்கப் பட்டது.

பக்.68.**‘வால்மீகியின் கருணை நிரம்பிய வேதனையிலிருந்து:** ‘கிரௌஞ்ச வதம்’ போன்றதான ஒரு சிறு சம்பவத்தினால் கருணைப் பெருக்கெடுத்து எவ்வாறு இராமாயணம் போன்ற ஓர் மஹாகாவியம் உண்டாயிற்றோ அவ்வாறு.

பக். 69. **‘சகிப்பு வீரன் ராமச்சந்திரனும் சோகத்தின் உருவான சீதாப்பிராட்டியும்** : இந்த அடைமொழிகளின் தன்மையை நன்கு கவனியுங்கள். இத்துடன் ஒப்பிட்டுப்பாருங்கள்- **துக்கஸம்வேத$_3$நாயைவ ராமே சைதன்யனம் ஆஹிதம்** உத்தரராமசரிதம்)

கஷாய - கசப்பான.

பக். 69. **பெருந்துயரம் - கல்பாந்திகமான துயரம் :** கல்பம் -பிரம்மாவின் ஒரு நாள், அதாவது ஆயிரம் யுகம் அல்லது 4320 லட்சம் மனித வருஷங்கள். சிருஷ்டியின் வயது இது என்று

கருதப்படுகிறது. சிருஷ்டியின் முடிவுரை நிலைத்திருக்கக்கூடிய தான துக்கம்.

பக். 69. ***ஜனஸ்தானம் :*** *தண்டகாரண்யத்தின் ஒரு பகுதி, கோதாவரி நதிக்கரையில் ஸ்ரீ ராமச்சந்திரர் வசித்த இடம். அங்கே அரக்கர்களின் தொல்லை குறைவான இருந்தது, ஆகையால் அங்கே மனிதர்கள் வசிக்க முடிந்தது. மக்கள் வசிக்கத் தகுதியான இடமானதால் அது 'ஜனஸ்தானம்' என அழைக்கப்பட்டது.*

69. ***ஜடாயு :*** *அருணனின் புத்திரன், சம்பாதியின் தம்பி, தசரதச் சக்கரவர்த்தியின் ஆப்த நண்பன். இராவணன் சீதையை அபகரித்துக் கொண்டு சென்றுகொண்டிருக்கும்போது, சீதையின் வாயிலிருந்து 'ராம், ராம்' என்ற கூக்குரலைக் கேட்டு சீதையை விடுவிக்க மிகவும் முயற்சி செய்தான். ஆனால் வெற்றியடைய வில்லை. அவனைக் குற்றுயிராகப் போட்டுவிட்டு இராவணன் சீதையைத் தூக்கிக்கொண்டு சென்றுவிட்டான். பிறகு இராமன் சீதையைத் தேடிக்கொண்டு அவ்வழியே வந்தபோது, ஜடாயு இராமனுக்கு இராவணன் சீதையை அபகரித்துச் சென்ற தகவலைக் கொடுத்துவிட்டு உயிர் நீத்தான்.*

பக்.70."சீதாபிராட்டியின் பயந்த உருவம்தான்..." ஒப்பிட்டுப் பார்க்கவும் :

அஸ்மிந்நேவ லதாக்ருஹே த்வமப$_4$வஸ்தந்மார்க$_3$
தத்தேக்ஷண:
ஸா ஹம்ஸை: க்ருதகௌதுகா சிரம் அபூ$_4$த்
கோ$_3$தா$_3$வரீஸீகதே

ஆயான்த்யா பரிது$_3$ர்மநாயிதமிவ த்வாம் வீக்ஷ்ய
ப$_3$த்$_3$த$_4$ஸ்த்வயா
காதர்யாத்$_3$ அரவிந்த$_3$குட்மலநிபோ$_4$ முக்$_3$த:
ப்ரணாமாஞ்ஜலி:

பக்.70. ***"எருமை மாட்டின் வாயினால்........ஓதச் செய்த"***

மஹாராஷ்டிரத்தின் ஸந்த கவியான ஞானதேவரின் தகப்பனார் விட்டலபந்த் மிகுந்த வைராக்கிய குணம் படைத்தவர். வாலிபப்பருவத்தில் புனித யாத்திரை புரிந்தவண்ணம் ஒரு முறை ஆளந்திக்குப் போய்ச் சேர்ந்தார். அங்குள்ள ஒரு பிராம்மணர் அவருடைய படிப்பையும் தகுதியையும் கண்டு தன் பெண்ணை அவருக்கு மணம் செய்வித்தார். ஆனால், மணமானதால்

விட்டல் பந்தின் வைராக்ய சுவபாவம் சற்றும் குறையவில்லை. நான் கங்காஸ்னானம் செய்யச் செல்கிறேன் என்று கூறிவிட்டு, வீட்டிலிருந்து கிளம்பி காசிக்குச் சென்றார். அங்கே 'எனக்கு மனைவி மக்கள் யாரும் கிடையாது' என்று கூறிக்கொண்டு ஸ்வாமி ராமானந்தருடைய சீடரானார். சில நாட்களுக்குப் பிறகு ராமானந்தர் ராமேச்வா யாத்திரைக்குச் செல்லும் வழியில் ஆளந்தியில் தங்கினார். அங்கே விட்டல்பந்தின் மனைவி தன் கணவர் சன்னியாசியாகிவிட்ட தகவல் அறிந்து தானும் விரதங்களை அனுஷ்டித்துக்கொண்டு வாழ்க்கையைக் கழித்துக் கொண்டிருந்தாள். கிராமத்தில் ராமானந்தர் வந்திருக்கும் செய்தி அறிந்து அவன் அவருடைய கால்களில் வணங்கச் சென்றாள். சன்னியாசி ராமானந்தர் அவளை 'மக்கட்பேறு பெற்று வாழ்வாய்' என வாழ்த்தியபோது அவள் சிரித்துவிட்டாள். ராமானந்தர் சிரித்ததற்குக் காரணம் கேட்டார். அவள் தனது கதையைக் கூறினாள். ராமானந்தர் ஆளந்தியிலிருந்து திரும்பி காசிக்குச் சென்றுவிட்டார். அங்கே விட்டல்பந்தை அதட்டி மறுபடி இல்வாழ்க்கை நடத்தும்படி வீட்டிற்குத் திரும்பியனுப்பிவிட்டார். இவருக்கு நான்கு குழந்தைகள் பிறந்தன - நிவ்ருத்திநாத், ஞானதேவ், ஸோபானதேவ், முக்தாபாயீ.

ஆனால் சாஸ்திரங்கள் சன்னியாசி மறுபடியும் கிருஹஸ் தனாக மாற அனுமதி தரவில்லை. ஆகையால் சமூகம் இந்தக் குடும்பத்தைத் துன்புறுத்தத் தொடங்கியது. இவருடைய குழந்தை களுக்குப் பூணூல் அணிவிக்க யாரும் முன்வரவில்லை. கடைசியில் விட்டல்நாதர் பைடணுக்குச் சென்று, அங்குள்ள பிராம்மணர்களின் கால்களில் விழுந்து கூறினார்- "எனக்கு என்ன பிராயச்சித்தம் வேண்டுமானாலும் கூறுங்கள். ஆனால் என் குமாரர்களுக்குப் பூணூல் அணியும் சடங்கு நடத்த அனுமதி அளியுங்கள்" பிராம்மணர்களுக்குச் சாஸ்திரங்களில் யாதொரு பிரமாணமும் கிடைக்கவில்லை. அவர்கள் கூறினார்கள், "உன்னுடைய பாவம் மிகப் பெரியதானது. ஆதலால் நீ உயிரை விடுவதுதான் ஒரே உபாயம். உன் குழந்தைகளுக்கு யக்ஞோபவீதம் நடத்த முடியாது." விட்டல்பந்தும் அவரது மனைவியும் பிராயாகைக்குச் சென்று நீரில் மூழ்கி பிராணத்தியாகம் செய்தனர்.

இதற்குப் பிறகு நான்கு குழந்தைகளும் ஆளந்தியிலுள்ள பிராம்மணர்களிடம் 'நாங்களும் பிராம்மணக் குழந்தைகள்தாம். எங்களுக்குப் பூணூல் அணிந்துகொள்ள உரிமை வேண்டும்' என்று வேண்டிக் கொண்டனர். ஆனால் அவர்கள் 'பைடண்

நகரத்து பிராம்மணர்களிடமிருந்து நீங்கள் பரிசுத்தமானவர்கள் என்பதற்கான அத்தாட்சிப் பத்திரம் வாங்கிக்கொண்டு வந்தால் தான் இது முடியும்' என்று கூறிவிட்டனர்.

குழந்தைகள் பைடணுக்குச் சென்றனர். அங்குள்ள பிராம்மணர் களிடம் தங்களை பிராம்மண சமூகத்தில் சேர்த்துக் கொள்ளுமாறு வேண்டிக்கொண்டனர். ஆனால் அவர்கள், "துறவிகளுக்குப் பிறந்த குழந்தைகள் பூணூல் அணிய சாஸ்திரங்கள் இடம் தரவில்லை. இதற்குப் பிராயச்சித்தமும் கிடையாது. ஆதலால் நீங்கள் எங்கும் எப்பொழுதும் ஈசுவரத் தியானம் செய்துகொண்டு புலன்களை அடக்கி வாழுங்கள், விவாஹம் செய்து கொள்ளாதீர்கள், எப்பொழுதும் ஹரிபஜனையில் ஈடுபட்டிருங்கள்" எனக் கூறிவிட்டனர்.

தீர்ப்புக் கூறிவிட்டு சபை கலையப்போகும் தருணத்தில் யாரோ ஒருவன் நான்கு குழந்தைகளின் பெயரின் அர்த்தத்தை விளக்குமாறு கேட்டான். நிவ்ருத்திநாத் கூறினார்- "என் பெயர் நிவ்ருத்தி. நான் ஒரு பொழுதும் ப்ரவிருத்திகளில் ஈடுபட மாட்டேன்." ஞானதேவர் கூறினார்- "நான் ஞானதேவன். எல்லா ஆகமங்களையும் அறிபவன்." சோபான தேவனும் "நான் பக்தர்களுக்குக் கடவுளிடம் பக்தி செய்யும் முறை கற்றுக் கொடுத்து வைகுந்தப் பதவி அடையச் செய்யும் கோபானம் (படிக்கட்டுகள்) ஆவேன்" எனப்பகர்ந்தார். முக்தா பாயீயும் "நான் உலகத்தின் லீலைகளைக் காண்பிக்கும் பொருட்டு அவதரித்துள்ள கடவுளின் லீலை ரூபமான முக்தி" எனத் தெரிவித்தாள்.

இந்தப் பதில்களைக் கேட்டு அந்த நபர், 'பெயர் எப்படி வேண்டுமானாலும் வைத்துக்கொள்ளலாம். அதோ போகிறதே எருமைமாடு, அதன் பெயர் கூட ஞானதேவன் தான்" என்று கூறினான்.

ஞானதேவர் உடனே கூறினார் : "சந்தேகமில்லாமல் ! அந்த எருமை மாட்டிற்கும் எனக்கும் யாதொரு பேதமும் இல்லை. அதில்கூட என் போன்றதான ஆத்மாதான் இருக்கிறது."

அதே நேரத்தில் யாரோ ஒருவன் அந்த எருமைமாட்டின் மீது மூன்று முறை சவுக்கால் அடித்தான். உடனே இங்கு ஞானதேவரின் முதுகிலும் சவுக்கின் தழும்புகள் ஏற்பட்டன.

நான்கு குழந்தைகளும் வணக்கம் செலுத்திவிட்டுத் தங்கள் கிராமத்துக்குத் திரும்ப ஆயத்தம் ஆயினர். வழியில் கோதாவரி நதிக்கரையில் அவர்கள் அமர்ந்தனர். அங்கு சில வாலிபர்கள்

கூடியிருந்தனர். அவர்கள் வேடிக்கையாக ஞானதேவரிடம் கூறினார்கள், நீங்கள் பரிசுத்தமானவர்கள் என்ற அத்தாட்சிப் பத்திரம் பெறவிரும்பினால் இந்த எருமைமாட்டின் வாயிலிருந்து வேதம் ஓதச் செய்யுங்கள்." உடனே ஞானதேவர் அந்த எருமையிடம் சென்று அதன் தலையில் கையை வைத்துக்கொண்டு அந்த பிராம்மணர்களிடம் கூறினார்- "நீங்களெல்லோரும் பூசுரர்கள், பூலோகத்து தேவர்கள். உங்களுடைய வாக்கு பொய்யாகக் கூடாது. பாருங்கள். இந்த எருமை இப்பொழுது வேதபாராயணம் செய்யும்."

உண்மையாகவே அந்த எருமை வேத மந்திரத்தைக் கூறத் தொடங்கிவிட்டது !

ஞானதேவர் 'கீதை'யின் பேரில் 'பாவார்த்த தீபிகா' இயற்றியிருக்கிறார். இதன் பெயர் 'ஞானேஸ்வரீ.' இதைத்தவிர 'அம்ருதானுபவம்' என்ற ஒரு கிரந்தமும் இயற்றியிருக்கிறார். இவையிரண்டும் இந்திய இலக்கியத்தின் ஒப்பற்ற ரத்தினங்களாகும்.

பக். 70. **தசக்ரந்தீ :** ருக், யஜுர், சாம, அர்வண இந்த நான்கு வேதங்களும், 'சிக்ஷா' (ஸ்வரோச்சாரணம் பற்றியது), சந்தஸ், வியாகரணம் நிருக்தம் (வ்யுத்பக்தி அர்த்தம் பற்றியவை), சோதிடம் கல்பம் (சூத்திரங்கள்) இந்த ஆறு வேதங்கள் - இந்தப் பத்து கிரந்தங்களையும் மனப்பாடம் செய்தவன்.

பக். 71. **'ஆதி சங்கரருக்கு இழைக்கப்பட்ட அநீதி'** - ஆதி சங்கராசாரியாரின் தாயார் அவருக்குத் துறவறம் பூண அனுமதி அளிக்கவில்லை. ஒருநாள் சங்கரர் குளிப்பதற்காக ஆற்றில் இறங்கினார். அங்கே ஒரு முதலை அவருடைய காலைக் கவ்விக் கொண்டது. சங்கராசாரியார் அன்னையைக்கூப்பிட்டுக் கூறினார், "அன்னையே ! இப்பொழுதாவது எனக்குச் சன்னியாசம் ஏற்றுக்கொள்ள அனுமதி அளியுங்கள்!" அன்னை அனுமதி அளித்த உடனேயே முதலையும் அவருடைய காலை விட்டு விட்டது. அவர் தாயாரிடம் முழு அன்பு பூண்டவர். ஆனால் சன்னியாச தர்மப்படி அவர் அன்னையுடன் இருக்கமுடியாது. இருந்த போதிலும், அவர் வீட்டை விட்டு வெளியேறும் போது தாயாரிடம் கூறினார், "உங்களுக்குத் துன்பம் நேரும்போது என்னைக் கூப்பிடுங்கள். நான் வந்து விடுவேன்!" அவர் புறப்பட்டுச் சென்றுவிட்டார். சில நாட்களுக்குப் பிறகு அன்னை நோய்வாய்ப் பட்டாள். அவளுக்கு மகனைக் காண விருப்பம் எற்பட்டது. தாம் அளித்த வாக்குப்படி சங்கராசாரியார் வந்து சேர்ந்தார். அவர் அன்னையின் மரணம் வரை அருகில் இருந்து பணிவிடை செய்தார். அன்னையின் உயிர் அமைதியாகப் பிரிந்தது.

ஆனால் தொல்லை இப்பொழுதுதான் ஆரம்பம் ஆயிற்று. அன்னையின் உடலை மயானத்துக்கு எடுத்துச்செல்ல கிராமத்திலுள்ள பிராம்மணர்கள் உதவிசெய்யத் தயாராயில்லை. தங்களது மயானத்தில் எரிக்கவும் அனுமதிக்கவில்லை, எரிக்கக் கட்டையும் கொடுக்க மறுத்து விட்டனர். பிராம்மணர்கள் நிச்சயித்தார்கள், "துறவறம் பூண்ட ஒருவன் தனது முன் ஆசிரமத்து அன்னையைச் சந்திக்க வருவதே சாஸ்திரத்துக்கு விரோதமானது. அவனை பகிஷ்கரிப்பதுதான் சரி." சங்கராசாரியார் தமது அன்னையின் உடலை நான்கு துண்டங்களாக வெட்டினார்; வாழை மரங்களை வெட்டி எடுத்து வந்தார். அவற்றின் மேல் இந்தத் துண்டங்களை வைத்துத் தம் தாயாரின் வீட்டின் முற்றத்திலேயே தமது தவத்தின் தேஜஸால் யோகாக்கினி தயார் செய்து அன்னையின் சரீரத்துக்கு நற்கதி அளித்தார்.

சங்கராச்சாரியாரது கிராமம் இருந்த சமஸ்தானத்தின் அரசன் சங்கராசாரியரின் சீடன். அவன் தனது குருவுக்கு நேர்ந்த தொல்லைகளையும் கொடுமைகளையும் கண்டு தன் தேசத்து நம்பூத்திரி பிராம்மணர்களுக்குத் தண்டனை கொடுத்தான். அதாவது, அவர்கள் தங்கள் வீட்டில் யாராவது இறந்தால் அவர்களை மயானத்துக்கு எடுத்துச் செல்லக் கூடாது, வீட்டின் முற்றத்திலேயே பிணத்தை நான்கு துண்டங்களாக வெட்டி எரிக்க வேண்டும். அரசன் இந்த உத்தரவை மிகவும் கடுமையாக நிறைவேற்ற நிச்சயித்தான். பிராம்மணர்கள் திகிலடைந்தனர். அவர்கள் அரசனிடம் மன்னிப்புக் கேட்டனர். அப்பொழுது அரசன் பிணத்தை நான்கு துண்டங்களாக வெட்டுவதற்குப் பதிலாக அதன்மேல் நான்கு கோடுகள் போட்ட பிறகு அதை மயானத்துக்கு எடுத்துச்செல்ல அனுமதித்தான்.

அஷ்டாவக்ரமான : எவருடைய எட்டு அங்கங்களும் வளைந்திருக்கின்றனவோ - நிறைய வளைவுகளுள்ள.

பக்.72. **வாழ்வைப் பகிர்ந்தளிக்க (ஜீவன் விதரண்)** : ஜீவன் - தண்ணீர்; விதரண் - பகிர்ந்தளிப்பது.

யானான் : கோதாவரியின் முகத்துவாரத்தருகில் இந்த இடம் இருக்கிறது. ஒரு பிரெஞ்சுக் கம்பெனி 1750-ல் இதைக் கைப்பற்றித் தனது சர்க்காரிடம் ஒப்படைத்தது. இப்பொழுது இது சுதந்திர இந்தியாவில் உள்ளது.

பக். 73. **அசைந்தாடும் தாமரைகளுக்கு நடுவே** : தாமரைகளைச் சலனம் பெறச்செய்வது காட்சியின் சோபையை அதிகரிக்கும் பொருட்டு.

காகா காலேல்கர் 407

பக். 73 ***பவபூதியின் நினைவு :*** *பவபூதி தமது உத்தரராம சரிதத்தில் கோதாவரியின் பல்வேறு அழகுகளை வர்ணித்திருப் பதால் உதாரணமாக இதை காணவும் :-*

ஏதாநி தாநி கி$_3$ரிநிர்ஜரிணீத டேஷு
வைகா$_2$நஸாஶ்ரிததருணி தபாவனானி

யேஷ்வாதிதே$_2$ய பரமா ஶமிநோ பஜந்தே
நீவாரமுஷ்டி பசனா க்$_3$ருஹிணோ க்$_3$ருஹாணி

ஸ்நிக்$_3$த$_4$ஶ்யாமா: க்வசித$_3$பரதோ பீ$_4$ஷணா போ$_4$க$_3$ரூக்ஷா:
ஸ்தா$_2$னே ஸ்தா$_2$னே முக$_2$ரககுபோ$_4$ ஜாங்க்ருதைர்நிர்ஜரணாம்
ஏதே தீர்த்த$_2$ச்ரிம கி$_3$ரிஸரித்$_3$க$_3$தர்த காந்தாரமிச்ரா:
ஸந்த்$_3$ருச்யந்தே பரிசிதபு$_4$வோ த$_3$ண்டகாரண்யபா$_4$கா$_3$:

இஹ ஸமத$_3$ஶகுந்தாக்ராந்தவானீரமுக்த
ப்ரஸவஸுரபி$_4$ஶீத ஸ்வச்சதோயா வஹந்தி
ஃபலப$_4$ரபரிணாமஶ்யாம ஜம்பூனிகுஞ்ஜ-
ஸ்கலனமுக$_2$ரபூ$_4$ரிஸ்த்ரோதஸோ நிர்ஜரிண்ய:

ஏதே த ஏவ கி$_3$ரயோ விருவந்மயூராஸ்தாந்யேவ
மத்தஹரிணாநி வநஸ்த$_2$லாநி
ஆமஞ்ஜுவஞ்ஜுலலதாநி ச தான்யமூனி
நீரங்க்ரநீபநிசுலாநி ஸரித்தடாநி

மேக$_4$மாலேவ யஸ்சாயமாராதி$_3$வ விபா$_4$வ்யதே
கி$_3$ரி: ப்ரஸ்ரவண: ஸோ அயம் யத்ர கோ$_3$தா$_3$வரி நதீ

அஸ்யைவாஸீந்மஹதி ஶிக$_2$ரே க்$_3$ருக்$_3$ரராஜஸ்ய
வாஸஸ்தஸ்யா-

த$_4$ஸ்தாத்$_3$வயமபி ரதாஸ்தேஷு பர்ணாம்டிஜேஷு
கோ$_3$தாவர்யா: பயஸி விததச்யாமலாநி கஹச்சீரந்-
த:கூஜந்முக$_2$ரஶகுனோ யத்ர ரம்யோ வநாந்த:

கு$_3$ஞ்ஜத்குஞ்ஜகுடீரகௌஶிக க$_4$டாகு$_4$த்காரவத்கீசக-
ஸ்தம்பாட$_3$ம் பர$_3$மூகமௌளகுலிகுல: க்ரௌஞ்சாவதோ
அயம் கி$_3$ரி:

ஏதஸ்மின்ப்ரசலாகிநாம் ப்ரசலதாமுத்$_3$வேஜிதா: கூஜிதை
ருத்$_3$வே

ல்லந்தி புராணரோஹிணதருஸ்கந்தே$_4$ஷு கும்பீ$_4$நஸா:

ஏதே தே குஹரேஷு கத்$_3$கத$_3$நத$_3$க்கோ$_3$தாவரீவாரயோ
மேகா$_4$லம்பி$_3$தமௌலிலேஶகி$_2$ரா: க்ஷோணீப்$_4$ருதோ
தா$_3$க்ஷிணா:

அந்யோந்யப்ரதிகா$_4$தஸங்குலசலத்கல்லோல
கோலாஹலைருத்தாலாஸ்த
இமே க$_3$பீரபயஸ: புண்யா: ஸரித்ஸங்க$_3$மா:

யத்ர த்$_3$ருமாபி ம்ருகா$_3$பி ப$_3$ந்த$_4$வோ மே
யாநி ப்ரியாஸஹசரஶ்சிரமவ்யாவாத்ஸம்
ஏதாநி தாநி ப$_3$ஹுகந்தரநிர்ஜராணி
கோ$_3$தா$_3$வரீபரிஸரஸ்ய கி$_3$ரேஸ்தடாநி

பக். 73. ***புனிதமான காலை அழகு : வைதி$_3$க ப்ரபா$_4$த:*** *வேத காலத்தில் ஆரியர்கள் வசித்துவந்த இடத்திலுள்ள காலை நேரம் பனி மூட்டத்தால் புகை மண்டியதுபோல் இருந்ததால், இதிஹாஸத்தில் வேத காலமானது சரித்திரத்தின் உஷாக்காலம் மாதிரியான மங்கிய பிரகாசமுள்ள காலமாகக் கருதப்படுகிறது. இதனாலும், வேத காலத்திலேயே தர்மஞானத்தின் உஷாக்காலம் ஏற்பட்டது என்ற காரணத்தினாலும்.*

பக்.74. ***'கவிகளின் மதிநுட்பம் போல'*** *- பிரதிபா அல்லது மேதைக்கு வியாக்யானம் இவ்வாறு உள்ளது:* **ப்ரக்ஞா நவனவோன்மேஷசாலினீ ப்ரதிபா$_4$ மதா** *புதுப்புதுப் பூரிப்புகள் எந்தப் பிரக்ஞை (புத்தி)யிலிருந்து கிளம்புகின்றனவோ அது பிரதிபா எனப்படுகிறது.*

மாசற்ற சரித்திரம் நடத்தை : *சரித்ர - சர (செல்வது) + இத்ர (சாதனம்). செல்லுவதற்குரிய சாதனம் அல்லது கால்கள்) நடத்தை, நடை - வேதங்களில் 'சரித்ர' என்ற சொல் 'கால்' என்ற அர்த்தத்தில் வந்திருக்கிறது. கால்களின் அடிச்சுவடுகள் - சரித்திரத்தைப் பார்த்து நடப்பவர்களுக்கு, கொக்கு எந்தத் திசையில் சென்றிருக் கிறது என்று தெரியும். மற்றொரு அர்த்தத்தில் தந்திரங்கள் நிறைந்த நடத்தையுள்ள வேஷக்காரர்கள், ஆஷாடபூதிகளுக்கும் கொக்கு திசை காட்டுகிறது.*

10. வேதங்களை வளர்க்கும் துங்கபத்ரா

பக். 79. ***த்$_3$வந்த்$_3$வ: ஸாமாஸிகஸ்யச*** *'சமாஸங்களில் துவந்துவம் நானே.' கீதை -10-33.*

11. நெல்லூரின் பினாகினி

பக். 80. **நெல்லூர்**- *(நெல் படைத்த ஊர்) இந்த ஊர் சென்னைக்கு வடதிசையில் ஆந்திர தேசத்தில் இருக்கிறது.*

12. ஜோக் அருவி (Jog Falls)

பக். 82 **ஹொன்னாவர் :** *வடக்கு கர்னாடக (மைசூர்)ப் பிர தேசத்தில் மேற்குக் கடற்கரையில் உள்ள ஒரு நகரம்.*

பக். 83. ***கார்கல் :*** *தெற்குக் கர்னாடகத்தில் மங்களூருக்கும் உடுப்பிக்கும் இடையிலுள்ள ஒரு நகரம். இங்கு ஹைதர்அலியினால் நிறுவப்பட்ட ஒரு அனுமார் கோவில் இருக்கிறது. அருகிலுள்ள ஒரு குன்றின் மீது ஒரு கவர்ச்சியான அனுமார் சிலை இருக்கிறது.*

பக். 83. **மனஸா :** *மனத்தால் ஒன்று நினைக்கிறோம், கடவுள் மற்றொன்று நடத்திவிடுகிறார்.*

சிரஸஞ்சித 'நீண்டநாள் விருப்பம் : *இரவீந்திரநாதரின் இந்த வரியை நினைவுபடுத்திக் கொள்ளுங்கள்:*

ப$_3$ஹு$^{\text{ு}}$தி$_3$ன வஞ்சித அந்தரே ஸஞ்சித கி ஆ*ஶா*

'சிமோகாசாகர்' *மைசூர் மாநிலத்தில் ஒரு கிராமத்தின் பெயர்.*

பக். 83. **குஜராத்தில் வெள்ளம் :** *1927-ஆம் ஆண்டில் குஜராத் மாகாணத்தில் பெருமழையினால் ஆயிரக்கணக்கான வீடுகள் இடிந்து விழுந்துவிட்டன. மக்கள் உணவு உடை இல்லாமல் ஆதரவற்றுத் தவித்தனர். அப்பொழுது சர்தார் வல்லபாய் படேல் தமது அற்புதமான திறமையினாலும் பல செல்வந்தர் களின் உதவியினாலும் மக்களுக்கு உதவியளிக்கும் பகீரதப் பிரயத்தினம் போன்றதான கஷ்டமான பணியை வெற்றியுடன் நிறைவேற்றினார்.*

பக். 84. **ஸ்தி$_2$ததீ$_4$** *: 'ஸ்திதப்ரக்ஞன் என்பவன் எவ்வாறு பேசுகிறான், எவ்வாறு உட்காருகிறான்? எவ்வாறு நடக்கிறான்?' கீதை 2.54.*

குலசிகரிண : *முழுச் சுலோகமும் கீழ்க்கண்டவாறு உள்ளது:*

விரம விரமாயாஸாதூ அஸ்மாத்$_3$ து$_3$ரத்$_4$யவஸாயதோ
விபதி$_3$ மஹதாம் தை$_4$ர்யத்$_4$வம்ஸம் யதீக்ஷிதும் ஈஹஸே
அயி ஜடமதே! கல்பாபாயே வ்யபேதநிஜக்ரமா-
குல*ஶ*ிக$_2$ரிண: க்ஷு$^{\text{ு}}$த்$_3$ரா நைதே ந வா ஜலரா*ஶ*ய:

(தனது வரம்பை ஒரு போதும் மீறாத கடலும், தனது இடத்திலேயே எப்பொழுதும் அசைவுறாது இருக்கும் மலையும், பிரளய காலம், ஊழிக் காலம் வந்தவுடன் சஞ்சலமடைகின்றன. ஆனால் மஹாத்மாக்களிடம் இம்மாதிரியான குணக் குறைவு கிடையாது. அவர்களோ துன்பம் எவ்வளவு அதிகரிக்கிறதோ அந்த அளவுக்கு மேலும் அசைவற்று ஸ்திரமாயிருக்கின்றனர்.

இவ்விதம் அறிவுறுத்திய வண்ணம் கவி கூறுகிறான் :

“ஹே ஜடபுத்தியுடையவனே! ஆபத்துக் காலங்களில் மஹாத்மாக்கள் தைரியமிழப்பதைப் பார்க்கவேண்டுமென விரும்பினால் இது வீண் முயற்சி. இதை விட்டுவிடு. இந்த மஹாத்மாக்கள் உனது நீசமான மலையும் அல்ல, அப்பாவியான கடலும் அல்ல. இவைதான் ஊழிக்காலம் வந்தவுடன் தமது தர்மத்தையும், கடமையையும் கட்டுப்பாட்டையும் மீறுகின்றன.”)

பூமியின் மீது எவ்வளவு அக்கிரமங்கள் நிகழ்ந்தாலும் பூமிக்கு எவ்வளவு இன்னல்கள் விளைவிக்கப்பட்டபோதிலும், பூமியின் நிலையை அசையாமல் சமாளிக்கும் மலைகள் தம் இடத்திலிருந்து அசைவதில்லை. ஆகையால் யாருடைய தைரியத்துக் காவது உவமை கூறவேண்டுமானால், “இவருடைய தைரியம் மலைக்குச் சமமானது” எனக் கூறப்படுகிறது.

இதேமாதிரி, நதிகளில் எவ்வளவு வெள்ளம் வந்தபோதிலும் அவற்றின் தண்ணீரால் கடல் பொங்கி விடுவதில்லை. அது தனது வரம்பை மீறுவதில்லை. ஆகையால் கடலும் கவிகளின் சிருஷ்டியில் தைரியத்துக்கும், வரம்புக்கும் (மரியாதை) எடுத்துக் காட்டாக விளங்குகிறது.

மேலே குறிப்பிடப்பட்டுள்ள சுலோகத்தில் மகாத்மாக்களின் சஞ்சலமடையாத திட மனப்பான்மையை வர்ணிக்கும்போது, கவிகளால் இம்மாதிரியான மகாத்மாக்கள்முன் மலைகளும் துச்சமாகக் கருதப்படுகின்றன. பரந்த நீர்ப்பரப்பை உடைய பெருங்கடலும் மட்டமானதாகக் கருதப்படுகின்றன. ஏனெனில், ஆயிரம், லட்சக்கணக்கான ஆண்டுகள் வரை தம் வரம்பை மீறாத இந்தப் பெரும் சக்திகள்கூட ஊழிக் காலத்தில் தத்தம் நிலையையும், கடமையையும் கைவிட்டு விடுகின்றன. மகாத் மாக்களின் விஷயமோ இவ்வாறானதல்ல.

உயர்ந்த உவமானப் பொருளை மட்டமாகக் கருதி, உபமேயப் பொருள் வஸ்து உவமானப்பொருளைவிடச் சிறந்தது என்று

காட்டும் முறை வடமொழியில் 'ப்ரதீப் (அணி) அலங்கார்' எனக் கூறப் படுகிறது. இதில் மிகைப்படுத்தல் இருக்கத்தான் இருக்கிறது.

பக். 85. **கண்டாலா :** புனாவுக்கும் பம்பாய்க்கும் இடையிலுள்ள துறைமுகம்.

'எதிர்த்திசையில்' (பிரதீப்) : ப்ரதி-எதிராக + **ஈப்**-தண்ணீர்) பிரவாகத்துக்கு எதிராக, மாறான திசையில்.

பக். 88. **நம: புரஸ்தாத்** 'ஹே சர்வமானவனே! உனக்கு முன்னாலிருந்தும், பின்னாலிருந்தும் எல்லாப் பக்கங்களிலிருந்தும் வணக்கங்கள்! உனது வீர்யம் அநந்தமானது. உனது சக்தி எல்லையற்றது. எல்லாவற்றையும் நீதான் ஏற்றுக்கொள்கிறாய். ஆதலால் நீதான் சர்வமானவன், எல்லாமானவன் !' -கீதை 11-40

பக்.88. **ஸுது$_3$ர்த$_3$ர்ஶம் இதம்** ('என்னுடைய எந்த ரூபத்தை நீ கண்டிருக்கறாயோ அந்த தரிசனம் மிகவும் காணக் கிடைக்காதது. தேவர்கள்கூட இந்த ரூபத்தை தரிசிக்கப் பெரிதும் விழைகின்றனர்.' -கீதை 11-52

'கனவு போலவும்' : ஒப்பிட்டுப் பார்க்கவும் :-

ஸ்வப்னோ நு மாயா நு மதிப்$_4$ரமோ நு? - சாகுந்தலம் 6-10

வ்யபேதபீ$_4$: 'பயத்தைவிட்டுவிட்டு அமைதியான மனதுடன், உனக்குப் பரிச்சயமான எனது உருவத்தை மறுபடியும் பார்ப்பாயாக!' -கீதை 11 - 19

பக். 90. **மணிபென் படேல் :** சர்தார் வல்லபபாய் படேலின் மகள்.

லக்ஷ்மீ : ராஜாஜியின் பெண் ; தேவதாஸ் காந்தியின் மனைவி.
அண்ணா : ராஜாஜி.

பத்ரம் நைவ யதா$_3$ - வசந்த காலத்தில் எல்லா மரஞ்செடிகளிலும் புதிய இலைகள் தோன்றும்போது, முள் நிறைந்த 'கரீல' மரத்தில் மட்டும் இலைகள் தோன்றாவிட்டால், அது வஸந்தத்தின் குற்றமாகுமா? ஆந்தை பகலில் பார்க்க முடியவில்லையானால், அதில் சூரியனின் குற்றம் என்ன இருக்கிறது?

பர்த்துருஹரியின் இந்தச் சுலோகத்தின் மற்ற இரு சரணங் களும் இவ்வாறு :

தா$_4$ரா நைவ பதந்தி சாதகமுகே$_2$ மேக$_4$ஸ்ய கிம் தூ$_3$ஷணம்?
யத்பூர்வம் விதி$_4$னா லலாடலிகி$_2$தம் தன்மார்ஜிதும் க: க்ஷம:?

(சாதக பக்ஷியின் வாயிலேயே மழைநீர் விழவில்லையானால் இதில் மேகத்தின் தவறு என்ன? பிரமன் முதலிலேயே தலையில் என்ன எழுதி விட்டானோ அதை அழித்துவிடும் சாமர்த்தியம் யாருக்கு உள்ளது?)

பக். 91. **“எண்ணற்ற பறவைகள்”**-*ஆசிரியர் இங்கு “அவை உச்சிஷ்டமும் உத்கிருஷ்டமுமான பொருள்களை” என எழுதியுள்ளார். அதில்* ***உச்சி$_2$ஷ்ட (உத் + சிஷ்ட)*** *என்பதற்குப் பொருள் எச்சில் அல்ல, ஆனால் குடியானவர்கள் அறுவடை செய்து எடுத்துக்கொண்டு போன பிறகு மீதியுள்ளது.*

இரவீந்திரநாதர் அதர்வ வேதத்தின் ஒரு மந்திரத்தை ஆதாரமாகக்கொண்டு கூறுகிறார் - ‘எல்லாக் கலைகளுக்கும், மனிதனின் எல்லா உயர்ந்த நடவடிக்கைகளுக்கும் மூலம் உச்சிஷ்டமே.’ கீழே அவ்வசனங்கள் தரப்படுகின்றன :

ருதம் ஸத்யம் தபோ ராஷ்ட்ரம் ஸ்ரமோ த$_4$ர்மஸ்ச கர்ம ச
பூ$_4$தம் ப$_4$விஷ்யது$_3$ச்சி$_2$ஷ்டே விர்யம் லக்ஷ்மீப$_3$லம் ப$_3$லே

“Righteousness, truth, great endeavours, empire, religion, enterprize, heroism and prosperity, the past and the future dwell in the surpassing strength of the surplus.”

The meaning of it is that man expresses himself through his super abundance, which largely overleaps his absolute need.

The renowned Vedic commentator Sayanacharya says :

“The food offering which is left over after the completion of sacrificial rites is praised because it is symbolical of Brahma, the original source of the Universal.”

According to this explanation, Brahma is boundless in his superfluity which inevitably finds expression in the eternal world process. Here we have the doctrine of the origin of the arts. Of all living creatures in the world, man has his vital and mental energy vastly in excess of his need which urges him to work in various lines of creation for its own sake. Like Brahma himself, he takes joy in productions that are unnecessary to him, and therefore represent his extravagance and not his hand-to-mouth penury. The voice that is just enough can speak and cry to the extent needed for every day use, but that which is abundant sings ; and in it we find our joy. Art reveals man's wealth of life, which seeks its freedom in forms of perfection which are ends in themselves.

இதன் கருத்து :

'ருதம், சத்யம், தபம், ராஷ்டிரம், சிரமம், தர்மம், கர்மம், பூதபவிஷ்யம், வீர்யம், லக்ஷ்மி இவையாவும் உச்சிஷ்டத்தின் பாலத்திலேயே வசிக்கின்றன.'

இதன் கருத்து என்னவென்றால், தனது தேவைகளைப் பூர்த்தி செய்து கொண்ட பிறகு எஞ்சியுள்ள (உச்சிஷ்டமான) சக்தி எல்லையற்றது. அது சனாதனமான உலக ப்ரக்ரியை ரூபத்தில் வெளிப்படுகிறது. இங்கு நமக்கு கலைகளின் உற்பத்தியைப் பற்றிய கொள்கைகள் காணக் கிடைக்கின்றன. உலகத்திலுள்ள எல்லாப் பிராணிகளுடனும் ஒப்பிடுகையில் மனிதனிடம் பிராண சக்தியும் மனத்தின் சக்தியும் அவனதுதேவைக்கு அதிகமாகவே நிரம்பியிருக்கின்றன. அச்சக்தி பலவிதமான காரணமில்லாத சிருஷ்டி காரியங்களில் (புதுக்கண்டு பிடிப்புகளில்) ஈடுபட மனிதனைத் தூண்டுகிறது. பிரமத்தைப் போலவே அவனும், எந்தச் சிருஷ்டிகள் அவனுக்கு மிகவும் தேவையல்லவோ, எவை அவனைச் சாதாரண மனிதனாகக் காட்டாமல் அவனைப் பெருமைப்படுத்தக் கூடியவையோ அவற்றில் ஆனந்தம் காண்கிறான். முற்றிலும் தேவையான அளவுக்குத்தான் உதவக்கூடிய குரல் தினப்படியான வேலைகளுக்கு வேண்டிய அளவுக்குத் தான் பேசவோ அழவோ முடியும். ஆனால் எந்தக் குரல் தேவைக்கு அதிகமாகவுள்ளதோ அது பாடவும் தொடங்குகிறது - இதில்தான் நமக்கு ஆனந்தம் ஏற்படுகிறது. கலை மனிதனின் நிறைவை வெளிப்படுத்துகிறது. இந்த நிறைவு எல்லா விதத்திலும் பூர்ணமான சொரூபங்களில் முக்தியின் ஆனந்தத்தைக் கொண்டாட முயற்சி செய்துகொண்டேயிருக்கிறது.

பக். 91. **பரிக்$_3$ரஹோ ப$_4$யாயைவ:** அதிகம் பொருள் சேமித்த லில் (அது கொள்ளை போகுமே என்ற) பயமும் கலந்திருக்கத்தான் இருக்கிறது. இது ஆசிரியனது சொந்த சூத்திரம்.

பக். 91. **'நிஸ்' ரகத்தைச் சேர்ந்த** (Gneiss) : அடித்தளத்தில் உள்ள பாறைகள் - இவற்றில் சிக்கிமுக்கி, அபிரகம் முதலியன படிந்திருப்பதுண்டு.

பக். 93. **சகோதரி நிவேதிதை ஒப்பிட்டுக் கூறியுள்ள :** அதன் மூலம் இவ்வாறு உள்ளது :

"Beauty of place translates itself to the Indian consciousness as God's cry to the soul. Had Niagara been situated on the Ganges, It is odd to think how different would have heen its valuation by humanity. Instead of fashionable picnics and railway pleasure trips, the yearly or monthly incursion of worshiping crowds. Instead of hotels, temples. Instead of ostentatious excess, austerity, Instead of the desire to harness its mighty forces to the chariot of human utility, thd unrestrainable longing to throw away the body and realize at once the ecstatic madness of supreme Union. Could contrast be greater ?"

- The Web of Indian life - 241.

பக். 94. ***'விபவத்ருஷ்ணா' :*** *'அலைகளின் தாண்டவ யோகம்' என்ற அத்தியாயத்தையும் பார்க்கவும்.*

நாபி$_4$னன்தே$_3$த: 'சாவையும் வரவேற்காமல் வாழ்வையும் வரவேற்காம லிருத்தல்' - மனுஸ்மிருதி.

குதிரைச் சக்தி (ஹார்ஸ் பவர்) : ஆசிரியர் இதற்கு 'அசுவத்தாமா என்று ஒரு சொல் அமைத்திருக்கிறார்.

(அச்வ-குதிரை + ஸ்தாமன்- சக்தி) சமாஸத்தில் ***ஸ்தாமன் ஸ்*** *இலுள்ள மறைந்துவிடுகிறது.)*

பக்.94. ***"ஒரு பெரிய காடு":*** *'நியூபாரஸ்ட்' என்ற பிரதேசம்.*

பக் 94 **"நீரோ":** *ரோம் நாட்டுச் சக்கரவர்த்தி (கி.பி. 54-68) தாயாரின் தூண்டுதலால் தகப்பனாரைக் கொலை செய்தபிறகு ரோம் சாம் ராஜ்ஜிய சிம்மாதனத்துக்கு அதிகாரியான 'பிரிட்-டெனிகஸ்'ஐ அகற்றி விட்டுத் தானே சிம்மாசனத்தில் அமர்ந்தான். ஐந்து ஆண்டுகள்வரை நன்கு அரசாண்ட பிறகு சர்வாதிகாரியாக, கொடுங்கோல் மன்னனாக மாறிவிட்டான். அவன் பிரிட்டெனிகஸ், தன் தாயார், தன் மனைவி ஆகியோரைக் கொலைசெய்தான். ரோம்நகரத்துக்குத் தீ வைத்ததாகப் பொய்க் குற்றம்சாட்டி அவன் கிறிஸ்தவர்கள்மீது பலவித அக்கிரமங்கள் புரிந்தான்.*

தனது குருவும், மந்திரயுமான சேனேகாவையும் தனது இரண்டாவது மனைவியையும்கூடக் கொலைசெய்தான். இதற்குப் பிறகு ரோமில் கலவரம் மூண்டது. இதனால் அவன் அங்கிருந்து ஓடிவிட்டான். பிறகு தற்கொலை செய்துகொண்டான். அவன் தான் ரோமை எரித்து விட்டு எரிந்துகொண்டிருக்கும் ரோமைப் பார்த்துக்கொண்டே பிடில் வாசித்துக் கொண்டிருந்தான் என்றும் கூறுவதுண்டு. ஆனால் சரித்திரத்தில் இதற்கு யாதொரு

அத்தாட்சியும் கிடைக்கவில்லை. ஆனால் அவன் ஈவு இரக்கம் அற்றவனாய் இருந்தான் என்பதில் சற்றும் ஐயமில்லை.

பக்.95. **பிராணிகளின் துக்கத்தை : ஆர்த்திநாஶ** *ஒப்பிட்டுப் பார்க்கவும் :*

நத்வஹம் காமயே ராஜ்யம், ந ஸ்வர்க$_3$ம் நாபுனர்ப$_4$வம்
காமயே து$_3$க்க$_2$தப்தானாம். ப்ராணிநாம் ஆர்த்திநாஶனம்

(நான் எனக்காக ராஜ்ஜியமும் விரும்பவில்லை, சுவர்க்கத் துக்கும் ஆசைப்படவில்லை. துக்கத்தினால் கஷ்டப்படும் பிராணி களுடைய இன்னல்கள் தீரட்டும், இதுதான் நான் விரும்புவது.)

பக்.96. **வீரபத்ர :** *தக்ஷப்பிரஜாபதியின் யாகத்தைக் குலைத்த சிவகணம்.*

'ஆங்கிலேயர்களைத் தான் நாங்கள் புரிந்துகொண்டு விட்டோமே' *'ஆங்கிலேயர்கள் நமது இரத்தத்தை உறிஞ்சு கின்றனர். ஆனால் அவர்கள் இவ்வாறு உறிஞ்சுவது நமக்குத் தெரிவதில்லை. ஆங்கிலேயர்களில் இந்தத் தந்திரத்தை நாம் புரிந்து கொண்டுள்ளோமானால்'*

"காக்கை மாதிரி பார்த்துக்கொண்டே" : *காக்கையைப் போன்றதான ஓரப் பார்வை - ("காகா"வின் திருஷ்டி எனவும் பொருள்.)*

பக். 97. **ப்ராய: கந்து$_3$க** *ஆரியமக்கள் விழுந்தாலும் பந்தைப் போல விழுகிறார்கள், அதாவது வீழ்ச்சியடைந்தாலும் மறுபடி மேலே எழுகிறார்கள். பர்த்துருஹரியின் முழுச்சுலோகம் இது :*

ப்ராய: கந்து$_3$கபாதேன பதத்யார்ய: பதந்நபி
ததா$_2$த்வனார்ய: பததி ம்ருத்பிண்ட பதனம் யதா$_2$

நஹி கல்யாணக்ருத்: *'மங்களமான நற்செயல் புரியும் எவனும் துர்க்கதியை அடைவதில்லை.' கீதை, 6-40.*

பக். 99. **'மஹாதேவன் தாண்டவம்:"** *இராவணனுடைய சிவதாண்டவ ஸ்தோத்திரம் இங்கு நினைவுக்கு வருகிறது. கீழே இரண்டு சுலோகங்கள் தரப்படுகின்றன.*

ஜடாகடாஹஸம்ப்$_4$ரம ப்$_4$ரமன்னிலிம்பநிர்ஜரீ
விலோலவீசி வல்லரீ விராஜமானமூர்த$_4$னி

த$_4$க$_3$த்$_3$ த$_4$க$_3$த் த$_4$க$_3$த்ஜ்வலல்லாடபட்ட பாவகே
கிஶோரசந்த்$_3$ரசேக$_2$ரே ரதி: ப்ரதிக்ஷணம் மம

(எவருடைய தலை ஜடைகளாகிற கொப்பரையில் வேகமாகச் சுழலும் தேவநதி (கங்கை)யின் சஞ்சலமுள்ள அலைக் கொடிகளால் அலங்கரிக்கப்பட்டிருக்கிறதோ, எவருடைய நெற்றியின் அக்கினி 'தகதக' வென்று எரிந்துகொண்டிருக்கிறதோ, எவருடைய முடியின்மீது பாலசந்திரன் அழகுற வீற்றிருக்கிறானோ அந்தச் சிவனிடம் எனது இடையறாத அனுராகம் (பக்தி) இருந்து கொண்டிருக்கட்டும்.)

ஜயத்வத$_3$ம்ப்$_4$ரவிப்$_4$ரம ப்$_4$ரமத்$_3$பு$_4$ஜங்க$_3$மஸ்ஃபுரத்$_3$
த$_4$க$_3$த்$_4$ த$_4$க$_3$த்$_3$விநிர்க$_3$மத்கராள பா$_4$ல ஹவ்யவாட்
தி$_4$மித்$_3$தி$_4$மித்$_3$தி$_4$மித்$_4$வநந்ம்ருத$_3$ங்க$_3$துங்க$_3$ மங்க$_3$ள
த்$_4$வனிக்ரமப்ரவர்த்திதப்ரசண்ட$_3$தாண்ட$_3$வஶிவ

(இடைவிடாது அசைந்துகொண்டேயிருக்கும் சர்ப்பத்தின் மூச்சினால் எவரது நெற்றியிலுள்ள அக்கினி மேலும் மேலும் தூண்டப்படுகிறதோ, மேலும் எவர் 'திமித் திமித் திமி' போன்ற மிருதங்கத்தின் மங்களகரமான ஒலியைப் போல் வேகமான தாண்டவம் புரிந்து மகிழ்கிறாரோ, அந்த சிவனுக்கு ஜயமுண்டாகட்டும்.)

தேவேந்திரன் : இலங்கையின் தெற்குமுனைDundra Head.

நாராயண சரோவர் : *சிந்துவுக்கும் கட்சுப் பிரதேசத்துக்கும் இடையிலுள்ள ஏரி.*

*பக்.103.***புநர் ஆக$_3$மநாயச***:புனராகமனாயசமதச்சடங்குகளில் பூஜையின் முடிவில் தேவதைகளை வழியனுப்பும்போது இந்த வசனம் கூறப்படுகிறது. இதன் கருத்தாவது - 'மறுபடி எழுந்தருளும் பொருட்டு'. அதாவது, இந்த வழியனுப்புதல் ஒரேயடியாக அனுப்பி விடுதல் அல்ல, மறுபடி சந்திப்பதற்காகத்தான்.*

ஆசிரியருடைய இந்த ஆவல் அல்லது கங்கற்பம் பல ஆண்டுகளுக்குப் பிறகு எவ்வாறு நிறைவேறிற்று என்பதை அடுத்த அத்தியாயத்தில் காணலாம்.

13. ஜோக் அருவியின் மறு தரிசனம்

பக். 104. **ஏதாவானஸ்ய மஹிமா :** *இவ்வளவு அதனுடைய மகிமை ஆயிற்று. புருஷனோ இதனைவிடப் பெரியவன். இந்த வசனம்' புருஷசூக்த'த்திலிருந்து எடுக்கப்பட்டிருக்கிறது.*

பக்.106. **"எல்லாவற்றையும் வாரி வழங்கிவிட்டபடியால்"** - இது **விஶ்வஜித் யக்ஞம்** எனப்படுவது **ஸர்வவேதஸ்** என்ற இந்த யாகத்தில் தனது வாழ்வின் வருமானம், வாழ்வில் சம்பாதித்தது யாவற்றையும் அளித்துவிட வேண்டியது. ஒப்பிட்டுப்பார்க்கவும் :

ஸ்தா$_2$னே ப$_4$வானேகநராதி$_4$பஸ்ஸன்
அகிஞ்சநத்வம் மக$_2$ஜம் வ்யனக்தி
பர்யாயபீதஸ்ய ஸுரைர்ஹிமாம்சோ:
கலாக்ஷய: ஶ்லாக்$_4$யதரோ ஹி வ்ருத்$_4$தே$_3$:

ரகுவம்சம் 5-16

(தாங்கள் சக்கரவர்த்தி அரசன் ஆகி 'விச்வஜித்' யாகம் புரிந்தமையால் ஏற்பட்ட எளிமையைக் காட்டுகிறீர்கள், இது பொருத்தமானதே. தேவர்கள் மாறிமாறிப் பருகிறதால் சந்திர கலையின் க்ஷயம் (க்ஷீணித்தல்) வளர்ச்சியை விட அதிகம் போற்றத்தக்கதாகவே விளங்குகிறது.)

பக். 107. **குபேரனுடைய மனதில் கூடப் பொறாமை :** ஆகாயத்தில் வானவில்லுக்குச் சற்று மேலே மற்றொரு மங்கலான வில் சில சமயங்களில் காணப்படுவதுண்டு. இது **ப்ரதித$_4$னுஷ்** எனப்படும். இதில் உள்ள வர்ணங்கள் அசல் வானவில்லின் வர்ணங்களுக்குத் தலை கீழான வரிசையில் இருக்கும்.

'தேவ வில்' *:* தேவர்களின் தனுவான வானவில்.

"ஒவ்வொரு கணமும் எங்களுடைய புண்ணியம்"... இதை நினைவு படுத்திக்கொள்ளுங்கள் **க்ஷீணே புண்யே மர்த்யலோகம் விசந்தி** *- கீதை 9.21.*

பக்.110. **'ரோமான் ரோலான்'** *(1866 - 1944)* பிரான்சு நாட்டு உலகப்பிரசித்திப் பெற்ற இலக்கியக் கர்த்தாவும் கலை ஆராய்ச்சி யாளருமாவர். அவருடைய நாவல் 'ஜான்கிரிஸ்டாப்' அவருடைய நூல்களில் மிக உயர்ந்ததாகக் கருதப்படுகிறது. 1916-ஆம் ஆண்டில் அவருக்கு இதற்காக நோபிள் பரிசு கிடைத்தது. அவர் காந்திஜீ, இராமகிருஷ்ண பரமஹம்சர், சுவாமி விவேகானந்தர் இவர்களது ஜீவிய சரிதங்களை எழுதி இந்தியாவின் தத்துவங்களையும், உயர்கருத்துக்களையும் மேல் நாடுகளுக்கு எடுத்துரைத்துள்ளார். காந்திஜீ வட்ட மேஜை மகாநாட்டுக்காக இங்கிலாந்துக்குச் சென்றுவிட்டுத் திரும்பும் போது விசேஷ முறையில் அவரைச் சந்தித்தார். பாரத நாட்டைப் பற்றிய அவரது டைரி பிரெஞ்சு மொழியில் பிரசுரிக்கப்பட்டுள்ளது. அது மிகவும் பிரசித்தமடைந்

துள்ளது. அந்த டைரியில் அவர் காந்திஜீ, இரவிந்திரநாத் தாகுர், அரவிந்தர் ஆகியோரைப் பற்றிப் பல விஷயங்கள் கூறியுள்ளார். அவர் யுத்தங்களை முற்றிலும் வெறுப்பவர். கலையென்பது அகில உலகத்தாரும் நெருங்கிப் புரிந்துகொள்ளக் கூடியதாய் இருக்கவேண்டும் எனக் கருதிவந்தார்.

பக். 111. **“மனிதனால் நிர்மாணிக்கப்பட்ட கலைப் பொருள்”** *:-*

இயற்கையில் காணப்படும் அழகுகளைக் கலை எனக் கூறுவதில்லை. மனிதனால் படைக்கப்படுவதுதான் கலை. இயற்கையின்அழகு கலைகள் வளர்வதற்கு ஒரு தூண்டுகோல் என்பது மட்டுமே சரி.

பக். 112. **அல்பஸ்ய ஹேதோ** *: சிறு லாபத்துக்காகப் பெரிய விஷயங்களைக் கெடுத்துவிடும் மனப்பான்மை கொண்டவர்கள். கவி காளிதாஸனின் ‘ரகுவம்ச’ காவியத்தில் இந்த வசனம் காணப்படுகிறது. திலீபன் பசுவுக்கு பதிலாகத் தனது சரீரத்தை சிங்கத்துக்கு இரையாகக் கொடுக்க முன்வந்த போது, சிங்கம் அவனுக்கு புத்தி புகட்டு வதற்காக இவ்வாறு கூறிற்று :*

ஏகாதபத்ரம் ஜகத: ப்ரபு$_4$த்வம் நவம் வய: காந்தமித$_3$ம் வபுஸ்ச

அல்பஸ்ய ஹேதோர் பஹுூஹாதுமிச்ச$_2$ன் விசாரமூட$_4$: ப்ரதிபா$_4$ஸி மே த்வம்

(உலகத்தின் ஏகாதிபத்திய ராஜ்ஜியம், வாலிப வயது, இந்த அழகான உடல் ; சிறியதற்காக இத்தனை பெரிய தியாகம் புரிய நீ தயாராகிவிட்டாயே! நீ பெரிய முட்டாள் போலத் தோன்றுகிறது. ரகுவம்ஸம் - 2.47)

14. வரண்ட ஜோக் நீர்வீழ்ச்சி

பக். 113. ***ராக்ஷஸத்தனமான தீச்செயல்கள் :*** *இதை நினைவு படுத்திக் கொள்ளுங்கள் :*

பு$_3$பு$_4$க்ஷித: கிம் ந கரோதி பாபம், க்ஷீணா நரா நிண்கருணா ப$_4$வந்தி

பக். 113. **இராவணனைப் போல :** *இராவணன் பிறக்கும் போது பெரிய சத்தம் செய்துகொண்டே பிறந்தான். இதனால் அவனுடைய தகப்பனார் அவனுக்கு இராவணன் எனப் பெயர் சூட்டினார்.*

தவம்புரியும் : *வெயிலின் தாபத்தைச் சகித்துக்கொண்டிருந் தாள், ஆதலால்.*

பக். 114. ***சம்பாஜீயின் கண்கள் :*** *1689-ஆம் ஆண்டில் சம்பாஜீயைக் கைது செய்தபிறகு, ஔரங்கசீப் அவனிடம் இஸ்லாம் மதத்தைத் தழுவும்படி கூறினான். ஆனால் 'சம்பாஜீ இஸ்லாம் மதத்தைத் தழுவுவதற்கு பதிலாக ஔரங்கசீப்பை அவமரியாதை செய்தான். ஆகையால் ஔரங்கசீப் அவனுடைய நாக்கைத் துண்டிக்கச் செய்து, கண்களைப் பிடுங்கச் செய்து கொலை செய்தான்.*

பக். 114. : ***நதீ$_3$முகே$_2$நைவ ஸமுத்$_3$ரமாவிஶேத்:*** *நதியின் முகத்துவாரம் வழியாகக் கடலில் பிரவேசிப்பது. மஹாகவி காளிதாஸன் ரகுவம்சத்தில் ராஜா ரகுவின் வித்யாப்பியாஸத்தை வர்ணிக்கும்போது கூறியிருக்கிறார்:*

லிபேர்யதா$_2$வத்$_3$க்$_3$ரஹணேன வாங்மயம்
நதீ$_3$முகே$_2$நைவ சமுத்$_3$ரமாவிஶேத்

(எவ்வாறு நதியின் முகத்துவாரத்தின் வழியாகக் கடலில் பிரவேசிக்கிறோமோ, அதேமாதிரி லிபியை முறையாக ஏற்றுக் கொள்வதன் மூலம் அவன் சாஹித்தியத்தில் பிரவேசித்தான்.)

இதை அனுசரித்து, குஜராத் வித்யாபீடத்தின் சார்பில் நடைபெறும் குஜராத் மஹாவித்தியாலயத்தின் இருமாதப் பத்திரிகையான சாபர்மதிக்கு தியானமந்திரம் (Motto) *தேவைப் பட்டபோது, காகாஜீ அவர்கள்* ***நதீ$_3$முகே$_2$நைவ ஸமுத்$_3$ர மாவிஶேத்*** *என்ற வசனத்தையே அளித்தார். அப்பொழுதிலிருந்து அவருடைய மனதில் ஒருக்கால் இதுதான் காளிதாஸருடைய மூலவசனமாயிருக்கும் என்ற எண்ணம் வேறூன்றியிருக்கும். மூ லவசனத்தில்* ***ஆவிஶத்*** *பிரவேசித்தான் என இருக்கிறது. அதைச் சற்றுச் சீர்திருத்தி காகாஜீ அவர்கள்* ***ஆவிஶேத்*** *பிரவேசிக்க வேண்டும், என்று அமைத்துள்ளார்.*

காலபுருஷன் : (மொழிபெயர்ப்பில் 'காலதேவன்' என்று இருப்பது பிழை) ***காலோஸ்மி லோகக்ஷயக்ருத்ப்ரவ்ருத்$_4$த$_3$:*** *என்று சொல்லுபவனான கீதையின் 'விராட புருஷன்'.*

தத்ர கா பரிவேதனா? *அதில் வருத்தம் என்ன இருக்கிறது? அதை நினைவு படுத்திக்கொள்ளுங்கள் :*

அவ்யக்தாதீ$_3$னி பூ$_4$தானி வ்யக்தமத்$_4$யானி பா$_4$ரத
அவ்யக்தநித$_4$நான்யேவ தத்ர கா பரிவேதனா

உஷ்மபா : *வெகு சூடாகக் குடிப்பவர்கள், பித்ருக்கள் ; அன்னம் (சோறு) சாப்பிடாமல் வெறும் சூட்டை உட்கொண்டு இருந்துவிடும் பித்ருக்களும், தேவதைகளும். 'உஷ்மபா' என்ற சொல் கீதையில் வந்திருக்கிறது.*

15. குஜராத் அன்னை சாபர்மதி

*பக். 120. **தாவர உபாசகர் திரு. சிவசங்கர்:** பிரசித்திபெற்ற குஜராத்தி எழுத்தாளரும் மொழிபெயர்ப்பாளருமான காலஞ் சென்ற சந்திரசங்கர சுக்ல அவர்களின் தம்பி. இவர் தாவரங் களைப்பற்றித் தீவிர ஆராய்ச்சிகள் நடத்தியுள்ளார். ஹரிபுரா காங்கிரசின்போது இவருடைய உற்சாகத்தினால் ஒரு தாவர இயல் கண்காட்சி அமைக்கப்பட்டது. இவர் 'குஜராதனீ லோக மாதாவோ' என்ற ஒரு புத்தகம் எழுதியிருக்கிறார்.*

*பக். 121. **பிராம்மணர்கள் தவம்புரிந்துள்ளார்கள் :** ஸௌனகர், வசிஷ்டர், வாமதேவர், கௌதமர், காலவர், காங்கேயர், பரத்வாஜர், உத்தாலகர், ஜமதக்னி, கஸ்யபர், ஜடபரதர், பிருகு, ஜாபாலி முதலிய 88 ஆயிரம் ரிஷிக்ள சாபர்மதியின் கரையில் தவம் புரிந்துள்ளார்கள் என்று கூறப்படுகிறது.*

*பக்.122. **'வௌட்டா'வின் திருவிழா :** ஒவ்வொரு ஆண்டும் கார்த்திகைப் பௌர்ணமியன்று குஜராத்தில் தோல்கா கிராமத்து கருகில் வௌட்டாவில் இந்த மேளா கூடுகிறது. இதில் சுமார் $1\ ^{1}/_{2}$ லட்சம் மக்கள் கூடுகின்றனர். இங்கே மேஷவோ, மாஜம், வாத்ரக், ஷேடீ, சாபர், ஹாத்மதி ஆகிய ஆறுகள் சாபர்மதியோடு சங்கமமாகின்றன.*

*பக். 122. **சாபர்மதியின் பழைய பெயர்கள் :** வெவ்வேறு காலங்களில் சாபர்மதிக்கு வெவ்வேறு பெயர்கள் இருந்து வந்திருக்கின்றன. சத்ய யுகத்தில் அதன் பெயர் க்ருதவதி எனவும், திரேதா யுகத்தில் மணிகர்ணிகா என்றும், துவாபர யுகத்தில் விதுவதீ, சந்தனா அல்லது சந்தனாவதீ என்றும் இருந்திருக்கிறது. கலியுகத்தில் அதன் பெயர் சாப்ரமதி.*

கஸ்யபகங்கா : *இதைப்பற்றி ஒரு கதை இவ்வாறு உள்ளது:- ஒரு காலத்தில் தொடர்ந்தாற்போல் ஏழுதடவை பஞ்சம் ஏற்பட்டது. அப்பொழுது ரிஷிகள் கஸ்யபரிடம் விண்ணப்பித்துக் கொண்டனர். அவரும் சங்கரரை ஆராதித்தார். சங்கரர் சாப்ரமதியைக் கூட்டிக் கொண்டு அர்புதாரண்யத்துக்கு*

வந்து சேர்ந்தார். அங்கிருந்து இந்த ஆற்றின் தாரைகள் காட்டின் வழியாக குஜராத்தை நோக்கி ஓடத்தொடங்கின. அப்பொழுது கஸ்யபரின் எதிரில் கடல் தோன்றி வேண்டிக்கொண்டது,“ஐயனே! எவ்வித மாவது தாங்கள் இந்த ஆற்றின் தண்ணீரை என்னோடு சேர்த்து விடுங்கள். ஏனெனில் அகஸ்திய முனிவர் என் தண்ணீரை யெல்லாம் குடித்துவிட்டு, பிறகு சிறுநீர் மூலமாக வெளிவிட்டார். இதனால் அது அசுத்தமடைந்து விட்டது. இந்த ஆறு என் தண்ணீருடன் கலந்தால் என் தண்ணீர் புனிதமடைந்துவிடும்.” சாபர்மதி மற்ற ஆறுகளுடன் கடலில் கலந்தது. கடல் பரிசுத்த மடைந்துவிட்டது.

மற்றொரு கதை இவ்வாறு உள்ளது :- பார்வதியிடம் பயந்து கங்கை இங்குமங்கும் ஓடிக்கொண்டிருந்தது. **ஸா ப்$_4$ரமதி** கஸ்யபர் அதைத் தனது ஜடைகளில் தரித்துக்கொண்டு அர்புதாண்யத்துக்கு எடுத்துச் சென்றார். இங்கே வந்து அவர் தமது ஜடையை உதறினார். அதிலிருந்து கங்கை ஏழு பிரவாகங்களாக வெளிக் கிளம்பிற்று. அவற்றில் முக்கியமான பிரவாகம் சாபர்மதி எனவும் மற்றவை ‘வௌடா’வுக் கருகில் பாயும் மற்ற ஆறு நதிகளும் ஆகும்.

கஸ்யபர் தம்முடன் அழைத்துவந்த காரணத்தால் அதன் பெயர் கஸ்யப கங்கை’ என ஆயிற்று.

பக். 123. **ததீசி முனிவர் தவம் புரிந்தார் :** யாக குண்டத்தி லிருந்து உதித்த விருந்திராசுரன் க்ஷணத்துக்கு க்ஷணம் வெகு வேகமாக வளர்ந்து, நொடிப்பொழுதிலேயே உலகம் முழுவதிலும் வியாபித்துக் கொண்டான். இதனால் பயமடைந்த தேவர்கள் தங்களிடமுள்ள எல்லா ஆயுதங்களையும் அவனுக்கு எதிராகப் பிரயோகித்தனர். ஆனால் எல்லாம் வீணாயின. ஆதலால் இந்திரனையும் அழைத்துக்கொண்டு எல்லா தேவர்களும் ஆதி புருஷனான அந்தர்யாமி பகவானிடம் சரணடைந்தனர். அந்தர்யாமி கூறினார். “மகரிஷி ததீசியிடம் செல்லுங்கள். வித்யா, விரதம், தவம் இவற்றால் உறுதியடைந்துள்ள அவருடைய உடலை யாசியுங்கள். அவர் மறுக்கமாட்டார். பிறகு அவருடைய எலும்பு களால் விசுவகர்மா உங்களுக்கு ஒரு நல்ல உறுதியான ஆயுதம் தயாரித்துக் கொடுப்பார். அதனால்தான் விருத்திராசுரனைக் கொல்ல முடியும்.”

சாபர்மதி, சந்திரபாகா இவற்றின் சங்கமத்துக்கருகில்தான் ததீசி தவம் புரிந்துகொண்டிருந்தார். அங்கு சென்று தேவர்கள் அவரிடம் அவரது சரீரத்தைக் கேட்டனர். அவர் கூறினார்.

"ஹே தேவர்களே! எந்த மனிதன் கட்டாயம் அழியக்கூடிய தான தனது உடலினால் பிராணிகளின்மீது தயை புரிந்து தர்மத்தையும் கீர்த்தியையும் அடைய விரும்பவில்லையோ, அவன் ஜடப்பொருள்களால் கூட இகழத்தக்கவன். மற்ற பிராணிகளின் துக்கத்தால் தானும் துக்கமடைதல், அவர்களுடைய ஆனந்தத்தினால் தானும் ஆனந்தம் அடைதல், இதுதான் அழியாத தர்மம்...... ஆகையால் நான் அழிவடையக்கூடிய எனது யாக்கையை, நாய்களும் காகங்களுமே உகக்கக்கூடிய எனது சரீரத்தை, மகிழ்ச்சியோடு விட்டுவிடுகிறேன். நீங்கள் அதை ஏற்றுக்கொள்ளுங்கள்."

இவ்வாறு நிச்சயித்து, முனிவர் தமது ஆத்மாவை பரப்பிரம்மத்தோடு ஐக்கியப்படுத்தி உடலை விட்டுவிட்டார்.

இதற்குப்பிறகு தேவர்கள் காமதேனுவைக் கூப்பிட்டனர். அது முனிவரின் உடலை நக்கத் தொடங்கியது. சிறிது நேரத்தில் எலும்பு தான் எஞ்சியது. இந்த எலும்புகளைக்கொண்டு விசுவகர்மா வஜ்ஜிராயுதம் தயார் செய்து இந்திரனுக்கு அளித்தான். அதைக் கொண்டு இந்திரன் விருத்திராசுரனைக் கொன்றான்.

ததீசி முனிவர் தம் உடலை விட்ட இடத்தில் காமதேனுவின் பால் சிந்தியிருந்தது - ஆதலால் அங்கே தூதேஸ்வர் மஹாதேவர் ஸ்தாபிக்கப்பட்டார்.

பக்.124. **கதர் இயக்கம்** : காந்திஜீ சுதேசி, கதர் இயக்கங்கள் ஆரம்பித்தார். ஆதலால் ஆசிரமத்தில் காதி உற்பத்தி செய்யும் வேலையும் ஆரம்பமாயிற்று. இன்றுகூட அங்கே காதி உற்பத்தி வேலை நடந்து வருகிறது.

உழவு, பசுப் பராமரிப்பு : பயிர்த்தொழிலில் சீர்திருத்தமும், கால்நடைகளின் தரங்களை உயர்த்துதலும் ஆசிரமத்தில் ஆரம்பமாயின. இவற்றில் பற்பல ஆராய்ச்சிகள் இன்றும் ஆசிரமத்தில் நடைபெற்று வருகின்றன.

சுதேசிப் பள்ளிகள் : இதில் காகா காலேல்கர், நரஹரி பாரீக், கிஷோர்லால் மஷ்ருவாலா, வினோபா போன்ற ஆசிரியர்கள் கல்விமுறையில் ஆராய்ச்சிகள் செய்துவந்தனர். இந்த ஆராய்ச்சிகளின் அடிப்படையில்தான் பிறகு குஜராத் வித்யாபீடம் ஆரம்பிக்கப்பட்டது. இன்று 'ஆதாரக்கல்வி' என்று கூறப்படும் காந்திஜீயின் கல்வி முறையின் அஸ்திவாரம் இந்த முயற்சிக்குப் பிறகுதான் ஏற்பட்டது.

தேசிய உற்சவங்கள் : 'நவஜீவன்' மூலம் பிரசுரிக்கப்பட்டுள்ள காகாஜீ அவர்களின் 'ஜீவன் கா காவ்ய' என்ற புத்தகத்தைப் பார்க்கவும்.

நாட்டுப் பாடலும் சாஸ்திரீய சங்கீதமும் : ஆசிரமவாசியான பண்டித நாராயண மோரேஸ்வர கரே பெரிய சங்கீத நிபுணர். அவர் குஜராத்தின் சில நாட்டுப் பாடல்களுக்கு ஸ்வரம் அமைத்து 'லோகசங்கீத்' என்ற பெயரில் ஒரு புத்தகம் வெளியிட்டார். சாஸ்திரீய சங்கீதத்தைப் பிரபலப்படுத்துவதற்காக அவர் 'ராஷ்டிரீய சங்கீத மண்டல' ஒன்றும் ஏற்படுத்தினார். அஹமதாபாத் காங்கிரஸின்போது 'அகிலபாரத சங்கீத மஹாநாடும்' ஏற்பாடு செய்யப்பட்டது. இந்த மகாநாடு நடத்துவதில் காந்திஜீயின் தூண்டுகோலும் பண்டித் கரேயின் முயற்சியும் முக்கியமாயிருந்தன.

'நவ ஜீவன்', 'யங் இந்தியா' : -1919-ஆம் ஆண்டில் காந்திஜீ ரௌலட் சட்டத்துக்கு எதிராகச் கிளர்ச்சி ஆரம்பித்தபோது, அவர் தமது கருத்துக்களைப் பரப்புவதற்காக செய்தித்தாள்கள் தேவையெனக்கருதினார். திரு. இந்துலால் யாக்ஞிக்கும் அவரது நண்பர்களும் குஜராத்தி மொழியில் "நவஜீவன் அனே சத்ய" என்ற மாதாந்திரப் பத்திரிகை நடத்தி வந்தனர். அதன் மூலம் அவர்கள் 'ஹோம்ரூல்' இயக்கத்தைப் பரப்பிவந்தனர். காந்திஜீ இந்தப் பத்திரிகையைத் தம் பொறுப்பில் எடுத்துக்கொண்டு வாரப்பத்திரிகையாக மாற்றி 'நவஜீவன்' என்ற பெயரில் வெளியிட்டார். இந்தப் பத்திரிகை குஜராத்தியில் நடைபெற்றது.

பிறகு, நாடு முழுவதிலும் பிரசாரம் செய்வதற்காக ஒரு ஆங்கிலப் பத்திரிகையும் தேவைப்பட்டது. திரு. சங்கர்லால் பாங்கர். திரு. ஜம்னாதாஸ் துவாரகாதாஸ் முதலியோர் 'யங் இந்தியா' என்ற ஒரு பத்திரிகை நடத்திவந்தனர். காந்திஜீ இந்தப் பத்திரிகையையும் தாமே ஏற்றுக்கொண்டார்.

இவ்விரு வாரப்பத்திரிகைகளும் 1933-ஆம் ஆண்டுவரை நடைபெற்றுவந்தன. பிறகு ஹரிஜன இயக்கத்தைப் பரப்புவதற்காக காந்திஜீ ஜெயிலிலிருந்தபடியே சில பத்திரிகைகள் ஆரம்பித்தார். அவை 'ஹரிஜன்' (ஆங்கிலம்), 'ஹரிஜன் பந்து' (குஜராத்தி), 'ஹரிஜன் சேவக்' (ஹிந்துஸ்தானி) என்பன. 1942-ஆம் ஆண்டு முதல் 1945 வரையிலான காலத்தை விட்டுவிட்டால், இப்பத்திரிகைகள் காந்திஜீயின் கருத்துக்களை வெளிப்படுத்துபவையாக விளங்கிவந்தன.

காந்திஜீ மரணம் எய்தியபிறகு இந்தப் பத்திரிகைகள் காலஞ் சென்ற கிஷோரிலால் மஷ்ரூவாலாவினால் நடத்தப் பட்டன. அவர் காலமானபிறகு மகன்பாயி தேசாயீ இவற்றின் ஆசிரியராயிருந்தார். 1956-ஆம் ஆண்டு மார்ச்சிலிருந்து இவை முழுவதும் நிறுத்தப்பட்டு விட்டன.

சத்தியாக்கிரஹம் : சம்பரான், கேடா, நாகபுரி, போர்ஸத், பர்டோலி சத்தியாக்கிரஹங்கள்.

பக். 124. **மில் அதிபர்களோடு தொழிலாளர்களின் சச்சரவு:-** இந்தச் சச்சரவு 1918-ல் அஹமதாபாத்திலுள்ள மில் அதிபர்களுக்கும் மில் தொழிலாளிகளுக்கும் நடந்தது. தொழிலாளிகளின் கட்சி நியாயமாயிருந்தால் காந்திஜீ அவர்கள் நலனுக்காக உழைத்தார். மேற்கொண்டு தகவல்கள் 'நவ ஜீவன்' பிரசுரமான மஹாதேவ் தேசாய் அவர்களின் 'ஒரு தர்மயுத்தம்' என்ற ஹிந்திப் புத்தகத்தில் பார்க்கவும்.

பக். 124. **தண்டி யாத்திரை :** லாகூர் காங்கிரசில் 'பூரண சுயராஜ்யம்' பெறவேண்டும் என்ற தீர்மானம் நிறைவேறிய பிறகு அதை அமலாக்குவதற்காக காந்திஜீ உப்புச் சட்டத்தை மீற நிச்சயித்தார். பாரதத்தின் விடுதலைப்போராட்டத்தின் சரித்திரத்தில் இது ஒரு உயர்ந்ததான அத்தியாயமாகும்.

சட்டத்தை மீறுவதற்காக அவர் தமது 79 தோழர்களுடன் சாபர் மதியின் சத்தியாக்கிஹ ஆசிரமத்திலிருந்து புறப்பட்டார். அப்பொழுது அவர் "சுயராஜ்ஜியம் கிடைக்கும்வரை நான் ஆசிரமத்திற்குத் திரும்பி வரமாட்டேன்" என்று பிரதிக்ஞை செய்தார். இந்த யாத்திரை தண்டி யாத்திரை எனப்படும். இந்த யாத்திரை நாடு முழுவதிலும் மின்னல் வேகத்தில் புத்துயிரும் புதிய சக்தியையும் ஏற்படுத்தியது.

காந்திஜீ வர்தாவுக்கும் சேவாக்கிராமத்துக்கும் சென்றதற்கு இதுவும் ஒரு காரணமாகும்.

பக். 124. **ஜாலியான் வாலாபாக் சம்பவம் :** ரௌலட் சட்டத்தை எதிர்த்து காந்திஜீ இயக்கம் ஆரம்பித்தபோது, அவர் 1919-ஆம் ஆண்டு ஏப்ரல் 6-ந் தேதியன்று நாடுமுழுவதிலும் ஹர்த்தால் அனுஷ்டிக்கவும், உபவாசம் இருக்கவும் வேண்டுகோள் விடுத்தார். நாடு முழுவதும் இந்த வேண்டுகோளை சிரமேல் தாங்கி, அளவு கடந்த உற்சாகத்துடன் அமல் நடத்திற்று. ஆனால் மூன்று தினங்களுக்குப்பிறகு ஏப்ரல் 10-ம் தேதியன்று அம்ருதசரஸின் ஜில்லா மாஜிஸ்டிரேட், அப்பிராந்தீயத்துப் பெரிய காங்கிரஸ்

தலைவர்களான டாக்டர் கிச்சுலு, சத்தியபால் முதலியவர்களைக் கைது செய்து, கண் காணாத இடத்துக்கு அனுப்பி விட்டார். இதனால் அம்ருதசர் நகரம் முழுவதிலும் ஒரே பரபரப்பும் குழப்பமும் ஏற்பட்டது. நகரம் இராணுவத்தின் வசம் ஒப்படைக்கப்பட்டுவிட்டது. பஞ்சாபில் மற்ற இடங்களிலும் இதே மாதிரியான சம்பவங்கள் நிகழ்ந்தன. இவற்றில் பல உயிர்களும், பொருள்களும் சேதமடைந்தன. இதைத் தவிர, காந்திஜீ கைது செய்யப்பட்டதாலும் நாட்டின் மற்ற பாகங்களில் குழப்பமும் கொந்தளிப்பும் ஏற்பட்டது. ஆனால் அங்கெல்லாம் சீக்கிரம் அமைதி உண்டாகிவிட்டது. ஏப்ரல் 13 ஹிந்துக்களுக்கும் சீக்கியர்களுக்கும் புது வருஷ ஆரம்ப தினம் அன்று அம்ருதசர் நகரத்தின் 'ஜாலியான்வாலா பாக்'கில் ஒரு பொதுக் கூட்டம் நடைபெறுவதாக அறிவிக்கப்பட்டிருந்தது. இந்த இடத்தின் நாலா பக்கங்களிலும் வீடுகள் இருந்தன. உள்ளே செல்ல ஒரே ஒரு குறுகலான பாதைதான் இருந்தது. அங்கே மாலை நேரத்தில் இருபதினாயிரம் ஆண், பெண், குழந்தைகள் குழுமி இருந்தனர். இதற்குள் 'ஜெனரல் டயர்' நூறு உள்நாட்டு ஐம்பது ஆங்கிலச் சிப்பாய்களுடன் அங்குவந்து இரண்டு மூன்று நிமிஷங்களுக் குள்ளேயே சுட உத்திரவிட்டான். டயர் கொடுத்த அறிக்கைப் படியே 1600 குண்டுகள் சுட்டுத் தீர்க்கப்பட்டன. குண்டுகள் தீர்ந்துபோனதால்தான் சுடுவது நிறுத்தப் பட்டது. சுமார் 400 பேர் கொல்லப்பட்டனர், 2000 பேர் காயமுற்றனர்.

குஜராத் வித்யாபீடம் :- 1920-ல் ஒத்துழையாமை இயக்கம் ஆரம்பமாயிற்று. அப்பொழுது காந்திஜீ நாட்டு மாணவர்களை சர்க்கார்ப் பள்ளிகளை விட்டுவிடும்படி உத்தரவிட்டார். இதை ஏற்றுக்கொண்டு சர்க்காரால் நடத்தப்பட்டுவந்த கல்வி ஸ்தாபனங் களை பகிஷ்கரித்த சில மாணவர்கள் நிர்மாணத்திட்டங்களில் ஈடுபட்டார்கள். ஆனால் பாக்கியுள்ள சில மாணவர்களுக்காக, சுதந்திரமான கல்வி முறைப் படிப்புக்கு ஏற்பாடு செய்ய வேண்டி யிருந்தது. இதற்காக தேசம் முழுவதிலும் தேசீய பாடசாலைகள் ஆரம்பிக்கப்பட்டன - பிஹாரில் 'பிஹார் வித்யாபீடம்', காசியில் 'காசீ வித்யாபீடம்', புனாவில் 'திலக் வித்யாபீடம்' முதலியான. குஜராத்தின் குஜராத் வித்யா பீடமும் இம்மாதிரி ஆரம்பிக்கப் பட்டதுதான். இது 1920-ல் ஆரம்பிக்கப்பட்டது. இதன் ஆசிரியர்களும் மாணவர்களும் குஜராத்தின் பொதுவாழ்விலும் இலக்கியத்துறையிலும் கலாச்சாரத் துறையிலும் பெரிதும் பங்கு கொண்டார்கள். இன்று கூட இந்த ஸ்தாபனம் கல்வி பரப்புதலிலும் இலக்கியப் புத்தகங்கள் பிரசுரிப்பதிலும் ஈடுபட்டிருக்கிறது.

16. இரு குலத்தொடர்புள்ள நர்மதை

பக்.125. **'இரு குலத்தொடர்பு'** *- பாரதத்தின் தெற்கு வடக்கு இரு பாகங்களையும் சேர்ப்பவள்.*

அமரகண்டக் ஏரி : *பிலாஸ்பூருக்கருகிலுள்ள மேகல் (அல்லது மயகள்) மலையின் ஒரு பகுதி 'அமர்கண்டக்' என அழைக்கப்படுகிறது. அதன் அடிவாரத்திலுள்ள ஏரியையும் அமர்கண்டக் என்றே கூறுகிறார்கள். இங்கிருந்துதான் நர்மதை, சோண் நதிகள் உற்பத்தியாகியுள்ளன. இதைக் கொண்டுதான் நர்மதையை 'மேகளகன்யா' என்றும் கூறுகிறார்கள். அமர்கண்டக் பித்ருக்களுக்கு சிராத்தம் செய்ய ஏற்ற இடமாகக் கருதப்படுகிறது.*

பக். 126. **விந்தியம் :** *பிரசித்திபெற்ற மலைத்தொடர். அகத்திய முனிவர். இதைக் கடந்துதான் தென்னாட்டில் வந்து குடியேறினார். இம்மலைத்தொடரின் மேல் பிந்துவாசினி தேவியின் பிரசித்திபெற்ற கோவில் இருக்கிறது. இதிலிருந்து சற்று மேலே அஷ்டபுஷா யோகமாயாவின் கோவில் இருக்கிறது ; இது சக்தியின் பீடம் எனக்கருதப்படுகிறது.*

சத்புடா : *நர்மதைக்கும் தபதிக்கும் இடையில் ஏழு மடிப்புக்கள் (Folds) உள்ள மலைதொடர். தப்தி இங்கிருந்துதான் கிளம்புகிறது.*

ப்ருகுகச்ச : *இக்காலத்து 'படோச்'. கச் = ஆறு அல்லது கடலின் கரை.*

பக். 129. **குடிமக்கள் :** *இந்தப் பிரதேசத்து ஆதிவாசிகள் பீலர்கள். இவர்கள் இன்றுகூட ஏழ்மையிலும் படிப்பின்மையிலும் மூழ்கியிருக்கிறார்கள்.*

பக்.129. **ஸபி$_3$ந்து$_3$ஸிந்து$_4$** *இவை நர்மதாஷ்டகத்தின் வரிகள். இது ஆதிசங்கரரால் இயற்றப்பட்டதாகக் கருதப்படுகிறது. இதன் ஆரம்பம் இவ்வாறு :*

ஸபி$_3$ந்து$_3$ஸிந்து$_4$ரஸ்க$_2$லத்தரங்க$_3$ப$_4$ங்க$_4$ரஞ்ஜிதம்
த்$_3$விஶத்ஸுபாபஜாத ஜாதகாரி வாரிஸம்யுதம்
க்ருதாந்தூ$_3$தகாலபூ$_4$தபீ$_4$திஹாரிவர்மதே$_3$
த்வதீ$_3$ய பாத$_3$பங்கஜம் நமாமி தே$_3$வி நர்மதே$_3$

பக்.130 **கதம் ததைவ** *முழுச் சுலோகம் இவ்வாறு:*

க$_3$தம் ததை$_3$வ மே ப$_4$யம் த்வத் அம்புவீக்ஷிதம் யதா$_3$
ம்ருகுண்ட$_3$ஸூநுஶௌனகாஸூராரிஸேவி ஸர்வதா$_3$
புநர்ப$_4$வாப்$_3$தி$_4$ஜன்மஜம் ப$_4$வாப்$_3$தி$_4$து$_3$க$_2$வர்மதே$_3$
த்வதீ$_3$ய பாத$_3$பங்கஜம் நமாமி தே$_3$வி நர்மதே$_3$

பக். 130. ***பஞ்ச கௌ$_3$ட (பஞ்ச கௌடர்கள்) :*** *ஸரஸ்வதி நதிக்கரையிலுள்ள பிரதேசம், கன்னோஜ், உத்கல், மிதிலை, கௌட -அதாவது வங்காளத்திலிருந்து புவனேஸ்வரம் வரையிலுள்ள பிரதேசம். விந்தியத்துக்கு வடக்கே உள்ள இந்த ஐந்து பிரதேசங்களிலும் வசிப்பவர்களான பிராம்மணர்கள். அந்தப் பிரதேசங்களை யொட்டி அவர்கள் முறையே ஸாரஸ்வத், கான்யகுப்ஜ, உத்கல, மைதில, கௌட பிராம்மணர்கள் என அழைக்கப்படுகின்றனர் !*

பஞ்சதிராவிட : *விந்தியமலைக்குத் தெற்கே வசிக்கும் ஐந்து ஜாதிகளைச் சேர்ந்த பிராம்மணர்கள். மஹாராஷ்டிரா, தைலங்க, கர்ணாட, குர்ஜர, திராவிடர்கள்.*

விக்கிரம ஆண்டு : *விக்கிரமாதித்தன் பெயரால் வழங்கப்பட்டு வரும் ஆண்டு. இது கிறிஸ்து வருஷத்துக்கு 57 ஆண்டுகளுக்கு முன்பு ஆரம்பம் ஆயிற்று.*

சாலிவாஹன சகாப்தம் : *சாலி - சிங்கம். சிங்கம் யாருடைய வாஹனமோ அவன். இதைப்பற்றிய கதை என்னவென்றால் -இந்தப் பெயருடைய ஒரு கீர்த்தி பெற்ற அரசன் குழந்தைப் பருவத்தில் சிங்க உருவத்திலுள்ள ஒரு வாஹனம் செய்து கொண்டு அதன்மேல் ஏறி எங்கும் சுற்றி வந்தான். ஆதலால் அவன் சாலிவாஹனன் என அழைக்கப்பட்டான். அவன் பெயரால் வழங்கிவரும் ஆண்டு சாலிவாஹன சகாப்தம் என அழைக்கப் படுகிறது. விக்கிரம ஆண்டிலிருந்து 134 - 135 வருஷங்களுக்கும், கிருஸ்து ஆண்டிலிருந்து 78 வருஷங்களுக்கும் பின்னால் இது ஆரம்பமாகியிருக்கிறது. பாரத அரசாங்கம் இந்த ஆண்டைத்தான் இப்பொழுது ஏற்றுக்கொண்டிருக்கிறது.*

பக். 132. ***கபீர்வட் :*** *'படோச்' சுக்குக் கிழக்கே சுக்ல தீர்த்தத் துக்கருகில் நர்மதையின் பிரவாகத்துக்கு நடுவில் உள்ள ஒரு தீவு. அங்கே ஒரு பிரசித்திபெற்ற ஆலமரம் உள்ளது. கபீர்தாஸரால் அங்கு போடப்பட்ட ஒரு ஆலங்குச்சியிலிருந்து இந்த மரம் உண்டானதாகக் கூறப்படுகிறது.*

17. சந்தியாரஸ்

பக்.135. ***ரஸவதீ ப்ருத்$_2$வீ - நி: சப்$_3$த ஆகாச:ஆடம்பரமான பூமி, அமைதியான ஆகாயம் :*** *இங்கு வேண்டுமென்றே நியாய சாஸ்திரத்தின் வியாக்யானத்தை மாற்றி அமைக்கப்பட்டிருக்கிறது. மூலம் இவ்வாறு -* ***க$_3$ந்த$_4$வதீ ப்ருத்$_2$வீ - சப்$_3$தகு$_3$ணம் ஆகாசம்***

பக்.135. ***தேவாசுரர்களின் குருக்கள் :*** *பிருஹஸ்பதியும் சுக்கிராச்சாரியாரும் இங்கு ஆகாயத்திலுள்ள குரு, சுக்கிர கிரஹங்களைக் குறிக்கிறது.*

18. ரேணுகாவின் சாபம்

பக். 137. ***ராணக் தேவியின் சாபம் :*** *ஒரு கிராமியக் கதை உள்ளது: குஜராத்தின் அரசனான சித்தராஜ ஜயசிம்மன் சோரட்டின் மேல் படையெடுத்து ஜூனாகட்டை வளைத்துக் கொண்டான். அங்குள்ள அரசன் 'ரா' கேங்கரின் சுற்றத்தார் எதிரியுடன் சேர்ந்துகொண்டனர். இதனால் ஜூனாகட் வீழ்ச்சியடைந்தது. கேங்கர் தோற்கடிக்கப்பட்டு கொல்லப்பட்டான். சித்தராஜன் அவனுடைய அரசியான ராணக் தேவியைத் தன் வசப்படுத்திக் கொண்டான். ராணியைக் கூட்டிக் கொண்டு அவன் பாடணுக்குப் போய்க்கொண்டிருந்தான். நடுவில் பட்வானுக்கருகில் ராணி ராணக்தேவி சிதைமூட்டி இறந்துவிட்டாள். சரித்திரத்தில் இதற்கு யாதொரு அத்தாட்சியும் கிடைக்கவில்லை. சித்தராஜன் கேங்கரைத் தோற்கடித்தான் என்பதுமட்டும் நிகழ்ந்திருக்கக்கூடும். இதன் பிறகு கேங்கர் சித்தராஜனின் ஆதிக்கத்தை ஏற்றுக் கொண்டதன் பேரில் சித்தராஜன் அவனை விடுவித்திருக்கக் கூடும். சோரட்டுக்கு வரும் வழியில் ஏதோ காரணமாக கேங்கர் மரணமடைந்து அவனுடைய அரசி சதியாகியிருக்கக்கூடும்.*

இங்கு 'ராணக்' என்பதற்குப் பொருள் 'ரேணுகா' இல்லை. 'கயாவின் பல்கு' என்ற அத்தியாயத்தில் 'சீதாவின் சாபம்' இலிருந்து 'சிகதாவின் சாபம்' என்ற தலைப்பு ஏற்படுத்தியதை ஒப்பிட்டுப் பார்த்துக்கொள்ளவும். (சிகதா - மணல்)

பக்.137 ***அலஸ லுலித (மதோன்மத்தமாக) ;*** *அவசரமில்லாத அமைதியான நடையுடனும், களைத்த நடையுடனும் செல்பவள். இந்தச் சொல் உத்தரராம சரிதத்தின் அங்கம் 1, ஸ்லோகம் 24-ல் வருகிறது :*

அலஸலுலிதமுக்$_3$தா$_4$னி அத்$_4$வஸஞ்ஜாதகே$_2$தா$_3$த்
அஶீதி$_2$லபரிரம்பை$_4$ர்த$_3$த்தஸம் வாஹனானி
பரிம்ருதி$_3$தம்ருணாலீது$_3$ர்ப$_3$லானி அங்க$_3$கானி
த்வமுரஸி மம க்ருத்வா யத்ர நித்$_3$ராமவாப்தா

19. அம்பா - அம்பிகா

பக். 139. **அம்பா - அம்பிகா :** *மஹாபாரதத்தில் இந்தக் கதை வருகிறது. பீஷ்மர் ஒரு தடவை காசிராஜனின் அரச குமாரிகளின் சுயம்வரத்தில் அவனுடைய மூன்று பெண்களான அம்பா, அம்பிகா, அம்பாலிகாவை அபகரித்துக்கொண்டு வந்தார். இதற்காக நடைபெற்ற யுத்தத்தில் அவர் சால்வராஜனைத் தோற்கடித்தார். ஆனால் அந்தப் பெண்களை விசித்திரவீர்யன் என்னும் அரசனுக்கு மணம் செய்யப்பட்ட போது இந்தப் பெண்களில் ஒருத்திமட்டும் - மூத்த பெண்ணான அம்பா - நான் மனதால் ஏற்கனவே சால்வராஜனை வரித்துவிட்டேன் என்று கூறினாள். ஆதலால் அவளை சால்வராஜனிடம் அனுப்பி வைத்தனர். ஆனால் சால்வராஜன் அவளை ஏற்றுக்கொள்ள வில்லை. ஆகையால் அவள் பீஷ்மரின் குருவான பரசுராமரிடம் சரண்புகுந்தாள். ஆனால் குரு கூறியும் பீஷ்மர் அம்பாவை ஏற்றுக்கொள்ளவில்லை. இதனால் குருவுக்கும் சிஷ்யனுக்கும் பெரிய சண்டை மூண்டது. இதில் குரு தோற்கடிக்கப்பட்டார். அம்பா காட்டிற்குச் சென்று பீஷ்மரைக் கொல்வதற்காக சங்கற்பம் செய்துகொண்டு, தவம்புரிந்து அக்கினிப் பிரவேசம் செய்தாள். அவள்தான் பிறகு துருபத ராஜனின் மனைவிக்கு 'சிகண்டி' என்ற பெயருடன் குழந்தையாகப் பிறந்து 'பீஷ்மவதம்' ஏற்படுவதற்குக் காரணமாகவும் ஆனாள்.*

இங்கே ஆசிரியர் புராணக் கதையில் தம்மிஷ்டப்படி மாறுதல்கள் செய்திருக்கிறார்.

பக். 140. **அரசன் கர்ணனின் இரு துளி கண்ணீர் :** *குஜராத்தின் 'வாகேலா' வமிசத்தின் கடைசி ராஜபுத்திர அரசனான கர்ணதேவன் மிகுந்த கோபியாகவும், கேளிக்கைப் பிரியனாகவுமிருந்தான். அவன் தனது மந்திரியான மாதவனின் சகோதரன் கேசவனைக் கொல்லச் செய்து, அவனுடைய மனைவியைத் தனது அந்தப்புரத்தில் சேர்த்துக் கொண்டான். இந்த அவமானத்தாலும், அக்கிரமத்தாலும் கோபமடைந்த மாதவன் டில்லிக்குச் சென்று அலாவுத்தீனை குஜராத்மீது படையெடுப்பதற்காக அனுப்பி வைத்தான். அவர்கள் குஜராத்தை*

வென்று தலைநகரான பாடணைக் கொள்ளையிட்டனர், ராஜா கர்ணனுடைய அரசிகளையும் குழந்தைகளையும் டில்லிக்கு அனுப்பிவைத்தனர். கர்ணன் தேவகட் அரசனிடம் தஞ்சம் புகுந்தான். அரசன் கர்ணன் தனது கடைசி நாட்களை ஆபூவின் காடுகளில், இந்த ஆற்றின் கரைகளில் அஞ்ஞாத வாசமாகச் சுற்றியலைந்து, சோகத்துடன் கண்ணீர் வடித்துக் கழித்ததாகக் கூறப்படுகிறது. இங்கே இதைத்தான் குறிப்பிடப்படுகிறது.

குஜராத்தி மொழியின் முதல் நாவல் 1867-ஆம் ஆண்டில் இந்த விஷயங்களின் அடிப்படையில்தான் சரித்திர நவீனமாக எழுதப்பட்டது.

20. லாவண்யபலா லூனீ

பக். 140. **லாவண்யபலா :** லவண் - உப்பு ; இதில் லவணமே முக்கியமாக இருப்பதால் இந்தப் பெயர் ஏற்பட்டது.

21. உஞ்சள்ளி அருவி

பக். 143 **பாம்பு மாதிரி வளைந்து :** 'நாகமோடீ' இது மராட்டிச்சொல். நாக சர்ப்பத்தைப் போல் வளைந்து நெளிந்து செல்லும்.

பக். 146. **"இத்தனை வெண்மையும் ......நீரில்" :** நதியின் பெயரினால் இது தோன்றிற்று.

ஜீவனாவதார் : தண்ணீர் கீழே இறங்கிவருவது.

பக். 147. **கட்டக் - 'கடக்'** ஸம்ஸ்கிருத மொழியில் 'கடக' என்ற சொல்லுக்கு கங்கணம் என அர்த்தம். இதன்பேரில் நகை என்ற அர்த்தம் உண்டாக்கி சிலேடை ஏற்படுத்தப்பட்டிருக்கிறது.

பக்.148. **தங்க மூடியினால் :** ஒப்பிட்டுப் பார்க்கவும்:

ஹிரண்மயேன பாத்ரேண ஸத்யஸ்யாபிஹிதம் முக$_2$ம் –

ஈசாவாஸ்ய - 15

பக். 148. **இந்த ஜகத்தை - மூட வேண்டும்.** மூல மந்திரம் இவ்வாறு உள்ளது.

ஈஶாவாஸ்யமித$_3$ம் ஸர்வம் யத்கிஞ்ச ஜக$_3$த்யாம் ஜக$_3$த்

பக்.148. **பசுமை கலந்த நீல நிறம் :** 'நீல' என்பதற்கு கருப்பான, ஆகாய நிறமான, பசுமையான, பிரகாசமான, என்றெல்லாம்

வருகிறது. இங்குள்ள நீலவர்ணம் பசுமையாயிருந்தது. அத்திப் பழத்திலோ அல்லது வெல்வெட்டிலோ எவ்வாறு இரு வர்ணங் களின் காந்தி தெரிகிறதோ அதே மாதிரியான காந்தி தண்ணீரிலும் பல தடவை தெரிகிறது - இதுவே இங்கு குறிப்பிடப்படுகிறது.

பக்.148. **யுயோதி$_4$ அஸ்மத்** இது ஈசாவாஸ்ய உபநிஷதத்தின் கடைசி மந்திரம்.

22. கோகர்ண யாத்திரை

பக். 151. **கபிலாஷஷ்டி :** புரட்டாசி மாதம் கிருஷ்ணபக்ஷம், ஷஷ்டி திதி, ஹஸ்த நக்ஷத்திரம், வ்யதீபாதம், செவ்வாய்க்கிழமை இவை யாவும் ஒருங்கே கூடிய தினம். இது மிகவும் துர்லபமான தினம். 60 ஆண்டுகளுக்கு ஒரு முறைதான் வரும்.

23. பரதனின் கண்கள் மூலம்

பக். 160. **அத்$_3$ய மே ஸஃபலா:** இன்று எனது யாத்திரை வெற்றியடைந்தது. நான் தண்ணீரின் பிரசாதத்தால் தன்யனானேன். மூலத்தில் **த்வத்ப்ரஸாத$_3$த:** என இருப்பதை இங்கு சற்று மாற்றப் பட்டிருக்கிறது.

பக். 162. **ஸ்ரீராமச்சந்திரரின் பிரதிநிதி :** இராமனுக்குப் பதிலாக பரதன் அயோத்தியின் ஆட்சிப் பொறுப்பைச் சமாளித்து வந்தமையால். **ப$_4$ரணாத் ப$_4$ரத:**

24. வேளகங்கா - சீதையின் நீராடுதுறை

பக். 162. **வேரூள கிராமத்தின் பசுமையான குண்டம் :** ஆங்கிலத்தில் வேரூளவை 'எல்லோரா' என்று கூறினார்கள். ஆகையால் இந்த இடம் இப்பெயராலேயே பிரசித்தியடைந் திருக்கிறது. இந்தக் கிராமம் சிவாஜியின் முன்னோர்களுடைய கிராமம். இங்கே ஒரு அழகான குளம் இருக்கிறது. இந்தக் குளத்தைப்பற்றி ஒரு கதை இருக்கிறது. இலிச்சபுரத்து ஏலு என்ற அரசன் ஏதோ ஒரு நோயால் பீடிக்கப்பட்டான். அதனால் அவனுடைய உடலில் புழுக்கள் உண்டாயின. பல வைத்தியம் செய்தும் பலனளிக்கவில்லை. கடைசியில் அவனுக்கு இந்தக் குளத்தைப்பற்றி ஒரு அசரீரி உண்டாயிற்று - "நீ போய் அந்தத் தீர்த்தத்தில் நீராடு, உனது நோய் தீர்ந்துவிடும்.' அரசன் இந்தக் குளத்தில் நீராடினான். அவனுடைய நோய் தீர்ந்து விட்டது.

அந்த அரசன்தான் பிறகு வேரூளத்தில் குகைகள் வெட்டச் செய்தான் என்று சொல்லப்படுகிறது. குளிர்காலத்தில் பசுமையான

பாசியினால் குளத்தின் தண்ணீரும் பச்சையாகத் தோற்றமளிக்கிறது. குளத்தின் நான்கு பக்கங்களிலும் அழகான படிகள் உள்ளன.

பக். 163. **இயற்கையழகின்பால் சீதைக்குள்ள தனிக்கவர்ச்சி :** *சீதையை அரண்மனையில் விட்டுவிட்டு இராமன் காட்டிற்குச் செல்ல நினைக்கும்போது சீதையும் காட்டிற்குச் செல்லவும், அங்குள்ள கஷ்டங்களைச் சகித்துக்கொள்ளவும் தயாராகி விடுகிறாள். அவள் கூறுகிறாள்:*

ஃபலமூலாஶனா நித்யம் ப$_4$விஷ்யாமி ந ஸம்ஶய:|
ந தே து$_3$க்க$_2$ம் கரிஷ்யாமி நிவஸந்தீ த்வயா ஸஹ||16

அக்$_3$ரதஸ்தே க$_3$மிஷ்யாமி போ$_4$க்ஷ்யே பு$_4$க்தவதி த்வயி|
இச்சா$_2$மி பரத: ஶைலான்பல்வலானி ஸராம்ஸி ச||17

த்$_3$ரஷ்டும் ஸர்வத்ர நிர்பீ$_4$தா த்வயா நாதே$_2$ன தீ$_4$மதா|
ஹஸகாரண்டவாகீர்ணா: பத்$_3$மினீ: ஸாது$_3$புஷ்பிதா:||18

இச்சே$_2$யம் ஸுகினீ த்$_3$ரஷ்டும் த்வயா வீரேண ஸங்க$_3$தா|
அபிஷேகம் கரிஷ்யாமி தாஸு நித்யமனுவ்ரதா||19

ஸஹ த்வயா விசாலாக்ஷ ரம்ஸ்யே பரமநந்தினீ|
ஏவம் வர்ஷஸஹஸ்ராணி ஶதம் வாபி த்வயா ஸஹ||20

அயோத்தியா காண்டம் - 27: 16-20

(நான் எப்பொழுதும் பழம், கிழங்குகள் சாப்பிட்டுவிட்டே இருப்பேன். தங்களுடன் இருந்து கொண்டு நான் தங்களுக்கு முன்னாலேயே செல்வேன், தங்களுக்குப் பிறகு சாப்பிடுவேன். தங்களோடுகூட பயமில்லாமல் எங்கும் சுற்றி மலைகள், குளங்கள், ஏரிகளைப்பார்க்க நான் மிகவும் ஆசைப்படுகிறேன். தங்களோடு இருந்துகொண்டு அன்னப்பறவைகள், காரண்டவங்கள் இவற்றினால் நிரம்பியதும் அழகான புஷ்பங்களையுடையது மான ஏரிகளைப் பார்த்து மகிழ என் மனம் மிகவும் விழைகிறது. தாமரைகள் நிரம்பிய அந்த ஏரிகளில் நான் நீராடுவேன்; தங்களோடு நான் தினமும் அவற்றில் விளையாடுவேன். இவ்விதமாக நூற்றுக் கணக்கான, அல்ல, ஆயிரக்கணக்கரன ஆண்டுகளானாலும், அவை எனக்குத் தங்களோடு க்ஷணங்களாகவே தோன்றும்.)

'உத்தரராம சரிதத்தில்' சித்திர தரிசனத்துக்குப் பிறகு சீதை தனது மசக்கையைத் தெரிவிக்கிறாள் - 'கம்பீரம் பொருந்திய அழகான காட்டு ஒற்றையடிப் பாதைகளில் விளையாடவும்,

காகா காலேல்கர் 433

புனிதமானதும், ஆனந்தம் தரக்கூடியதும், குளிர்ச்சியானதுமான பகவதி பாகீரதி நதியில் நீராடவும் மனம் மிகவும் ஆசைப் படுகிறது.'

இரண்டாவது அங்கத்தில் ராமன் ஜனஸ்தானம் முதலிய இடங்களைப் பார்த்துக் கூறுகிறான் ' உண்மையிலேயே வைதேஹிக்கு காடுகள் மிகவும் பிடித்திருந்தன. இதுதான் அந்தக் காடுகள்! இதைவிட பயங்கரமானது வேறு என்ன இருக்கக் கூடும்?' மூன்றாவது அங்கத்திலும் சீதை வளர்த்துவந்த யானை, மயில், கதம்பம், மான்கள் இவற்றைப்பற்றிய வர்ணனை வருகிறது. பாருங்கள் :-

ஸீதாதே$_3$வ்யா ஸ்வகரகலிதை: ஸல்லகீபல்லவாக்$_3$ரைரக்$_3$ரே
லோல: கரிகலப$_4$கோ ய: புரா வர்தி$_4$தோபூ$_4$த்
வத்$_4$வா ஸார்த$_4$ம் பயஸி விஹரன்ஸோயமன்யேன
த$_3$ர்பாது$_3$த்$_3$தா$_3$மேன
த்$_3$பி$_3$ரத$_3$பதினா ஸம்னிபத்யாபி$_4$யுக்த:

அனுதி$_3$வஸமவர்த$_4$யத்ப்ரியா தே யமசிரநிர்க$_3$தமுக்$_3$த$_4$
லோலபர்ஹம்

மணிமுகுட இவோச்சி$_2$க$_2$: கத$_3$ம்பே$_4$ நத$_3$தி ஸ ஏஷ
வதூ$_4$ஸக$_2$: ஶிகண்டீ$_3$

ப்$_4$ரமிஷு க்ருதபுடாந்தர்மண்ட$_3$லாவ்ருத்திசக்ஷு:
ப்ரசலிதசடுல ப்ரூதாண்$_4$ட$_3$வைர்மண்ட$_3$யந்த்யா

கரகிஸலயதாலைர்முக்$_3$த$_4$யா நர்த்யமானம்
ஸுதமிவ மனஸா த்வாம் வத்ஸலேன ஸ்மராமி

கதிபயகுஸுமோத்$_3$க$_3$ம: கதம்ப: ப்ரியதமயா பரிவர்தி$_4$தோ
ய ஆஸுத்

ஸ்மரதி கி$_3$ரிமயூர ஏஷ தே$_3$வ்யா: ஸ்வஜன இவாத்ர யத:
ப்ரமோத$_3$மேதி

நீரந்த்$_4$ர பா$_3$லகதலீவன மத்$_4$யவர்த்தி
கன்தாஸக$_2$ஸ்ய ஶயனீயஶிலாதலம் தே

அத்ர ஸ்தி$_2$தா த்ருணமதா$_3$த்$_3$ப$_3$ஹுஶோ யதேப்$_4$ய:
ஸீதா ததோ ஹரிணகைர்ன விமுச்யதே ஸ்ம

கரகமலவிதீர்ணைரம்பு$_3$னீவாரசஷ்பை
தருசகுனிகுரங்கான் மைதி$_2$லீ யான் அபு$_2$ஷ்யத்
ப$_4$வதி மம விகாரஸ்தேஷு த்$_3$ருஷ்டேஷு கோபி
த்$_3$ரவ இவ ஹ்ருத$_3$யஸ்ய ப்ரஸ்தரோத்$_3$பே$_4$த$_3$ யோக்ய:

பக். 164. **பொன் விளையும் பூமியாக (தங்க மயமாக) ஆக்கி விடுகிறது :** *விளைச்சலின் செழிப்பு, அதன் மஞ்சள் நிறம் இரண்டுமே இங்கு குறிப்பிடப்படுகிறது.*

பக்.167. **"ராமரக்ஷா ஸ்தோத்திரம்"** *புதகௌசிக முனிவரால் இயற்றப்பட்ட மிகவும் அழகானதும் எல்லோரும் மிகவும் விரும்புவதுமான ஸ்தோத்திரம் :*

ஶிரோ மே ராக$_4$வ: பாது, பா$_2$லம் தசரதா$_2$த்மஜ:|

கௌஸல்யேயோ த்$_3$ருஶௌ பாது விஶ்வாமித்ரப்ரிய ச்ருதீ

க்$_4$ராணம் பாது மக$_2$த்ராதா. முக$_2$ம் ஸௌமித்ரிவத்ஸல:

ஜிஹ்வா வித்$_3$யாநிதி$_4$: பாது. கண்ட்டம் பரதவந்தி$_3$த:

ஸ்கந்தௌ$_3$ தி$_3$வ்யாயுத$_3$: பாது, பூஜௌ ப$_4$க்னேஶ கார்முக:

கரௌ ஸீதாபதி: பாது, ஹ்ருத$_3$யம் ஜாமத$_3$க்ந்யஜித்

மத்$_4$யம் பாது க$_2$ரத்$_4$வம்ஸீ, நாபி$_4$ம் ஜாம்பவதா$_3$ச்ரய:

ஸுக்ரீவேஶ: கடிம் பாது, ஸக்தி$_2$னீ ஹனுமத்ப்ரபு$_4$:

ஊரூ ரகு$_4$த்தம: பாது, ரக்ஷ: குலவினாசக்ருத்
ஜானூநீஸேதுக்ருத்பாது, ஜங்கே$_4$ தஶமுகா$_2$ந்தக:

பாதௌ$_3$ விபீ$_4$ஷணஸ்ரீத: பாது ராமோகி$_2$லம் வபு:

25. குடியானவ ஆறு கடப்ரபா

பக். 167. **எங்கள் பக்கத்தில் :** *தென் மஹாராஷ்டிரத்தைத் தொடும்.*

பக்.168. **தம் குழந்தைகளை :** *குடியானவர்களை.*

26. காஷ்மீரத்து தூத்கங்கா

பக். 168. **"ஏரியை அழித்துத்தானே"** - *இன்று காஷ்மீர் இருக்குமிடமான ரமணீயமான பிரதேசத்தில்தான் புராண*

காலத்தில் 'ஸதீஸர்' என்ற ஓர் நீண்ட ஏரி இருந்தது. இது ஹர்முகபர்வதம், பீர்புஞ்ஜால் இவற்றுக்கிடையில் பரவியிருந்தது. பார்வதி இந்த ஏரியில்தான் நீர் விளையாட்டுப் புரிவது வழக்கம். ஆனால், பிறகு அதில் பல அரக்கர்கள் வந்து நுழைந்தனர். ஆகையால் தேவர்கள் ஸதீஸரை அழித்துவிட யோசித்தனர். பகவான் கஸ்யபர் வராஹரைப் பிரார்த்தித்தார். வராஹர் சந்தோஷமடைந்து மலையில் பள்ளத்தாக்கு வெட்டி விட்டார். ஸதீஸரின் தண்ணீர் வராஹமூலம் என்ற இந்தப் பள்ளத்தாக்கின் வழியாக விதஸ்தா என்ற ஆறாகப் பெருகியது. இந்த விதஸ்தாதான் ஜீலம். வராஹமூலம் தான் இன்றைய பாராமுல்லா.

- ஆசிரியரின் குஜராத்திப் புத்தகம் 'ஜீவனோ ஆனந்த்' இதிலிருந்து.

27. ஸ்வர்துனீ விதஸ்தா

பக். 169. **"உலகத்தில் எங்கேயாவது சுவர்க்கம்"** மூல பாரசீகவரிகள் இவ்வாறு உள்ளன:

அக$_3$ர பிரதௌ$_3$ஸ பு$_3$ர்ரூயே ஜயீனஸ்த
ஹமீனஸ்தோ ஹமீனஸ்தோ ஹமீனஸ்த

பக். 171. **அதன் கரையில் ஒரு பெரிய மகோன்னதமான நாகரிகம் :** அநந்தப்பூருக்கருகில் ஒரு குன்றின் கீழே ஓர் புராதன நகரத்தின் சின்னங்கள் புதைந்து கிடந்தன. அவை இப்பொழுது தான் தோண்டியெடுக்கப்பட்டன.

பக்.171. **காஜீ :** மதத்திற்காக யுத்தம் புரியும் முஸல்மான். இது அரபி மொழிச்சொல். (Gazi)

பக். 172. **ஸர்வத: ஸம்ப்லுதோத$_3$கே:** நாலா பக்கமும் தண்ணீர் வெள்ளம் வந்திருக்கும் போது. -கீதை. 2.46

பக். 174. **ஸுர, ஸ்வர்துனீ:** (ஸ்வர் - ஸ்வர்கம் ; துனி - நதி) ஸ்வர்க்கத்தின் ஆறு.

28. சேவா விரதம் பூண்ட ராவீ

பக். 175. **சுவாமி ராமதீர்த்தர் :** நவபாரதத்தின் சிருஷ்டியில் சுவாமி ராமதீர்த்தருடைய பங்கு மிகவும் மஹத்தானது. காகாஜீ அவர்கள் மராட்டி மொழியில் சுவாமிஜீயின் வாழ்க்கையை எழுதியிருக்கிறார். ராமதீர்த்தருடைய சில கட்டுரைகளை மராட்டியில் மொழி பெயர்த்துப் புத்தக ரூபமாக வெளியிட்டிருக்கிறார். இதுதான் காகாஜீயினுடைய முதல் இலக்கியப்

படைப்பு. இதன் மூலம்தான் காகாஜீயின் இலக்கிய வாழ்க்கை சுமார் 35 ஆண்டுகளுக்கு முன்பு ஆரம்பமாயிற்று.

குரு அர்ஜுன தேவர் : *(1563 - 1606) சீக்கியர்களின் ஐந்தாவது குரு. ஆதிகிரந்தத்தை ஆக்கியவர். இதில் அவர் முதலில் இருந்த குருக்களுடைய, மேலும் மற்ற மகாத்மாக்களின் உபதேசங்களைத் தொகுத்திருக்கிறார். ஒருமுறை இவருடைய பகைவர் அக்பர் சக்கரவர்த்தியிடம் சென்று இவருக்கெதிராக, இவர் இஸ்லாம் மதத்தையும், ஹிந்து மதத்தையும் நிந்திப்பதாகக் கோள் மூட்டினார்கள். ஆனால் அக்பர் அவருடைய கிரந்தத்தைப் பாரத்துவிட்டு அவருக்கு மரியாதையே செய்தார். ஜஹாங்கீர் பட்டத்துக்கு வந்தவுடன் மறுபடியும் சிலர் இவ்வாறே கோள் மூட்டினார்கள். ஜஹாங்கீர் தனது குமாரன் குர்ரமைக் கைது செய்ய விரும்பினான். குர்ரம் ஓடிப்போய் அர்ஜுன தேவரிடம் சரண் புகுந்தான். அர்ஜுன தேவர் அவனுக்கு அடைக்கலம் அளித்தார். ஜஹாங்கீர் இதை ராஜத்துவேஷமாகக் கருதி அவருக்கு இரண்டு லட்சம் ரூபாய் அபராதம் விதித்தான். அர்ஜுனதேவர் தாமும் அபராதத்தைக் கட்டவில்லை. மற்ற யாரையும் கட்ட அனுமதிக்க வில்லை. ஆதலால் சக்கரவர்த்தி அவருக்குப் பல கொடுமைகள் இழைத்து, கடைசியில் கொலை செய்யச் செய்தான். தற்காப்பு ஆயுதமும் சக்தியும் இல்லாமல் தம் மதத்தை பலப்படுத்த முடியாது என்பதை உணர்ந்து அர்ஜீனதேவர் தம் புத்திரனுக்கு எல்லாவித ஆயுதங்களும் அளித்து, பயிற்சியும் அளித்து, சிம்மாசனம் ஏறவும், தேவையான படைபலம் வைத்துக் கொள்ளவும் அனுமதியளித்தார். இந்நிகழ்ச்சியிலிருந்து சீக்கியர்கள் சரித்திரத்தில் ஒரு புதிய அத்தியாயம் தொடங்கிற்று.*

ரஞ்சித்சிங்: *(1780-1839) சீக்கிய அரசன். அஹமதுஷா அப்தாலிக்குப் பிறகு பஞ்சாப் மாகாணம் மறுபடி சீக்கியர்கள் கைக்கு வந்தது. ஆனால் அது சிறுசிறு பாகங்களாகப் பிரிந்து, சச்சரவுகளும் அதிகமாயின. ரஞ்சித்சிங் தனது 13வது வயதில் சிம்மாதனத்தில் அமர்ந்தான். 19வது வயதில் சீக்கியர்களின் எல்லா ராஜ்ஜியங்களையும் தன் வசப்படுத்திக்கொண்டான். ஆங்கிலேயர்களும் அவனிடம் பயந்து வந்தனர். 1823ம் ஆண்டில் ரஞ்சித்சிங் பெஷாவரை வென்றபோது, அதைத் திரும்பி வாங்கித் தரும்படி தோஸ்து முஹம்மத் ஆங்கிலேயர்களிடம் கேட்டுக் கொண்டான். ஆனால் ஆங்கிலேயர்கள் ஒன்றும் செய்யவில்லை. 40 ஆண்டுகள் வரை இடைவிடாது உழைத்து ரஞ்சித்சிங் சீக்கியர்களின் மனதில் புது பலம் உண்டாக்கி அவர்களை யுத்த*

வீரரர்களாக மாற்றினான். அவன் 'அடக்' நதியைக் கடக்க விரும்பியபோது அவனுடைய குரு அவனிடம் ஹிந்துக்கள் அடக்நதியைக் கடக்கக்கூடாது, இதற்கு அனுமதி கிடையாது' என்று கூறினாராம். ஆனால் அவன்-

ஸபை$_3$ பூமி கோ$_4$பாலகீ, தாமேம் அடக கஹாம்
ஜாகே மனமேம் அடக ஹை, வோஹீ அடக ரஹா

என மறுமொழி பகர்ந்தானாம். அதாவது, எல்லா பூமியும் கோபாலனுடையது, ஈசுவரனுடையது. இதில் தயக்கம் ஏது? (அடக்=தயக்கம், தடை) தடை ஏது? எவன் மனதில் தயக்கம் உள்ளதோ அவன்தான் முன்னேற முடியாமல் தவிக்கிறான் என்பது பொருள். பிறகு இவன் ஆப்கானிஸ்தானம் முழுமையும் வென்றான்.

பக். 177. தேவகன்னிகைகளைப் போல (அப்ஸ்ரஸ்களைப் போல) அப - தண்ணீர் ஸ்ரு - முன்னேறிச் செல்லுதல், அதாவது, தண்ணீரில் மிதக்கும், விளையாடும்) கந்தர்வப்பெண், அப்சரைகளுக்குத் தண்ணீரில் விளையாடுவது மிகவும் பிடித்திருக்கும். ஆகையால் தான் அவர்களுக்கு இந்தப் பெயர் கொடுக்கப்பட்டிருக்கிறது. இராமாயணத்தில் அவர்களுடைய உற்பத்தியைப் பற்றி இவ்வாறு கூறப்பட்டுள்ளது:

அப்ஸு நிர்மத$_2$னாதே$_3$வ ரஸாத் தஸ்மாத்$_3$வரஸ்த்ரிய:
உத்பேதுர்மனுஜஸ்ரேஷ்ட$_2$! தஸ்மாத$_3$ப்ஸரோ(அ)ப$_4$வன்

பக். 178. **பரோபகாராய:** இந்த உடல் பரோபகாரத்தின் பொருட்டே உள்ளது.

30. ஜம்முவின் தவீ

பக். 180. (விக்கிரகம்)- யுத்தம்; பிரிப்பது; (சந்தி)- சமாதானம், ஒன்றுசேர்ப்பது. அரசியல் சாஸ்திரத்தில் காரியசித்திக்கு ஆறு மார்க்கங்கள் கூறப்பட்டுள்ளன :

1. சந்தி (சமாதானம்)	2. யுத்தம்; பிரிப்பது
3. படையெடுப்பு	4. முற்றுகையிடுதல்
5. அடைக்கலம்	6. த்வைதீபாவம், பிளவு ஏற்படுத்துவது.

பக். 180. - **ஆத்மரதி - ஆத்மக்ரீட$_3$:** சிரேஷ்டமான பரம் மஞ்ஞுனைப் பற்றிக் கூறுமிடத்து முண்டகோபநிஷத்தில் கூறப்பட்டுள்ளதாவது:

ஆத்மக்ரீட$_3$: ஆத்மரதி: க்ரியாவான் ஏஷ ப்ரஹ்மவிதர்$_3$ம் வரிஷ்ட$_2$:

முண்டக் - 3-1-4

ஆத்மாவில் விளையாடுபவன், ஆத்மாவில் ரமிப்பவன், மகிழ்ந்திருப்பவன், சுறுசுறுப்புள்ளவனானவன் (எப்பொழுதும் விழிப்புடனிருப்பவன்). இவ்வாறான புருஷன் பிரம்மஞ்ஞர்களுள் சிரேஷ்டனாவான்

பக்.180 **ஆத்மன்யேவ** *பார்க்கவும்*

யஸ்த்வாத்மரதிரேவ ஸ்யாதா$_3$த்மத்ருப்தஸ்வமானவ:
ஆத்மன்யேவ ச ஸந்துஷ்ட: தஸ்யகார்யம் ந வித்$_3$யதே.

(எவன் தன் ஆத்மாவிலேயே ரமித்திருப்பவனோ, எவன் அதிலேயே திருப்தி காண்கிறானோ, எவன் அதிலேயே மகிழ்ச்சியும் காண்பானோ அவன் ஏதும் செய்யவேண்டியது பாக்கியிராது.)

31. சிந்துவின் ஏக்கம்

*பக்.181.***(அளவுகோல்) மானதண்ட்:** *மஹாகவி காளிதாஸரின் குமாரசம்பவத்தின் முதல் சுலோகத்தில் ஹிமாலயத்தைத் குறித்து இந்தச் சொல் பயன்படுத்தப்பட்டிருக்கிறது.*

அஸ்த்யுத்தரஸ்யாம் தி$_3$ம்சி தே$_3$வதாத்மா ஹிமால
யோனாம நகா$_3$தி$_4$ராஜ:

பூர்வாபரௌ தோயநிதீ$_4$வவகா$_3$ஹ்ய ஸ்தி$_2$த: ப்ருதி$_2$வ்யா
இவ மானத$_3$ண்ட$_3$:

(வடதிசையில் எதன்மேல் தேவர்கள் வாசம் செய்கிறார்களோ அப்பேற்பட்ட இமயமலை என்ற பெயருள்ள பர்வதராஜன் பூமியை அளக்கும் அளவுகோல் போல கிழக்கு மேற்குக் கடல்களில் குளித்த வண்ணம் நின்றுகொண்டிருக்கிறான்.)

பக். 182. **பஞ்சாபின் ஐந்து ஆறுகள் :** *ஜீலம், சினாப், ராவீ, வ்யாஸ், சத்லஜ்.*

உத்தரப்பிரதேசத்து ஐந்து நதிகள் : *கங்கை, யமுனை, கோமதி, சரயூ, சம்பல்.*

பாரதீயத்தைச் சற்றுக் கடந்த : *பாரதத்தில் மட்டுமல்லாமல் பாரதத்தின் எல்லைக்கு வெளியேகூட ஓடும் இந்த இரு ஆறுகளும் பாரதத்தின் எல்லையைக் கடந்து ஓடுகின்றன. ஆதலால்*

இவற்றை அதிபாரதீய (பாரதீயத்துக்கும் மேம்பட்டது) எனக் கூறப்பட்டுள்ளது.

பக். 182. **வேதகால....சப்தசிந்து :** வேதங்களில் எவற்றைப் பற்றிக் கூறப்பட்டுள்ளதோ அதே ஏழு நதிகள், விதஸ்தர (ஜீலம்), சந்திரபாகா-அக்ஸினீ (சினாப்), பருஷ்ணீ அல்லது இராவதீ (ராவீ), சதத்ரு (சத்லஜ்), விபாசா (வியாஸ்), சிந்து, ஸரஸ்வதி. க்ருமு அல்லது குர்ரம் இவற்றில் சேர்க்கப்படவில்லை.

பக். 182. **புராதன ஆரியர்கள்...ஆபத்துக்குள்ளானார்கள்:** பாரதத்தின்மேல் எத்தனை படையெடுப்புகள் ஏற்பட்டனவோ அவையாவும் பெரும்பாலும் இந்தப் பக்த்திலிருந்துதான் ஏற்பட்டன.

பக்.182. **யவனர்கள்** (Ionian Greeks) -இந்தச் சொல்லின் முதல் பகுதியில் பேரில் ஏற்பட்ட பெயர்.

வால்ஹீக் : பல்க், பாக்ட்ரியா. 'வால்ஹீக்' என்ற சொல் வேதத்தில் வந்திருக்கிறது.

அரசி ஸெமிராமிஸ் : (கி.மு. 800-க்குச் சமீபத்தில்) அசீரியாவின் புராணப் பிரசித்திபெற்ற அரசி. இவள்தான் பாபிலோனியாவைஸ்தாபித்தாள் எனக்கூறப்படுகிறது. 'நிநேவேஹ்' ஐ ஸ்தாபித்த அவளது கணவனான 'நீநஸ்' ஐக் காட்டிலும் இவள் அதிக பராக்கிரமம் பொருந்தியவளாய் இருந்தாள் எனவும் கூறப்படுகிறது. குழந்தையாயிருக்கும்போது அவளுடைய தாயார் அவளை விட்டுவிட்டாள். புறாக்கள் அவளை வளர்த்தன. முதலில் நீநஸ்ஸின் ஒரு சேனைத்தலைவனை அவள் மணம்புரிந்து கொண்டாள். ஆனால் நீநஸ் இவளை நேசிக்கத் தொடங்கிய போது இவளுடைய கணவன் தற்கொலை புரிந்துகொண்டான். இதன்பிறகு நீநஸ் இவளை மணந்துகொண்டான். நீநஸ்ஸுக்குப் பிறகு இவள் சிம்மாதனத்தில் அமர்ந்தாள். தன் முதிர்ந்த வயதில் தன் மகனை சிம்மாதனமேற்றினாள்.

தங்கக் கப்பம் : கி. மு. ஆறாவது நூற்றாண்டில் ஈரானின் சக்கரவர்த்தியான முதலாவது தராயஸ் சிந்துப் பிரதேசத்தைக் கைப்பற்றிக் கொண்டான். இந்தப் பிரதேசத்திலிருந்து வருடா வருடம் 185 அந்தர் வெயிட் (515.5 மணங்கு) தங்கம் கப்பமாக வசூலிக்கத் தொடங்கினான்.

யுஏசீ (அல்லது உவேசி) : கி.மு. முதலாவது நூற்றாண்டில் வட இந்தியாவிலிருந்து சகர்களைத் தெற்கே துரத்திவிட்டு,

அங்கு தங்கள் ஆட்சியை ஏற்படுத்திய மத்திய ஆசியாவைச் சேர்ந்த குஷாணர்கள். இவர்களில் பலர் புத்தமதத்தையும் சிலர் ஹிந்து மதத்தையும் தழுவினர். பிரசித்திபெற்ற ஹர்ஷச் சக்கரவர்த்தி குஷான் வமிசத்தைச் சேர்ந்தவர். குஷான் சாம்ராஜ்ஜியம் உன்னத நிலையில் இருந்தபோது அதன் பரப்பு மிக அதிகமா யிருந்தது. அதில் மேற்கு ஆசியாவின், புகாரா, ஆப்கானிஸ்தான், மத்திய ஆசியாவின் காஸ்கர், யார்கந்து, கோதான் முதலியனவும், வட இந்தியாவின் காஷ்மீரம், பஞ்சாப், வாராணசீயும், தெற்கே விந்தியம் வரையிலுள்ள பிரதேசமும் அடங்கியிருந்தன.

ஹூணர்கள் : கி. பி. 5 அல்லது 6-வது நூற்றாண்டில் இந்தியாவின்மீது படையெடுப்பு நடத்தி மால்வா, சிந்து, எல்லைப் பிரதேசம் முதலியவை மீது ஆதிக்கம் செலுத்திய வெள்ளை ஹூணர்கள். ஐரோப்பாவில்கூட இந்த ஹூணர்கள்தான் எடிலாவின் தலைமையில் பெருத்த அக்கிரமங்கள் புரிந்தனர். இங்குகூட அவர்களுடைய அக்கிரமங்களினால் தொல்லை யடைந்து கடைசியில் ஆர்யாவர்த்தத்தின் எல்லா அரசர்களும், பாலாதித்யன், யசோவர்மன் ஆகியோரின் தலைமையில் ஒன்று சேர்ந்து, ஹூண அரசன் மிஹிரகுலனைத் தோற்கடித்து அவனைக் கைது செய்தனர். இதற்குப் பிறகு ஹூணர்களின் ஆக்கிரமிப்பு நடைபெறவில்லை. பாரதத்தில் ஹூணர்களின் ஆட்சி அரை நூற்றாண்டு வரை நடந்தது.

பக்.183. **கில்கிட் :** ஸ்ரீ நகரிலிருந்து 125 மைல் தூரம் வடமேற்கு திசையில் 4890 அடி உயரத்தில் இதே பெயருடைய ஜில்லாவின் தலைநகர். அதற்கருகில் பௌத்தச் சின்னங்கள் காணப்படுகின்றன.

பக்.183. **சித்ரால் :** வடமேற்கு எல்லை மாகாணத்தின் இதே பெயருள்ள ராஜ்ஜியத்தின் தலைநகர்.

ஸ்வாத் : பஞ்ஜகோராவில் வந்து சேரும் ஒரு சிறு நதி.

பக்.183. **பைக்ட்ரியா :** பல்க்.

கர்னல் யங்ஹஸ்பண்ட் : ஸர் பிரான்ஸிஸ் யங்ஹஸ்பண்ட், 1863-ஆம் ஆண்டில் பிறந்தார். ஆங்கிலோ இந்தியர். 1882-ஆம் ஆண்டில் சேனையில் சேர்ந்தார். 1890-ல் பொலிடிகல் டிபார்ட் மெண்டிற்கு மாற்றப்பட்டார்.1886-ல் மஞ்சூரியாவில் ஆராய்ச்சிகள் நடத்தினார்.1887-ல் சீனத் துருக்கிஸ்தான் வழியாக பீகிங்கிலிருந்து பாரதம் வரை யாத்திரை செய்தார். 1893-94-ல் சித்ராலில் பொலிடிகல் ஏஜெண்டாக வேலை பார்த்தார். 1895-ல் சித்ராலில் சண்டை நிகழ்ந்தபோது ‘டைம்ஸ்’ பத்திரிகையின் நிருபராக

காகா காலேல்கர்

வேலை பார்த்தார். 1903-04-ல் பிரிட்டிஷ் கோஷ்டியுடன் லாஸாவுக்குச் சென்றார். கிழக்கு நாடுகளைப் பற்றி இவர் பல புத்தகங்கள் எழுதியுள்ளார். ராயல் ஜியாகராபிகல் சொஸைட்டியின் தலைவர் 1919-ல். இவரது விரிவான வாழ்க்கைச் சரிதத்தைத் தெரிந்துகொள்ள "ப்ரான்சிஸ் யங்ஹஸ்பண்ட் - எக்ஸ்ப்ளோரர் அண்ட் மிஸ்டிக்" - என்ற புத்தகம் படிக்கவும். இதன் ஆசிரியர் ஜார்ஜ் ஸ்வீவர்.

அமீர் அமானுல்லா : இந்தியாவில் ரௌலட் சட்டத்தை எதிர்த்துத் தீவிரமான கிளர்ச்சி நடந்தபோது, 1919-ஆம் ஆண்டு ஏப்ரல் மாதத்தில் ஆப்கானிஸ்தானத்தின் இந்த அமீர் இந்தியாமீது படையெடுத்தான். பத்து நாட்களுக்குள்ளாகவே ஆப்கானியர் தோற்றுவிட்டனர். நீண்ட பேச்சுவார்த்தைகளுக்குப் பிறகு ஆகஸ்டு 8-ஆம் தேதி ராவல்பிண்டியில் உடன்படிக்கையில் கையெழுத்தாயிற்று.

உஷ்ணத்தினால் பைத்தியம் : அன்று கோடை நாட்களா யிருந்தன. வேலையும் யோசனையில்லாமல் துவக்கப்பட்டிருந்தது. அமீரின் எண்ணம் கோடை காலத்தில் படையெடுப்புச் செய்தால் ஆங்கிலேயர்கள் தோற்றுவிடுவார்கள் என்பது. ஆனால் இது தவறாக முடிந்தது. ஆங்கிலேயர் இவனுடைய செயலை (Midsummer madness) என்று கூறினார்கள்.

'கோஹாட்'டின் கொடுமை : 1924-ஆம் ஆண்டில் செப்டம்பர் 9-10 தேதிகளில் (Kohat) கோஹாட்டில் நிகழ்ந்த சம்பவத்தை இது குறிக்கிறது. மதமாற்றம், அபகரித்துச் செல்லுதல் இவற்றால் அங்கு ஏற்கனவே சூழ்நிலை மிகவும் சூடாயிருந்தது. இதற்குள் அங்குள்ள சனாதன தர்மசபையின் காரியதரிசி ஒரு புத்தகம் வெளியிட்டார். அதனால் முஸல்மான்களின் உணர்ச்சி பாதிக்கப்பட்டது. ஹிந்துக்கள் உடனே வருத்தம் தெரிவித்து, பாக்கியுள்ள பிரதிகளை பொது இடத்தில் கொளுத்தினார்கள். இருந்தபோதிலும் முஸ்லிம் மக்களுக்குத் திருப்தி ஏற்படவில்லை. அவர்கள் ஹிந்துக்களுக்கெதிராக கடுமையான நடவடிக்கை எடுக்கும்படி சர்க்காரைக் கேட்டுக்கொண்டனர். இரவில் மசூதியில் கூடி அவர்கள் பழிவாங்க சபதம் செய்தனர். செப்டம்பர் 9-ஆம் தேதி சனாதன தர்மசபையின் காரியதரிசி ஜாமீனில் விடுதலை செய்யப்பட்டார். அன்றே கலவரங்கள் மூண்டன. இந்தக் கலவரங்கள் எவ்வாறு மூண்டன என்பதுபற்றி அபிப் பிராயபேதம் இருந்துவருகிறது. ஆனால் மூண்ட பிறகு இரு தரப்பினரும் எதிரெதிரே நின்று துப்பாக்கியால் சுட்டனர்.

இந்துக் குடியிருப்புகள் முழுவதற்கும் தீவைக்கப்பட்டது. போலீஸாரும் இராணுவமும்கூட சுட்டனர். இதன் பலனாக அளவற்ற சேதம் விளைந்தது. எல்லா இந்துக்களையும் அரசாங்கப் பாதுகாப்புடன் கண்டோன்மெண்டில் வைத்தனர். அங்கிருந்து அவர்கள் கேட்டுக்கொண்டதன்பேரில் அவர்களை ராவல் பிண்டிக்கு அனுப்பி வைத்தனர். பெல்காம் காங்கிரஸில் இது பற்றி நிறைவேற்றிய தீர்மானத்தில் முஸல்மான்கள் இந்துக்களை மரியாதையுடன் திருப்பி அழைத்து அவர்களது உயிருக்கும் உடைமைக்கும் உத்திரவாதம் அளிக்காவிட்டால் அவர்கள் திரும்பிவர வேண்டாம் என்று கோரப்பட்டது.

பக். 184. **குரம் :** சுலேமான் மலையிலிருந்து கிளம்பி சிந்துவோடு கலக்கும் ஆறு. இதன் வேதநூல் பெயர் 'க்ருமு'.

டேரா இஸ்மெயில்கான் : லாகூருக்கு மேற்கே 125 மைல் தூரத்திலுள்ள எல்லைப்புற மாகாணத்து நகரம். இங்கிருந்து கோமல் காட் வழியாக ஆப்கானிஸ்தானத்துடன் வியாபாரம் நடைபெறுகிறது. பஞ்சுநூல் ஆடைகளுக்கும் கொடிவேலைப் பாடுள்ள துணிகளுக்கும் பெயர் பெற்ற இடம்.

டேரா காஜீகான் : பாவல்பூரின் வடமேற்குத் திசையில் 70 மைல் தூரத்திலுள்ள பஞ்சாப் மாகாண நகரம். சிந்துவின் வெள்ளத்தினால் இந்நகரத்துக்கும் பெரும் சேதம் ஏற்பட்டு வந்தது. ஆகையால் 1891-ஆம் ஆண்டில் இங்கே ஓர் கல் அணை கட்டப்பட்டது. இங்குள்ள சில மசூதிகள் மிகவும் பிரசித்தி பெற்றவை.

லாகூரின் பெருமைகளை : அக்பர், அவரது வம்சத்தினர் சிலரது காலத்தில் லாகூரின் பெருமை மிகவும் உயர்ந் திருந்தது. வஜீர்கானின் மசூதி, ஜாமா மசூதி, ஷீஷ்மஹல், ரஜ்சித்சிங்கின் அரண்மனைகள், நகரத்துக்கு வெளியே ஷாஹ்தராவி லுள்ள ஜஹாங்கீரின் சமாதி, ஷாலிமார்த் தோட்டம் இவை இன்றுகூட இதன் பெருமைக்குக் காரணமாக விளங்குகின்றன.

வியாஸ் : (பியாஸ், விபாஸா) வசிஷ்ட முனிவரின் நூறு புதல்வர்களை அரக்கர்கள் தின்றுவிட்டனர். அப்பொழுது புத்திரசோகத்தால் வருத்தமடைந்து அவர் பிராணத் தியாகம் செய்யும் எண்ணத்துடன் இந்த ஆற்றில் குதித்தார். ஆனால் ஆறு அவரை விபாஸா பாசங்கள் அற்றவராக ஆக்கிவிட்டது. ஆதலால் இந்நதியின் பெயர் விபாஸா என ஏற்பட்டது.

த்யாகா$_3$ய ஸம்ப்$_4$ருதார்த்தா$_2$னாம்: *ரகுவம்ச காவியத்தின் ஆரம்பத்தில் மகாகவி காளிதாசர் ரகுக்களை வர்ணிக்கும்பொழுது, அவர்களுடைய பல சிறப்புக் களைப்பற்றிக் கூறுகிறார். அவற்றில் ஒரு சிறப்பு இவ்வாறு :* ***(தியாக$_3$)*** *தானம் செய்யும் பொருட்டு* ***(ஸம்ப்$_4$ருத அர்த்த$_2$)*** *பொருள் சேகரிக்கிறவர்கள்; இவ்வாறான அந்த ரகுக்களின் கீர்த்தியை நான் பாடவிரும்புகிறேன்.'*

பக். 185. ***ஜயத்ரதனின் காலத்தில் :*** *மஹாபாரதக் காலத்தில் ஜயத்ரதன் சிந்து தேசத்தின் அரசனாயிருந்தான்.*

தாஹிர் : *(645 - 712) சிந்துப் பிரதேசத்தைச் சேர்ந்த ஒரு பிராம்மணர், ஜச்சரின் குமாரர். சிந்துப் பிராந்தியத்தைத் தொடும் கிலாபத் மாகாணத்து சுபேதார் ஹஜ்ஜாஜை அவர் பல முறை தோற்கடித்தார். இதற்குப் பிறகு முஹ்ம்மத் பின் காசிம் என்ற 17 வயதுள்ள சேனாதிபதியை அவருக்கெதிராகச் சண்டையிட அனுப்பப்பட்டது. இந்த யுத்தத்தில் தாஹிரின் யானை மிரண்டு விட்டது. இதனால் அவர் கொல்லப்பட்டார். அவருடைய சேனை ஓடிவிட்டது. அன்றிலிருந்து முஸல்மான்கள் ஹிந்துஸ் தானத்தில் நுழைய வசதி ஏற்பட்டு விட்டது. தாஹிரின் அரசியை முஹம்மது மணம் புரிந்துகொண்டான். அவளுடைய இரண்டு பெண்களை வெகுமதியாக கலீபாவுக்கு அனுப்பி வைத்தான்.*

ஜச்ச் : *(497 - 637) தாஹிரின் தகப்பனார். இவனுடைய சரித்திரம் பாரசீக மொழியில் ஜச்ச்நாமா என்ற புத்தகத்தில் கொடுக்கப்பட்டிருக்கிறது. அவன் பெரிய வீரன். தன் ராஜ்ஜியத்தை காஷ்மீரம்வரை பரப்பியிருந்தான். அவன் சிந்துவின் ஆரோர் என்ற கிராமத்தின் அக்னிஹோத்ரி பிராம்மணர் ஸைலஜின் குமாரன். முதலில் அவன் சிந்து அரசனுடைய மந்திரியின் காரியஸ்தனாயிருந்தான். பிறகு மந்திரியானான். பிராம்மணா பாத்தின் பௌத்தர்கள்மீது அவன் மிகுந்த கொடுமை புரிந்தான்.*

பக். 185. ***பிராம்மணர்களின் அனாசாரம் :*** *சிந்துவின் ஒரு பிராம்மண அரசனிடம் ஒரு ஜோதிடன், 'உங்கள் சகோதரியின் குமாரன் உங்களுடைய ராஜ்ஜியத்தைப் பிடுங்கிக்கொள்வான்' என்று கூறினான். இதைத் தவிர்க்கும் பொருட்டு அந்த அரசன் தன் சகோதரியையே மணந்துகொண்டான். மற்றொரு அரசன் ஒரு பதிவ்ரதையின்மீது கொடுமை புரிந்தான். இந்த பிராம்மண அரசர்களின் கொடுமைகளினால் மக்கள் மிகவும் அல்லலுற்றனர். இதனால் அங்குள்ள மக்களே முஹம்மத் - பின் - காசிமுக்குத் தாராளமாக உதவி புரிந்தனர்.*

முஹம்மத் - பின் - காசிம் : சிந்து மாகாணத்தை வென்று கிலாபத்து மாகாணத்துடன் சேர்த்தவன். சிறுவயதுள்ள சேனைத் தலைவன். தாஹிருக்கு எதிராக யுத்தம் செய்து வென்ற பிறகு தாஹிரின் இரு பெண்களை வெகுமதியாக கலீபாவுக்கு அனுப்பி வைத்தான். கலீபா அவர்களில் ஒருத்தியை மணம் புரிந்துகொள்ள விருப்பம் தெரிவித்தபோது அவள், பின் காசிம் ஏற்கனவே அவளைக் கெடுத்துவிட்டதாகவும் கலீபா அவளை மணந்துகொள்ள முடியாது என்றும் கூறினாள். கோபமடைந்த கலீபா பின் காசிமுக்கு, பசுவின் தோலுக்குள் தன்னைத்தைத்துக் கொண்டு வந்து சேரும்படி உத்தரவிட்டான். பின்-காசிம் அவ்வாறே வந்து சேர்ந்ததில் அவன் மறுநாளே இறந்துவிட்டான். முகமத்-பின்-காசிமின் உடல் கொண்டுவரப்பட்டபோது அந்த இரு பெண்களும் 'நாங்கள் இவனிடம் பழி வாங்குவதற்காகத்தான் பொய் சொன்னோம்' என்று கூறினர். கலீபா இரு பெண்களின் கழுத்தையும் துண்டிக்கச் செய்து விட்டான்.

சர் சார்லஸ் நேபியர் : (1782 - 1853) 1808-ல் ஸ்பெயினில் மூர்மக்களுக்கெதிராக இவன் சண்டையிட்டு கோரூனாவில் கைதானான். 1813-ல் அமெரிக்காவுக்கு எதிராகச் சண்டை யிட்டான். 1815-ல் நெப்போலியனுக்கு எதிராக யுத்தம் செய்தான். அவன் கவி பைரனுக்கு நெருங்கிய தோழன். 1841-ஆம் ஆண்டு இந்தியாவுக்கு வந்தான். 1842-ல் சிந்துவின் சேனைக்குத் தலைமை தாங்கினான். இவ்வருஷக் கடைசியிலேயே இமாம்கட் கோட்டையை வசப்படுத்திக்கொண்டான். 1854-ஆம் ஆண்டு மியாணீ யுத்தத்தில் வெற்றியடைந்தான். மீர்பூரின் ஷேர்மூஹம் மதைத் தோற்கடித்து விரட்டிவிட்டான். 1844 - 45-ல் சிந்து மாகாண மலைஜாதி மக்கள்மீது வெற்றிகண்டான். டல்ஹௌஸி யோடு அபிப்பிராயபேதம் ஏற்பட்டதால் ராஜினாமாச் செய்து விட்டு நாடு திரும்பினான். 1853-ஆம் ஆண்டில் மரணம். அநியாயமாக சிந்து மாகாணத்தின்மீது ஆதிக்கம் ஏற்படுத்திக்கொண்ட பிறகு அவன் ரிபோர்ட் அனுப்பினான்- " I have sinned (sind)." -நான் சிந்துவைக் கைப்பற்றிவிட்டேன்.

பக். 186. ஸுஹிணீ : ஒரு பணக்காரக் குயவனின் பெண். புகாராவின் ஒரு உயர் குடும்பத்து முகலாய வாலிபனை அவள் நேசித்தாள். அவளைச் சந்திப்பதில் சிரமம் இல்லாமலிருக்கும் பொருட்டு மாறுவேஷத்தில் அந்த வாலிபன்மேஹார், ஸுஹிணீ யின் தாயார் வீட்டில் வேலை செய்து வந்தான். இருவரிடையே யும் காதல் வளர்ந்து வந்தது. ஆனால் ஸுஹிணீயின் தகப்பனார் இதை விரும்பவில்லை. ஆகையால் அவர் மேஹாரை வேலை

யிலிருந்து நீக்கிவிட்டார். அவன் சிந்துவுக்கப்பால் மறுகரையில் வசித்துவந்தான். ஸுஹிணீ தினந்தோறும் இரவில் ஒரு மண் குடத்தில் உதவியால் நதியைக் கடந்து அங்கு சென்று மேஹாரைச் சந்தித்துவந்தாள். தகப்பனாருக்கு இந்த விஷயம் தெரிந்ததும் அவர் ஒருநாள் சுட்டபானைக்கு பதிலாக சுடாத பானையை வைத்துவிட்டார். ஸுஹிணீ காதல் வெறியில் சுடாத பானையை எடுத்துக்கொண்டு ஆற்றில் குதித்துவிட்டாள். சிறிது தூரம் போனவுடன் குடம் கரைய ஆரம்பித்தது. அவள் மேஹாரைக் கூப்பிட்டாள். எதிர்க்கரையிலிருந்து அவன் அவளைக் காப்பாற்று வதற்காகத் தண்ணீரில் குதித்தான். ஆனால் காப்பாற்ற முடிய வில்லை. கடைசியில் இருவரும் நீரில் சமாதியடைந்தனர்.

32. மஞ்சரின் வாழ்வும் வளமும்

பக். 187. **திஶோ ந ஜானே:** *'எனக்குத் திசையும் தெரியாது, நான் அமைதியும் அடைவதில்லை.' கீதை - 11 - 25.*

இதா$_3$னீம்: *இப்பொழுது நான் அமைதியடைந்துவிட்டேன். கீதை 11 - 51.*

பக். 189. **மலைப்பாம்புகள் போல் :** *மலைப்பாம்புகள் மிகவும் சோம்பேறிகள். ஆகையால் இங்கு சோம்பேறித்தனத்தை மேற் கொண்டன எனப்பொருள்.*

பக். 189. **ரைஹானாபென் :** *ஸ்ரீ அப்பாஸ் தயாப்ஜீயின் புதல்வி. பக்தி நிறைந்த உள்ளம் படைத்தவள். நல்ல சாரீரம் உடையவள். இவருடைய* 'Heart of a Gopi' *என்ற புத்தகம் மிகவும் பிரசித்தி பெற்றது. இந்தப் புத்தகம் பிரெஞ்சு, போலிஷ் மொழி களிலும் மொழிபெயர்க்கப்பட்டிருக்கிறது. ஹிந்தியிலும் 'கோபீ-ஹ்ருதய' என்ற பெயரில் வெளிவந்துள்ளது. இவரது சில சொந்த ஹிந்திப் புத்தகங்களாவன :* **'ஸுனியே காகாஸாஹப்!'**, *'சிற்றுண்டிக்கு முன்னால்', 'க்ருபாகிரண்' முதலியன. இவர் பேசும் ஹிந்துஸ்தானி மொழி மிகவும் அழகாயிருக்கும்.*

33. அலைகளின் தாண்டவயோகம்

பக். 194. **தாபம் : (அமர்ஷ)** *அவமதிப்பினால் ஏற்படும் ஆழ்ந்த கோபம். காவிய சாஸ்திரத்தில் இதற்கு விளக்கம் இவ்வாறு தரப்பட்டிருக்கிறது :* **'அதிக்ஷேபாபமானாதே$_3$ரமர்ஷோபி$_4$னிவிஷ்டதா'** *கவி பாரவியின் கிராதார்ஜுனீய காவியத்தில் துரியோ தனனுடைய அரச*

தந்திரத்தின் புகழைக்கேட்டு திரௌபதி கோபமடைகிறாள். அவள் யுதிஷ்டிரரிடம் கூறுகிறாள் :

அமர்ஶசூன்யேன ஜனஸ்ய ஜந்துனா ந ஜாதஹார்தே₃ன வித்₃விஷாத₃ர:

எவனிடம் அமர்ஷம் (கோபம்) - நல்ல விஷயத்துக்காக திடமான கோபம் - இல்லையோ அவனை சினேகிதர்களும் ஆதரிக்கமாட்டார்கள், சத்துருக்களும் ஆதரிக்கமாட்டார்கள்.

பக். 195. **சிவதாண்டவ ஸ்தோத்திரம் :** இராவணனால் இயற்றப்பட்ட பிரசித்திபெற்ற சுலோகம். “ஜோக் அருவி” (அத்தியாயம் 12)ன் குறிப்புக்களையும் காண்க.

பக். 195. **பிரமாணிகாவும் பஞ்சசாமரமும் :** இவையிரண்டும் சம்ஸ்கிருத மொழியின் மிக விருப்பமான, மிகவும் சுலபமான சந்தங்கள். பிரமாணிகாவின் இரு பதங்கள் சேர்ந்து ஒரு ‘பஞ்ச சாமரம்’ ஆகிறது. அதை ‘நாராச் என்றும் கூறுவர்.

ப்ராமாணிகா பத₃த்₃வயம் வதே₃த பஞ்சசாமரம்

பக். 195. **புஷ்பதந்தன் :** ஒரு கந்தர்வன், சிவகணன் ‘சிவமஹிம்னா ஸ்தோத்திரம்’ இயற்றியவன். வடமேற்கு திசையின் திக்யானைக்கும் ‘புஷ்பதந்தன்’ என்றுதான் பெயர். புஷ்பதந்தனின் கதை ‘கதாஸரித் ஸாகரில்’ காணலாம்.

கோமூத்திரிகாபந்த் : சித்திரகாவியத்தில் ஒரு முறை.

34. சிந்துவுக்குப் பிறகு கங்கை

பக்.198. **சௌவீர தேசம் :** சிந்து மார்வார் எல்லைப்பிரதேசம்.

பக்.199. **சதாகத் ஆசிரமம் :** பிஹார் மாகாணத்தின் பிரசித்தி பெற்ற தேசபக்தர் மஜ்ருல்ஹக் அவர்கள் இந்த ஆசிரமத்தை 1920-21-ஆம் ஆண்டில் நிறுவினார். (சதாகத் சத்தியம் + ஆசிரமம்)

பக். 203. **‘ரஸோ வை ஸ :’** நிச்சயமாகவே அதுதான் ரசம். தைத்திரீயோபநிஷத்தில் பிரம்மத்தை வர்ணிக்கும்போது இந்த வசனம் கூறப்பட்டிருக்கிறது. பார்க்கவும் : தைத் 2-7

பக். 205. **‘ஓம் பூர்ணமத” :** ‘இந்த ஜகத் பூர்ணமானது இது (பிரம்மம்) பூர்ணமானது. பூர்ணத்திலிருந்தே பூர்ணம் வெளிப் படுகிறது. பூர்ணத்திலிருந்து பூர்ணத்தை எடுத்துவிட்டால் எஞ்சியிருப்பதும் பூர்ணமே’ ஈசாவாஸ்ய உபநிஷத்தின் ஆரம்பத்திலும் கடைசியிலும் இது சாந்தி மந்திரம்.

35. நதியின்மேல் ஒரு கால்வாய்

பக். 206. **கலௌ ஆத்$_3$யந்தயோ: ஸ்தி$_2$தி:** *தெற்கு நாடுகளில் கலி காலத்தில் இரண்டே வர்ணங்கள் (ஜாதிகள்) இருக்க முடியும், அதாவது பிராம்மணர், சூத்திரர் மட்டுமே, என்ற கொள்கை பரவியிருக்கிறது. ஏனெனில் தத்தம் சம்ஸ்காரங்களை, ஒழுக்கங்களை விட்டுவிட்டபடியால் க்ஷத்திரியர்களும் வைசியர்களும் இப்பொழுது சூத்திரர்களாகி விட்டனர்.*

பக். 206. **பிராம்மணத்துவம் :** *பூணூல் தரித்துக்கொண்டு இதே பிறப்பில் மறு ஜன்மம் எடுத்துக்கொள்ளும் அதிகாரம் படைத்தவர்களான பிராம்மணர்கள், க்ஷத்திரியர், வைசியர் இம்மூ வர்ணத்தாரையும் துவிஜர்கள் எனக் கூறுகிறார்கள்:*

ஜன்மனா ஜாயதே சூத்$_3$ர: ஸம்ஸ்காராத் த்$_3$விஜ உச்யதே

பக். 206. **'பகீரதர்களின் பிரதாபங்களுக்கு' :** *பகீரதன் இமயமலையிலிருந்து கங்கையை இறக்கிக் கொண்டுவந்து வங்காளம் வரையிலுள்ள பூமியைச் செழிப்புறச் செய்தான். அதையடுத்து 'நீர்ப்பாசனத் கலையில் தேர்ந்தவர்கள்.'*

பக். 207. **'நீர் வடிவதற்காக' :** *அதிகப்படியான தண்ணீர் வழிந்தோடுவதற்காக ஏற்படுத்தப்பட்டுள்ள மார்க்கம்* - overflow

36. நேபாளத்து பாக்மதி

பக். 209. **'மனித இயல்புக்கு அப்பாற்பட்ட':** *அலௌகிக மான* - super-human.

பக்.210. **கோரக்நாத் :** *அயோத்திக்கருகில் ஜயஸ்ரீ என்ற ஊரில் சத்போதன் என்ற ஒரு பிராம்மணனுக்கு சத்வ்ருத்தி என்ற மனைவியிருந்தாள். ஒரு முறை பிக்ஷை கேட்டுக்கொண்டு மத்ஸ்யேந்திர நாதர் அங்கு வந்து சேர்ந்தார். சாது மகாத்மா என மதித்து அவரிடம் அவள் தனக்கு புத்திரப்பேறு இல்லாத குறையைக் கூறினாள். மத்ஸ்யேந்திரநாதர் விபூதி கொடுத்தார். ஆனால் அவள் அதை பிரசாதமாக ஏற்றுக்கொள்வதற்குப் பதிலாக குப்பைமேட்டில் வீசியெறிந்துவிட்டாள். சரியாக பன்னிரண்டு ஆண்டுகளுக்குப் பிறகு மச்சேந்திரநாதர் மறுமுறை அங்கு வந்தார். அவர் அவளிடம் குழந்தை எங்கே என்று கேட்டார். சத்வ்ருத்தி உண்மையைக் கூறினாள். இதைக்கேட்டு குப்பை மேட்டுக்கருகில் சென்று 'அலக்' என்று கூப்பிட்டார். உடனே எதிரிலிருந்து 'உத்தரவு' என்று கூறிக்கொண்டே கோரக்நாதரின் பால உருவம்*

வந்து நின்றது. இதனால்தான் கோரக்நாதரை அயோனிஜர் எனக் கூறுவர். குருவினிடம் தங்கி கோரக்நாதர் எல்லா வித்தைகளையும் கற்றார். மச்சேந்திரநாதர் யோகியுமாவார், போகியுமாவார். ஆனால் கோரக்நாதருடைய வைராக்கியம் நெருப்பைப் போல் தீவிரமானது. மச்சேந்திர நாதர் சிங்களத் தீவின் பிரமிளா ராணியின் மோஹத்தில் ஆழ்ந்திருந்ததை கோரக்நாதர்தான் விடுவித்தார். அவர் யோகி, சிவ உபாசகர், அத்வைதவாதி, ஜாலவித்தைகள் செய்பவர் என்ற விதங்களில் பிரசித்தி பெற்றவர். வங்களாம், பஞ்சாப், நேபாளம், சௌராஷ்ரம், மஹாராஷ்டிரம், சிங்களத்தீவு முதலிய எல்லா இடங்களிலும் அவருடைய மடங்கள் இருக்கின்றன. மச்சேந்திர நாதரும் கோரக்நாதரும் நேபாளத்து கூர்க்கா மக்களுக்கு கடவுள்கள். கோரக்நாத் என்ற பெயரையொட்டியே இம்மக்களின் பெயர் கோரக்கா (கூர்க்காக்கள்) எனக் கூறுகின்றனர். நேபாளத்தில் பௌத்த மதத்தின் மஹாயானப்பிரிவு அதிகம் பரவியிருந்தது. அதைத் தோற்கடித்து கோரக்நாதர் அங்குள்ள மக்களிடையே சிவனை வழிபடும் மதத்தைப் பரப்பினார். கோரக்நாதர் இருந்த காலம் இதுவரை நிச்சயமாகக் கண்டு பிடிக்கப்படவில்லை.

37. பிஹாரின் கண்டகீ

பக். 211. **கண்டகீ :** பிஹாரில் இரண்டு நதிகளுக்கு கண்டகீ என்ற பெயர் உண்டு. ஆசிரியர் முஜப்பர்பூருக்கருகில் பார்த்த கண்டகீ சிறிய கண்டகீ. மற்றொரு பெரிய கண்டகியும் உள்ளது.

பக். 211. **புத்தமத உலகத்தின் இருமுனைகள் :** நர்மதைக்கும் கண்டகீக்கும் இடையே பெயத்தர் உலகம் அடங்கியிருக்கிறது.

உப நதிகள் : தண்ணீராகிய கப்பம் கட்டும் 'மண்டல' நதிகள், அதோடு வந்து கலக்கும் நதிகள்.

அஷ்டாங்கிக மார்க்கம் : பகவான் புத்தர் கூறியுள்ள ஆரியமான அஷ்டாங்கிக மார்க்கத்தின் எட்டு அங்கங்களாவன: (1) சம்யக்திருஷ்டி (சரியான பார்வை); (2) சரியான சங்கற்பம்; (3) சரியான, உசிதமானவாக்கு (4) சரியான கர்மமுடிவுகள் (5) உசிதமான, நியமமான ஜீவனம் (6) சம்யக், உசிதமான வ்யாயாமம் தேகப்பயிற்சி (7) சரியான நினைவு (8) சரியான முறையில் சமாதி.

மாரன் : மனிதர்களின் நல்ல எண்ணங்களையெல்லாம் அழிப்பவன். பௌத்த மதத்தில் அசுர குணத்துக்குத் தலைமையான தேவதைக்கு மாரன் என்று பெயர்.

38. கயாவின் பல்கு

பக்.212.**சீதையின் சாபம் :** ஒரு தடவை இராமர். இலட்சுமணர், சீதை மூவரும் உலாவிக்கொண்டே பல்குவின் கரைக்கு வந்து சேர்ந்தனர். அங்கு வந்தவுடன் இராமருக்கு இன்று தம் தகப்பனாரின் சிரார்த்ததினம் என்று நினைவுக்கு வந்தது. ஆகையால் சிரார்த்தப் பொருள்கள் சேகரித்து வரும்படி அவர் லட்சுமணனை நகருக்குள் அனுப்பிவைத்தார். லட்சுமணன் போனார், ஆனால் வெகுநேரம் வரை திரும்பிவரவில்லை. இராமருக்குக் கவலையேற்பட்டது. தம்பியைத் தேடிக்கொண்டு புறப்பட்டார். இங்கு சிரார்த்த நேரம் தவறிப் போய்க்கொண்டிருந்தது. ஆதலால் சீதை நீராடிவிட்டு, தன்னிடமிருந்த பொருள்களைக் கொண்டே தம் கணவருக்கு பதிலாகத் தானே அவருடைய முன்னோர்களுக்கு பிண்ட தானம் அளித்துவிட்டாள். பித்ருக்கள் மகிழ்ச்சியுடன் பிண்டத்தை ஏற்றுக்கொண்டனர். அவர்கள் புறப்படும்பொழுது சீதை அவர்களிடம் கேட்டாள்: "தாங்களே நேரில் வந்து பிண்டத்தை ஏற்றுக் கொண்டீர்கள் என்பது என் கணவருக்கு எப்படித் தெரியும்?" அப்பொழுது அசரீரி ஏற்பட்டது, "நீ ஏதாவது சாக்ஷிவை." சீதையும் பல்கு நதி, பசு, அக்கினி, தாழம்பூ இவற்றை சாட்சியாக வைத்தாள்.

இராமரும் இலட்சுமணரும் எல்லாச் சாமான்களும் எடுத்துக் கொண்டுவந்தனர். அவர்கள் சீதையிடம் **சரு** (பிண்டத்திற்கான சாதம்) தயார் செய்யும்படி கூறினர். ஆனால் சீதை யாதொரு பதிலும் கூறவில்லை. 'சரு'வும் தயார் செய்யவில்லை. கடைசியில் இராமன் கேட்டபோது அவள் எல்லா விஷயங்களையும் கூறினாள். ஆனால் இராம லட்சுமணருக்கு நம்பிக்கை ஏற்பட வில்லை. ஆகையால் சீதை பல்கு முதலிய காட்சிகளைக் கேட்கும் படி சொன்னான். ஆனால் அவைகள் எல்லாம், 'எங்களுக்கு ஒன்றும் தெரியாது' என்று கூறிவிட்டன. சீதை வேறுவழியின்றி மறுபடி 'சரு' தயார் செய்தாள். இராமன் பிண்டத்தை ஏற்றுக் கொள்ளும்படி பித்ருக்களை அழைத்தான். அப்பொழுது 'ஜானகி எங்களைத் திருப்தி செய்துவிட்டாள்' என 'அசரீரி' ஏற்பட்டது. ஆனால் இராமனுக்கு நம்பிக்கை உண்டாகவில்லை. ஆதலால் மறுபடி அசரீரி உண்டாயிற்று. அப்பொழுதும் இராமனுக்கு நம்பிக்கை ஏற்படவில்லை. அப்பொழுது சூரியனே நேரில் வந்து சாட்சி கூறினான். இதன் பேரில் இராமனுக்கு நம்பிக்கை ஏற்பட்டது.

சாக்ஷியாக இருந்துங்கூட சாட்சி கூறாததனால் சீதை அந்த நான்கு வஸ்துக்களையும் சபித்தாள். பல்குவைப் பார்த்து 'நீ

பாதாளத்தில் இருப்பாயாக' எனவும், தாழம்பூவை' நீ சிவனுக்கு ஏற்றதாக முடியாது' எனவும், பசுவை 'உன் முகம் பார்த்தல் கெடுதலாகவும் உன் வாலே புனிதமாகவும் ஆகவேண்டும்' எனவும், அக்கினியை 'நீ யாவற்றையும் புசிப்பாய்' எனவும் சாபம் கொடுத்தாள் - சிவபுராணம் அத். 30.

39. கர்ஜிக்கும் சோணபத்ர

பக். 213. **அயம் சோண:** "நிர்மலமான தண்ணீரும், மிக ஆழமானதும், மணல் மேடுகளால் சூழப்பட்டதும், இவ்வித குணங்களோடு கூடியது இந்த சோண்நதி. ஐயனே! நாம் எந்த வழியாக இதைக் கடப்பது?" ஸ்ரீ ராமச்சந்திரர் இவ்வாறு கேட்டதும் விசுவாமித்திரர் மறுமொழி கூறினார்: "எந்த வழியாக மகரிஷிகள் செல்லு கின்றனரோ அதுவே நான் காட்டியதான இந்த வழி."

பக். 213. **க்ஷத்திரிய குருசிஷ்யர்கள் :** க்ஷத்திரியர்களின் குரு பெரும்பாலும் பிராம்மணர்களாயிருப்பதுண்டு. ஆனால் இங்கே க்ஷத்திரிய இராமனின் குரு விசுவாமித்திரரும் முதலில் க்ஷத்திரிய ராகத்தான் இருந்தார்.

முதலை வாயில் அகப்பட்ட யானை : ஹாஹா, ஹூஹூ என்ற இரு கந்தர்வர்கள் இருந்தனர். ஒருநாள் இவ்விருவருக்கும் சர்ச்சை எழுந்தது- 'சங்கீத வித்தையில் நம் இருவரில் யார் பெரியவன்?' அவர்கள் இந்திரனுக்குத் தம் கலை முழுவதையும் காட்டினர். இந்திரன் கூறினான்-"உங்கள் இருவரில் யார் பெரியவன் என்பதை தேவரிஷியைத் தவிர வேறு யாரும் கூறமுடியாது." அவர்கள் தேவரிஷியிடம் சென்றனர். அவர் தியானத்தில் ஆழ்ந்திருந்தார். ஒன்றும் கூறவில்லை. ஆதலால் அவர் ஜடம், ஒன்றும் புரிந்து கொள்ளாதவர் எனக்கருதி இருவரும் அவரை அவமதித்தார்கள். இதனால் ரிஷி அவர்களை நீங்கள் இப்பொழுது ம்ருத்யுலோக (பூவுலக)த்தில் பிறக்க வேண்டியது என்று சபித்தார். ஆனால், பிறகு அவர்களுடைய வேண்டுகோளுக்கிணங்கி 'ஹரி உங்களை மீட்பார்' என்று கூறினார்.

இவ்விதமாக அவ்விருவரும் பூவுலகிற்கு வந்து கஜேந்திர னாகவும் முதலையாகவும் பிறந்தனர். ஒரு நாள் ஜலக்கிரீடை செய்யும் பொருட்டு கஜேந்திரன் தண்ணீரில் இறங்கி போது முதலை அதனுடைய காலைக் கவ்விக்கொண்டது. முதலை யானையைத் தண்ணீருக்குள்ளே இழுத்தது. யானை வெளியே வரமுயன்றது. ஆனால் முதலைக்குமுன் யானை தோற்றது. முதலை அதைத் தண்ணீருக்குள் இழுத்துச் சென்றுகொண்டிருந் தது.

அது முழுவதும் தண்ணீருக்குள் சென்றவுடன், துதிக்கையை மட்டும் வெளியே நீட்டி பகவானைத் துதிசெய்தது. பகவான் ஸ்ரீஹரி ஓடோடியும் வந்து கஜேந்திரனைக் காப்பாற்றி கூடவே முதலைக்கும், ஆக இருவருக்குமே மோக்ஷமளித்தார்.

இந்தக்கதை 'பஞ்சரத்ன கீதா' வின் கஜேந்திர மோக்ஷம் என்ற பர்வத்தில் இருக்கிறது.

(பல ஆண்டுகளுக்கு முன்பு 'Tug of war' *என்பதற்கு காகாஜீ குஜராத்தியில்* ***க$_3$ஜக்$_3$ராஹ*** *என்ற பதத்தை உபயோகித்தார்.)*

பக். 214. **பிரம்மபுத்ர :** *'பிரம்மபுத்ரா'வின் சரியான பெயர் 'பிரம்மபுத்ரா' தான். ரோமன் எழுத்தினால் பிரம்மபுத்ரா என ஆகிவிட்டது போலும்.*

பக். 214. **'எங்கே போவது!'** *கவி காளிதாசர் சோண் நதியின் இந்த பாவத்தை வெகு அழகாக வர்ணித்திருக்கிறார். இந்து மதியின் சுயம்வரத்துக்குப் பிறகு ஏமாற்றமடைந்த அரசர்கள் அஜனை வழி மறிக்கிறார்கள். அப்பொழுது அஜனுடைய சேனை அவர்கள் மேல் பாய்கிறது. காளிதாஸன் இந்தச் சம்பவத்தை பாகீரதியின்மீது தனது உயரமான அலைகளோடு தாவும் சோண் நதியோடு ஒப்பிட்டிருக்கிறான்.*

தஸ்யா: ஸ ரக்ஷார்த்த$_2$மனல்பபோ$_3$த$_4$ம் ஆதி$_3$ஶ்ய
பித்ரயம் ஸசிவம் குமார:
ப்ரத்$_3$யக்ரஹீத் பார்த்தி$_2$வவாஹினீம் தாம் பா$_4$கீ$_3$ரதீ$_2$ம்
சோண இவோத்தரங்க:

பக். 214. **நால்பே ஸுகமஸ்தி ..... தத்ஸுகம்:** *அற்பத்தில் சுகம் இல்லை. எது பூமாவோ - பிரபஞ்சம் முழுவதையும் தன்னுள் அடக்கிக்கொள்ளக் கூடிய அளவு விசாலமானதோ, அதுதான் சுகரூபமானது. (சாந்தோக்கிய - 7-23).*

40. தேரதாலின் கானல் நீர்

பக். 214. **ஜம்கண்டி :** *தென் மஹாராஷ்டிரத்தின் ஒரு நகரம்.*

41. சர்மண்வதீ சம்பல்

பக். 217. **ரந்திதேவன் :** *பரதச் சக்ரவர்த்தியின் ஆறாவது தலை முறையில் உதித்த சூரிய வம்சத்து அரசன். மஹாபாரதத்தில் இவனைப்பற்றிய கதை இருமுறை வந்திருக்கிறது. 'மேகதூதத்' தில் கூட இவனைப்பற்றி பிரஸ்தாபம் வருகிறது.*

பக்.218. **ஹைஹெகெடோம் :** *கிரேக்க மக்களுடைய ஒரு யாகம். இதில் நூறு காளைகள் பலியிடப்படுவதுண்டு.*

42. ஆற்றின் ஏரி

பக். 219. **பேலாதால் :** *தால் - குளம்; நைனீதால், பீம்தால் போல.*

பக். 220. **இமயமலையினிடம் மன்னிப்புக் கேட்டுக்கொண்டு :** *இமயமலையில் கேதார்நாத்துக்கருகில் மந்தாகினி என்ற ஒரு ஆறு இருக்கிறது, ஆகையால்.*

புலகேசி அரசன் : *வாதாபி வம்சத்து அரசன். ஆறாவது நூற்றாண்டின் நடுவில் அவன் மஹாராஷ்டிரத்துச் சிறு ராஜ்ஜியங் களையெல்லாம் ஒன்றுசேர்த்து ஒரு சாம்ராஜ்ஜியம் ஏற்படுத் தினான். ஒரு அசுவமேதயாகமும் செய்தான். அவனுடைய புத்திரனான கீர்த்திவர்மா தகப்பனாரின் சாம்ராஜ்ஜியத்தை மேலும் விஸ்தரித்தான். அதில் அங்க-வங்க, மகத ராஜ்ஜியங்களும் சேர்ந்தன. கி. பி. 609-ல் இரண்டாவது புலகேசி சிம்மாதனத்தில் அமர்ந்தபோது இந்தச் சாளுக்கிய ராஜ்ஜியம் விந்தியத்திலிருந்து தெற்கே பல்லவ ராஜ்ஜியம் வரை பரவியிருந்தது. இரண்டாம் புலகேசி மாலவம், குர்ஜரம், கலிங்க நாடுகளையும் வென்றான். அவனுடைய மிகப்பெரிய கீர்த்தி வாய்ந்த செயல் ஹர்ஷச் சக்கரவர்த்தி தெற்கே படையெடுத்தபோது அவரைத் தடுத்துத் தோற்கடித்ததாகும் (கி.பி. 636). புலகேசி=புலிகேசி. தெற்கு பாஷையில் புலி-ஹுலி*.* **புலி = ஹுலி ... புலியின் பிடரி மயிர், (1) தெற்கு பாஷை எல்லாவற்றிலும் ஹுலி சொல் கிடையாது. கன்னட பாஷையில்தான் இச்சொல் உண்டு. *(2)* புலிக்குப் பிடரிமயிர் கிடையாது. சிங்கத்துக்குத்தான் உண்டு - மொழி பெயர்ப்பாளர்.** *எவனுடைய மயிர் புலியின்* பிடரியைப் போலிருக்குமோ அவன்.*

பக். 222. **தசார்ண :** *விந்திய மலைக்குத் தென்கிழக்கிலுள்ள பிரதேசம். தச + ருண்; ருண் = கோட்டை. பத்துக் கோட்டைகள் எதில் இருக்கின்றனவோ அது. நதியின் பெயர் தசார்ண. மேக தூதத்தில் இதைப்பற்றி இவ்வாறு வருகிறது :*

பாண்டு$_3$ச்சா$_2$யோ பவனவ்ருதய: கேதகை: சூசிபி$_4$ன்னைர்
நீடா$_3$ரம்பை$_4$ர் க்$_3$ருஹப$_3$லிபு$_4$ஜாம் ஆகுலக்$_3$ராம சைத்யா:
த்வய்யாஸன்னே பரிணதபல*ஶ*்யாமஜம்பூ$_3$வனாந்த:
ஸம்பத்ஸ்யந்தே கதிபயதி$_3$னஸ்தா$_2$யிஹம்ஸா த$_3$சார்ணா:

வேத்ரவதீ: *மால்வாவின் ஒரு நதியான வேத்வா. மேகதூதத்தில் இதைப்பற்றியும் வருகிறது.*

தேஷாம் தி$_3$க்ஷு ப்ரதி$_2$த -விதி$_3$ஶா - லக்ஷணாம் ராஜதா$_4$னீம்

க$_3$த்வா ஸத்$_3$ய: பலம் அவிகலம் காமுகத்வஸ்ய லப்$_3$த்$_4$வா

தீரோபாந்த - ஸ்தனித - ஸுப$_4$க$_3$ம் பாஸ்யஸி ஸ்வாது$_3$ யஸ்யாத்

ஸப்$_4$ரூப$_4$ங்கம் முக$_2$ம் அவி பயோ வேத்ரவத்யாஸ்சலோர்மி

43. நள்ளிரவு யாத்திரை

பக். 222. **ஸபி$_3$ந்து$_3$ஸிந்து$_4$:** *ஆதிசங்கரர் இயற்றிய நர்மதை ஸ்தோத்திரம்; இதிலேயே கீழ்க்கண்ட ஸ்தோத்திரம் இருக்கிறது. இதில் நர்மதையை சர்மதா என்றும் கூறப்பட்டிருக்கிறது.*

த்வத$_3$ம்பு$_3$லீன தீ$_3$னமீன தி$_3$வ்ய ஸம்ப்ரதா$_3$யகம்
கலௌ மலௌக$_4$பா$_4$ரஹாரி ஸர்வதீர்த்த$_2$நாயகம்
ஸுமத்ஸ்யகச்ச$_2$நக்ரசக்ர சக்ரவாகசர்மதே$_3$
த்வதீ$_3$யபாத$_3$பங்கஜம் நமாமி தே$_3$வி நர்மதே$_3$

பக். 225, **'ஆனால் நான் காக்கை இனத்தைச் சேர்ந்தவன் :** *காகம் ஒரு பொழுதும் தனியாகச் சாப்பிடுவதில்லை. மற்றக் காககங்களையும் கூப்பிட்டு விட்டுத்தான் சாப்பிடுகிறது.*

பக். 233. **நாந்த: ப்ரக்ஞம்:** *மாண்டூக்யோபநிஷத்தில் துரீய ரூபத்தை வர்ணிக்கும் சொற்கள் இவை. இவற்றின் பொருள் - 'அவன் உள்பிரக்ஞை யுள்ளவனுமல்ல, வெளிப் பிரக்ஞையுள்ளவனுமல்ல; அவன் இரு புறப்பிரக்ஞையுள்ளவனுமல்ல, அவன் பிரக்ஞையால் நிரம்பிய வனும் இல்லை. அவன் பிரக்ஞனும் (வித்வானும்) இல்லை, பிரக்ஞை (ஞானம்) இல்லாதவனும் இல்லை!'*

44. துவாந்தார்

பக். 240. **பூஷந்நேகர்ஷே ஓம் க்ரதோ ஸ்மர, க்ருதம் ஸ்மர:** *இவை ஈசாவாஸ் யோபநிஷதத்தின் சுலோகங்கள். முழுச்சுலோகம் பின்வருமாறு:*

பூஷந்நேகர்ஷே யம சூர்ய ப்ராஜாபத்ய! வ்யூஹரஶ்மீந், ஸமூஹ

தேஜோ யத்தே ரூபம் கல்யாணதமம் தத்தே பஶ்யாமி

யோஸாவஸௌ புருஷ: ஸோஹமஸ்மி
வாயுரனிலமம்ருதமதே$_2$த$_3$ம் ப$_4$ஸ்மாந்த் சரீரம்
ஓம் க்ரதோ ஸ்மர க்ருதம் ஸ்மர; க்ரதோ ஸ்மர க்ருதம் ஸ்மர

(ஹே ஜகத் போஷகனான சூரியனே! தன்னந்தனியாகச் செல்பவனே! ஹே யமனே (உலகத்தை நியமனம் - ஒழுங்குக்குக் கொண்டு வருபவனே! ஹே பிரஜாபதி நந்தனனே! நீ உனது கிரணங்களை அடக்கிக் கொள்வாயாக! தேஜஸ்ஸை ஒன்று சேர்த்துக் கொள்வாயாக! உன்னுடைய மிகவும் கருணை மயமான ரூபத்தை நான் காண்கிறேன். சூரிய மண்டலத்தில் வாசம் செய்யும் பராத்பா புருஷன் நானேதான். இப்பொழுது எனது பிராணன் எங்கும் நிலவும் வாயு ரூபமான ஸூத்ராத்மாவை அடையட்டும்; இந்த சரீரம் பஸ்ம மயமாகட்டும். ஹே, எனது சங்கற்ப மயமான மனமே ! இப்பொழுது நீ நினைத்துப்பார். நீ செய்த செயல்களை நினைத்துப் பார்! நீ நினைத்துப் பார் ! நீ செய்த செயல்களை நினைத்துப் பார்!)

பக்.241. ***சந்திரகுப்தனும் சமுத்திரகுப்தனும் :*** *சந்திரகுப்தனின் மகளான பிரபாவதி வாகாடக வமிசத்தில் மணம் புரிவிக்கப் பட்டாள். அவள் பல ஆண்டுகள் ஆட்சிப் பொறுப்பு நடத்தி வந்தாள். அப்பொழுது சந்திரகுப்தன் சில முக்கியமான மக்களை அங்கு அனுப்பி வைத்தார் - இதையே இங்கு குறிப்பிடப் பட்டிருக்கிறது. சமுத்திரகுப்தனின் விஜய யாத்திரையில் இந்தப் பிரதேசமும் சேர்ந்திருந்தது.*

பக். 241. ***கல்சூரி :*** *வாகாடக சாம்ராஜ்ஜியத்தின் வீழ்ச்சிக்குப் பிறகு பல சிறுசிறு சுதந்திர ராஜ்ஜியங்கள் ஏற்பட்டன. அவற்றில் வட மஹாராஷ்டிரத்து கல்சூரிகளின் ராஜ்ஜியமும் ஒன்று. அவர்களின் தலைநகரம் திருபுரி. இங்கே 1939-ம் ஆண்டு காங்கிரஸ் மஹாசபை கூடிற்று.*

பக். 241. ***வாகாடகம் :*** *கி.பி. 225இலிருந்து 540 வரை மத்தியப் பிரதேசத்தில் வாகாடர்களுடைய ராஜ்ஜியம் இருந்தது. ஆறாவது நூற்றாண்டின் முதல் பத்து ஆண்டுக் காலம் இவர் களுடைய மகோன்னத காலமாயிருந்தது. இதில் ஹைதராபாத் முழுவதும், பம்பாயின் மஹா ராஷ்டிரம், பரார், மத்திய மாகாணத் தின் பெரும்பாலான பகுதி இவை சேர்ந்திருந்தன. இதைத் தவிர வடக்கு கொங்கணம், குஜராத், மால்வா, சத்தீஸ்கட், ஆந்திரப் பிரதேசம் இவ்விடங்களிலும் வாகாடகத்தின் ஆதிக்கம் இருந்து வந்தது.*

அக்காலத்தில் இத்தனை விசாலமான, இத்தனை பலம் பொருந்திய சாம்ராஜ்ஜியம் இந்தியா வெங்கும் வேறு இருக்கவில்லை.

45. சிவநாத்தும் ஈயும்

பக். 242. **மலிக்காபூர் :** *அலாவுத்தீன் கில்ஜிக்கு மிகவும் பிரியமான கோஜா. இவன் தெற்கு ராஜ்ஜியங்களை வென்று அங்குள்ள மக்கள் மீது மிகுந்த கொடுமைகள் புரிந்தான்.*

கருப்பு மலை : *வங்காளத்து நவாப் சுலேமான் கிராணிக்குப் பிறகு அவனுடைய மகன் தாவூத்துக்கும் சேனாதிபதியாயிருந்தவன். அஸ்ஸாம், காசி, ஒரிஸ்ஸா இவ்விடங்களில் இருந்த இந்துக் கோயில்களில் ஒன்றுகூட இவன் கையிலிருந்து தப்பவில்லை. சிலவற்றைத் தரைமட்டமாக்கினான், சிலவற்றை சேதப்படுத்தினான். ஜகன்னாதரின் சிலையை எரித்துக் கடலில் வீசியெறிந்து விட்டான். இந்துக்களுக்கு அவன் புரிந்த அட்டூழியங்கள் கணக்கிலடங்கா. அவன் முதலில் இந்துவாயிருந்தான், பிறகு ஏதோ ஒரு முஸ்லிம் நவாபின் பெண்ணிடம் மோகம் கொண்டு தானும் முஸல்மான் ஆனான் என்று சிலர் கூறுகின்றனர். முஸ்லிம் சரித்திரத்தில் இவனை பட்டாணிய ஜாதியைச் சேர்ந்தவன் என்று கூறப் பட்டிருக்கிறது. 1565-ல் அவன் ஒரிஸ்ஸாவை வென்றான்; 1580-இல் மாண்டான்.*

பக். 244. **பெயர், உருவத்தைத் தியாகம் செய்வதனாலேயே:** *முண்டகோபநிஷதத்தில் கீழ்க்கண்ட சுலோகம் இருக்கிறது. (3-2-8)*

யதா$_2$ நத்$_3$ய: ஸ்யந்த$_3$மானா: ஸமுத்$_3$ரேஸ்தம் கச்சந்தி நாமரூபே விஹாய

ததா$_2$ வித்$_3$வாந்நாமரூபாத்$_3$விமுக்த: பராத்பரம் புருஷ முபைதி தி$_3$வ்யம்:

(எவ்வாறு இடைவிடாமல் ஓடிக்கொண்டிருக்கும் நதிகள் தமது பெயர் உருவம் முதலியவற்றை விட்டுவிட்டுக் கடலோடு கலக்கின்றனவோ, அதேபோல வித்துவான்களும் நாமரூபத்தி லிருந்து விடுபட்டு பராத்பரனான திவ்ய புருஷனை அடை கிறார்கள்.)

ஸர்வே மஹத்வமிச்சந்தி *எந்தக் குலத்தில் எல்லா மக்களும் பெருமையையே விரும்பு கிறார்களோ அந்தக் குலம் அழிந்து விடுகிறது. அதேமாதிரி எந்த நாட்டில் எல்லோரும் தலைவர்கள் ஆகிவிடுகிறார்களோ அந்த நாடும் அழிவது நிச்சயமே.*

46. துர்பாக்கியம் படைத்த சிவநாத்

பக். 246. ராக்ஷஸ முறையில் கடிமணம் : எட்டு விதமாக மணம் புரிதல் கூறப்பட்டிருக்கிறது. இவற்றில் ஏழாவதான ராக்ஷஸமுறை - பெண்ணின் உறவினர்களைக் கொன்று அல்லது தோற்கடித்து, பலவமமாகப் பெண்ணை மணந்து கொள்வது.

47. சூர்யா

பக். 247. காசா: பம்பாய் மாகாணத்தின் தாணா ஜில்லாவில் ஒரு கிராமம். ஆசார்ய சங்கர்ராவ் பிஸே அவர்களின் தலைமையில் இங்கு ஒரு சர்வோதயக்கேந்திரம் நடைபெறுகிறது. இதன் ஊழியர்கள் இங்குள்ள பூர்வீகக் குடிமக்களான 'வார்லீ' மக்களிடையே சிறந்த தொண்டாற்றுகிறார்கள்.

48. அப்ரி ஈப்

பக். 253. "கவிகளுக்கு வருங்காலம்..." : மிகவும் குறைவாகவும் தெளிவில்லாமலும்.

49. தேந்துலாவும் சுகாவும்

பக். 256. யத்பாவி எது நடைபெற வேண்டியிருக்கிறதோ அது நடக்கட்டும்.

50. ரிஷிகுல்யா

பக். 258. நதியின் பிதா: மலை.

51. ஸஹஸ்ரதாரா

பக். 261. ஆசார்ய ராமதேவர் : சுவாமி சிரத்தானந்தனரின் தோழர். ஹரித்துவாரத்திலுள்ள குருகுலத்தின் போதகர்.

52. குச்சுபானீ

பக். 269. சந்தன் : காகாஜீ அவர்களின் மருமகள் சௌ. சந்தன் காலேல்கர்.

56. முதல் கடல் தரிசனம்

பக். 287. முரகான்வ் : கோவாவில் ஒரு நகரம். இதை ஆங்கிலத்தில் 'மார்மகோவா' எனக் கூறுகின்றனர். இது மேற்குக் கடற்கரையில் ஒரு அழகான துறைமுகம். இராணுவ ரீதியாகவும் இது முக்கியமான நகரம்.

பக். 288. **தூத்சாகர் :** *தண்ணீர் மலைச்சிகரத்திலிருந்து கீழே இறங்கும் வேகத்தில் அது பால் போன்ற வெண்மையான அருவியாக விழுகிறது. ஆதலால் அதன் பெயர் 'தூத்சாகர்' என ஆயிற்று.*

பக். 288. **கேசூ :** *கேசவ்ஜீ, ஸ்ரீகாகாஜீ அவர்களின் சகோதரர்.*

பக். 288. **தத்தூ :** *காகாஜீ அவர்களின் முழுப்பெயர் தத்தாத்திரேய பாலகிருஷ்ண காலேல்கர். தத்தாத்திரேய என்பதின் சுருக்கமான ரூபம் தத்தூ.*

பக். 288. **கோந்தூ :** *கோவிந்தஜீ, காகாஜீயின் மற்றொரு சகோதரர்.*

58. பாலைவனம் அல்லது ஏரி

பக். 301. **மர்ஜாத்பேல் :** *கடலின் நீர் பொங்கு அலையின் போது (Ebb tide) அதிகபட்சமாக எந்த இடம்வரை முன்னேறு கிறதோ அங்கே ஒருவிதமான கொடி படருகிறது. கடல் எத்தனை கொந்தளிப்பு அடைந்தபோதிலும் அது இந்த எல்லையை ஒரு பொழுதும் மீறுவதில்லை. ஆதலால் இந்தக் கொடிக்கு மர்ஜாத்மேல் - மரியாதைக் கொடி - எனப் பெயர் ஏற்பட்டுள்ளது. மாலுமிகள் இதைக் கடலின் சித்தி எனக் கூறுவர்.*

பக். 302. **ஸர்வம் ஸமாப்னோஸி:** *'நீங்கள் உலகம் முழுவதையும் வியாபித்துக் கொண்டிருக்கிறீர்கள். ஆதலால் நீங்கள் சர்வமானவர்' -கீதை 11 - 40*

59. சாந்தீபூர்

பக். 304. **மஹாஸ்வேதை :** *பாணரின் பிரசித்திபெற்ற கதையான 'காதம்பரி' யின் தலைவியான காதம்பரியின் தோழி.*

பக். 304. **காதம்பரி :** *பாணரின் கதையின் தலைவி. காதம்பரி என்ற சொல்லுக்கு அர்த்தம் கள்.*

பக். 305. **மதாலசா :** *ஜம்னாலால் பஜாஜ் அவர்களின் புதல்வி.*

பக். 306. **ஆபோ நாரா :** *தண்ணீரை 'நாரா' என்று சொல்லப் பட்டிருக்கிறது. அது* **நர** *அதாவது பரமாத்மாவிடமிருந்து பிறந்திருக் கிறது. இந்தத் தண்ணீர் முதலில் பரமாத்மாவின் இருப்பிடமாயிருந்தது. இதனால் பரமாத்மாவை நாராயணன் (தண்ணீரில் வசிக்குமிடம் உள்ளவன்) எனக் கூறுகிறோம். மனுஸ்மிருதி, 1-10.*

பக். 307. ***பிரதம பிரபாத :*** *இரவீந்திரநாதரின் பிரசித்தி பெற்ற தேசீய கீதம் 'அயி புவனமன மோஹினி'யிலிருந்து இந்த வரிசள் கொடுக்கப்பட்டிருக்கின்றன. முழு கீதமும் இவ்வாறு :*

அயி பு$_4$வனமனமோஹனி
அயி நிர்மலஸூர்ய கரோஜ்வல த$_4$ரணி
ஜனக ஜனனீ ஜனனி - அயி
நீலஸிந்து$_4$லஜ தௌ$_4$த சரணதல
அனிலவிகம்பித ச்யாமள அஞ்சல
ஶூம்ர துஷாரகிரீடினி - அயி
ப்ரத$_2$ம ப்ரபா$_4$த உத$_3$ய தவ க$_3$க$_3$னே,
ப்ரத$_2$ம ஸாமரவ தவ தபோவன,
ப்ரத$_2$ம ப்ரசாரித தவ வனபவனே,
ஞான த$_4$ர்மகத காவ்யகாஹினி - அயி
சிரகல்யாணமயீ துமி த$_4$ன்ய
தே$_3$ச விதே$_3$சே விதரிச$_2$ அன்ன
ஜான்ஹவீ ஜமுனா விக$_3$லித கருணா
புண்ய பீயூஷஸ்தன்யவாஹினி-அயி

60. எங்கும் அரசு புரியும் ஜ்வார்பாடா

பக். 3100. **ஸுகதர் :** *பகவான் புத்தரின் ஒரு பெயர். ஒரு குறிப்பிட்ட 'மிஷன் (பணியை) மேற்கொண்டு வந்துள்ளவர் ததாகத் எல்லாச் சங்கற்பங்களையும் சம்ஸ்காரங்களையும் அழித்துவிட்டு மோக்ஷம் வரை சென்றடைந்தவர் ஸுகதர்.*

61. அர்ணவத்தின் அறைகூவல்

பக். 310 **அர்ணவம் :** *அர்ணவம் என்ற சொல்லின் தாது அதன் அர்த்தமாவது கொந்தளிப்பது, நுறையினால் நிரம்பி விடுவது, இதன் பேரில் எதில் கொந்தளிப்புகள் எற்படுகிறதோ, எது நுறையினால் நிரம்பிவிடுகிறதோ, எது அமைதியற்று இருக்கிறதோ அது 'அர்ண' அல்லது தண்ணீர் எனக்கூறப்படுகிறது. மேலும், எதில் இவ்வாறான தண்ணீர் இருக்கிறதோ அதை அர்ணவம் என்று கூறுகிறோம்.*

ருணோத்யர்ண:
அர்ணாம்ஶி உத$_3$கானி அத்ர ஸந்தி இதி அர்ணவ:

அகமர்ஷண சூக்தம் : *ரிக்வேதத்தின் 10-வது மண்டலத்தின்*

190-வது சூக்தம். அதன் ரிஷியின் பெயரும் அகமர்ஷணர்தான். சந்தியாவந்தனத்தின் போது காலைமாலையில் இந்த சூக்தம் கூறப்படுகிறது. காகாஜீ எழுதுகிறார்.

"அகமர்ஷணம் என்ற சொல்லுக்கு பாவத்தைக் கழுவி விடுதல் என்று பொருள். ஆனால் அந்த சூக்தத்தில் பாவத்தைப் பற்றிய பிரஸ்தாபமேயில்லை. அதில் ரிஷி கூறுகிறார்: 'வெளி உலகத்தின் பெரும் பரப்பை உணர்வாயாக. இதயத்தின் ஆழத்தை அளப்பாயாக. இந்த எல்லா உள், புற சிருஷ்டியும் யாருடைய உதவியால் நிலைத்து நிற்கின்றன. என்று பார். காலம், சிருஷ்டி இவற்றின் எல்லையற்ற தன்மையை நினைத்துப் பார். இதனால் உன் மனது தானாகவே விசாலமடைந்துவிடும். விசாலமான மனதில் பாவத்திற்கு இடம் கிடையாது.

"இந்த ஆதியற்ற அந்தமற்ற சிருஷ்டியில் 'ருதம்', 'சத்யம்' இவைகளே நிலையானவை. 'ருதம்' என்ற சொல்லுக்குப் பொருளாவது : உலகத்தின் எங்கும் வியாபித்துள்ள நியமம், சராசர சிருஷ்டியின் சனாதனமான தர்மம். இதன் பலத்தால் தான் ஆதியற்ற அந்தமற்ற சிருஷ்டி நடைபெறுகிறது, சிருஷ்டி நடந்துகொண்டிருக்கிறது. (க்ரு-நடப்பது, செல்வது). இந்த ருதத்துக் குள்ளே எந்தப் பரமதத்துவம் பொதிந்திருக்கிறதோ, எது சாசுவதமானதோ, எது ஒரு நாளும் அழிவடையாததோ, அதையே சத்யம் என்று கூறுகிறோம். இந்தச் சத்யம் எங்கும் நிறைந்தது. ஆகையால் இதை விஷ்ணு (எங்கும் பிரவேசிக்கக் கூடியதும் பரவக்கூடியதும்) என்று கூறுகிறோம். ருதம், சத்யம் இவற்றின் மூலமாகத்தான் இந்த உலகம் உண்டாகிறது, மறைகிறது, மறுபடியும் உண்டாகிறது. உலகச் சக்கரம் தவத்தினால் சுழல்கிறது. இந்த உலகம் பரமாத்மாவின் மஹிமை மாத்திரமே. பரமாத்மாவோ இதையும் விடப் பெரியவர். பரமாத்மா சுகத்தின் வீடு, ஆனந்தத்தின் இருப்பிடம். அதைப்பற்றிய கற்பனை இதயத்திற்குள் பரவப்பரவ இதயம் பரிசுத்தமாகிக்கொண்டே போகிறது. உனது இதயம் விசாலமாக ஆக, பாவங்களிடம் உனக்கு வெறுப்பும் ஏற்பட்டுக் கொண்டே போகும். உன் இதயத்தில் பாவத்துக்கு இடமே இருக்காது. இதைப் புரிந்துகொள். **யோ வை பூ₄மா தத்ஸுகம் நால்பே ஸுகமஸ்தி** இதுதான் பாவத்தைப் போக்கும் மந்திரம்."

வருணன் : வேதங்களின் வருணனை மேற்கு திசையினு டையவும், கடலினுடையவும் அதிபதியாகக் கூறப்பட்டிருக்கிறது. **வ்ரு** (சூழ்ந்து கொள்வது) + **உன** (பிரத்யயம்). எது பூமியைச் சூழ்ந்து கொண்டுள்ளதோ அது.

பு$_4$ஜ்யு: ரிக்வேதத்தில் இவனைப்பற்றிய கதை காணப்படுகிறது. புஜ்யு தன் புதல்வன் 'துக்ரனின்' பேரில் கோபமடைந்தான். இதனால் புஜ்யு துக்ரனை வேறொரு தீவில் வசித்துவந்த எதிரிகளோடு போர் புரியும்படி அனுப்பிவிட்டாள். வழியில் அவனுடைய கப்பலில் ஓட்டை உண்டாகிவிட்டது. இதனால் துக்ரன் மிகவும் கஷ்டத்துக்குள்ளானான். ஆனால் அசுவினி குமாரர்கள் நூறு துடுப்புக்களுள்ள படகில் வந்து அவனைப் பத்திரமாகக் கரை சேர்த்தார்கள்.

பக். 311. **ஜலோதரம் :** ஒரு வியாதி. இதில் வயிற்றில் தண்ணீர் நிரம்பிவிடுகிறது. ஆசிரியர் இங்கே இந்தச் சொல்லை தண்ணீராகிய வயிறு என்ற பொருளில் உபயோகப்படுத்தியிருக்கிறார்.

பக்.313. **சிந்துபாது :** 'அரேபியன் இரவுகள்' இல், இவனுடைய ஏழு பிரயாணங்களைப் பற்றிய கதையைக் காணலாம்.

பக்.313. **சிம்மபுத்ரவிஜயன் :** இலங்கையில் மிகப் பழமையான பரம்பரைப் பிரகாரம் கி.மு. ஆறாவது நூற்றாண்டின் மத்தியில் சௌராஷ்டரத்தின் சிம்மபுரத்தின் அரசகுமாரன் விஜயன் என்பவன் தீரமாக யாத்திரை செய்து சிங்களத்துக்குப் போய்ச் சேர்ந்தான். வித்துவான்களின் அபிப்பிராயப்படி அவன் புராண கால மனிதன் அல்ல. சரித்திர கால நபர்தான். (பார்க்கவும் "பாரதீய ஆரிய பாஷையும் ஹிந்துவும்" -என்ற புத்தகம்-ஆசிரியர் ஸ்ரீ சுனீதிகுமார் சட்டர்ஜீ)

பக். 313. **தாபோல் :** மேற்குக் கரையிலுள்ள ஒரு மிக அழகான முக்கியமான துறைமுகம்.

பக். 313. **மங்களாபுரி :** தற்காலத்து மங்களூர்.

பக். 314. **ஜாவா பாலித்தீவு :** சிங்கப்பூருக்குத் தெற்கில் இந்த இரு தீவுகளும் இருக்கின்றன. அங்கு இஸ்லாமிய மதம் பரவியுள்ளது. ஆனால் இந்துக் கலாச்சாரமும் அங்கு பரவியுள்ளதற்கு நிச்சயமான சான்றுகள் இன்றும் காணலாம்.

பக். 314. **பத்துத் திசைகளிலும் :** 'மஹாவம்ச'த்தில் கூறப் பட்டிருக்கிறது- "பௌத்த மதத்தைப் பரப்பியவரான மொக்கலீ புத்த (திஸ்ஸ) ஸ்தவிரர் 'சங்கீதி' சிக்ஷையை முடித்துக்கொண்ட பிறகு, வருங்காலத்தைப் பற்றி யோசித்து, மத்திய தேசத்துக்கு வெளியேயும் புத்தமதம் பரவப்போகிறது என்பதையும் மனதில் வைத்துக்கொண்டு கார்த்திகை மாதத்தில் சில சன்னியாசிகளை பல்வேறு இடங்களுக்கு அனுப்பி வைத்தார். காஷ்மீரத்துக்கும்

காந்தாரத்துக்கும் மஜ்ஜந்தி கரையும், மஹிஷமண்டலத்தில் மஹாதேவ ஸ்தவிரரையும், வனவாசீயில் ரக்கித்தையும், மஹாராஷ்டிரத்தில் மஹாதம்ம ரக்கித்தையும், யோன மக்களின் (யவன) நாட்டில் மஹாரக்கித்த ஸ்தவிரரையும் அனுப்பிவைத்தார்.

மஜ்ஜிம் ஸ்தவிரரை ஹிமவந்த (ஹிமாலய)ப் பிரதேசத்திலும் சோண-உத்தர இந்த இரு ஸ்தவிரர்களை பிரம்மதேசத்திலும் (பர்மா) அனுப்பினார். மஹாமஹிந்தர், இஷ்டியர், சம்பலர், பத்தசாலர் இந்த ஐந்து ஸ்தவிரர்களை 'நீவீர் இலங்கைத் தீவுக்குச் சென்று அழகான புத்தமதத்தை ஸ்தாபிப்பீராக' என்று கூறி அங்கு அனுப்பிவைத்தார். 1 - 8.

பக். 314. **தர்மவிஜயம் :** கலிங்க விஜயத்துக்குப் பிறகு அசோகன் மனதில் எழுந்த கழிவிரக்கத்தை வர்ணிக்கும் கல்வெட்டுக்கள் வெட்டச்செய்தான். அதில் அவன் கூறியிருக்கிறான்- "மஹாராஜாவின் அபிப்பிராயப்படி தர்மத்தின் மூலம் அடையப்பட்ட வெற்றிதான் உன்னதமான வெற்றி."

பக். 314. **"காண்டாமிருகம்போல....":** ஆதி பௌத்த நூல்களில் காண்டாமிருகம் இல்லை, ஆனால் காண்டாமிருகத்தின் ஒற்றைக் கொம்பை உவமானம் கூறியிருக்கிறது. எல்லாப் பிராணிகளுக்கும் இரண்டு கொம்புகள் உண்டு. ஆனால் காண்டாமிருகத்தின் மூக்கின்மேல் ஒரே ஒரு கொம்புதான் இருக்கும்.

தம்மபதத்தில் இதே சந்தர்ப்பத்தில், தனியாக இருக்கும் யானைக்கு உவமையாகக் கூறப்பட்டுள்ளது:

நோசே லபே$_4$த$_2$ நிபகம் ஸஹாயம் சத்$_4$தி$_3$ம்சரம் ஸாது$_4$ விஹாரிதீரம்
ராஜா வ ரட்ட$_2$ம் விஜிதம் பஹாய ஏகோசரே மாதங் க$_3$ரஞ்ஞே வ நாகோ$_3$

(நிபுணனும், கூடவே இருக்கக் கூடியவனும், சாது (உயர்ந்த) குணமுள்ளவனுமான தீரன் சினேகிதனாகக் கிடைக்காவிட்டால், எவ்வாறு தோற்றுவிட்ட ராஜ்ஜியத்தை விட்டுவிட்டு அரசன் தனியாகச் சென்று விடுகிறானோ, அல்லது காட்டில் மாதங்க - யானை தனியாக உலாவுகிறதோ, அவ்வாறே தனியாகவே அலைய வேண்டும்.)

ஏகஸ்ய சரிதம் ஸேய்யோ நத்தி$_2$ பா$_3$லே ஸஹாயதா
ஏகோ சரே ந ச பாபாநி கயிரா அப்போஸுக்கோ மாதங் க ரஞ்ஞே வ நாகோ$_3$

(தனிமையாகவாழ்க்கைநடத்துவதுதான் உயர்ந்தது. பாலகன் (அஞ்ஞானி) யிடமிருந்து யாதொரு உதவியும் கிடைக்காது. ஆரண்யத்தில் (காட்டில்) தனித்த யானையைப் போல மிகக் குறைவான ஆவல்களோடு தனியாக வாழ்க்கை நடத்தவேண்டும். பாவச் செயல் புரியக் கூடாது.)

பக். 315. ***கண்டகிரி, உதயகிரி :*** *ஒரிஸ்ஸாவின் இரு மலைகள். இங்கு பௌத்தக் குகைகள் உள்ளன. கார்வேலச் சக்கரவர்த்தியின் பிரசித்திபெற்ற கல்வெட்டும் இங்குதான் இருக்கிறது.*

பக். 315. ***மஹிந்தன், சங்கமித்ரா :*** *அசோகன் தனது புதல்வன் மஹிந்தனையும், புதல்வி சங்கமித்ராவையும் புத்தமதப் பிரசாரம் செய்யும் பொருட்டு இலங்கைக்கு அனுப்பிவைத்தான்.*

பக். 315. ***வைகிங்க் :*** *ஐரோப்பாவின் வடக்குக் கடலில் 8-வது முதல் 10-வது நூற்றாண்டுவரை கொள்ளைத் தொழில் நடத்திவந்த இப்பெயருள்ள கொள்ளைக்காரர்கள்.*

பக். 316. ***இலக்குமியின் தகப்பனார் :*** *இலக்குமி கடலில் பிறந்தாள். ஆதலால் புராணங்களில் கடலை இலக்குமியின் தகப்பனாராகக் கூறப்பட்டிருக்கிறது. இங்கே ஆசிரியர் இந்தக் கதையை உபயோகப்படுத்தி, கடலில் யாத்திரை புரிவதனால் கிடைக்கும் செல்வம் என்ற அர்த்தத்தில் இச்சொற்களை உபயோகித் திருக்கிறார்.*

பக். 318. ***ஸர்வே ஸந்து நிராமயா:*** *முழுச்சுலோகம் இவ்வாறு :*

ஸர்வேஅத்ர ஸுகி$_2$ன: ஸந்து ஸர்வே ஸந்து நிராமயா:
ஸர்வே ப$_4$த்$_3$ராணி பஶ்யந்து மா கஶ்சித்$_3$ து$_3$க்க$_2$மாப்னுயாத்

(எல்லோரும் சுகமாக இருக்கட்டும், எல்லோரும் வியாதி யற்றவர்களாக இருக்கட்டும். எல்லோரும் மங்களத்தைக் காணட்டும். யாருக்கும் துக்கம் சம்பவிக்கவேண்டாம்.)

62. தெற்கு முனையில்

பக். 319. ***தனுஷ்கோடி :*** *தனுஷ்கோடியில் இரு கடல்களுக்கு நடுவேயுள்ள பூமி வில்லின் நுனிபோல வளைந்து காணப்படுகிறது. இதனாலேயே இந்த இடத்துக்கு இப்பெயர் வந்தது.*

பக். 319. ***ரத்னாகரம், மஹோததி :*** *இரண்டிற்கும் பொருள் ஒன்றே - கடல்.*

பக். 319. **பிரசஸ்தமான :** *மூல அர்த்தம் மங்கள மயமான, சுபமான.* **ப்ரசம்ஸாபாத்ர:** *'புகழுக்குரிய' என்ற அர்த்தமும் கொள்ளலாம். இங்கே இரு அர்த்தத்திலும் இந்தச் சொல் பிரயோகிக்கப்பட்டிருக்கிறது. வங்காள, மராட்டி மொழிகளில் இந்தச் சொல்லுக்கு மற்றொரு அர்த்தமும் உண்டு - அகலமான, விசாலமான. இங்கே இந்த அர்த்தமும் கொள்ளலாம்.*

பக். 320. **ஆத்மநி அப்ரத்யய:** *எவனுக்கு ஆத்மாவிடம் அதாவது தன்னிடமே நம்பிக்கை கிடையாதோ.* **ப$_3$லவத$_3$பி சிக்ஷிதானாம் ஆத்மநி அப்ரத்யயம் சேத:** *சாகுந்தலம்.*

பக். 322. **எனது நிலையில் உறுதியாக நின்றுகொண்டு:** *இரு கடல்களுக்கு நடவே நிற்பதற்காக எந்த பூமி இருந்ததோ அதன்மேல் நின்று கொண்டு.*

பக். 322. **பர்வதே பரமாணௌ ச:** *இதன் முதல் அடி இவ்வாறு:* **கவய: காளிதாஸாத்யா: கவயோ வயமப்யமீ** *முழுச் சுலோகத்திற்கும் பொருள் இது-"காளிதாஸன் முதலியவர்களும் கவிகள்தான். நாமும் கவிதான். மலையிலும் பரமாணுவிலும் பதார்த்தத் தத்துவம் (இரண்டும் ஒரே வஸ்துக்கள்தானே என்றபடி) சமமானது தான்."*

பக். 322. **வானரக்கூட்டத் தலைவர்கள் : வானரயூதமுக்ய** *ராமரக்ஷா ஸ்தோத்திரத்தில் அனுமானைத் துதிக்கும் சுலோகம் இது :*

மனோஜவம் மாருத துல்யவேக$_3$ம்
ஜிதேந்த்ரியம் பு$_3$த்திமதாம் வரிஷ்ட$_2$ம்
வாதாத்மஜம் வானரயூத$_2$முக்$_2$யம்
ஸ்ரீராமதூ$_3$தம் மனஸா ஸ்மராமி

பக். 322. **சாம்பராய :** *சாவுக்குப் பிறகான நிலை. கடோபநிஷத்தில் நசிகேதா யமதர்மராஜனிடம் சாம்பராயத்தைப் பற்றிக் கேட்டான்.*

உதயே ஸவிதா : *உதயநேரத்தில் சூரியன் சிவப்பாக இருக்கிறது. மறையும் நேரத்திலும் சிவப்பாகவே இருக்கிறது. பெரிய மனிதர்கள் நல்லகாலம், கெட்டகாலம் இரு சந்தர்ப்பத்திலும் ஒரேமாதிரியாக இருக்கிறார்கள்.*

உத$_3$யே ஸவிதா ரக்தோ ரக்தாஶ்சதமனே ததா$_2$
ஸம்பத்தௌ ச விபத்தௌ ச மஹதாமேகரூபதா

இந்தச் சுலோகத்தை மேகங்களும் தம் சிறுபிராயத்தில் மனப்பாடம் பண்ணிவிட்டன போலும்.

பக். 328. **பிரம்ம முகூர்த்தம் :** *அதிகாலையில் சுமார் 3-30 மணி. ஆத்ம சிந்தனைக்கு இது மிகவும் ஏற்றதான நேரமாகக் கருதப்படுகிறது.*

பக். 329. **(வயிறு நிரப்புதல்) என்னும் வேள்விக் கர்மா : (உதர பரண)** *ஒப்பிட்டுப் பாருங்கள்:*

ப$_3$தனீம் கவள கே$_4$தாம் நாம த்$_4$யா ஸ்ரீஹரிசேம்
ஸஹஜ ஹவன ஹோதேம் நாம தே$_4$தாம் புகாசேம்
ஜீவன கரி ஜிவித்வா அன்ன ஹேம் பூர்ணப்$_3$ரஹ்ம
உத$_3$ரப$_4$ரண நோஹே ஜாணிஜே யக்ஞகர்ம

(வாயில் கவளத்தைப் போட்டுக் கொள்ளும்போது ஹரியின் பெயரைச் சொல்லுங்கள். இவ்வாறு பெயர் சொல்லும்போதே அது ஹோமம் செய்தமாதிரி ஆகிறது. அன்னம் (சோறு) பூர்ணமான பிரம்மம். அது ஆயுளை விருத்தி செய்கிறது. இது (வெறும்) வயிறு நிரப்புதல் அல்ல, இதை யக்ஞகர்மாவாகக் கருதவேண்டும்.)

பக். 330. **கன்யாகுமரியின் கதை :** *பண்டாசுரன் என்ற ஒரு அசுரன் சங்கரரை வழிபட்டு ஹிரண்யகசிபுவைப் போலவே, 'நான் அதனால் சாகக்கூடாது, இதனால் சாகக்கூடாது' என்றெல்லாம் வரம் பெற்றுக் கொண்டான். ஆனால் இந்தப் பெரிய பட்டியலில் குமாரி கன்யா (கன்யாகுமரி)யின் பெயரைச் சேர்க்க மறந்துவிட்டான். வரம் கிடைத்ததால் பயமற்றவனாக இந்த அரசுரன் உலகத்தில் பல அட்டூழியங்கள் புரிந்தான். உலகம் முழுவதும் கலக்கம் அடைந்துவிட்டது. ஆதலால் சிவன் பார்வதியை கன்யாகுமரியாக அவதரித்து பூலோகத்துக்குப் போகும்படி கூறினார். பார்வதி லலிதாதேவியாக அவதரித்தாள். அவள் அந்த அசுரனைக் கொன்றுவிட்டாள். பிறகு கையில் குங்குமமும் அக்ஷதையும் எடுத்துக்கொண்டு, விவாஹத்திற்காகப் பரமசிவனை எதிர்பார்த்து நின்றாள். ஏனெனில் முதலிலேயே இவ்வாறு ஏற்பாடாகியிருந்தது. சிவன் புறப்பட்டார். ஆனால் வழியில் கோபத்துக்குப் பெயர்பெற்ற துர்வாசரைச் சந்தித்தார். அவரை வரவேற்பதில், உபசரிப்பதில் சற்றும் தாமதம் ஆகிவிட்டது. இதற்குள் கலியுகம் தொடங்கிவிட்டது. கலியுகத்தில் விவாஹம் நடைபெறமுடியாது. ஆகையால் பார்வதி கையிலிருந்த குங்குமத்தையும், அக்ஷதையையும் எறிந்துவிட்டு, கலியுகம் முடிவதை எதிர்பார்த்துக்கொண்டு நின்றுகொண்டிருந்தாள்.*

பார்வதி எறிந்த அக்ஷதை இன்றுகூட மணல் ரூபமாக அங்கே கிடக்கிறது. இந்த அக்ஷதை மணலை வாயில் போட்டுக் கொண்டால் கர்ப்பிணிகளுக்கு சிரமம் குறையும் என்று பலர் நம்புகிறார்கள். குங்குமம் போன்ற சிவப்பு மணலுக்கு அங்கே குறைவேயில்லை.

63. கராச்சிக்குச் செல்லும் வழியில்

பக்.332. ***அனுராதா, கிருஷ்ணசந்திரன் :*** *அனுஷ நட்சத்திரம், கிருஷ்ண பக்ஷத்துச் சந்திரன். ராதா, கிருஷ்ணன் இந்த இரு சொற்களையும் ஆசிரியர் இங்கே சாதுர்யமாக உபயோகித்திருக் கிறார்.*

64. கடலில் முதுகின் மேல்

பக். 336. ***கிரிதாரி :*** *ஆசார்ய கிருபாலானியின் சகோதரர் புதல்வன். அந்நாட்களில் காகாஜீயோடு சாந்திநிகேதனில் இருந்து வந்தான்.*

ஆகாயத்தில் எவ்வாறு சந்திரன் சஞ்சரிக்கிறதோ : *இரவீந்திரநாத தாகூரின் ஒரு கீதத்தில் இவ்வாறு வர்ணனை காணப்படுகிறது:-*

ஆஜி சுக்லா ஏகாத$_3$சி ஹேரோ நித்$_3$ராஹாரா சசீ
ஐ ஸ்வப்ன பாராவாரேர கே$_2$யா ஏகலா சாலாய ப$_3$ஸி

பக். 337. ***த்யேய: ஸதா:*** *சூரியமண்டலத்தின் நடுவில் இருப்ப வரும், கமல (தாமரை) ஆசனத்தில் வீற்றிருப்பவரும், கேயூரம், மகர குண்டலம், கிரீடம், ஹாரம் முதலியவற்றை அணிந்திருப்பவரும், தங்க மயமான சரீரம் உள்ளவரும், சங்கு சக்கரங்களை ஏந்தி நிற்பவருமான ஸ்ரீமத் நாராயணனை எப்பொழுதும் தியானம் செய்யவேண்டும்.*

பக். 337. ***ஜீவத்ராம் :*** *ஆசார்ய கிருபாளானி.*

பக். 340. ***ஆத்மந்யேவ ஸந்துஷ்ட:*** *தன் ஆத்மாவிலேயே, தன்னில் தானே, மகிழ்ச்சி அனுபவிப்பவர். கீதை 3-17. முழு ஸ்லோகம்.*

யஸ்த்வாத்மரதிரேவ ஸ்யாதா$_3$த்மத்ருப்தஶ்ச மானவ:
ஆத்மந்யேவ ச ஸந்துஷ்டஸ்தஸ்ய கார்யம் ந வித்$_3$யதே

65. ஏரி விளையாட்டு

பக். 342. **'அதன் காவியானந்தம் தூரத்திலிருந்தால் தான்' :** 'Tis distance lends enchantment to the view.

பக்.342. **சகுந்தலையைப்போல :** *சாகுந்தலத்தின் மூன்றாவது அங்கத்தின் கடைசியில் சகுந்தலை துஷ்யந்தனோடு காதல் பேச்சுக்கள் பேசிக்கொண்டிருக்கிறாள். அந்நேரத்தில் ஆர்யை கௌதமி அங்கு வருகிறாள். ஆகையால் சகுந்தலை துஷ்யந்தனை கொடிகளுக்குப் பின்னால் மறைந்துகொள்ளும் படி கூறுகிறாள். பிறகு போகும்பொழுது கொடிகளிடம் சொல்கிறாள்:*

லதாவலய, ஸந்தாபஹாரக, ஆமந்த்ரயே த்வாம் பூ$_4$யோபி
பரிபோ$_4$கா$_3$ய

இவ்விதமாகக் கொடிகளின் மூலம் துஷ்யந்தனிடம் அனுமதி பெற்றுக் கொண்டு செல்கிறாள்.

பக். 343. **யயாதிகூட வாழ்க்கையில் ஆனந்தத்தை விட்டு விட நேர்ந்தது :** *ராஜா யயாதி போக இச்சைகளில் மிகவும் ஈடுபட்டிருந்தான். இதற்காக அவன் தன் புத்திரர்களின் யௌவனத்தைக் கூட வாங்கிக்கொண்டான். ஆனால் கடைசியில் அவனுக்கு போகங்களிடம் வெறுப்பு ஏற்பட்டது. அவன் கீழ்க்கண்ட விஷயத்தைப் புரிந்துகொண்டான்:*

ந ஜாது காம: காமானாமுபபோ$_4$கே$_3$ன ஶாம்யதி
ஹவிஷா க்ருஷ்ணவர்த்மேவ பூனரேவாபி$_4$வர்த$_4$தே

(போகங்களை அனுபவிப்பதனால் ஆசைகள் அடங்குவதில்லை. ஆனால் பலியினால் மேலும் பலம்பெறும் அக்கினிபோல அவை அதிகரித்துக் கொண்டே போகின்றன.)

66. சுவர்ணதேசத்து அன்னை ஐராவதி

பக். 347. **கிருபையான உபத்ரவம் :** *வெள்ளம். மற்றொரு அர்த்தமும் உண்டு. நைல் நதியில் வெள்ளம் வரும்பொழுது அது தன்னுடன் மண்ணையும் எடுத்து வருகிறது. அதனால் வயல்களில் விளைச்சல் அதிகமாகிறது. எகிப்து மக்கள் இதை 'நைல் நதியின் கிருபை' என்று கூறுகிறார்கள்.*

பக். 347. **சதுரங்கம் (சொக்கட்டான்) விளையாடும் காளி தாஸன் :** *பவபூதி உத்தரராம சரிதம் எழுதிய பிறகு முழு நூலையும் காளிதாஸனுக்குப் படித்துக் காண்பித்தாராம். காளிதாஸன் சதுரங்கம் விளையாடுவதில் மிகவும் பிரியம்*

கொண்டவர். அவர் சதுரங்கம் விளையாடிக்கொண்டே அதைக் கேட்டுக்கொண்டிருந்தார். காளிதாஸர் முழு கவனத்துடனும் கேட்கவில்லையென பவபூதிக்கு வருத்தம் உண்டாயிற்று. ஆனால் காளிதாஸன் கடைசியில் ஒரு மிக சூக்ஷ்மமானதும், ரஸமானது மான ஒரு திருத்தம் செய்தபோது பவபூதிக்கு மிகுந்த ஆச்சரியம் உண்டாயிற்று. முழு கிரந்தத்தையும் கேட்ட பிறகு காளிதாஸர் கூறினார்: நாடகம் நன்றாகத்தான் இருக்கிறது. ஆனால் அனுஸ்வாரம் மட்டும் அதிகமாயிருக்கிறது. (அனுஸ்வாரம் என்பது சம்ஸ்கிருத வார்த்தைகளில் சில எழுத்துக்கள் மேல் பள்ளி வைத்து 'ம்' உச்சரிப்பு ஏற்படுத்துவது.)

ராமனும் சீதையும் சல்லாபித்துக்கொண்டிருந்ததை வர்ணிக்கு மிடத்தில் பவபூதி எழுதியிருக்கிறார்:

அவிதி$_3$தக$_3$தயாமா ராத்ரிரேவம் வ்யரம்ஸீ

*(இவ்விதம்-**ஏவம்** பற்பல விஷயங்களைப்பேசிக்கொண்டிருப் பதிலேயே ஜாமங்கள் எப்படிக் கழிந்தன என்பது புரியவில்லை ; இரவு முழுவதும் கழிந்துவிட்டது.)*

காளிதாஸர் அனுஸ்வாரத்தை எடுக்கச் சொன்னார். முழு அர்த்தமும் மாறிவிட்டது. அதில் (அர்த்தத்தில்) பெரிய ரஸமான மாறுதல் ஏற்பட்டுவிட்டது.

*(பற்பல விஷயங்களைப் பேசிக்கொண்டிருந்ததனால் ஜாமங்கள் எவ்வாறு கழிந்துவிட்டன என்பது தெரியாமலே **ராத்ரிரேவ** 'இரவுதான்' முடிவடைந்தது. நமது பேச்சுகள் முடிவடையவில்லை.)*

இது ஒரு கட்டுக்கதைதான். ஏனெனில் காளிதாஸரும் பவபூதியும் ஒரே காலத்தில் வாழ்ந்தவர்கள் அல்ல.

*பக். 347. **ஷான் ராஜ்ஜியம் :** பர்மா தேசத்தின் சைனா எல்லைக்கருகிலுள்ள பாதி சுதந்திர ராஜ்ஜியங்கள். ஷான் மக்கள் பர்மா, அஸ்ஸாம், சயாம், தெற்கு சைனா முதலிய இடங்களில் வசிக்கிறார்கள் - நல்ல நிறமும் பௌத்த மதத்தைப் பின்பற்றுபவர்களும். மிகவும் உழைப்பாளிகள். அவர்கள் பலதார மணத்தை ஆதரிப்பவர்கள்.*

*பக். 348. **கப்பலின் பறவை :- ஜைஸே உடி$_3$ ஜஹாஜ் கோ பஞ்சீ$_2$ ஃபிரி ஜஹாஜ் பை ஆவை** ஸூரதாஸர்.*

*பக். 348. **அனிச்சாபத் : அநினித்யா ப$_3$த், ஸம்ஸ்காரா உத்பத்தி வ்யயதர்மிண:** (உற்பத்தியும் அழிவுமே எவற்றின்*

வேலையாக இருந்து வருகின்றனவோ அப்பப்படிப்பட்ட சம்ஸ்காரங்கள் (சிருஷ்டிக்கப்பட்ட பொருள்கள்) அநித்யமானவைகளே.)

பக். 348. ***சிரந்தன் :*** *வெகுகாலம் வரை நிலைத்து நிற்கக்கூடிய, சம்பூர்ண ஞானம் உடைய மக்களின் தத்துவ அறிவு.*

ஸுவர்ண தேசம் : *பர்மா தேசத்துக்கு பௌத்த காலத்தில் ஏற்பட்டிருந்த பெயர்.*

67. கடல் நடுவில்

பக்.349. ***சிறு தும்மலைப்போல :*** *உவமையில் புதுமையையும் பொருத்தத்தையும் கவனிக்கவும்.*

பக். 351. ***‘முப்பக்கமுள்ள’ : த்ரிகாண்ட$_3$*** *மூன்று பாகங்களுடைய சிரவண நட்சத்திரம் மூன்று நட்சத்திரங்கள் கொண்டதாகும். மிருகசீரிஷத்திலும் வயிற்றில் மூன்று நட்சத்திங்கள் உண்டு. அதே மாதிரி சிரவண நட்சத்திரத்திலும் இருப்பதால் இதை ‘த்ரிகாண்ட’ எனக் கூறப்பட்டிருக்கிறது.*

பக். 351. ***“தலைக்கு நேரே” (க$_2$ஸ்வஸ்திக:)*** *நாம் எங்கு நின்றாலும் நமது தலைக்கு நேரே இருக்கும் ஆகாயபாகம். ஆங்கிலத்தில் இதை* ‘Zenith’ *எனக் கூறுவார்கள்.*

விளக்கை ஒளி பெறச் செய்து : *தந்தி இலாக்காவில் எவ்வாறு கட், கட என்ற இரு ஓசைகளாலேயே எல்லா லிபிகளும் தயாராகியிருக்கின்றனவோ, அதேமாதிரி இரவில் ஒளியைக் காட்டி வெகு தூரம் வரை செய்திகள் அனுப்புவதுண்டு. பகலில் சூரியனின் வெளிச்சத்தால் கூட இவ்வாறு செய்தி அனுப்புவ துண்டு. இதை* Heliograph *எனக் கூறுவர்.*

பக். 356. ***மூன்று கண்ட வாசிகளின் கூட்டு வாழ்க்கை : (த்ரிக$_2$ண்ட$_3$ ஸஹகார)*** *ஆப்பிரிக்காவில் ஆதிக் குடிகளான கருப்பு மக்களைத் தவிர, ஆட்சி புரியும் வெள்ளை ஐரோப்பியர்கள் உள்ளனர்; வாணி பத்துக்காக கீழ்த்திசையிலிருந்து வந்துள்ள கோதுமை வர்ணமுள்ள அல்லது மஞ்சள் நிறமான அரேபியர்கள், இந்தியர்கள், சீனர்கள் இவர்களும் இருக்கின்றனர். மூன்று கண்டத்து வாசிகளான இவர்களிடையே நடைபெறும் கூட்டு வாழ்க்கை. (ஆனால் இந்தக் கூட்டு வாழ்க்கை அமைதி நிறைந்ததாயில்லை.)*

68. ரேகை தாண்டல்

பக். 356. **ரேகை தாண்டல் :** பூமத்திய ரேகையைக் கடப்பது.

பக். 356. சாந்தா துர்க்கை : சுபம் செய்யும் சாந்தாவும், பயம் உண்டாக்கும் துர்க்கையும். சாந்தா துர்க்காவின் கோவில் கோவாவில் இருக்கிறது.

69. நீலோத்ரி

பக்.358 **ஸ்ரீ அப்பாஸாஹப் :** ஔந்த் (Oundh) சமஸ்தானத்தின் கடைசி அரசரின் இரண்டாவது குமாரரான அப்பா சூாஹப் அவர்கள். இவர் இந்திய சர்க்காரின் கமிஷனர் என்ற முறையில் ஆப்பிரிக்காவில் இருந்தார். அப்பொழுது அங்குள்ள மக்கள் இவரிடம் மிகவும் அன்பும் மரியாதையும் வைத்திருந்தனர்.

பக். 360. **ஈசோபநிஷத்து :** பதினெட்டு மந்திரங்களே கொண்ட ஒரு சிறிய உபநிஷத்து. வினோபா அவர்கள் இதை வேதங்களின் சாரம், கீதையின் பீஜமந்திரம் எனக் கூறியுள்ளார். காந்திஜீ இதில் ஹிந்து மதத்தின் ஸாரம் முழுவதும் அடங்கி யிருப்பதாககக் கூறுவார். இதனுடைய முதல் மந்திரம் காந்திஜீக்கு மிகவும் பிரியமானது. இதைப் பற்றி அவர் பல முறை ஆராய்ச்சிகள் புரிந்திருக்கிறார். ஈசோபநிஷத்தின் முதல் மந்திரம்:

ஈசாவாஸ்யமித$_3$ம் ஸர்வம் யத்கிஞ்ச ஜக$_3$த்யாம் ஜக$_3$த்
தேந த்யக்தேன பு$_4$ஞ்ஜீயா மா க்$_3$ருத$_4$: கஸ்யஸ்வித்$_3$த$_4$னம்

இந்த உபநிஷத்தை 'ஈசாவாஸ்ய உபநிஷத்து' என்றும் கூறுவார்கள்.

பக். 360. **மாண்டூக்கிய உபநிஷத்து :** ஈசோபநிஷத்தையும் விடச் சிறியது. இதில் பனிரண்டு மந்திரங்களே உள்ளன. இதில் ஓங்காரத்தின் மூலமாக அத்வைத சித்தாந்தம் முழுவதையும் விவரிக்கப்பட்டிருக்கிறது. கௌடபாதாச்சாரியர் இந்த உபநிஷத் துக்கு விளக்கம் எழுதியுள்ளார். அது அத்வைத சித்தாந்தத்தைப் பற்றிய முதல் கட்டுரையாகக் கருதப்படுகிறது. இதன் அடிப்படையில் தான் ஆதி சங்கரர் தமது மதத்தை ஸ்தாபித்திருக்கிறார்.

பக். 360. **அகமர்ஷண சூக்தம் :** இதைப்பற்றிய முழு விவரம் 'அர்ணவத்தின் அழைப்பு' என்ற அத்தியாயத்தின் குறிப்பில் காணலாம்.

பக். 361. **நான் ஸம்ஸ்கிருதக் கவியாக இருந்தால் :** *சம்ஸ்கிருதக் கவி வால்மீகி 'கங்காஷ்டக'த்தில் கூறியிருக்கிறார்.*

த்வத்தீரே தருகோடராந்தரக$_3$தோ க$_3$ங்கே$_3$! விஹங்கோ$_3$ வரம்
த்வந்நீரே நரகாந்தகாரிணி! வரம் மத்ஸ்யோத$_2$வா கச்ச$_2$ப
நைவான்யத்ர மதாந்தசிந்துரகடாஸங்கட்டகங்டா ரணத்கார
த்ரஸ்தஸமஸ்தவைரிவனிதா லப்$_3$த$_4$ஸ்துதிர்பூ$_4$பதி:

பக். 363. **மிஸ்டர் ஸ்பீக்** (Speke) **:** *ஜான் ஹென்னிங் (1827 - 1864). நைல் நதியின் உற்பத்தி ஸ்தானத்தைக் கண்டுபிடித்தவர். இந்திய சைனியத்தில் சேர்ந்தார். பஞ்சாப் யுத்தத்தில் புகழடைந்தார். விடுமுறை நாட்களில் இமயமலை, திபேத்து முதலிய இடங்களில் சுற்றிவருவதில் பிரியமுள்ளவர். ஆப்பிரிக்காவின் பூகோளத்தில் மனது சென்றவுடன் 1854-ல் பர்ட்டன் அவர்களுடன் ஆப்பிரிக்காவுக்குச் சென்றார். சோமாலிலாந்தில் சுற்றினார். அதைப்பற்றிய வர்ணனை தமது* 'What led to the discovery of the source of Nile' *(1854) என்ற புத்தகத்தில் எழுதியுள்ளார். இதற்குப் பிறகு அவர் ஆப்பிரிக்காவின் மத்தியில் இருக்கும் ஏரிகளைப்பற்றி ஆராயத் தொடங்கினார். அவருடைய அபிப்பிராயம் - இவற்றின் வடக்குப் பக்கத்திலுள்ள 'விக்டோரியா ந்யாஜா' என்ற ஏரியிலிருந்துதான்* *பக்கத்திலுள்ள 'விக்டோரியா ந்யாஜா' என்ற ஏரியிலிருந்துதான்* *நைல்நதி உற்பத்தியாகிறது. அவர் தம்முடைய இந்த முடிவைத் தகுந்த ஆதாரங்களோடு* 'The journal of the discovery of the source of the Nile' *என்ற புத்தகத்தில் நிரூபித்திருக்கிறார். பர்ட்டன் அதை மறுத்திருக்கிறார். பர்ட்டனின் அபிப்பிராயப்படி டங்கனிகா ஏரியிலிருந்து நைல் உற்பத்தியாகிறது. இருவரும் பொதுமேடையில் தத்தம் வாதங்களை எடுத்துக்கூற ஏற்பாடாகியிருந்தது. சர்ச்சைக்கு முந்தின நாள் ஸ்பீக் வேட்டையாடச் சென்றார். அங்கே அவர் தம் குண்டுக்கே இரையாகி மாண்டார்.*

பக். 363. **சந்திரகிரி :** *ராமாயணத்தின் பிரகாரம் சிந்து, சாகர் இவற்றின் சங்கம இடத்தில் இருக்கும் சதச்ருங்க பர்வதம். இங்கு ருவேன்ஜோரி என்ற மலை உள்ளது.*

பக்.363. **மேருமலை :** *பாகவதத்தின் பிரகாரம் ஜம்பூத்வீபத்தில் இலாவ்ருத்தத்தின் மத்தியில் உள்ள தங்கமலை. இங்கு - மத்திய ஆப்பிரிக்காவில் அதே பெயருள்ள ஒரு மலை ; 'கிளிமாஞ்சரோ'வின் அருகிலுள்ளது.*

பக்.364. ***அச்சோத ஏரி :*** *பாணபட்டரின் காதம்பரியிலிருந்து இந்தப் பெயர் எடுத்துக்கொள்ளப்பட்டிருக்கிறது. இனிய நீரை உடைய ஏரி.*

பக். 364. ***நல்லாசி :*** *நல்மொழிகள் - ஆங்கில* 'Gospel'.

பக். 364. ***ஸ்டான்லி :*** *ஸர் ஹென்றி மார்ட்டன் (1840 - 1904). ஒரு சாதரணமான குடியானவரின் மகன். உண்மைப் பெயர் ஜான் ரோலண்ட். குழந்தைப் பருவம் மிகவும் கஷ்டமாகக் கழிந்தது. பள்ளிக்கூடத்தில் ஆசிரியரை அடித்துவிட்டு ஓடிவந்து விட்டான். ஊசிநூல் விற்பவர்களிடம் வேலை பார்த்தான். பிறகு 'நியூ ஆர்லியன்ஸ்'க்குப் போகும் ஒரு கப்பலில் 'கேபின்பாய்' ஆக வேலை பார்த்தான். அங்கே ஸ்டான்லி என்ற ஒரு வியாபாரி இவனுக்கு உதவி செய்தான். பிறகு அந்த வியாபாரி இவனை சுவீகாரம் எடுத்துக்கொண்டான். அப்பொழுதிலிருந்து இவனுடைய பெயரும் ஸ்டான்லி ஆயிற்று. பிறகு சேனையில் சேர்ந்தான். யுத்தத்தில் கைதாகி, பிறகு வீடு திரும்பியபோது தாயார் வீட்டில் வைத்துக் கொள்ள மறுத்துவிட்டாள். மனவருத்தத்துடன் வயிறு வளர்ப்பதற்காக மாலுமி வேலைபார்த்தான். அமெரிக்காவின் கப்பற்படையில் சேர்ந்தான். பிறகு பத்திரிகைகளில் கட்டுரைகள் எழுதினான். நல்ல வர்ணனைத்திறன் படைத்தவன். 1869-ல் 'நியூயார்க் ஹெரால்டின்' ஆசிரியர் இவரை பாரிஸுக்கு அழைத்து, ஆப்பிரிக்காவைப் பற்றி ஆராய்ச்சி செய்வதற்குச் சென்றுள்ள லிவிங்க்ஸ்டனைக் கண்டு பிடிக்கச் சொன்னார். ஒரு வருஷகாலம் மிகவும் சிரமப்பட்டுத் தேடிய பிறகு 10-11-1871-ல் உஜீஜீ என்ற இடத்தில் லிவிங்க்ஸ்டனைச் சந்தித்தார். இதைப்பற்றிய விவரங்கள்* 'How I Found Livingstone' *என்ற புத்தகத்தில் எழுதியிருக்கிறார். முதலில் மக்கள் இவைகளை நம்பவில்லை. ஆனால் லிவிங்க்ஸ்டனின் டைரி முதலியவற்றைக் காண்பித்த பிறகே நம்பினார்கள். ராணி விக்டோரியா கற்கள் இழைத்த தமது மூக்குப்பொடி டப்பியை இவருக்கு வெகுமதியாக அளித்தாள்.*

1874-ல் லிவிங்க்ஸ்டன் இறந்த பிறகு அவர் மேற்கொண்ட வேலையை முடிப்பதற்காக டெய்லி டெலிக்ராபின் ஆசிரியர் ஸ்டான்லிக்குப் பணம் திரட்டித்தந்து அனுப்பி வைத்தார். மூன்று ஆண்டுகள் முயற்சி செய்து யாத்திரை செய்த பிறகு, ஸ்டான்லி, லிவிங்க்ஸ்டன் கண்டு பிடித்த லுஆபாபா நதியும் காங்கோ நதியும் ஒன்றே எனக் கண்டு பிடித்தார். ஸ்டான்லி விக்டோரியா நயான்ஸாவின் பரப்பளவை நிர்ணயித்தார். டாங்கனியாகாவின் நீளம், பரப்பு இவற்றை நிர்ணயித்தார். இந்த யாத்திரைகளின்

விவரங்களை அவர் 'Through the Dark Continent' என்ற புத்தகத்தில் எழுதியுள்ளார். அவருடைய இந்த யாத்திரையினால்தான் நைல் நதியின் உற்பத்தி ஸ்தானத்துக்கருகிலுள்ள பிரதேசம் முழுவதும் ஆங்கிலேயர்கள் கைக்கு வந்தது.

காங்கோ ஆறு ஆப்பிரிக்காவில் மத்தியப் பிரதேசத்தைக் கிழித்துக் கொண்டு செல்லுகிறது என்பது இவருடைய பெரிய ஆராய்ச்சி. பெல்ஜியம் அரசன் இரண்டாம் லியோபால்ட் கேட்டுகொண்டதற்கிணங்க, இவர் காங்கோ சென்று அந்தப் பிரதேசங்களை ஆராய்ந்து, ஐந்து ஆண்டுகள் அங்கே இருந்து அங்கே பெல்ஜியத்தின் சுதந்திர சர்க்காரை ஸ்தாபித்தார். இதைப்பற்றிய விவரங்கள் இவர் தமது 'The Congo and the founding of its Free State' என்ற புத்தகத்தில் எழுதியுள்ளார்.

1884-ல் இவர் ஐரோப்பாவிற்குத் திரும்பி வந்தார். ஐரோப்பிய தேசங்கள் காங்கோவைக் கைப்பற்ற விரும்பின. ஸ்டான்லி பெல்ஜியம் மன்னர்பால் அதிகம் பாரபட்சம் உள்ளவராயிருந்தார். இருந்த போதிலும், மறுபடியும் காங்கோவுக்குச் சென்று பூமத்திய ரேகைக்குச் சமீபத்தில், ஆங்கிலேயர்களுக்காக நிறைய பூமியை வசமாக்கினார். இதுபற்றிய தமது கஷ்டம் நிறைந்த அனுபவங்களை "In Darkest Africa" என்ற புத்தகத்தில் விவரித்துள்ளார்.

இதற்குப்பிறகு இவர் இங்கிலாந்துக்குத் திரும்பி வந்தபோது இவருக்கு ஏராளமான வெகுமதிகள் கிடைத்தன. ஆக்ஸ்போர்ட், கேம்பிரிட்ஜ் சர்வகலாசாலைகள் இவருக்கு பட்டங்களை வழங்கின. இவர் கலை நிபுணரான மனைவியை மணந்தார். பார்லிமெண்டுக்குத் தேர்ந்தெடுக்கப்பட்டார். தமது சிறுவயது யாத்திரைகளை 'My Early Travels and Adventures' என்ற புத்தகத்தில் வர்ணித்துள்ளார். 1897-ல் கடைசி முறையாக ஆப்பிரிக்காவுக்குச் சென்றார். இம்முறை ஏற்பட்ட அனுபவங்களை 'Through south Africa' என்ற புத்தகத்தில் எழுதியுள்ளார். 1899-ல் இங்கிலாந்து மன்னர் இவருக்கு 'நைட்' பட்டம் கொடுத்தார்.1904-ல் காலமானார்.

பக். 365. **'மிஸ்ர' கலப்புக் கலாச்சாரம் :** எகிப்தில் புரோகிதர்கள், அரசாங்க ஊழியர்கள், குடியானவர்கள், தொழிலாளிகள் ஆகிய இந்த நான்கு வர்க்கத்தினரைக் கொண்ட சமூக அமைப்பு இருந்துவந்தது. இங்கு இந்த மிஸ்ர (கலப்புக்) கலாச்சாரத்தையே குறிப்பிடப்படுகிறது.

பக். 366. **ப்ளேடோவின் சமூக அமைப்பு :** பிளேட்டோ 'ரிபப்ளிக்' என்ற தமது நூலில் எடுத்துக்காட்டான நகர

அரசியலைப் பற்றி வர்ணித்திருக்கிறார். அதில் அவர் மக்களை நான்குபிரிவுகளாகப்பிரித்திருக்கிறார்-(1) அரசியல்வேலைத்திறமை படைத்தவர்கள், (2) யுத்தம் புரிபவர்கள், (3) குடியானவர்கள், தொழிலாளிகள், வியாபாரிகள், (4) அடிமைகள்.

பக். 367. ***அஸ்வத்தாமா :*** *அசுவம் + ஸ்தாமன்; அசுவம் - குதிரை, ஸ்தாமன் - பலம்; குதிரை பலம்* (Horse-Power). *இங்கு 'ஸ்தாமன்' இலுள்ள 'ஸ்' மறைந்திருக்கிறது.*

70. மழைப்பாட்டு

பக். 367. ***காளிதாஸனுடைய சுலோகம் :*** *அந்தச் சுலோகம் இவ்வாறு உள்ளது:*

நவஜலத$_4$ர: ஸந்நத்$_3$தோ$_4$யம் ந த்$_3$ருப்தநி*ஶ*ாசர:
ஸுரத$_4$னுரித$_3$ம் து$_3$ராக்ருஷ்டம் ந நாம *ஶ*ராஸனம்
அயமபி படுர்தா$_4$ராஸாரோ ந பா$_3$ணபரம்பரா
கனகநிகஷஸ்னிக்$_3$தா$_4$ வித்$_3$யுத்ப்ரியா ந மமோர்வசீ
விக்ரமோர்வசீயம் – அங்.4, சுலோ–7

இது 'நிச்சய அலங்கார'த்துக்கு உதாரணம். சுலோகத்தின் அர்த்தம் அத்தியாயத்திலேயே கொடுக்கப்பட்டிருக்கிறது.

பக். ***என்றும் வெளிநாட்டு வாசியாயிருப்பவர்கள் :*** *நம் நாட்டு மக்கள் என்றும் வெளிநாடுகளில் வசிப்பதை மரணத்துக்குச் சமமாகக் கருதிவந்தனர்.*

ரோகீ$_3$, சிரப்ரவாஸீ.......... யஜ்ஜீவதி தன்மரணம்

தண்ணீர்ப் பிரவாகத்தைத் தோற்கடிக்கும் பாவங்கள் : *ஜீவனப் பிரவாகம் - தண்ணீர்ப் பிரவாகம். தண்ணீரின் பிரவாகம் ஜனங்கள் மேலே, அக்கரைக்குச் செல்வதைத் தடுக்கிறது. ஆற்றின் மேல் பாலங்கள் கட்டுவதனால் ஆற்றின் இந்தத் தடுக்கும் சக்தி தடுக்கப்பட்டுவிடுகிறது.*

சிறு கூட்டின் ரூபத்தில் : *இந்த உவமை உபநிஷத்தின் இந்த வசனத்திலிருந்து தோன்றிற்று :* ***யத்ர ப$_4$வதி விஶ்வ ஏகநீட$_3$ம்*** *எங்கே உலகம் முழுவதும் ஒரு சிறு கூடு மாதிரி ஆகிவிடுகிறதோ. கடவுள்தான் இப்படிப் பட்ட கூடுகளில் வசிக்கும் ஜீவன்களுக்கு உஷ்ணம் அளிக்கும் பறவையாவார்.*

கார்வார்: *பம்பாய்மாகாணத்தின்மேற்குக்கடற்கரையிலுள்ள ஒரு மிக அழகான துறைமுகம். ஆசிரியர் சிறு பருவத்தில் பல*

ஆண்டுகள் இங்கே கழித்திருக்கிறார். ஆசிரியருடைய 'ஸ்மரண் யாத்ரா' என்ற புத்தகத்தில் கார்வாரைப்பற்றிப் பலமுறை வர்ணனை வந்திருக்கிறது.

ஜீவன் சக்ர : கீதையின் 3-வது அத்தியாயம், 16-வது சுலோகத்தில் இந்த 'ஜீவன் சக்ர'த்தைப்பற்றிக் கூறப்பட்டிருக்கிறது. ஆசிரியரின் 'ஜீவன் சக்ர' என்ற கட்டுரை இந்தச் சந்தர்ப்பத்தில் குறிப்பாகப் படிக்கத் தக்கதாகும்.

ஒருவருக்கொருவர் உதவி புரிதல் மூலம் : தனது சொந்த வாழ்க்கைக்கு தன்னைத்தானே நம்பி வாழ்வது நல்லது. சமூக வாழ்க்கையின் அடிப்படையில் ஒருவர் மற்றொருவரைச் சார்ந்து வாழ்வதுதான் பிரதானமானது. இவ்விதமாக ஒருவர் மற்றொரு வரைச் சார்ந்து வாழ்தலில் ஒருவர் மற்றொருவருக்கு அளித்துக் கொள்ளும் உதவிகள் சமசமானமாக அல்லது சம பலமாக இருக்கும்போது, வாழ்க்கையின் பாரம் யார்போரிலும் அதிகமாக விழாதபடி அதில் தன் பலத்திலேயே வாழும் ஓர் உணர்ச்சியும் ஏற்பட்டுவிடுகிறது.

யக்ஞ சக்ரம் : ஜீவன் சக்கரத்தைத்தான் கீதையின் 'யக்ஞ சக்கரம்' எனக் கூறப்பட்டிருக்கிறது. பார்க்கவும்- **ஸஹயக்ஞா: ப்ரஜா: ஸ்ருஷ்ட்வா இவ** கீதை, அத்தியாயம் 3, சுலோ. 10 முதல் 16 வரை.

அவதாரகார்யம் : அவதாரம் என்ற சொல்லுக்கு அர்த்தம் - கீழே இறங்கி வருதல். மழை நீர் மேலேயிருந்து கீழே இறங்கி வருகிறது. கடவுளும் கீழே இறங்கிவந்து மனித ரூபம் எடுக்கும் போது அதையும் அவதாரம் என்று தான் கூறுகிறோம்.

குருக்ஷேத்திரம் : பாரதத்தின் பிரசித்திபெற்ற யுத்த பூமி.

வெல்வெட் பூச்சி : இதை 'இந்திர கோபம்' என்றும் கூறுவ துண்டு.

இருநிறச் சோபை : வெல்வெட்டுத் துணியில் காணப்படும் அழகு ஒரு பக்கமாகப் பார்த்தால் ஆழமான கலரும் மற்றொரு பக்கமாகப் பார்த்தால் லைட் கலர் - மங்கிய நிறமும் காணப்படும். ஆங்கிலத்தில் இதை 'Shot' எனக் கூறுவார்கள்.

மது$_4$ரேண ஸமாபயேத்: விருந்தில் கடைசி பொருள் தித்திப்பாக இருக்கட்டும்.

ருதுஸம்ஹார: காளிதாஸனின் ஒரு மிக அழகான காவியம். இதில் ஆறு ருதுக்களையும் பற்றி வர்ணிக்கப்பட்டிருக்கிறது.

ருதுப்ய: விவாஹத்தின்போது 'சப்தபதி'யின் மூலம் (கணவன் மனைவியின் கையைப் பிடித்து ஏழு அடி அக்கினியை வலம் வந்து அம்மி மிதிப்பது) இல்வாழ்க்கைக்காக 'ஜீவன் தீக்ஷா' (வாழ்க்கைப் பிரமாணம்) எடுத்துக்கொள்வது. அதில் ஆறாவது பிரதிக்ஞை **ருதுப்ய:** என்பது. 'வாழ்க்கையில் நாம் இருவரும் ருதுவின் மாறுதல்களோடு கூடவே வாழ்க்கையை மாற்றிக்கொண்டே செல்வோமாக' - இதுவே அந்தப் பிரதிக்ஞையின் கருத்து.

தமிழ் மொழி பெயர்ப்புக்கான ஆசிரியரின் முன்னுரையின் அனுபந்தம்

முன். பக். 32. மதுரை நகர் : தென்னிந்தியாவில் தமிழ் நாட்டில் உள்ளது. பெரிய நகரம், சென்னைக்கு அடுத்தபடியானது. இங்குள்ள மீனாட்சி ஆலயம் பிரசித்தி பெற்றது. 2000 ஆண்டுகளுக்கு முன் இங்கு தமிழ்ச் சங்கம் நிறுவப்பட்டது. அக்காலத்தில் இங்கே சங்கப் புலவர்களின் முன்னிலையில் தான் தமிழ்நூல்கள் அரங்கேற்றப்பட்டன. மதுரை நகரை அக்காலத்தில் அரசு புரிந்துவந்த தேவி மீனாட்சி பாண்டிய அரசனின் மகளாக அவதரித்து, சிவபெருமானை மணந்துகொண்டாள். வைகைநதியின் கரையில் இந்நகரம் அமைந்துள்ளது. ஆசிரியர் இந்திப் பிரசாரத்திற்காகப் பலமுறை மதுரைக்கு விஜயம் செய்துள்ளார்.

முன். பக். 31. **காவேரி :** பார்க்கவும்.

கொள்ளிடம் : காவேரி ஆறு திருச்சிராப்பள்ளிக்கு முன் இரு நதிகளாகப் பிரியும்போது வடக்குப் பக்கத்தில் கொள்ளிடம், தெற்கே காவிரி என்ற இரு பெயர்களுடன் பிரிந்து, பிறகு ஒன்றுசேருகிறது. பிரசித்தி பெற்ற ஸ்ரீரங்கம் இவ்விரு ஆறுகளுக்கும் நடுவில் உள்ளது.

முன். பக். 31. **கங்கை யமுனை, கோதாவரி :**

முன். பக். 32. **இராமேசுவரம் :** பிரசித்தி பெற்ற புண்ணிய க்ஷேத்திரம். இங்கு உள்ள இராமனாத சுவாமி ஆலயம் மிகவும் பிரசித்தி பெற்றது. இராமர் இலங்கையைத் தாண்டுவதற்காக 'சேது' அமைக்கும்பொழுது சீதாபிராட்டியர் இங்கு மண்ணினால் சிவலிங்க பிரதிஷ்டை செய்ய, இராமர் அதை பூஜித்தார். அனுமார் கைலாயத்திலிருந்து கொண்டு வருவதற்குத் தாமதமான தால்

சீதை இவ்வாறு மண்ணினால் சிவலிங்கத்தை பிரதிஷ்டை செய்தார். இந்தியாவின் மிகப்பெரிய யாத்திரைத்தலமான இந்த இராமேசுவரம் அக்காலத்திலிருந்தே தேசிய ஒருமைப்பாட்டுக்கு எடுத்துக்காட்டான இடம். இராமேசுவரத்துக்கருகிலுள்ள தனுஷ்கோடி (கோடிக்கரை)யின் மணலை எடுத்துச் சென்று கங்கையில் சேர்ப்பித்துவிட்டு, கங்கையின் நீரை இங்கு கொணர்ந்து ஸ்ரீ இராமனாதருக்கு அபிஷேகம் செய்வது அன்றிலிருந்து இன்றுவரை நடந்து வருகிறது. இராமேச்சுவரத்துக் கோவிலின் பிராகாரத் தூண் வரிசைகள் (Corridors) உலகத்திலேயே எங்கும் காணப்படாத ஓர் அபூர்வமான வேலைப்பாடாகும் இராமேசு வரம் ஒரு தீவு.

முன். பக். 32. **பாம்பன் :** இராமேசுவரத்துக்குப் போகும் வழியிலுள்ள பாம்பன் என்ற பெயருள்ள இரும்புப் பாலம். கடலின் மேல் அமைந்துள்ள இந்தப் பாலம் இரயில் போகும் போது படுத்து வழியேற்படுத்தி, கப்பல் போகும்போது இரண்டாகப் பிரிந்து நிமிர்ந்து கப்பலுக்கு வழிவிடுகிறது.

முன். பக். 33. **பெரியாறு :** (அணைக்கட்டு)-தமிழ் நாட்டின் தென்மேற்கு எல்லையில் சுமார் 85 மைல் தூரத்தில் கேரள ராஜ்ஜிய எல்லையில் உள்ளது. சுமார் 120 ஆண்டுகளுக்கு முன்பு கட்டப்பட்டது. இங்குள்ள அணையில் தேக்கப்பட்டுள்ள நீரின் பரப்பளவு சுமார் 9 சதுர மைல். நவீன யந்திர சாதனம் இல்லாத காலத்தில், நாட்டு வெடி மருந்துகளைக் கொண்டு வெடிவைத்து மலையைக் குடைந்து அமைக்கப் பட்டது. ஆரம்பத்தில் தனித் தனியாக இரு பக்கத்திலிருந்தும் தோண்டிக்கொண்டு போனதில் சரியாக அமையாததால் நடுவில் சுமார் 40 அடிக்கு விலகி விட்டது. மீண்டும் அகலப்படுத்திச் சேர்க்கப்பட்டது. இது ஒரு பெரிய 'அசுர சாதனை'. 1955-ஆம் ஆண்டு முதல் 1958-க்குள் மறுபடி புதியதொரு குகை தோண்டி நதியின் போக்கை 1200 அடி கீழே இறக்கி மின் நிலையத்தில் உபயோகப்படுத்தப் பட்டிருக்கிறது. இந்தப் பெரியாற்றின் தண்ணீர் வையை மூலம் மதுரை இராமனாதபுரம் ஜில்லாக்களுக்குப் பயன்படுகிறது. பெரியார் ஏரி (தேக்கடி எனப்படுவது) ஒரு பெரிய இயற்கைச் சரணாலயம். இங்கே கூட்டம் கூட்டமாக யானைகள், மான்கள், கரடிகள் உலாவுகின்றன. தேக்குமரக்காடு, ஏலக்காய்த்தோட்டம், மூங்கில்காடு இங்கு ஏராளமாக உள்ளன.

முன். பக். 35. **திப்புசுல்தானின் ஸ்ரீரங்கப்பட்டணம் :** *இங்கே காவேரி இரு பிரிவுகளாகப் பிரிந்து பிறகு சங்கமமாகிறது. இந்த இடைவெளிப்பிரதேசத்தில்தான் திப்புசுல்தான் தன் இருப்பிடத்தை அமைத்துக்கொண்டான். திப்புவின் மாளிகையும் கல்லறையும் இன்றும் அங்கே காணலாம். இங்கே காவேரி பச்சிமவாஹினியாக ஓடுகிறது. இங்கே ஸ்ரீரங்கனாதர் ஆலயம் உள்ளது. திப்பு இங்கு ரங்கனாதரை வழிபட்டு வந்தான்.*

“சோழமன்னர்கள் காவேரியின் நீரை” : *சோழமன்னர்களில் முக்கியமான கரிகாலச்சோழன் காவேரியை நீர்ப்பாசனத்துக்கு உபயோகப்படுத்த எண்ணி ‘கல்லணை’ என்ற இடத்தில் ஓர் அணை கட்டுவித்தான். திருச்சிராப்பள்ளிக்கருகில் உள்ள இந்த அணை நவீன காலச்சாதனங்கள் இல்லாத அக்காலத்திலேயே கட்டப்பட்டதாயினும், மிக உறுதியாக இருந்து மக்களுக்குப் பயன்பட்டுவருகிறது.*

“ஸ்ரீரங்கம்” காவேரி, கொள்ளிடம் இரு பிரிவுகளாக திருச்சிராபள்ளிக்கு முன்னால் பிரியும் இடத்தில் அமைந்துள்ள மிகப்பிரசித்தி பெற்ற ஆலய நகரம்.

“சிவசமுத்திரம்” காவேரி கர்னாடகப் பிரதேசத்தில் பிரவேசிக்கும் இடத்தில் அதன் நீரை முற்றிலும் பயன்படுத்திக் கொள்வதற்காக இங்கு காவேரியின் நீரை அருவியாக விழச் செய்து மிகப்பெரிய மின்சார நிலையம் ஏற்படுத்தப்பட்டுள்ளது. இதை நிர்மாணித்தவர் மைசூரில் திவானாக இருந்த மேதை விசுவேசுவரய்யா என்பவர். சிவசமுத்திரத்தின் மின்சார நிலையம் ஏற்பட்ட பிறகு மைசூர் ராஜ்ஜியம் முழுவதுமே பல பெரிய தொழிற்சாலைகளால் நிரம்பி, அந்த ராஜ்ஜியம் மிகவும் வளம் பொருந்தியாகிவிட்டது.

○○○